ಶಿಶಿರದ ಇಂಚರ

ಸಾಯಿಸುತೆ

ಸುಧಾ ಎಂಟರ್‌ಪ್ರೈಸಸ್

ನಂ. 761, 8ನೇ ಮೈನ್, 3ನೇ ಬ್ಲಾಕ್,
ಕೋರಮಂಗಲ, ಬೆಂಗಳೂರು – 560 034.

Shishirada Inchara (Kannada): a social novel written by
Smt. Saisuthe; published by Sudha Enterprises, # 761, 8th Main,
3rd Block, Koramangala, Bangalore - 560 034.

ಮೊದಲನೆಯ ಮುದ್ರಣ	:	2000
ಎರಡನೆಯ ಮುದ್ರಣ	:	2011
ಮೂರನೆಯ ಮುದ್ರಣ	:	2021
ಪುಟಗಳು	:	184
ಬೆಲೆ	:	ರೂ. 180
ಉಪಯೋಗಿಸಿದ ಕಾಗದ	:	70 ಜಿ.ಎಸ್.ಎಂ. ಮ್ಯಾಪ್‍ಲಿಥೋ
ಮುಖಪುಟ ವಿನ್ಯಾಸ	:	ಪ.ಸ. ಕುಮಾರ್
ಹಕ್ಕುಗಳು	:	ಲೇಖಕಿಯವರದು

ಸಗಟು ಮಾರಾಟಗಾರರು
ವಸಂತ ಪ್ರಕಾಶನ
524/ಎಫ್, 8ನೇ ಅಡ್ಡರಸ್ತೆ, 7ನೇ ಬ್ಲಾಕ್,
ಜಯನಗರ, ಬೆಂಗಳೂರು – 560 070.
ಮೊ: 7892106719
email : vasantha_prakashana@yahoo.com
website: www.vasanthaprakashana.com

ಅಕ್ಷರ ಜೋಡಣೆ :
ಸುಧಾ ಎಂಟರ್‍ಪ್ರೈಸಸ್

ಮುದ್ರಣ :
ರೀಗಲ್ ಪ್ರಿಂಟರ್ಸ್

ಮುನ್ನುಡಿ

ಆತ್ಮೀಯ ಓದುಗರಲ್ಲಿ,

ಬದುಕಿನ ದಟ್ಟ ಅನುಭವವನ್ನು ಕಾದಂಬರಿ ಪಾತ್ರಗಳ ಮೂಲಕ ನಿಮ್ಮ ಮುಂದೆ ಬಿಚ್ಚಿಟ್ಟಿದ್ದೇನೆ. ಪ್ರತಿಯೊಂದು ಪಾತ್ರವು ಸ್ವಂತಿಕೆಯಿಂದ ಅರಳಿದರೂ, ಸರಪಣಿಯ ನಡುವೆ ಬಂದಿ. ಸದಾ ಮುಖಾಮುಖಿಯಾಗುವ ಪಾತ್ರಗಳನ್ನ ಹೆಕ್ಕಿ ತೆಗೆದು ಅದಕ್ಕೆ ಅಕ್ಷರ ರೂಪ ಕೊಡುವ ಪ್ರಯತ್ನ ಮಾತ್ರ ನನ್ನದಾಗಿದೆ. ಇಲ್ಲಿ ಪಾತ್ರಗಳ ಮೇಲ್ವಿಚಾರಣೆ ಮಾತ್ರ ನನ್ನ ಲೇಖನಿಗೆ ದಕ್ಕಿದೆ. ಇದರಲ್ಲಿ ನಾನು ಇದ್ದೀನಿ! ನೀವುಗಳೂ ಇದ್ದೀರಾ! ಆದರೆ ಗುರುತಿಸಿಕೊಳ್ಳುವುದು ಮಾತ್ರ ಕಷ್ಟ!

ವಾರದಲ್ಲಿ ಮೂರು ನಾಲ್ಕು ಜನ ಓದುಗರಾದರೂ ಫೋನಾಯಿಸಿ ಈ ಕಾದಂಬರಿಯ ಪ್ರತಿಗಳು ಸಿಕ್ಕುತ್ತಿಲ್ಲ ಎಂದು ದೂರುತ್ತಿದ್ದರು. ಆದರೆ ಸುಧಾ ಎಂಟರ್‌ಪ್ರೈಸಸ್ ಮೂಲಕ ಈ ಕಾದಂಬರಿ ಮತ್ತೆ ಅಚ್ಚಾಗಿದೆ.

ಪ್ರಕಾಶಕರಿಗೆ, ಮುಖಚಿತ್ರ ಚಿತ್ರಕಲಾವಿದರಿಗೆ ನನ್ನ ಧನ್ಯವಾದಗಳು.

ಬೆಂಗಳೂರು

ಸಾಯಿಸುತೆ

"ಸಾಯಿಸದನ"

12, 2ನೇ ಮುಖ್ಯರಸ್ತೆ, 2ನೇ ಅಡ್ಡರಸ್ತೆ,

ಮಾರುತಿನಗರ, ಕೋಗಿಲೆ ಕ್ರಾಸ್,

ಯಲಹಂಕ, ಬೆಂಗಳೂರು – 560064.

ದೂ.: 080–28571361

ನಮ್ಮಲ್ಲಿ ದೊರೆಯುವ ಸಾಯಿಸುತೆಯವರ ಇತರ ಕಾದಂಬರಿಗಳು

ಸದ್ಗೃಹಸ್ಥೆ	ಮೌನ ಆಲಾಪನ
ಕಾರ್ತೀಕದ ಸಂಜೆ	ಮತ್ತೊಂದು ಬಾಡದ ಹೂ
ನಾ ನನ್ನ ಧ್ಯಾನದೊಳಿರಲು	ಶಿಶಿರದ ಇಂಚರ
ಸುಪ್ರಭಾತದ ಹೊಂಗನಸು	ಮುಂಗಾರಿನ ಹುಡುಗಿ
ಕರಗಿದ ಕಾರ್ಮೋಡ	ಸಾಮಗಾನ
ಹೃದಯ ರಾಗ	ಕಡಲ ಮುತ್ತು
ಅಮೃತಸಿಂಧು	ಆಡಿಸಿದಳು ಜಗದೋದ್ಧಾರನಾ
ಬಣ್ಣದ ಚುಂಬಕ	ಪಂಚವಟಿ
ಸ್ವರ್ಣ ಮಂದಿರ	ಶ್ಯಾನುಭೋಗರ ಮಗಳು
ಶ್ರೀರಸ್ತು ಶುಭಮಸ್ತು	ಮೂಡಿ ಬಂದ ಶಶಿ
ಗಂಧರ್ವಗಿರಿ	ಜನನೀ ಜನ್ಮಭೂಮಿ
ಶುಭಮಿಲನ	ಬಿರಿದ ನೈದಿಲೆ
ಸಪ್ತಪದಿ	ಶರದೃತುವಿನ ಚಂದ್ರ
ಚೈತ್ರದ ಕೋಗಿಲೆ	ಮೋಹನ ಮುರಳಿ ಕರೆಯಿತು
ಬೆಳ್ಳಿದೋಣಿ	ಮುಗಿಲ ತಾರೆ
ವಿವಾಹ ಬಂಧನ	ಅಗ್ನಿದಿವ್ಯ
ಮಂಗಳ ದೀಪ	ಧವಳ ನಕ್ಷತ್ರ
ಡಾ॥ ವಸುಧಾ	ಕಲ್ಯಾಣಮಸ್ತು
ಮುಂಜಾನೆಯ ಮುಂಬೆಳಕು	ದಂತದ ಗೊಂಬೆ
ಸೊಬಗಿನ ಪ್ರಿಯದರ್ಶಿನ	ಸುಭಾಷಿಣಿ
ರಾಗಬೃಂದಾವನ	ಮಮತೆಯ ಸಂಕೋಲೆ
ಬಿಳಿ ಮೋಡಗಳು	ಮಂತ್ರಾಕ್ಷತೆ
ಅನುಬಂಧದ ಕಾರಂಜಿ	ಸಪ್ತಧಾರೆ
ಮಿಂಚು	ಹೇಮಂತದ ಸೊಗಸು
ನಾಟ್ಯಸುಧಾ	ಬೆಳಕಿನ ಹಣತೆ
ಪಸರಿಸಿದ ಶ್ರೀಗಂಧ	ಗ್ರೀಷ್ಮದ ಸೊಬಗು
ಬೆಳದಿಂಗಳ ಚೆಲುವೆ	ಗ್ರೀಷ್ಮ ಋತು
ವರ್ಷಬಿಂದು	ಪ್ರಿಯ ಸಖೀ
ಸಪ್ನ ಸಂಭ್ರಮ	ಚಿರಬಾಂಧವ್ಯ
ನನ್ನ ಭಾವ ನನ್ನ ರಾಗ	ಆಶಾಸೌರಭ
ಸುಮಧುರ ಭಾರತಿ	ಗಿರಿಧರ

ರಪರಪ ಸುರಿವ ಮಳೆಗಾಲ ನಿಂತು, ತಣ್ಣಗೆ ಕೊರೆಯುವ ಚಳಿಗಾಲ ಬರುತ್ತಿದ್ದಂತೆ, ಜನಜೀವನದಲ್ಲಿ ಅಪಾರವಾದ ಬದಲಾವಣೆ. ಇದು ಎಲ್ಲಾ ವರ್ಗಕ್ಕೂ ಸಂಬಂಧಿಸಿದ್ದು. ಪ್ರಕೃತಿ ತಾರತಮ್ಯವೆಸಗದು. ಇದೊಂದು ಅದ್ಭುತವಿರದ ಬದಲಾವಣೆಯೇ. ಕಪಾಟಿನಲ್ಲಿ ಬೆಚ್ಚನೆ ನಿದ್ರಿಸುತ್ತಿದ್ದ ಕಂಬಳಿಗಳೆಲ್ಲ ಹೊರ ಬಂದು ತಮ್ಮ ಇರುವನ್ನು ನೆನಪಿಸುತ್ತೆ. ಮಕ್ಕಳ ಟೊಪ್ಪಿಗೆ, ಸ್ವೆಟರ್ ಹೊರಗೆ ಇಣುಕುತ್ತೆ. ಇದು ನಿರಂತರವೆನಿಸಿದರೂ ಏನೋ ಒಂದು ರೀತಿಯ ಹೊಸತನ. ಇಂಥ ಒಂದು ಸುಂದರ ಬೆಳಗಿನಲ್ಲಿ ಹರಿಹರನ್, ಗಿರಿಜಾ ಅವರ ಕೊನೆಯ ಮಗಳು ಹೊರ ಬಂದಿದ್ದು. ಚುಮು ಚುಮು ನಡುಕವಿದೆ. ಹಿತವೆನಿಸಿತು, ಭೂಮಿಗೂ, ಆಕಾಶಕ್ಕೂ ಬೆಸುಗೆ ಹಾಕಿದಂತೆ ಇಬ್ಬನಿ ಮುತ್ತುಗಳಂತೆ ಹನಿಯುತ್ತಿತ್ತು. ಆಕಾಶದ ಅಪಾರವಾದ ನಕ್ಷತ್ರಗಳು ಭೂಸ್ಪರ್ಶ ಮಾಡಲು ಆತುರಗೊಂಡು ಇಬ್ಬನಿಯ ರೂಪಗೊಂಡಂತೆ ಭಾಸವಾಗುತ್ತಿತ್ತು.

ಇಂಚರ ಹನಿಯುವ ಮಂಜಿನ ಹನಿಗಳಿಗೆ ಕೈಯೊಡ್ಡಿ ಕೆನ್ನೆಗೊತ್ತಿಕೊಂಡಳು ಪದೇ ಪದೇ. ಸಹಜವಾದ ಪ್ರಕೃತಿ ನೀಡುವ ಔತಣಕ್ಕೆ ಯಾವುದು ಸರಿಸಾಟಿಯಲ್ಲ. ಆದರೆ ಇದನ್ನು ಎಷ್ಟು ಮಂದಿ ಸವಿಯಬಲ್ಲರು? ಹರಿಹರನ್ ಕುಟುಬದಲ್ಲಿ ಇವಳೊಬ್ಬಳೇ ಪ್ರಕೃತಿ ಪ್ರೇಮಿ. ಪುಟ್ಟ ಪುಟ್ಟ ಗಿಡಗಳ ಮೇಲಿನ ಇಬ್ಬನಿಯ ಬಿಂದುಗಳನ್ನು ಸ್ಪರ್ಶಿಸುತ್ತಿದ್ದಾಗ ಮೂರು ಸಲವಾದರೂ ಗಿರಿಜ ಇಣುಕಿ ಒಳಹೋದರು. ಮಗಳನ್ನು ಆಕ್ಷೇಪಿಸಿದರು. ಇದೆಲ್ಲಾ ಅವರಿಗೂ ಇಷ್ಟವೇ.

ಹರಿಹರನ್ ಕೂಗು ಇಂಚರ ಕಿವಿ ತಲುಪಿತು.

"ಇಂಚರ ಏನ್ಮಾಡ್ತಾ ಇದ್ದೀಯಾ? ಅವರಿಗಂತೂ ಸುಪ್ರಭಾತವಾಗಿಲ್ಲ"

ಭುಜದ ಮೇಲೆ ಹರಡಿದ ಕೂದಲನ್ನು ಗಂಟು ಹಾಕಿಕೊಂಡು ಚಿಗರೆಯಂತೆ ಹಾರಿದಳು. ಬೆಳಗಿನ ಪೂಜೆಯ ಹೊತ್ತಿನಲ್ಲಿ, ಅದಕ್ಕೆ ಮಹಾನ್ ಗಡಿಬಿಡಿ. ಪ್ರತಿದಿನವೂ ಹೊಸದಾಗಿ ಪೂಜೆ ಮಾಡುವಂತೆ ಸಂಭ್ರಮಪಡುವ ಹರಿಹರನ್ ಅಷ್ಟೇ ಹಡಾಹುಡಿ ಮಾಡಿ ಮನೆಯಲ್ಲಿ ಟೆನ್ಶನ್ ಉಂಟು ಮಾಡುತ್ತಿದ್ದುದು ಸರ್ವೇ ಸಾಧಾರಣ. ಮನೆಯವರು ಒಗ್ಗಿಕೊಂಡಿದ್ದಾರೆಂದು ಹೇಳಬಹುದು. ಇದು ಅನಿವಾರ್ಯ ಕೂಡ.

"ಆಗ್ಲೇ ಅಪ್ಪ ಸ್ನಾನಕ್ಕೆ ಹೋದ್ರಾ?" ಎನ್ನುತ್ತಲೇ ಮಗುಟ ತೆಗೆದಿಟ್ಟು ಮಡಿಪಂಚೆ, ವಲ್ಲಿಯ ಜೊತೆ ಎಣ್ಣೆಯ ಬಟ್ಟಲು ಹಿಡಿದು ಬಾತ್ ರೂಮಿನ ಬಾಗಿಲಿಗೆ ಬರುವ ವೇಳೆಗೆ ಹರಿಹರನ್ "ನೀನು ಎಣ್ಣೆಯೊತ್ತದೆ ಸ್ನಾನ ಮಾಡ್ತೀನಾ? ಈ ಜವಾಬ್ದಾರಿಯನ್ನು ನಿನ್ಮೇಲೆ ಹಾಕಿ ನಿಮ್ಮಮ್ಮ ಆರಾಮಾಗಿ ತಪ್ಪಿಸಿಕೊಂಡ್ಲು. ಅವ್ಳು ಮೊದ್ಲಿನಿಂದ್ಲೂ ಸೋಮಾರೀನೇ" ಇದು ಮೇಲ್ಮಾತು. ಹೆಂಡತಿ ಸೋಮಾರಿಯಲ್ಲ ವೆಂದು ಗೊತ್ತು. ಆದರೆ ಹೆಂಡತಿಯ ಪ್ರವೇಶವಾಗಲಿಯೆಂದೇ ಈ ರೀತಿಯ ಟೀಕೆಗಳು. ಹೊರಗೆ ಬಂದ ಗಿರಿಜ "ನಾನು ನಿಮ್ಗೆ ಎಣ್ಣೆಯೊತ್ತಿಕೊಂಡು ನಿಂತರೆ ಈ ಕೆಲ್ಸಗಳು ಯಾರು ಮಾಡ್ಬೇಕು? ಅವರಿಬ್ಬ ರದು ಕೊನೆಯ ವರ್ಷದ ಓದು. ಈ ಕಡೆಯಂತು ತಲೆ ಹಾಕೋಲ್ಲ" ಅಂದರು. ಈಚೆಗೆ ಬಿ.ಪಿ. ಷುರುವಾದ ಮೇಲೆ ಆಕೆಯ ಕಣ್ಣಲ್ಲಿ ಬೇಗ ನೀರಿಳಿಯುತ್ತಿತ್ತು.

ಎಣ್ಣೆಯ ಬಟ್ಟಲು ಹಿಡಿದೇ ಗಾಬರಿಯಿಂದ ಬಂದ ಇಂಚರ "ಅಪ್ಪ ಸದಾ ಆಡೋ ಮಾತುಗಳೇ ಇವು. ಸೀರಿಯಸ್ಸಾಗಿ ತಗೋಳ್ಳೋಂಥದ್ದಲ್ಲ. ಅದ್ಕೇ ಕಾರಣ ನಾನು ಹೇಳ್ಲಾ?" ಒಂದು ನಗುತ್ತಾ ಬಗ್ಗಿ ಅವರ ಕಿವಿಯ ಬಳಿ "ಅಪ್ಪನಿಗೆ ಸದಾ ನಿಮ್ಮ ಸ್ವರ ಕೇಳೋ ಹಂಬಲಿಕೆ. ಜೊತೆಗೆ ಕೋಪದಿಂದ ಕೆಂಪೇರುವ ನಿಮ್ಮ ಕೆನ್ನೆಗಳು ನೋಡೋ ಆಸೆ ಇನ್ನು ಕಡ್ಮೇ ಆಗಿಲ್ಲ" ಮೆಲ್ಲಗೆ ಛೇಡಿಸಿದಳು. ನಸು ಮುನಿಸಿನಿಂದ ಅವಳ ಜಡೆ ಹಿಡಿದು ಒಂದು ಏಟು ಹಾಕಿ "ನೀನು ತುಂಬಾ ಕೆಟ್ಟು ಹೋದೆ".

ಮತ್ತೆ ಎಣ್ಣೆಯ ಬಟ್ಟಲಿಡಿದು ಬಂದ ಇಂಚರ ಹರಿಹರನ್ ನೆತ್ತಿಗೆ ಎಣ್ಣೆಯೊತ್ತ ತೊಡಗಿದಳು. ಇದು ನಿತ್ಯದ ಕೈಂಕರ್ಯ. ಇದು ನಿರಂತರವೆನ್ನುವಂತೆ ವರ್ತಿಸುವ ಗಂಡನ ಬಗ್ಗೆ ಆಕೆಗೆ ಒಂದಿಷ್ಟು ಕೋಪ. ಇಂದು ಸ್ವಲ್ಪ ಗಟ್ಟಿಯಾಗಿ ಅಸಹನೆ ಯಿಂದಲೇ ವ್ಯಕ್ತಪಡಿಸಿದರು.

"ವಾರಕ್ಕೊಮ್ಮೆಯೊ, ಎರಡು ಸಲವೋ ಎಣ್ಣೆ ಹಚ್ಚಿಸಿಕೊಂಡರೆ ಸಾಕು. ನಿಮ್ದು ನಿತ್ಯ ರಾಮಾಯಣ. ನಂಗಂತೂ ಸ್ವಲ್ಪ ಕೂಡ ಹಿಡಿಸಲ್ಲ. ಇಂಚರ ಗಂಡನ ಮನೆಗೆ ಹೊರಟರೇ ನೀವು ಕೂಡ ಹೋಗ್ಬೇಕಾಗುತ್ತೆ. ಈ ವಿಷ್ಯ ಮೊದ್ಲೇ ಅವ್ರಿಗೆ ತಿಳಿಸಿರಬೇಕಾಗುತ್ತೆ".

ನೆತ್ತಿ ತಟ್ಟಿಕೊಳ್ಳುತ್ತಾ ಬಂದ ಹರಿಹರನ್ "ಹಾಗೇ ಮಾಡು, ನಂದಂತು ಅಭ್ಯಂತರವಿಲ್ಲ ಸದ್ಯಕ್ಕೆ ನಿನ್ನ ಕಾಟ ತಪ್ಪಬೇಕು" ಎಂದೇ ಬಾತ್ ರೂಂಗೆ ಹೋಗಿದ್ದು ಹರಿಹರನ್. ಇಡೀ ಹಂಡೇ ನೀರು ಇಂಚರ ತುಂಬಿ ಹಾಕಿದ ನಂತರ ತಾವು ಒಂದಿಷ್ಟು ತಣ್ಣೀರು ಸ್ನಾನ ಮಾಡಿಕೊಂಡೇ ಹೊರ ಬರುತ್ತಿದ್ದುದು.

ನಂತರ ಚಿನ್ನದ ಸರ, ಕೈಗೆ ಚಿನ್ನದ ಕಡಗ, ನಾಲ್ಕು ಉಂಗುರದ ಜೊತೆ ತುಳಸಿಮಾಲೆ, ರುದ್ರಾಕ್ಷಿ ಮಾಲೆ ಧರಿಸಿದ ನಂತರವೇ ಪೂಜೆ ಪ್ರಾರಂಭ ವಾಗುತ್ತಿದ್ದುದು. ಅದನ್ನೆಲ್ಲ ಅನುವು ಮಾಡಿಕೊಡಲು ಇಂಚರ ಅಲ್ಲಿರಬೇಕು. ತೇದಿಟ್ಟ ಗಂಧ, ಚಂದನದ ಜೊತೆ ಸಣ್ಣ ಬುಟ್ಟಿಯ ತುಂಬ ಹೂ ಜೊತೆಗೆ ನೈವೇದ್ಯಕ್ಕೆ ಹಾಲು, ಹಣ್ಣು, ಹಂಪಲು ಪುಳಿಯೋಗರೆಯಂಥದ್ದು ಹಬೆಯಾಡುತ್ತಿರ ಬೇಕು. ಊದುಬತ್ತಿ, ಕರ್ಪೂರ ಅಂಥದೆಲ್ಲ ಅವರ ಕಣ್ಣಿಗೆ ಕಾಣುವಂತಿರಬೇಕು.

ಅದೆಲ್ಲ ಸರಿಯಾಗಿದೆಯೆಂದು ದೃಢಪಡಿಸಿಕೊಂಡ ನಂತರವೇ ಗಂಟೆ ಬಾರಿಸಿ ಪೂಜೆ ಷುರುವಾಗಿದೆಯೆನ್ನುವ ಸೂಚನೆ ನೀಡುತ್ತಿದ್ದುದು. ನಂತರ ಜೋರಾದ ಧ್ವನಿಯಲ್ಲಿ ಮಂತ್ರಗಳನ್ನು ಉಚ್ಚರಿಸುತ್ತ ಪೂಜೆ ಮೊದಲಾಗುತ್ತಿತ್ತು. ಮೊದ್ಲು ಮೊದ್ಲು ಅದು ಸರಿ ಇಲ್ಲ, ಇದು ಸರಿಯಿಲ್ಲ ಎನ್ನುವ ತಕರಾರಿನ ಜೊತೆ ಕನಿಷ್ಟ ಐದು ದೇವ ದೇವತೆಗಳ ಅಷ್ಟೋತ್ತರ ಮುಗಿಯಬೇಕು. ಇದಕ್ಕೆಲ್ಲ ಒಂದು ಗಂಟೆಯ ಅವಧಿಯಾದರೂ ಬೇಕು. ಆ ಸಮಯದಲ್ಲಿ ಮಿಕ್ಸಿ ಹಾಕಬಾರದು, ಕೆಲಸದವಳು ಬಂದು ಪಾತ್ರೆ ತೊಳೆಯುವ ಶಬ್ದ ಮಾಡಬಾರದು. ಘಾಟು ಬರುವಂಥ ಒಗ್ಗರಣೆ ನಿಷಿದ್ಧ. ಇದನ್ನೆಲ್ಲ ಕರಾರುವಕ್ಕಾಗಿ ಪಾಲಿಸಿದರೂ, ಕೆಲವೊಮ್ಮೆ ಎಡವಟ್ಟಾಗಿ ಹರಿಹರನ್ ಮೂಡ್ ಕೆಟ್ಟು ಮನೆಯವರೆಲ್ಲ ಬೈಗಳು ತಿನ್ನಬೇಕಿತ್ತು.

ಅದನ್ನು ಆದಷ್ಟು ತಪ್ಪಿಸಿಕೊಳ್ಳಲು ಮನೆಯವ್ರೆಲ್ಲ ಪ್ರಯತ್ನಿಸಿದರೂ ಸಾಧ್ಯವಾಗುತ್ತಿರಲಿಲ್ಲ. ಕುಸುಮ, ಕುಮುದ ಅಂತೂ ಆ ಸಮಯವನ್ನು ಎಮರ್ಜೆನ್ಸಿಯೆಂದು ಡಿಕ್ಲೇರ್ ಮಾಡಿಕೊಂಡು ಮಂಗಳಾರತಿಯ ಸಮಯಕ್ಕೆ ಬಂದು ನಿಲ್ಲುತ್ತಿದ್ದರು. ಹರಿಹರನ್ ನೋಟ ಒಂದು ಸಲ ಅವರುಗಳ ನೆತ್ತಿಯಿಂದ ಉಂಗುಷ್ಟದವರೆಗೂ ಹರಿದಾಡಿ ತಪ್ಪುಗಳನ್ನು ಲೆಕ್ಕ ಹಾಕುತ್ತಿತ್ತು.

"ಹಣೆಯಲ್ಲಿ ಲಕ್ಷಣವಾಗಿ ಬೊಟ್ಟು ಇಟ್ಕಂಡು ಬಂದು ಮಂಗಳಾರತಿ ತಗೊಂಡರೇನು ನಿನ್ನ ಗಂಟು ಹೋಗುತ್ತಾ? ಇವಳಂತು ಸರೀನೇ ಸರಿ" ಎಂದು ಬಿಚ್ಚುಗೂದಲ ಕಡೆ ನೋಟ ಹರಿಸಿ ಛೀಮಾರಿ ಹಾಕುತ್ತಿದ್ದರು.

"ನೋಡಮ್ಮ, ಅಪ್ಪ ಹೇಗೆ ನೋಡ್ತಾರೆ! ನಾನೇನು ಕೂದಲು ಗಂಟು ಹಾಕಿಲ್ವಾ?" ಎಂದು ಗಂಟು ಹಾಕಿದ ಕೂದಲನ್ನು ಅಮ್ಮನಿಗೆ ತೋರಿಸಿದರೆ, "ನಾನೇನು ಹಣೇಗೆ ಬೊಟ್ಟು ಇಟ್ಟಿಲ್ವಾ? ಏನಾದ್ರೂ ಒಂದು ಹೇಳ್ತಾರೆ" ಎಂದು ಕುಸುಮ, ಕುಮುದ ಮೆಲ್ಲಗೆ ಗೊಣಗಿದಾಗ ಕಣ್ಣು ಸನ್ನೆಯಿಂದಲೇ ಸುಮ್ಮನಾಗಿಸುತ್ತಾರೆ ಗಿರಿಜ.

ತೀರ್ಥ, ಪ್ರಸಾದ ಹಿಡಿದು ಬರುವ ಹರಿಹರನ್ "ಏನು ಇವರುಗಳ ಗೊಣಗಾಟ? ನಂಗೇನು ಕೇಳಿಸಲಿಲ್ವಾ? ದೊಡ್ಡವರು ಅನ್ನೋ ಭಯವಿಲ್ಲದಿದ್ರೂ... ದೇವರ ಬಗ್ಗೆ ಶ್ರದ್ಧೆ ಬೇಡ್ವಾ?" ಒಂದು ಗುಟುರು ಹಾಕಿಯೇ ತೀರ್ಥ, ಪ್ರಸಾದ ಕೊಡುವುದು.

ಈ ಕಾರ್ಯಕ್ರಮ ಮುಗಿಯಿತೆಂದರೇ ಮನೆಯವರೆಲ್ಲ ಆರಾಮಾಗಿ ಉಸಿರಾಡುತ್ತಾರೆ. ಮಿಕ್ಸಿಯ ಸದ್ದು, ಪಾತ್ರೆಯ ಜಗಿತ ಎಲ್ಲಾ ಶುರುವಾಗುತ್ತದೆ... ಹರಿಹರನ್ ಹೋಗಿ ಪೇಪರ್ ಹಿಡಿದು ಕೂತು ಬಿಡುತ್ತಾರೆ. ಬೆಳಗಿನ ಕಾಫಿ, ತಿಂಡಿಯ ಅಭ್ಯಾಸವಿಲ್ಲ. ಅವರು ಹತ್ತೂವರೆಗೆ ಊಟ ಮುಗಿಸಿಕೊಂಡು ಬ್ಯಾಂಕ್‌ಗೆ ಹೋಗುವುದು. ಸಹಕಾರಿ ತತ್ವದಿಂದ ರೂಪುಗೊಂಡ ಬ್ಯಾಂಕ್ ವಹಿವಾಟು ಬಿರುಸಾಗಿದ್ದರೂ ಹರಿಹರನ್ ಅಲ್ಲಿಂದ ಕದಲಿ ಬೇರೆ ಬ್ಯಾಂಕ್‌ಗೆ ಹೋಗಿರಲಿಲ್ಲ. ನಿಷ್ಠೆಯ ಜೊತೆಗೆ ಒಳ್ಳೆ ಮಾತುಗಾರರು. ಶಿಸ್ತಿನ ಮನುಷ್ಯ. ಬೇರೆಯವರಿಗೆ ಮಾರ್ಗದರ್ಶಿಯಾಗಿದ್ದರು. ಈ ಎಲ್ಲಾ ಸದ್ಗುಣಗಳ ಜೊತೆ ಒದಿಷ್ಟು ಕಿರಿಕಿರಿ. ಅದು ಮನೆಯಲ್ಲಿಯೇ ಜಾಸ್ತಿ.

ಪೇಪರ್ ನೋಡತ್ತಿದ್ದ ಹರಿಹರನ್ ನಾಲ್ಕು ಸಲ ಅಡಿಗೆ ಮನೆಯಲ್ಲಿ ನೋಡುವ ವೇಳೆಗೆ ಡೈನಿಂಗ್ ಟೇಬಲ್ ಮೇಲೆ ಅಡಿಗೆಯ ಪಾತ್ರೆಗಳು ರೆಡಿಯಾದವು.

"ಅಪ್ಪ, ತಟ್ಟೆ ಹಾಕಿದೆ" ನೀರು ತುಂಬಿಟ್ಟು ಇಂಚರ ಹೇಳುವ ವೇಳೆಗೆ ಬಂದ ಹರಿಹರನ್ "ಹುಳಿಯ ವಾಸನೆ ಕಟುವಾಗಿದೆ. ಈಗ ಊಟಕ್ಕೆ ಕೂಡೋನು ನಾನೊಬ್ನೇ ನೋಡು. ಅದ್ಕೇ ಒಂದಿಷ್ಟು ಉಪ್ಪು, ಹುಳಿ, ಖಾರ ಹೆಚ್ಚಾಗಿಯೇ ಹಾಕಿರ್ತಾಳೆ" ಸಣ್ಣಗೆ ಗುಡುಗಿದರು. ಅನ್ನ ತಟ್ಟೆಗೆ ಬೀಳುವ ಮುನ್ನವೇ ಅದಕ್ಕೆ ಪ್ರತ್ಯುತ್ತರ ಕೊಡಲು ಬಂದ ಗಿರಿಜಮ್ಮನನ್ನು ಹಿಂದಕ್ಕೆ ಕರೆದೊಯ್ದು "ಅಮ್ಮ, ಇದು ಮಾಮೂಲು ತಾನೇ, ನಾನು ಬಡಿಸ್ತೀನಿ. ನೀನು ಆರಾಮಾಗಿ ಒಳ್ಗೇ ಇದ್ಬಿಡು. ಇಲ್ಲ ಹೋಗಿ ಎದುರಿಗೆ ಕೂತುಬಿಡು. ಮುಖ ನೋಡ್ಕೊಂಡ್ ಅಡಿಗೆಯ ರುಚಿಯನ್ನ ಮರ್ತುಬಿಡ್ತಾರೆ" ಎಂದು ಅಣಕಿಸಿದಾಗ ಇಂಚರಳ ಕಿವಿಯನ್ನು ಹಿಡಿದು ಹೊರಗೆ ಕರೆತಂದ ಗಿರಿಜಮ್ಮ "ಇವ್ಳ ತುಂಟತನ ತೀರಾ ಹೆಚ್ಚಾಗಿ ಹೋಯ್ತು. ಹೀಗೆ ಬಿಟ್ಟರೆ ಬದ್ಕೋದು ಕಷ್ಟವಾಗುತ್ತೆ. ಸ್ವಲ್ಪ ಹದ್ದುಬಸ್ತಿನಲ್ಲಿ ಇಟ್ಕೊಳ್ಳಿ" ಫಿರ್ಯಾದು ಒಪ್ಪಿಸಿದಾಗ ಹರಿಹರನ್ ಬಾಯಿ ತುಂಬ ನಕ್ಕರು.

"ಎಲ್ಲಿ ನಿನ್ನ ಮಕ್ಕಳು? ಇಲ್ಲೇ ಬಂದು ಎದುರಿಗೆ ಕೂತು ತಿಂಡಿ ತಿನ್ನೋದಿಕ್ಕೇನು! ಡೈನಿಂಗ್ ಹಾಲ್ ಇದೆ. ಡೈನಿಂಗ್ ಟೇಬಲ್ ಇದೆ. ಆದ್ರೂ ಸುಡುಗಾಡು ಸೋಫಾಗಳ ಮೇಲೆ ಕೂತು ತಿನ್ನೋ ಅಭ್ಯಾಸ" ಕುಸುಮ, ಕುಮುದಾಗೆ ಛೀಮಾರಿ ಹಾಕಿದರು.

ಇಬ್ಬರು ಪ್ರತ್ಯಕ್ಷರಾಗಿಬಿಟ್ಟರು.

ಮೂರು ತಿಡಿಯ ತಟ್ಟೆ ಟೇಬಲ್ಲು ಮೇಲಕ್ಕೆ ಬಂತು. ಇಡ್ಲಿಯ ಹಾಟ್ ಬಾಕ್ಸ್ ಹಿಡಿದು ಬಂದ ಇಂಚರ ಕುಮುದಾಗೆ ಆರು, ಕುಸುಮಾಗೆ ಐದು, ತನಗೆ ನಾಲ್ಕು ಹಾಕಿಕೊಂಡಾಗ ಚಟ್ನಿ ಪಾತ್ರೆ ಹಿಡಿದು ಬಂದ ಗಿರಿಜ ರೇಗಿಕೊಂಡರು.

"ನಿಂಗೂ ಸ್ಲಿಮ್ ಆಗಿರೋಕೆ ಆಸೇನಾ? ಅದೇನು ಚಂದ ಒಣಗಿದ, ಕಡ್ಡಿಗಳಂತಿರೋದು ಈ ವಯಸ್ಸಿನಲ್ಲಿ. ಆರೋಗ್ಯವಾಗಿ ಫಳಫಳ ಅಂತಿರೋ ದಿನಗಳಿವು. ಸುಮ್ನೇ ಡಯಟ್ ಮಾಡಿ ವೆಯಿಟ್ ಕಡ್ಮೇ ಮಾಡಿಕೊಳ್ಳೋದು ನಂಗಿಷ್ಟವಾಗ್ದು. ಸ್ವಾಮಿನಾಥನ್ ಮಗ್ಳು ನೋಡಿ ಬೇಸ್ತು ಬಿದ್ದೇ. ಕನಿಷ್ಟ ಒಂದು ಮಗುನ ಹಡೆಯೋಕಾದ್ರೂ ತ್ರಾಣ ಇರ್ಬೇಕಲ್ಲ" ರೇಗಿಯೇ ಬೆಣ್ಣೆ, ಚಟ್ನಿ, ಉದ್ದಿನ ವಡೆ ಬಡಿಸಿದರು.

ಕುಮುದ ಮುಖ ಸಪ್ಪಗೆ ಮಾಡಿದಳು. "ಅಮ್ಮ, ಕನಿಷ್ಟ ಐದು ಕೆ.ಜಿ.ಯಾದರೂ ಕಡ್ಮೇಯಾಗ್ಬೇಕು ಅಂತಾರೆ ನನ್ನ ಫ್ರೆಂಡ್ಸು. ರಾತ್ರಿ ಮಲಗಿದಾಗ ನಾಳೆಯಿಂದ ಡಯಟ್ ಮಾಡ್ಬೇಕೂಂತ ಅಂದ್ಕೋತೀನಿ. ಬೆಳಿಗ್ಗೆ ತಿಂಡಿಯ ವಾಸ್ನೇ ಬಂದ ಕೂಡ್ಲೆ ನನ್ನ ನಿರ್ಧಾರ ಅರ್ಧ ಕುಸಿಯುತ್ತೆ. ನೀನು..... ಪೂರ್ತಿ ಮಾಡದೇ ಮುಖವನ್ನು ಒಂದು ತರಹ ಮಾಡಿದ್ದು ಆಕೆಗೆ ಸರಿಯೆನಿಸಲಿಲ್ಲ. "ನೀನೇನು ಮಹಾ ದಪ್ಪಗಿರೋದು? ಲಕ್ಷಣವಾಗಿ ಬೆಳಿಗ್ಗೆ ಬೇಗ ಎದ್ದು ಮನೆ ಕೆಲ್ಸ ಮಾಡ್ಕೊಂಡ್ ಶುದ್ಧವಾದ ಆಹಾರಾನ ಎರಡು ಹೊತ್ತು ಮಾಡಿದರೆ ಆರೋಗ್ಯವಾಗಿರುತ್ತಾರೆ.

ಹಾಳು ಮೂಳು ತಿಂದರೇನೇ ಮೈ ಬರೋದು. ಸಾಕು ಸುಮ್ನೇ ತಿನ್ನು" ರೇಗಿಕೊಂಡು ನಿಂಬೆ ಗಾತ್ರೆ ಬೆಣ್ಣೆಯನ್ನು ಮೂರು ತಟ್ಟೆಗಳಿಗೂ ಹಾಕಿದರು ಮತ್ತೆ.

"ಏನಾದ್ರೂ ಮಾಡ್ಕೊ, ನಾನು ಇಂಚರ ಲಕ್ಷಣವಾಗಿ ತಿಂದು ಅಮ್ಮ ಹೇಳೋ ತರಹ ಗುಂಡು ಗುಂಡುಗೆ ಇರ್ತೀವಿ. ಆ ಮೇಲೆ ಹೊಟ್ಟೆ ತುಂಬ ಅನ್ನ ಹಾಕೋ ಗಂಡ ಸಿಕ್ತಾನೋ, ಇಲ್ವೋ" ಕುಸುಮ ಅಂದಾಗ, ಇಂಚರ ಮೊಣಕೈಯಿಂದ ಸೊಂಟ ತಿವಿಲು "ಅಪ್ಪ ಇದ್ದಾರೆ..." ಪಿಸು ಮಾತಿನಿಂದ ಎಚ್ಚರಿಸಿದಳು.

ಹರಿಹರನ್ ಮುಖ ಒಂದು ತರಹ ಮಾಡಿ "ಊಟದ ಟೇಬಲ್ಲು ಮುಂದೆಯಾದ್ರೂ ನಾಲಿಗೆ ಮೇಲೆ ಹಿಡಿತ ಸಾಧಿಸೋಕಾಗೋಲ್ವಾ? ಕಾಲೇಜಿಗೆ ಹೋಗಿ ನಾಲಿಗೆ ಹರಿಯ ಬಿಟ್ಟಿದಷ್ಟೇ ಫಲ". ಸಿಡಿಮಿಡಿಗೊಂಡು "ಒಂದಿಷ್ಟು ಪಲ್ಯ ಬಡ್ಸು, ಮಕ್ಳು ಮುಂದಿದ್ದು ಬಿಟ್ಟರೇ ನಾನು ಯಾತಕ್ಕೂ ಬೇಡ. ಗಂಡ ಅನ್ನೋ ಬಡಪಾಯಿ ತಟ್ಟೆಯ ಮುಂದೆ ಕೂತಿದ್ದಾನೆ ಅನ್ನೋ ಪರಿಜ್ಞಾನವಿಲ್ಲ" ಹೆಂಡತಿಗೆ ಒಂದಿಷ್ಟು ಮಂಗಳಾರತಿ ಮಾಡಿದರು. ಇಂಥ ಸಿಡಿಮಿಡಿ ಇದ್ದಿದ್ದೇ. ಅದಕ್ಕೇ ಬೇರೆ ರೂಪ ಕೊಡುತ್ತಿದ್ದಳು ಇಂಚರ.

"ಬೇಗ ತಿಂಡಿ ಮುಗ್ಸಿ ಜಾಗ ಖಾಲಿ ಮಾಡಿ ಅನ್ನೋ ಅರ್ಥದಲ್ಲಿ ಅಪ್ಪ ಹೇಳಿದ್ದು ಅಲ್ವಾ, ಅಮ್ಮ?" ಗಿರಿಜ ಕಡೆ ನೋಡಿದಳು ಇಂಚರ. ತಲೆಯ ಮೇಲೊಂದು ಮೊಟಕಿ "ಇವ್ಳು ತುಂಬ ಕೆಟ್ಟುಹೋದ್ಲು ನೀವು ಸ್ವಲ್ಪ ಹದ್ದು ಬಸ್ತಿನಲ್ಲಿಡಿ". ಗಂಡನಿಗೆ ಮತ್ತೊಮ್ಮೆ ಫಿರ್ಯಾದು ಮಾಡಿದಳು.

ಬೆಳಗ್ನಿಂದ ಇದು ಮೂರನೇ ಸಲ ಹೇಳ್ತಾ ಇದ್ದೀಯಾ! ಸುಮ್ನೇ ಮೂರ್ಹೊತ್ತು ಟಿ.ವಿ. ನೋಡೋ ಬದ್ಲು... ಆ ಕೆಲ್ಸ ನೀನೇ ಮಾಡು" ಎಂದು ಇಂಚರಗೆ ಕಣ್ಣು ಮಿಟುಕಿಸಿದರು. ಒಳ್ಳೆಯ ಮೂಡ್‌ನಲ್ಲಿದ್ದರೇ ಜಾಲಿ ಮನುಷ್ಯ. ಇಲ್ಲದಿದ್ದರೆ ಬಹು ಪರಾಕ್ ಷುರು ಮಾಡುತ್ತಿದ್ದರು ಪ್ರತಿಯೊಂದಕ್ಕೂ.

ಗಿರಿಜ ಮುಖ ದಪ್ಪಗೆ ಮಾಡಿಕೊಂಡು ಒಳಗೆ ಹೋದರು. ಹತ್ತು ನಿಮಿಷದಲ್ಲಿ ಟೇಬಲ್ಲು ಪೂರ್ತಿ ಖಾಲಿ. ಬಿ.ಬಿ.ಎಮ್. ಮಾಡುತ್ತಿರುವ ಕುಮುದ ಬೆಳಿಗ್ಗೆ ಎಂಟು ಐವತ್ತಕ್ಕೆ ಖಾಲಿ ಮಾಡಿದರೆ, ಕಂಪ್ಯೂಟರ್ ಇಂಜನಿಯರಿಂಗ್‌ಗೆ ಸೇರಿಕೊಂಡಿರುವ ಕುಸುಮ ತನ್ನ ಸ್ಕೂಟಿಯನ್ನು ಎಂಟಕ್ಕೆ ಹತ್ತಿ ಹೊರಡುತ್ತಾಳೆ. ಬಿ.ಎಸ್ಸಿ. ಮೊದಲ ವರ್ಷದಲ್ಲಿರುವ ಇಂಚರ ಮಾತ್ರ ಇನಿಷ್ಟು ಅಮ್ಮನಿಗೆ ಸಹಾಯ ಮಾಡಿ ನಡೆದೇ ಹೋಗುತ್ತಾಳೆ. ಆದರೆ ರಜ ಇದ್ದುದರಿಂದ ಮೂವರು ಮನೆಯಲ್ಲಿಯೇ ಇದ್ದರು. ಆದರೆ ಹತ್ತಕ್ಕೆ ಹರಿಹರನ್ ಬ್ಯಾಂಕ್‌ಗೆ ಹೊರಟುಬಿಟ್ಟ ಮೇಲೆ ಮನೆಯಲ್ಲಿ ಪೂರ್ತಿ ನಿಶ್ಯಬ್ಧ ಆವರಿಸಿದಂತಾಯಿತು. ಕೆಲವು ನಿಮಿಷಗಳಷ್ಟೇ.

ಗೂಮು, ಪುಸ್ತಕಗಳನ್ನು ಬಿಟ್ಟು ಮೂವರು ಅಮ್ಮನ ಸುತ್ತ ಸೇರಿ ಟಿ.ವಿ. ಆಫ್ ಮಾಡಿದರು. "ನಾವಿಲ್ಲದಿದ್ದಾಗ ಟಿ.ವಿ. ಪ್ರೋಗ್ರಾಮ್‌ಗಳನ್ನು ನೋಡ್ತೀರಾ! ಇವತ್ತು ಬರೀ ನಮ್ಮ ಪ್ರೋಗ್ರಾಮ್‌ಗಳೇ ನಿಮಗೆ ಮನರಂಜನೆ" ಮಮತೆಯಿಂದ ನೋಡಿದರು – ಮಕ್ಕಳು. ಬಿ.ಬಿ.ಎಮ್. ಕೊನೆಯ ವರ್ಷದಲ್ಲಿರುವ ಮಗಳ

ವಿವಾಹ ಈ ವರ್ಷ ಮಾಡಿಬಿಡುವ ಉದ್ದೇಶದಿಂದಲೇ ಹರಿಹರನ್ ವರಾನ್ವೇಷಣೆ ಷುರುಮಾಡಿದ್ದರು. ಮನೆಯಲ್ಲಿ ಚರ್ಚೆಯಾಗುತ್ತಿತ್ತು. ಮುಖ ದಪ್ಪಗೆ ಮಾಡಿಕೊಂಡು ಹೋಗುತ್ತಿದ್ದ ಕುಮುದ ಸಮಸ್ಯೆಯಾಗಿದ್ದಳು.

ಅಷ್ಟರಲ್ಲಿ ಫೋನ್ ಬಂತು. ಬ್ಯಾಂಕ್ ತಲುಪಿದ ಮೇಲೆ ಹರಿಹರನ್ ಒಮ್ಮೆ ಮನೆಗೆ ಫೋನ್ ಮಾಡುವ ಅಭ್ಯಾಸ.

"ಅಪ್ಪ, ಈ ವಿಷ್ಯದಲ್ಲಿ ಹಂಡ್ರೆಡ್ ಪರ್ಸೆಂಟ್ ಕರೆಕ್ಟ್".

ಹಲೋ..." ಎಂದು ಕುಸುಮ ಫೋನೆತ್ತಿದಾಗ "ಯಾಕೆ ಕಾಲೇಜಿಗೆ ಹೋಗ್ದೇ ಮನೆಯಲ್ಲಿ ಇದ್ದೀಯಾ?" ಗಡುಸಾಗಿ ಕೇಳಿದಾಗ ಮೌತ್ ಪೀಸ್‌ಗೆ ಕೈ ಅಡ್ಡಹಿಡಿದು "ಇವತ್ತು ಕಾಲೇಜಿಗೆ ರಜಾಂತ ಬೆಳಿಗ್ಗೆ ಅಪ್ಪನಿಗೆ ಹೇಳಿದ್ದೀನಿ. ಈಗ ಮತ್ತದೇ ಪ್ರಶ್ನೆ" ಎಂದು ತಾಯಿಯ ಕೈಗೆ ಫೋನ್ ಕೊಟ್ಟು ದೂರ ಸರಿದಳು.

"ಮೂರು ಜನಾನೂ ಮನೆಯಲ್ಲಿ ಇದ್ದಾರೆ. ಯಾವ್ದೋ ಸ್ಟ್ರೈಕ್ ಅಂತ ನಿಮಗೆ ಬೆಳಿಗ್ಗೇನೇ ಹೇಳಿದ್ಲಂತಲ್ಲ, ಅದ್ಕೇ ಕಾಲೇಜುಗಳಿಗೆ ರಜ. ಈಗ... ಇನ್ನೇನು?" ಗಿರಿಜಮ್ಮ ಕೇಳಿದರು.

"ಸಾರಿ, ಬೆಳಗ್ಗಿನಿಂದ ಏನೇನೋ ಅಂದೆ. ಬ್ಯಾಂಕ್‌ಗೆ ಬಂದ ಕೂಡಲೇ ಪಶ್ಚಾತ್ತಾಪವಾಗ್ಬಿಡುತ್ತೆ. ಅದ್ಕೇ ಒಂದ್ಸಲ ಫೋನ್ ಮಾಡ್ಬಿಟ್ಟೀನಿ. ಸುಮ್ನೆ ಅವ್ರುಗಳ ಹತ್ರ ಮಾತಾಡ್ತಾ ಕೂತ್ಕೊಂಡ್‌ಬಿಡ್ಬೇಡ. ಊಟ ಮಾಡಿ ರೆಸ್ಟ್ ತಗೋ" ಆಜ್ಞಾಪಿಸಿದರು. ಆಕೆಯ ಮುಖ ಪ್ರಫುಲ್ಲವಾಯಿತು. ಹರಿಹರನ್ ಒಬ್ಬ ಒಳ್ಳೆ ಗಂಡನೇ. "ಆಯ್ತು" ಎಂದು ಫೋನಿಟ್ಟ ಆಕೆ ಗಂಭೀರವಾದಾಗ ಇಂಚರ ಆಕೆಯ ಭುಜದ ಮೇಲೆ ಗದ್ದವನ್ನೂರಿ "ಅಮ್ಮ, ಅಪ್ಪ ರೊಮ್ಯಾಂಟಿಕ್ ಮೂಡ್‌ನಲ್ಲಿ ಮಾತಾಡಿದ್ರಾ? ನಿನ್ನ ಕೆನ್ನೆ ಎಷ್ಟೊಂದು ಕೆಂಪಾಗಿದೆ" ಅಂದು ಓಡಿಹೋದಳು. ಸೆನ್ಸ್ ಆಫ್ ಹ್ಯೂಮರ್ ಅವಳಿಗೆ ಜಾಸ್ತಿ ಎನ್ನುವ ಮಾತು. ಅವಳ ಮೇಲೆ ಹುಸಿ ಮುನಿಸು ತೋರಿಸಿದವರು ಒಳಗೊಳಗೆ ಆನಂದ.

ಮತ್ತೇ ಫೋನ್ ಸದ್ದಾಯಿತು. "ಹಲೋ ಗಿರಿಜ, ಹೇಗೂ ಮೂರು ಜನರು ಮನೆಯಲ್ಲಿ ಇದ್ದಾರಲ್ಲ, ಬ್ರೋಕರ್ ಚಂದ್ರಯ್ಯ ತಂದು ಕೊಟ್ಟಿರೋ ಫೋಟೋಗಳನ್ನ ತೋರಿಸಿ ಕುಮುದಳ ಒಪ್ಗೇ ಪಡ್ಕೋ. ಈಗ್ನಿಂದ ಸ್ವಲ್ಪ ರಿಸ್ಕ್ ತೆಗೆದುಕೊಡರೇ ಅನುವಾದ ಗಂಡು ಸಿಕ್ಕಿ ಎಲ್ಲಾ ಪಕ್ಕ ಆಗಿದ್ದರೆ ಇದೇ ಜುಲೈ - ಆಗಸ್ಟ್‌ನಲ್ಲಿ ಮುಗ್ಸಿಬಿಡ್ಬಹ್ದು. ಇಡ್ತೀನಿ ಫೋನು. ಸ್ವಲ್ಪ ಹೇಳ್ದ ಕೆಲ್ಸದ ಕಡೆ ಗಮನ ಕೊಡು" ಅಂದೇ ಫೋನ್ ಇಟ್ಟಿದ್ದು.

ಅಕ್ಕತಂಗಿಯರು ಮುಖ ನೋಡಿಕೊಂಡರು. ಇಂಚರ ಕೊರಳು ಕೊಂಕಿಸಿ ನಕ್ಕಳು. "ಯೂ.... ಯೂ" ಅಟ್ಟಿಸಿಕೊಂಡು ಇಡೀ ಮನೆಯನ್ನು ಒಂದು ರೌಂಡ್ ಹಾಕಿಸಿಕೊಂಡು ಬಂದ ಕುಮುದ ಸಾಕಾದವಳಂತೆ ಹಾಸಿಗೆಯ ಮೇಲೆ ಕುಕ್ಕರಿಸಿದಾಗ ಗಿರಿಜ ಫೋಟೋಗಳನ್ನು ತಂದು ಅವಳ ಪಕ್ಕದಲ್ಲಿ ಹಾಕಿ ಕೂತರು. "ಒಂದು ಇಪ್ಪತ್ತು ಫೋಟೋ, ಹದಿನೈದು ಜಾತಕ ಬಂದಿದೆ. ಎಲ್ಲಾ

ಪ್ರೊಫೆಷನ್‌ನಲ್ಲಿ ಕೂಡ ಇರೋ ಗಂಡುಗಳು ಇವೆ. ಒಂದಂತೂ ಆಯ್ಕೆ ಮಾಡಿ ನಿಮ್ಮಪ್ಪನ ಮುಂದೆ ಇಡಬೇಕು. ಗೊತ್ತಾಯ್ತು ತಾನೇ?" ಎಚ್ಚರಿಕೆ ನೀಡಿದರು.

ಕುಮುದ ಮುಖ ದಪ್ಪಗೆ ಮಾಡಿಕೊಂಡು ಎದುರು ಕೂತು "ಸಾರಿ... ಸಾರಿ, ಅಪ್ಪನಿಗೆ ಯಾಕೆ ಬುದ್ಧಿ ಇಲ್ಲ. ಈಗ ಇನ್ನು ನನ್ನ ಓದು ಮುಗ್ದಿಲ್ಲ. ನಂಗೆ ಎಂ.ಬಿ.ಎ. ಮಾಡೋದು ಕೂಡ ಇದೆ. ಸುಮ್ನೇ ಮದ್ವೆ... ಮದ್ವೇಂತ ಪ್ರಾಣ ತಿಂತಾರೆ. ಈ ಸಲ ಬ್ರೋಕರ್ ಚಂದ್ರಯ್ಯ ಬಂದರೆ ನನ್ನ ಪಾಕೆಟ್ ಮನಿಯಲ್ಲಿ ಉಳಿಸಿರೋದು ಅವ್ನ ಕೈಯಲ್ಲಿಟ್ಟು, ಮಹರಾಯ, ಇನ್ನು ಮೂರ್ವರ್ಷವಾದ್ರೂ ಈ ಕಡೆ ತಲೆಹಾಕ್ಬೇಡ. ಹಾಗಂತ ಬಂದು ನನ್ನ ಬ್ಲಾಕ್‌ಮೇಲ್ ಮಾಡ್ಬೇಡಾಂತ ತಿಳಿಸ್ತೀನಿ" ಎಂದು ದಿಂಬು ತೆಗೆದುಕೊಂಡು ತೊಡೆಯ ಮೇಲೆ ಹಾಕಿಕೊಂಡಳು.

ಕುಸುಮ ತಲೆಯ ಮೇಲೆ ಕೈಯಿಟ್ಟುಕೊಂಡು "ಮುಗ್ದೋಯ್ತು ಬಿಡು, ನಿನ್ನ ಮದ್ವೆ ಇನ್ನು ಮೂರ್ವರ್ಷಕ್ಕೆ, ಆಮೇಲೆ ಕನಿಷ್ಠ ಎರಡ್ವರ್ಷ ಗ್ಯಾಪ್ ನಂತರ ಇಂಚರ ವಿವಾಹ, ಆಮೇಲೆ ಎರಡ್ವರ್ಷ ಗ್ಯಾಪ್, ಅಂತು ನನ್ನ ಕುತ್ತಿಗೆಗೆ ತಾಳಿ ಬೀಳಬೇಕಾದರೆ ಏಳ್ವರ್ಷ ಬೇಕು. ಆಮೇಲೂ ಬೇಗ್ನೇ ಆಗುತ್ತೆ ಅನ್ನೋ ಗ್ಯಾರಂಟಿಯೇನು? ಇದೆಲ್ಲ ರಿಸ್ಕ್ ಮಹರಾಯ್ತಿ. ಸುಮ್ನೆ ಯಾವುದಾದರೂ ಒಂದು ಗಂಡನ್ನ ಒಪ್ಪಿಕೊಂಡು ಲೈನ್ ಕ್ಲಿಯರ್ ಮಾಡು. ಆಮೇಲೆ ಬೇಕಾದರೆ ಎಂ.ಬಿ.ಎ. ಮಾಡ್ಕೋ. ಆ ಖರ್ಚು ಕೂಡ ಅಪ್ಪನ ಮೇಲೆ ಯಾಕೆ ಹಾಕ್ತೀ?" ವಿರೋಧದ ಜೊತೆ ಅದ್ಭುತವಾದ ಸಲಹೆಯನ್ನು ಕೂಡ ಕೊಟ್ಟಳು. ತನಗೇಕೆ ಕುಸುಮಳಿಗಿಂತಲೂ ಮೊದಲು ವಿವಾಹವೆಂದು ಯೋಚಿಸುವಂತಾದರೂ ತಳ್ಳಿ ಹಾಕಿದಳು.

"ಗುಡ್ ಸಜೆಷನ್! ನೀನು ಹಾಗೇ ಮಾಡ್ಬಹುದು ಕುಮುದಕ್ಕ". ಇಂಚರ ಕುಸುಮಳ ಪಕ್ಕ ನಿಂತಾಗ, ದಿಂಬು ಎತ್ತಿ ಅವಳತ್ತ ಎಸೆದು "ನಾನು ಯಾಕೆ ನಿಮ್ಗಿಂತ ಮೊದ್ಲು ಹುಟ್ಟಿದೆ...? ಇವತ್ತು ಅಪ್ಪ ಬಂದ ಕೂಡ್ಲೇ ತೀರ್ಮಾನ ಮಾಡಿಬಿಡ್ತೀನಿ" ಕನಲಿದಳು.

ಇಂಚರ ಕುಸುಮಳ ಭುಜದ ಮೇಲೆ ಗದ್ದವನ್ನೂರಿ "ಯಾವ ವಿಷ್ಯದ ಬಗ್ಗೆ ತೀರ್ಮಾನ ಮಾಡ್ತೀ? ಮೊದ್ಲು ಹುಟ್ಟಿದ್ದನ್ನೇನೂ ಬದಲಾಯಿಸೋಕ್ಕಾಗೋಲ್ಲ. ಇನ್ಮೇಲೆ ನಾವೇ ಹಿರಿಯರೂಂತ ಘೋಷಿಸ್ಕೊಂಡು... ನಿನ್ನ ತಂಗೀಂತ ಪರಿಚಯಿಸ್ತೀವಿ. ಅದ್ರಿಂದ ತಪ್ಪೇನು? ಮಾಧುರಿ ದೀಕ್ಷಿತ್ ಅಂತ ಹೇಳ್ಕೋದ್ರರಲ್ಲಿ ತಪ್ಪೇನಪ್ಪ?" ಎಂಬ ಟಿ.ವಿ. ಅಡ್ವರ್ಟೈಸ್‌ಮೆಂಟ್‌ನ ಅಭಿನಯಿಸಿ ತೋರಿಸಿದಾಗ ಮೂವರು ಘೊಳ್ಳೆಂದರು.

ಇವೆಲ್ಲ ಬದುಕಿನಲ್ಲಿ ರಸಗಳಿಗೆಗಳೇ, ಹರಿಹರನ್‌ದು ಕ್ಯಾಲ್ಕುಲೇಟೆಡ್ ಮೈಂಡ್. ಹೆಣ್ಣು ಹುಟ್ಟಿದ ಕೂಡಲೇ ಅವಳ ಭವಿಷ್ಯನಿಧಿಯೆಂದು ಪ್ರಾರಂಭಿಸಿ ತಿಂಗಳಿಗಿಷ್ಟೂಂತ ತೆಗದಿಟ್ಟು ದೊಡ್ಡ ಮೊತ್ತವಾಗಿರಿಸಿದ್ದರು. ಅದಗಲ್ಲಿಯೇ ಅವರ ವಿವಾಹದ ಖರ್ಚು ವೆಚ್ಚಗಳು ಪೂರೈಸುವ ಆಶಯ.

"ಏನೇನೋ ಹುಚ್ಚು ಹುಚ್ಚಾಗಿ ಮಾತಾಡ್ಬೇಡಿ. ಮೊದ್ಲು ಒಂದು ಫೋಟೋನ

ಆಯ್ಕೆ ಮಾಡು. ಫೋಟೋ ಹಿಂದೇನೇ ಡೀಟೈಲ್ಸ್ ಇದೆ. ಹೇಗೂ ಮೂವರು ಪುರುಸತ್ತಾಗಿದ್ದೀರಾ. ಇಲ್ಲಿ ಒಂದ್ನಾಲ್ಕು ಫೋಟೋಗಳ್ನ ಆಯ್ಕೆ ಮಾಡ್ಬಿಡಿ" ಸಲಹೆ ಇತ್ತು ಮೇಲೆದ್ದರು. ಈಚೆಗೆ ಅಮರಿಕೊಂಡ ಬಿ.ಪಿ. ಅವರನ್ನು ಕಾಡುತ್ತಿದ್ದರಿಂದ ಯೋಚನೆಯಾಗಿತ್ತು. ಸಾಲಾಗಿ ಬೆಳೆದು ನಿಂತ ಮೂರು ಹೆಣ್ಣು ಮಕ್ಕಳ ವಿವಾಹಗಳನ್ನು ಮಾಡಿ ಮುಗಿಸುವುದು ಮಧ್ಯಮ ದರ್ಜೆಯ ಮನೆಗಳಲ್ಲಿ ಪ್ರಯಾಸದ ಕೆಲಸವೇ.

ಮೂವರು ಗದ್ದಕ್ಕೆ ಕೈಯೂರಿ ಕೂತರು. ಹರಿಹರನ್ ಗಳಿಕೆ, ಉಳಿಕೆಗೆ ಬುದ್ಧಿವಂತಿಕೆಯೇ ಆಧಾರ. ಪಿತ್ರಾರ್ಜಿತವಾದ ಆಸ್ತಿ, ಹಣ ಅಂತೇನೂ ಇಲ್ಲದಿದ್ದರೂ ಹಳೆಯ ಕಾಲದ ಒಡವೆಗಳು ಒಂದಿಷ್ಟು ಇತ್ತು. ಅದರಲ್ಲಿ ಮೂವರಿಗೂ ಸಮಪಾಲು.

"ಒಂದ್ಸಲ ನೋಡ್ಬರೋಣ, ಮೂವರಿಗೂ ಸೆಟ್ಲ್ ಆಗೋಂಥ ಗಂಡುಗಳು ಸಿಕ್ಕಿಬಿಟ್ಟರೇ, ವಿವಾಹವಾಗಿ ಹರಿಹರನ್ ದಂಪತಿಗಳ ಮೇಲಿರುವ ದೊಡ್ಡ ಭಾರ ಇಳಿಸಿ ಕನ್ಯಾಧಾನದ ಪುಣ್ಯ ಗಳಿಸಿ ಕೊಟ್ಟುಬಿಡೋಣ". ಕುಸುಮ ಸೂಚನೆಯ ಮೇರೆಗೆ ಎಲ್ಲ ನೋಡಿ ನೋಡಿ ಪಕ್ಕಕ್ಕಿಟ್ಟರು. ಆಯ್ಕೆ ಸುಲಭವಾಗಿಯೇ ಇತ್ತು.

ಹರಿಹರನ್ ತಮ್ಮ ಹಣ, ಸಮಾಜದಲ್ಲಿ ತಮಗಿರುವ ಗೌರವ, ಪ್ರತಿಷ್ಠೆ, ಕುಮುದಳ ಓದು ಎಲ್ಲವನ್ನು ಲೆಕ್ಕ ಹಾಕಿ ಹೇಳಿಯೇ ಫೋಟೋ ಜಾತಕಗಳನ್ನು ತರಿಸಿದ್ದು. ಎಂ.ಬಿ.ಎ. ಮಾಡಿದ ಮೂರು ಗಂಡುಗಳ ಫೋಟೋಗಳು ಇತ್ತು. ಅವಳದು ಅಂಥ ಬಿಳುಪಲ್ಲ. ಸಾಧಾರಣ ಬಣ್ಣವಾದರೂ ತಿದ್ದಿ ತೀಡುವಂಥ ಮುಖ, ಕಳೆ ಕಳೆಯಾಗಿದ್ದಳು.

ಇಂಚರ ಪ್ರತಿಯೊಂದು ಫೋಟೋವನ್ನು ಅವಳ ಮುಖದ ಪಕ್ಕವಿಟ್ಟು ಕಡೆಗೆ ಎಂ.ಬಿ.ಎ.ಯ ಎರಡು ಫೋಟೋಗಳನ್ನು ಆಯ್ಕೆ ಮಾಡಿದಳು. ತಂದೆ ಬರುವ ವೇಳೆಗೆ, ಕುಮುದಳ ಅಸಮ್ಮತಿ ಇದ್ದೇ ಇತ್ತು.

"ಇವನ್ನ ಫೈನಲ್ ಮಾಡ್ಲಾ?" ಅವಳ ಕಿವಿಯ ಬಳಿ ಪಿಸುಗುಟ್ಟಿದ್ದಳು.

"ಛೇ, ನಂಗೆ ಈಗ ಮದ್ವೆ ಆಗೋಕೆ ಇಷ್ಟವಿಲ್ಲ. ಐ ಡೋಂಟ್ ಲೈಕ್ ಸಿಂಪಲ್ ಲೈಫ್. ನಂಗೆ ಕಾರು ಬಂಗ್ಲೇ ಆರಾಮದ ಜೀವನ ಬೇಕು. ಅದ್ಕೇ ನಾನು ಕೂಡ ನನ್ನ ವಿದ್ಯಾಭ್ಯಾಸ ಪೂರ್ಣಗೊಳಿಸಿ ಒಂದ್ಕೆಲ್ಸ ಹಿಡೀತೀನಿ. ಆಗ ಇನ್ನಷ್ಟು ಎತ್ತರದಲ್ಲಿರೋ ಗಂಡನ್ನ ಕೈ ಹಿಡ್ದು ಸುಖವಾಗಿರಬಹ್ದು. ಇವೆಲ್ಲ ನನ್ನ ಆಲೋಚನೆಗಳು ಇಂಚರ. ಇವ್ರೆಲ್ಲ ಅರ್ಥ ಮಾಡಿಕೊಳ್ಳಲ್ಲ" ಪೇಲವ ಮುಖ ಮಾಡಿದಳು. ಅವಳ ಅಭಿಪ್ರಾಯ ಕೂಡ ಸರಿಯೇ? ಹಾಗೆಂದು ತಂದೆಯ ಆಫರ್ ಸರಿಯಲ್ಲವೆಂದುಕೊಳ್ಳುವುದು ತಪ್ಪೆನಿಸಿತು.

"ನಿನ್ನ ಯೋಚನೆಗಳು ಹೇಳ್ದೇ. ಅಪ್ಪ ಹೇಳೋದು ಕೂಡ ತಪ್ಪಲ್ಲ. ಇನ್ನೊಮ್ಮೆ ಯೋಚಿಸಿ ನೋಡು". ಫೋಟೋಗಳನ್ನ ಅಲ್ಲೇ ಇಟ್ಟು ಹೊರಗೆ ಹೋದಳು.

ಕುಸುಮ ನೆಲದ ಮೇಲೆ ದಿಂಬು ಹಾಕಿಕೊಂಡು ಮುಂದೆ ಪುಸ್ತಕಗಳನ್ನು ಹರಡಿಕೊಂಡು ಬೋರಲು ಮಲಗಿದ್ದವಳ ಚಿಂತನೆ ಬೇರೆಡೆ ಇತ್ತು. ಅಡಿಗೆಯ

ಮನೆಯಲ್ಲಿ ಇಣಕಿ ಅಲ್ಲಿಗೆ ಬಂದವಳೇ ಸೋಫಾ ದಿಂಬನ್ನು ತಲೆಗೆ ಆಸರೆಯಾಗಿಟ್ಟು ಮಲಗಿದಳು.

“ಇಂಚರ ಸ್ವಲ್ಪ ಬಾ” ಎಂದಳು. ಕುಸುಮ ಪರಧ್ಯಾನದಿಂದ. ಇಂದು ಎಂದು ಇಲ್ಲದ ಗೊಂದಲ ಅವಳಲ್ಲಿ ಸದ್ಯಕ್ಕೆ ಇವಳನ್ನ ಬಿಟ್ಟು ಬೇರೆಯವರೊಂದಿಗೆ ಫ್ರಾಂಕಾಗಿ ಹೇಳಿಕೊಳ್ಳುವಂತಿರಲಿಲ್ಲ. ಇವಳ, ಅವಳ ಮಧ್ಯೆ ಮೂರುವರೇ ವರ್ಷದ ಅಂತರ ಇರಬೇಕು.

“ಹೇಳು” ಬಂದು ಅವಳ ಬಳಿ ಕೂತಳು.

“ನಂಗ್ಯಾಕೋ ಬಿ.ಇ. ಕಂಪ್ಲೀಟ್ ಮಾಡೋಕೆ ಇಷ್ಟವಾಗ್ತಾ ಇಲ್ಲ”. ಅವಳ ಮಾತಿಗೆ ಬೆಚ್ಚಿಬಿದ್ದಳು. ಗದ್ದಕ್ಕೆ ಕೈಯಾನಿಸಿ ಬೋರಲು ಅವಳ ಪಕ್ಕದಲ್ಲಿ ಮಲಗಿ ಅತ್ತಿತ್ತ ನೋಡಿ “ಏನು ವಿಶೇಷ? ಅಪ್ಪನ ಕಿವಿಗೆ ಬಿದ್ದರೇ ಸಹಸ್ತ ನಾಮಾರ್ಚನೆಯಾಗ್ಬಿಡುತ್ತೆ. ಯಾಕೆ? ಏನಾಯ್ತು?” ಗುಟ್ಟು ಕೇಳಲು ಕಿವಿಯಾನಿಸಿದಳು. “ಓದೋಕೆ ಕಷ್ಟವಾಗ್ತಾ ಇದ್ಯಾ? ಇದು ಕೊನೆ ವರ್ಷ ಅಲ್ವಾ?”

“ಅದೆಲ್ಲ ಏನಿಲ್ಲ! ಒಂದು ರೀತಿಯಲ್ಲಿ ಭಯ. ಇವೆಲ್ಲ ಜಾಬ್ ಓರಿಯಂಟೆಡ್ ಕೋರ್ಸುಗಳು ಅಲ್ವಾ? ನನ್ನ ಮದ್ವೇ ಮಾಡಿಕೊಳ್ಳೋ ಗಂಡಿಗೆ ಅವ್ನ ಪ್ರಕಾರ ಹೊರ್ಗ್ಗೆ ಹೋಗಿ ದುಡಿಯುವಂಥ ಹೆಣ್ಣೆಂಬ ನಿರ್ಧಾರಕ್ಕೆ ಬಂದ್ಬಿಟ್ಟಿರುತ್ತಾನೆ. ಆಗ ನಾನು ಕೆಲ್ಸ ಮಾಡ್ಬೇಕಾದ ಅನಿವಾರ್ಯತೆ ಇರುತ್ತೆ. ಇಷ್ಟವಿಲ್ಲಾಂದರೇ ಅವರ ಕುಟುಂಬಕ್ಕೆ ನಿರಾಶೆ. ಈಗ ವಿಮಲತ್ತೆಯ ಮಗ್ಳು ವಿಷ್ಯ ಗೊತ್ತಲ್ಲ. ಅವರದು ಒಳ್ಳೆ ಅರ್ನಿಂಗ್ ಇರೋ ಕುಟುಂಬ, ಹಣಕಾಸಿನ ಅಡಚಣೆಯೇನಿಲ್ಲ. ಹುಟ್ಟಿದ್ದು ಅಂಗವಿಕಲ ಮಗು. ಅದ್ನ ನೋಡಿಕೊಳ್ಳೊಕ್ಕೋಸ್ಕರ ಕೆಲ್ಸ ಬಿಡೋಕೆ ಉಷಾ ತಯಾರು, ಆದರೆ ಅವ್ರ ಮನೆಯವರು ಒಪ್ಪೋಲ್ಲ ಮೊನ್ನೆ ಸಿಕ್ಕಾಗ ಒಂದೇ ಸಮ ಗೋಳಾಡಿದ್ಲು. ಅಯ್ಯೋ ಅನ್ನಿಸ್ತು” ಮನಸ್ಸನ್ನು ಬಿಚ್ಚಿಟ್ಟಳು.

ದೂರದ ಸಂಬಂಧದ ವಿಮಲತ್ತೆ. ಅವ್ರ ಮಗ್ಳು ಆಗಾಗ ಬರುತ್ತಿದ್ದರು. ಅವರ ವಿಷಯಗಳೆಲ್ಲ ಗೊತ್ತಿತ್ತು. ಒಮ್ಮೆ ಮದುವೆಯಾಗುವ ಮುನ್ನವೇ ಅಮೇರಿಕಾಗೆ ಹೋಗಿ ಬಂದ ಬುದ್ಧಿವಂತೆ. ಇ – ಕಾಮರ್ಸ್‌ನಲ್ಲಿ ತೀರಾ ಚುರುಕು. ಈಗ ಆ ಕುಟುಂಬಕ್ಕೆ ಬಂಗಾರದ ಮೊಟ್ಟೆಗಳನ್ನು ಇಡುವ ಬಾತುಕೋಳಿ.

ಇಂಚರ ಮೌನ ವಹಿಸಿದಳು. ಇದೊಂದು ಹೊಸ ಸಮಸ್ಯೆಯೆನಿಸಿತು. ಆದರೂ ಎಜುಕೇಷನ್ ಡಿಸ್‌ಕಂಟಿನ್ಯೂ ಮಾಡೋದು ಸರಿಯೆನಿಸಲಿಲ್ಲ.

“ನಿನ್ನ ಯೋಚ್ನೇ ಸಹಜವಾದದ್ದೇ. ನೀನು ಇಷ್ಟ ಪಟ್ಟು ಸೇರಿಕೊಂಡ ಕೋರ್ಸು. ಇಂಥ ಒಂದು ಭಯಕ್ಕಾಗಿ ಅರ್ಧ ದಾರಿಗೂ ಮಿಕ್ಕಿ ಮುಂದಕ್ಕೆ ಹೋಗಿ ಹಿಂದಿರುಗೋದು ಸರಿಯಲ್ಲ. ಮೊದ್ಲೇ ಕೆಲ್ಸದ ವಿಷ್ಯದಲ್ಲಿ ನಿನ್ನ ತೀರ್ಮಾನ ಕಡೆಯದೆಂದು ಅಗ್ರಿಮೆಂಟ್ ಮಾಡ್ಕೊಂಡರಾಯ್ತು. ಈಗ ಮೊದ್ಲು ಕೋರ್ಸು ಮುಗಿಯಲಿ. ಇನ್ನು ಸಾಕಷ್ಟು ದಿನಗಳು ಇದೆ. ನಿನ್ನ ಮಾತನ್ನ ಸ್ಪಷ್ಟವಾಗಿ ಕೇಳೋಂಥ ಗಂಡನ್ನ ಹುಡುಕೋಣ. ಆಗ ಚಂದ್ರಯ್ಯನ ಬದಲಾಯಿಸಿ ಬಿಡೋಣ”

ಘೊಳ್ಳೆಂದು ನಕ್ಕಳು. ಇಂಚರ ನಗುವೇ ಹಾಗೆ ಜುಳು ಜುಳು ಹರಿಯುವ ನೀರಿನಂತೆ.

ರೂಮಿನಿಂದ ಗಿರಿಜ ಕೂಗಿಕೊಂಡರು. ಕರೆದ ಕೂಡಲೇ ಬರುವವಳು ಇಂಚರ ಮಾತ್ರವೆಂದು ಗೊತ್ತಿದ್ದರಿಂದ, ಅವರು ಕೂಗುವುದು ಅವಳನ್ನ.

"ಏನಮ್ಮ, ನಿದ್ದೆ ಮಾಡದೇ ಯಾಕೇ ಬಿ.ಪಿ. ಹೆಚ್ಚಿಸಿಕೋತೀರಾ? ಕುಮುದಕ್ಕ ಒಂದು ಎಂ.ಬಿ.ಎ. ಮಾಡ್ಕೊಳ್ಳೀಂತ ನೀವು ಅಪ್ಪನ ಕನ್ವಿನ್ಸ್ ಮಾಡ್ಬೇಕು. ಬಲವಂತ ಶಿಕ್ಷೆಯೆನಿಸಲ್ವಾ?" ಎಂದು ರಾಗ ಹಾಡುತ್ತಲೇ ಬಂದು ಮಲಗಿದ್ದವರ ಪಕ್ಕದಲ್ಲಿ ಕೂತಳು.

"ಒಂದು ವರ್ಷ ಪರೀಕ್ಷೇ ಸಮಯದಲ್ಲಿ ಮಲ್ಗಿ ಇಡೀ ವರ್ಷ ಹಾಳಾಯ್ತು. ಇಲ್ಲದಿದ್ದರೇ ಬಿ.ಬಿ.ಎಂ. ಹೋದ್ವರ್ಷನೇ ಮುಗೀಬೇಕಿತ್ತು, ನಿಮ್ಮಪ್ಪನ ಸಮಾಚಾರ ಗೊತ್ತಿದೆ. ಇನ್‌ಷ್ಯೂರೆನ್ಸ್ ಪಾಲಿಸಿ ಮೆಚ್ಯೂರ್ ಆಗಿ ಹಣ ಬಂದಿದೆ. ಈಗ ಅವ್ಳ ಮದ್ವೇ ಮಾಡೋಕೆ ಸಕಾಲ ಅನ್ನೋ ಮಾತು ಸರೀನಾ? ಇದೆಂಥ ಶಿಕ್ಷೇ?" ಕೋಪಗೊಂಡಳು.

ಕುಮುದ ಮನದಿಚ್ಛೆಯನ್ನು ಪೂರ್ತಿಯಾಗಿ ವಿವರಿಸಿದ ನಂತರ "ಅವ್ಳು ಹೆಚ್ಚಿನ ಸೊಫಿಸ್ಟಿಕೇಟೆಡ್ ಲೈಫನ್ನ ಇಷ್ಟಪಡ್ತಾಳೆ. ಅದೇನು ತಪ್ಪಾ? ಒಂದು ಎಂ.ಬಿ.ಎ. ಮುಗ್ಸಿಕೊಂಡರೇ ಫಾರಿನ್ ರಿಟರ್ನ್ ಗಂಡು ಸಿಗ್ಬಹ್ದು. ಇದೆಲ್ಲ ಕುಮುದಕ್ಕನ ಮನಸ್ಸಿನಲ್ಲಿ" ಮತ್ತೊಂದು ರೀತಿಯ ಚಿತ್ರವನ್ನು ಆಕೆಯ ಮುಂದಿಟ್ಟಳು.

ಗಿರಿಜ ಚಿಂತಿತರಾದರು.

ಕುಮುದ ಉಪಯೋಗಿಸುವ ಸೋಪು, ಬಳಸುವ ಲೋಷನ್ ಪೌಡರ್ ಎಲ್ಲವನ್ನು ಆರಿಸುವಾಗ ಮೇಲ್ದರ್ಜೆಯಾಗಿರುತ್ತಿದ್ದವು. ನೈಟಿಗಳು ಕೂಡ ತೀರಾ ಬೆಲೆ ಬಾಳುವಂಥದ್ದೇ. ಇವರಿಬ್ಬರಿಗಿಂತ ದುಪ್ಪಟ್ಟು ಖರ್ಚು ಹೆಚ್ಚೆಂದು ವಾದ ಮಾಡುವ ಅಗತ್ಯವಿರಲಿಲ್ಲ. ಹರಿಹರನ್ ಸಮಾಜವಾದದ ಮನುಷ್ಯ. ಎಲ್ಲರ ಖರ್ಚು ವೆಚ್ಚಗಳನ್ನು ಗಮನಿಸಿದರೂ ಹಣ ಕೊಡುವಾಗ ಒಂದಿಷ್ಟು ತಾರತಮ್ಯ ತೋರುತ್ತಿರಲಿಲ್ಲ.

"ಏನಾದ್ರೂ ಹೇಳಮ್ಮಾ" ಅಂದಳು ಇಂಚರ.

"ಅವಳದು ಯಾವಾಗ್ಲೂ ತಕರಾರು ಇದ್ದದ್ದೇ, ಬಾಯಿ ಮುಚ್ಕೊಂಡ್ ಹೇಳ್ದಂಗೆ ಕೇಳ್ಲಿ. ವಿವಾಹವಾದ್ಮೇಲೆ ಕೈ ಹಿಡಿದವ್ನ ಕನ್ವಿನ್ಸ್ ಮಾಡಿ ಓದ್ಕೊಳ್ಳಿ. ಕೆಲ್ಸಕ್ಕೆ ಸೇರ್ಕೊಳ್ಳಿ. ನಮ್ಮ ಅಭ್ಯಂತರವಿಲ್ಲ. ಬರೀ ಲತೆಹರಟೆ" ಗೊಣಗಿದರು.

ಅವರ ಅಭಿಪ್ರಾಯಗಳನ್ನು ತಪ್ಪು ಅನ್ನುವಂತೇನೂ ಇರಲಿಲ್ಲ.

ಇಂಚರ, ಸಂಜೆ ನಿಮ್ಮಪ್ಪ ಬಂದ್ಮೇಲೆ ಗಲಾಟೆಯಾಗೋದೇನು ಬೇಡ. ಅವ್ರ ಸ್ವಭಾವ ಗೊತ್ತಲ್ಲ. ದೊಡ್ಡದಾಗಿ ರಾದ್ಧಂತ ಮಾಡ್ಬಿಡ್ತಾರೆ. ಈಗಾಗ್ಲೇ ಚಂದ್ರಯ್ಯ ತಂದ ನೂರು ಜಾತ್ಕ, ಫೋಟೋಗಳಲ್ಲಿ ಇರೋದ್ನ ಆಯ್ಕೆ ಮಾಡಿಟ್ಟಿದ್ದಾರೆ. ವರ್ಷದ ಹಿಂದಿನಿಂದಲೇ ವರಾನ್ವೇಷಣೆ ಶುರುವಾದರೂ ಈ ತಿಂಗ್ಳೇ ಅದ್ನ ಜಾರಿ ಮಾಡಿದ್ದು.

ಇದನ್ನೆಲ್ಲ ಅರ್ಥವಾಗೋ ಹಾಗೇ ಅವ್ಳಿಗೆ ತಿಳ್ಸು. ಅದಕ್ಕೇ ನೀನೇ ಸರಿ" ಅವಳನ್ನು ರಾಯಭಾರಕ್ಕೆ ಅಟ್ಟಿದ್ದರು.

ಇಂಚರ ಹೊರಗೆ ಬರುವ ಮುನ್ನ ಮಾತ್ರೆ ನೀರು ಕೊಟ್ಟು "ಆರಾಮವಾಗಿ ನಿದ್ದೆ ಮಾಡಿ. ತುಂಬ ಯೋಚ್ನೇ ಮಾಡಿ ಟೆನ್ಶನ್ ತಗೊಂಡ್ ಬಿ.ಪಿ. ಹೆಚ್ಚಿಸಿಕೊಳ್ಳೊದ್ಬೇಡ. ಇದೆಲ್ಲ ನಮ್ಮಿಂದಲೇ ಅಂತ ಅನಿಸಿದರೇ ತಕ್ಷಣ ಅದೇ ಫೋಟೋಗಳಲ್ಲಿ ಮೂರು ಗಂಡುಗಳನ್ನು ತಾವೇ ಆಯ್ಕೆ ಮಾಡಿ ದಿನ ಲಗ್ನ ನಿರ್ಧರಿಸಿ ಒಂಪ ದಿನ ಮದ್ವೆ ಮಾಡಿ ಮುಗ್ಸಿ ಹೊರ್ಗೆ ಅಟ್ಟಿಬಿಡ್ತಾರೆ. ದಯವಿಟ್ಟು ಹಾಗಾಗ್ಬಾರ್ದಲ್ಲ" ಎಂದಳು ನಗುತ್ತ. ಅವರೇನಾದರೂ ಅನ್ನುವ ಮುನ್ನ ಹೊರಗೆ ಬಂದಳು.

ಹರಿಹರನ್ ಬಗ್ಗೆ ಬಲ್ಲವರು ಒಳ್ಳೆಯ ಮಾತಾಡಬಲ್ಲರು. ಮಕ್ಕಳ ಭವಿಷ್ಯದ ಬಗ್ಗೆ ಕಟ್ಟೆಚ್ಚರ ವಹಿಸಿದರು. ಖರ್ಚಿನ ಲೆಕ್ಕಾಚಾರ ಒಂದಿಷ್ಟು ವ್ಯತ್ಯಾಸವಾದರೂ ಸಹಿಸರು. ತಕ್ಷಣ ಕಡಿತವನ್ನು ಜಾರಿಗೊಳಿಸಿಬಿಡುತ್ತಿದ್ದರು.

"ಗಿರಿಜ, ಮುಂದಿನ ತಿಂಗ್ಳು ಹಾಲು ಒಂದು ಲೀಟರ್ ಕಮ್ಮಿ ಮಾಡು. ದಿನ ಪಲ್ಯ ಇದ್ದೇ ಇರಬೇಕೂಂತೇನಿಲ್ಲ. ಕೊಳಂಬು, ಕಟ್ಟಿ ಹುಳಿ ಅಂಥದ್ದು ಮಾಡಿದಾಗ ತರಕಾರಿಯ ಪಲ್ಯ ಕಟ್. ಇನ್ನ ಯಾವು ಯಾವುದರಲ್ಲಿ ಉಳಿಸೋಕೆ ಸಾಧ್ಯವೇನೋ ನೋಡು. ಈ ತಿಂಗ್ಳು ಮುಂದಿನ ತಿಂಗ್ಳು ಯಾವ ಹಬ್ಬ ಬಂದರೂ ಸಿಂಪಲ್ಲಾಗಿ ಆಚರಿಸಬೇಕು".

ಹರಿಹರನ್‌ನೊಂದಿಗೆ ಇಷ್ಟು ವರ್ಷ ಸಂಸಾರ ಮಾಡಿದ ಆಕೆ ಪ್ರತಿಯಾಡುತ್ತಿರಲಿಲ್ಲ. ಇದೇನು ಹೊಸದು ಕೂಡ ಅಲ್ಲ. ನಕ್ಕು ಸುಮ್ಮನಾಗಿಬಿಡುತ್ತಿದ್ದರು. ಇದು ದೇವರಿಗೂ ಕೂಡ ಅನ್ವಯಿಸುತ್ತಿತ್ತು. ಆ ತಿಂಗಳು ಕಾಂಪೌಂಡ್‌ನಲ್ಲಿ ಬಿಡೋ ಹೂಗಳಿಂದ ದೇವರ ಪೂಜೆ. ಆದರೆ ರಾಜಿಯಾಗದೇ ಇರುತ್ತಿದ್ದುದ್ದು ಪ್ರಸಾದದ ವಿಷಯದಲ್ಲಿ.

ಹಾಲ್‌ನಲ್ಲಿ ಬಂದು ಸೋಫಾ ಮೇಲೆ ಕೂತ ಇಂಚರ ನೋಟವೆತ್ತಿ ಸೀಲಿಂಗ್‌ನ ನೋಡತೊಡಗಿದಳು. ಕಾಲಿಂಗ್ ಬೆಲ್ ಸದ್ದಾಯಿತು.

"ಇಂಚರ, ಸ್ವಲ್ಪ ನೋಡು. ನನ್ನ ಫ್ರೆಂಡ್ಸು ಯಾರಾದ್ರೂ ಆದ್ರೆ ಇಲ್ಲಾಂತ ಅಂದ್ಬಿಡು. ಈಗ ನನ್ನ ಮೂಡ್ ನೆಟ್ಟಗಿಲ್ಲ". ಕುಮುದ ಕೂಗಿ ಹೇಳುವುದರ ಜೊತೆಗೆ ಅಕಸ್ಮಾತ್ ಅಪ್ಪ ಬಂದರೇ... ಏನೇನು ಹೇಳ್ಬೇಡ". ಕುಮುದ ರೂಮಿನಿಂದಲೇ ಅಂದಳು. 'ಪುಕ್ಕಲು' ಎಂದು ಮನದಲ್ಲೇ ನಕ್ಕು ಬಾಗಿಲು ತೆಗೆದಾಗ ಒಬ್ಬ ಯುವಕ ನಿಂತಿದ್ದ. ಅವಳೆಂದು ನೋಡಿರಲಿಲ್ಲ. ತೀರಾ ಅಪರಿಚಿತ ಎನಿಸಿದ.

"ಹರಿಹರನ್ ಇದ್ದಾರ?" ಕೇಳಿದ ನಸುನಗೆಯೊಂದಿಗೆ "ನಾನು ಗಿರಿ ಮಗ. ಅವರಿಬ್ರೂ ಫ್ರೆಂಡ್ಸು, ನಾವಿಬ್ರೂ ಅಪರಿಚಿತರು" ಅಂದ.

ಮನೆಗೆ ಹಿಂದಿರುಗಿದ ಹರಿಹರನ್ ಗಿರಿಯ ಮಗನನ್ನು ನೋಡಿ ಅಚ್ಚರಿಯ ಜೊತೆ ಸಂಭ್ರಮವನ್ನು ಕೂಡ ಅನುಭವಿಸಿದರು. ಹತ್ತು ಹನ್ನೆರಡು ವರ್ಷಗಳಿಂದ ಫೋನ್‌ಗಳ ವಿನಿಮಯವೂ ಇರಲಿಲ್ಲ ಗೆಳೆಯರ ಮಧ್ಯೆ. ಈಗ ನೆನಪಿಸಿಕೊಂಡು

ಮಗನನ್ನು ಕಳಿಸಿದ್ದು ಆನಂದವನ್ನು ತಂದಿತ್ತು. ಇಂಥ ಪುಟ್ಟ ಪುಟ್ಟ ವಿಷಯಗಳು ಕೂಡ ಮನೆಮಂದಿಯ ಮನಸ್ಸುಗಳಲ್ಲಿ ಬದಲಾವಣೆ ತರಬಹುದು.

ಈಗಾಗಲೇ ಅಶ್ವಿನ್‌ಗೆ ಪರಿಚಯವಾಗಿದ್ದರೂ ಮತ್ತೊಮ್ಮೆ ಪ್ರತಿಯೊಬ್ಬರನ್ನು ಕರೆದು ಪರಿಚಯಿಸಿದರು. "ಇವರು ನನ್ನ ಲೈಫ್ ಪಾರ್ಟ್‌ನರ್ ಗಿರಿಜ. ನಮ್ಮಗಳ ವಿವಾಹಕ್ಕೆ ಗಿರಿ ಬಂದಿದ್ದ. ಆಮೇಲೆ ಕೂಡ ಬಂದು ಹೋಗಿದ್ದ. ನಿಂಗೆ ಮಾತ್ರ ಅಪರಿಚಿತಳು. ಇವ್ಳು ನನ್ಮಗಳು ಕುಮುದ ಕಡೆ ವರ್ಷದ ಬಿ.ಬಿ.ಎಂ.ನಲ್ಲಿ ಇದ್ದಾಳೆ. ಇವ್ಳು ಕುಸುಮ ಬಿ.ಇ. ಮುಗ್ಸೋ ಹುನ್ನಾರದಲ್ಲಿದ್ದಾಳೆ. ಇವ್ಳು ಇಂಚರ. ಆರಾಮಾಗಿ ಬಿ.ಎಸ್ಸಿ.ಗೆ ಸೇರ್ಕೊಂಡಿದ್ದಾಳೆ. ಅಂದರೆ ಅವರಿಬ್ಬರಿಗಿಂತ ಡಿಫರೆಂಟ್. ಅವರಿಬ್ಬರದು ಜಾಬ್ ಓರಿಯಂಟೆಡ್ ಕೋರ್ಸುಗಳು. ಇವ್ಳು ಎರಡಕ್ಕೂ ಸೈ" ನಕ್ಕರು. ಅಶ್ವಿನ್ ಕುಮಾರ್ ಕೈ ಜೋಡಿಸಿಯೇ ಪರಿಚಯ ಮಾಡಿಕೊಂಡ. ಎತ್ತರ ನಿಲುವು, ಬಣ್ಣದಲ್ಲಿ ಕುಸುಮ, ಕುಮುದರಲ್ಲಿ ಪೂರ್ತಿ ಸಾಮ್ಯವಿತ್ತು. ಆದರೆ ಎತ್ತರ, ಮುಖಭಾವ ಪ್ರತಿಯೊಂದರಲ್ಲೂ ಇಂಚರ ಬೇರೆಯಾಗಿ ನಿಂತಿದ್ದು ಅವನ ಗಮನಕ್ಕೆ ಬಂತು.

"ಬಹಳವೇನು, ತುಂಬ ಸಂತೋಷವಾಯಿತು. ಅಪ್ಪ, ಅಮ್ಮನಿಗಂತೂ ತೀರಾ ಖುಷಿಯಾಗುತ್ತೆ" ಅಂದ ಸರಳವಾಗಿ. ಮೂವರು ಅರ್ಥವಾಗದವರಂತೆ ಮುಖ ಮುಖ ನೋಡಿಕೊಂಡರು. ಇಂಚರ ಒಬ್ಬಳು ಬಾಯಿ ತೆಗೆದಳು. "ಯಾಕೆಂತಾ ಕೇಳಬಹುದಾ?".

ಅಶ್ವಿನ್ ಕುಮಾರ್ ಸಂಕೋಚಿಸಿದ. ಮೂವರನ್ನು ಬದಲಿಸಿ ಬದಲಿಸಿ ನೋಡಿ "ಈಗ್ಲೇ ಹೇಳೋದು ಸಮಂಜಸವಲ್ಲ. ಹೇಗೂ ಇದೇ ಊರಲ್ಲಿ ಕೆಲ್ಸ. ಮನೆ ಸಿಕ್ಕ ಕೂಡಲೇ ಅಪ್ಪ, ಅಮ್ಮ ಕೂಡ ಇಲ್ಲೇ ಬರ್ತಾರೆ. ಆಗ ಎರಡು ಮನೆಗಳ ಮಧ್ಯೆ ಸಂಪರ್ಕ, ಓಡಾಟ ಎಲ್ಲಾ ಇರುತ್ತೆ. ಆಮೇಲೆ ಹೇಳಿದರೇ ಸರಿಯೆನಿಸುತ್ತೆ" ಅಂದ ನಗುತ್ತಾ. ತಂದೆಯತ್ತ ನೋಡಿ ಇಂಚರ "ನಂಗೂ ಈಗ ಅನ್ನಿಸಿದ್ದನ್ನ ಆ ದಿನವೇ ಹೇಳ್ತೀನಿ. ಥ್ಯಾಂಕ್ಯು" ಮೆಲ್ಲಗೆ ಅಲ್ಲಿಂದ ಹೋದವಳು ಕಿಚನ್‌ನಲ್ಲಿ 'ಪಾಕಡಾ' ಅಂದುಕೊಂಡಳು. ಒಯ್ದದ್ದನ್ನೆಲ್ಲಾ ಪೊಗದಸ್ತಾಗಿ ತಿನ್ನುತ್ತಿದ್ದ ಸಂಕೋಚವಿಲ್ಲದ ಅಶ್ವಿನ್ ಕುಮಾರ್.

"ಮಹರಾಯ್ತಿ, ಇನ್ನೆರಡು ದೋಸೆ ಹಾಕು. ಬ್ಯಾಂಕ್‌ನಲ್ಲಿ ಕೆಲ್ಸ. ಕೈ ತುಂಬ ಸಂಬಳ. ಪೈಸಾ ಖರ್ಚು ಮಾಡಿ ತಿನ್ನೋ ಬದ್ಲು ಒಂದು ಕಡೆ ಈ ತರಹ ತಿನ್ನೋಕೆ ಷುರು ಮಾಡಿದರೆ ಹೇಗೆ?" ಗೊಣಗಿಕೊಳ್ಳುತ್ತಲೇ ಗ್ಯಾಸ್ ಹಚ್ಚಿ ಕಾವಲಿ ಇಟ್ಟಳು ಒರಟಾಗಿ, ಅವಳಿಗೆ ಈ ತರಹದವರನ್ನು ಕಂಡರೆ ಇಷ್ಟವಿಲ್ಲ.

ಗಿರಿಜಾಗೆ ಮಾತ್ರ ಅಶ್ವಿನ್‌ಕುಮಾರ್ ಸರಳ ಸ್ವಭಾವ, ಮಾತು ಎಲ್ಲಾ ಇಷ್ಟವಾಗಿತ್ತು. ಈಗಾಗಲೇ ಅವನ ಬಗ್ಗೆ ಒಂದು ಅಂದಾಜಿಗೆ ಬಂದುಬಿಟ್ಟಿದ್ದರು. ಹೆಣ್ಣು ಹೆತ್ತ ತಾಯಿಗೆ ಇವನನ್ನೇ ಹಿರಿಯ ಅಳಿಯನಾಗಿ ಸ್ವೀಕರಿಸುವ ಮನಸ್ಸು.

"ಅಶ್ವಿನ್ ತುಂಬಾ ಲಕ್ಷಣವಾಗಿದ್ದಾನೆ" ಎನ್ನುತ್ತ ದೋಸೆ ತಿರುವಿ ಹಾಕುವ ಮುನ್ನ ಒಂದು ಸ್ಪೂನ್ ತುಪ್ಪವನ್ನು ಅದರ ಮೇಲೆ ಹಾಕಿದರು. "ದೇವರೇ ನಮ್ಮ ಮನೆಗೆ ಕಳಿಸಿದಂತಾಯಿತು. ಇದಕ್ಕಿಂತ ಗಂಡು ಬೇಕಾ? ಈಗಿನ ಹುಡುಗ್ರು

ಕುಲಗೆಟ್ಟು ಹೋಗಿರ್ತಾರೆ" ಯುವ ಜನತೆಯ ಸ್ವಭಾವದ ಬಗ್ಗೆ ಟೀಕಿಸ ಲಾರಂಭಿಸಿದರು ಮೆಲು ದನಿಯಲ್ಲಿ.

"ಈ ಪುಣ್ಯಾತ್ಮ ಕುಲಗೆಟ್ಟು ಹೋಗಿಲ್ಲಾಂತ ಹೇಗೆ ಹೇಳ್ತೀ?" ಇಂಚರ ಮೆಲ್ಲಗೆ ದನಿಯೆತ್ತಿದ್ದಳು. ಚಟ್ನಿ ಬಟ್ಟಲಿನಲ್ಲಿ ಸ್ಪೂನ್ ಆಡಿಸುತ್ತಾ "ಕಣಿ ಕೇಳು! ಮುಖ ನೋಡಿದರೆ ಗೊತ್ತಾಗೋಲ್ವಾ? ಪಕ್ಕದಲ್ಲಿ ಬೈತಲೆ ತೆಗೆದು ಲಕ್ಷಣವಾಗಿ ಕ್ರಾಫ್ ಬಾಚಿದಾನೆ. ವೈಟ್ ಪ್ಯಾಂಟ್, ವೈಟ್ ಷರಟ್ – ಎಲ್ಲ ಆ ಒಳ್ಳೆ ತರಹಾನೇ" ತುಂಬು ಮೆಚ್ಚುಗೆಯ ನುಡಿಗಳನ್ನಾಡಿದಾಗ ಕುಮುದ, ಇಂಚರ ಸುಸ್ತಾದರು. ಆರಾಮಾಗಿ ನೆಲದ ಮೇಲೆ ಕೂತ ಇಂಚರ "ಒಬ್ಬ ಅಳಿಯನ ಸೆಲೆಕ್ಷನ್ ಮುಗ್ದು ಹೋಯಿತು. ನಾನು ಕುಸುಮ, ಆ ಫೋಟೋಗಳಲ್ಲಿ ಒಂದೊಂದು ಆಯ್ಕೆ ಮಾಡ್ಕೊಂಡ್ ಬಿಡ್ತೀವಿ. ಆಮಲೆ ಚಂದ್ರಯ್ಯ ತನ್ನ ಬ್ಯಾಗ್ ಹಿಡಿದು ಇಲ್ಬಂದ್ ಕೂಡದ್ಬೇಡ" ತೀರ್ಮಾನ ತಿಳಿಸಿದಳು. ಒತ್ತಡ, ಟೆನ್ಶನ್ ಸಡಿಲಿಸಲೇ ಇಂಥ ಮಾತುಗನ್ನಾಡುವುದು ಅವಳಿಗೆ ಅಭ್ಯಾಸವಾಗಿತ್ತು.

ಬೆಣ್ಣೆ, ಚಟ್ನಿಯೊಂದಿಗೆ ದೋಸೆಯ ತಟ್ಟೆ ಹಿಡಿದು ಹೋದಾಗ ಕುಮುದ ಕೂಡ ಬಂದು ಅವಳ ಪಕ್ಕ ಕೂತು ಕಿವಿಯಲ್ಲಿ ಪಿಸುಗುಟ್ಟಿದಳು. "ವಿಷ್ಯ ನನ್ನಲ್ಲಿ ಪ್ರಸ್ತಾಪವಾಗುವ ಮುನ್ನವೇ ಅಮ್ಮನ ಕಿವಿ ಮೇಲೆ ಈ ಮಾತು ಹಾಕ್ಬಿಡು. ಅಶ್ವಿನ್ ಹ್ಯಾಂಡ್ಸಮ್ ಇರ್ಬಹ್ದು ಜೊತೆಗೆ ಒಳ್ಳೆಯವನು ಅಂದುಕೊಂಡರೂ ನನಗೆ ಸಮ್ಮತವಿಲ್ಲ. ಎಂ.ಡಿ. ಪೋಸ್ಟ್‌ನಲ್ಲಿರೋ ವ್ಯಕ್ತಿನೇ ನಾನು ಕೈ ಹಿಡಿಯೋದು. ಕಾರು, ಬಂಗ್ಲೇ ಇರೋ ಗಂಡು ಸಿಕ್ಕಾಗ ಸ್ವಲ್ಪ ಕಾಂಪ್ರಮೈಸ್ ಆಗ್ತೀನಷ್ಟೇ. ಇಲ್ಲದಿದ್ದರೇ ನಾನು ಎಂ.ಬಿ.ಎ. ಮಾಡೋದ್ನ ಯಾರು ತಡೆಯೋಕ್ಕಾಗಲ್ಲ.

ಬಿಸಿ ಬಾಣಲೆಯಲ್ಲಿ ಭತ್ತದ ಅರಳು ಸಿಡಿದಂಗಿತ್ತು ಮಾತು. ಅಂತೂ ಬ್ಯಾಂಕ್‌ನ ಕೆಲಸದಲ್ಲಿರೋ ಅಶ್ವಿನ್‌ಕುಮಾರ್ ಬಿ.ಕಾಂ.ನ ಟೋಟಲ್ಲಾಗಿ ರಿಜೆಕ್ಟ್ ಆಗಿದ್ದ. ಅಂತೂ ಮೊಳಕೆಯಲ್ಲಿ ಹಿರಿಯ ಅಳಿಯನಾಗುವ ವಿಚಾರ ಸತ್ತು ಬಿತ್ತು.

ಮಹಾಶಯ ಅಶ್ವಿನ್ ಕುಮಾರ್ ರಾತ್ರಿಯ ಊಟಕ್ಕೆ ಉಳಿದುಕೊಂಡು ಹೊರಟಿದ್ದು. ಈಚೆಗೆ ಬೇಗ ಬಳಲಿ ಬಿಡುವ ತಾಯಿಯ ಚಿಂತೆ ಅವಳಿಗೆ. ಹೆಚ್ಚಿಗೆ ಎರಡು ಪಲ್ಯ, ಜಾಮೂನ್, ಹಪ್ಪಳ ಸಂಗಡಿಗೆ ತೇಲಿಸಿ ಬಡಿಸಿದ್ದು ದಂಡವೆನಿಸಿತು. ಅದನ್ನು ಆಡಿಯೂಬಿಟ್ಟರು ಹರಿಹರನ್.

"ಹೋದ ತಿಂಗ್ಳು ಖರ್ಚು ಜಾಸ್ತಿ ಆಯ್ತು. ನಮ್ದು ಒಂದು ರೀತಿಯಲ್ಲಿ ತಂತಿಯ ಮೇಲಿನ ನಡಿಗೆ ಯಾವ ಕಡೆಯೂ ಮುಗುಚದಂತೆ ನಡೆಯ ಬೇಕಾದರೇ ಹುಷಾರಾಗಿ ಹೆಜ್ಜೆಗಳನ್ನು ಎತ್ತಿಡಬೇಕು. ಮೂರು ಜನ ಹೆಣ್ಣು ಮಕ್ಳು ಬೆಳ್ದು ನಿಂತಿದ್ದಾರೆ. ತಾಯ್ತಂದೆಯರಿಗೆ ಯೋಚನೆ ಇರಬೇಕು. ಒಂದಿಷ್ಟು ತ್ಯಾಗಕ್ಕೂ ರೆಡಿಯಾಗ್ಬೇಕು. ಹೇಗೂ ಅಶ್ವಿನ್ ಕುಮಾರ್ ಅಪ್ಪ, ಅಮ್ಮ ಬಂದ್ಮೇಲೆ ಒಂದು ಸಲ ಊಟಕ್ಕೆ ಕರೀ ಬೇಕಾಗುತ್ತೆ. ಆಗ ಔತಣದ ಅಡ್ಗೆ ಮಾಡ್ಬಹುದಿತ್ತು. ಖರ್ಚಿನ ಜೊತೆ ನೀನು ದಣಿದಿದ್ದೀಯಾ".

ಗಂಡನ ಪಾತಕ್ಕೆ ಕಿವಿ ಮುಚ್ಚಿಕೊಳ್ಳಬೇಕೆನಿಸಿತು. ಆಕೆಯ ಕಣ್ಣಲ್ಲಿ ನೀರಾಡಿತು.

"ನಾನು ಯಜಮಾನ್ತಿ ಅನ್ನೋದು ಒಪ್ಕೋತೀರಿ ತಾನೇ! ನೆಂಟರು, ಬಂಧುಗಳಂತ ಎಷ್ಟೋಂದು ಮಾಡಿದ್ರಿ. ಆಗೇನು ಅಡ್ಡಿ ಮಾಡ್ಲಿಲ್ಲ. ಅದೂ ಇದೂಂತ ತೊಂದರೆಗಳನ್ನ ಹೇಳಿ ಸಾಲವಾಗಿ ತಗೊಂಡ್ ಹಣದಲ್ಲಿ ಒಂದೇ ಒಂದು ಪೈಸಾ ಹಿಂದ್ಕಕೆ ಬರ್ಲಿಲ್ಲ. ಈಗ ಪ್ರತಿಯೊಂದಕ್ಕೂ ಜಿಪುಣತನ ಮಾಡ್ತೀರಾ! ತಿರುಗಿಬಿದ್ದರು.

"ಹುಚ್ಚಿ, ಅದಲ್ಲಮ್ಮ! ಏರುವ ಧಾರಣೆ, ಬರೀ ವರಾನ್ವೇಷಣೆಗೆ ಎಷ್ಟು ಸಾವಿರ ಸುರಿದಿದ್ದೀನಿ ಗೊತ್ತಾ? ಚಂದ್ರಯ್ಯ ಬಂದ್ರೆ ಬರೀ ಕೈಯಲ್ಲಿ ಹೋಗಲ್ಲ. ಅವನದೇ ಒಂದು ಲೆಕ್ಕಾಚಾರ ಇಟ್ಟುಕೊಂಡಿದ್ದಾನೆ. ಅವರ ಪ್ರಕಾರ ವಸೂಲು ಮಾಡ್ತಾನೆ. ಇದ್ನೆಲ್ಲ ಗಮನದಲ್ಲಿ ಇಟ್ಕೊಂಡ್ ಮಾತಾಡಿದ್ದು" ತಿಳಿಸಿ ಹೇಳುವ ಪ್ರಯತ್ನ ಮಾಡಿದರು.

ಅಷ್ಟರಲ್ಲಿ ಒಂದು ಸಣ್ಣ ಜಮಖಾನ ತಂದು ಹಾಸಿಕೊಂಡು ತಂಬೂರಿ ಹಿಡಿದು ಕೂತಳು. ಮೂವರಲ್ಲಿ ಇವಳೊಬ್ಬಳಿಗೆ ಮಾತ್ರ ಹಾಡುಗಾರಿಕೆಯಲ್ಲಿ ಆಸಕ್ತಿ. ಕೆಲವು ದಿನ ಕಲೆತು ಇದ್ದಳು.

"ಅಪ್ಪ, ಏನಾದ್ರೂ ಹಾಡ್ಲಾ?" ಮಗಳ ಕೇಳಿಕೆಗೆ ದುಗುಡಗೊಂಡ ಅವರ ಮುಖದಲ್ಲಿ ಉತ್ಸಾಹ ಮೂಡಿತು. 'ಹಾಡು' ಎಂದರು. ಚಿಕ್ಕಂದಿನ ದಿನಗಳಲ್ಲಿ ತಾವೊಬ್ಬ ಗಾಯಕನಾಗಬೇಕೆಂದು ಕನಸು ಕಂಡವರೇ. ಕನಸು ನನಸಾಗಿಯೇ ಉಳಿಯಿತು. ಮಕ್ಕಳ ವಿಷಯದಲ್ಲಿ ಅಂಥ ಪ್ರಯತ್ನ ಮಾಡಿದರೂ ಸಫಲವಾಗಲಿಲ್ಲ. ಕುಮುದ, ಕುಸುಮ ಕಂಠಗಳಲ್ಲಿ ಮಾಧುರ್ಯ ಇರಲಿಲ್ಲ. ಆದರೆ ಇಂಚರಾಗೆ ಕಂಠ ಸಂಪತ್ತು ಇತ್ತು. ಗಿರಿಜ ಉತ್ಸಾಹ ತೋರಲಿಲ್ಲ. ಅದರಿಂದಲೇ ನಿಂತಿದ್ದು.

'ಶ್ರೀರಾಮ ರಘು ರಾಮಯನಿ...' ಎನ್ನುವ ತ್ಯಾಗರಾಜರ ಕೃತಿಯನ್ನ ಆರಂಭಿಸಿದಳು. ಇದು ಹರಿಹರನ್‌ಗೆ ಇಷ್ಟವಾದ ಕೀರ್ತನೆ. ಯದುಕುಲ ಕಾಂಬೋಜಿ ರಾಗದಲ್ಲಿ ತ್ಯಾಗರಾಜರು ತಮ್ಮ ಅನನ್ಯ ದೈವವಾದ ಶ್ರೀರಾಮನನ್ನು ಕುರಿತು ಭಜಿಸಿದ್ದು. ರಾಮನನ್ನು ಮುತ್ತಿಟ್ಟುಕೊಂಡ ತಾಯಿ ಕೌಸಲ್ಯ ಅದೆಷ್ಟು ಪುಣ್ಯಮಾಡಿದ್ದಳೋ, ಆ ಆನಂದ ಪಡೆಯಲು ಅವಳೆಷ್ಟು ಜನ್ಮ ತಪಸ್ಸು ಮಾಡಿದ್ದಳೋ. ಅದೇ ದಶರಥ 'ರಾಮ' ಎಂದು ಕರೆದು ಅಲೌಕಿಕವಾದ ಆನಂದ ಅನುಭವಿಸಿದ. ಇಂಥ ಪತಿತ ಪಾವನ ಕರಸ್ಪರ್ಶದಿಂದ ಪುಳಕಿತಳಾದ ಜಾನಕಿ ಇಂಥ ಅಭಿವ್ಯಕ್ತಿ ಕೊಡುವ ನಾಲ್ಕು ಚರಣಗಳ ಹಾಡುಗಾರಿಕೆಯಲ್ಲಿ ಮಂತ್ರ ಮುಗ್ಧಳನ್ನಾಗಿಸಿದಳು.

ಕುಮುದ, ಕುಸುಮ ಜೊತೆ ಮೈಮರೆತು ಕೇಳಿದರು ಗಿರಿಜಾ.

ಬೆಳಿಗ್ಗೆ ಕಾಲೇಜಿಗೆ ಹೊರಡುವ ಮುನ ಅಶ್ವಿನ್‌ಕುಮರ್ ಫೋನ್‌ಗೆ ಕಿವಿಗೊಡಬೇಕಾಯಿತು. "ಮಾವ ಇದ್ದಾರ? ಆ ಕಡೆ ಒಂದ್ಮನೆ ಖಾಲಿ ಇದೆಂತ ತಿಳೀತು. ನಾನು ಬರ್ತಾ ಇದ್ದೀನಿ" ಹೇಳಿದ. ಮೌತ್‌ಪೀಸ್‌ಗೆ ಕೈ ಅಡ್ಡ ಹಿಡಿದ

ಇಂಚರ ಬಾತ್ ರೂಂನಿಂದ ಹೋಗುತ್ತಿದ್ದ 'ಕುಮುದಾಗೆ ಡೀಟೈಲ್ಸ್ ಹೇಳಿ' "ನಿನ್ನ ಫಿಯಾನ್ಸಿದು" ಅಂದು ಕೊಟ್ಟು ಹೋದಳು. ತೀರಾ ಸ್ನೇಹಮಯಿಯಾದ ಅಶ್ವಿನ್‌ಕುಮಾರ್‌ನ ಕಂಡರೇ ಇಂಚರಾಗೆ ಒಂದಿಷ್ಟು ಭಯ. ಇಂದು ಹರಿಹರನ್ ಪೂಜೆ ಮುಗಿದಿರಲಿಲ್ಲ. ಮಧ್ಯೆ ಡಿಸ್ಟರ್ಬ್ ಆಗಿದ್ದರಿಂದ ಮೂಡ್ ಕೆಟ್ಟಿತ್ತು. ಇಡೀ ದಿನ ಮನೆಯವರೆಲ್ಲ ಇದನ್ನು ಅನುಭವಿಸಬೇಕಿತ್ತು. ಊಟದ ತಿಂಡಿಯ ಯೋಚನೆ ಕೂಡ ಮಾಡದೇ ಮೂವರು ಹುಳಿಯನ್ನ ಡಬ್ಬಿಗೆ ಹಾಕಿಕೊಂಡರು. ಅವರಿಬ್ಬರೂ ಪರಾರಿ. ಇಂಚರ ದೇವರ ಮನೆಯ ಮುಂದೆ ಅಡ್ಡಬಿದ್ದು ಹೊರಟಾಗ ಹರಿಹರನ್ ಸ್ವರ ನಿಲ್ಲಿಸಿತು.

"ಇಂಚರ, ಬಾ ಇಲ್ಲಿ"

ಹಿಂದಕ್ಕೆ ಬಂದು ದೇವರ ಮನೆಯ ಮುಂದೆ ಮೌನವಾಗಿ ಕೈ ಮುಗಿದುಕೊಂಡು ನಿಂತಳು. ಕುಸುಮ ಸ್ಕೂಟಿಯಲ್ಲಿ ಹೋದರೆ, ಕುಮುದಾಗೆ ಫ್ರೆಂಡ್ಸ್ ಜಾಸ್ತಿ. ಯಾರಾದರೂ ಬಂದು ತಮ್ಮ ವಾಹನದ ಮೇಲೆ ಕರೆದೊಯ್ಯುತ್ತಿದ್ದರು. ಇಲ್ಲ ಬಸ್ಸಿಗೆ ಹೋಗುತ್ತಿದ್ದಳು. ಆದರೆ ಕಾಲೇಜು ಹತ್ತಿರವೆಂದು ನಡೆದು ಹೋಗುತ್ತಿದ್ದವಳು ಇಂಚರಾ ಒಬ್ಬಳೇ.

"ಇವತ್ತು ಲೇಟಾಯ್ತು! ಅದ್ಕೆ ಯಾರು ಕಾರಣ. ಕುಮುದಾಗೆ ಮೈ ಮೇಲೆ ಜ್ಞಾನವಿಲ್ಲ. ಎಷ್ಟು ಸಲ ಪಾತ್ರೆಗಳನ್ನ ಎತ್ತಿ ಹಾಕಿದ್ದಾಳೆ. ಲೇಟು ಆಯ್ತೂಂತ ನಿಮ್ಗೆಲ್ಲ ಗೊತ್ತು. ಒಂದ್ಹತ್ತು ನಿಮಿಷ ತಡೆದು ಮಂಗಳಾರತಿ ತಗೊಂಡು ಹೋದರೆ ಯಾರ ಗಂಟು ಹೋಗುತ್ತೆ?" ಎನ್ನುತ್ತಲೇ ದೇವರಿಗೆ ಹೂವೇರಿಸಿದರು.

ಇಂಚರ ಮಾತೇ ಆಡಲಿಲ್ಲ. ಅವರಿಬ್ಬರೂ ಸನ್ನೇ ಮಾಡಿ ಹೋಗಿಬಿಟ್ಟರು. ಅಷ್ಟರಲ್ಲಿ ಬಂದ ಅಶ್ವಿನ್‌ಕುಮಾರ್ ಷೂ ಬಿಚ್ಚಿ ಕೈ ಕಾಲು ತೊಳೆದು ಬಂದು ಕೈ ಮುಗಿದುಕೊಂಡು ದೇವರ ಮುಂದೆ ನಿಂತ. ಅಂತೂ 'ಈ ಮಹಾಶಯನ' ಊಟ ಇಲ್ಲೇ ಎಂದುಕೊಂಡಳು. ಮಂಗಳಾರತಿ, ತೀರ್ಥ ಪ್ರಸಾದದ ವಿನಿಯೋಗದ ನಂತರ ಕೈ ತೊಳೆದು ಬಂದ.

"ಅಶ್ವಿನಿ, ಊಟ ಆಯ್ತಾ?" ವಿಚಾರಿಸಿದ, ಇವಳತ್ತ ನೋಡಿ ಕಣ್ಣೊಡೆದಾಗ ಎತ್ತಲೋ ನೋಟ ಹರಿಸಿ "ಅಪ್ಪ ಕಾಲೇಜಿಗೆ ಹೊತ್ತು ಆಗುತ್ತೆ" ಎಂದು ನಡೆದುಬಿಟ್ಟಳು.

ಸಾಲಾಗಿ ಹಾಕಿದ್ದ ಮೂರು ತಟ್ಟೆಗಳನ್ನು ತೆಗೆದಿರಿಸಿ ಅಶ್ವಿನ್‌ಕುಮಾರ್‌ಗೆ ಬೇರೊಂದು ತಟ್ಟೆ ಹಾಕಿದರು ಗಿರಿಜ. ಆಕೆಗೆ ಸಂತೋಷವೇ. ಕುಮುದಾಳಿಗೊಂದು ಗಂಡನ್ನು ಸೆಲೆಕ್ಟ್ ಮಾಡ್ಬಿಟ್ಟಿದ್ದರು ಮನದಲ್ಲೇ. ಕುಮುದ ಡಿಸಿಶನ್ ಇನ್ನೂ ಅವರಿಗೆ ತಲುಪಿರಲಿಲ್ಲ.

"ಅತ್ತೆ ಸ್ವಲ್ಪ ಆಯಾಸಗೊಂಡಂತೆ ಕಾಣ್ತಾರೆ" ಎಂದ ತಟ್ಟೆಯನ್ನು ಮುಟ್ಟಿ ನೋಡುತ್ತ.

"ಅಂಥದೇನಿಲ್ಲ! ಒಂದಿಷ್ಟು ಬಿ.ಪಿ. ಇದೇಂತಾರೆ ಡಾಕ್ಟ್ರು. ನಂಗೇನು ಹಾಗೆ

ಅನ್ನಿಸೋದಿಲ್ಲ. ಬೆಳಗಿನ ಗಡಿಬಿಡಿಯಿಂದ ಒಂದಿಷ್ಟು ಟೆನ್‌ಷನ್" ಎಂದು ಸೆರಗಿನಿಂದಲೇ ಮುಖದ ಬೆವರನ್ನೊರಸಿಕೊಂಡರು.

"ಗಡಿಬಿಡಿ, ಟೆನ್ಶನ್ ಯಾಕೆ ಮಾಡ್ಕೋತೀರಿ? ಮೂರು ಜನರು ಸೇರಿ ಒಂದಿಷ್ಟು ಸಹಾಯ ಮಾಡಿದರೆ ಬೆಳಗಿನ ಕೆಲ್ಸ ಬೇಗ ಮುಗಿಯುತ್ತೆ" ಎಂದ ಆರಾಮಾಗಿ ಹರಟುತ್ತ. ಊಟ ಮುಗಿಸಿ ಹರಿಹರನ್ ಬ್ಯಾಂಕ್‌ಗೆ ಹೊರಡುವವರೆಗೂ ಇದ್ದು ಮನೆಯನ್ನು ನೋಡಲು ಆಟೋದಲ್ಲಿ ಗಿರಿಜಳನ್ನು ಕರೆದೊಯ್ದ.

ಮುಂದಿನ ರೋಡ್‌ನಲ್ಲಿ ಎರಡನೇ ಫ್ಲೋರ್‌ನಲ್ಲಿದ್ದ ಮನೆ ಅಚ್ಚುಕಟ್ಟಾಗಿತ್ತು. ಮೂರು ಜನಕ್ಕೆ ಬೇಕಾದಷ್ಟು ಆಯಿತು. ಬಾಡಿಗೆ, ಅಡ್ವಾನ್ಸ್ ಎಲ್ಲಾ ಕೈಗೆ ಎಟಕುವಂಥದ್ದೇ ಗಿರಿಜಾಗೂ ಮನೆ ಹಿಡಿಸಿತು. ಹತ್ತಿರದಲ್ಲಿಯೇ ಕುಟುಂಬ ಇರುವುದು ಸೂಕ್ತವೆನಿಸಿತು.

"ಅತ್ತೆ, ನೀವು ಮನೆಯನ್ನು ಒಪ್ಕೋಂಡ್ರೆ ಮಾತಾಡಿ, ಅಡ್ವಾನ್ಸ್ ಕೊಟ್ಟು ಬಿಡ್ತೀನಿ ನಿಮ್ಮ ಮತ್ತು ಅಮ್ಮನ ಸ್ವಭಾವದಲ್ಲಿ ಅಷ್ಟೊಂದು ವ್ಯತ್ಯಾಸವಿಲ್ಲ" ಹೇಳಿದ. ಗಿರಿಜಾಗೆ ಸಂಕೋಚಿಸುವಂತಾಯಿತು. ಕುಮುದಾನ ಮದುವೆಯಾದರೆ ಗಂಡು ಮಕ್ಕಳಿಲ್ಲದ ಕೊರತೆ ತೀರುತ್ತದೆಂದುಕೊಂಡು "ನಂಗೇನೋ ಹಿಡಿಸ್ತು, ಆದ್ರೂ ನಿರ್ಧಾರ ನಿಂದೇ".

ಅಂತೂ ಗಿರಿಜಾ ಸಮ್ಮುಖದಲ್ಲಿಯೇ ಅಡ್ವಾನ್ಸ್ ಕೊಟ್ಟವನು ಬೇಡವೆಂದರೂ ಕೇಳದೇ ಹೋಟಲ್‌ಗೆ ಕರೆದೊಯ್ದ. ಪ್ಯೂರ್ ಹಣ್ಣಿನ ರಸವನ್ನು ಕುಡಿಸುವುದರ ಜೊತೆಗೆ ಮಾರ್ಕೆಟ್‌ಗೆ ಕರೆದೊಯ್ದು ತರಕಾರಿ ಹಣ್ಣು, ಹೂ ಖರೀದಿಸಿಕೊಂಡು ಆಟೋದಲ್ಲಿ ಮನೆಗೆ ಕರೆತಂದ. ಹರಿಹರನ್ ಮಾಮೂಲಿನಂತೆ ಒಮ್ಮೆ ಫೋನ್ ಮಾಡಿ ಸುಮ್ಮನಾಗದೇ ಮತ್ತೆರಡು ಸಲ ಫೋನ್ ಮಾಡಿದ್ದರು.

"ನಿಮ್ಮ ಮಾವ ಫೋನ್ ಮಾಡಿದ್ದರೇನೋ!" ಎಂದು ಗಡಿಬಿಡಿಯಿಂದ ಬಂದ ಗಿರಿಜ ನಂಬರ್‌ಗಳನ್ನೊತ್ತಿ ಫೋನೆತ್ತಿಕೊಂಡಾಗ "ಹಲೋ ಗಿರಿಜಾನ, ಎಷ್ಟೊಂದು ಗಾಬ್ರಿಯಾಗಿತ್ತು. ಗೊತ್ತಾ? ಎಲ್ಹೋಗಿದ್ದೇ? ಮಾತ್ರೆ ತಗೊಂಡ್ಯಾ?" ಪ್ರಶ್ನೆಗಳ ಸುರಿಮಳೆಯನ್ನೇ ಸುರಿಸಿದರು.

"ಏನು ತೊಂದರೆ ಇಲ್ಲ. ಅಶ್ವಿನಿ ಮನೆ ತೋರಿಸಬೇಕೂಂತ ಕರ್ಕಂಡ್ ಹೋಗಿದ್ದ. ಬರೋದು ಸ್ವಲ್ಪ ಲೇಟಾಯ್ತು. ಫೋನ್ ಇಡ್ಲಾ?" ಇಟ್ಟೇಬಿಟ್ಟರು. ಸೆಕೆಯೆನಿಸಿತು. ಆರಾಮಾಗಿ ಸೋಫಾದ ಮೇಲೆ ಕೂತರು. ಕೆಲವೊಮ್ಮೆ ತೀರಾ ಸುಸ್ತೆನಿಸುತ್ತಿತ್ತು.

ಅರ್ಥ ಮಾಡಿಕೊಂಡ ಅಶ್ವಿನ್‌ಕುಮಾರ್ ನೀರು ತಂದು ಆಕೆಯ ಮುಂದಿಟ್ಟ. "ತಗೊಳ್ಳಿ ಅತ್ತೆ. ಆರಾಮಾಗಿ ರೆಸ್ಟ್ ತಗೊಳ್ಳಿ ಸಾಧ್ಯವಾದರೆ ಸಂಜೆ ಬರ್ತೀನಿ". ಹೊರಟು ನಿಂತಾಗ "ಸ್ವಲ್ಪ ಇರಪ್ಪ, ಎಷ್ಟಾಯ್ತು ತರಕಾರಿ, ಹೂ, ಹಣ್ಣಿನದು?" ಮೇಲೆದ್ದವರನ್ನು ಆತ್ಮೀಯತೆಯಿಂದ ಕೂಡಿಸಿ "ಪ್ಲೀಸ್, ಹಾಗೆಲ್ಲ ಹೇಳ್ಬೇಡಿ ನಾನು ಊಟ ಮಾಡೋವಾಗ ಸಂಕೋಚಿಸಲಿಲ್ಲ. ದಯವಿಟ್ಟು ನನ್ನ ಬಗ್ಗೆ ನೀವು ಸಂಕೋಚಿಸೋದ್ಬೇಡ" ಎಂದು ಬಡಬಡಿಸಿ ಆಕೆಯ ಮನಸ್ಸಿನಲ್ಲಿ ಒಳ್ಳೆಯ ಛಾಪು ಮೂಡಿಸಿ ಹೋದ.

ಗಿರಿಜ ಸೋಫಾಗೆ ಒರಗಿ ಯೋಚಿಸಿದರು. ಬಹುಶಃ ಅಶ್ವಿನಿ ಬಂದಿದ್ದು ದೈವಕೃಪೆಯೆಂದುಕೊಂಡರು. ಅಷ್ಟರಲ್ಲಿ ಮತ್ತೊಮ್ಮೆ ಫೋನ್ ಸದ್ದು. "ಚಂದ್ರಯ್ಯ ಬಂದಿದ್ನಾ?"ಕೇಳಿದ್ದು ಹರಿಹರನ್.

"ಇಲ್ಲ ಯಾಕೆ...? ಏನು ವಿಷ್ಯ?" ಅಶ್ವಿನಿ ಬಂದಿದ್ದರಿಂದ ನೆನ್ನೆ ದಿನ ಸಂಜೆ ವಿಷಯ ನೆನೆಗುದಿಗೆ ಬಿದ್ದಿತ್ತು. "ಏನೂಂತಾ ಕೇಳ್ತಾ ಇದ್ದೀಯಲ್ಲ ಗಿರಿಜ, ಕುಮುದ ಏನು ಹೇಳಿದ್ಲು? ಪರೀಕ್ಷೆ ಮುಗಿದ್ಮೇಲೆ ಮದ್ವೆ. ಇದ್ನ ಆ ಕತ್ತೆಗೆ ಹೇಳು" ಕಟುವಾಗಿಯೇ ಹೇಳಿದರು.

"ಆಯ್ತು, ಈಗ ಎಲ್ಲಾ ಕಾಲೇಜಿಗೆ ಹೋಗಿ ಆಗಿದೆಯಲ್ಲ. ಅಲ್ಲೇ ಹೋಗಿ ವಿಚಾರಿಸ್ಲ? ಅಕಸ್ಮಾತ್ ನೀವು ಹೋಗೂಂದರೂ ನಾನು ಹೋಗೋಲ್ಲ ದಯವಿಟ್ಟು ನೀವು ಬ್ಯಾಂಕ್ ಕೆಲ್ಸ ನೋಡ್ಕೊಳ್ಳಿ" ಫೋನಿಟ್ಟರು. ಗಂಡನ ಸ್ವಭಾವ ಬಲ್ಲ ಆಕೆ ಹೆಚ್ಚಿಗೇನೂ ಭಾವಿಸಲಿಲ್ಲ.

ಸಂಜೆವರೆಗೂ ಆಕೆ ಅಶ್ವಿನ್‌ಕುಮಾರ್‌ನ ಸರಳ ಸ್ನೇಹ ಸ್ವಭಾವದ ಮಂಪರಿನಲ್ಲಿಯೇ ಇದ್ದರು. ಅಂತು ಗಿರಿಜ ಮನ ಅವನನ್ನು ಅಳಿಯನನ್ನಾಗಿ ಸ್ವೀಕರಿಸಲು ಸಮ್ಮತಿ ಸೂಚಿಸಿ ಬಿಟ್ಟಿತ್ತು.

ಮೊದಲು ಮನೆಗೆ ಬಂದಿದ್ದು ಇಂಚರಾನೇ. ಗಿರಿಜ ಇನ್ನು ಮಲಗಿರುವುದು ನೋಡಿ ಸ್ವಲ್ಪ ಗಾಬರಿಯಾದಳು. "ಅಮ್ಮ, ಮಾತ್ರೆ ತಗೊಂಡ್ಯಾ?" ನೀರಿಡಿದು ಬಂದಾಗ ನಿರಾಕರಿಸಿ "ಎಲ್ಲಾ ಅಶ್ವಿನಿ ಮನೆ ನೋಡೋಕೆ ಕರ್ಕಂಡ್ ಹೋಗಿದ್ದ, ಎಂಥ ಒಳ್ಳೆ ಹುಡುಗ... ಅಂದರೇ!" ಪೂರ್ತಿ ಅರ್ಥವಾಗಿ ಬಿಟ್ಟಿತು ಅವಳಿಗೆ "ಇಲ್ಲೇ ಊಟ ಆಗಿರ್ಬಹುದ್ದು. ಸಂಜೆ ಕೂಡ ಬ್ಯಾಂಕ್‌ನಿಂದ ನೇರವಾಗಿ ಇಲ್ಲಿಗೆ ಬಂದರೆ ಸಂಜೆಯ ಕಾಫಿ, ರಾತ್ರಿಯ ಊಟ ಎಲ್ಲಾ ಇಲ್ಲೇ ಆಗುತ್ತೆ... ಅಮ್ಮ, ಅಂತು ನಿಮ್ಮನ್ನ ಬುಟ್ಟಿಗೆ ಹಾಕ್ಕೊಂಡ್‌ಬಿಟ್ಟ. ಮಹಾನ್ 'ಪಾಕಡ ಆಸಾಮಿ' ಸ್ವಲ್ಪ ಹುಷಾರಾಗಿರಬೇಕು. ಮುಕ್ತವಾಗಿ ಅಂದಿದ್ದು ಮಾತ್ರ ಆಕೆಗೆ ಸರಿ ಹೋಗಲಿಲ್ಲ. "ಸಾಕು ಸುಮ್ಮನಿರು, ನಿನ್ನದೆಲ್ಲ ತಲೆಹರಟೆ. ಎಷ್ಟೊಂದು ದುರಹಂಕಾರವಿರುತ್ತೆ ಈಗಿನ ಯುವಕರಿಗೆ" ಅಂದು ಹತ್ತು ನಿಮಿಷ ಅಶ್ವಿನ್‌ಕುಮಾರ್ ವಿಷಯದಲ್ಲಿ ;ಪ್ರವರವಾದಾಗ ಮೌನವಾಗಿ ಕೂತು ಆಲಿಸಿದ್ದು ಕಷ್ಟದಿಂದಲೇ. "ನಮ್ಮ ಕುಮುದಾಗೆ ಸರಿ ಜೋಡಿ ಅನ್ನಿಸೋಲ್ವಾ? ನಿನ್ನ ಅಭಿಪ್ರಾಯವೇನು?"

"ಅಮ್ಮ, ಆ ವಿಷಯ ಮಾತಾಡೋಷ್ಟು ದೊಡ್ಡವಳಲ್ಲ. ಈ ವಿಷ್ಯದಲ್ಲಿ ಮುಂದುವರಿಯೋಕೆ ಮೊದ್ಲು ಕುಮುದಕ್ಕನ ಒಂದ್ಸಲ ಕೇಳೋದು ಒಳ್ಳೆಯದಲ್ವಾ?"

ಇಂಚರ ಮಾತು ಸರಿಯೆನಿಸಿದರೂ ಯಾಕೋ ಏನೋ ಆಕೆಗೆ ರಾಜಿಯಾಗಬೇಕೆನಿಸಲಿಲ್ಲ. "ಅವಳನ್ನೇನು ಕೇಳೋದು ಅಶ್ವಿನಿ ಅಂಥ ಹುಡ್ಗ ಸಿಗೋಕೆ ಅದೃಷ್ಟ ಬೇಕು. ಅಪ್ಪಿಗಿಂತ ಅನ್ನ ಬಣ್ಣ ಚೆನ್ನಾಗಿದೆ. ಎತ್ತರವಿದ್ದಾನೆ. ನೌಕರಿ ಇದೆ. ತಾಯ್ತಂದೆಯವರಿಗೆ ಒಬ್ನೇ ಮಗ. ಇದೆಲ್ಲ ಅಡ್ವಾಂಟೇಜ್ ಅಲ್ವಾ?" ಮಾತಾಡುತ್ತಾ ಕೆಂಪಗಾಗಿಬಿಟ್ಟರು.

ತಕ್ಷಣ ಅಮ್ಮನ ಕೈ ಹಿಡಿದು "ಓಕೆ... ಓಕೆ... ಸುಮ್ನೇ ಯಾಕಮ್ಮ ಟೆನ್‌ಷನ್ ಮಾಡ್ಕೋತೀಯಾ? ನಿಂಗಿಂತ ಅಪ್ಪ ಕಿರಿಕಿರಿ ಮಾಡಿದರೂ ಎಕ್ಸೈಟ್ ಆಗೋಲ್ಲ. ಒಟ್ಟಿನಲ್ಲಿ ಆ ಮಹಾಶಯ ಈ ಮನೆಯ ಅಳಿಯನಾಗಬೇಕು. ಕುಮುದಕ್ಕ ಬೇಡಾಂದರೂ ಕುಸುಮ ಇದ್ದಾಳೆ. ಅವ್ಳು ಬೇಡಾಂದರೆ ನಿಂಗೋಸ್ಕರ ನಾನು ರೆಡಿಯಾಗಿ ಬಿಡ್ತೀನಿ. ಆದರೆ ಅಶ್ವಿನಿ ಕುಮಾರ್ ಒಪ್ಕೋಬೇಕು. ನಂಗಂತು ಆ ವಿಷ್ಯದಲ್ಲಿ ಡೌಟ್" ಘೊಳ್ಳೆಂದು ನಕ್ಕಳು. ಅದರಲ್ಲಿ ಅಬ್ಬರವಿರಲಿಲ್ಲ. ಅಲೆಗಳ ಏರುಪೇರಿನ ಮೃದುವಾದ ಶಬ್ಧವಿತ್ತು. ಜುಳುಜುಳು ಹರಿಯುವ ನೀರಿನ ಚಲ್ಲಾಟವಿತ್ತು. ಬಹುಶಃ ಇವಳು ಮಾತ್ರ ಈ ರೀತಿ ಮುಕ್ತವಾಗಿ ನಗಬಲ್ಲಳೆಂದುಕೊಂಡರು.

'ನಿಂಗೇನಾಗಿದೆ? ನಿನ್ನ ಬಣ್ಣ ಕುಮುದ, ಕುಸುಮಾಗೆ ಇಲ್ಲ"ಮಮತೆಯಿಂದ ಅವಳ ಬೆನ್ನನ್ನ ತಡವಿದಾಗ, ಅವರ ತೊಡೆಯ ಮೇಲೆ ತಲೆಯಿಟ್ಟಳು. ಕಣ್ಣಿಂದ ಇಳಿದ ಮುತ್ತಿನಂಥ ಕಂಬನಿಯ ಬಿಂದುಗಳು ಗಿರಿಜ ಉಟ್ಟ ಸೀರೆಯ ನೆರಿಗೆಗಳಲ್ಲಿ ಮಾಯವಾಯಿತಾದರೂ ಅವರಿಗೆ ಕಾಣಿಸಿಕೊಳ್ಳಲಿಲ್ಲ.

ತಾಯಿ, ಮಗಳಿಗೆ ಭಂಗ ಬರುವಂತೆ ಕಾಲಿಂಗ್ ಬೆಲ್ ಸದ್ದಾಯಿತು. "ಕುಮುದಕ್ಕ ಬಂದಿರಬಹುದ್ದು". ಛಂಗನೆ ಹಾರಿ ನೆಗೆದು ಹೋದವಳತ್ತ ನೋಡಿ ನಿಟ್ಟುಸಿರು ದಬ್ಬಿದರು. "ಈ ಪರ್ಸ್ ನಿಮ್ಗೇ ಕೊಟ್ಬಾಂದ್ರು" ಅಷ್ಟೇ ಹೇಳಿದ್ದು ಒಬ್ಬ ಯೂನಿಫಾರಂ ತೊಟ್ಟ ಡ್ರೈವರ್ ಕಕ್ಕಾಬಿಕ್ಕಿಯಾದಳು. ವಾರದ ಹಿಂದೆ ಕಳೆದುಕೊಂಡ ಪರ್ಸ್. ಅವಳು ಏನಾದರೂ ಕೇಳುವ ಮುನ್ನ ಹೊರಟುಹೋಗಿದ್ದ. ಗೇಟಿನ ಬಳಿ ಬರುವ ವೇಳೆಗೆ ಸಿಲ್ವರ್ ಕಲರ್ ಮಾರುತಿ ಎಸ್ಟೀಮ್ ಮುಂದಕ್ಕೆ ಉರುಳಿ ಮಾಯವಾಯಿತೇನೋ ಪ್ರಾಮಾಣಿಕ ಅಂದುಕೊಂಡಳು.

"ಅಮ್ಮ ನನ್ನ ಪರ್ಸ್ ಸಿಕ್ತು. ಯಾರ್ಗೇ ಸಿಕ್ಕುತ್ತೆ? ವಾರದ ಮೇಲಾದ್ರೂ ತಲುಪಿಸಿ ಪುಣ್ಯ ಕಟ್ಟಿಕೊಂಡಿದ್ದಾರೆ". ಪರ್ಸ್ ಝಿಪ್ ತೆಗೆದಳು. ಬಸ್ ಪಾಸ್ ಇತರ ಖರ್ಚಿಗೆಂದು ಕೊಟ್ಟಿದ್ದ ಮೂರು ನೂರು ರೂಪಾಯಿಗಳ ಗರಿಗರಿ ನೋಟುಗಳು ಹರಿಹರನ್ ಕೊಟ್ಟದ್ದು. ಹಿಂದಿನ ತಿಂಗಳು ಉಳಿಸಿಕೊಂಡಿದ್ದ ತೊಂಬತ್ತರ ಚಿಲ್ಲರೆ ಕೂಡ ಇತ್ತು. ಜೊತೆಗೆ ಪೆನ್ನು, ಕರ್ಚೀಫ್, ಹಣೆಗೆ ಹಚ್ಚಕೊಳ್ಳುವ ಸ್ಟಿಕ್ಕರ್ ಎಲ್ಲಾ ಇತ್ತು. ಆದರೆ ಒಂದೇ ಒಂದು ಇಲ್ಲವಾಗಿತ್ತು. ಮನೆಯವರೆಲ್ಲಾ ಗ್ರೂಪ್ ಫೋಟೋ, ಇತ್ತೀಚೆಗೆ ತೆಗೆಸಿದ ಒಂದು ಇಂಚರ ಫೋಟೋ ಇತ್ತು. ಅದರ ಹಿಂದೇ ಇದ್ದಿದ್ದು ಒಂದು ಸಣ್ಣ ಚೀಟಿ 'ಹಮ್ ತುಮ್ ಸೇ ಪ್ಯಾರ್ ಕರತಾ ಹ್ಞೂಂ' ಅದನ್ನ ಓದಿದ ಕೂಡಲೇ ಅವಳೆದೆಯ ಬಡಿತ ಒಂದೇ ಸಮನೆ ಏರಿ ನಗಾರಿಯಾಯಿತು.

ಇಂಚರ ಮುಖದ ಭಾವನೆಗಳನ್ನ ಗಮನಿಸಿದ ಗಿರಿಜ "ಹಣ ಇಲ್ವಾ? ಹೋಗ್ಲೀ ಬಿಡು. ಹಣ ತೆಗೆದುಕೊಂಡರೂ ಪರ್ಸ್ ತಂದುಕೊಟ್ಟಿದ್ದಕ್ಕೆ ಸಂತೋಷಪಡು" ಹೇಳಿದರು.

ಚೀಟಿಯನ್ನ ಅಲ್ಲೇ ತುರುಕಿ "ಹಣಾನೂ ಇದೆ, ಅಪ್ಪ ಹೈದರಾಬಾದ್‌ಗೆ ಹೋದಾಗ ಒಂದು ಹಸಿರು ಬಣ್ಣದ ಹೀರೋ ಪೆನ್ ತಂದುಕೊಟ್ಟದ್ದರಲ್ಲ, ಅದು ಕೂಡ ಇದೆ. ಯಾರೋ ಅತ್ಯಂತ ಪ್ರಾಮಾಣಿಕರು!" ಎನ್ನುತ್ತ ಬಂದು ತಾಯಿಯ

ಪಕ್ಕ ಕೂತರೂ ಅವಳೆದೆಯ ಬಡಿತ ಆರ್ಮಲ್‌ಗೆ ಬರಲಿಲ್ಲ. ಪೋಲಿ, ಪಟಿಂಗರ ಕೈಯಲ್ಲಿ ತನ್ನ ಫೋಟೋ ಸಿಕ್ಕಿದ್ದರೆ, ಪರ್ಸ್ ತಂದುಕೊಟ್ಟ ಡ್ರೈವರ್‌ನ ನೆನಪು ಮಾಡಿಕೊಂಡಳು. ಅವನು ಹದಿಹರೆಯದ ಯುವಕನೇ ಬೆವತಳು. ಅದು ಕಾಣದಿರಲೆಂದು ಎದ್ದು ಹೋಗಿ ಬಾತ್‌ರೂಂನಲ್ಲಿ ಬಾಗಿಲು ಹಾಕಿಕೊಂಡು ಪರ್ಸ್‌ನಲ್ಲಿದ್ದ ಚೀಟಿಯನ್ನ ಮೆಲ್ಲನೆ ತೆಗೆದಳು. ಒಮ್ಮೆಯಲ್ಲ ಹತ್ತಾರು ಬಾರಿ ಓದಿಕೊಂಡಳು. ಅಕ್ಷರಗಳು ಅತ್ಯಂತ ಸ್ಪಷ್ಟವಾಗಿದ್ದವು. ಇಷ್ಟೆಲ್ಲ ಆಂದೋಲನಕ್ಕೆ ಗುರಿ ಮಾಡಿದ ಆ ಪರ್ಸ್ ತನಗೆ ಸಿಗದಿದ್ದರೇನೇ ಚೆನ್ನಾಗಿತ್ತೆಂದುಕೊಂಡಳು. ಫೋಟೋ ಇರಿಸಿಕೊಂಡು ತನ್ನನ್ನು ಬ್ಲಾಕ್‌ಮೇಲ್ ಮಾಡಿದರೆ? ಇಂಚರಾಗೆ ಅಳು ಬಂದಂತಾಯಿತು.

ರೋಜ಼್ ಕಲರ್ ಚೀಟಿಯನ್ನ ಹರಿದು ಎಸೆಯಲೇ ಎಂದು ಯೋಚಿಸಿದಳು. 'ಕ್ಲೂ' ಸಿಗತ್ತೋಂತ ತಿರುಗಿಸಿ ತಿರುಗಿಸಿ ಬೆಳಕಿಗೆ ಹಿಡಿದು ನೋಡಿದಳು. 'ಹಮ್ ತುಂಸೇ ಪ್ಯಾರ್ ಕರತಾ ಹ್ಞೂಂ' ಎನ್ನುವ ಹಿಂದಿ ಭಾಷೆಯಲ್ಲಿನ ವಾಕ್ಯವನ್ನು ಕನ್ನಡದಲ್ಲಿ ಬರೆದಿದ್ದು ಆಶ್ಚರ್ಯವೆನಿಸಿತು. 'ಋ ಟಂತಜ ಥಂಣ' ಆಂಗ್ಲ ಭಾಷೆಗೆ ಇತಿಶ್ರೀ ಹಾಡಿ ತನ್ನ ಪ್ರೇಮವನ್ನು ರಾಷ್ಟ್ರಭಾಷೆ ಹಿಂದಿಯಲ್ಲಿ ನಿವೇದಿಸಿಕೊಂಡಿದ್ದಾನೆ. ಭೂಪ, 'ಎಲ್ಲೋ ಮೆಂಟಲ್ ಕೇಸ್' ಎಂದು ನವಿರಾದ ಪರಿಮಳ ಬಂದಿದ್ದೆಲ್ಲೆಂದು ಸುತ್ತಲೂ ನೋಟ ಹರಿಸಿ ಆ ಸಣ್ಣ ಚೀಟಿಯನ್ನ ಮೂಗಿನ ಬಳಿ ಹಿಡಿದಳು. ಜಾಸ್ಮಿನ್ ಪರಿಮಳ ಅಲ್ಲಿಂದಲೇ ಹರಿದು ಬರುತ್ತಿದೆಯೆಂದುಕೊಂಡಾಗ 'ಈ ಮಹರಾಯ ತೀರಾ ರಸಿಕ'. ಈ ಚೀಟಿ ತನ್ನ ಬಳಿ ಇರುವುದು ಡೇಂಜರ್ ಎಂದುಕೊಂಡಾಗ ಹರಿಯಲು ಉದ್ಯುಕ್ತಳಾದಾಗ, "ಏಯ್ ಇಂಚರ...." ಕುಸುಮಳ ದನಿ. ಆ ಚೀಟಿಯನ್ನು ಪರ್ಸಿನಲ್ಲಿನ ಗ್ರೂಪ್ ಫೋಟೋ ಹಿಂಭಾಗದಲ್ಲಿಟ್ಟು ಬಾಗಿಲು ತೆರೆದಳು.

"ಮಹಾರಾಯ್ತಿ, ಅಮ್ಮ ನಿನ್ನ ಪರ್ಸ್ ಸಿಕ್ಕ ಸುದ್ದಿ ಹೇಳಿದ್ರು, ಯೂ ರ್ ಲಕ್ಕಿ, ನಾನು ಕಳ್ಕೊಂಡಿದ್ದೊಂದೂ ಇದ್ವರ್ಗೂ ಸಿಕ್ಕೇ ಇಲ್ಲ. ಮೂರು ಸಲ ನನ್ನ ಪರ್ಸ್ ಕಳೆದಿತ್ತು. ಅದರಲ್ಲಿನ ಪುಟ್ಟ ಬಾಚಣಿಕೆ ಕೂಡ ಸಿಗಲಿಲ್ಲ. ಒಳ್ಳೆ ಸಮಯಕ್ಕೆ ನಿನ್ನ ಪರ್ಸ್ ಸಿಕ್ಕಿ ನಂಗೆ ಉಪಕಾರವಾಯ್ತು. ನನ್ನ ಫ್ರೆಂಡ್ ಕಟ್ಟಿದ ಒಂದು ಬೆಟ್‌ನಲ್ಲಿ ಸೋತು ಹೋದೆ. ಅವ್ರಿಗೆಲ್ಲ ಕೃಷ್ಣಾಭವನ್‌ನಲ್ಲಿ ತಿಂಡಿ ಕೊಡ್ಸಬೇಕು. ಇಲ್ಲದಿದ್ದರೆ ಉರಿದು ಬೀಳ್ತಾರೆ" ಎಂದ ಕುಸುಮ ಕೈಯಲ್ಲಿ ಪರ್ಸ್ ಇಟ್ಟು "ಏನು ಬೇಕಾದ್ರೂ ಇರೋದ್ರಲ್ಲಿ ಎಷ್ಟು ಬೇಕಾದ್ರೂ ತಗೋ" ಅಂದು ರೂಮಿನವರೆಗೂ ಬಂದವಳು ನೆನಪಿಸಿಕೊಂಡು ಹಿಂದಕ್ಕೆ ಓಡಿ "ಸ್ವಲ್ಪ ಕೊಡು" ಎಂದು ಕೈ ಬಾಚಿದಾಗ ಅವಳು ಮನೆಯಲ್ಲೆಲ್ಲಾ ಓಡಾಡಿಸಿ ಬಿಟ್ಟಳೇ ವಿನಃ ಇವಳಿಗೆ ಪರ್ಸ್ ಕೊಡಲಿಲ್ಲ.

"ಯಾಕೇ ಇಂಚರ, ಈ ಪರ್ಸ್‌ಗೋಸ್ಕರ ಇಷ್ಟೊಂದು ಹಟ ನಡಿಸ್ತಾ ಇದ್ದೀಯ? ಹಿಂದಿರುಗಿಸಿದ ಮಹಾಪುರುಷನೇನಾದ್ರೂ ಇದ್ರಲ್ಲಿ ಲವ್ ಲೆಟರ್ ಇಟ್ಟಿದ್ದಾನಾ?" ಕೊಡದೇ ಪ್ರಶ್ನಿಸಿದಾಗ ತಣ್ಣಗಾಗಬಿಟ್ಟಳು. "ಅಂಥದೇನಿಲ್ಲ! ಬೇಕಿದ್ದರೆ ನೀನೆ ಇಟ್ಕೋ" ಆರಾಮಾಗಿ ಕಿಚನ್‌ಗೆ ಹೋದರೂ ಆ ಚೀಟಿ ಕುಸುಮಳ ಕಣ್ಣಿಗೆ ಬೀಳದೇ ಇರಲಿಯೆದು ದೇವರಲ್ಲಿ ಮೊರೆ ಇಟ್ಟಳು. ಸಿಕ್ಕರೆ ತಾನೇ, ಏನು ತಾನು ಅದಕ್ಕೆ

ಭಾದ್ಯಳಲ್ಲ. ಅಪರಿಚಿತ ವ್ಯಕ್ತಿ ತುಂಟಾಟಕ್ಕಾಗಿ ಇದನ್ನು ಬರೆದಿರಬಹುದು. ಅಕಸ್ಮಾತ್ ಕೀಟಲೆಯ 'ಹೆಣ್ಣು' ಕೂಡ ಆಗಿರಬಹುದು. ಅದಕ್ಕೆ ತಾನು ಯಾಕೆ ತಲೆಕೆಡಿಸಿಕೊಳ್ಳಬೇಕು ಎಂದು ಸಮಾಧಾನಪಡಿಸಿಕೊಂಡಷ್ಟೂ ಜಾಸ್ತಿಯಾಗುತ್ತಿತ್ತೇ ವಿನಃ ಮನದ ಹಾರಾಟ ಕಮ್ಮಿಯಾಗಲಿಲ್ಲ.

ಹರಿಹರನ್ ಬಂದ ಮೇಲೆ ಅವಳಲ್ಲಿನ ಹಾರಾಟ ಒಂದಿಷ್ಟು ಕಮ್ಮಿಯಾಗಿ ಮನ ಬೇರೆಡೆ ಹೊರಳಿದ್ದು, ಫೋಟೋಗಳನ್ನು ಮುಂದೆ ಹಾಕಿಕೊಂಡು ಸಿಡಿಮಿಡಿಗುಟ್ಟುತ್ತಿದ್ದ ಕುಮುದಳ ಪಕ್ಕದಲ್ಲಿ ಬಂದು ಕೂತಳು.

"ಅಪ್ಪ ಬಂದಾಗಿದೆ. ವಿಷ್ಯ ಪ್ರಸ್ತಾಪಿಸ್ತ ಇದ್ದಾರೆ. ನೀನು ಆರಾಮಾಗಿ ಅಶ್ವಿನಿಕುಮಾರ್‌ನ ಒಪ್ಪಿಕೊಂಡರೆ ಗಂಡಿನ ಆಯ್ಕೆ ಸುಲಭವಾಗುತ್ತೆ. ಅಮ್ಮನಿಗೂ ಆ ಮಹಾಶಯ ತುಂಬ ಇಷ್ಟ" ಅವಳ ಭುಜವನ್ನು ಬಳಸಿ ಹೇಳಿದಾಗ ಕೈಯನ್ನು ಒರಟಾಗಿ ತಳ್ಳಿ "ಇಂಪಾಸಿಬಲ್ ನನ್ನ ಆಯ್ಕೆ ಯಾವತ್ತೂ ಅಶ್ವನಿ ಕುಮಾರ್ ಆಗೋಕೆ ಸಾಧ್ಯಾನೇ ಇಲ್ಲ" ಪಟಾಕಿಯಂತೆ ನುಡಿದಳು.

ಕುಸುಮ, ಇಂಚರ ಪಕ್ಕಕ್ಕೆ ಸರಿದು "ನಂಗೆ ಅಶ್ವನ್‌ಕುಮಾರ್ ಸಾಕೂಂತ ಅಂದ್ಕೊ. ನಾನು ಬಿ.ಇ. ಕಂಪ್ಯೂಟರ್ ಮಾಡೋಕೆ ಮೊದ್ಲು ಹಾರ ಹಾಕೋಕೆ ರೆಡಿ ಆಮೇಲಂತೂ ಇಂಪಾಜಿಬಲ್! ಎರಡು ಕಡೆ ಕೆಲ್ಸ ಮಾಡಿ ಹೆಣ್ಣು ದಣಿಬೇಕು. ನೀನು 'ಶ್ವೇತಗುಲಾಬಿ' ಓದಿದ್ದಿಯಲ್ಲ. ಆದರೆ ರಾಜೀವ್ ಅಂಥ ಲವರ್ ಮಾತ್ರ ನಂಗಿಲ್ಲ" ಮೆಲ್ಲಗೆ ಛೇಡಿಸಿದಳು. ಇಂಚರ ಕಿಲ ಕಿಲ ನಕ್ಕಳು. ಅವಳ ನಗು ಯಾವಾಗಲೂ ಮುಕ್ತವಾಗಿರುತ್ತಿತ್ತು. ಹಸು ಮಗುವಿನ ತುಟಿಗಳ ಗಲ್ಲದ ಮೇಲೆ ಹರಡುವ ಮುಗ್ಧನಗುವಿನ ಛಾಯೆ ಅವಳ ಮುಖದ ಮೇಲೇರುತ್ತಿತ್ತು. ಸಹಜವಾಗಿ ಅದು ಎಲ್ಲರಿಗೂ ಇಷ್ಟವಾಗಿಬಿಡುತ್ತಿತ್ತು.

ಕುಸುಮ ಪ್ರೀತಿಯಿಂದ ಅವಳ ಗಲ್ಲದ ಮೇಲೆ ಮೃದುವಾಗಿ ಒಂದು ಏಟು ಹಾಕಿದಳು.

'ಕುಮುದಕ್ಕ ಇಪ್ಪತ್ತು ಫೋಟೋಗಳಿದೆ. ಹತ್ತಕ್ಕೆ ಜಾತ್ಕವಿದೆ. ಮಿಕ್ಕಿದ್ದ್ಕೆ ಸ್ಮಾಲ್ ಕುಂಡಲೀ, ಐದಕ್ಕೆ ಬರೀ ಬಯೋಡೇಟ, ಇದಕ್ಕೆಲ್ಲ ಏನು ಹೇಳ್ತೀಯಾ? ಇಂಚರ ಕುತೂಹಲ ವ್ಯಕ್ತಪಡಿಸುತ್ತಿದ್ದಂಗೆ ಗಿರಿಜ ಬಂದು "ನಿಮ್ಮಪ್ಪ ಕರೀತಾ ಇದ್ದಾರೆ. ನನ್ನ ಆಯ್ಕೇ ಬಂದಿತ್ತು. ಆದ್ರೂ ಒಬ್ಬತದಿಂದ ನಿರ್ಧರಿಸೋದು ಕಷ್ಟ. ಅಶ್ವಿನಿಗೆ ಅವ್ನ ಅಪ್ಪ ಅಮ್ಮ ಇದ್ವರ್ಗೆ ಹುಡುಕಿಟ್ಟಿದ್ದಾರೋ ಏನೋ! ಅದ್ನೆಲ್ಲ ತಿಳ್ಕುಕೊಳ್ಳದೇ ಪ್ರಸ್ತಾಪಿಸಬೇಡ. ಇಬ್ಬರಲ್ಲಿ ಒಬ್ಬರನ್ನು ಆಯ್ಕೆ ಮಾಡಿಕೊಂಡರಾಯ್ತು." ತಮ್ಮ ಆಕಾಂಕ್ಷೆಯನ್ನು ಅತ್ಯಂತ ಸ್ಪಷ್ಟವಾಗಿ ವ್ಯಕ್ತಪಡಿಸಿದಾಗ ಮೂವರ ಬಾಯಿಂದ ಮಾತೇ ಹೊರಡಲಿಲ್ಲ. ದಿಗ್ಮೂಡರಾದರು. ಮಕ್ಕಳು ಸ್ವಂತ ಪ್ರಾಪರ್ಟಿ ಎಂದು ತಿಳಿಯುವ ತಾಯ್ತಂದೆಯರೇ ಜಾಸ್ತಿಯೆಂದುಕೊಂಡರು.

"ಕುಮುದ, ನಿಮ್ಮಪ್ಪ ಕರೀತಾರೆ... ನೋಡು" ಗಟ್ಟಿಯಾಗಿಯೇ ಹೇಳಿಹೋದರು. ತಮ್ಮ ನಿರ್ಣಯಕ್ಕೆ ಸರಿಯಾದ ಪ್ರತಿಕ್ರಿಯೆ ತಿಳಿಯದಿದ್ದರಿಂದ ಒಂದಿಷ್ಟು

ಬೇಸರಗೊಂಡಿದ್ದರು. ವಯಸ್ಸಿಗೆ ಬಂದ್ಮೇಲೆ ನಮ್ಮ ನಿರ್ಣಯಗಳು ಯಾಕೇ ಬೇಕು?" ಗೊಣಗಿದ್ದು ಯಾರಿಗೂ ಕೇಳಿಸಲಿಲ್ಲ.

ಅಷ್ಟೊಂದು ಮಾತಾಡುವ ಕುಮುದ ತಂದೆಯ ಮುಂದೆ ಅಷ್ಟು ದೂರದಲ್ಲಿ ನಿಂತಳು. ಹಾಗೆಂದು ಹರಿಹರನ್ ಮಕ್ಕಳೊಂದಿಗೆ ಸ್ನೇಹ – ಸಲುಗೆಯಿಂದ ಇಲ್ಲವೆಂದಲ್ಲ. ಕೆಲವು ಸಂದರ್ಭಗಳಲ್ಲಿ ತಂದೆ ಮಕ್ಕಳ ನಡುವೆ ಅಂತರವಿರುತ್ತಿತ್ತು. "ನಿಮ್ಮಮ್ಮ ಫೋಟೋಗಳ್ನ ಕೊಟ್ಟರಾ? ಜಾತ್ಕಗಳ ವಿಷ್ಯ ನಿಂಗ್ಬೇಡ. ಅದು ಪೇರೆಂಟ್ಸ್‌ಗೆ ಸಂಬಂಧಪಟ್ಟಿದ್ದು. ಜಾತ್ಕಾನ್ಕೂಲವಾದ ವರಗಳ ಫೋಟೋಗಳು ತರಿಸೋದು ಆಯ್ಕೆಗೆ ಚಾಯ್ಸ್ ಇದೆ. ನಾನಂತು ವಿದೇಶಿ ವರಗಳನ್ನ ಹುಡ್ಕಲಾರೆ. ನಂಗಂಥ ಸೋಷಿಯಲ್ ಸ್ಟೇಟಸ್ ಇದೇಂತ ತಿಳ್ಕೊಂಡಿಲ್ಲ. ನಮ್ಮ ಹಣಕಾಸಿನ ವಿಷ್ಯಾನೂ ಯೋಚ್ಸಬೇಕಾಗುತ್ತೆ. ಇದ್ನೆಲ್ಲ ಮನಸ್ಸಿನಲ್ಲಿ ಇಟ್ಕೊಂಡೆ ಫೋಟೋಗಳ್ನ ತರಿಸೋದು. ವರ, ಅವ್ರ ಕುಟುಂಬದ ಜನ ನಿನ್ನ ಫೋಟೋ, ಓದು, ನಮ್ಮ ಅಂತಸ್ತಿನ ಒಪ್ಕೊಂಡಿದ್ದಾರೆ. ಈಗ ನಿನ್ನ ಒಪ್ಗೇ, ನಂತರ ಮುಖಾಮುಖಿ ಭೇಟಿ. ಆಮೇಲೆ ತೀರ್ಮಾನ. ಮಾತುಕತೆ ಒಂದು ಚಾರ್ಟನ್ನು ಮಗಳ ಮುಂದಿಟ್ಟರು. ಪ್ರತಿಯೊಂದರಲ್ಲೂ ಅವರು ಇದನ್ನೇ ಅನುಸರಿಸುತ್ತಿದ್ದರು.

ಕುಮುದ ಇನ್ನಷ್ಟು ತಲೆ ತಗ್ಗಿಸಿದಳು. ತಂದೆಯೊಂದಿಗೆ ನೇರವಾಗಿ ಹೇಳುವುದು ಕಷ್ಟವೆನಿಸಿತು. ಯಾರಾದರೂ ತನ್ನ ನೆರವಿಗೆ ಬಂದಾರೇನೋಂತ ಅತ್ತಿತ್ತ ನೋಟ ಹರಿಸಿ ಸುಮ್ಮನಾದಳು.

"ನನ್ನ ಕೋರ್ಸ್ ಕಂಪ್ಲೀಟ್ ಆಗಿದ್ದರೆ ಚೆನ್ನಾಗಿತ್ತು". ತಗ್ಗಿದ ದನಿಯಲ್ಲಿ ನುಡಿದಿದ್ದು. ಶಿವ ಮೂರನೇ ಕಣ್ಣು ಬಿಟ್ಟಂಗೆ ಮಗಳನ್ನು ನೋಡಿ "ಯಾಕೆ, ನಿಂಗೇನಾದ್ರೂ ಡೌಟಾ? ಇದು ಬರೀ ಮಾತುಕತೆಯ ಹಂತ. ಪರೀಕ್ಷೆ ಮುಗಿದ್ಮೇಲೆ ಮದ್ವೆ ಅಷ್ಟು ಕಾಮನ್ಸೆನ್ಸ್ ನಂಗಿಲ್ವಾ?" ಹ್ಲೂಂಕರಿಸಿದರು. ನಡುಗಿದಳು ಕುಮುದ ಉಸಿರುಗಟ್ಟಿದಂತಾಯಿತು. "ಮದ್ವೆ ನಿಮ್ಮಿಷ್ಟ ಅಂದ್ಮೇಲೆ... ಗಂಡು ಕೂಡ ನಿಮ್ಮಿಷ್ಟಾನೇ" ಸರಸರ ನುಡಿದು ರೂಂಗೆ ಹೋಗಿಯೇ ಬಿಟ್ಟಳು.

"ಇದೇನು ಕೇಳೋ.... ರೀತೀನಾ? ಅವ್ಳಿಗೂ ಒಂದಿಷ್ಟು ಸಮಯ ಕೊಡಿ. ಇನ್ನು ಮುಂದಕ್ಕೆ ಓದಬೇಕೆನ್ನೋ ಆಸೆ ಇರೋ ಹೆಣ್ಣು ಮಕ್ಕಳು ಎಷ್ಟು ಮಂದಿ? ಅವಳಿಗೆ ಎಂ.ಬಿ.ಎ. ಮಾಡೋ ಆಕಾಂಕ್ಷೆ" ಮಗಳನ್ನು ಬೆಂಬಲಿಸಿದರು ಗಿರಿಜ.

ಹೆಂಡತಿಯತ್ತ ಬಹಳ ಮೃದುವಾಗಿ ನೋಡಿದರು ಹರಿಹರನ್. ತೊಂದರೆ ತಗಾದೆ, ಸಮಸ್ಯೆಗಳನ್ನು ತಾವಿಟ್ಟುಕೊಂಡು ಅದು ಯಾವುದು ಮನೆಯೊಳಕ್ಕೆ ಬಂದು ಅದರೊಳಗಿನ ಜನರನ್ನು ಕಾಡದಂತೆ ಎಚ್ಚರವಹಿಸಿ ಸಂಸಾರ ನಡೆಸಿಕೊಂಡು ಬಂದ ಜವಾಬ್ದಾರಿಯುಳ್ಳ ಯಜಮಾನ ಈಗಲೂ ಅದರ ನಿರ್ವಹಣೆಗಾಗಿಯೇ ಈ ಪರದಾಟ.

"ಗಿರಿಜ, ಅರ್ಥ ಮಾಡ್ಕೋಮ್ಮ... ನನ್ನ ಪರಿಸ್ಥಿತೀನು. ಸಾಕಷ್ಟು ಬದಲಾವಣೆಗಳು ಬಂದಿರಬಹುದು ಸಮಾಜದಲ್ಲಿ ವ್ಯವಸ್ಥೆಯಲ್ಲಿ ಅಂಥ ದೊಡ್ಡ ಬದಲಾವಣೆ ಕಾಣೋಕೆ

ಸಾಧ್ಯವಿಲ್ಲ. ಹೆಣ್ಣು ಮಕ್ಳು ಉತ್ತಮರ ಕೈಯಲ್ಲಿಟ್ಟಾಗಲೇ ನೆಮ್ದಿ. ಇದೆಲ್ಲ ನಿಂಗೂ ಅರ್ಥವಾಗುವಂಥದ್ದೇ" ಎಳೆ ಎಳೆಯಾಗಿ ಬಿಡಿಸಿಟ್ಟರು ಅವರು ಹೇಳಿದ ಪಿರಕರವೇ ಅರ್ಥವಾಗೊಂಥದ್ದೇ.

ಮಾತೇ ಆಡಲಿಲ್ಲ ಆಕೆ. ಇದು ಸರಿಯಾದ ಸಮಯವೆನಿಸಿ ಅಶ್ವನಿಕುಮಾರ್ ಬಗ್ಗೆ ತಮ್ಮ ಉತ್ತಮ ಅಭಿಪ್ರಾಯ ತಿಳಿಸಿದರು.

"ನಿನ್ಮಾತು ಸರೀನೇ! ಅಶ್ವನಿಕುಮಾರ್‌ಗಿಂತ ಅವ್ನ ಅಪ್ಪನ ಬಗ್ಗೆ ತಲೆ ಕೆಡಿಸ್ಕೋಬೇಕು. ಒಡನಾಟದಲ್ಲಿ ಅವನ ದುರಾಸೆ ಬುದ್ದಿ ಕಂಡಿದ್ದೆ. ಈಗ ಹೇಗಿದ್ದಾನೋ ನೋಡ್ಬೇಕು. ಅದೆಲ್ಲ ದೂರದ ವಿಷ್ಯವಾಯಿತು. ಸ್ವಲ್ಪ ಕುಮುದಾಗೆ ತಿಳಿ ಹೇಳು. ಮೇಲೆ ಓದಿಕೊಳ್ಳಿ. ಗಂಡನ ಮನೆಯವ್ರು ಇಷ್ಟಪಟ್ಟರೆ ಕೆಲ್ಸಕ್ಕೂ ಸೇರ್ಕೊಳ್ಳಿ" ಮೃದುವಾದರು. ಕಠಿಣ ನಿರ್ಧಾರಗಳು ತೆಗೆದುಕೊಳ್ಳುವಾಗ ಕೆಲವರಿಗೆ ನೋವುಂಟು ಮಾಡಬೇಕಾಗುತ್ತದೆಯೆಂದು ಅವರಿಗೆ ಗೊತ್ತು.

ಹೆಂಡತಿಯನ್ನು ಹತ್ತಿರಕ್ಕೆ ಕರೆದು "ಇವ್ಳ ಮದ್ವೆ ಸರ್ಯಾದ ಸಮಯಕ್ಕೆ ಮಾಡಿ ಮುಗಿಸಿದರೆ.... ಇನ್ನಿಬ್ಬರ ವಿವಾಹಗಳನ್ನಸಕಾಲಕ್ಕೆ ಮುಗಿಸ್ಬಹುದು, ಇಲ್ಲದಿದ್ದರೆ ಹಲವು ಸಮಸ್ಯೆಗಳನ್ನ ಎದುರಿಸಬೇಕಾಗುತ್ತದೆ" ಎನ್ನುವ ಹಿತವಚನ ಹೇಳಿದ ನಂತರವೇ ಇಂಚರಾನ ಕರೆದಿದ್ದು.

"ಏನ್ಮಾಡ್ತಾ ಇದ್ದೆ?" ಕೇಳಿದರು.

"ಕುಮುದಕ್ಕನಿಗೆ ಒಂದಿಷ್ಟು ಹೆಲ್ಪ್ ಮಾಡ್ತಾ ಇದ್ದೆ". ಅಂದು ಮುಗಿಸುವ ವೇಳೆಗೆ ಅಶ್ವಿನಿಕುಮಾರ್ ಆಗಮನವಾಯಿತು. "ನಮಸ್ಕಾರ ಮಾವ" ಎಂದು ಇಂಚರಾಳತ್ತ ಚುರುಕಿನ ನೋಟ ಹರಿಸಿದಾಗ ಗೊಂದಲದಲ್ಲಿ ಬಿದ್ದಂತೆ ಮುಖ ಮಾಡಿ "ಒಂದು ಸಣ್ಣ ಕನ್‌ಫ್ಯೂಷನ್! ತಂದೆ ಸ್ನೇಹಿತರನ್ನ 'ಅಂಕಲ್' ಅಂತ ಕರೆಯೋದು ವಾಡಿಕೆ. ಅಂಥದರಲ್ಲಿ 'ಮಾವ' ಎನ್ನುವ ಸಂಭೋದನೆಗೆ ವಿಶಾಲಾರ್ಥವೇನಾದ್ರೂ ಇದ್ಯಾ? ದಯವಿಟ್ಟು ಬಿಡ್ಸಿ ಹೇಳಿ, ಈ ಸಂದೇಹದಿಂದ ನನ್ನ ಪಾರು ಮಾಡಿ" ನಾಟಕೀಯವಾಗಿ ಕೇಳಿದಳು.

ಹರಿಹರನ್ ನಕ್ಕುಬಿಟ್ಟರು.

ಅಶ್ವಿನ್ ಕುಮಾರ್ ಪೆಚ್ಚಾಗಲಿಲ್ಲ. ಕೂತ ನಂತರವೇ ವಿಶ್ಲೇಷಿಸಿದ 'ಅಂಕಲ್' ಪದ ತೀರಾ ಅಗ್ಗವಾಗಿದೆ. ಡೆಪ್ತ್ ಇಲ್ಲ. ಪಕ್ಕದ ಮನೆ, ಎದುರುಮನೆ, ಬಿಸ್ಕತ್, ಚಾಕಲೇಟ್ ಕೊಡಿಸಿದವರೆಲ್ಲ ಮಕ್ಕಿಗೆ ಅಂಕಲ್ ಆಗ್ಬಿಟ್ಟಿದ್ದಾರೆ. ಇದು ಎಲ್ಲಿವರ್ಗೂ ಹೋಗಿ ಮುಟ್ಟಿದೆಯೆಂದರೆ ತರಕಾರಿ ಅಂಕಲ್, ಹಣ್ಣಿನ ಅಂಕಲ್... ಈ ರೀತಿ ಮುಂದುವರೆದಿದೆ ಅದ್ಕೇ ಆ ಸಂಬೋಧನೆ ಬಿಟ್ಟು ಅಚ್ಚ ಕನ್ನಡದಲ್ಲಿ ಮಾವ ಅಂತ ಕರ್ದೆ. ಈ ಬಗ್ಗೆ ನಮ್ಮಪ್ಪ, ಅಮ್ಮನ ತಕರಾರೇನು ಇಲ್ಲ ನಿಮ್ಮ ತಕರಾರೇನಾದ್ರೂ ಇದ್ಯಾ, ಮಾವ?" ಕೇಳಿದ ನಸು ನಗುವಿನಿಂದ.

"ಖಂಡಿತ ಇಲ್ಲ! ನಿಮ್ಮಪ್ಪ ನಾನು ಒಂದು ಕಾಲದಲ್ಲಿ ಆತ್ಮೀಯ ಮಿತ್ರರಾಗಿದ್ದೆವು. ಈಗ ಪ್ರೀತಿ, ವಿಶ್ವಾಸ ಬೆಲೆ ಗಗನಕ್ಕೇರಿದೆ. ಎಟುಕೋದೆ ಕಷ್ಟ. ಸುಲಭವಾಗಿ ಸಿಗುವಾಗ ಯಾರು ಬೇಡಾಂತಾರೆ?" ಲೋಕಾಭಿರಾಮವಾಗಿ ಮಾತಾಡಿದರು.

ಇಂಚರ ರೂಮಿನ ಬಾಗಿಲವರೆಗೂ ಹೋಗಿ ಒಮ್ಮೆ ಹಿಂದಿರುಗುವಾಗ ಅವನ ತುಂಟ ನೋಟ ಇವಳ ಬೆನ್ನತ್ತ ಇದ್ದಿದ್ದು ಗಮನಕ್ಕೆ ಬಂದಾಗ ಹಲ್ಮುಡಿ ಕಚ್ಚಿ 'ಪಾಕಡ' ಅಂದುಕೊಂಡಳು ಮನದಲ್ಲಿ. ಅಶ್ವನಿಕುಮಾರ್ ಯಾವುದೋ ನೆವದಲ್ಲಿ ಷರಟಿನ ಕಾಲರ್ ಸರಿ ಮಾಡಿಕೊಂಡ.

ಆರಾಮಾಗಿ ತಿಂಡಿ ಬಂತು. ಹರಿಹರನ್ ಎರಡು ಊಟಗಳ ಮಧ್ಯೆ ಕುಡಿಯಲು ಏನಾದರೂ ತೆಗೆದುಕೊಳ್ಳುತ್ತಿದ್ದರೆ ವಿನಃ ತಿಂಡಿ ಅಂಥದನ್ನ ವ್ಯರ್ಜಿಸಿ ಬಹಳ ವರ್ಷಗಳಾಗಿತ್ತು. ಆದರೂ ಮಕ್ಕಳಿಗಾಗಿ ತಿಂಡಿಗಳು ಮಾಡುವ ಪದ್ಧತಿ ಮಾತ್ರ ಇತ್ತು. ಕೆಲವೊಮ್ಮೆ ಮಾಡದಿದ್ದಾಗ ಬೇಸರ ವ್ಯಕ್ತಪಡಿಸುತ್ತಿದ್ದರು.

ರೂಮಿಗೆ ಬಂದ ಇಂಚರ ಕುಮುದ, ಕುಸುಮರ ಮಧ್ಯೆ ಹೋಗಿ ಕೂತಳು. ಇಬ್ಬರು ಸೀರಿಯಸ್ಸಾಗಿ ಯೋಚಿಸುತ್ತಿದ್ದಂತೆ ಕಂಡರು. "ಪ್ಲೀಸ್, ಅಮ್ಮನಿಗೆ ಅಶ್ವಿನ್ ಕುಮಾರ್ ಮಾತು, ನಡತೆಯೆಲ್ಲಾ ಇಷ್ಟವಾಗಿದೆ. ಮಾತಿನ ವರಸೆಯಲ್ಲಿ ಅಪ್ಪನನ್ನು ಮಾವ ಮಾಡ್ಕೊಂಡ್ರು. ಕುಮುದಕ್ಕ ಒಳ್ಳೆ ಛಾನ್ಸ್. ಈ ಮಹಾರಾಯ ನಿನ್ನ ಖಂಡಿತ ಎಂ.ಬಿ.ಎ. ಮಾಡಿಸ್ತಾನೆ. ನಿನ್ನ ಕನಸುಗಳಿಗೆ ಒಂದು ರೂಪ ಕೊಡ್ತಾನೆ" ಮೆಲ್ಲಗೆ ಉಸುರಿದಳು. ಇದು ಅವಳಿಗೆ ಇಷ್ಟವಾಗಲಿಲ್ಲ.

ಕುಮುದ ಮುಖ ದಪ್ಪ ಆಯಿತು. 'ವಿವಾಹ' ಅನ್ನುವ ವಿಷಯದಿಂದಲೇ ಎರಡು ವರ್ಷ ದೂರ ಇರಬೇಕೆನ್ನೋದು ಅವಳ ಇಷ್ಟ. ಬಹುಶಃ ಇದು ಶಾಶ್ವತವಾದ ನಿರ್ಧಾರವೋ, ತಾತ್ಕಾಲಿಕವಾದದ್ದೋ ಗೊತ್ತಾಗಲಿಲ್ಲ. ಅಂತು ಅಶ್ವಿನಿಕುಮಾರ್‌ನ ಕೈ ಹಿಡಿಯಲು ಸಿದ್ಧಳಿಲ್ಲ.

ಏನಾದರೂ ಮಾತಾಡುವ ಮುನ್ನ ಅಶ್ವಿನಿ ಕುಮಾರೇ ರೂಮಿನೊಳಕ್ಕೆ ಬಂದು ಅಚ್ಚರಿಗೊಳಿಸಿದ. "ಮುಂದಿನ ರೋಡ್ನಲ್ಲಿ ಒಂದ್ಮನೆ ನೋಡಿದ್ದೀನಿ. ನೀವುಗಳು ಕೂಡ ನನ್ನೊಜ್ತೆ ಅಲ್ಲಿವರ್ಗೂ ಬರ್ಬೇಕು" ಒಂದು ವಿಷಯ ಇಟ್ಟು ಹರಿಹರನ್, ಗಿರಿಜಾನ ಒಪ್ಪಿಸಿದ. ಇವರುಗಳನ್ನ ಕೂಡ ಹೊರಡಿಸೋದು ಕಷ್ಟವಾಗಲಿಲ್ಲ.

ನಾಲ್ವರೂ ಹೊರಟರು. ಬಾಗಿಲ ಬಳಿ ಹೋದ ಇಂಚರಾಗೆ ಬುಲಾವ್ "ನಿಂಗೆ ಫೋನಿದೆ ನೋಡು" ಹೇಳಿದ್ದು ಹರಿಹರನ್. ಆದರೆ ಅವಳಿಗೆ ಫೋನ್ ಬರುತ್ತಿದ್ದುದೇ ಅಪರೂಪ. ತೆಗೆದಿಟ್ಟ ಫೋನೆತ್ತಿಕೊಂಡು ಸ್ವಲ್ಪ ಅಸಹನೆಯಿಂದಲೇ "ಹಲೋ..." ಎಂದಳು.

"ಹಾಯ್.... ಇಂಚರ, ಐ ಲೈಕ್ ಯು" ಅಷ್ಟೇ ಕೇಳಿಸಿದ್ದು.

ಅವಳು ಬೆವತರೂ ಒಡನೆ ಚೇತರಿಸಿಕೊಂಡು "ಕಟ್... ಆಯ್ತು" ಎಂದು ಇಟ್ಟಳು. ಪೇಪರ್ ನೋಡುತ್ತಿದ್ದ ತಂದೆಯತ್ತ ನೋಡಿ ನಿಟ್ಟುಸಿರು ದಬ್ಬಿದಳು. ಅವಳಿಗೆ ಫೋನ್ ಮಾಡುವಂಥ ಬಾಯ್ ಫ್ರೆಂಡ್ಸ್ ಯಾರು ಇರಲಿಲ್ಲ. ಈಗ ತಂದೆ ಏನೆಂದು ತಿಳಿದಿರಬಹುದು, ಎಂದುಕೊಳ್ಳುವ ವೇಳೆಗೆ ಪೂರ್ತಿ ಸೋತಳು. ಹೆಚ್ಚು ಸ್ವತಂತ್ರ್ಯ ಕೊಡದೇ ಕಟ್ಟೆಚ್ಚರದಿಂದ ಬೆಳೆಸಿದ್ದರು ಮಕ್ಕಳನ್ನು. ಅವರ ಕಣ್ಣುಗಳ ಸರ್ಪಗಾವಲಿನಲ್ಲಿ ಬೆಳೆದ ಮೂವರು ಪ್ರೇಮ, ಪ್ರೀತಿಯ ಬಗ್ಗೆ ಯೋಚಿಸಿರಲಿಲ್ಲ.

ಕರ್ಚೀಫ್‌ನಿಂದ ಬೆವರನ್ನೊರೆಸಿಕೊಳ್ಳುತ್ತ ಹೊರಗೆ ಹೋದಾಗ ಅಶ್ವಿನಿಕುಮಾರ್ ದೊಡ್ಡ ಜೋಕ್‌ನೊಂದಿಗೆ ನಗೆ ಹಾರಿಸುತ್ತಿದ್ದ.

ಬಹುಶಃ ಕುಸುಮ, ಕುಮುದ ಕೂಡ ನಗುತ್ತಿದ್ದರಿಂದ ಪ್ರಭಾವಶಾಲಿ ಜೋಕ್ ಇರಬೇಕೆಂದುಕೊಂಡಳು. ಆದರೂ ಫೋನ್ ಬಂದ ಷಾಕ್‌ನಿಂದ ಅವಳಿನ್ನೂ ಚೇತರಿಸಿಕೊಂಡಿರಲಿಲ್ಲ. ಯಾರಿರಬಹುದು? ಅಂದು ಪರ್ಸ್ ಕೊಟ್ಟ ಯುವಕ ಡ್ರೈವರ್ ಇರಬಹುದೇ?

ಮುಂದಿನ ರೋಡ್‌ನಲ್ಲಿ ಮನೆ ಇದ್ದಿದ್ದರಿಂದ ನಡೆದೇ ಹೊರಟಿದ್ದು. ದಾರಿಯುದ್ದಕ್ಕೂ ಅಶ್ವನಿಕುಮಾರ್ ಮಾತಾಡುತ್ತಲೇ ಇದ್ದ ಆಕರ್ಷಕವಾಗಿ. ಮುಂದಿನ ರೋಡ್‌ನಲ್ಲಿದ್ದ ಮನೆ ತಲುಪಲು ಬಹಳ ಹೊತ್ತು ಬೇಕಾಗಲಿಲ್ಲ.

"ಮನೆ ತುಂಬಾ ಚೆನ್ನಾಗಿದೆ" ಹೇಳಿದಳು ಕುಮುದ ಕಿಟಕಿಯಿಂದ ಹೊರಗೆ ನೋಡುತ್ತಿದ್ದ "ಯೂ ಆರ್ ಲಕ್ಕಿ, ಮನೆ ತುಂಬಾನೇ ಚೆನ್ನಾಗಿದೆ. ಇಷ್ಟೊಂದು ಕನ್ವೀನಿಯಂಟ್ ಆಗಿರೋ ಮನೆಗಳು ಸಿಕ್ಕೋದು ಸ್ವಲ್ಪ ಕಷ್ಟ". ಇದು ಕುಸುಮಳ ಕಾಮೆಂಟ್ಸ್. ಮೌನವಹಿಸಿದವಳು ಇಂಚರ ಮಾತ್ರ. ಈಗ ಅವಳ ಮನಸ್ಸಿನಲ್ಲಿದ್ದ ವ್ಯಕ್ತಿ ಫೋನ್ ಮಾಡಿದವನು. ಫೋನ್ ನಂಬರ್ ಎಲ್ಲಿ ಸಿಕ್ಕಿತು? ಅದೇನು ಪ್ರಯಾಸದ ವಿಷಯ ಅಲ್ಲವೆಂದುಕೊಂಡರೂ ಫೋನ್ ಮಾಡೋ ರಿಸ್ಕ್ ತೆಗೆದುಕೊಂಡಿದ್ದಕ್ಕೆ ಕಾರಣವೇನು? ತನ್ನನ್ನ ನೋಡಿದ್ದಾನಾ? ಪರ್ಸ್ ಕಳೆದಿದ್ದು ಹೋಟಲ್‌ನಲ್ಲಿ ಇವಳ ಕೈಯಿಂದ ಸಹಪಾಠಿ ಲಲಿತ ಬರೋವಾಗ ಹೋಟೆಲ್‌ನಲ್ಲಿ ಬಿಟ್ಟು ಬಂದಿದ್ದು. ಆಕಸ್ಮಿಕ, ಆಮೇಲೆ ಹೋಗಿ ಕೇಳಿ ಹುಡುಕಿದರೂ ಸಿಕ್ಕಿರಲಿಲ್ಲ.

"ಮೇಡಮ್, ತಾವು ಏನಾದ್ರೂ ಹೇಳಬಹುದಲ್ಲ!" ಪಕ್ಕದಲ್ಲಿ ಬಂದು ನುಡಿದಾಗ ಬೆಚ್ಚಿಬಿದ್ದಳು. 'ಹ್ಞಾ...ಹ್ಞಾಂ..." ತಡವರಿಸಿದ್ದು ಮೆಲ್ಲಗೆ.

"ಹೇಗಿದೆ ಮನೆ?" ಅವನೇ ಕೇಳಿದ.

"ಫೆಂಟಾಸ್ಟಿಕ್!" ಎಂದಳು ಗಾಬರಿಯಿಂದ.

"ಮೈ ಗಾಡ್, ನೀವೇ ಪರ್ವಾಗಿಲ್ಲ, "ಚೆನ್ನಾಗಿದೆ' ಅನ್ನೋದಕ್ಕಿಂತ.... ಆವೇಗದಿಂದ 'ಫೆಂಟಾಸ್ಟಿಕ್' ಅಂದ್ರಿ" ಅರ್ಥಪೂರ್ಣವಾಗಿ ಹೇಳಿದ್ದ. ಅದನ್ನು ಯಾರೂ ಅರ್ಥಮಾಡಿಕೊಳ್ಳುವ ಪ್ರಯತ್ನನ ಮಾಡಲಿಲ್ಲ.

ಬಲವಂತದಿಂದ ಕರೆದೊಯ್ದ ಹೋಟೆಲ್‌ಗೆ. ಇಂಚರಳ ನೋಟ ಸುತ್ತಲೂ ಹುಡುಕಾಡುತ್ತಿತ್ತು. ಬಹುಶಃ ಪರ್ಸ್ ತಂದುಕೊಟ್ಟ ಡ್ರೈವರ್ ಕುಳಿತಿರುವವರಲ್ಲಿ ಒಬ್ಬನಾಗಿಬಹುದೇ? ತನ್ನ ಬೆಪ್ಪು ತನಕ್ಕೆ ತಲೆಯ ಮೇಲೊಂದು ಮೊಟಕಿಕೊಂಡಾಗ ಅಶ್ವಿನ್‌ಕುಮಾರ್ ಬಾಯಿ ತೆಗೆದ.

"ಯಾಕೆ, ಏನು ತಪ್ಪು ಮಾಡಿದ್ರಿ ಮಿಸ್?"

ತಕ್ಷಣ ವಾಸ್ತವಕ್ಕೆ ಮರಳಿದ ಇಂಚರ "ಏನಿಲ್ಲ, ಏನೋ ಇಟ್ಟು ಮರೆತಿದ್ದೆ" ಬಾಯಿ ಬಿಟ್ಟಳು. ಆ ವೇಳೆಗೆ ಕುಮುದ, ಕುಸುಮ ಸಿಂಕ್‌ನಲ್ಲಿ ಕೈ ತೊಳೆದು ಬಂದಿದ್ದರಿಂದ ತಾನು ಎದ್ದು ಹೋದಳು.

ಸೆಲ್ಯುಲಾರ್ ಹಿಡಿದು ಬಂದ ಒಬ್ಬ ಪುಟ್ಟ ಹುಡುಗ "ನಿಮ್ಗೇ ಫೋನ್" ಅಂದ. ಅವಳಿಗೆ ನಗು ಬಂತು. "ನಂಗಲ್ಲ, ಯಾರ್ಗೋ ಬಿಡು" ನಲ್ಲಿಯ ಕೆಳಗೆ ಕೈ ಹಿಡಿದು ಅತ್ತ ತಿರುಗಿದಾಗ ಅಲ್ಲೇ ನಿಂತಿದ್ದ. ಅವಳ ಕೈ ಕಾಲುಗಳಲ್ಲಿ ನಡುಕ ಷುರುವಾಯಿತು. "ನಂಗಲ್ಲ... ಹೋಗು" ಸಿಡುಕಿದ ನಂತರವೇ ಮಾಯವಾಗಿದ್ದು. ಕತ್ತಿಡಿದು ಹಿಸುಕಿದಂತಾಯಿತು. ಇದೆಂತಹ ಗ್ರಹಚಾರ! ತಾನು ಇಷ್ಟು ಪುಕ್ಕಲು ಎಂದು ಅವಳಿಗೆ ಅರಿವಾಗಿದ್ದು ಇಂದೇ.

ಇವಳು ಬರುವ ವೇಳೆಗೆ ಮೆನುನ ನೋಡಿ ತಿಂಡಿ ಹೇಳಿ ಆಯಿತು. ಮೋಹಕ ನೋಟ ಹರಿಸುತ್ತ ಅಶ್ವಿನಿಕುಮಾರ್ "ಅಂತು ನಿಮ್ಗೂ ಜಾಮುನ್ ಇಷ್ಟಾಂತ ಕುಮುದ ಹೇಳಿದ್ರು. ನಂಗೂ ಅದೇ ಇಷ್ಟ" ಅಂದಾಗ ಪರ್ಸ್ – ಫೋನ್ ಎಲ್ಲಾ ಅಶ್ವಿನಿಕುಮಾರ್ ಆಟಾನಾ? ಪ್ರಶ್ನೆ ಹಾಕಿಕೊಂಡರೂ, ಉತ್ತರ ಪಡೆಯದೇ ತಳ್ಳಿಹಾಕಿದಳು. ನಂತರ ಈ ಟೆನ್‌ಷನ್‌ನಲ್ಲಿಯೂ ಮಾತಾಡಿದಳು. "ಅದ್ಕೇ ಕಾರಣ ಏನ್ಹೇಳಿ? ದಿಡೀರ್ ಸ್ವೀಟ್ಸ್‌ನಲ್ಲಿ ಜಾಮುನ್ ಮಿಕ್ಸ್ ತಂದರೆ ಇಪ್ಪತ್ತು ನಿಮಿಷಕ್ಕಿಂತ ಕಡಿಮೆ ಅವದಿಯಲ್ಲಿ ಜಾಮುನ್ ರೆಡಿ. ಅತಿಥಿಗಳು, ಫ್ರೆಂಡ್ಸ್ ಬಂದಾಗ ತಕ್ಷಣ ಸಿದ್ಧವಾಗೋದು ಅದೇ. ಅದಕ್ಕೆ ಪೂರ್ತಿ ಒಗ್ಗಿಕೊಂ ಡಿದ್ದೀನಷ್ಟೇ" ಪುಟ್ಟ ವಿವರಣೆ ನೀಡುತ್ತ ಮಾನಸಿಕವಾಗಿ ಚೇತರಿಸಿಕೊಂಡಳು.

ಕುಮುದ, ಕುಸುಮ ಕೂಡ ಅಶ್ವಿನಿಕುಮಾರ್‌ರ ಮಾತುಗಳಲ್ಲಿ ಮುಳುಗಿ ಹೋದರು. ಆದರೆ ಇಂಚರಳ ಹೆದರಿಕೆಯ ನೋಟ ಅಲ್ಲಲ್ಲಿ ಹರಿದಾಡುತ್ತಿದ್ದುದು ಮೊದಲು ಗಮನಿಸಿದ್ದು ಅಶ್ವಿನಿಕುಮಾರ್.

"ಮೊದ್ಲು, ಎಂದಾದ್ರೂ ಈ ರೆಸ್ಟೋರೆಂಟ್‌ಗೆ ಬಂದಿದ್ರಾ? ಏನಾದ್ರೂ ಕಹಿ ಅನುಭವ... ಎಂದಾಗ ಅವನ ಕೆನ್ನೆಗೆ ಬಾರಿಸಿ ಬಿಡಬೇಕೆನಿಸಿತು. ಆದರೆ ತಕ್ಷಣ ಕುಮುದ "ಅಪ್ಳಿಗೆ ಫ್ರೆಂಡ್ಸ್ ತುಂಬಾನೇ ಕಡ್ಮೆ. ಇಂಚರಾಗೆ ಅಮ್ಮನೇ ಗುಡ್ ಫ್ರೆಂಡ್ ಕಾಲೇಜು ಮುಗಿದ ಕೂಡಲೇ ಮನೆಯಲ್ಲಿ ಹಾಜರು. ಅಮ್ಮ ಒಂದೆರಡು ಸಲ ಪ್ರಜ್ಞೆ ತಪ್ಪಿದ ಮೇಲಂತೂ ಹೊರ್ಗಿನ ಅವ್ಳ ಎಲ್ಲಾ ಪ್ರೋಗ್ರಾಂಗಳು ಕ್ಯಾನ್ಸಲ್. ಆರಾಮಾಗಿ ಕೂತು ಹಾಡ್ತಾಳೆ. ಅದು ಅಪ್ಪನಿಗೆ ಇಷ್ಟ" ಹೇಳಿದಳು. ಅವಳಿಗೆ ತಂಗಿಯೆಂದರೆ ಹೆಚ್ಚಿನ ಅಭಿಮಾನದ ಜೊತೆ ಅಪ್ಪನ ಬಳಿ ಕ್ಲಿಷ್ಟವಾದ ಸಮಯದಲ್ಲಿ ಮಾತಾಡಬಲ್ಲಳೆಂಬ ಕಿಂಚಿತ್ ಅಸೂಯೆ ಕೂಡ.

ಆಮೇಲೆ ಅಶ್ವಿನಿಕುಮಾರ್ ತಾನು ಬಿ.ಕಾಂ. ಮುಗಿಸಿದ ಮೇಲೆ ಕೆಲಸಕ್ಕಾಗಿ ಮಡಿದ ಪ್ರಯತ್ನಗಳೆಲ್ಲ ತಿಳಿಸಿದ. ಕೆಲವು ಕಡೆ ಮೂರು ತಿಂಗಳು ಆರು ತಿಂಗಳು ಕೆಲಸ ಮಾಡಿ ಬಿಟ್ಟ ನಂತರ ನೋವನ್ನು ಮುಕ್ತವಾಗಿ ತೋಡಿಕೊಂಡ.

"ಒಂದ್ಕಡೆ ಪ್ರೈವೇಟ್ ಕಂಪನಿಯಲ್ಲಿ ಆಕರ್ಷಕವಾದ ಕೆಲ್ಸವೇ. ಸಮಯದ ಲಿಮಿಟ್ ಇರಲಿಲ್ಲ. ಸೆಕ್ಯೂರಿಟಿಯಂತೂ ಮೊದಲೇ ಇಲ್ಲ. ಆ ದಿನಗಳು ಬಹಳ ದಣಿವಿನವು. ಬ್ಯಾಂಕಿಂಗ್ ಎಕ್ಸಾಮ್ ಕೂತಿದ್ದೆ. ನಂಗಂತೂ ಸೆಲೆಕ್ಟ್ ಆಗ್ತೀನಿ ಅನ್ನೋ ನಂಬಿಕೆ ಇರ್ಲಿಲ್ಲ. ಆದರೆ ಸೆಲೆಕ್ಷನ್ ಆಗಿ ಅಪಾಯಿಂಟ್‌ಮೆಂಟ್ ಆರ್ಡರ್ ಬಂದ

ದಿನ ಐದಾರು ದೇವಸ್ಥಾನಗಳಲ್ಲಿ ನಮ್ಮಪ್ಪ ಅಭಿಷೇಕಕ್ಕೆ ಕೊಟ್ಟಿದ್ರು. ಯಾಕಂತಾ ಗೊತ್ತಾ? ಅದೇನು ಅಂಥ ಸೀಕ್ರೇಟ್ ಅಲ್ಲ. ಹೆಚ್ಚು ಹೆತ್ತ ಜನ ನಮ್ಮ ಮನೆಯ ಬಳಿ ಕ್ಯೂ ನಿಲ್ತಾರೇಂತ. ಅದೆಲ್ಲ ಸುಳ್ಳಾಯಿತು" ಜೋರಾಗಿ ನಕ್ಕ. ಅವನ ನಗುವಿಗೆ ಇವರ ನಗು ಕೂಡ ಸೇರಿತು.

ಅಂತು ಅಶ್ವಿನಿಕುಮಾರ್ ಸ್ನೇಹಪರ, ಒಳ್ಳೆಯ ಮಾತುಗಾರ ಎನ್ನುವುದನ್ನು ಎಲ್ಲಾ ಒಪ್ಪಿಕೊಂಡರು. ತನ್ನನ್ನು ಟೀಕಿಸಿಕೊಳ್ಳುತ್ತಿದ್ದ ತಮಾಷೆ ಮಾಡಿಕೊಳ್ಳುತ್ತಿದ್ದ ಇದೊಂದು ಹೆಚ್ಚುಗಾರಿಕೆಯಾಗಿ ಕಾಣಿಸುತ್ತಿತ್ತು.

ರಾತ್ರಿಯ ಊಟ ಹರಿಹರನ್ ಮನೆಯಲ್ಲಿಯೇ. ಇಂದು ಕೂಡ ಕೋಸಂಬರಿ, ಮೆಣಸಿನಕಾಯಿ ಬೋಂಡ ಮಾಡುವ ರಿಸ್ಕ್ ತಗೊಂಡಿದ್ದರು ಗಿರಿಜ. ಅದನ್ನು ಎಲ್ಲಾ ಗಮನಿಸಿದರೂ ಯಾರೂ ತುಟಿ ತೆರೆಯಲಿಲ್ಲ.

ಮಾತಿನ ಮಧ್ಯೆ ಅವನಪ್ಪ, ಅಮ್ಮನ ಬಗ್ಗೆ ಹೇಳಿಕೊಂಡ. "ಅಮ್ಮನದು ಸ್ವಲ್ಪ ನೆಗೆಟಿವ್ ಥಿಂಕಿಂಗ್, ಅಪ್ಪ ಅಂದಿನ ಗಿರಿಯಪ್ಪನೇ. ಏನು ಅಂಥ ದೊಡ್ಡ ಬದಲಾವಣೆಯಾಗಿಲ್ಲಾಂತ ಮಾವ ಅಂದ್ಕೋಬೇಕು" ಎಂದು ನಗೆ ಚಾಟಿಕೆ ಹಾರಿಸಿದ ಹರಿಹರನ್‌ನ ನೋಡುತ್ತ.

ಅವನನ್ನು ಬೀಳ್ಕೊಡಲು ಇಂಚರ, ಗಿರಿಜ ಗೇಟಿನವರೆಗೂ ಬಂದರು. ಹೊರಟ ನಂತರ ತಾಯಿಯ ಕಿವಿಯಲ್ಲಿ ;ಪಿಸುಗುಟ್ಟಿದಳು. "ಮಮ್ಮಿ ವೆರಿ ಡೇಂಜರಸ್ ಫೆಲೋ" ಎನ್ನುತ್ತಿದ್ದಂಗೆ ಹಿಂದಿರುಗಿ ಬಂದು ಕೀಯನ್ನು ಗಿರಿಜಾ ಅವರಿಗೆ ಕೊಟ್ಟು "ಅತ್ತೆ, ಹಾಲು ಉಕ್ಕಿಸಿ ಏನೇನು ಮಾಡ್ಬೇಕೊ ಅದ್ನೆಲ್ಲಾ ನೀವು ಮಾಡ್ಬಿಡಿ. ನಾನ್ಹೋಗಿ ಸಾಮಾನಿನ ಜೊತೆ ಅಪ್ಪ, ಅಮ್ಮನ ಕರ್ಕೊಂಡ್ ಬರ್ತೀನಿ" ದೊಡ್ಡ ಜವಾಬ್ದಾರಿ ಒಪ್ಪಿಸಿ ಹೋದವನನ್ನು ಬಿಟ್ಟ ಕಣ್ಣುಗಳಿಂದ ನೋಡಿದಳು ಇಂಚರ.

ಫೋನ್ ಸದ್ದುಗೆ ಓಡಿದಳು. ಕಂಪಿಸುವ ಕೈಯಿಂದಲೇ ಫೋನೆತ್ತಿದ್ದು. "ಹಲೋ ಇಂಚರಾ! ನೀನೆ ಫೋನೆತ್ತಿರೋದುಂತ ನನ್ನ ಹೃದಯ ಹೇಳ್ತು. ಇವತ್ತು ರೆಸ್ಟೋರೆಂಟ್‌ನಲ್ಲಿ ತುಂಬ ಬ್ಯೂಟಿಫುಲ್ಲಾಗಿ ಕಂಡೆ, ಅದ್ನ ಹೇಳೋಕೇಂತ್ಲೇ ಇನ್ನೊಂದು ಸೆಲ್ಯೂಲಾರ್ ಕಳಿಸಿದ್ದು. ನೀನು ನಿರಾಕರಿಸಿದ್ದು ಯಾಕೇ? ನೀಲಿ ಚೂಡಿದಾರ್‌ನಲ್ಲಿ ಮುದ್ದಾಗಿ ಕಂಡೆ" ಅಂದಾಗ ಅವಳೆದೆಯ ಬಡಿತವೇರಿತು.

"ಯಾರು ನೀವು? ಪ್ಲೀಸ್ ತೊಂದರೆ ಕೊಡ್ಬೇಡಿ" ಅಂದಳು. ನಡುಗುವ ದನಿಯಲ್ಲಿ. "ತೊಂದರೆ ಅಲ್ಲ, ಮೈ ಸ್ವೀಟ್ ಹಾರ್ಟ್. ನಿನ್ನ ದನಿ ಕೇಳೋಕೆ ನಂಗೆ ಇಷ್ಟ. ಸಧ್ಯಕ್ಕೆ ಫೋನ್ ಮಾಡೋಲ್ಲ" ಫೋನ್ ಕಟ್ ಆಯಿತು. ವಾಯ್ಸ್ ರೂಡಾಗಿ ಕಾಣಲಿಲ್ಲ. ಇದನ್ನ ತಂದೆಯವರೆಗೂ ಒಯ್ಯಲೇ ಎಂದು ಯೋಚಿಸಿದಳು. ಕೈ ಬಿಟ್ಟಳು. ಬರೀ ಹುಡುಗಾಟಿಕೆ ಇರಬಹುದು. ಹೇಗೋ ಫೋನ್ ಮಾಡೋಲ್ಲ" ಅಂದನಲ್ಲ. ಅಷ್ಟು ಸಾಕು ಎಂದುಕೊಂಡಳು.

ಅಂತು ಭಾನುವಾರ ಅಶ್ವಿನಿಕುಮಾರ್ ಅಡ್ವಾನ್ಸ್ ಕೊಟ್ಟ ಮನೆಗೆ ಎಲ್ಲಾ ಹೋದರು. ಎಲ್ಲ ಮುಗಿಸಿಯೇ ಹಿಂದಿರುಗಿದ್ದು.

ಬಂದ ಕೂಡಲೇ ಗಂಡನಿಗೆ ಹೇಳಿದರು. "ನಂಗಂತು ತುಂಬಾನೇ ಒಪ್ಗೇ. ಸಧ್ಯಕ್ಕೆ ಕುಮುದ ಕೂಡ ಹತ್ತಿರದಲ್ಲೇ ಇರ್ತಾಳೆ. ನಿಮ್ಮ ಫ್ರೆಂಡ್ ಗಿರಿಯಪ್ಪ ಬಂದ ಕೂಡಲೇ ಜಾತ್ಕ ಇಸ್ಕೊಳ್ಳಿ. ತಿಳಿದ ಜನ, ನಮ್ಗೂ ನಿಶ್ಚಿಂತೆ ಇರುತ್ತೆ. ಅವ್ನು ಕೂಡ ಇವ್ಳು ಎಂ.ಬಿ.ಎ. ಮಾಡ್ತೀನೀಂದರೆ ಬೇಡಾನ್ನೋಲ್ಲ. ನೀವು ಕೈ ತಪ್ಪಿ ಹೋಗ್ದಂತೆ ಸರ್ಯಾದ ರೀತಿಯಲ್ಲಿ ಪ್ರಯತ್ನ ಮಾಡ್ಬೇಕು".

ಪೇಪರ್ ನೋಡುತ್ತಿದ್ದವರು ಹೆಂಡತಿಯತ್ತ ನೋಡಿ ನಗೆ ಅರಳಿಸಿ "ಸರ್ಯಾದ ಪ್ರಯತ್ನ ಅಂದರೆ ಹೇಗೆ? ಅವ್ರುಗಳು ಬಿಟ್ಟು ನಾವೇ ಆಸೆಗಳು ಬೆಳಸಿಕೊಂಡು ನಿರ್ಣಯ ತಗೋಬಾರ್ದು. ಮೊದ್ಲು ಅವ್ರುಗಳು ಬರ್ಲಿ" ಅಡ್ಡಗೋಡೆಯ ಮೇಲೆ ದೀಪವಿಟ್ಟಂತೆ ನುಡಿದರು.

ಇದನ್ನು ರೂಮಿನಲ್ಲಿ ಪೂರ್ತಿಯಾಗಿ ವಿರೋಧಿಸಿದವಳು ಕುಮುದ. "ಏನಂದ್ರೂ ನಾನಂತು ಅಶ್ವಿನಿಕುಮಾರ್‌ನ ಮದ್ವೇ ಆಗೋಲ್ಲ. ನಾನು ಬಯಸೋ ಜೀವನಾನ ಕೊಡೋಕೆ ಅವ್ನಿಂದ ಸಾಧ್ಯವಿಲ್ಲ".

ಓದುತ್ತಿದ್ದ ಕುಸುಮ ಎಗರಿ ಬಿದ್ದಳು. "ಸಾಕು, ಈ ಟಾಪಿಕ್ ಬೇಡದಿದ್ದರೆ ಬಿಡು! ನೀನು ಐಶ್ವರ್ಯ ರೈ ನೋಡು, ನಿನ್ಮದ್ವೆ ಆಗೋಕೆ ಅಮೆರಿಕಾ ಅಧ್ಯಕ್ಷರು ಬರ್ತಾರೆ. ಆರಮಾಗಿ ಶ್ವೇತಭವನದಲ್ಲಿ ಸೆಟ್ಲು ಆಗ್ಬಹ್ದು. ಮೊದ್ಲು ಅವ್ನು ನಿನ್ನ ಒಪ್ತಾನಾಂತ ಯೋಚ್ಸು" ಎಂದು ಷಾಕ್ ಕೊಟ್ಟಳು. ಆ ಏಟಿಗೆ ಕುಮುದ ಪಾತಾಳ ಸೇರಿದಂತಾಯಿತು. ಚೆಲುವಾಗಿದ್ದಳು, ಆರೋಗ್ಯವಾಗಿದ್ದಳು. ಆದರೆ ಫಳಫಳ ಹೊಳೆಯುವ ರೂಪವೇನು ಅಲ್ಲ. ಅಂಥ ಮಹಾನ್ ಪ್ರತಿಭಾವಂತೆಯೂ ಅಲ್ಲ, ಅವಳಪ್ಪ ಹಾಕಿದ ಗೆರೆಯ ಮೇಲೆ ಭವಿಷ್ಯವನ್ನು ರೂಪಿಸಿಕೊಳ್ಳಬೇಕು.

ಇಂಚರ ಅವಳ ಪಕ್ಕಕ್ಕೆ ಮೆಲ್ಲಗೆ ಸರಿದು "ಹೇಗಿದೆ, ಷಾಕ್ ಟ್ರೀಟ್‌ಮೆಂಟ್? ಸುಮ್ನೇ ಎಲ್ಲಾ ವಿಷಯಾನೂ ಬದಿಗೊತ್ತಿ ಓದು. ನೀನೇನಾದ್ರೂ ರ್‍ಯಾಂಕ್ ಬಂದರೆ ಎಂ.ಬಿ.ಎ. ಓದ್ಲೋ ನಿರ್ಣಯ ಅಪ್ಪಾನೇ ತಗೋತಾರೆ". ಎಂದು ಎದ್ದು ಫೋಟೋಗಳನ್ನು ಕವರ್‌ಗೆ ಸೇರಿಸಿ ತೆಗೆದಿಟ್ಟಳು.

ಅಂತು ಮೂವರು ಮಾತು ಬಂದ್ ಮಾಡಿ ತಮ್ಮ ತಮ್ಮ ಪಾಡಿಗೆ ಓದಿಕೊಂಡರು. ತಟ್ಟನೆ ನೆನಪಿಸಿಕೊಂಡು "ನನ್ನ ಪರ್ಸ್ ಎಲ್ಲ?" ಕೇಳಿದಳು.

"ಕಳೆದು ಹೋಗಿ ಸಿಕ್ಕಿದ ಪರ್ಸ್ ಬಗ್ಗೆ ಅಷ್ಟೊಂದು ಅಭಿಮಾನ, ಹೇಗೂ ಹೊಸದು ಕೊಂಡಿದ್ದಾಗಿದೆಯಲ್ಲ, ಅದ್ನ ನಾನೇ ಇಟ್ಕೋತೀನಿ" ಎಂದಳು ಕುಮುದ.

ಅದರೊಳಗಿನ ಪುಟ್ಟ ಚೀಟಿಯನ್ನು ನೆನಪಿಸಿಕೊಂಡು ಇಂಚರ ಬೆಚ್ಚಿಬಿದ್ದಳು. "ಬೇಡ, ಅದರ ಮೇಲೆ ನಂಗೆ ಮಹಾನ್ ಪ್ರೀತಿ. ಒಂದ್ಸಲ ಕೊಡು. ನೋಡಿ ನಿಂಗೆ ಕೊಟ್ಬಿಡ್ತೀನಿ". ಬಹಳ ಕಾಡಿಸಿದ ನಂತರವೇ ಕುಮುದ ಕೊಟ್ಟಿದ್ದು. "ಮಹರಾಯ್ತಿ ಹಣಾನ ಸ್ವಲ್ಪ ಕುಸುಮ, ಮಿಕ್ಕಿದ್ದು ನಾನು ತಗೊಂಡಿದ್ದೀವಿ. ಮುಂದಿನ ತಿಂಗ್ಳು ಅಪ್ಪ ಕೊಟ್ಟ ಮೇಲೆ ಅಡ್ಜಸ್ಟ್ ಮಾಡಿಕೊಳ್ಳೋಣ ಎಂದು ಸೂಚಿಸಿದಳು. ಇದು ಸಾಧಾರಣ ಇಂಥದ್ದು ಇದ್ದೇ ಇರುತ್ತಿತ್ತು. ಅಕ್ಕ ತಂಗಿಯರ ಮಧ್ಯೆ ಈ ಅನ್ಯೋನ್ಯತೆಯನ್ನು ನೋಡಿ ಬೇರೆಯವರು ಬೆರಳು ಕಚ್ಚಬೇಕಿತ್ತು.

ಇವರುಗಳು ಮಲಗುವವರೆಗೆ ಚಡಪಡಿಸುತ್ತ ಕಾದರೂ ಆಮೇಲು ಪರ್ಸ್ ತೆಗೆದು ನೋಡುವ ಧೈರ್ಯವಾಗಲಿಲ್ಲ. ಲವ್ ಕಾದಂಬರಿಗಳನ್ನು ಓದಿರಬಹುದು, ಪ್ರೀತಿ, ಪ್ರೇಮದ ಸಿನಿಮಾಗಳನ್ನು ನೋಡಿರಬಹುದು. ಆದರೆ ಅದು ಒಂದು ಲಿಮಿಟ್‌ನಲ್ಲಿ. ಇಲ್ಲಿ ಕುಟುಂಬದ ಜನ ಕೂತು ನೋಡುವಂಥ ಚಿತ್ರಗಳನ್ನು ನೋಡುತ್ತಿದ್ದುದು. ತಾಯಿ ತಂದೆಯ ಕಟ್ಟೆಚ್ಚರದಲ್ಲಿ ಬೆಳೆದವಳು. ಅವರ ವಿರುದ್ಧ ಒಂದಡಿ ಮುಂದಿಡಳು. ಅವರು ತೋರಿಸಿದ ದಿಕ್ಕಿನಲ್ಲಿ ಹೆಜ್ಜೆಯಿಡುವಂತ ಮನಸ್ಥಿತಿಯ ಹುಡುಗಿ.

ಬೆಳಿಗ್ಗೆ ಆ ಪುಟ್ಟ ಚೀಟಿಯನ್ನು ಹರಿದೆಸೆದು ನಿರಾತಂಕಗೊಳ್ಳಬೇಕೆಂದರೂ ಸಾಧ್ಯವಾಗಲಿಲ್ಲ. ಆ ಪುಟ್ಟ ಚೀಟಿ ಪರ್ಸ್‌ನಲ್ಲಿ ಉಳಿಯಿತು. ಆದರೆ ಆ ಜಾಗದಲ್ಲಿದ್ದ ಅವಳ ಫೋಟೋ ಮಾತ್ರ ಒಬ್ಬ ಯುವಕನ ಹೃದಯದಲ್ಲಿ ಮಲ್ಲಿಗೆಗಳನ್ನು ಅರಳಿಸಿದೆಯೆಂದು ಅವಳಿಗೆ ಗೊತ್ತಿಲ್ಲ.

ಇಂಥ ಆಕಸ್ಮಿಕ, ವಿಸ್ಮಯಗಳ ಮಧ್ಯೆಯೇ ಬದುಕು.

* * *

ಸಾಮಾನು ಸರಂಜಾಮು ಅಲ್ಲಿ ಇಳಿಸಿ ಗಿರಿಯಪ್ಪ ದಂಪತಿಗಳು ಮಗನೊಂದಿಗೆ ನಿಶ್ಚಿಂತೆಯಿಂದ ಬಂದಿಳಿದರು. ಸ್ವಲ್ಪ ಹಿಂಜರಿದಿದ್ದು ಅಶ್ವಿನಿಕುಮಾರ್ ಆದರೂ ಅವನಪ್ಪ ಅಮ್ಮನೇನು ಸಂಕೋಚಿಸಲಿಲ್ಲ. ಆದರೆ ಆ ಸಮಯದಲ್ಲಿ ಯಾರು ಬರುವುದು ಇಷ್ಟವಾಗದು ಗಿರಿಜಾಗೆ. ಆ ಸಮಯದಲ್ಲಿ ನಿದ್ದೆ, ಓದಿಗೆ ಮಾತ್ರ ಮೀಸಲು ಹಾಗೆಂದು ಎಷ್ಟೋ ವರ್ಷಗಳ ನಂತರ ಬಂದ ಗಂಡನ ಸ್ನೇಹಿತನ ಕುಟುಂಬವನ್ನೇ ಉತ್ಪ್ರೇಕ್ಷಿಸಲು ಸಾಧ್ಯವೇ?

ಆತ್ಮೀಯವಾಗಿ ಬರಮಾಡಿಕೊಂಡು "ರಾತ್ರಿ ಬರಬಹುದೂಂತ ಅಂದ್ಕೊಂಡಿದ್ದೆ ಎಂದು ನಿಂಬೆಯ ಹಣ್ಣಿನ ಪಾನಕದ ಗ್ಲಾಸ್‌ಗಳನ್ನು ಕೊಟ್ಟಾಗ, ಗಿರಿಯಪ್ಪ "ನಂಗೆ ಹೋಟೆಲ್ ಊಟ ಹಿಡಿಸೋಲ್ಲ. ಇವ್ಳು ಅಲ್ಲಿ ಮೊದ್ಲಿನಿಂದಲೂ ಪ್ರಾರಂಭಿಸಿ ಅಡಿಗೆ ಮಾಡೋ ವೇಳೆಗೆ ರಾತ್ರಿಯಾಗ್ಬಿಡುತ್ತೆ" ಅಂದರು. ಅದರೆ ಅವರ ಊಟ ಇನ್ನೂ ಆಗಿಲ್ಲವೆಂದು ತಿಳಿಸಿದಂತಾಯಿತು. "ಊಟಾನೇ ಮಾಡ್ಬಹ್ದು" ಎಂದು ಕಿಚನ್‌ಗೆ ಹೋದರು.

ಮಿಕ್ಕಿದ್ದ ಅಡಿಗೆ ತುಂಬ ಕಮ್ಮಿನೇ. ಕುಕ್ಕರ್ ಏರಿಸಿ ಹಿಂದಿರುಗುವ ವೇಳೆಗೆ ದಂಪತಿಗಳು ಮುಖ ಕೈ ಕಾಲು ತೊಳೆದು ಬಂದು ಕೂತಿದ್ದರು. ಹಣೆಯ ಬೆವರನ್ನೊರಸಿಕೊಂಡ ಗಿರಿಜ "ಒಂದತ್ತು ನಿಮಿಷ" ಅಂದರು. "ಒಂದ್ಗಂಟೆ ತಡವಾದ್ರೂ ಅಡ್ಗೇ ಮಾಡಬಹುದಿತ್ತು" ಎಂದ ಅಶ್ವಿನಿ.

ನಿಮ್ಮಪ್ಪ ನನ್ನ ಮಾತು ಕೇಳ್ಬೇಕಲ್ಲ. ಬಂದ ಕೂಡಲೇ ನಿಮ್ಮ ಯಜಮಾನರ ಕನವರಿಕೇನೇ" ದಮಯಂತಿ ಆರೋಪ ಗಂಡನ ಮೇಲೊರಿಸಿದರು.

"ಅಯ್ಯೋ, ಇವೆಲ್ಲ ಯಾಕ್ತಂದ್ರಿ?" ಎಂದು ಗಿರಿಜ ಸಂಕೋಚ ಪಟ್ಟುಕೊಂಡರು.

ಅಂತು ದಮಯಂತಿ ತಾವು ಹೋಗಿ ಕಿಚನ್‌ನಲ್ಲಿ ಮಾತಾಡುತ್ತ ಸಹಾಯಕ್ಕೆ ನಿಂತು "ನಿಮ್ಮೆಜಮಾನ್ರು, ನಮ್ಮವರು ಗಳಸ್ಯ ಕಂಠಸ್ಯವಂತೆ. ಈ ಕಾಲದಲ್ಲಿ ಇಷ್ಟು ವರ್ಷ ಉಳುಕೊಂಡು ಬಂದಿರೋದೇ ಕಷ್ಟ" ಷುರು ಮಾಡಿಕೊಂಡರು. ಸ್ನೇಹಪತೆ, ಮಾತಿನ ರೀತಿ ಮಾತ್ರ ಹಿಡಿಸಲಿಲ್ಲ ಗಿರಿಜಾಗೆ ಅಷ್ಟೇ.

ಲಕ್ಷಣವಾಗಿ ಸಂಕೋಚವಿಲ್ಲದೇ ಊಟ ಮಾಡಿ ಅಲ್ಲೇ ರೆಸ್ಟ್ ತಗೊಂಡರು. ಹೊರಡುವ ಸೂಚನೆ ಕೊಡದಿದ್ದಾಗ ಗಿರಿಜಾಗೆ ಬೇಸರವೆನಿಸಿತು. ಮಧ್ಯಾಹ್ನ ಒಂದಿಷ್ಟು ರೆಸ್ಟ್ ಸಿಗದಿದ್ದರೆ ಸಂಜೆಯ ಹೊತ್ತಿಗೆ ಸುಸ್ತಾಗಿ ಬಿಡುತ್ತಿದ್ದರು.

ಒಂದಿಷ್ಟು ತಿಂಡಿಯ ಏರ್ಪಾಟಿನಲ್ಲಿದ್ದಾಗ ಬಂದ ಇಂಚರ "ಮುಖದಲ್ಲಿ ಇಷ್ಟೊಂದು ಸುಸ್ತು, ಮಧ್ಯಾಹ್ನ ರೆಸ್ಟ್ ತಗೊಳ್ಳಿಲ್ವಾ? ನೀವು ನಡೀರಿ ರೂಮಿಗೆ" ಎಂದು ರಟ್ಟೆ ಹಿಡಿದು ಎಳೆದೊಯ್ದು ಮಲಗಿಸಿ 'ಗಪ್ ಚಿಪ್, ಅಪ್ಪ ಬಂದ್ಮೇಲೆ ಎದ್ದು ಬನ್ನಿ" ಅಂದಾಗ "ಇಂಚರ, ಅಶ್ವಿನಿಕುಮಾರ್ ತಂದೆ, ತಾಯಿ ಬಂದಿದ್ದಾರೆ. ಮುಂದಿನ ರೂಮಿನಲ್ಲಿ ರೆಸ್ಟ್ ತಗೋತಾ ಇದ್ದಾರೆ. ತಿಂಡಿ ಒಂದಿಷ್ಟು ಹೆಚ್ಚಿಗೇನೇ ಮಾಡು" ಎಂದು ಸೂಚಿಸಿದರು. ಬಂದವರನ್ನು ಒಳ್ಳೆಯ ರೀತಿಯಲ್ಲಿ ಉಪಚರಿಸ ಬೇಕೆನ್ನುವ ಹೆಣ್ಣು.

ಅವಳಿಗೆ ಪೂರ್ತಿ ಅರ್ಥವಾಯಿತು. ಈ 'ಅತಿ' ಇಷ್ಟವಾಗಲಿಲ್ಲ. ಹಣಕಾಸಿನ ವಿಚಾರದಲ್ಲಿ ಅತ್ಯಂತ ಮುತುವರ್ಜಿ ವಹಿಸಿರುವ ಹರಿಹರನ್‌ಗೆ ಅತಿಥಿಗಳೆಂದರೇ ಅಕ್ಕರೆಯೇ. ಆದರೆ ಹೆಂಡತಿಯ ಮೇಲೆ ಹೆಚ್ಚು ಭಾರ ಬೀಳುವುದನ್ನು ಮಾತ್ರ ಇಷ್ಟಪಡರು.

"ಅದ್ನೇಲ್ಲ, ನಾನು ನೋಡ್ಕೋತೀನಿ. ನೀನು ಮಲಕ್ಕೋ" ಹೊರಗೆ ಹೋದಳು.

ಮಕ್ಕಳ ವಿಷಯದಲ್ಲಿ ಆಕೆ ಅದೃಷ್ಟವಂತೆಯೇ! ಅಮ್ಮನ ಸಹಾಯಕ್ಕೆ ಎಲ್ಲಾ ಬಂದು ನಿಲ್ಲುತ್ತಿದ್ದರು. ಬಿ.ಪಿ. ಹೆಚ್ಚಾಗಿ ತಲೆಸುತ್ತಿ ಬಿದ್ದ ಮೇಲಂತೂ ಅವರಿಗೆ ಹೆದರಿಕೆ. ಇವರು ಮೂರು ಜನ ದಡ ಸೇರಿದ ಮುನ್ನವೇ ತಾವೆಲ್ಲಿ ಪಯಣದ ಸಿದ್ಧತೆ ನಡೆಸುತ್ತೇವೆಯೋಂತ.

"ಮಲಗಿದ್ರಾ?"ದಮಯಂತಿ ಬೆಡ್ ರೂಮ್‌ಗೆ ಬಂದಾಗ ಎದ್ದು ಕೂತರು. "ನಮ್ಮ ಇಂಚರ ಬಂದ್ಲು ಕರ್ಕೊಂಡ್ಬಂದು ಮಲಗ್ಸಿ ಹೋದ್ಲು. ಕಾಲೇಜಿಗೆ ಹೋಗೋ ಹುಡುಗರಾದ್ರೂ.... ಮನೆ ಕೆಲ್ಸ ಚೆನ್ನಾಗಿ ಮಾಡ್ತಾರೆ" ಮಕ್ಕಳ ಬಗ್ಗೆ ಮೆಚ್ಚಿಗೆಯಾಡಿದರು.

ಬಂದ ಇಂಚರ ಕೋಣೆಯ ಬಾಗಿಲಿನಿಂದ ಹಾಗೇ ಹೋಗಿ ಅಶ್ವಿನಿಕುಮಾರ್ ಕೈಗೆ ಸಿಕ್ಕಿ ಹಾಕಿಕೊಂಡಳು. "ನಾನು ನಿಮಗೊಂದಿಷ್ಟು ಹೆಲ್ಪ್ ಮಾಡ್ಲಾ?" ಕೇಳಿದ. ಬಯ್ಯಬೇಕೆನಿಸಿದರೂ ತಟಸ್ಥಳಾಗಿ "ಖಂಡಿತ ಬೇಡ ಅಡ್ಗೇ ಮನೆಯಲ್ಲಿ ನೀವು ಮಾಡೋಂಥ ಕೆಲ್ಸವೇನಿಲ್ಲ. ತಿಂಡಿಯಾದ್ಮೇಲೆ ನಿಮ್ತಂದೆ ತಾಯಿಗೆ ಒಂದಿಷ್ಟು ಹೆಲ್ಪ್ ಮಾಡಿದರೆ ಸಾಕು" ಅಂದ ನಂತರ ಪಶ್ಚಾತ್ತಾಪ ಪಟ್ಟರೂ ಮಾತುಗಳ್ನ ಹೊರ ಚೆಲ್ಲಿ ಆಗಿತ್ತು. "ಸಾರಿ, ಅಮ್ಮನ ಕೈಯಲ್ಲಿ ಹೆಚ್ಚು ಕೆಲ್ಸ ಮಾಡೋಕ್ಕಾಗೋಲ್ಲ. ಅದು ಈಗ್ಲೇ

ನಿಮಗೇ ಅರ್ಥವಾದರೆ ಒಳ್ಳೇದು" ಸ್ವಲ್ಪ ಸೀರಿಯಸ್ಸಾಗಿಯೇ ನುಡಿದಳು. ಪದೇ ಪದೇ ಅಶ್ವಿನಿಕುಮಾರ್ ಜೊತೆ ಅವನ ತಂದೆ ತಾಯಿ ಬಂದು ಕೂತರೆ 'ಅಮ್ಮ' ತೀರಾ ಸೋತು ಹೋಗುತ್ತಾರೆಂದು ಅವಳಿಗೆ ಮನದಟ್ಟಾಗಿತ್ತು.

ಮೃದುವಾದ ಮಾತುಗಳಾಡಿದರೂ ನೇರವಾಗಿ ಅವನಿಗೆ ಬಂದು ಅಪ್ಪಳಿಸಿತು. ಅಲ್ಲಿ ಸತ್ಯ ಇತ್ತು. ಪರಿಚಯ ಹೇಳಿಕೊಂಡು ಬಂದ ನಂತರ ಅವನ ಊಟ, ತಿಂಡಿಗಳು ಇಲ್ಲೇ ಆಗಿತ್ತು. ಈಗ ಇದೊಂದು ದೊಡ್ಡ ಅಪರಾಧವೆನಿಸಿತು! ಛೇ.... ಎಂದುಕೊಂಡ.

ಆ ವೇಳೆಗೆ ಹರಿಹರನ್ ಬಂದರು. ಗೆಳೆಯರು ತಬ್ಬಿಕೊಂಡು ನೆನಪುಗಳನ್ನು ಹಂಚಿಕೊಂಡರು. ಸುತ್ತಲೂ ನೋಟ ಹರಿಸಿ ಬಂದು ಇಂಚರಾನ "ಎಲ್ಲಿ ನಿಮ್ಮಮ್ಮ?" ಕೇಳಿದರು. "ಬರ್ತ್ತಾರೆ" ಅಷ್ಟೇ ಅಂದಿದ್ದು. ತೀರಾ ಸುಸ್ತಾಗಿದ್ದರಿಂದ ವ್ಯಾಕುಲಗೊಂಡಿದ್ದಳು.

ಪೊಗದಸ್ತಾಗಿ ತಿಂಡಿ ಆಯಿತು. ಗಿರಿಯಪ್ಪ, ದಮಯಂತಿ ಎರಡೆರಡು ಸಲ ಹೀರೆಕಾಯಿ ಬಜ್ಜಿ, ಚಟ್ನಿ ಹಾಕಿಸಿಕೊಂಡು ತಿಂದರು. ನಾಲ್ವರಲ್ಲಿ ಎದ್ದಿದ್ದು ಅಶ್ವಿನಿಕುಮಾರ್ ಒಬ್ಬನೇ. ಕುಮುದ, ಕುಸುಮ ಕೂಡ ಸಪೋರ್ಟ್‌ಗೆ ಬಂದಿದ್ದರಿಂದ ಕಿಚನ್ ಬಿಟ್ಟು ಬೇಗ ಹೊರಗೆ ಬಂದರು.

ಮೂವರನ್ನು ಕರೆದು ಹರಿಹರನ್ ಪರಿಚಯಿಸಿದಾಗ ಗಿರಿಯಪ್ಪ ಸುಮ್ಮನಿರಲಿಲ್ಲ. "ಕುಮುದ, ಕುಸುಮ ಅವಳಿ ಜವಳಿ ಅನ್ನೋ ತರಹ ಹೋಲಿಕೆ ಇದೆ ಇಬ್ಬರಲ್ಲಿ. ಇಂಚರ ಪೂರ್ತಿ... ಅಂದರೇ ಪೂರ್ತಿನೇ ಬೇರೆ ಬಣ್ಣ, ಮುಖ, ಭಾವ, ನಡಿಗೆ ಎಲ್ಲದರಲ್ಲೂ ಪೂರ್ತಿ ಬೇರೇನೇ?" ಮನಸ್ಸಿಗೆ ಬಂದಿದ್ದನ್ನು ಅಂದುಬಿಟ್ಟರು.

"ಮೂರು ಜನರೇಷನ್‌ನಲ್ಲಿನ ಯಾರಾದೋ ಒಬ್ಬರ ಹೋಲಿಕೆ ಇರುತ್ತೆ" ಅಂದಿದ್ದು ಕುಮುದಾನೇ. ಎಷ್ಟೋ ಜನ ಈ ವಿಷಯವನ್ನೆತ್ತಿದ್ದರು. ಆಗ ಎಲ್ಲಾ ಅವಳಿಗೆ ಬೇಸರವೇ. ಇಷ್ಟವಾಗುತ್ತಿರಲಿಲ್ಲ. "ಹೌದೌದು ಹಾಗೂ ಇರುತ್ತೆ" ಒಪ್ಪಿಕೊಂಡರು ಗಿರಿಯಪ್ಪ.

"ಇನ್ನು ಹೋಗೋಣ" ಮೇಲೆದ್ದ ಅಶ್ವಿನಿಕುಮಾರ್.

"ರಾತ್ರಿ ಊಟ ಮುಗ್ಸಿಕೊಂಡೇ ಹೋಗಿ" ಲೋಕಾಭಿರಾಮವಾಗಿ ನುಡಿದ ಮಾತಷ್ಟೇ. "ಹಾಗೇ ಆಗ್ಲಿ ಬಿಡಿ" ಗಿರಿಯಪ್ಪ ಒಪ್ಪಿಗೆ ಸೂಚಿಸಿದರು.

"ಬೇಡ ಹತ್ತಿರದಲ್ಲೇ ಮನೆ ಇರೋದ್ರಿಂದ ಆಗಾಗ್ಬಂದು ಹೋಗೋದು ಇದ್ದೇ ಇರುತ್ತೆ. ರಾತ್ರಿ ಸಕಲ ಸಿದ್ಧತೆಗಳಾದರೆ ತಾನೇ ಬೆಳಿಗ್ಗೆ ಅಡಿಗೆ ರೆಡಿಯಾಗೋದು. ಈಗಾಗ್ಲೇ ಸಾಕಷ್ಟು ತೊಂದರೆ ಕೊಟ್ಟಿದ್ದೀವಿ" ಎಂದು ನೋಟವನ್ನು ನಿಂತಿದ್ದ ಇಂಚರಳತ್ತ ಹೊರಳಿಸಿದ. ಅವಳಿಗೆ ಒಂದು ತರಹ ಆಯಿತು. ಇದು ಪುನರಾವರ್ತನೆ ಆಗಬಾರದೆಂದೇ ಹಾಗೆ ನುಡಿದಿದ್ದಳು.

ಕಾಂಪೌಂಡಿನಲ್ಲಿ ಬಂದು ನಿಂತಳು. ತನಗೆ ಆಲೋಚನೆ ಕಡಿಮೆ, ಆವೇಗ ಜಾಸ್ತೀನಾ? ಇದು ಒಳ್ಳೆಯ ಲಕ್ಷಣವಾಗಿ ಕಾಣಲಿಲ್ಲ. ಹೊರಗೆ ಬಂದ ಅಶ್ವಿನಿಕುಮಾರ್ ಅಲ್ಲಿ ನಿಂತ.

"ಸಾರಿ ದಯವಿಟ್ಟು ಏನು ತಿಳ್ಕೋಬೇಡಿ. ಅಮ್ಮನಿಗೆ ಮಧ್ಯಾಹ್ನ ರೆಸ್ಟ್ ಬೇಕು. ಹೆಚ್ಚಿಗೆ ಕೆಲ್ಸ ಮಾಡಿದ ದಿನ ತಲೆ ಸುತ್ತಿ ಬಿದ್ದು ಬಿಡ್ತಾರೆ. ನಾವು ಓದೋರೂಂತ ಕೆಲ್ಸ ಮಾಡಿಸೋಲ್ಲ. ದಯವಿಟ್ಟು ಅರ್ಥ ಮಾಡಿಕೊಳ್ಳಿ" ಹೇಳಿದಳು.

"ಥ್ಯಾಂಕ್ಯೂ, ಒಳ್ಳೆದೇ ಆಯ್ತು. ಅಷ್ಟೆಲ್ಲಾ ಯೋಚ್ಸೋ ಗುಣ ನಮ್ಮ ಮೂವರಲ್ಲಿ ಇಲ್ಲ ಬಿಡಿ. ಸಧ್ಯಕ್ಕೆ ವಾರದವ್ರೂಗ್ಗ ಈ ಕಡೆ ತಲೆ ಹಾಕೋಲ್ಲ" ಭರವಸೆ ಕೊಟ್ಟ. ಅದನ್ನು ಅವನಮ್ಮ ಸುಳ್ಳು ಮಾಡುತ್ತಾಳೆಂಬ ಅಂದಾಜು ಇರಲಿಲ್ಲ.

"ನಿಮ್ಮ ಮನಸ್ಸಿಗೆ ನೋವಾಗಿದ್ದರೆ ಕ್ಷಮ್ಸಿಬಿಡಿ" ಮತ್ತೊಮ್ಮೆ ಕ್ಷಮೆಯಾಚಿಸಿ ಒಳಗೆ ಬಂದಳು. ತಾನು ಕುಮುದ, ಕುಸುಮರಿಗಿಂತ ತೀರಾ ಬೇರೆಯಾಗಿ ಕಾಣುತ್ತೀನಿ ಅನ್ನೋ ಮಾತನ್ನ ಗಿರಿಯಪ್ಪ ಮಾತ್ರವಲ್ಲ ಹಲವಾರು ಜನರು ವ್ಯಕ್ತಪಡಿಸುತ್ತಿದ್ದರೂ ಇಂದಿನಷ್ಟು ಮನಸ್ಸಿಗೆ ತಾಕಿರಲಿಲ್ಲ. ಯಾಕೆ? ಇಂದು ನಾನು ಕೇಳಿಯೇ ಬಿಡಬೇಕೆಂದು ನಿರ್ಧರಿಸಿದಳು. ಆದರೆ ಸಾಧ್ಯವಾಗಲಿಲ್ಲ.

ಅಂತು ಹರಿಹರನ್ ಬಲವಂತದಿಂದ ಮೂವರು ಊಟ ಮುಗಿಸಿಯೇ ಹೊರಟಿದ್ದು. ಪ್ರತಿಯೊಂದಕ್ಕೂ ನೆಗೆಟಿವ್ ಆಗಿಯೇ ಮಾತಾಡುತ್ತಿದ್ದ ದಮಯಂತಿ ಸಮಸ್ಯೆಯಾಗಿ ಕಂಡಳು.

"ನಂಗೆ ತುಂಬ ತಲೆನೋವು. ಮಾತು ಜಾಸ್ತಿಯಾದ್ರು ಒಳ್ಳೆಯ ಹೆಂಗಸು" ತಲೆಯೊತ್ತಿಕೊಳ್ಳುತ್ತ ಗಿರಿಜ ನುಡಿದರು. ಬಂದ ಕುಮುದ "ಬೆಳಗ್ಗಿನಿಂದ ಅವ್ರಿಗಾದ ಆತಿಥ್ಯ ಸಾಲ್ದಾ? ಸುಮ್ನೇ ರಾತ್ರಿಗೂ ನಿಲ್ಲಿಸಿಕೊಂಡು ಅಮ್ಮನಿಗೆ ತೊಂದರೆ ಕೊಟ್ರಿ" ಕೋಪದಿಂದ ಗಿರಿಜನ ಎಬ್ಬಿಸಿಕೊಂಡು ಹೋದಳು.

ಹರಿಹರನ್ ಕೆನ್ನೆಗೆ ಹಾಕಿಕೊಂಡರು. ತಪ್ಪಿನ ಅರಿವಾಗಿತ್ತು. ಕೆಲವು ಅನಿವಾರ್ಯ ಸಂದರ್ಭಗಳಲ್ಲಿ ಏನು ಮಾಡುವುದೂ ಸಾಧ್ಯವಿರಲಿಲ್ಲ. ಬಿ.ಪಿ.ಯಾಗಿ ಬಂದು ಕಾಡುತ್ತಿತ್ತು. ಗಿರಿಜ ಅವರನ್ನು ಆಗಾಗ ಬೀಳುವುದು, ಪ್ರಜ್ಞೆ ತಪ್ಪುವುದು ಇದೆ. ಕಾರಣವೆನ್ನುವುದು ಡಾಕ್ಟರ್ ಅಭಿಪ್ರಾಯ.

"ನಂದು ತಪ್ಪಾ? ಇಂಚರಾನ ಕರೆದು ಕೇಳಿದರು.

"ತಪ್ಪೇನು ಅಲ್ಲ, ಅಮ್ಮನ ಕೈಯಲ್ಲಿ ಆಗೋಲ್ಲ ಅಷ್ಟೇ. ಅಡ್ಗೆಯವರನ್ನು ಇಟ್ಕೊಳ್ಳೋ ಸವಲತ್ತು ನಮ್ಗಿಲ್ಲ. ಎಲ್ಲಕ್ಕಿಂತ ಹೆಚ್ಚಾಗಿ ಬೆಳಗಿನ ಸಿಡಿಮಿಡಿ ಅಮ್ಮನ ಬಿ.ಪಿ. ರೈಸ್ ಮಾಡ್ಬಿಡುತ್ತೆ. ಸ್ವಲ್ಪ ಅವೆಲ್ಲ ಕಮ್ಮಿ ಮಾಡ್ಕೊಳ್ಳಿ" ಹೇಳಿದಳು. ಮತ್ತೊಮ್ಮೆ ಕೆನ್ನೆಗೆ ಹಾಕಿಕೊಂಡರು.

"ಗಿರಿನು ಜಾತ್ಕನು ಕೊಡ್ತೀನಿ ಅಂದಿದ್ದಾನೆ. ಅಶ್ವಿನಿ ಕೂಡ ಒಳ್ಳೆ ಹುಡ್ಗನೇ. ನಿಮ್ಮಮ್ಮನಿಗಂತು ತೀರಾ ಇಷ್ಟವಿದೆ. ಕುಮುದಾಗೆ ಏನೇನು ಅರ್ಥವಾಗೋಲ್ಲ. ಎಂ.ಬಿ.ಎ. ಮಾಡಿ ಬಿಡೋದೆ ದೊಡ್ಡಸ್ತಿಕೆ ಅಂಗ್ಕೊಂಡಿದ್ದಾಳೆ. ಹಿಂದೆ ಆ ಕೋರ್ಸ್ ಮಾಡೋರ ಸಂಖ್ಯೆ ಕಡ್ಮೇ ಇತ್ತು. ಈಗೇನಿದೆ, ಯಾರನ್ನು ನೋಡಿದ್ರು ಎಂ.ಬಿ.ಎ. ಅಂತಾರೆ. ಇವ್ರು ಎಂ.ಬಿ.ಎ. ಮಾಡಿದ ಕೂಡ್ಲೇ ಕೆಲ್ಸ ಸಿಗುತ್ತಾ? ಸಿಕ್ಕರೂ ಗಂಡು ಸಿಗಬೇಕಲ್ಲ. ಸಾಕಷ್ಟು ತೊಂದರೆಗಳು ಇವೆ. ಒಂದಿಷ್ಟು ತಿಳ್ಸಿ ಹೇಳು" ನೊಂದ

ಮನಸ್ಸಿನಿಂದ ಹೇಳಿಕೊಂಡರು. ಮೂರು ಹೆಣ್ಣು ಮಕ್ಕಳಲ್ಲಿ ಸ್ವಲ್ಪ ಹೆಚ್ಚಿಗೆ ಮಾತಾಡುತ್ತಿದ್ದುದು ಇವಳೊಂದಿಗೇನೆ.

ಸರಿಯಾದ ಸಮಯವೆಂದು ತಂದೆಯ ಬಳಿ ಪಟ್ಟಾಗಿ ಕೂತು "ಅಪ್ಪ, ಎಂ.ಬಿ.ಎ. ಅಂಥದ್ದೇನು ಕುಮುದಕ್ಕನ ಆಕಾಂಕ್ಷೆಯಲ್ಲ. ಒಟ್ಟಿನಲ್ಲಿ ಬಂಗ್ಲೆ, ಕಾರು ಜೊತೆ ಪರದಾಡುವಂಥ ಜೀವ್ನ ಬೇಕು. ಸ್ವಲ್ಪ ಅಪ್ಪರ್ ಕ್ಲಾಸ್ ಬಾಳ್ವೆ ಇಷ್ಟಪಡ್ತಾಳೆ. ಅದೇನು ತಪ್ಪಾ?" ಕೇಳಿದಳು. ದೀರ್ಘವಾಗಿ ಇಂಚರಾನ ನೋಡಿ "ಈಗ ನಂಗೆ ಅರ್ಥವಾಯ್ತು ಬಿಡು. ಬಹುಶಃ ಅಂಥದ್ದು ನಮ್ಗೆ ಎಟುಕೋದೇ ಕಷ್ಟ. ಇದೆಲ್ಲ ಯಾಕೆ ಅವ್ಳಿಗೆ ಅರ್ಥವಾಗೋಲ್ಲ" ಕಸಿವಿಸಿಗೊಂಡರು.

"ಒಂದು ಪ್ರಯತ್ನ ಯಾಕೆ ಮಾಡ್ಬಾರ್ದು. ಐ.ಎ.ಎಸ್. – ಐ.ಪಿ.ಎಸ್. ಜೊತೆ ಯಾವುದಾದ್ರೂ ಮಲ್ಟಿ ನ್ಯಾಷನಲ್ ಕಂಪೆನಿಗಳಲ್ಲಿ ಎಂ.ಡಿ. ಆಗಿರೋಂತ ಸಂಬಂಧಗಳ್ನ ಮಾತ್ರ ಚಂದ್ರಯ್ಯನಿಗೆ ಹೇಳೋಣ". ಒಂದು ಸಲಹೆ ಕೊಟ್ಟಳು.

"ಅಂದರೆ, ಆ ಇಪ್ಪತ್ತು ಫೋಟೋಗಳು ರಿಜಕ್ಟ್ ಆದಂಗೇನಾ? ನಂಗಂತು ಇಷ್ಟವಿಲ್ಲ ಎಟುಕದ ಕಡೆಗೆ ಕೈ ಚಾಚಿ ಫಾಸಿ ಮಾಡ್ಕೊಬಾರ್ದು. ಇಷ್ಟೊಂದು ದೊಡ್ಡ ಆಸೆ ಕುಮುದ ಇಟ್ಕೋಬಾರ್ದಿತ್ತು. ಅವ್ಳ ಹಿಂದೆ ಇಬ್ರು ತಂಗೀರು ಇದ್ದಾರನ್ನೋ ಜ್ಞಾನ ಇರ್ಬೇಕಿತ್ತು" ಬೇಸರ ವ್ಯಕ್ತಪಡಿಸಿದರು.

ಅಂತು ಇಂತು ಒಂದು ದೊಡ್ಡ ಸಂಬಂಧ ನೋಡಲು ಚಂದ್ರಯ್ಯನಿಗೆ ತಿಳಿಸುವುದಾಗಿ ಹರಿಹರನ್ ಹೇಳಿದಾಗ ಗೆಲುವಾಗಿದ್ದು ಇಂಚರ, ತೀರಾ ವ್ಯಾಕುಲವಾಗಿದ್ದು ಮನೆಯ ಯಜಮಾನ.

* * *

ಇಂಚರ ಸಹಪಾಠಿ ಒಬ್ಬಳ ಮದುವೆ ನಿಶ್ಚಯವಾಗಿತ್ತು. ಅದಕ್ಕೆ ವಿಭಿನ್ನವಾದ ಉಡುಗೊರೆ ನೀಡಬೇಕೆಂದು ಕ್ಲಾಸ್ ಸ್ಟೂಡೆಂಟ್ ಎಲ್ಲಾ ಸೇರಿ ನಿಶ್ಚಯಿಸಿಕೊಂಡರು. ಅದು ವಸ್ತುವಿನ ರೂಪದ್ದಾಗಿರಬಾರದು. ಮತ್ತೇನು, ಮತ್ತೇನು, ಮತ್ತೇನು? ಎಲ್ಲರನ್ನೂ ಕಾಡಿದ್ದು ದೊಡ್ಡ ಪ್ರಶ್ನೆಯ ರೂಪ ಪಡೆಯಿತು.

"ರಿಸೆಪ್ಷನ್‌ನಲ್ಲಿ ನಾವೇ ಉಡುಗೊರೆಯಾಗಿ ಒಂದು ಆರ್ಕೆಸ್ಟ್ರಾ ಟೀಮ್ ಕಟ್ಟಿ ಹಾಡಿದರೆ" ಈ ಮಾತಿಗೆ ಎಲ್ಲಾರೂ "ಓಹೋ..." ಎಂದು ಉದ್ಗರಿಸಿದರು. ಕೆಲವರು ರಾಗ ಹಾಡಿದರೂ ಎಲ್ಲರಿಗೂ ಇದು ಮೆಚ್ಚುಗೆಯಾಯಿತು.

"ಅವ್ಳ ತಂದೆ ಒಪ್ಗೆ ಬೇಕಲ್ಲ! ದುಡಿಯೋ ಮನುಷ್ಯ. ಮಗ್ಳು ಮದ್ವೇನ ಗ್ರಾಂಡಾಗಿ ಮಾಡ್ತಾ ಇದ್ದಾನೆ. ಎಸ್.ಪಿ.ಬಿ.ನ ಕರೆಸಿದ್ರೂ ಹೆಚ್ಚಲ್ಲ. ಅಂಥದರಲ್ಲಿ ನಮಗೆಲ್ಲಿ ಹಾಡೋಕೆ, ಕುಣಿಯೋಕೆ ಅವಕಾಶ ಸಿಗುತ್ತೆ?" ರಶ್ಮಿ ನುಡಿದಾಗ ಮದುವೆಯ ಹೆಣ್ಣು "ನಾನು ಒಪ್ಪಬೇಕಲ್ಲ? ತುಂಬ ಡಿಫರೆಂಟಾಗಿರುತ್ತೆ. ಖಂಡಿತ ಈ ಪ್ರೋಗ್ರಾಂ ಇರ್ಲೀ. ಎಲ್ಲರನ್ನು ಒಪ್ಪಿಸೋದು ನಂಗ್ಬಿಡಿ. ಇಲ್ಲದಿದ್ದರೆ ಮದುವೇನೇ ಕ್ಯಾನ್ಸಲ್" ಎಂದು ಘೋಷಿಸಿದಾಗ ಎಲ್ಲರೂ 'ಹುರ್ರೆ, ಹುರ್ರೆ' ಎಂದು ಕುಣಿದಾಡಿದರು.

'ಪ್ರೋಗ್ರಾಂ ಚಾರ್ಟ್ ನೀನು ರೆಡಿ ಮಾಡ್ಬೇಕು. ಆ ಮೇಲೆ ಮಿಕ್ಕಿದ್ದು ಸಭೆ ಸೇರಿ ತೀರ್ಮಾನ ಮಾಡಿಕೊಳ್ಳೋಣ' ಅಂಬಿಕಾ ಈ ಸಲಹೆಯನ್ನು ಎಲ್ಲರೂ ಒಪ್ಪಿಕೊಂಡರು. ಇಂಚರಾಗೆ ಇದೆಲ್ಲ ಇಷ್ಟವೇ. ಅವಳಿಗೆ ತುಂಬ ಇಷ್ಟವಾದದ್ದು ಹಾಡು. ಅದು ಶಾಸ್ತ್ರೀಯವಾಗಿರಬಹುದು, ಭಾವಗೀತೆಯ ಪ್ರಕಾರವಾಗಿರಬಹುದು, ಜನಪದ ಗೀತೆಗಳಾದರೂ ಸೈ. ಕೇಳೋಕೆ ಮಾತ್ರವಲ್ಲ, ಹಾಡು ಹಾಡೋಕೂ ಇಷ್ಟವೇ.

ಅಂತು ದೊಡ್ಡ ಜವಾಬ್ದಾರಿಯನ್ನೇ ಹೊತ್ತುಕೊಂಡು ಮನೆಗೆ ಬಂದವಳೇ ಅಮ್ಮನ ಮುಂದೆ ಈ ವಿಷಯ ಬಿಡಿಸಿಟ್ಟಾಗ ಆಕೆ ಕಣ್ಣರಳಿಸಿ "ತುಂಬ.... ತುಂಬಾನೇ ಚೆನ್ನಾಗಿರುತ್ತೆ ಕಣೇ. ಇಂಥ ಪ್ರಸೆಂಟೇಷನ್ ಅರ್ಥಪೂರ್ಣ" ಉತ್ಸಾಹ ತೋರಿಸಿದರು. ಇನ್ನಷ್ಟು ಬಲ ಬಂದಂತಾಯಿತು. "ಮಮ್ಮಿ, ನಂಗೆ ನೀನೊಂದು ಸ್ವಲ್ಪ ಹೆಲ್ಪ್ ಮಾಡ್ಬೇಕು. ನಯನಾ ತಂದೆ ಶ್ರೀಮಂತರು. ತುಂಬ ಹಣ ಖರ್ಚು ಮಾಡಿ ಗ್ರಾಂಡಾಗಿ ಮಾಡ್ತಾ ಇದ್ದಾರೆ. ಅವ್ರ ಮನಸ್ಸು ಮಾಡಿದರೆ ಎಸ್.ಪಿ.ಬಾಲಸುಬ್ರಮಣ್ಯಂ ಅಂತವರನ್ನು ಕರೆಸ್ಬಹುದು. ನಾವುಗಳಂತೂ ಆ ಲೆವೆಲ್ ರೀಚ್ ಆಗೋದು ಕಷ್ಟ. ಕನಿಷ್ಟ ಯಾರ್ಗೂ ಇಷ್ಟವಾಗದಿದ್ರೂ ಬೋರ್ ಹೊಡೆಸ್ಬಾರ್ದಲ್ಲ".

ಮಗಳ ಮಾತು ಗಿರಿಜಾಗೆ ಸರಿಯೆನಿಸಿತು.

"ಎಲ್ಲಾ ಒಟ್ಟಿಗೆ ಸೇರ್ಕೊಂಡ್ ಸಣ್ಣ ಮೀಟಿಂಗ್ ಇಟ್ಕೊಳ್ಳಿ, ಎಲ್ಲರ ಅಭಿಪ್ರಾಯ ತಿಳ್ಕೊಂಡು ಆಮೇಲೆ ಮುಂದುವರಿಬಹುದು" ಸೂಕ್ತವಾದ ಸಲಹೆಕೊಟ್ಟರು. ಆ ಬಗ್ಗೆ ಈಗಾಗಲೇ ತೀರ್ಮಾನವಾಗಿತ್ತು. 'ಇಲ್ಲಾ ಜವಾಬ್ದಾರೀನು ನನ್ತಲೆ ಮೇಲೆ ಹಾಕಿದ್ದಾರೆ' ಬಹಳ ಉತ್ಸಾಹದಿಂದ ನುಡಿದಳು.

'ಹೇಗೂ ಇಂತ ವಿಷ್ಯದಲ್ಲಿ ನಿಂಗೆ ಆಸಕ್ತೀನೇ ಅಲ್ವಾ? ನಾನೇನು ನಿಂಗೆ ಸಹಾಯ ಮಾಡ್ಲೀ? ಹೇಗೂ ಕುಮುದ, ಕುಸುಮ ಇದ್ದಾರಲ್ಲ, ಜೊತೆಗೆ ನಿಮ್ಮಪ್ಪ ಕೂಡ ಹೆಚ್ಚಿನ ಸಹಕಾರ ನೀಡ್ತಾರೆ. ಮೇಲೆದ್ದಾಗ ಅಮ್ಮ ನನ್ನ ಹಿಡಿದು ಕೂಡಿಸಿ 'ಸಂಜೆ ತಿಂಡಿ ನಂದೇ' ಈ ಕಾದಂಬರಿ ಓದ್ತಾ ಆರಾಮಾಗಿ ರೆಸ್ಟ್ ತಗೋ' ಅಂದವಳ ಕೈ ಹಿಡಿದು ಕೂಡಿಸಿಕೊಂಡು "ಮುಂದಿನ ದಿನಗಳನ್ನ ನೆನಪಿಸಿಕೊಂಡರೆ ಭಯ ಆಗುತ್ತೆ! ಈಗ ಮನೆ ತುಂಬಿದಂಗಿದೆ. ಕುಮುದ, ಕುಸುಮ, ನೀನು ಎಲ್ಲಾ ವಿವಾಹವಾಗಿ ಹೋಗ್ಬಿಟ್ಟರೆ ನನ್ನಗತಿಯೇನು? ಹೇಗೆ ಬದ್ಕಿರೋದು? ನಿಮ್ಮಪ್ಪನ ಬುದ್ಧಿ ಗೊತ್ತು. ಒಳ್ಳೆ ಮುಂದಾಲೋಚನೆ ಇದೆ. ಒಳ್ಳೆ ಯಜಮಾನ. ಆದರೆ ಜೀವನ ಪೂರ್ತಿ ಅವ್ರನ್ನ ಅರ್ಥ ಮಾಡಿಕೊಳ್ಳೋದರಲ್ಲೇ ಸವೆದು ಹೋದೆ. ಈಗ್ಲೂ ಅವರದು ಅದೇ ತಕರಾರು. ತನ್ನ ಬಗ್ಗೆ ಯೋಚಿಸಿದರೆ ವಿನಃ ನನ್ನ ಬಗ್ಗೆ ಎಂದೂ ಚಿಂತಿಸಲೇ ಇಲ್ಲ' ನಿಟ್ಟುಸಿರು ಚೆಲ್ಲಿದರು. ಇಂಚರ ಮೆಟ್ಟಿ ಬಿದ್ದಳು. ಸದಾ "ಗಿರಿಜ, ಗಿರಿಜ ಎಂದು ಕೂಗುವ ಅಪ್ಪ ಇಷ್ಟೇನಾ? 'ಅಮ್ಮ...' ಎಂದು ಆಕೆಯ ಎರಡು ಕೈಗಳನ್ನು ಹಿಡಿದುಕೂಂಡು ಇಂಚರ ತತ್ತರಿಸಿಟಳು. "ನಿಮ್ಮಂದೆ ಸಸ್ನ ಮುನಸ್ಸಿನ ಸಂಕಟ. ನಿಮ್ಮಪ್ಪ ಬೈಯ್ದೇ ಇರಬಹ್ದು, ಮೇಲ್ನೋಟಕ್ಕೆ ಸಭ್ಯ ಗೃಹಸ್ಥ. ನನ್ನ ವಿಷ್ಯದಲ್ಲಿ ಮಾತ್ರ ಒಳ್ಳೆಯ ಮನಸ್ಸಿಲ್ಲ. ಎಷ್ಟೇ ಮೇಲೆ ಹೊಗಳಿದರೂ ಅಂತರಂಗವಾಗಿ ಯಾವುದೋ ಮೂಲೆಯಲ್ಲಿ ನನ್ನ ದ್ವೇಷಿಸ್ತಾರಾಂತ ಅನ್ನಿಸುತ್ತೆ".

ಅಮ್ಮನ ಮಾತುಗಳಿಗೆ ಪೂರ್ತಿ ಸುಸ್ತಾದಳು. ಎಲ್ಲಿದೆ ತಪ್ಪು? ಹೊರ ಜಗತ್ತಿಗೆ ಸಭ್ಯ ಸಂಸ್ಕೃತಿಯುಳ್ಳ ಉತ್ತಮ ಮನುಷ್ಯ. ಆದರೆ...? ನಂಬಲಾರದೇ ಹೋದಳು. ಆದರ್ಶ ದಂಪತಿಗಳು ಎನ್ನುವ ತರಹ ಬದುಕುತ್ತಿರುವ ಎಷ್ಟೋ ದಂಪತಿಗಳ ಮಧ್ಯೆ ಇಂತ ಬದುಕಿದೆಯೆನಿಸಿತು.

ಅಷ್ಟರಲ್ಲಿ ಕಾಲಿಂಗ್ ಬೆಲ್ ಸದ್ದಾದಾಗ ಮಗಳ ಕೈ ಹಿಡಿದುಕೊಂಡ ಗಿರಿಜ 'ಇದು ನಿನ್ನಲ್ಲೇ ಇರ್‍ಲಿ. ಯಾಕೋ ಇವತ್ತು ಹೇಳ್ಬೇಕೂಂತ ಅನ್ನಿಸ್ತು. ಎಷ್ಟೋ ಹೆಣ್ಣುಗಳ ಮನಸ್ಸಿನಲ್ಲಿ ಇಂತ ಒತ್ತಡಗಳು ಇರುತ್ತೆ. ಆದರೆ ಎಲ್ಲರಿಗೂ ನಿನ್ನಂಥ ಮಗ್ಳು ಇರೋಲ್ಲ' ಕೈ ಬಿಟ್ಟರು. ಮತ್ತಷ್ಟು ಸುಸ್ತಾದಳು ಇಂಚರ.

ಮೊದಲು ಬಂದಿದ್ದು ಚಂದ್ರಯ್ಯ, ನಂತರವೇ ಕುಮುದಳ ಪ್ರವೇಶವಾಗಿದ್ದು.

ಬ್ಯಾಗ್‌ನಿಂದ ಒಂದೇ ಒಂದು ಫೋಟೋ ತೆಗೆದು ಗಿರಿಜ ಮುಂದಿಟ್ಟರು. 'ಹುಡ್ಗ ಐ.ಎ.ಎಸ್. ಪ್ರೊಬೆಷನರಿಯಾಗಿ ಕೆಲ್ಸ ಮಾಡ್ತಾ ಇದ್ದಾನೆ. ಸ್ವಲ್ಪ ಕೈ ಮೇಲಕ್ಕೆ ಚಾಚಿ ಎಟುಕಿಸಿಕೊಳ್ಳಬೇಕು'.

ರೂಮಿನತ್ತ ಹೊರಟಿದ್ದ ಕುಮುದಳ ಕಿವಿಗಳು ನಿಮಿರಿದವು. ಹಿಂದಕ್ಕೆ ಬಂದು ತಾಯಿಯ ಕೈಯಲ್ಲಿದ್ದ ಫೋಟೋ ಕಿತ್ತುಕೊಂಡಳು. ಅವಳ ಆಕರ್ಷಣೆ ಐ.ಎ.ಎಸ್. ವಿನಃ ರೂಪ ಅಲ್ಲ. ಸಾದಾ ವರ್ಣದ ತೇಜಸ್ವಿ ದಾಮೋದರ್‌ನಲ್ಲಿ ವಯಸ್ಸಿನ ಆಕರ್ಷಣೆ ಕೆನೆಗಟ್ಟಿತ್ತು.

ಫೋಟೋಗಳು ಇಟ್ಟು ಹಿಂದಿರುಗಿದವಳ ಮನದಲ್ಲಿ ನೂರು ಕನಸುಗಳು, ಸಾವಿರ ಮಿಡಿತಗಳು. ಈ ಯುವಕನನ್ನು ಅವಳು ಮದುವೆಯಾಗಬಲ್ಲಳು. ಮುಂದಿನ ಎಂ.ಬಿ.ಎ. ಏನು ಬಿ.ಬಿ.ಎಮ್.ಗೆ ಕೂಡ ಟಾಟ ಹೇಳಲು ಸಿದ್ಧ. ಅವಳ ಮನಗರಿಗೆದರಿತು.

ತಾನೇ ಕಾಫಿ ತಂದುಕೊಟ್ಟು ಉಪಚರಿಸಿದಳು. ಚಂದ್ರಯ್ಯ ಎಂದೂ ಇಲ್ಲದ ಗೆಲುವು ಮುಖದಲ್ಲಿ ಕಂಡಾಗ ಆ ಮನುಷ್ಯ ತಮಾಷೆ ಮಾಡಿದ.

"ವರನ್ನ ಒಪ್ಪಿ ಬಿಟ್ಟಂಗೆ. ಕುಮುದ ಜಾತ್ಕ ನನ್ನತ್ರ ಇದ್ದೇ ಇದೆ. ಜಾತ್ಕಾನೂಕೂಲವಿದ್ದರೆ ಮಾತ್ರ ನಾನು ತಲೆ ಕೆಡ್ಸಿಕೊಳ್ಳೋದು. ಇನ್ನ ಮಾತುಕತೆಗೆ ಹಣಿ ಮಾಡ್ಕೊಳ್ಳಿ" ನುಡಿದ ಚಂದ್ರಯ್ಯ ಗೆಲುವಿನಿಂದ. ಸಾಕಷ್ಟು ವರಗಳ ಫೋಟೋ ಹಿಡಿದು ಸೈಕಲೊಡೆದಿದ್ದ ಈ ಮನೆಗೆ. ಬಂದಾಗ ಮೋಸವಾಗದಂತೆ ಖರ್ಚಿಗೆ ಒಂದಿಷ್ಟು ಹಣ ಕೊಟ್ಟು ಕಳಿಸೋರು. ಅದೂ ಹಿಡಿಯಾಗಿ ಸಿಕ್ಕೋ ಗಂಟಿನ ಮೇಲೆ ಕಣ್ಣು.

ಸ್ವಲ್ಪ ನಿರಾಸೆಯಾಗಿದ್ದು ಆಕೆಗೇನೆ. ಅಶ್ವಿನಿಕುಮಾರ್ ಇಷ್ಟವಾಗಿದ್ದ. ಎಷ್ಟೋ ಸಲ ಮಗಳ ಪಕ್ಕದಲ್ಲಿ ನಿಲ್ಲಿಸಿ ಮಾನಸಿಕವಾಗಿ ನೋಡಿ ಸಂತೋಷಿಸಿದ್ದರು. ಇದೊಂದು ಸಂಬಂಧವಾಗಿದ್ದರೆ ಮಗಳು ಸದ್ಯಕ್ಕೆ ಹತ್ತಿರದಲ್ಲೇ ಇರುತ್ತಾಳೆಂಬ ಸಮಾಧಾನ ಇರುತ್ತಿತ್ತು. ಒಂದು ರೀತಿ ನಿರುತ್ಸಾಹ ಮೂಡಿದರೂ ದೂರದಲ್ಲಿ ಆಶಾಕಿರಣವಿತ್ತು.

"ಅವ್ರು ಬರಲಿ! ಹೇಗೂ ಬರೋ ಸಮಯವಾಯ್ತು. ಇದ್ದು ಮಾತಾಡಿಕೊಂಡೇ

ಹೋಗಿ" ಎಂದು ಹೇಳಿಯೇ ಎದ್ದಿದ್ದು. ಆಮೇಲೆ ಬಂದು ಇಂಚರ ಮಾತಾಡಿದಾಗ "ಕುಮುದಾಗೆ ಈ ಸಂಬಂಧ ಓಕೆ. ಇನ್ನ ಬರೀ ಮಾತುಕತೆ ಅಂದ್ಕೋಬೇಕು. ವರನು ಫೋಟೋ ನೋಡಿ ಒಪ್ಕೊಂಡಿದ್ದಾನೆ" ಮತ್ತೇ ಹೇಳಿದ. ಇದು ಸತ್ಯವೆನಿಸಿತು.

ಮಧ್ಯದಲ್ಲಿ ವೆಹಿಕಲ್ ಕೆಟ್ಟಿದ್ದರಿಂದ ಬೈಯ್ದುಕೊಂಡು ದಾರಿಯುದ್ದಕ್ಕೂ ವೆಹಿಕಲ್‌ಗೆ ಶಾಪ ಹಾಕುತ್ತ ಬಂದ ಕುಸುಮ "ಆರಾಮಾಗಿ ಬಸ್ಸು, ಆಟೋದಲ್ಲಿ ಓಡಾಡ್ಕೋತೀನಿ. ಕೋರ್ಸ್ ಮುಗ್ಸೋವರ್‍ಗೂ ಇದ್ರಲ್ಲೆ ಓಡಾಡಿಬಿಟ್ರೆ ಆರಾಮಾಗಿ ಒಂದು ಮೆಕ್ಯಾನಿಕ್ ಷಾಪು ತಕ್ಕೋಬಹುದ್ದು" ಗೊಣಗಿಯೇ ಒಳಗೆ ಬಂದಿದ್ದು. ಇದನ್ನು ಮಾರಿ ಮತ್ತೊಂದು ಹೊಸ ವೆಹಿಕಲ್ ಪರ್ಚೇಸ್ ಮಾಡಬೇಕೂಂತ ಎಷ್ಟೋ ದಿನದಿಂದ ಪ್ರಯತ್ನ ಮಾಡುತ್ತಿದ್ದಳು. ಅದು ಬರೀ ಪ್ರಯತ್ನವಷ್ಟೇ. ಹರಿಹರನ್ ಪ್ರೋತ್ಸಾಹ ನೀಡರು. ಅದು ಅವರ ಸಂವಿಧಾನಕ್ಕೆ ವಿರೋಧ.

"ಯಾಕಮ್ಮ, ಸಿಡಿಮಿಡಿಗುಟ್ಟುತ್ತಾ ಇದ್ದಿ?" ಚಂದ್ರಯ್ಯ ಕೇಳಿದರು. ಜೊತೆಗೆ "ನಿಂಗೂ ಒಂದು ಗಂಡು ನೋಡೇಬಿಡ್ತೀನಿ" ಹುಬ್ಬು ಕುಣಿಸಿದ. ಮಾತೇ ಆಡದೆ ರೂಮಿಗೆ ಹೋದವಳು ಹೊಸ ಗುಂಗಿನಲ್ಲಿ ಹಾಡುತ್ತಿದ್ದ ಕುಮುದನ ನೋಡಿ ದಂಗಾದಳು. "ಏನು ವಿಷ್ಯ? ಎಂ.ಡಿ. ಪೋಸ್ಟ್‌ನಲ್ಲಿರೋ ಗಂಡು ಏನಾದ್ರೂ ಸಿಕ್ಕಿದ್ನಾ?"

ಓಡಿ ಬಂದ ಕುಮುದ ಹತ್ತಿರ ಮೃದುವಾಗಿ ಸುದ್ದಿ ಬಿತ್ತರಿಸಿ ಫೋಟೋ ಅವಳ ಮುಂದಿಡಿದಳು. "ನೋ ಕಾಮೆಂಟ್ಸ್, ಕುಮುದಕ್ಕನಿಗೆ ಇಷ್ಟವಾಗಿದೆ. ಅಷ್ಟೇ ದೊಪ್ಪೆಂದು ಕೂತ ನಂತರ ಕುಮುದಳತ್ತ ನೋಟ ಹರಿಸಿದ್ದು "ಕಂಗ್ರಾಟ್ಸ್ ಅನ್ನೋ ಮಟ್ಟಿಗಂತೂ ಒಳ್ಳೇ ಸುದ್ದೀನೆ. ಆರಾಮಾಗಿ ಕ್ಲಿಯರ್ ಆಗ್ಬಿಡುತ್ತೆ" ಚುಡಾಯಿಸಿದಳು. ಅಂದೆಲ್ಲ ಇದೇ ವಿಷಯ.

ಹರಿಹರನ್ ಕೂಡ ಸುಮುಖರಾದರು. ಹೆಣ್ಣನ್ನು ಬಂದು ನೋಡಬಹುದೆಂಬ ಮಾತು ಕೂಡ ಆಡಿದರು. ಚಂದ್ರಯ್ಯ ಮೆಲ್ಲುಸಿರಿನಿಂದ ಹೇಳಿದ. "ಬಹುಶಃ ಅವರು ಹೆಚ್ಚಿಗೆ ವರದಕ್ಷಿಣೆ ಕೇಳ್ಬಹುದು. ಸಾಲಾಗಿ ಅವ್ರ ಮನೆಯಲ್ಲಿ ಮದ್ವೆಯಾಗೋ ಮೂರು ಜನ ಹೆಣ್ಣು ಮಕ್ಕು ಇದ್ದಾರೆ" ಒಂದು ಕ್ಲೂ ಕೊಟ್ಟರು.

"ಅಯ್ಯೋ ಅವೆಲ್ಲ ಸಾಧ್ಯವಿಲ್ಲ" ಹರಿಹರನ್ ಒಂದೇ ಮಾತಿನಲ್ಲಿ ತಳ್ಳಿಹಾಕಿದರು. ಆದರೆ ಗಿರಿಜ "ಹಾಗೆಲ್ಲ ಅನ್ನೋದ್ಬೇಡ. ಅವ್ರಿಗೂ ಮದ್ವೆಗೆ ನಿಂತ ಮೂರು ಹೆಣ್ಣು ಮಕ್ಳು ಇದ್ದಾರಂತಲ್ಲ. ಸಮಾರಂಭ ಸಿಂಪಲ್ಲಾಗಿ ಮಾಡಿ ಮಿಕ್ಕ ಹಣ ಅವ್ರಿಗೆ ಕೊಟ್ಬಿಡೋಣ. ಅವ್ರಿಗೂ ಅನ್ಕೂಲವಾಗುತ್ತೆ" ಒಂದು ಸಲಹೆ ಕೊಟ್ಟರು.

"ನಿಂಗೆ ಇದು ಅರ್ಥವಾಗೊಲ್ಲ. ಅವ್ರುಗಳು ಕೇಳಿದಷ್ಟು ವರದಕ್ಷಿಣೆ ಸುರ್‍ಯೋಕೆ ನಮ್ಮ ಕೈಯಲ್ಲಿ ಕಾಸಿಲ್ಲ. ಈ ವಿಷ್ಯ ಬಿಡಿ ಚಂದ್ರಯ್ಯ "ಖಡಾ ಖಂಡಿತವಾಗಿ" ಹೇಳಿದರು.

ಇಂಥದನೆಲ್ಲ ಕಂಡು ಅನುಭವವುಳ್ಳ ಚಂದ್ರಯ್ಯ ತಕ್ಷಣ ಹೊರಟು ಬಿಡಲಿಲ್ಲ.

ಮಾತಿಗೆ ಕೂತ. ಸದ್ಯಕ್ಕೆ ಹೆಣ್ಣು – ಗಂಡಿನ ಸಂದರ್ಶನಕ್ಕೆ ಸಮ್ಮತಿ ಪಡೆದೇ ಹೊರಟಿದ್ದು. ಇದನ್ನು ಕಾಯಕವಾಗಿ ಸ್ವೀಕರಿಸಿದ್ದ ಮನುಷ್ಯ ಮೆದುವಾದರೂ ಅನುಭವಸ್ಥ. ಬಡಪೆಟ್ಟಿಗೆ ಕೋಪಗೊಳ್ಳುತ್ತಿರಲಿಲ್ಲ. ಇಬ್ಬರಿಗೂ ಕನ್ವಿನ್ಸ್ ಮಾಡುತ್ತಿದ್ದರು.

ರಾತ್ರಿ ಊಟದ ನಂತರ ಇಂಚರ ಅಕ್ಕಂದಿರ ಮುಂದೆ ತನ್ನ ಸಮಸ್ಯೆ, ಜವಾಬ್ದಾರಿಯನ್ನು ಅವರ ಮುಂದಿಟ್ಟಳು. "ಎರಡೂವರೆ ಗಂಟೆಗಳ ಪ್ರೋಗ್ರಾಂ ಡ್ಯಾನ್ಸ್ ಕೊನೆಯ ಅರ್ಧಗಂಟೆ ಅಂತ ಮ್ಯಾನೇಜ್ ಮಾಡ್ಬೇಕು. ಕಹಾ... ಷುರು... ಕಹಾ ಖತಮ್? ನೀವಿಬ್ರೂ ನಂಗೆ ಹೆಲ್ಪ್ ಮಾಡ್ಬೇಕು".

ಮೂರೂ ಜನ ಕಾರ್ಯೋನ್ಮುಖರಾಗಿ ಚರ್ಚಿಸಿ ಮಧ್ಯ ರಾತ್ರಿಯ ಹೊತ್ತಿಗೆ ಒಂದು ಪ್ರೋಗ್ರಾಂ ಷೀಟ್ ತಯಾರಿಸಿ ತೃಪ್ತಿಯ ನಿಟ್ಟುಸಿರು ಬಿಟ್ಟರು. ತ್ಯಾಗರಾಜರ ಕೀರ್ತನೆ, ಪುರಂದರದಾಸರ ದೇವರ ನಾಮದಿಂದ ಹಿಡಿದು ಕನ್ನಡದ ಭಾವಗೀತೆಗಳ ದೊಡ್ಡ ಪಟ್ಟಿಯನ್ನೇ ತಯಾರಿಸಿದ್ದರು.

"ಯಾವ ಮೋಹನ ಮುರಳಿ ಕರೆಯಿತೋ... ದೂರ ತೀರಕೆ.... ನಿನ್ನನು ಇದ್ನ ನೀನು ತುಂಬ ಚೆನ್ನಾಗಿ ಹಾಡ್ತೀಯಾ ಹಾಡು". ಕುಸುಮ ಹುರಿದುಂಬಿಸಿದಳು. ಅಂತು ಸಧ್ಯಕ್ಕೆ ಈ ಪ್ರೋಗ್ರಾಂ ಸಿದ್ಧತೆಯಲ್ಲಿ ಇಂಚರ ಬಿಜಿ.

ಮರುದಿನ ಬೆಳಿಗ್ಗೆಯೇ ಬಂದ ಚಂದ್ರಯ್ಯ "ಸಂಜೆ ಹುಡ್ಗೀನ ನೋಡೋಕೆ ಬರ್‍ತಾ ಇದ್ದಾರೆ. ಗಂಡು ಗುಲ್ಬರ್ಗದಲ್ಲಿರೋದು. ಬಂದಿರೋದು ಆಕಸ್ಮಿಕವಾಗಿ, ಇದೊಂದು ಶಾಸ್ತ್ರ ಮುಗ್ಸಿಕೊಂಡ್ಹೋಗೀಂತ ಹೇಳ್ದೆ. ಅವ್ರ ಮನೆಯಲ್ಲೂ ಮೂರು ಜನ ತಾಳಿಗೆ ಕೊರಳೊಡ್ಡಿ ಕಾಯ್ತಾ ಇರೋ ಹೆಣ್ಣು ಮಕ್ಳು ಇದ್ದಾರೆ" ಒಂದು ಹೊಸ ವಿಷಯ ಬಿತ್ತರಿಸಿದರು. ಹೇಳಿದನ್ನು ಮತ್ತೇ ಹೇಳಿದರಷ್ಟೇ.

ಅಂತು ಮೂರು ಜನಾನೂ ಕಾಲೇಜುಗಳಿಗೆ ರಜೆ ಹಾಕಿ ನಿಂತರು. ಅಮ್ಮನಿಗೆ ಪೂರ್ತಿ ವಿರಾಮ ಕೊಟ್ಟು ಇಂಚರ ಅಡಿಗೆ ಮನೆ ಜವಾಬ್ದಾರಿ ವಹಿಸಿಕೊಂಡರೆ, ಕುಸುಮ ಹಾಲ್‌ನ ಡೆಕೋರೇಷನ್‌ಗೆ ನಿಂತಿದ್ದು ಉತ್ಸಾಹದಿಂದ, ಕುಮುದಾಗೆ ಪೂರ್ತಿ ರೆಸ್ಟ್.

ತಾನೇ ಪೇಸ್ ಪ್ಯಾಕ್ ಹಾಕಿ ಕೂಡಿಸಿದ ಇಂಚರ "ಕಣ್ಮುಚ್ಚಿ ರಿಲ್ಯಾಕ್ಸ್ ಮಾಡ್ಕೋ. ಮೊದ್ಲೇ ಐ.ಎ.ಎಸ್. ಮಾಡಿರೋ ಪ್ರಾಣಿ. ಇದ್ವರ್ಗೂ ಅಂಥ ಕನಸುಗಳನ್ನೇನೂ ಕಂಡಿರೋಲ್ಲ. ನಿನ್ನ ನೋಡಿದ್ಮೇಲೆ ಕನಸಿನ ಪ್ರಪಂಚ ಸೃಷ್ಟಿಯಾಗೋದು" ಗೋಳಾಡಿಸುತ್ತಲೇ ಎಂ.ಬಿ.ಎ. ಬಗ್ಗೆ ತಮಾಷೆ ಮಾಡಿದಳು. ಅಂತೂ ಹರಿಹರನ್ ಇಂದು ಒಂದು ಗಂಟೆ ಮೊದಲು ಬ್ಯಾಂಕ್‌ನಿಂದ ಮನೆಗೆ ಹಿಂದಿರುಗಿದರು. ಸಂಭ್ರಮ, ಸಡಗರ ತುಂಬಿದ ವಾತಾವರಣ. ಈ ಸಂಬಂಧವನ್ನು ಮನಃ ಪೂರ್ವಕವಾಗಿ ಎಲ್ಲರೂ ಸ್ವಾಗತಿಸುತ್ತಿದ್ದಾರೆ ಎನ್ನುವ 'ಕ್ಲೂ' ಕೊಟ್ಟಿತು.

ಅವರನ್ನ ಮಾತ್ರ ಅನ್ಯಮನಸ್ಕತೆ ಕಾಡಿತು. ಸಾಗುವ ಸಾಮ್ರಾಜ್ಯವನ್ನು ಕಂಡವರು. ವರದಕ್ಷಿಣೆ, ವರೋಪಚಾರಗಳ ಬಗ್ಗೆ ದೊಡ್ಡ ದೊಡ್ಡ ಆಂದೋಳನ ಚಳುವಳಿಗಳು ನಡೆಯುತ್ತಿದ್ದರೂ ಸಮಾಜ ಅದರಿಂದ ಮುಕ್ತಾಯವಾಗಿಲ್ಲವೆಂದು ಗೊತ್ತು.

"ಗಿರಿ ಫೋನ್ ಮಾಡಿದ್ದ. ಅವ್ನಿಗೆ ಕುಮುದಾನ ಸೊಸೆ ಮಾಡಿಕೊಳ್ಳೋಕೆ ಸಮ್ಮತವೇ, ಹಾಗಂತ ಹೇಳ್ದ" ಸಪ್ಪಗೆ ಹೇಳಿದರು ಇಂಚರ ಬಳಿ. "ಕುಮುದಕ್ಕ ಒಪ್ಪೋಲ್ಲ. ಆ ವಿಷ್ಯನ ಮರೆತಂಗೆ ಇದ್ಬಿಡಿ. ಇಂಥ ಉತ್ಸಾಹ ಅಕ್ಕ ಎಂದೂ ತೋರಿಸಿಲ್ಲ. ನೀವಂತೂ ಹಂಡ್ರೆಡ್ ಪರ್ಸೆಂಟ್ ಪ್ರಯತ್ನ ಮಾಡ್ಬೇಕು. ಇದು ನನ್ನ ಸ್ವಂತ ರಿಕ್ವೆಸ್ಟ್" ಕೇಳಿಕೊಂಡಳು ಹರಿಹರನ್ ಮಮತೆಯಲ್ಲಿ ಮಗಳನ್ನು ಮುಳುಗಿಸುವಂತೆ ನೋಡಿ ಮುಗುಳ್ನಗೆ ಬೀರಿ "ಹಂಡ್ರೆಡ್ ಪರ್ಸೆಂಟ್... ಹೇಗಂತಾ?"

ಜಿಂಕೆಯಂತೆ ಚಿಮ್ಮಿ ಮರೆಯಾದಳು.

ಅಂತು ದಾಮೋದರ್ ಅವನ ತಂದೆ, ತಾಯಿ ಜೊತೆ ಚಿಕ್ಕ ತಂಗಿ ಮಾತ್ರ ಬಂದರು. ತೀರಾ ಬಡತನದ ರೇಖೆಯಿಂದ ಈಚೆಗೆ ಮೇಲೆ ಬರುತ್ತಿದ್ದ ಜನ. ಅದನ್ನು ಸ್ಪಷ್ಟವಾಗಿ ಹೇಳಿಕೊಂಡರು ಕೂಡ. ಒಳ್ಳೇ ಉದ್ದ, ದಷ್ಟ ಪುಷ್ಟವಾಗಿದ್ದ. ಸ್ವಲ್ಪ ಬಣ್ಣ ಕಮ್ಮಿಯಾಗಿದ್ದರಿಂದಲೇನೋ ಇವರ ಮನೆತನ ಕುಮುದ ಎಲ್ಲರನ್ನೂ ಮೆಚ್ಚಿದ್ದು ಆಯಿತು. ಒಂದು ಮುಖ್ಯವಾದ ವಿಷಯವನ್ನು ದಾಮೋದರ್ ತಾನೇ ಇಟ್ಟುಕೊಂಡ.

ಎಲ್ಲರನ್ನು ಕಳುಹಿಸಿದ ದಾಮೋದರ್ ಹರಿಹರನ್‌ನೊಂದಿಗೆ "ನಿಮ್ಹತ್ರ ಪರ್ಸ್‌ನಲ್ಲಾಗಿ ಒಂದಿಷ್ಟು ಮಾತಾಡ್ಬೋದಿದೆ. ಅದು ತುಂಬಾ ಮುಖ್ಯಾನೂ ಕೂಡ. ಎಲ್ಲಿ ಭೇಟಿಯಾಗೋಣ?" ಅಂದ ಸೀರಿಯಸ್ಸಾಗಿ.

ಇಂಚರಾ ಗಾಬರಿಯಾದಳು. ಯಾವುದೇ ಕಾರಣಕ್ಕೂ ಈ ಸಂಬಂಧ ತಪ್ಪಿ ಹೋಗುವುದು ಬೇಕಿರಲಿಲ್ಲ. "ಮೇಲೆ ಮಾತಾಡ್ಬಹ್ದು. ನಿಮ್ಮದೇನಾದ್ರೂ ಅಭ್ಯಂತರನಾ?" ಕೇಳಿ ಆಮೇಲೆ ಇಬ್ಬರನ್ನು 'ಸಾರಿ' ಕೇಳಿದಳು.

ದೀರ್ಘವಾಗಿ ದಾಮೇದರ್ ಅವಳನ್ನು ನೋಡಿದ. ತೀರಾ ಚುರುಕಾಗಿ ಮುದ್ದಾಗಿ ಕಂಡಳು. ಅವಳ ಚೆಲುವಿಗೆ ಮತ್ತೇನೋ ಕಾಣವಿದೆಯೆಂದುಕೊಂಡ. ಆದರೆ ದಾಮೋದರ್ ಅಯೋಗ್ಯನಲ್ಲ ಕುಮುದ ಮತ್ತು ಇಂಚರಾನ ನೋಡುವ ನೋಟದಲ್ಲಿ ವ್ಯತ್ಯಾಸವಿತ್ತು.

"ಬೈ ಆಲ್ ಮೀನ್ಸ್, ನಂದೇನು ಅಭ್ಯಂತರವಿಲ್ಲ" ಅಂದ ಸರಳವಾಗಿ.

ಬಹಳ ಮರ್ಯಾದೆಯಿಂದ ರೂಂಗೆ ಕರೆದೊಯ್ದು ಕೂಡಿಸಿ ಬಂದ ನಂತರ ತಂದೆಯ ಕೈ ಹಿಡಿದು "ಅಪ್ಪ, ಕುಮುದಕ್ಕನಿಗೆ ದಾಮೋದರ್ ತುಂಬ ಇಷ್ಟವಾಗಿದ್ದಾರೆ. ದಯವಿಟ್ಟು ಹೆಚ್ಚು ಕಡ್ಮೇ ಮಾತಾಡ್ಬೇಡಿ. ಇಲ್ಲಿ ಕರ್ತವ್ಯದ ಜೊತೆ ಸ್ಪಂದನಾನೂ ಇದೆ. ಹೆಚ್ಚು ಸಂತೋಷಪಡೋರು,ದುಃಖಪಡೋರು ನೀವೇ" ಎಂದಳು. ಸುತ್ತಲೂ ನೋಟ ಹರಿಸಿದರು ಹರಿಹರನ್. ಎಲ್ಲ ಮುಖದಲ್ಲಿ ಹೊಸ ಕಳೆ ಮೂಡುವುದರ ಜೊತೆಗೆ ಆತಂಕವಿತ್ತು. 'ನೋಡೋಣ' ಎನ್ನುವಂತಿತ್ತು, ಅವರ ಮುಖದ ಭಾವ.

ಹರಿಹರನ್ ರೂಮ್ಗೆ ಹೋಗಿ ಕೂತ ನಂತರ ಅತ್ಯಂತ ಸರಳವಾಗಿಯೇ ಷುರು ಮಾಡಿದ. "ನನ್ಮಾತಿನಿಂದ ನೀವು ಎಕ್ಸೈಟ್ ಆಗೋ ಅಗತ್ಯವಿಲ್ಲ ಹೇಳೋದ್ನ ಪೂರ್ತಿ

ಕೇಳಿ ನಂತರ ಮಾತಾಡ್ಬಹುದ್ದು. ನನ್ತಂದೆ ಪ್ರೈಮರಿ ಸ್ಕೂಲು ಮೇಷ್ಟ್ರು ಆಗಿ ರಿಟೈರ್ಡ್ ಆದವರು. ಮೊನ್ನೆ ಮೊನ್ನೆವರ್ಗೂ ಅವ್ರ ಪೆನ್‌ಷನ್‌ನಲ್ಲಿ ಊಟ ಮಾಡ್ತಾ ಇದ್ದಿದ್ದು. ಅದ್ಬಿಟ್ಟು ನಮ್ಗೆ ಮನೆ, ಜಮೀನು, ಆಸ್ತಿ ಅಂತದ್ದೇನಿಲ್ಲ. ಒಬ್ಬ ಅಕ್ಕ, ಇಬ್ಬರು ತಂಗಿಯರು ಈಗ ವಿವಾಹಕ್ಕೆ ನಿಂತಿದ್ದಾರೆ. ಅಲ್ಪ ಸ್ವಲ್ಪ ರೂಪ ಇರ್ಬಹುದ್ದು. ಅಂತಹ ವಿದ್ಯಾವಂತರೇನಲ್ಲ. ಬೇರೆ ಹೆಣ್ಣು ಮಕ್ಳ ಹಾಗೇ ದುಡಿದು ಸಂಪಾದಿಸಿ ಆರ್ಥಿಕ ಸ್ಥಿತಿ ಸುಧಾರಿಸಬೇಕೆನ್ನುವಷ್ಟರಲ್ಲಿ ಮೊದ್ಲು ನಾನು ಮದುವೆ ಆಗೋಕೆ ತಯಾರಾಗಿರೋದು. ತಂಗಿಯರ ಭವಿಷ್ಯದ ಸಲುವಾಗಿ ನಾನು ದುಡಿದು ಅವ್ರಿಗೆಲ್ಲ ವರಗಳ್ನ ಹುಡ್ಕೋ ವೇಳೆಗೆ, ಅವ್ರೆಲ್ಲ ಮದ್ವೇ ಆಗೋ ವಯಸ್ಸು ದಾಟಿಬಿಟ್ಟಿರುತ್ತಾರೆ. ಆದುದರಿಂದಲೇ ವರದಕ್ಷಿಣೆ ಪಡೆದು ವಿವಾಹವಾಗಿ ಬಂದ ಹಣದಲ್ಲಿ ನಾನು ಅವರುಗಳ ವಿವಾಹ ನಡ್ಸಬೇಕು. ನಂಗೆ ಇದ್ರಿಂದ ನಾಚ್ಕೆ ಇಲ್ಲ. ಇಲ್ಲಿ ನನ್ತಂಗಿಯರಿಗೆ ಮದ್ವೆ ಮಾಡೋ ಜವಾಬ್ದಾರಿ ಹೊತ್ಕೊಂಡ್ರೆ... ನಾನು ವರದಕ್ಷಿಣೆ ತಗೊಳ್ಳದೆ ಮದ್ವೆಯಾಗಬಲ್ಲೆ ಎಲ್ಲಾ ವಿವರಿಸಿದ್ದೀನಿ. ಹತ್ತು ಲಕ್ಷ ವರದಕ್ಷಿಣೆಯಾಗಿ ಕೊಡುವ ಹಾಗಿದ್ದರೆ.... ಮಾತು ಮುಂದುವರಸ್ಬಹುದ್ದು. ಇಲ್ಲ, ಇಲ್ಲಿಗೆ ನಿಲ್ಸಿಬಿಡೋಣ. ನಿರ್ಧಾರ ನಿಮ್ಮದೇ. ನಾನು ವಾಸ್ತವದ ಕೂಸು. ಆದರ್ಶಾಂತ ಭಾಷಣ ಮಾಡಿ ತನ್ನ ತಂಗಿಯರ ಬಾಳು ಹಾಳು ಮಾಡ್ಲಾರೆ. ಬರ್ತೀನಿ" ಕೈ ಮುಗಿದು ಹೊರಟು ಬಿಟ್ಟ. ಹರಿಹರನ್ ಚಲಿಸಲಿಲ್ಲ. ಪರಿಸ್ಥಿತಿಯನ್ನು ಸ್ಪಷ್ಟಪಡಿಸಿದ್ದರಿಂದ ದಾಮೋದರ್ ಮೇಲೆ ಕೋಪ ಬರಲಿಲ್ಲ.

ಹೆಚ್ಚು ಕಡಿಮೆ ಮನೆಯವರಿಗೆಲ್ಲ ಈ ಮಾತುಗಳು ಕೇಳಿಸುವಂತೆಯೇ ಹೇಳಿದ್ದ ದಾಮೋದರ್. ಯಾರ ಬಾಯಿಂದಲೂ ಮಾತುಗಳು ಹೊರಡಲಿಲ್ಲ. ಹತ್ತು ಲಕ್ಷದಷ್ಟು ದೊಡ್ಡ ಮೊತ್ತ – ಮೈ ಝುಮ್ಮೆನಿಸಿತು. ಮೂರು ಜನರ ಹೆಸರಿನಲ್ಲಿದ್ದಿದ್ದು ಮೂರು ಮೂರು ಲಕ್ಷಗಳು ಮಾತ್ರ. ಅಕಸ್ಮಾತ್ ಅಲ್ಪ ಸ್ವಲ್ಪ ಸಾಲದೇ ಬಂದರೆ ಭವಿಷ್ಯನಿಧಿಯಿಂದ ತೆಗೆಯಬಹುದ್ದು. ಅಷ್ಟು ಬಿಟ್ಟು ಲಕ್ಷಾಂತರ ತೆಗೆಯುವಷ್ಟು ಶ್ರೀಮಂತಿಕೆ ಅವರದಲ್ಲ.

"ದಾಮೋದರ್ ಸ್ಪಷ್ಟವಾಗಿ ಹೇಳ್ಹೋಗಿದ್ದಾರೆ. ಬಹುಶಃ ಆ ಎತ್ತರಕ್ಕೆ ಚಾಚೋಷ್ಟು ನನ್ನ ಕೈ ಉದ್ದವಿಲ್ಲ. ಈ ವಿಷ್ಯ ಇಲ್ಲಿಗೆ ಬಿಟ್ಟುಬಿಡೋಣ" ಭಾಧ್ಯತೆಯ ಯಾಜಮಾನನಾಗಿ ತಾವೇ ತೀರ್ಮಾನ ತೆಗೆದುಕೊಂಡರು.

ಮೊದಲು ಎದ್ದು ಹೋಗಿದ್ದು ಕುಮುದ, ನಂತರ ನಿಧಾನವಾಗಿ ಮರೆಯಾಗಿದ್ದು ಕುಸುಮ, ಇಂಚರ ಮಾತ್ರ ತಾಯಿ ಜೊತೆ ಅಲ್ಲೇ ಉಳಿದಳು. ಇದು ಅವಳಿಗೆ ಸರಿಯೆನಿಸಲಿಲ್ಲ.

"ವರದಕ್ಷಿಣೆ ತಗೋಬಾರ್ದು ಅನ್ನೋ ಕಾನೂನು ಇದ್ಯಲ್ಲ" ಎಂದಳು ಮೆಲ್ಲಗೆ. ಹರಿಹರನ್ ತಲೆಯೆತ್ತಿ "ಇದೆ, ಬೇಕದರೆ ವರದಕ್ಷಿಣೆ ಕೇಳ್ದಂತೆ ದೂರು ನೀಡ್ಬಹುದ್ದು. ಅದ್ರಿಂದ ನನ್ಮಗಳಿಗೇನು ಮದ್ವೆಯಾಗೋಲ್ಲ ಅಲ್ಲಿರೋ ಅಗತ್ಯ, ಸಮಸ್ಯೆ ಎರಡನ್ನ ಹೇಳಿದ್ದಾನೆ. ದಾಮೋದರ್ ಪ್ರಾಮಾಣಿಕ ವ್ಯಕ್ತಿ. ವಿವಾಹದ ನಂತರ ಪೀಡಿಸಿದ್ದರೆ ಗತಿಯೇನು?" ಆವೇಗಗೊಳ್ಳದೆ ನಿಧಾನವಾಗಿ ಯೋಚಿಸಿ ನುಡಿದ ಒಂದೊಂದು ಮಾತು ಅನುಭವದ ಕಾರಂಜಿಯಿಂದ ಚಿಮ್ಮಿದ ಮುತ್ತುಗಳೇ.

ಇಬ್ಬರೂ ಬಾಯಿ ತೆಗೆಯಲಿಲ್ಲ. ಮನೆಯನ್ನು ನಿಶ್ಯಬ್ಧ ಆವರಿಸಿದಂತಾಯಿತು. ಆಘಾತವಾಗುವಂತ ವಿಷ್ಯವೇನೂ ಅಲ್ಲ ಆದರೂ ಯಾಕೆ, ಇಷ್ಟು ಡೀಪಾಗಿ ತಗೊಂಡರು ಅನ್ನೋದನ್ನ ಯಾರೂ ಸ್ಪಷ್ಟವಾಗಿ ಹೇಳಲಾರರು.

"ಈಗೇನಾಯ್ತು? ಬಂದ ಗಂಡು ಒಪ್ಕೋ ಬೇಕೂಂತೇನು ಇಲ್ಲ ನಮ್ಗೆ ಅನ್ಕೂಲವಾಗಿಲ್ಲಂತ ಅಂದ್ಕೊಂಡರಾಯ್ತು" ತೀರ್ಮಾನ ಕೊಟ್ಟರು. ಆಗ ಗಿರಿಜಾಗೆ ತಾಯಿಯಾಗಿ ಅನಿಸಿದಷ್ಟೇ, ಇನ್ನ ಸ್ವಲ್ಪ ಉಳ್ಸಿ ಇಡಬಹುದಿತ್ತು. ನೆಂಟರು ಇಷ್ಟರು ಬಂದಾಗ ಮಾಡುತ್ತಿದ್ದ ಅಧಿಕ ಖರ್ಚುಗಳನ್ನು ಉಳಿಸಿದ್ದರೆ ಚೆನ್ನಿತ್ತು ಬಾಯಿ ಬಿಟ್ಟು ಹೇಳಲು ಹಿಂಜರಿದರಷ್ಟೆ. ಕೆಲವೊಮ್ಮೆ ಎಷ್ಟು ಸರಳವೋ ಅಷ್ಟೇ ಪ್ರತಿಷ್ಠೆಯ ಮನುಷ್ಯ ಎಂದು ಆಕೆಗೆ ಗೊತ್ತು.

ತಾಯಿಯ ಕಡೆ ನೋಡಿದ ಇಂಚರ ಮೆಲ್ಲಗೆ ಬಾಯಿ ತೆರೆದಳು. ಅಪ್ಪ, ಚಂದ್ರಯ್ಯ ಬಂದಾಗಲೆಲ್ಲ ಕುಮುದಕ್ಕ ಉರಿದು ಬೀಳ್ತಾ ಇದ್ಲು. ಈ ಸಂಬಂಧ ಬಂದಾಗ್ಲೇ ಸುಮುಖವಾಗಿದ್ಲು. ತನ್ನ ಮುಂದಿನ ಎಂ.ಬಿ.ಎ. ಆಕಾಂಕ್ಷೆ ತ್ಯಾಗಮಾಡೋಕೂ ಸಿದ್ಧವಾಗಿಬಿಟ್ಲು. ಇದ್ನೆಲ್ಲಾ ಕನ್ಸಿಡರ್ ಮಾಡ್ಬೇಕೂಂತ ಅನಿಸುತ್ತೆ.

"ಆ ಬಗ್ಗೆ ಒಂದೇ ತೀರ್ಮಾನ! ಹತ್ತು ಲಕ್ಷ ಕೊಡೋಂಥ ಶ್ರೀಮಂತಿಕೆ ನಂಗಿಲ್ಲ. ಬೇರೆ ಸಂಬಂಧ ನೋಡೋಕೆ ಚಂದ್ರಯ್ಯನಿಗೆ ಹೇಳ್ತೀನಿ.

ತಾಯಿ ಮಗಳು ಎದ್ದು ಬೇರೆ ಬೇರೆ ದಿಕ್ಕುಗಳಿಗೆ ಹೋದರು. ಅಂತು ವಿಷಯಕ್ಕೆ ಪೂರ್ಣ ವಿರಾಮ ಹಾಕಿದಂತಾಯಿತು. ಕುಮುದ ರಾತ್ರಿಯ ಊಟವನ್ನು ಮುಲಾಜಿಲ್ಲದೇ ನಿರಾಕರಿಸಿದಳು. ಮನೆಯವರೆಲ್ಲ ಬೆಚ್ಚಿದರು. ಇಂಚರ ಎಷ್ಟೇ ಪ್ರಯತ್ನಿಸಿದರೂ ಒಂದು ಲೋಟ ನೀರು ಕೂಡ ಕುಡಿಯಲು ಒಪ್ಪಲಿಲ್ಲ.

"ಇವ್ಳಿಗೇನಾಗಿದೆ? ಹತ್ತು ಲಕ್ಷ ಎಲ್ಲಿಂದ ತರೋಣ? ಇವಳದು ವಿಪರೀತ ಕನಸು?" ಗೊಣಗಿದರು ಗಿರಿಜ. ಆಕೆಗೂ ಗೊತ್ತು 'ಹತ್ತು ಲಕ್ಷ ಜೊತೆ ಮದುವೆಯ ಖರ್ಚು ಬೇರೆ' – ಇದನ್ನು ಪೂರೈಸಲು ತಮ್ಮಿಂದ ಸಾಧ್ಯವಿಲ್ಲ.

ಕುಸುಮ, ಇಂಚರ ಎಷ್ಟೇ ಪ್ರಯತ್ನಿಸಿದರೂ ಒಂದು ಮಾತು ಆಡದ ಕುಮುದ ಇಡೀ ರಾತ್ರಿ ನಿದ್ರಿಸಲಿಲ್ಲ. ದಾಮೋದರ್ ಇಲ್ಲದೆ ತಾನು ಬದುಕಲಾರೆ ಎನ್ನುವ ಮೋಡಿಗೆ ಬಿದ್ದಿದ್ದು ಹೆಚ್ಚು ಸೋಜಿಗವಲ್ಲ. ಅದೆಲ್ಲ ನಡೆಯುವಂಥದ್ದೇ. ಹೆಣ್ಣು ಈ ಸ್ಥಿತಿಗೆ ತಲುಪಲು ಗಂಡಿನಲ್ಲಿರುವ ಆಕರ್ಷಣೆ ಏನು? ಆಕರ್ಷಣೆಗೆ ಬಿದ್ದ ಹೆಣ್ಣು ಹೆತ್ತವರನ್ನು ಮುಲಾಜಿಲ್ಲದೇ ಕಾದಿರುವ ಎಣ್ಣೆಗೆ ದಬ್ಬಿಬಿಡುತ್ತಾಳೆ....

"ಏನಾಗಿದೆ ಅವ್ಳಿಗೆ?" ಪೂಜೆಯ ವೇಳೆಗೆ ಬಂದು ನಿಲ್ಲದ ಕುಮುದಳ ಬಗ್ಗೆ ತೀರ್ಥದ ಬಟ್ಟಲು ಹಿಡಿದೇ ಕೇಳಿದರು ಹರಿಹರನ್. "ತಲೆ ನೋವಂತೆ" ಹೇಳಿದ್ದು ಇಂಚರ. ಅವಳ ಹೆದರಿಕೆ ಸರಿಯಾಗಿತ್ತು.

ಹರಿಹರನ್ ರೇಗಾಟಕ್ಕೆ ಒಬ್ಬರೂ ಹೊರ ಬರಲಿಲ್ಲ. ಅದನ್ನು ಕೇಳುವ ಹಣೆಬರಹ ಹೆತ್ತಮ್ಮನಿಗೆ. ಗಿರಿಜಾ ಮಧ್ಯೆ ಏನೋ ಹೇಳಲು ಪ್ರವೇಶಿಸಿ ಛೀಮಾರಿ ಹಾಕಿಸಿಕೊಳ್ಳುವುದರ ಜೊತೆಗೆ ಇಲ್ಲದ ತಪ್ಪುಗಳನ್ನು ಹೆಂಡತಿಯ ಮೇಲೆ ಹೇರಿ ಅದಕ್ಕೆ ಆಕೆಯೇ ಎಂದು ನಿಂದಿಸಿ ಕಣ್ಣೀರು ಸುರಿಸಿದರು.

ಬ್ಯಾಂಕ್‌ಗೆ ಹೋದ ನಂತರ ಮೂವರು ತಲೆ ಹೊರ ಹಾಕಿದ್ದು. ಹೆಚ್ಚು ಕಡಿಮೆ ತಾಯಿಗೆ ಆದ ಸಹಸ್ರನಾಮಾರ್ಚನೆ ಕೇಳಿ ಮೂವರು ಕಣ್ಣೀರು ಸುರಿಸಿದ್ದರು.

"ನಾವು ನಿನ್ನ ಹೊಟ್ಟೆಯಲ್ಲಿ ಹುಟ್ಟಲೇ ಬಾರ್ದಿತ್ತು". ಕುಮುದ ಕಣ್ಣೀರು ಸುರಿಸುವ ವೇಳೆಗೆ ಕುಸುಮ "ಆ ಬಗ್ಗೆ ಈಗ ಕಾಮೆಂಟ್ಸ್ ಬೇಡ. ಅದ್ರಲ್ಲಿ ನಮ್ಮ ತಪ್ಪೇನು ಇಲ್ಲ. ಮೂವರೂ ಹೆಣ್ಣಾಗಿ ಹುಟ್ಟಿ ನಾವೇ ಇವ್ರಿಗೆ ಉಪಕಾರ ಮಾಡಿದ್ದೀವಿ. ಜೀವನ ಪೂರ್ತಿ ಇಲ್ಲೇ ಬಿದ್ದು ಒದ್ದಾಡೋಲ್ವಲ್ಲ. ನಗೆ ತಲೆ ಕೆಟ್ಟಂತಾಗಿದೆ. ಇಲ್ಲಿ ಅಪ್ಪನ ಕಾಟ! ಇನ್ನು ತಾಳಿ ಕಟ್ಟೋ ಪುಣ್ಯಾತ್ಮನ ಸ್ವಭಾವ ಹೇಗಿರುತ್ತೋ" ಇಡೀ ದಿನ ದುಡಿದು ಬಂದು ಅವ್ನ ಮಡಿಲಿಗೆ ಸುರಿದು 'ಜೀ ಹುಜುರ್' ಎಂದು ನಿಲ್ಲಬೇಕು. ನಂಗೆ ಮದ್ವೇನೇ ಬೇಡ. ಕೋರ್ಸ್ ಮುಗಿದ್ಮೇಲೆ ಎಲ್ಲಾದ್ರೂ ಒಂದ್ಕೆಲ್ಸ ಸಿಕ್ಕುತ್ತೆ. ನಮಸ್ಕಾರ ಹಾಕಿ ಹೋಗ್ಬಿಡ್ತೀನಿ" ತೀಕ್ಷ್ಣವಾಗಿತ್ತು. ಅವಳ ಮಾತು.

ಗಿರಿಜ ದಿಕ್ಕೆಟ್ಟಂತಾದರು. ಯಾರದು ತಪ್ಪು, ಯಾರದು ಸರಿಯೆಂದು ತರ್ಕಿಸಲಾರದೆ ಹೋದರು.

"ಬಾಯಿಗೆ ಬಂದಂತೆ ಮಾತಾಡ್ತ ಇರ್ತೀರಲ್ಲ. ಅಶ್ವಿನಿ ಏನಾಗಿದ್ದಾರೆ? ಬೇಕಾದರೆ ಇವಳನ್ನು ಎಂ.ಬಿ.ಎ. ಮಾಡಿಸ್ಬಲ್ಲ. ಇದ್ನೆಲ್ಲ ನಾನು ಮನಸ್ಸಿನಲ್ಲಿ ಇಟ್ಕೊಂಡೇ ಆಯ್ಕೆ ಮಾಡಿದ್ದು". ಮೆಲ್ಲಗೆ ಉಸುರಿದಳು ಗಿರಿಜ.

"ನಂಗೆ ಮದ್ವೇನೇ ಬೇಡ. ಅಷ್ಟು ಅಪ್ಪನಿಗೆ ಹೇಳಿ ಉಪಕಾರ ಮಾಡಿ. ಚಂದ್ರಯ್ಯ ಬ್ಯಾಗ್ ಹಿಡಿದು ಈ ಕಡೆ ಬಂದರೆ ತಲೆಯೊಡೆದು ಬಿಡ್ತೀನಿ. ನನ್ನ ಇಷ್ಟಕ್ಕೆ ನಿಮ್ಮ ಕೈಯಲ್ಲಿ ಪೂರೈಸೋಕ್ಕಾಗೋಲ್ಲ ಅಂದ್ಮೇಲೆ ಸುಮ್ನೆ ಇರ್ಬೇಕು. ಸುಮ್ನೇ ಮಕ್ಳ ಪ್ರಾಣ ತಿನ್ನಬಾರ್ದು" ಎಂದ ಕುಮುದ ಎದ್ದು ಹೋದಳು ದಡಾರನೆ.

"ನಮ್ಮ ಪರಿಸ್ಥಿತಿ ನಿಮ್ಗೆಲ್ಲ ಗೊತ್ತಿದೆ. ಈಗ ಲಕ್ಷಾನುಗಟ್ಟಲೆ ಎಲ್ಲಿಂದ ತಂದು ಸುರಿತಾರೆ? ಅವ್ಳು ಅಶ್ವಿನಿನ ಮಾಡಿಕೊಳ್ಳದಿದ್ದರೆ ಬೇಡ. ದಾಮೋದರ್‌ನ ಸಹವಾಸ ಕೂಡ ಬೇಡ. ಬೇರೆ ನೋಡೋಣ" ಎಂದರು ತಾಳ್ಮೆಯಿಂದ.

ಅಂತು ಕಾಲೇಜಿಗೆ ಸಾರ್ವತ್ರಿಕವಾಗಿ ರಜ ಘೋಷಿಸಿಕೊಂಡಿದ್ದರಿಂದ ಒಂದು ಪರಿಹಾರ ಹುಡುಕಿಬಿಡುವ ಕಾರ್ಯದಲ್ಲಿ ಮಗ್ನನಾಗಿದ್ದರು.

"ಅಮ್ಮ ಕುಮುದ ಮದ್ವೆಯಾದ್ಮೇಲೆ ಒಂದಿಷ್ಟು ಗ್ಯಾಪ್ ಸಿಗುತ್ತೆ. ಕುಸುಮ ವಿವಾಹಕ್ಕೆ ಇನ್ನು ವೇಳೆ ಇರುತ್ತೆ. ಹೇಗೋ ಮೂವರಿಗಾಗಿ ಒಂಬತ್ತು ಲಕ್ಷ ಇದೆ. ಇನ್ನೊಂದು ಸೇರಿಸಿ ದಾಮೋದರ್‌ಗೆ ಕೊಟ್ಟು ಸಿಂಪಲ್ಲಾಗಿ ಮದ್ವೆ ಮಾಡಿಬಿಟೋಣ. ಆ ಬಗ್ಗೇನೂ ಆ ಮನುಷ್ಯ ತಕರಾರು ತೆಗೆಯೋಂಗೆ ಕಾಣೋಲ್ಲ. ಸದ್ಯಕ್ಕೆ ಇದೊಂದು ದಾರಿ ಸೂಕ್ತವಾಗಿ ಕಾಣುತ್ತೆ" ಇಂಚರ ಉತ್ಸಾಹದಿಂದ ನುಡಿದಾಗ ಗಿರಿಜ ಮುಖ ತಿರುಗಿಸಿದರು. ಇದು ಸುತರಾಂ ಒಪ್ಪಿಗೆಯಾಗದ ವಿಷಯವೆನಿಸಿತು.

"ನಿಂಗೇನು, ತಲೆ ಕೆಟ್ಟಿಲ್ವಾ? ಇದಕ್ಕೆ ನಿಮ್ಮಪ್ಪ ಇರ್ಲಿ, ನಾನು ಕೂಡ ಒಪ್ಪೋಲ್ಲ, ಒಂದು ಕಣ್ಣಿಗೆ ಬೆಣ್ಣೆ, ಮತ್ತೊಂದು ಕಣ್ಣಿಗೆ ಸುಣ್ಣ. ಇದ್ಯಾವ ಲೆಕ್ಕಾಚಾರ. ನಿಮ್ಮ ಅವ್ಳ ಮಧ್ಯೆ ಹತ್ತು ವರ್ಷಗಳಷ್ಟು ಡಿಫರೆನ್ಸ್ ಇದ್ಯಾ? ಅವಳು ಮುಗಿತ್ತಿದ್ದಂಗೆ ನಿಮ್ಮಿಬ್ಬರದು

ಮುಗ್ಸಿಬೇಕು. ಅಂಥದ್ದರಲ್ಲಿ ಎಲ್ಲಾ ಹಣಾನ ಕುಮುದಾದು ಅತಿಯಾಯ್ತು" ರೇಗಿ ಎದ್ದುಹೋದರು. ಕುಸುಮ ಭುಜಗಳನ್ನ ಕುಣಿಸಿ ತಲೆಕೊಡವಿದಳು. ಅಮ್ಮ ಹೇಳಿದ್ದು ಹಂಡ್ರೆಡ್ ಪರ್ಸೆಂಟ್ ಸರಿಯೆನಿಸಿತು.

ಇಂಚರ ಇನ್ನು ಪ್ರಯತ್ನ ಮಾಡಲು ಸಿದ್ಧಳಿದ್ದಳು. ಕುಮುದ ನಿರಾಶೆ, ನೋವು ಕುಟುಂಬದ ಮೇಲೆ ಎಂತ ಪರಿಣಾಮ ಬೀರುತ್ತದೆಯೆಂದು ಅವಳಿಗೆ ಗೊತ್ತುಂಟು. ಮಲಗಿದ್ದ ಅಮ್ಮನ ಬಳಿ ಹೋಗಿ "ಅಮ್ಮ ತಲೆ ಒತ್ತಲಾ?" ಕೇಳಿದಳು. "ಬೇಡ ಸುಮ್ನೆ ಬಿಟ್ಬಿಡು" ಎಂದರು ಬೇಸರದಿಂದ.

ಹೊರಗೆ ಬಂದ ಇಂಚರ ರೂಮಿಗೆ ಹೋದಾಗ ಕುಮುದ, ಕುಸುಮ ಒಂದೊಂದು ಪುಸ್ತಕ ಹಿಡಿದು ಕೂತಿದ್ದರು. ಇಬ್ಬರ ಮುಖಗಳಲ್ಲೂ ಅಸಹನೆ ಜಿಗುಪ್ಸೆ,

"ಯಾಕೆ ಹೀಗೆ ಕೂತಿದ್ದೀರಾ? ವಿಷ್ಯ ಇಲ್ಲಿಗೆ ಬಿಟ್ಬಿಡಿ. ಅಪ್ಪನ ಲಿಮಿಟ್‌ಗೆ ಕುಮುದಕ್ಕನ ಅಸಹಕಾರ – ಏನಾದ್ರೂ ಮಾಡೋದಿಕ್ಕೆ ಸಾಧ್ಯವೇನೋ ನೋಡೋಣ". ತಣ್ಣಗೆ ನುಡಿದಾಗ ಕುಸುಮ ನಕ್ಕುಬಿಟ್ಟಳು. ನಮ್ಮನ್ನ ಯಾರಾದ್ರೂ ದುಬೈ ಸಾಹುಕಾರರು ಕೊಂಡ್ಕೊ ಬೇಕಷ್ಟೇ. ಅದು ಅಷ್ಟು ಸುಲಭ ಅಲ್ಲ ಬಿಡು.

ತಂಗಿಯ ತಮಾಷೆಗೆ ಕುಮುದ ಕೆರಳಿದಳು.

"ನನ್ನ ರಾಕ್ಷಸೀಂತ ತಿಳಿದ್ರಾ? ಸ್ವಾರ್ಥಿ ಅಂದ್ಕೊಂಡ್ರ? ಜೀವನ ಪೂರ್ತಿ ಮದ್ವೇ ಇಲ್ದೆ ಇರಬಲ್ಲೆ. ಆದರೆ ಹೆತ್ತವರು ಸುಮ್ಮನೆ ಬಿಡ್ಬೇಕು. ನಮ್ಮನ್ನ ತಲೆ ಮೇಲೆ ಹೊತ್ಕೊಂಡಂಗೆ ಹಾರಾಡ್ತಾರೆ" ಪೂರ್ತಿಯಾಗಿ ಸಂಕಷ್ಟದ ಹೊರೆಯನ್ನ ಅಪ್ಪ, ಅಮ್ಮನ ಮೇಲೊರೆಸಿದರು.

ಆಮೇಲೆ ನಿಸ್ವಾರ್ಥದಿಂದ ಕೂತು ಚರ್ಚಿಸಿದರು. ಸದ್ಯಕ್ಕೆ ಮೂವರು ಮನೆಯಲ್ಲಿ ಕುಮಾರಿಯಾಗಿ ಉಳಿಯುವ ತೀರ್ಮಾನ ಕೈಗೊಂಡರು. ಆದರೆ ಇದನ್ನು ಹರಿಹರನ್‌ಗೆ ಹೇಳುವವರಾರು? ಅಂತು... ಇಂತು ಬೆಕ್ಕಿಗೆ ಗಂಟೆ ಕಟ್ಟುವವರಾರು ಎನ್ನುವ ಚಿಂತೆಗೆ ಬಿದ್ದರು.

ಇಂಚರ ಸಂಜೆ ತರಕಾರಿಗೆ ಹೊರಟಾಗ ಮನೆಯಲ್ಲಿ ಒಂದು ರೀತಿಯ ಗಂಭೀರ ಮೌನ. ಅದಕ್ಕೆ ಕಾರಣ ಐದು ನಿಮಿಷ ಹಿಂದೆ ದಾಮೋದರ್ ಫೋನ್ ಮಾಡಿ ವಿಚಾರಿಸಿದ್ದ. ಬದುಕಿನಲ್ಲಿ ಅವನ ತಂಗಿಯರ ಭವಿಷ್ಯ ಮುಖ್ಯವಾಗಿತ್ತು.

"ನಿಮ್ಮಪ್ಪನಿಗೆ ಫೋನ್ ಮಾಡಿ ಹೇಳಲು ತಿಳ್ಸಿ ಬಿಡು" ಎಂದಿದ್ದರು ಗಿರಿಜ. ಅವರಂತೂ ಮತ್ತೊಬ್ಬರ ಭವಿಷ್ಯ ಪಕ್ಕಕ್ಕಿಟ್ಟು ಕುಮುದ ಬಗ್ಗೆ ಮಾತ್ರ ಯೋಚಿಸುವಂತ ಅವಿವೇಕಿಯಲ್ಲ.

ತರಕಾರಿ ಅಂಗಡಿಯ ಬಳಿ ನಿಲ್ಲುವ ವೇಳೆಗೆ "ಹಲೋ..." ಎಂದಿದ್ದು ಸನಿಹದಲ್ಲಿ. ಬೆಚ್ಚಿ ಬಿದ್ದಳು. ಅವಳ ಮುಖದಲ್ಲಿ ಬೆವರಾಡಿತು. "ಇಂಚರ ಸೀಪಿಷ್ಟು ಪುಕ್ಕಲು ಅಂತ ತಿಳಿದಿರಲಿಲ್ಲ" ಅಂದ. ಅಶ್ವಿನ್‌ಕುಮಾರ್ ನಿಧಾನವಾಗಿ ಅಡಗಿ ಕೂತ ಉಸಿರನ್ನು ಮೇಲಕ್ಕೆಳೆದು ತಂದಿದ್ದು ಪ್ರಯಾಸದಿಂದಲೇ.

"ಏನಿಲ್ಲ, ನಾನು ಯಾವ್ದೋ ಯೋಚನೆಯಲ್ಲಿದ್ದೆ. ನಿಮ್ಮ ಕಂಠ ಬಂದು ಅಪ್ಪಳಿಸಿದ ರೀತಿಗೆ ಹೌಹಾರಿದೆ" ಎಂದಳು ನಸುನಗೆಯಿಂದ. ಇಬ್ಬರೂ ಆರಿಸಿ ಆರಿಸಿ ತರಕಾರಿ ಕೊಂಡಾಗ ಅಶ್ವಿನ್‌ಕುಮಾರ್ ತಡೆದು ತಾನೇ ತರಕಾರಿಯ ಹಣ ಕೊಟ್ಟ "ಹಣ್ಣಿನ ಅಂಗಡಿಯಲ್ಲಿ ನೀವು ಕೊಟ್ಟು ಬಿಡಿ" ಅಂದ. ಇಂಚರ ಸುಮ್ಮನಾದಳು. ತಟ್ಟನೆ ಫೋನ್ ಮಾಡುವ ಅಜ್ಞಾತ ವ್ಯಕ್ತಿ ನೆನಪಾದದ್ದು. ಬಹುಶಃ ಅಶ್ವಿನ್ ಕುಮಾರ್‌ರಾ? ಅವನ ಮುಖವನ್ನು ಬದಲಿಸಿ ಬದಲಿಸಿ ನೋಡಿದಾಗ ಅವನ ಕಣ್ಣಲ್ಲಿ ಮಿಂಚು ಹೊರಳಾಡಿತು. "ನನ್ನ ಮುಖದಲ್ಲಿ ಏನಾದ್ರೂ ಹೊಸತನ ಕಾಣಿಸ್ತಾ ಇದ್ಯಾ?" ಕೇಳಿದ.

ಇಂಚರ ಆರಾಮಾಗಿ ನಕ್ಕುಬಿಟ್ಟಳು.

ಬಲವಂತವಾಗಿ ಗಾರ್ಡನ್ ರೆಸ್ಟೋರೆಂಟ್‌ಗೆ ಕರೆದೊಯ್ದು ಜ್ಯೂಸ್‌ಗೆ ಆರ್ಡರ್ ಮಾಡಿದ. "ಒಂದ್ಮಾತು, ನೀವ್ಯಾರು ನಮ್ಮ ಮನೆ ಕಡೆ ಬರ್ಲಿಲ್ಲ. ಅಮ್ಮ ಒಂದ್ನಾಲ್ಕು ಸಲವಾದ್ರೂ ಹೊರಟರು. ನಾನು ತಡೆದೆ. ಅದ್ಕೆ ಕಾರಣ ನೀವೆ" ತೀಕ್ಷ್ಣವಾಗಿ ಆರೋಪಿಸಿದಾಗ, ಎದೆಯ ಮೇಲೆ ಕೈಯಿಟ್ಟುಕೊಂಡು "ಮೈ ಗಾಡ್ ಇದ್ನ ನೇರವಾಗಿ ನಮ್ಮಪ್ಪ, ಅಮ್ಮನ ಮುಂದೆ ಹೇಳಿಬಿಟ್ಟರೆ ದೇವರೇ ಗತಿ" ಹೌಹಾರಿಕೆ ನಟಿಸಿದಳು.

"ಹೇಳಬೇಕಾದ ಸಂದರ್ಭ ಬಂದರೆ ಖಂಡಿತ ಹೇಳ್ತೀನಿ. ಒಂದ್ವಿಷ್ಯ... ಇಂಚರ! ಎಷ್ಟೋ ಪ್ರಭಾವಶಾಲಿ ಪ್ರಾಡಕ್ಟ್ ಬಂದರೂ ನನ್ನ ಮಾತ್ರ ಗೋಂದಿಗೆ ಹೋಲಿಸಿಬಿಟ್ರಿ. ಸ್ವಲ್ಪ ಅದ್ಕಿಂತ ಕಾಸ್ಟ್ಲೀ ಐಟಂಗಳಿಗೆ ಹೋಲಿಸಿದ್ದರೆ ಚೆನ್ನಿತ್ತು" ಎಂದ ತಮಾಷೆಯಾಗಿ. ಇಂಚರ ಮುಖ ಚಿಕ್ಕದಾಯಿತು. ಒಮ್ಮೆ ಅಮ್ಮನ ಮುಂದೆ ಅಂದಿದ್ದು ಅಶ್ವಿನಿ ನಿಜವಾದರೂ ಅಶ್ವಿನಿಕುಮಾರ್ ಕಿವಿ ತಲುಪಿದ್ದು ಮಾತ್ರ ಸರಿಯೆನಿಸಲಿಲ್ಲ.

"ಸಾರಿ, ಈಚೆಗೆ ಅಮ್ಮನ ಕೈಯಲ್ಲಿ ಕೆಲ್ಸ ಆಗೋಲ್ಲ. ಹಾಗಂತೇನೂ ಅಪ್ಪ ಯಾವ್ದೇ ವಿಷ್ಯದಲ್ಲಿ ರಾಜಿಯಾಗೋಲ್ಲ. ಮಾತು, ಕೆಲ್ಸದ ಒತ್ತಡ ಅವ್ರ ಮೇಲೆ ಎಲ್ಲಿ ಪರಿಣಾಮ ಬೀರುತ್ತೆ ಅನ್ನೋ ಭಯದಲ್ಲಿ ಅಂದಿದಷ್ಟೇ. ಖಂಡಿತ ತಪ್ಪು ತಿಳ್ಕೋ ಬೇಡಿ" ಕ್ಷಮೆ ಯಾಚಿಸಿದಳು ತಗ್ಗಿದ ದನಿಯಲ್ಲಿ.

"ನಾವು ದನಿಯಲ್ಲಿ ಕ್ಷಮೆ ಯಾಚಿಸೋಂತ ವಿಷ್ಯವಲ್ಲ. ನಂಗ್ಯಾಕೋ ನಿಮ್ಮಮ್ಮನ ಮಾತು, ಅಡ್ಗೆ ಎಲ್ಲಾ ಇಷ್ಟವಾಯ್ತು. ನಿಮ್ಮ ಮನೆಯಲ್ಲಿ ಜೀವಂತಿಕೆ ಇದೆ. ಅದೆ ನಂಗೆ ಹೆಚ್ಚೆಚ್ಚು ಇಷ್ಟವಾಗೋದು" ಎಂದು ಸರಳವಾಗಿ ತೋಡಿಕೊಂಡ. ಹತ್ತು ನಿಮಿಷದ ವೇಳೆಗೆ ಆತ್ಮೀಯ ಗೆಳೆಯರಂತೆ ಹರಟಿದರು.

ಅಷ್ಟರಲ್ಲಿ ಬಂದ ವೇಯಿಟರ್ "ಈ ಕವರ್ ನಿಮ್ಮ ಫ್ರೆಂಡ್ ಕೊಟ್ಬಾಂದ್ರು" ಎಂದು ಕೊಟ್ಟಾಗ ಅವಳಿಗೆ ನಾಲ್ಕರ ಚಳಿ ಷುರುವಾಯಿತು. ಅದನ್ನು ಬಲವಂತವಾಗಿ ಹತ್ತಿಕ್ಕಿ ಮೆಲುನಗೆ ಬೀರಿದಳು. "ನನ್ನ ಫ್ರೆಂಡ್ ಒಬ್ಬ ಮದ್ವೆ ರಿಸೆಪ್ಷನ್‌ನಲ್ಲಿ ನಾವೆಲ್ಲ ಒಂದು ಪ್ರೋಗ್ರಾಂ ಕೊಡೋ ತೀರ್ಮಾನ ಮಾಡಿದ್ದೀವಿ. ಆ ಬಗ್ಗೆ ಒಂದಿಷ್ಟು ಟೆನ್ಷನ್. ತುಂಬ ಶ್ರೀಮಂತರ ಮನೆಯ ಮ್ಯಾರೇಜ್. ಬರೋ ಜನರು ಕೂಡ ಆ ತರಹದವರೇ. ನಿಮ್ಮ ಸಲಹೆಗೂ ಸ್ವಾಗತ" ಎಂದು ನುಡಿದಳು.

"ಖಂಡಿತ, ನಾನೇ ಒಂದು ಚಾರ್ಟ್ ಮಾಡಿಕೊಂಡೇ ಬರ್ತೀನಿ. ಆಮೇಲೆ ಕೂತು ಚರ್ಚಿಸಿ ಒಂದು ಪ್ರೋಗ್ರಾಂ ರೆಡಿ ಮಾಡ್ಬಹ್ದು. ನಿಮ್ಗೆ ಸ್ವಲ್ಪ ಕ್ಲಾಸಿಕಲ್ ಸಂಗೀತ ಗೊತ್ತಿರೋದ್ರಿಂದ ಮತ್ತಷ್ಟು ಸುಲಭ" ಉತ್ಸಾಹ ತೋರಿದ.

ಅಮ್ಮ ಹೇಳಿದಂಗೆ ಅಶ್ವಿನ್‌ಕುಮಾರ್ ತಂಬ ಒಳ್ಳೆಯವರೆಂದುಕೊಂಡಳು. "ಹೇಗೂ ಮನೆಗೆ ಬಂದ್ಹೋಗಿ, ಅಮ್ಮನಿಗೆ ಇಷ್ಟವಾಗುತ್ತೆ" ಆಹ್ವಾನ ಕೊಟ್ಟಳು. ಅಷ್ಟು ಆ ಮಹಾಶಯನಿಗೆ ಸಾಕಾಗಿತ್ತು.

ಇವರಿಬ್ಬರೂ ಬಂದಾಗ ಹೊರಗಿದ್ದ ಕುಮುದ ಒಳಗೆ ಹೋದರೂ, ಕುಸುಮ ತಾನೇ ಬಂದು ಗೇಟ್ ತೆಗೆದು "ತುಂಬ ಅಪರೂಪವಾಗ್ಬಿಟ್ರಿ. ಹೇಗಿದ್ದಾರೆ ನಿಮ್ಮ ಪೇರೆಂಟ್ಸ್?" ಎಂದು ವಿಚಾರಿಸಿದಳು.

"ಅವ್ರೆಲ್ಲ ಚೆನ್ನಾಗಿದ್ದಾರೆ. ನಾನೇನೋ ದಿನ ಬರೋಕೆ ಸಿದ್ಧ. ಆದರೆ ಇಂಚರಾಗೆ ಇಷ್ಟವಾಗೋಲ್ಲ" ಎಂದ ಕಣ್ಣು ಮಿಟುಕಿಸುತ್ತ. ಇದನ್ನು ಅಕ್ಕ ತಂಗಿಯರು ಸೀರಿಯಸ್ಸಾಗಿ ತಗೊಳ್ಳಲಿಲ್ಲ.

ಆದರೆ ಒಳಗೆ ಹೋದ ನಂತರವೇ ತಿಳಿದಿದ್ದು. ಮನೆಯ ವಾತಾವರಣ ಸುಡು ಬೇಸಿಗೆಯಂತಿದೆಯೆಂದು. ಕೋಣೆ ಸೇರಿದ್ದ ಹರಿಹರನ್ ಹೊರಗೆ ಮುಖ ಹಾಕಲಿಲ್ಲ. ಕುಮುದ ಮುಖ ಮತ್ತೇ ಕಾಣಲಿಲ್ಲ. ಇಂದಿನ ಉತ್ಸಾಹ ಕಾಣಲಾಗದಿದ್ದರಿಂದ 'ನಾರ್ಮಲ್ಲಾಗಿಲ್ಲ' ಅಂದುಕೊಂಡ. ಆದರೆ ಪ್ರಶ್ನಿಸುವ ಸ್ವಾತಂತ್ರ್ಯ ಮಾತ್ರ ತೆಗೆದುಕೊಳ್ಳಲಿಲ್ಲ.

ಬೀಳ್ಕೊಡಲು ಬಂದ ಇಂಚರಾಗೆ ಮಾತ್ರ ಕೇಳುವಂತೆ "ವಾಟ್ ಹ್ಯಾಪೆಂಡ್? ಎಲ್ಲಾ... ಟೋಟಲಿ... ಎಲ್ಲಾ ಡಲ್ಲಾಗಿ ಕಾಣ್ತಾರೆ. ಎನೀ ಪ್ರಾಬ್ಲಂ?" ಕೇಳಿದ. ಹೇಳುವಂಥ ವಿಷಯವೂ ಅಲ್ಲ. ಹೇಳಕೂಡದು ಕೂಡ. ಇದು ಕುಟುಂಬದ ಒಳಗೆ ಮಾತ್ರ ಪರಿಹಾರ ಮಾಡತಕ್ಕದ್ದು.

"ನಂಗೆ ಹಾಗೆ ಅನಿಸೋಲ್ಲ. ಅಮ್ಮ ಹಿರಿಯರು. ಅವ್ರ ನಮ್ಮ ಮಧ್ಯೆ ಕಮ್ಯುನಿಕೇಷನ್ ಗ್ಯಾಪ್ ಇದ್ದೇ ಇರುತ್ತೆ. ಸಣ್ಣ ಪುಟ್ಟ ಘರ್ಷಣೆಗಳು" ಎಂದು ನಿಲ್ಲಿಸಿ "ಅದ್ನ ಘರ್ಷಣೆ ಅಂತಲ್ಲ, ಪುಟ್ಟ ಮಾತಿಗೆ ಚಕಮಕಿ, ನಿಮ್ಗೆ ಅನುಭವವಿರುತ್ತಲ್ಲ" ತೇಲಿಸಿಬಿಟ್ಟಳು. ಹೌದೆನಿಸಿತು ಅಶ್ವಿನ್‌ಕುಮಾರ್‌ಗೆ.

ಒಳಗೆ ಬಂದ ಇಂಚರ ಹಾಲ್‌ನಲ್ಲಿ ಕೂತಳು. ಹೇಗೆ ಸ್ಪೇಸ್‌ನ ಹೊರದಬ್ಬುವುದೆಂದು ಚಿಂತಿಸಿ ತಲೆ ಕೊಡವಿದಷ್ಟೇ ಭಾಗ್ಯ. ತಕ್ಷಣ ಅವಳಿಗೆ ರೆಸ್ಟೋರೆಂಟ್‌ನಲ್ಲಿ ವೆಯಿಟರ್ ಕೊಟ್ಟ ಕವರ್‌ನ ನೆನಪಾಗಿ ಬಾಯಲ್ಲಿನ ಪಸೆಯಾರಿತು. ಆ ವ್ಯಕ್ತೀನೇ ಇರಬೇಕೆಂದು ಡೌಟು. ಹಂಡ್ರೆಡ್ ಪರ್ಸೆಂಟ್ ಸರಿಯೆನಿಸಿತು. ಆಗಗೆ ಅಶ್ವಿನ್‌ಕುಮಾರ್ ಮುಂದೆ ವೆಯಿಟರ್‌ಗೆ ಛೀಮಾರಿ ಹಾಕುವಷ್ಟು ಧೈರ್ಯಸ್ಥಳಾಗಿರಲಿಲ್ಲ.

ರೂಮಿಗೆ ಹೋದಾಗ ಗಿರಿಜ ತೀರಾ ಖಿನ್ನಳಾಗಿದ್ದಳು. "ಛೇ ಅಶ್ವಿನಿ ಹೊರಟುಹೋದ್ನಾ? ಊಟಕ್ಕೆ ನಿಲ್ಲಿಸಿಕೊಳ್ಳಬೇಕಿತ್ತು. ನಿಮ್ಮಪ್ಪನ ಹಾರಾಟ

ನೋಡೋಕ್ಕಾಗಲ್ಲ. ಸಧ್ಯಕ್ಕೆ ನಂಗೆ ಮದ್ವೇನೇ ಬೇಡಾಂತ ಕೂತಿದ್ದಾಳೆ. ನೋಡು ಹೇಗಿದೆ? ಅವ್ಳಿಗೆ ಸ್ವಲ್ಪವಾದ್ರೂ ತಿಳುವಳಿಕೆ ಇದ್ಯಾ?" ಮಗಳ ಮುಂದೆ ತೋಡಿಕೊಂಡರು.

"ತೀರಾ ಅರ್ಜೆಂಟ್, ಯಾರೋ ಫ್ರೆಂಡ್ಸ್ ಬಂದು ವೆಯಿಟ್ ಮಾಡ್ತಾ ಇದ್ದಾರೇಂತ ಹೇಳಿ ಹೋದರು. ಹಾಗೆ ಅಪ್ಪ, ಅಮ್ಮನ ಸಮೇತ ಭಾನುವಾರ ಬರ್ತೀನೀತ ಭರವಸೆ ಕೊಟ್ಟು ಹೋಗಿದ್ದಾನೆ. ಆ ಮಹಾಶಯ. ಮತ್ತೆ ದಾಮೋದರ್ ಏನಾದ್ರೂ ಫೋನ್ ಮಾಡಿದ್ರ? ಒಂದ್ವಾರ ಸಮಯ ತಗೊಳ್ಳಿ ವೇಳೆಗೆ ಯೋಚ್ಸಿ ನಿರ್ಧಾರಕ್ಕೆ ಬರ್ಬಹ್ದು" ಸೂಚಿಸಿದಳು. ಮೆಲ್ಲಗೆ ಗಿರಿಜ ಬೆರಗುಗಣ್ಣಿನಿಂದ ಮಗಳನ್ನು ನೋಡಿದರು.

"ಇನ್ನ ಯೋಚ್ಸೋಕೆ ತೀರ್ಮಾನ ಮಾಡೊಕೇನಿಲ್ಲ! ಇದು ಸುತಾರಾಂ ನಮ್ಮ ಕೈಲಾಗೋಲ್ಲ. ಇಷ್ಟನ್ನ ಹೇಳೋದೂಂತ ನಿಮಮಪ್ಪ ತೀರ್ಮಾನಿಸಿದ್ದಾರೆ. ಯಾರು ಫೋನ್ ತಗೊಂಡರೂ ಇಷ್ಟೇ ಹೇಳಿ" ಮಗಳಿಗೆ ತಾಕೀತು ಮಾಡಿದರು.

ಇಂಚರ ಮೌನವಾದಳು.

ಆ ರಾತ್ರಿ ಊಟ ಯಾರಿಗೂ ರುಚಿಸಲಿಲ್ಲ. ಡೈನಿಂಗ್ ಟೇಬಲ್‌ನ ಮುಂದೆ ಮಾತೇ ಇರಲಿಲ್ಲ. ಎಲ್ಲಾ ತಿಂದಿದ್ದು ಅರೆ ಹೊಟ್ಟೆಯಲ್ಲಿಯೇ ಡ್ರಾಯರ್‌ನಲ್ಲಿ ಕೆಮಿಸ್ಟ್ರೀ ನೋಟ್ಸ್‌ನಲ್ಲಿಟ್ಟ ಕವರ್‌ನದೇ ಚಿಂತೆ ಇಂಚರಾಗೆ. ಎಲ್ಲಾ ಮಂಕಾಗಿದ್ದರೆ ಹೆಚ್ಚಿನ ಟೆನ್‌ಷನ್ ಅನುಭವಿಸುತ್ತಿದ್ದವಳು ಇವಳೇ.

"ದಾಮೋದರ್ ಫೋನ್ ಮಾಡಿದರೆ ಅವರೆಷ್ಟು ಫ್ರಾಂಕಾಗಿ ತಮ್ಮ ಪರಿಸ್ಥಿತಿಯನ್ನ ವಿವರಿಸಿದರೋ, ಅಷ್ಟೇ ಮುಕ್ತವಾಗಿ ನಮ್ಮ ಪರಿಸ್ಥಿತಿಯನ್ನ ತಿಳಿಸ್ಲೀ. ರಿಂಗ್ ಬಂದರೆ ಕುಮುದಾಗೆ ಕೊಡು" ಹರಿಹರನ್ ಹೇಳಿಯೇ ರೂಮಿಗೆ ಹೋಗಿದ್ದು.

ಇಂಚರ ಕಣ್ಣು ಮಿಟುಕಿಸಿ "ಅಪ್ಪ, ಮಾತಾಡೋ ಛಾನ್ಸ್ ನಿಂಗೆ ಕೊಟ್ಟಿದ್ದಾರೆ. ಬೇಕಾದರೆ ಆರಾಮಾಗಿ ಕನ್ವಿನ್ಸ್ ಮಾಡ್ಕೋ" ಹೇಳಿದಳು. ಕುಮುದ ಕಣ್ಣಲ್ಲಿ ನೀರಾಡಿತು. ಯಾವ ಕಾರಣಕ್ಕೂ ದಾಮೋದರ್ ಇಷ್ಟವಾಗಿದ್ದಾನೆಂದು ಸ್ಪಷ್ಟವಾಗಿ ಹೇಳದೇ ಹೋದರೂ ಅವಳ ಹೃದಯದಲ್ಲಿ ಮೊದಲ ಸಲ ಮೂಡಿದ ಚಿತ್ರ ಮಾತ್ರ ಅವನದೇ. "ನಾನು ವಿವಾಹವಾದರೆ ದಾಮೋದರ್‌ನ ಮಾತ್ರ, ಇಲ್ಲದಿದ್ದರೆ ಅಂಥ ಪ್ರಸಾಪವೇ ಬೇಡ".

ಅವಳ ಮಾತಿಗೆ ಮೂವರು ದಿಗ್ಮೂಢರಾದರು ಬಹಳ ವಿಚಿತ್ರವಾಗಿ ಕಂಡಿತು. ದಾಮೋದರ್ ಇಂದಿಗೂ ಪ್ರತ್ಯಾಕವಾಗಿ ಕುಮುದಾಳೊಂದಿಗೆ ಮಾತಾಡಲು ಬಯಸಿರಲಿಲ್ಲ. ಅಂಥವರಲ್ಲಿ ಇದೆಲ್ಲಿಯ ಆಕರ್ಷಣೆ? ಉತ್ತಮ ನಿಲುವು, ದೃಢವಾದ ವ್ಯಕ್ತಿತ್ವವಿಲ್ಲದಿದ್ದರೂ ಬಣ್ಣ ಸಾದಾ ಕಪ್ಪೇ. ಅಶ್ವಿನಿಯದು ಬಿಳುಪಾದ ಬಣ್ಣ ಫಳಫಳ ಹೊಳೆಯುತ್ತಿದ್ದ. ಆಂಥವನನ್ನು ಮುಲಾಜಿಲ್ಲದೇ ನಿರಾಕರಿಸಿಬಿಟ್ಟಳು.

"ಇವ್ಳಿಗೇನಾಗಿದೆ?" ಗಿರಿಜ ಕಣ್ಣೀರು ಮಿಡಿದರು.

"ಅಮ್ಮ, ಆ ಪ್ರಶ್ನೆಗಿಂತ ಈಗ ನಾವೇನು ಮಾಡ್ಬಹುದ್ದೂಂತ ಯೋಚ್ಸಬೇಕು. ಅವ್ಳು ಕುಮಾರಿಯಾಗಿ ಉಳಿದರೆ ನಾವುಗಳು ಹಸೆಮಣೆಯೇರಲು ಸಾಧ್ಯವಿಲ್ಲ. ದಯವಿಟ್ಟು ಈಗ ಅವ್ಳ ಮದ್ವೆ ಆಗೋ ತರಹ ಚಿಂತಿಸಿ. ಕೆಲವು ತ್ಯಾಗಗಳು ಅನಿವಾರ್ಯವಾಗುತ್ತೆ" ಇಂಚರ ಹೇಳಿದಳು. ಮಾತೇ ಆಡಲಿಲ್ಲ.

"ನಿಂಗೆಲ್ಲೋ ತಲೆ ಕೆಟ್ಟಿದೆ" ಆಕೆ ಎದ್ದು ಹೋದರು.

ಅಕ್ಕ, ತಂಗಿ ಇಡೀ ರಾತ್ರಿ ಮನವೊಲಿಸಲು ಪ್ರಯತ್ನಪಟ್ಟು ಸೋತುಹೋದ ನಂತರ ಒಂದು ನಿರ್ಣಯಕ್ಕೆ ಬಂದರು. "ಇಂಚರ ನೀನು ಅಪ್ಪ, ಅಮ್ಮನೊಂದಿಗೆ ಮಾತಾಡು. ನಾನು ನಿನ್ಜೊತೆ ಬರ್ತೀನಿ. ಮುಂದೆ ಕುಮುದ ದೊಡ್ಡ ಸಮಸ್ಯೆಯಾಗ್ಬಾರ್ದು" ತೀರಾ ಚೈತನ್ಯ ಕಳೆದುಕೊಂಡವಳಂತೆ ನುಡಿದಳು.

ಇಬ್ಬರು ಹೋಗಿ ಮಹಡಿ ಟೆರಸ್ ಮೇಲೆ ಕೂತು ಚರ್ಚಿಸಿ ನಿರ್ಣಯಕ್ಕೆ ಬಂದರು. ಸಧ್ಯಕ್ಕೆ ಹತ್ತು ಲಕ್ಷ ಕೊಟ್ಟು ಅವಳ ಮದುವೆ ಮುಗಿಸಬೇಕೆಂಬ ಒತ್ತಡ ಇರಬೇಕೆಂಬ ನಿರ್ಣಯಕ್ಕೆ ಬಂದರು.

"ನಾನು ಬೆಳಿಗ್ಗೇನೆ ಪ್ರಾರಂಭಿಸುತ್ತೀನಿ" ಎಂದು ಇಂಚರ ಹಾಸಿಗೆಯ ಮೇಲೆ ಉರುಳಿಕೊಂಡಳು. ಕೆಮಿಸ್ಟ್ರಿ ನೋಟ್ಸ್‌ನಲ್ಲಿದ್ದ ಕವರ್ ಒಂದು ಕಡೆ ಭೂತದಂತೆ ಹೆದರಿಸುತ್ತಿದ್ದರೆ, ಇನ್ನೊಂದು ಕಡೆ ಕುಮುದ ದೊಡ್ಡ ಸಮಸ್ಯೆಯಾಗಿಯೇ ನಿಂತಿದ್ದಳು.

ಎರಡು ಮೂರು ಸಲ ಮೇಲೆದ್ದರೂ ಯಾಕೋ ಕವರ್ ಬಿಚ್ಚಿ ನೋಡುವ ಧೈರ್ಯವಾಗಲಿಲ್ಲ. ಯಾರಿರಬಹುದು. ಆ ಮಹಾಶಯ? ಕಳೆದು ಹೋದ ಪರ್ಸ್ ಸಿಕ್ಕಿ ಇಂಥ ವಿಪತ್ತು ತರಬಹುದೆಂದು ಎಣಿಸಿರಲಿಲ್ಲ. ಅಪ್ಪನ ಮುಂದೆ ಇಟ್ಟರೆ ಹೇಗೆ? ಆಮೇಲೆ ನಡೆಯುವ ಭೂಕಂಪದ ಅರಿವಾದೊಡನೆ ನಡುಗಿ ಹೋದಳು. ಹರಿಹರನ್ ಮಾತುಗಳ ಬಿರುಸು ಎಷ್ಟು ತೀಕ್ಷ್ಣವಾಗಿರುತ್ತವೆಂದರೆ ರಾಮಬಾಣಕ್ಕಿಂತ ಬಿರುಸು, ತಾಕಿದವನ ಎದೆ ಚೂರು ಚೂರು. ಆ ಚೂರುಗಳು ಕೂಡ ಕಣ್ಣೀರು ಸುರಿಸಬೇಕಿತ್ತು.

ಸಧ್ಯಕ್ಕೆ ಆ ಕವರ್ ವಿಷಯ ಪಕ್ಕಕ್ಕೆ ಸರಿಸಿ ಕುಮುದ ವಿಷಯದ ಬಗ್ಗೆ ಚಿಂತಿಸತೊಡಗಿದಳು.

ಬೆಳಿಗ್ಗೆ ಮಾಮೂಲಾಗಿ ಎಲ್ಲರಿಗಿಂತ ಬೇಗ ಎದ್ದ ಇಂಚರ ಇಂದು ಎಂದಿನಂತೆ ಗಿಡಗಳ ಮಧ್ಯೆ ಅಡ್ಡಾಡದೇ, ಹೂ, ಸ್ನಾನ ಮುಗಿಸಿ ದೇವರ ಮನೆಯ ಕೆಲಸಗಳನ್ನು ಬೇಗ ಬೇಗ ಮುಗಿಸಿ ಎಣ್ಣೆಯ ಬಟ್ಟಲು ಹಿಡಿದು ತಂದೆಗಿಂತ ಮೊದಲು ಸಿದ್ಧವಾಗಿ ನಿಂತಳು.

ತೀರಾ ನಿದ್ದೆ ಇಲ್ಲದೆ ಬಳಲಿದ್ದ ಹರಿಹರನ್ ಮಂಕಾಗಿಯೇ ಎದ್ದು ಬಂದಿದ್ದು. ಇಂದು ಯಾಕೋ ತುಂಬಾ ಆಯಾಸವಾದಂತಿತ್ತು. ಮಗಳು ಹೇಳಿದ್ದು ಕಿವಿಗೆ ಬಿದ್ದಿತ್ತು. ನಾಲ್ಕು ಬಾರಸಿಬಿಡಬೇಕೆಂದುಕೊಂಡಿದ್ದರೂ ವಿವೇಕ ಮುಂದಿನ ಅಪಾಯದ ಬಗ್ಗೆ ಎಚ್ಚರಿಸಿತ್ತು.

"ಅಪ್ಪ, ಎಣ್ಣೆ ಹಚ್ಚಲಾ?" ತಾನೇ ಸ್ಟೂಲ್ ತಂದು ಹಾಕಿದಳು.

ಎಂದಿನಂತೆ ಆತ್ಮೀಯವಾಗಿ ಅಕ್ಕರೆಯಿಂದ ಎಣ್ಣೆ ಹಚ್ಚತೊಡಗಿದಳು. ಪ್ರತೀ ದಿನದಂತೆ ಇಂದು ಹರಿಹರನ್ ಮಾತಾಡಲಿಲ್ಲ. ಇಂಚರಾಗೆ ಮಾತ್ರವಲ್ಲ ಮನೆಯವರಿಗೆಲ್ಲಾ ಇರಸು ಮುರುಸೆನಿಸಿತು. ಒಂದು ನಾಲ್ಕು ಸಲವಾದರೂ ಗಿರಿಜಾ ಬಂದು ನೋಡಿ ಹೋದರು. ಅರ್ಧರಾತ್ರಿಯಲ್ಲಿ ಎದ್ದು ಹೆಂಡತಿಗೆ ಸಹಸ್ರನಾಮ ಮಾಡಿದ್ದರು. ಎಲ್ಲಕ್ಕೂ ಆಕೆಯೇ ಕಾರಣವೆನ್ನುವಂತೆಯೇ ಮಾತಾಡಿ ದಣಿದಿದ್ದರಷ್ಟೇ. ಆದರೆ ತುಟಿ ಪಿಟಿಕ್ ಎಂದರಿಲಿಲ್ಲ. ಆಮೇಲೆ ಬಾಯಿ ಮುಚ್ಚಿಕೊಂಡು ಮಲಗಿದವರು ಬೆಳಕು ಹರಿದ ಮೇಲು ಒಂದು ಮಾತು ಆಡಿರಲಿಲ್ಲ.

ಕಿಚನ್‌ನಿಂದ ತಲೆ ಹೊರ ಹಾಕಿದ ಮಗಳಿಗೆ ಕಣ್ಣಲ್ಲಿಯೇ ಸನ್ನೆ ಮಾಡಿ ಧನ್ಯವಾದ ಅರ್ಪಿಸಿ ಒಳ ಬರುವಂತೆ ಹೇಳಿ ಹೋದರು ಗಿರಿಜ. "ಈಗ ಬಂದೆ.... ಅಪ್ಪ! ನೆನ್ನೆಯೆಲ್ಲಾ ಹೊಟ್ಟೆಯುರಿ ಎಂದಿರಲ್ಲ! ಹುಳಿಗೆ ಒಂದಿಷ್ಟು ಉಪ್ಪು, ಖಾರ ಕಡ್ಮೇ ಹಾಕೋಕೆ ಹೇಳ್ಬರ್ತೀನಿ" ಅಡಿಗೆ ಮನೆಗೆ ಹೋದಳು. ಆಕೆಯ ಕಣ್ಣುಗಳಿಂದ ಕಂಬನಿ ಧಾರಾಕಾರವಾಗಿ ಹರಿಯುತ್ತಿತ್ತು. "ಯಾಕಮ್ಮ ಅಳ್ತೀಯ? ಎಲ್ಲಾ ಸಮಸ್ಯೆಗಳಿಗೂ ಅಳು ಪರಿಹಾರವಲ್ಲ. ಈಗ ನಾನು ಮಾತಾಡ್ತೀನಿ ನೀನು ಕೂಡ ನನ್ನ ಪರ ಇರಬೇಕಷ್ಟೇ" ಎಂದು ಎಣ್ಣೆಯ ಕೈಯಿಂದಲೇ ಆಕೆಯ ಕಂಬನಿ ತೊಡೆದು ಹೊರಗೆ ಹೋದಳು.

ಹೊಗಳಿಕೆ ಬೇಡ? ಹರಿಹರನ್ ಮಾತು, ಸ್ವಭಾವ ನಡವಳಿಕೆಯ ಪ್ರತಿ ಹಂತವನ್ನು ಹೊಗಳತೊಡಗಿದಳು. ಸುಪ್ರೀತರಾದರು ಆತ.

ಎಂದಿನಂತೆ ಒಂದು ಹಂಡೆ ಬಿಸಿ ನೀರು ತಂದೆಗೆ ತುಂಬಿಹಾಕಿದ್ದು ಮಾತ್ರವಲ್ಲ, ಪೂಜೆಗೆ ಸಾಂಗವಾಗಿ ಮುಗಿಯುವವರೆಗೂ ಎಲ್ಲರನ್ನು ಕರೆತಂದು ನಿಲ್ಲಿಸಿ ತಾನು ನಿಂತು ಪ್ರತಿಯೊಂದಕ್ಕೂ ಸಹಾಯಕಳಾದಳು. ಅಂತು ಹರಿಹರನ್ ನಾರ್ಮಲ್‌ಗೆ ಬಂದರು. ಕುಮುದನ ಬಿಟ್ಟು ಮಿಕ್ಕವರೆಲ್ಲ ಸಮಾಧಾನದ ಉಸಿರು ದಬ್ಬಿದರು.

ಒಂದೇ ಟೇಬಲ್ ಮೇಲೆ ಊಟ, ತಿಂಡಿ ನಡೆಯಿತು. ಕುಮುದ ಒಬ್ಬಳೇ ಕಾಲೇಜಿಗೆ ಹೋಗಿದ್ದು. ಕುಸುಮ, ಇಂಚರ ಮನೆಯಲ್ಲಿ ಉಳಿದುಕೊಂಡು ಮಾತ್ರವಲ್ಲ, ಹರಿಹರನ್ ಕೂಡ ಉಳಿಸಿಕೊಳ್ಳಲು ಇಚ್ಚಿಸಿದರು. ಇಬ್ಬರ ಜೀವಗಳು ಕೈಗಳ ಮುಷ್ಟಿಯಲ್ಲಿದ್ದವು.

"ಅಪ್ಪ, ನಿಮ್ಮತ್ರ ಒಂದಿಷ್ಟು ಮಾತಾಡ್ಬೇಕು" ಎಲೆ ಅಡಿಕೆ ತಟ್ಟೆ ತಂದಿಟ್ಟು ತನ್ನೆಲ್ಲ ಧೈರ್ಯವನ್ನೆಲ್ಲ ಒಟ್ಟುಗೂಡಿಸಿ ಹೇಳಿದ ಇಂಚರ ಗಟ್ಟಿಯಾಗಿ ನಿಂತಿದ್ದು.

"ಏನದು?" ಎಂದರು. ಅನುಮಾನ ಇಣುಕಿತು ಅವರ ಸ್ವರದಲ್ಲಿ.

"ಅಪ್ಪ, ತಾವು ದಯವಿಟ್ಟು ಶಾಂತವಾಗಿ ಕೂತು ನಾನು ಹೇಳೋದನ್ನೆಲ್ಲ ಕೇಳ್ಬೇಕು. ಆಮೇಲೆ ನಿಮ್ಮ ಮಾತು, ರೇಗಾಟ!" ಪೀಠಿಕೆ ಹಾಕಿದಳು. ವಿಷಯ ಗೊತ್ತಿದ್ದರೂ ತಳ್ಳಿ ಹಾಕಲಿಲ್ಲ. "ಅದೇನು ಹೇಳು, ಸುತ್ತಿ ಬಳಸಿ ಹೇಳೋಕೆ ಹೋಗ್ಬೇಡ. ನನ್ನ ಸಮಯಕ್ಕೆ ಬೆಲೆ ಇದೆ" ಸ್ವಲ್ಪ ಅಸಹನೆಯಿಂದಲೇ ನುಡಿದರು.

ಬಹು ಎಚ್ಚರದಿಂದ ವಿಷಯ ಬಿಡಿಸಿಟ್ಟ ನಂತರವೇ ಮುಂದಿನ ಪರಿಣಾಮದ

ಬಗ್ಗೆ ವಿವರಿಸಿದ್ದು "ಕುಮುದಳ ನಂತರವೇ ನೀವು ನಮ್ಮ ಬಗ್ಗೆ ಯೋಚ್ಸೋದು ಅವಳಿಂದಲೇ ವಿಷಾದ ಪ್ರಾರಂಭವಾದರೆ... ಮುಂದೆ ಪೂರ್ತಿ ಕತ್ತಲು. ನಿಶ್ಚಿಂತೆಯಿಂದ ನಿರಾತಂಕವಾಗಿ ಕುಮುದಕ್ಕನ ವಿವಾಹ ಮಾಡಿ. ಆಮೇಲೆ ಎರಡ್ವರ್ಷದಷ್ಟು ಕಾಲ ನಮ್ಮ ಮದ್ವೆನ ಮುಂದೂಡೋಣ. ಸಮಯ ಇರುತ್ತೆ. ದಾಮೋದರ್ ಹಂಗೆ ಯಾರೂ ಹತ್ತು ಲಕ್ಷ ಕೇಳೋಲ್ಲ. ಕೇಳಿದರು ಕೊಡೋರಾರು? ಆರಾಮಾಗಿ ವರದಕ್ಷಿಣೆ ಕೇಸೆ ಹಾಕ್ಬಿಡೋಣ. ಇದಕ್ಕೆ ಅಮ್ಮ, ಕುಸುಮನ ಒಪ್ಪಿಗೆ ಇದೆ. ದಯವಿಟ್ಟು ಸ್ವಲ್ಪ ವಿಶಾಲಾರ್ಥದಲ್ಲಿ ಯೋಚ್ಸಿ" ಅಳೋಕೆ ಷುರು ಮಾಡಿದಳು.

ಕೋಪವಿಷ್ಟರಾದ ಹರಿಹರನ್ ಮಗಳ ಕಣ್ಣೀರು ನೋಡಿದ ಕೂಡಲೇ ತಣ್ಣಗಾಗಿ ಬಿಟ್ಟರು. ದಿಕ್ಕೇ ತೋಚಲಿಲ್ಲ. ಆದರೂ ಪಟ್ಟು ಸಡಿಲಿಸಲು ಮಾತ್ರ ಸಾಧ್ಯವಾಗಲಿಲ್ಲ. ಮುಂದಾಲೋಚನೆ ಇದ್ದ ಮನುಷ್ಯ.

ಜೊತೆಗೆ ಕುಸುಮ ಕೂಡ ಬಂದು ಕೂಡಿಕೊಂಡಳು. ಬೇರೆ ದಾರಿ ಇಲ್ಲದೆ ಗಿರಿಜ ಕೂಡ ಕುಮ್ಮಕ್ಕು ನೀಡಿ 'ಹ್ಞೂಂ' ಎನ್ನಿಸಿದಳು.

"ನೋಡೋಣ..." ಅಷ್ಟೇ ನುಡಿದು ಬ್ಯಾಂಕ್‌ಗೆ ಹೋಗಿದ್ದು.

ಕುಸುಮ, ಇಂಚರ ಗಿರಿಜಾನ ಅಪ್ಪಿಕೊಂಡರು. ಆಕೆ ಸ್ವಲ್ಪ ಒರಟಾಗಿ ತಳ್ಳಿ "ನೀವು ಮಾಡಿದ್ದು, ಮಾಡ್ತಾ ಇರೋದು ದೊಡ್ಡ ತಪ್ಪು! ಸ್ವಲ್ಪ ಕೂಡ ಮುಂದಾಲೋಚನೆ ಇಲ್ಲ. ಮುಂದಿನದು ನೆನಸಿಕೊಂಡರೆ ಎದೆ ಬಡಿತ ನಿಂತಂತಾಗುತ್ತೆ. ಈಗ್ಲೂ ನಿಮ್ಮಪ್ಪ ಫೋನ್ ಮಾಡಿದರೆ ಸಮ್ಮತವಿಲ್ಲಾಂತ ಹೇಳ್ತೀನಿ. ಬದ್ಕಿನ ಜೊತೆ ಹುಡ್ಗಾಟವಾಡ್ತೀರಾ?" ಚೆನ್ನಾಗಿ ಛೀಮಾರಿ ಹಾಕಿದರು.

ಇದೇ ಮುಂದುವರೆಯುತ್ತಿತ್ತೇನೋ, ಆದರೆ ದಾಮೋದರ್ ಬರುವು ಇದನ್ನೆಲ್ಲ ತಿರುವು ಮರುವು ಮಾಡಿತು. "ಅಪ್ಪ ಒಪ್ಕೊಂಡಿದ್ದಾರೆ. ನೀವು ಹೋಗೋಕೆ ಮುನ್ನ ನಿಶ್ಚಿತಾರ್ಥ ಮುಗ್ಸಿಕೊಂಡ್ಹೋಗಿ" ಅಂದೇ ಬಿಟ್ಟು ಮಿಕ್ಕದ್ದಕ್ಕೆಲ್ಲ ವಿರಾಮ ಇಟ್ಟಳು...

ಆಮೇಲೆ ಗಿರಿಜ ಬೈಯ್ದರು. ಕಣ್ಣೀರು ಸುರಿಸಿದರು. ಹರಿಹರನ್ ಮತ್ತು ಕುಮುದ ಬರುವ ವೇಳೆಗೆ ದಾಮೋದರ್ ತಾಯಿ, ತಂದೆ ಮಂಗಳ ದ್ರವ್ಯಗಳೊಂದಿಗೆ ಬಂದವರು ಹರಿಹರನ್ ಕೈ ಹಿಡಿದು ಕಣ್ಣಿಗೊತ್ತಿಕೊಂಡರು.

"ದಯವಿಟ್ಟು ವರದಕ್ಷಿಣೇಂತ ಅಂದ್ಕೋಬೇಡಿ ಮೂರು ಹೆಣ್ಣು ಮಕ್ಳಿಗೆ ಕನ್ಯಾಧನ ಮಾಡಿದ ಪುಣ್ಯ ನಿಮ್ಗೆ ದಕ್ಕುತ್ತೆ" ಅಂದ ಮೇಲೆಯೇ ಪರಿಸ್ಥಿತಿ ಅವರಿಗೆ ಅರ್ಥವಾಗಿದ್ದು. ಅವರ ಬಾಯಿಂದ ಮಾತೇ ಹೊರಡಲಿಲ್ಲ. ಹೆಂಡತಿಯತ್ತ ನೋಡಿದರು. ಗಿರಿಜ ಜಾಗ ಖಾಲಿ ಮಾಡಿದ್ದರು.

ಸರಳ ನಿಶ್ಚಿತಾರ್ಥ ಜೊತೆ ಎರಡು ಲಕ್ಷದ ಚೆಕ್ನ ದಾಮೋದರ್ ತಂಗಿಯನ್ನು ಮದುವೆಯಾಗುವ ಮಹಾಶಯನ ಹೆಸರಿಗೆ ಬರೆದುಕೊಟ್ಟದ್ದು ಕೂಡ ಆಗಿಹೋಯಿತು. ಕುಮುದ ಜಗತ್ತನ್ನು ಗೆದ್ದಂತೆ ಹರ್ಷಿಸಿದಳು! ಎಲ್ಲಾ ಮುಗಿದ ಮೇಲೆ ಕೂತು ಕಣ್ಣೀರು ಸುರಿಸೋಕೆ ಷುರು ಮಾಡಿದಾಗ ಮೊದಲು ಎದ್ದು ಹೋಗಿದ್ದು ಗಿರಿಜ. ಈಗ್ಲೂ ಮಾಡಿದ್ದು ಸರಿಯೆನಿಸಲಿಲ್ಲ ಅವರಿಗೆ.

"ಇಂಚರಾ ಎಲ್ಲಾ ನಿನ್ನಿಂದ್ಲೇ! ಇದ್ವರ್ಗೂ ಮೂರು ಹೆಣ್ಣು ಮಕ್ಳಿಗೂ ಹಣ ಬ್ಯಾಂಕ್‌ನಲ್ಲಿ ಇತ್ತು. ಈಗ ಒಬ್ಳಿಗೆ ಅದೆಲ್ಲಾ ಖಾಲಿಯಾಗಿಬಿಟ್ಟರೆ ಗತಿಯೇನು?" ಆಕೆಯ ದನಿ ಕಂಪಿಸುತ್ತಿದ್ದರೂ "ಏನಮ್ಮಾ ಇದು! ಅಕ್ಕನ ವಿವಾಹ ನಿಶ್ಚಿತಾರ್ಥವಾಗಿದೆ. ಮನೆಯಲ್ಲಿ ಸಂತೋಷ, ಸಂಭ್ರಮ ತುಂಬಿ ಹರಿಯಬೇಕು. ಈ ಮನಸ್ಥಿತಿ ಯಾರ್ಗೂ ಒಳ್ಳೆಯದಲ್ಲ" ತಾಯಿಯ ಕೈ ಹಿಡಿದುಕೊಂಡಳು. ಅವಳನ್ನು ತಬ್ಬಿಕೊಂಡು ಬಿಕ್ಕಿ ಬಿಕ್ಕಿ ಅತ್ತರು ಗಿರಿಜ. ಇದು ದೊಡ್ಡ ಅಪರಾಧವಾಗಿ ಕಾಡುತ್ತಿತ್ತು.

ತಾಯಿಯನ್ನು ಸಂತೈಸಿ ಧೈರ್ಯ ತುಂಬುವ ಹೊತ್ತಿಗೆ ಅವಳಿಗೆ ಸಾಕುಸಾಕಾಯಿತು. ರೂಮಿಗೆ ಬಂದಾಗ ಕುಮುದ ಕಣ್ಣೀರು ಸುರಿಸುತ್ತ ಕೂತಿದ್ದಳು.

"ನಾನು ಈಗ ವಿವಾಹಬೇಡಾಂದರೆ?"

"ಎರಡು ಲಕ್ಷದ ಜೊತೆ ಒಂದಿಷ್ಟು ಚಿಲ್ಲರೆ ಲಾಸ್ ಅಷ್ಟೇ ಮತ್ತೆ ಚಂದ್ರಯ್ಯನಿಗೆ ಬುಲಾವ್. ಆಮೇಲೆ ಮೊದಲಿನಿಂದ ಪ್ರಾರಂಭವಾಗುತ್ತದೆ. ವರಾನ್ವೇಷಣೆ ಕಾರ್ಯಕ್ರಮ. ಇದೆಲ್ಲಾ ಯಾಕ್ಬೇಕು? ಒಮ್ಮೆ ಮುಗಿದ್ಮೇಲೆ ಮತ್ತೆ ಪ್ರಾರಂಭ ಮಾಡೋದ್ಬೇಡ. ಇನ್ನು ಎಂಟು ಲಕ್ಷದ ಮೇಲೆ ಒಂದಿಷ್ಟು ಮದ್ವೆಯ ಖರ್ಚಾದರೆ, ಒಬ್ಬಳ ಜವಾಬ್ದಾರಿ ಕಳ್ದುಕೊಂಡ ತೃಪ್ತಿಯಾದ್ರೂ ಅಪ್ಪ, ಅಮ್ಮನಿಗಿರುತ್ತೆ. ದಯವಿಟ್ಟು ತೆಪ್ಪಗಿರು" ಕುಸುಮ ರೇಗಿಯೇ ನುಡಿದಳು. ಆದರೂ ಅಪರಾಧಿ ಮನೋಭಾವದಿಂದ ಅವಳು ಪಾರಾಗಲಿಲ್ಲ. ತಲೆಯೆತ್ತಿ ಮೊದಲಿನಂತೆ ಅಪ್ಪ, ಅಮ್ಮನ ಬಳಿ ಮಾತಾಡಲು ಸಂಕೋಚಿಸಿದಳು.

ಮರುದಿನವೇ ಇಂಚರಾಗೆ ಪತ್ರ ಬಿಡಿಸಲು ಅವಕಾಶ ಸಿಕ್ಕಿದ್ದು. ಸುವಾಸನೆಯನ್ನು ಹರಡುವ ಬಣ್ಣ ಪೇಪರ್‌ನಲ್ಲಿ ಮೂಡಿದ ಅಕ್ಷರಳಿಗೆ ಬೆಪ್ಪಾದಳು. "ಹಾಯ್ ಇಂಚರಾ, ನಿನ್ನಷ್ಟೇ ನಿನ್ನ ಮಾತು ಕೂಡ ಮಧುರ? ಯಾವ ಹೆಣ್ಣು ಅರಳಿಸದ ಮಧುರವಾದ ಭಾವನೆಗಳನ್ನ ನೀನು ಅರಳಿಸಿದೆ" ಇಷ್ಟೇ ಇದ್ದಿದ್ದು. ಮೊದಲು ಕಂಪಿಸಿದಳು. ನಂತರ ಕೋಪಗೊಂಡಳು. ಆಮೇಲೆ ನಗು ಬಂತಷ್ಟೇ. ಅರಿವಿಲ್ಲದಂತೆ ಮತ್ತೆ ಮತ್ತೆ ಓದಿದವಳು ಹರಿಯಬೇಕೆನ್ನುವಷ್ಟರಲ್ಲಿ ಅಮ್ಮನ ಕೂಗು ಕಿವಿಗೆ ಬಿತ್ತು. ಕವರ್‌ನ ದಿಂಬಿನ ಕೆಳಗಿಟ್ಟು ಓಡಿದ್ದು. ಬೇಗ ಬೇಗನೆ ಫೋನ್ ಹಿಡಿದ ಆಕೆ "ದಾಮೋದರ್‌ದು ಫೋನ್ ನಂಗೇನು ತೋಚಲ್ಲ" ಆಕೆ ರಿಸೀವರ್ ಅವಳ ಕೈಗೆ ಕೊಟ್ಟುಹೋದರು. ಇನ್ನೂ ಸುಮುಖರಾಗಿರಲಿಲ್ಲ ಗಿರಿಜ.

"ಹಲೋ ಇಂಚರಾನಾ?" ಎಂದರು ಆ ಕಡೆಯಿಂದ.

"ಹೌದು, ಹೇಗಿದ್ದೀರಾ? ಕುಮುದಾನ ಕರೀತೀನಿ" ಎಂದು ಫೋನಿಟ್ಟು ಓಡಿದಳು. ಅವಳನ್ನು ದರದರ ಎಳೆದು ತಂದು "ದಾಮೋದರ್‌ದು ಫೋನ್..." ರಿಸೀವರ್ ಅವಳ ಕೈಯಲ್ಲಿ ತುರುಕಿ ಮರೆಯಾದಳು.

"ಹಲೋ... ಹಲೋ.... ಹಲೋ..." ಒಂದಲ್ಲ ನಾಲ್ಕು ಸಲ ಅಂದು ಫೋನಿಟ್ಟಳು ಕುಮುದ, ದಾಮೋದರ್‌ನ ವಿವಾಹವಾಗುವುದು ಇಷ್ಟವಿರಬಹುದು. ಆದರೆ ಮೂರು ಜನರ ಭವಿಷ್ಯಕ್ಕಾಗಿ ಸೇರಿಸಿಟ್ಟ ಹಣ ತನ್ನ ಒಬ್ಬಳಿಗೆ ವಿನಿಯೋಗವಾಗುವುದು ಎಳ್ಳಷ್ಟೂ ಸರಿಯಲ್ಲ. ಅವಳ ಅಂತರಾತ್ಮ ಚುಚ್ಚಿ ಚುಚ್ಚಿ ಘಾಸಿಗೊಳಿಸಿತ್ತು.

ಅವಳು ನಿಂತಿದ್ದಂಗೆ ಫೋನ್ ಬಂತು. ಆ ಕಡೆ ಇದ್ದದ್ದು ದಾಮೋದರ್ "ಕುಮುದಾನಾ?" ವಿಚಾರಿಸಿದ ನಂತರ "ನಿಮ್ತಂದೆ ಇದ್ದಾರಾ? ಅರ್ಜೆಂಟ್ ಅವರೊಂದಿಗೆ ಒಂದಿಷ್ಟು ಮಾತಾಡೋದಿತ್ತು. ಕಾಲೇಜಿಗೆ ಹೊರಟಿದ್ದೀಯಾ?" ಕೇಳಿದ.

ಸಂತೋಷ ದುಃಖ ಎರಡರಲ್ಲಿ ಮುಳುಗಿದ ಅವಳಿಂದ ಮಾತೇ ಬರಲಿಲ್ಲ. "ಮಾತಾಡು ಕುಮುದಾ" ಆ ಕಡೆ ಆಜ್ಞೆ ಬಂದ ಮೇಲೆ ಚೇತರಿಕೆ ಮೂಡಿತು. ಸರಾಗವಾದಳು. ಒಂದಿಷ್ಟು ಮಾತನಾಡಿದ ನಂತರ "ಸಂಜೆ ಬರ್ತೀನಿ, ಬೇಡ ಈಗ್ಲೇ ಬರ್ತೀನಿ" ಎಂದು ಫೋನಿಟ್ಟ.

ಕಿಚನ್ ಬಾಗಿಲ ಬಳಿ ನಿಂತು "ದಾಮೋದರ್ ಬರ್ತಾರಂತೆ" ಬಹಳ ಮೆಲ್ಲಗೆ ಹೇಳಿದಳು. ಸ್ವಲ್ಪ ವಿವೇಕದಿದ ಸಂಭ್ರಮ ವ್ಯಕ್ತಪಡಿಸಿ ಕಳಿಸಿ "ಬರ್ಲೀ, ನೀನ್ಹೋಗಿ ಒಂದು ಒಳ್ಳೆ ಸೀರೆ ಉಟ್ಕೋ" ಮಗಳನ್ನು ಕಳಿಸಿದ ನಂತರ ಕಣ್ಣೀರು ತೊಡೆದುಕೊಂಡಿದ್ದು.

ವಿಷಯ ತಿಳಿದ ಇಂಚರ ಅಂತೂ ಸಂಭ್ರಮದಿಂದ ಓಡಾಡಿದಳು. ಕಾಲೇಜು ಬ್ಯಾಂಕ್‌ಗೆ ಹೋಗುವ ಸಮಯವಾದರೂ ಅಳಿಯನನ್ನು ಉತ್ರೇಕ್ಷಿಸಲು ಸಾಧ್ಯವೇ?

ಅಂತೂ ಹರಿಹರನ್ ಪೂಜೆ ಮುಗಿಯುವ ವೇಳೆಗೆ ಬಂದವನು ಷೂ ಬಿಚ್ಚಿ ಕೈ ಕಾಲು ತೊಳೆದು ಬಂದು ತೀರ್ಥ ಪ್ರಸಾದ ಸ್ವೀಕರಿಸಿದ. ಭಾವೀ ಮಾವನ ಮನಸ್ಸಿನ ಒತ್ತಡ ಎಷ್ಟೋ ಕಡಿಮೆಯಾಯಿತು. ಈ ಚಿಕ್ಕ ಚಿಕ್ಕ ಪುರಸ್ಕಾರಗಳಿಗೆ ಮನುಷ್ಯ ಎಷ್ಟು ಬೇಗ ಕರಗಿ ಹೋಗುತ್ತಾನೆ!

"ಈ ವಾರದಲ್ಲಿ ಒಂದು ಲಗ್ನ ಇದೆಯಂತೆ. ಸಿಂಪಲ್ ಮ್ಯಾರೇಜ್ ಸಾಕು. ಹೆಚ್ಚಿನ ಖರ್ಚಿನ ಬಾಬತ್ತೂ ಇಲ್ಲ. ತುಂಬಾ ಜನಾನೂ ಕರೆಯೋದು ಬೇಡ. ನಿಮ್ಮದೇನಾದ್ರೂ ಅಭ್ಯಂತರವುಂಟಾ?" ಕೇಳಿದವನು "ಕುಮುದಾನ ಬಿಟ್ಟು ಇನ್ನು ಇಬ್ರೂ ಹೆಣ್ಣು ಮಕ್ಳಿದ್ದಾರೆ. ಅವ್ರ ವಿವಾಹಗಳ್ನ ಬೇಕಾದರೆ ವಿಜೃಂಭಣೆಯಲ್ಲಿ ಮಾಡಿ. ಈಗ ನಂಗೂ ರಜ ಸಿಕ್ಕೋಲ್ಲ" ಸಲಹೆ ಜೊತೆ ಪರಿಸ್ಥಿತಿಯನ್ನ ಕೂಡ ತೋಡಿಕೊಂಡ.

ಹೆಂಡತಿಯ ಕಡೆ ನೋಟ ಹೊರಳಿಸಿದರು. ಹೇಗೂ ಮುಂದಕ್ಕೆ ಅಡಿಯಿಟ್ಟಾಗಿತ್ತು. ಹಿಂದಕ್ಕೆ ಸರಿಯಲು ಸಾಧ್ಯವಿಲ್ಲ. ಆಕೆ ಮೌನ ಅಡಿಗೆ ಮನೆಯಲ್ಲಿ ಅಡಗಿ ಕೂತರಷ್ಟೇ. ಮಗಳ ವಿವಾಹದ ಕಿಂಚಿತ್ ಸಂತೋಷ, ಸಂಭ್ರಮ ಅನುಭವಿಸಲು ಆಕೆಯಿಂದ ಸಾಧ್ಯವಾಗಲಿಲ್ಲ.

"ಸ್ವಲ್ಪ ವಿಚಾರಿಸ್ತೀನಿ" ಒಳಗೆ ಬಂದರು.

ಅಷ್ಟರಲ್ಲಿ ಪ್ರತ್ಯಕ್ಷಳಾದ ಇಂಚರ "ಅಪ್ಪ, ಗುಡ್ ಪ್ರಪೋಸಲ್. ಖಂಡಿತ ಒಪ್ಕೊಳ್ಳಿ. ಹೇಗೆ ನಿಮ್ಮಿಬ್ರ ಮುಖ ಉಮ್ಮಳಿಸ್ಕೊಂಡು ಕೂತರೇ? ಮೊದಲನೇ ಮಗಳು ಮದ್ವೆ ನಿಶ್ಚಯವಾಗಿರೋದ್ರಿಂದ ಎಷ್ಟೊಂದು ಸಂತಸ ತುಂಬಿಕೊಳ್ಳಬೇಕಿತ್ತು ಮನೆಯಲ್ಲಿ! ಹೀಗಾದರೆ ಹೇಗಪ್ಪ? ತಾಳಿ ಕಟ್ಟಿಸಿಕೊಳ್ಳಬೇಕಾದ ಹುಡ್ಗೀ ಕಣ್ಣೀರು ಸುರಿಸುತ್ತ ಹಸೆ ಮಣೆಯೇರಲೇಬೇಕಾ? ಸ್ವಂತ ಮಗಳಿಗಾಗಿ ಖರ್ಚು ಮಾಡ್ತಾ ಇರೋದು. ಬೇರೆಯವ್ರಿಗಾಗಿ ಎಷ್ಟೊಂದು ತ್ಯಾಗ ಮಾಡೋ ಜನ ಇದ್ದಾರೆ" ಕಣ್ಣೀರಿಟ್ಟಳು.

ಇಬ್ಬರೂ ಒಂದಿಷ್ಟು ಮೆತ್ತಗಾದರು.

ಅಂತೂ ನಗು ಮೊಗದಿಂದ ದಂಪತಿಗಳು ಹೊರಗೆ ಬಂದು ಆತ್ಮೀಯವಾಗಿ ಮಾತಾಡಿ ಒಪ್ಪಿಗೆ ಸೂಚಿಸಿದರು. ಸ್ವಲ್ಪ ಒತ್ತಡ ಕಡಿಮೆಯಾಯಿತೆನಿಸಿತು.

"ನನ್ನ ಎಗ್ಸಾಮ್ ಮುಗ್ದುಹೋಗಿದ್ದರೆ ಚೆನ್ನಿತ್ತು" ಎಂದು ರಾಗ ಹಾಡಿದ್ದು ಕುಮುದ. "ಆಮೇಲೆ ಓದಬಹ್ದು. ಎಗ್ಸಾಮ್‌ಗೆ ಹೋಗ್ಬಹ್ದು. ನಾನಂತು ಡಿಸ್ಟರ್ಬ್ ಮಾಡೋಲ್ಲ ಅನ್ನೋ ಭರವಸೆ ಕೊಡಬಲ್ಲೆ" ಎಂದ ನಸುನಗುತ್ತ ದಾಮೋಧರ್. ಎಲ್ಲರ ಮುಖದ ಮೇಲೂ ನಗು ಅರಳಿತು.

ಬದುಕಿನ ಶಿಶಿರಗಳಲ್ಲಿ ಇದೊಂದು.

ಸಂಜೆ ಕುಮುದಳನ್ನು ಜೊತೆಯಲ್ಲಿ ಹೋಟೆಲ್‌ಗೆ ಕರೆದೊಯ್ಯುವುದರ ಜೊತೆಗೆ ಎರಡು ಧಾರೆ ಸೀರೆಗಳನ್ನು ಆಯ್ಕೆ ಮಾಡಿದ. ಒಂದು ತಂಗಿಗೆ, ಮತ್ತೊಂದು ಭಾವೀ ಮಡದಿಗಾಗಿ. ಇನ್ನೆರಡು ಸೀರೆಗಳನ್ನು ತೆಗೆದು ಪ್ಯಾಕ್ ಮಾಡಿಸಿದ. ಒಂದು ತಾಯಿಗೆ, ಮತ್ತೊಂದು ಅತ್ತೆಗೆ. ಪ್ರತಿಷ್ಠೆ ಇಲ್ಲದ ಸರಳವಾದ ಮಾತು ನಡತೆಗೆ ಕುಮುದ ಸುಲಭವಾಗಿ ಮಾರುಹೋದಳು.

ಅಂತೂ ಮುಂದಿನ ವಾರ ಕುಮುದಾ, ದಾಮೋದರ್ ವಿವಾಹ ನಡೆದುಹೋಯಿತು. ಎಂ.ಬಿ.ಎ. ಬಗ್ಗೆ ಜಪ ಮಾಡುತ್ತಿದ್ದ ಹುಡುಗಿ ಬಿ.ಬಿ.ಎಂ. ಮಾಡುವ ಇರಾದೆಯನ್ನು ವ್ಯಕ್ತಪಡಿಸದೇ ಗಂಡನೊಂದಿಗೆ ಹೊರಟುಬಿಟ್ಟಳು.

* * *

ಅಂದು ಚಂದ್ರಯ್ಯ ತಮ್ಮ ಬ್ಯಾಗ್ ಹಿಡಿದು ಬೆಳಿಗ್ಗೆ ಬೆಳಿಗ್ಗೆಯೇ ಬಂದಾಗ ಎದುರಾಗಿದ್ದು ಇಂಚರ. "ನೀವು ಬರೋಲ್ಲ ಅಂದ್ಕೊಂಡ್ವಿ ಸಧ್ಯಕ್ಕೆ ನಮ್ತಂದೆ ಯೋಜನೆ ಪ್ರಕಾರವೇ ಈ ಮನೆಯಲ್ಲಿ ಮಂಗಳ ವಾದ್ಯಗಳು ಮೊಳಗಲೇಬೇಕಾದರೆ ಒಂದೆರಡು ವರ್ಷಗಳು ಬೇಕು" ತಮಾಷೆ ಮಾಡಿದಳು.

"ಅಯ್ಯೋ ತಾಯಿ, ವಿವಾಹಗಳು ಸವರ್ಗದಲ್ಲಿ ನ ಡೆದುಹೋಗುತ್ತೆ ಅಂತಾರೆ. ಆ ಮಾತು ನೂರರಷ್ಟು ಸತ್ಯ, ಹೇಗೆ ಹೂ ಎತ್ತಿದಂಗೆ ನಿಮ್ಮಕ್ಕನ ಮದ್ವೆ ನಡ್ದುಹೋಯ್ತು ನೋಡಿದ್ರಾ! ತಂಟೆ ತಕರಾರು ಅಂಥದೆಲ್ಲ ಏನೂ ಆಗಿಲ್ಲ. ದೇವ್ರಂಥ ಜನ ಯಾವುದಕ್ಕೂ ರಾಗ ತೆಗೆಯಲಿಲ್ಲ" ದಾಮೋದರ್ ಮನೆಯವರನ್ನು ಹೊಗಳಿದಾಗ ಏನು ಹೇಳಬೇಕೆನಿಸಲಿಲ್ಲ. ಹತ್ತು ಲಕ್ಷಷ್ಟು ದೊಡ್ಡ ಮೊತ್ತ ಕೊಟ್ಟಿದ್ದರೂ, ಅವಳಿಗಾಗಿ ಮಾಡಿಸಿಟ್ಟ ಒಡವೆಗಳನ್ನು, ತೆಗೆದಿರಿಸಿದ ಸೀರೆಗಳನ್ನು ಧಾರಾಳವಾಗಿ ಕೊಟ್ಟಿದ್ದರು. ಆಗ ಬರೀ ತಾಳಿ ತಂದಿದ್ದು ಅವರು.

"ಕೂತ್ಕೊಳ್ಳಿ" ಎಂದು ಹೇಳಿ ಒಳಗೆ ನಡೆದಳು.

ಹರಿಹರನ್ ದೇವರ ಮನೆಯಲ್ಲಿ ಇದ್ದಾರೆನ್ನುವುದಕ್ಕೆ ದೊಡ್ಡ ದನಿಯಲ್ಲಿ ಕೇಳಿಸುತ್ತಿದ್ದ ಮಂತ್ರಗಳು ಸಪಷ್ಟವಾಗಿ ಹೇಳುತ್ತಿತ್ತು. ಈಗ ಅವರಪೂಜೆ ಅರ್ಧ ಸ್ಟೇಜ್‌ನಲ್ಲಿತ್ತು. ಇನ್ನ ಅರ್ಧ ಗಂಟೆ, ಮುಕ್ಕಾಲು ಗಂಟೆಯಾದರೂಬೇಕು

ಮುಗಿಯಲು. ಅದು ಆಗಾಗ ಬಂದುಹೋಗುತ್ತಿದ್ದ ಚಂದ್ರಯ್ಯನಿಗೂ ಗೊತ್ತು. ಸಾಧಾರಣವಾಗಿ ಹೊರಗೆ ತಲೆಹಾಕಿ ಮಾತಾಡಿಸುತ್ತಿದ್ದ ಗಿರಿಜ ಹೊರಗೆ ಬರಲಿಲ್ಲ. ಐ.ಪಿ.ಎಸ್. ಮಾಡಿದ ದಾಮೋದರ್ ಅಳಿಯನಾಗಿದ್ದು ಒಂದು ಕಡೆ ಸಂತೋಷವಾದರೂ ಇನ್ನೊಂದು ಕಡೆ ನೋವು. ಕೆಲವೊಮ್ಮೆ ಎಲ್ಲಕ್ಕೂ ಕಾರಣ ಈ ಚಂದ್ರಯ್ಯ ಎನ್ನುವಂತ ಆಕ್ರೋಶ.

"ಅಮ್ಮ, ಚಂದ್ರಯ್ಯ ಬಂದಿದ್ದಾರೆ" ಇಂಚರ ನುಡಿದಾಗ ಕಾಯಿ ತುರಿಯುತ್ತಿದ್ದ ಕುಸುಮ "ಏಕಂತೆ ಈಗೇನಾದ್ರೂ ಐ.ಪಿ.ಎಸ್. ವರನಿಗೆ ಜಾತ್ಕ, ಫೋಟೋ ಹಿಡಿದು ಬಂದಿಲ್ಲ, ತಾನೇ?" ಕನಲಿದಳು.

ಮೆಲ್ಲಗೆ ಅವಳ ಪಕ್ಕ ಮಂಡಿಯಲ್ಲಿ ಕೂತ ಇಂಚರ "ಮೈ ಗಾಡ್, ಎಂಥ ಅದ್ಭುತ ಆಲೋಚನೆ! ನಿಂಗೂ ಅಂಥ ತಪಸ್ಸಿದ್ದರೆ ಪೂರ್ಣ ಮಾಡೋಕೆ ಬಂದಿರೋ ದೇವದೂತ ಚಂದ್ರಯ್ಯ ಅಂದ್ಕೊಬೇಕು" ಪಿಸುದನಿಯಲ್ಲಿ ತಮಾಷೆ ಮಾಡಿದ ಕೂಡಲೇ ತೆಂಗಿನ ಚಿಪ್ಪು ಕೈಗೆತ್ತಿಕೊಂಡು ಹೊಡೆಯಲು ಹೋದಾಗ ಕ್ಷಣದಲ್ಲಿ ಅದೃಶ್ಯ.

'ತಗೋಮ್ಮ' ತುರಿದ ತೆಂಗಿನಕಾಯಿಯ ತುರಿಯನ್ನು ಅಮ್ಮನಿಗೆ ಕೊಟ್ಟು "ನೀನ್ಯಾಕೆ ಸುಮ್ನೇ ಆಯಾಸ ಮಾಡ್ಕೋತೀಯ? ಈ ಕೆಲ್ಸಗಳನ್ನ ನಾವಿಬ್ರೂ ಮುಗಿಸಿಕೊಂಡೇ ಕಾಲೇಜಿಗೆ ಹೋಗ್ತೀವಿ. ಸುಮ್ನೆ ಟೆನ್‌ಷನ್ ಮಾಡ್ಕೊತೀಯ. ಬಿ.ಪಿ. ರೈಸ್ ಆಗುತ್ತೆ. ಡಾಕ್ಟ್ರು ಪೂರ್ತಿ ರೆಸ್ಟ್ ಹೇಳಿದ್ದಾರೆ". ಹರಿಹರನ್ ಪೂಜೆ ಮುಗಿಯುವವರೆಗೂ ಯಾರೂ ಸ್ವರವೇರಿಸುವಂತಿರಲಿಲ್ಲ. ಸಣ್ಣ ದನಿಯಲ್ಲಿ ಮಾತಾಡಿದ್ದು ಕೂಡ ಅವರ ಕಿವಿ ಸೇರುತ್ತಿತ್ತು. ಆಮೇಲೆ ಒಂದು ಸಣ್ಣ ರಾದ್ಧಾಂತ! ಅವರಲ್ಲಿ ಪಟ್ಟಿ ಮಾಡಬಹುದಾದ ಅವಗುಣಗಳಲ್ಲಿ ಇದೊಂದು.

ಕುಸುಮ ಹೊರಗೆ ಹೋದ ನಂತರ ತಟ್ಟೆಗೆ ಎರಡು ಚಪಾತಿ, ಒಂದಿಷ್ಟು ಬದನೆಕಾಯಿ ಪಲ್ಯ ಹಾಕಿಕೊಂಡು ಬಂದು ಚಂದ್ರಯ್ಯನ ಮುಂದಿಟ್ಟಳು. ಆ ಮನುಷ್ಯನಿಗೆ ತಣ್ಣನೆಯ ಫ್ರೀಜ್ ನೀರು ಬೇಕು ಬಂದಾಗಲೆಲ್ಲ. ನೀರಿನ ಬಾಟಲ್ ಜೊತೆ ಒಂದು ಸ್ಟೀಲ್ ಲೋಟವನ್ನು ತಂದಿಟ್ಟಳು.

ಬಂದಾಗಲೆಲ್ಲ ಇಂತ ಉಪಚಾರಗಳು ನಡೆಯುತ್ತಿದ್ದರಿಂದ ಬಲವಂತವೇನೂ ಬೇಕಿರಲಿಲ್ಲ. ಬಾಟಲು ನೀರನ್ನು ಲೋಟಕ್ಕೆ ಬಗ್ಗಿಸಿಕೊಂಡು ಕುಡಿದ ನಂತರವೇ ತಟ್ಟೆಗೆ ಕೈ ಹಾಕಿದ್ದು. ಆದರೆ ಚಂದ್ರಯ್ಯ ಹೋದವರ ಮನೆಯಲ್ಲಿ ಕೊಟ್ಟಿದ್ದು ತಿನ್ನುತ್ತಿರಲಿಲ್ಲ. ಶುಚಿ, ರುಚಿ ಇದ್ದ ಕಡೆ ಮಾತ್ರ ತೆಗೆದುಕೊಳ್ಳುತ್ತಿದ್ದುದು. ಎಲ್ಲಾ ಮುಗಿದ ಮೇಲೆ ಹರಿಹರನ್ ಇತ್ತ ಬಂದು ವಿಚಾರಿಸಿದ್ದು. "ಏನು ವಿಶೇಷ?" ಕರ್ಚೀಫ್‌ನಿಂದ ಮೂತಿ, ಕೈಗಳನ್ನೊರಸಿಕೊಂಡು ಕರ್ಚೀಫ್‌ನ ಜೇಬಿಗೆ ಸೇರಿಸಿದ ನಂತರವೇ ಮಾತಾಡಿದ್ದು "ಈ ಕಡೆ ಬರೋದಿತ್ತು. ಶಿರಸ್ತೇದಾರರಾಗಿ ರಿಟೈರ್ಡ್ ಆದ ಶ್ರೀಕಂಠಯ್ಯನವ್ರು ನಿಮ್ಗೂ ಪರಿಚಿತರೇ. ಅವ್ರ ಹಿರಿ ಮಗ್ಳಿಗೆ 28 ವರ್ಷ, ಇನ್ನು ಮಾಂಗಲ್ಯ ಭಾಗ್ಯ ಪ್ರಾಪ್ತಿಯಾಗಿಲ್ಲ. ಡಾಕ್ಟ್ರು, ಇಂಜಿನಿಯರ್, ಡಬಲ್ ಡಿಗ್ರಿಯ

ಗಂಡು ಬೇಕೂಂತ ಹೇಳ್ತಾ ಇದ್ದೋರು ನೆನ್ನೆ ದಿನ ಮನೆಗೆ ಫೋನ್ ಮಾಡಿ ಗ್ರಾಜುಯೆಟ್, ಒಂದ್ಕೆಲ್ಸ ಇರೋ ಗಂಡನ್ನು ಹುಡ್ಕೊಂತ ಹೇಳಿದ್ರು. ನಂಗಂತೂ ಆಶ್ಚರ್ಯದ ಸುದ್ದಿಯಲ್ಲ ಹದಿನೆಂಟರಿಂದ ಇಪ್ಪತ್ತೆರಡವರೆಗೆ ಇದ್ದ ಬಿರುಸು ಆಮೇಲೆ ಇರೋಲ್ಲ. ಇನ್ನೆರಡ್ವರ್ಷ ಕಳೆದರೆ ಅಟೆಂಡರ್ ಆದರೂ ನಡೆಯುತ್ತೆ ಅಂತಾರೆ. ಇದು ನನ್ನ ಅನುಭವ" ಬಿಡಿಸಿಟ್ಟರು ವಿಷಯವನ್ನ.

ಆ ಬಗ್ಗೆ ಆಸಕ್ತಿ ವಹಿಸಿ ಮಾತಾಡಲಿಲ್ಲ ಹರಿಹರನ್. ಇತರರ ಬದುಕಿನ ಸಮಸ್ಯೆಗಳನ್ನು ವ್ಯಂಗ್ಯವಾಡುವುದು ಅವರಿಗೆಂದೂ ಇಷ್ಟವಾಗದು.

"ಈಗ್ಬಂದಿದ್ದೇನು? ಸುಮ್ನೇ ಬಂದಿದ್ದರೆ ಏನು ತಕರಾರು ಇಲ್ಲ" ನೇರವಾಗಿ ಅಂದರು. "ಅದು ಸರೀನೇ? ಜೊತೆಗೆ ವಿವಾಹವಾಗೋ ಇಬ್ರು ಹೆಣ್ಣು ಮಕ್ಕಳು ನಿಮ್ಗೆ ಇದ್ದಾರೆ. ಜಾತ್ಕ ಕೊಟ್ಟಿದ್ದರಾಗಿತ್ತು" ವಿಷಯಕ್ಕೆ ಬಂದರು.

ಹರಿಹರನ್ ಹಣೆಯ ಮೇಲೆ ಗೀರುಗಳು ಮೂಡಿದವು. ಬಿ.ಬಿ.ಎಂ. ಮುಗಿದ ನಂತರ ವಿವಾದಹ ಅಂದುಕೊಂಡಿದ್ದರು. ಆದರೆ ಪರೀಕ್ಷೆಗೆ ಕೂಡುವ ಮುನ್ನವೇ ಗಂಡನ ಮನೆ ಸೇರಿಯಾಗಿತ್ತು. ಇವರುಗಳ ಜಾತಕಗಳು ಹೊರಗೆ ತೆಗೆಯಲು ಸಕಾಲವೇ. ಆದರೆ ಹಿಂಜರಿದರು.

"ಮೊನ್ನೆ ಕುಮುದಳ ಮದ್ವೆ ಮುಗ್ಸಿದ್ದೀನಿ. ಇನ್ನೊಂದು ತಿಂಗ್ಳು ಕಳೀಲಿ" ಎಂದರು. ಹರಿಹರನ್ ನಿರುತ್ಸಾಹದಿಂದ. ಸುಲಭವಾಗಿ ಅರ್ಥವಾಯಿತು ಚಂದ್ರಯ್ಯನಿಗೆ "ಅಯ್ಯೋ ಗಂಡು ಹುಡ್ಕೋದು ಅಷ್ಟು ಸುಲಭವಲ್ಲ. ಸಮಯ ಬೇಕಾಗುತ್ತೆ. ಜಾತ್ಕ ನನ್ಹತ್ರ ಇರ್ಲೀ. ಪ್ರಶಸ್ತವಾದ ಸಂಬಂಧಗಳು ಸಿಕ್ಕಾಗ ಬಂದು ನಿಮ್ಮನ್ನ ನೋಡ್ತೀನಿ" ಅಂದ. ಯಾಕೋ ಸಧ್ಯಕ್ಕೆ ಆ ಮನಸ್ಸು ಇರಲಿಲ್ಲ ಹರಿಹರನ್‌ಗೆ. "ಇನ್ನೊಮ್ಮೆ ಈ ಕಡೆ ಬನ್ನಿ. ಕುಮುದ ಜಾತ್ಕ ಬಿಟ್ಟು ಕುಸುಮ ಜಾತ್ಕ ಯಾರ್ಗೂ ಕೊಟ್ಟಿದ್ದಿಲ್ಲ. ಇನ್ನು ಒಂದು ಒಳ್ಳೇ ದಿನ ನೋಡಿ ಕೊಡ್ಬೇಕು".

ಆಮೇಲೆ ಚಂದ್ರಯ್ಯ ದಾಮೋದರ ಅವರ ತಾಯ್ತಂದೆಯರ ಬಗ್ಗೆ ಒಂದಿಷ್ಟು ಕೊರೆದೇ ಎದ್ದು ಹೋಗಿದ್ದು. ತಂದೆಯ ಜೊತೆ ತಿಂಡಿ ತಿನ್ನಲು ಕುಸುಮ ಈಚೆಗೆ ತಪ್ಪಿಸುತ್ತಿದ್ದಳು. ಅದಕ್ಕೆ ಅವಳು ಕೊಡುತ್ತಿದ್ದುದು ಹಲವಾರು ಕಾರಣಗಳು. ಅವಳದು ಖಂಡಿತ ಒಳ್ಳೆಯ ಉದ್ದೇಶವೇ.

ಅಪರಾಧ ಭಾವದಿಂದ ಇನ್ನು ತಪ್ಪಿಸಿಕೊಳ್ಳಲಾಗಿರಲಿಲ್ಲ. ಯಾರಷ್ಟೇ ಒತ್ತಡ ಹೇರಿದರೂ ತನಗೆ ಪ್ರಜ್ಞೆ ಇರಬೇಕಿತ್ತು. ಕುಸುಮ, ಇಂಚರಾಗೆ ತನ್ನಿಂದ ಅನ್ಯಾಯವಾಗಿದೆಯೆನ್ನುವ ಮನಸ್ಥಿತಿಯಲ್ಲೇ ಇದ್ದಿದ್ದು.

ತನ್ನ ಸ್ಕೂಟಿಯನ್ನ ಹೊರ ತಳ್ಳುವ ವೇಳೆಗೆ ಬಂದ ಇಂಚರ "ಇದ್ನ ಇಟ್ಕೋ ಮಹರಾಯ್ತಿ! ನಿನ್ನ ವೆಹಿಕಲ್ ನೋಡಿದರೆ ತುರ್ತಾದ ಚಿಕಿತ್ಸೆ ಅಗತ್ಯವೆನಿಸುತ್ತೆ" ನೂರರ ನೋಟುಗಳನ್ನು ಕುಸುಮಳ ಕೈಯಲ್ಲಿಟ್ಟಾಗ ಅವಳೊಂದು ತರಹ ಮುಖ ಮಾಡಿದಳು. "ನಿನ್ನ ಪಾಕೆಟ್ ಮನಿಯಲ್ಲ ಹೆಚ್ಚು ಕಡ್ಮೇ ನಂಗೇ ಖರ್ಚಾಗುತ್ತೆ" ನಂಗ್ಯಾಕೋ ಸರಿಯೆನಿಸೋಲ್ಲ.

"ಅಗತ್ಯವಿರೋರು ಖರ್ಚು ಮಾಡ್ಬೇಕಷ್ಟೇ. ನಂಗೆ ವೆಹಿಕಲ್ ತಾಪತ್ರಯವಿಲ್ಲ. ಆರಾಮಾಗಿ ನಡ್ಕೊಂಡ್ ಹೋಗ್ತೀನಿ. ಬೇಸರವಾದಾಗ ಈ ಬಸ್ ಸ್ಟಾಪ್‌ನಲ್ಲಿ ಬಸ್ಸು ಹತ್ತಿ ಆ ಮುಂದಿನ ಬಸ್ ಸ್ಟಾಪ್‌ನಲ್ಲಿ ಇಳೀತೀನಿ. ಡೋಂಟ್ ವರೀ ಮೈ ಡಿಯರ್ ಸಿಸ್ಟರ್" ಅಂದು ಮರೆಯಾದಳು. ಯಾರಾದರೂ ಇಷ್ಟಪಡುವಂಥ ತಂಗಿಯೇ. ಬಹುಶಃ ಅವಳು ಪ್ರಯತ್ನಿಸದಿದ್ದರೆ ಕುಮುದಳ ಮದುವೆಯಾಗುವುದು ಸಾಧ್ಯವಿರಲಿಲ್ಲ.

ಕುಸುಮ ತಂದೆ ಹೊರಟ ಮೇಲೆಯೇ ಇಂಚರ ಹೊರಟಿದ್ದು. ಗೇಟಿನ ಒಳಗೆ ಬರುವ ವೇಳೆಗೆ ಸ್ಕೂಟರ್‌ನಿಂದ ಇಳಿಯುತ್ತಿದ್ದ ಅಶ್ವಿನಿ ಮುಗುಳ್ನಗೆ ಬೀರಿದ.

"ಮೈಗಾಡ್! ಇನ್ನ ಐದು ನಿಮಿಷ ತಡವಾಗಿ ಬಂದಿದ್ದರೂ ನೀವು ಸಿಕ್ತಾ ಇರ್ಲಿಲ್ಲ!" ದೊಡ್ಡ ಸಾಹಸ ಮಾಡಿದಂತೆ ನುಡಿದಾಗ ಕಣ್ಣರಳಿಸಿದ ಇಂಚರ "ಕಾರಣ ಕೇಳ್ಬಹ್ದಾ? ಅಮ್ಮ ಮನೆಯಲ್ಲೇ ಇರೋದ್ರಿಂದ ನಿಮ್ಗೇನು ತೊಂದರೆ ಆಗ್ತಾ ಇರ್ಲಿಲ್ಲ. ಅಕ್ಕರೆಯಿಂದ ಜ್ಯೂಸ್ ಕೊಡ್ತಾ ಇದ್ರು. ನೀವು ಬರೀ ಹೊಟ್ಟೆಯಲ್ಲಿ ಬಂದಿದ್ದರೆ ಖಂಡಿತಾ ತಿಂಡೀನೋ, ಊಟಾನೋ ಗ್ಯಾರಂಟಿ" ಎನ್ನುತ್ತ ನಗುವನ್ನು ಅರಳಿಸಿದಾಗ 'ಉಸ್' ಎಂದು ಕೀನ ಮೇಲಕ್ಕೆಸೆದು ಕ್ಯಾಚ್ ಹಿಡಿದ.

"ಅಂತು ನನ್ನ ಬಗ್ಗೆ ಒಂದು ಅಭಿಪ್ರಾಯಕ್ಕೆ ಬಂದಿದ್ದಿ. ನಾನೇನು ವರೀ ಆಗೋ ಪೈಕಿಯಲ್ಲ. ನಂದೂ ಊಟವಂತೂ ಆಗಿದೆ. ಅತ್ತೆ ಬಲವಂತ ಮಾಡಿದರೆ ಏನಾದ್ರೂ ಕುಡೀಬಹ್ದು. ಅಮ್ಮ ನಿನ್ನ ಜೊತೆ ಕರ್ಕೊಂಡ್ಹೋಗಿ ಸೀರೆ ತರಬೇಕೆನ್ನೋ ಪ್ಲಾನ್ ಹಾಕ್ಕೊಂಡಿದ್ದಾರೆ. ಸಂಜೆ ಸ್ವಲ್ಪ ಪುರಸೊತ್ತು ಮಾಡ್ಕೊ. ಅದ್ನ ಹೇಳೋಕೇಂತ್ಲೇ ಬಂದಿದ್ದು. ಹಾಗೇ ಹಲ್ವಾ ಕಳ್ಸಿದ್ದಾರೆ" ಡಬ್ಬಿಯನ್ನೆತ್ತಿಕೊಂಡ.

"ಇದ್ನೆಲ್ಲ ಅಮ್ಮನಿಗೆ ಹೇಳಿ ಪರ್ಮಿಷನ್ ಸ್ಯಾಂಕ್ಷನ್ ಮಾಡಿಸ್ಕೋ" ಎಂದು ರೆಟ್ಟೆ ಹಿಡಿದು ನಿಲ್ಲಿಸಿ ತಕ್ಷಣ ಬಿಟ್ಟು "ಸಾರಿ... ಸಾರಿ... ಸಾರಿ ನೀವೆಲ್ಲಿ ಅದೃಶ್ಯವಾಗಿಬಿಡ್ತೀರಂತ ಕೈ ಮುಂದುವರಿಯಿತಷ್ಟೇ. ಸ್ವಲ್ಪ ನನ್ನೊತೆ ಒಳಗಡೆ ಬನ್ನಿ. ಅತ್ತೆ ಅಡ್ಡಗೋಡೆಯ ಮೇಲೆ ದೀಪವಿಟ್ಟಂತೆ ನುಡಿಬಾರ್ದು. ನಿನ್ನ ಸಾರಿ, ನಿಮ್ಮನ್ನ ಕಾಲೇಜಿಗೆ ಡ್ರಾಪ್ ಮಾಡ್ತೀನಿ" ಎಂದ ಪಶ್ಚಾತ್ತಾಪದ ದನಿಯಲ್ಲಿ. "ನಿನ್ನ ಒಂದ್ಸಲ... ನಿಮ್ಮನ್ನ ಇನ್ನೊಂದ್ಸಲ ಇಂಥ ದ್ವಂದ್ವ ಯಾಕೆ? ಹೇಗೂ ನಿಮ್ಗಿಂತ ವಯಸ್ಸಿನಲ್ಲಿ ಚಿಕ್ಕೋಳು. ಆರಾಮಾಗಿ ಏಕವಚನ ಪ್ರಯೋಗಿಸ್ಬಹ್ದು. ನನ್ನ ಪೇರಂಟ್ಸ್ ಕೂಡ ಅಬ್ಜೆಕ್ಷನ್ ಮಾಡೋಲ್ಲ" ಸಹಜವಾಗಿ ನುಡಿದ ಹುಡುಗಿಯತ್ತ ತುಂಟ ನೋಟ ಹರಿಸಿದ.

"ಥ್ಯಾಂಕ್ಯೂ ವೆರಿಮಚ್, ನಂಗೂ ಬಹುವಚನ ಪ್ರಯೋಗ ಮಾಡೋದು ಇರುಸು ಮುರುಸಿನ ವಿಷಯವೇ. ಸ್ವಲ್ಪ ಒಳಗೆ ಬಾ" ಎನ್ನುತ್ತ ಒಳಗೆ ನಡೆದ. ಅಮ್ಮನಿಗೆ ಏನು ತೊಂದರೆಯಾಗಬಾರದೆಂದು ಹಿಂಬಾಲಿಸಿದಳು. ಸೋಫಾಗೆ ಒರಗಿದ ಗಿರಿಜ ಕಣ್ಮುಚ್ಚಿದರು. ಕುಮುದ ವಿವಾಹದ ನಂತರ ಮಾನಸಿಕವಾಗಿ ಕುಗ್ಗಿದ್ದಳು. ಅವಳಿಗಿಂತ ಚಿಕ್ಕವರಾದ ಕುಸುಮ, ಇಂಚರ ಮದುವೆಗೇಂತ ಇರಿಸಿದ ಹಣ ಹಿರಿ ಮಗಳಿಗಾಗಿ ಉಪಯೋಗಿಸಿದ್ದು ಇಂದಿಗೂ ಸರಿಯೆನಿಸಲಿಲ್ಲ.

"ಅಮ್ಮ..." ಎಂದಳು.

ತಟ್ಟನೆ ಕಣ್ತೆರದ ಗಿರಿಜ "ಅಶ್ವಿನಿನಾ, ಬಾಪ್ಪ" ಎಂದು ಸರಿಯಾಗಿ ಕೂತವರು "ನೀನ್ಯಾಕೆ ಕಾಲೇಜಿಗೆ ಹೋಗ್ಲಿಲ್ವಾ?" ಎಂದರು ಮಗಳನ್ನುದ್ದೇಶಿಸಿ.

"ಏನೋ ಮರೆತಿದ್ದೆ" ಎಂದವಳು ನೀರನ್ನು ತಂದುಕೊಟ್ಟು ಅಡಿಗೆ ಮನೆಗೆ ಹೋಗಿ ಒಗ್ಗರಣೆ ಅವಲಕ್ಕಿಯನ್ನು ಪ್ಲೇಟ್‌ಗೆ ಸುರಿದುಕೊಂಡು ಅದರ ಮೇಲೊಂದು ಸ್ಪೂನ್ ಇಟ್ಟು "ಒಂದ್ನಾಲ್ಕು ಸ್ಪೂನ್ ಇದೆ ಬೇಡಾನ್ನದೆ ತಗೊಳ್ಳಿ" ಎಂದು ಅಶ್ವಿನಿಯ ಮುಂದಿಟ್ಟವಳು ಎರಡು ಜ್ಯೂಸ್ ತಂದಿಟ್ಟು "ಒಂದೈದು ನಿಮಿಷ ಅಮ್ಮನ ಹತ್ರ ಮಾತಾಡಿ ಹೋಗಿ" ಎಂದು ಹೊರಟೇಬಿಟ್ಟಳು. ಅವನ ತಂದೆ ಗಿರಿಯಪ್ಪನಿಗೆ ಗೆಳೆಯನ ಬಗ್ಗೆ ಒಂದಿಷ್ಟು ಅಸಮಾಧಾನವಿತ್ತು. "ಅದೇ ಹಣ ನನ್ನ ಮಗನಿಗೆ ಕೊಟ್ಟು ಮದ್ವೆ ಮಾಡ್ಬಾರ್ದಿತ್ತಾ? ಸ್ನೇಹ ಉಳೀತಾ ಇತ್ತು. ಜೊತೆಗೆ ನಂಟಿನ ಗಂಟು ಕೂಡ ಬೀಳುತ್ತಿತ್ತು" ಎಂದು ಗೊಣಗಿದ್ದು ಕುಮುದಳ ಮದುವೆಯ ನಂತರ ಹತ್ತಾರು ಸಲ, ಇವನು ಕೇಳಿದರೂ ಕೇಳದಂತಿದ್ದ. ಕೆಲವೊಮ್ಮೆ ಅವರೊಂದಿಗೆ ಮಾತು ಬೆಳೆಸುವುದು ನಿಷ್ಪ್ರಯೋಜಕವೆನಿಸಿತು.

ಬೇಡವೆಂದರೂ ಗಿರಿಜ ಬಿಡಲಿಲ್ಲ. ಅವಲಕ್ಕಿ ಜೊತೆಗೆ ಒಂದಿಷ್ಟು ಸಂಡಿಗೆ ಕರಿದು ತಂದಿಟ್ಟರು. ಹತ್ತು ನಿಮಿಷ ಕೂತು ಮಾತಾಡಿದ ನಂತರ ಬಂದ ವಿಷಯ ಮುಂದಿಟ್ಟ.

"ಅಮ್ಮ, ಸಂಜೆ ಸೀರೆಗಳ್ನ ತರೋಕೆ ಹೋಗ್ಬೇಕೂಂತ ಇದ್ದಾಳೆ. ಮಾವ ಮನೆಗೆ ಬಂದಿರುತ್ತಾರೆ ನಿಮ್ಗೇ ಆಗುತ್ತೋ, ಇಲ್ವೋ... ಇಂಚರಾಗೆ ಹೇಳಿ ಹೋಗೋಣಾಂತ ಬಂದೆ".

"ನಂಗೆ ಈಗ್ಲೂ ಗೊತ್ತಾಗೋಲ್ಲ ಮಕ್ಳು ದೊಡ್ಡವರಾದ್ಮೇಲೆ ತರೋ ಕೆಲ್ಸವೆಲ್ಲ ಅವರದ್ದೇ. ಇಂಚರಾ ಬರ್ತಾಳೆ" ಅನ್ನೋ ಭರವಸೆ ಕೊಟ್ಟ ಮೇಲೆಯೇ ಅವನು ಎದ್ದಿದ್ದು. ಸಂಜೆ ಬಂದು ಇಂಚರಾನ ಕರ್ಕೊಂಡ್ಹೋಗ್ತೀನಿ. ಬಹುಶಃ ಅಮ್ಮನ ಇಲ್ಲಿಗೆ ಕರ್ಕೊಂಡ್ಬಂದ್ಮೇಲೆ ಪ್ರೋಗ್ರಾಂ ಮುಂದೂಡಿ ಕಷ್ಟ ಸುಖ ಹೇಳ್ಕೊಂಡ್ ರಾತ್ರಿವರ್ಗೂ ಕೂಡಬಹುದು" ನಕ್ಕ. ಆಕೆಗೂ ನಗು ಬಂತು. ಒಂದೆರಡು ಸಲ ದಮಯಂತಿ ಬಂದು ಹೋದ ಮೇಲೆ 'ಯಾಕಾದರೂ ಬರ್ತಾಳೋ ಮಹಾರಾಯ್ತಿ' ಅಂದುಕೊಂಡಿದ್ದುಂಟು.

ಒಬ್ಬನೇ ಮಗ. ಒಳ್ಳೆ ಸಂಬಳ ಬರೋ ನೌಕರಿ ಇತ್ತು. ಮೈಸೂರಿನಲ್ಲಿ ಒಳ್ಳೇ ಏರಿಯಾದಲ್ಲಿ ಮನೆ ಕಟ್ಟಿಸಿ ಬಾಡಿಗೆಗೆ ಕೊಟ್ಟಿದ್ದರು. ತಿಂಗಳು, ತಿಂಗಳೂ ಸರಿಯಾಗಿ ಬಾಡಿಗೆ ಕೊಡುವಂಥ ಬಾಡಿಗೆಯವರು ಸಿಕ್ಕಿದ್ದರು. ಗಿರಿಯಪ್ಪ ಈಚೆಗೆ ರಿಟೈರ್ಡ್ ಆಗಿ ಪೆನ್ಷನ್ ಬಂದ ಹಣವನ್ನು ಹೆಂಡತಿಯ ಬೊಗಸೆಯಲ್ಲಿ ಹಾಕಿದ್ದು ಬುದ್ಧಿವಂತಿಕೆಯೇ. ಆಕೆ ತನ್ನ ಹೆಸರಿನಲ್ಲಿ ಫಿಕ್ಸೆಡ್‌ನಲ್ಲಿ ಹಾಕಿಟ್ಟುಕೊಂಡಿದ್ದಳು. ದಂಪತಿಗಳು ದುಂದುಗಾರರಲ್ಲ. ಇಷ್ಟೆಲ್ಲ ಸೌಕರ್ಯ, ಸೌಲಭ್ಯಗಳನ್ನು ಒದಗಿಸಿದ ಭಗವಂತ ಆಕೆಯ ದೃಷ್ಟಿಯಲ್ಲಿ ನಿಜವಾಗಿ ಅಪರಾಧಿ...! ಹಾಗೆಂದು ದಿನದಲ್ಲಿ ಒಂದೆರಡು ಸಲವಾದರೂ ಹೇಳುತ್ತಿದ್ದುದುಂಟು. ಬಂದ ಕಡೆ ಅಚ್ಚುಕಟ್ಟಾಗಿ ಹೊಂದಿಕೊಂಡು ಆರಾಮಾಗಿದ್ದುಬಿಡುತ್ತಿದ್ದರು.

ಕಾಲೇಜು ಮೆಟ್ಟಿಲೇರುತ್ತಿದ್ದಂತೆ ಹತ್ತಾರು ಪತ್ರಗಳನ್ನಿಡಿದು ಬಂದ ಕೋಮಲ "ನಿಂಗೊಂದು ಪತ್ರ ಇದೆ. ಉಷಾದು ಇರಬಹುದೇನೋ! ಫ್ರಂ ಹಾಕ್ದೇ ಬಯ್ರೋದು ಅವ್ಳ ಅಭ್ಯಾಸ. ಅಕಸ್ಮಾತ್ ಲೆಟರ್ ಹಿಂದಕ್ಕೆ ಹೋದರೆ, ಆ ಈಡಿಯಟ್ ಒಡೀತಾನಂತೆ. ಹೆಸರಿಗೆ ಮಾತ್ರ ಲವ್ ಮ್ಯಾರೇಜ್. ಮ್ಯಾರೇಜ್ ಆದ ಕೂಡ್ಲೇ ಲವ್ ಸತ್ತು ಹೋಗುತ್ತೆ" ಗೊಣಗಿಕೊಂಡೇ ಕವರ್ ಕೊಟ್ಟು ಹೋದಳು. ಕಾಲೇಜಿನಲ್ಲಿ ಪೋಸ್ಟ್‌ಮ್ಯಾನ್ ಕೆಲ್ಸ ಅಚ್ಚುಕಟ್ಟಾಗಿ ಮಾಡುತ್ತಿದ್ದವಳೊಬ್ಬಳೆ. ಅದು ಅವಳಿಗೆ ಇಷ್ಟವಾದ ವರ್ಕ್.

ಇದೊಂದು ಮಹಿಳಾ ಕಾಲೇಜ್, ಉತ್ತಮ ಪಾಠ. ಪ್ರವಚನಗಳ ಜೊತೆ ಶಿಸ್ತು ಕೂಡ ಇತ್ತು. ಕ್ರಮ ಶಿಕ್ಷಣ ಜೊತೆ ಪ್ರಾಧ್ಯಾಪಕರು ಉತ್ತಮ ಚಿಂತನೆಯನ್ನು ಕೂಡಾ ಬೋಧಿಸುತ್ತಿದ್ದರು.

ಕವರನ್ನು ಕೈಯಲ್ಲಿಡಿದ ಇಂಚರ ಬೆವತಳು. ಉಷಾ ಆಗಾಗ ಕಾಲೇಜಿನ ಅಡ್ರೆಸ್‌ಗೆ ಪತ್ರ ಬರೆಯುತ್ತಿದ್ದುದು ನಿಜ. ಆದರೆ ಇದು ಅವಳ ಪತ್ರವಲ್ಲವೆಂದು ಮನಸ್ಸು ಹೇಳುತ್ತಿದ್ದರಿಂದ ಅಂಜಿಕೆ. ಬಹುಶಃ ಪರ್ಸ್ ತಂದುಕೊಟ್ಟ ಅಜ್ಞಾತ ವ್ಯಕ್ತಿಯದಿರಬಹುದೇ? ಇದೊಂದು ಅನಗತ್ಯ ಸಮಸ್ಯೆಯೆನಿಸಿತು. ಹೇಗೆ ಫೇಸ್ ಮಾಡುವುದು? ಅವಳಿಗೆ ಪಾಠದಲ್ಲಿ ತಲ್ಲೀನವಾಗುವುದು ಸಾಧ್ಯವಿಲ್ಲವೆನಿಸಿದಾಗ, ಸಹಪಾಠಿಗಳಿಗೆ ತಲೆನೋವಿನ ನೆಪ ಹೇಳಿ ಹಿಂದಿರುಗಲು ಇಚ್ಚಿಸಿದಳು. ಮೇಲ್ಮುಖ –ವಾಗಿ ಶಾಂತವಾಗಿ ಕಂಡರೂ ಕಾಡ್ಗಿಚ್ಚಿನ ಮಧ್ಯದಲ್ಲಿರುವಂತೆ ಹಪಹಪಿಸಿದಳು.

ಮನೆಯ ಗೇಟು ಸಮೀಪಿಸುತ್ತಿದಂತೆ ದಮಯಂತಿ ಸ್ವರ ಅಟ್ಟಿಸಿಕೊಂಡು ಬಂದಂತಾಯ್ತು. ಈಗಾಗಲೇ ಬಂದು ಆಕೆ ಸಾಕಷ್ಟು ಸಮಯವಾಗಿದೆಯೆಂದು ಕೊಂಡಾಗ ತಾಯಿಯ ಬಗ್ಗೆ ಮರುಕವೆನಿಸಿತು.

"ಬಂದೇ ಬಿಟ್ಯಾ... ಒಳ್ಳೇದಾಯ್ತು ಬಿಡು" ಅಂದರು. ಮುಖ ಕಂಡ ಕೂಡಲೇ "ಬಂದು ತುಂಬಾ ಹೊತ್ತಾಯ್ತಾ? ಆಂಟಿ?!" ಕೇಳಿದಳು. ಬಾರದ ನಗುವನ್ನು ಮುಖದ ಮೇಲೆ ತಂದುಕೊಂಡು.

"ಬ್ಯಾಂಕ್‌ನಿಂದ ನೀನು ಬರ್ತೀಯಾಂತ ಅಶ್ವಿನಿ ಫೋನ್ ಮಾಡ್ದ. ಹೇಗೂ ಒಂದರ್ಧ ಗಂಟೆ ಗಿರಿಜ ಹತ್ರ ಮಾತಾಡಿದಂತಾಗುತ್ತೇಂತ... ತಕ್ಷಣ ಹೊರಟೆ" ಎಂದ ಕೂಡಲೇ ಇಂಚರಾಗೆ ಕುಸಿಯುವಂತಾಯಿತು. ವೇಳೆ ಲೆಕ್ಕ ಹಾಕಿದಾಗ ಅವಳೆದೆ ಧಸಕ್ಕೆಂದಿತು. ಇನ್ನೆಷ್ಟು ಮಾತಾಡಿರಬಹುದು? "ಸಾರಿ ಆಂಟಿ! ಇನ್ನೈದು ನಿಮಿಷದಲ್ಲಿ ಬರ್ತೀನಿ, ಹೊರಡೋಣ" ಅಂದು ಅಮ್ಮನ ಬಳಿ ಸರಿದು "ಅಮ್ಮ ಮುಖದಲ್ಲಿ ತುಂಬ ಬಳಲಿಕೆ ಇದೆ. ನೀನ್ಹೋಗಿ ರೆಸ್ಟ್ ತಗೋ. ಇನ್ನ ಆಂಟೀನ ನಾನು ನೋಡ್ಕೋತೀನಿ" ಎಂದು ಬಲವಂತದಿಂದ ಎಬ್ಬಿಸಿ ಕೋಣೆಗೆ ಕರೆದೊಯ್ದು "ಒಂದಿಷ್ಟು ಆರಾಮಾಗಿ ನಿದ್ದೆ ಮಾಡು. ಮಿಕ್ಕಿದ್ದೆಲ್ಲ ನಂಗಿರ್ಲಿ" ಎಂದು ಬಾಗಿಲೆಳೆದುಕೊಂಡು ಹೊರಗೆ ಬಂದಳು.

ಸಧ್ಯಕ್ಕೆ ಕವರನ್ನು ಓದಬೇಕೆನ್ನುವ ವಿಷಯ ಮುಂದೂಡಲ್ಪಟ್ಟಿತು. ಸಧ್ಯಕ್ಕೆ ದಮಯಂತಿಯವರನ್ನು ಹೊರಗೆ ಕರೆದೊಯ್ಯುವುದು ಮುಖ್ಯವಾಗಿತ್ತು. ತಂದೆ

ಬಂದ ಕೂಡಲೇ ಮಾತುಗಳು ಮುಂದುವರೆಯುವುದು ಬೇಡವಾಗಿತ್ತು.

ಬಟ್ಟೆ ಬದಲಾಯಿಸಿ ಬಾತ್ ರೂಂಗೆ ಹೋಗಿ ಮುಖ ತೊಳೆದು ಕಿಚನ್‌ನತ್ತ ಹೋದಾಗ ಹಿಂಬಾಲಿಸಿ ಬಂದಾಕೆ "ಇನ್ನ ಅಶ್ವಿನಿ ಬರ್ಬೇಕು, ತಿಂಡಿ ಅಂಥದೇನಾದ್ರೂ ಇದ್ದರೆ ಮುಗ್ಸಿಕೊಂಡ್ಬಿಡು" ಎಂದು ಹೇಳಿದಳು. ಸುಸ್ತಾದರೂ ಇಂಚರ ತೋರಿಸಿಕೊಳ್ಳದೇ"ಅಪ್ಪ ತಿಂಡಿಯೇನು ತಿನ್ನೋಲ್ಲ. ಇನ್ನ ಕುಸುಮಕ್ಕನ ಬಗ್ಗೆ ಹೇಳೋಕ್ಕಾಗೋಲ್ಲ. ಈಗೇನೂ ಮಾಡೋದ್ಬೇಡ. ನಾವಿಬ್ರೂ ಹೋಗಿ ಬಂದ್ಬಿಡೋಣ" ಸೂಚಿಸಿದಳು.

"ಅವ್ನು ಬರ್ಲಿ. ದುಡ್ಡು ಕೊಡೋನು ಅವ್ನೇ ತಾನೇ? ನಾನು ಸೀರೆಗಳಿಗೆ ಅಷ್ಟೆಲ್ಲ ಹಣ ಕೊಟ್ಟೇಂದರೆ ನಂಬೋಲ್ಲ" ಅಂದರು ಮೆಲ್ಲಗೆ.

ಇಂಚರಾಗೆ ಅಚ್ಚರಿಯೆನಿಸಿತು. 'ನಂಬೋಲ್ಲ' ಈ ಪದ ತಾಯಿ, ಮಗನ ನಡುವೆ ಅಗತ್ಯವೇ? ಇಂಥ ಪ್ರಸಕ್ತಿ ಮನೆಯಲ್ಲಿ ಬಂದೇ ಇರಲಿಲ್ಲ. ಪಾಕೆಟ್ ಮನೀಗೆಂದು ಕೊಡೋ ಹಣದ ಲೆಕ್ಕವನ್ನು ಇಂದಿನವರೆಗೂ ಹರಿಹರನ್ ಕೇಳಿದ್ದಿಲ್ಲ. 'ಇಷ್ಟು ಖರ್ಚಾಗಿದೆ, ಇದ್ನ ತಗೊಂಡೇ ಇಷ್ಟಾಯ್ತು' ಅಂದರೆ ಪರ್ಸ್‌ನಿಂದ ಹರಿಹರನ್ ಹಣ ತೆಗೆದು ಎಣಿಸುತ್ತಿದ್ದರೆ ವಿನಃ ಯಾಕೆ ಖರ್ಚು ಮಾಡ್ದೇ? ಯಾಕೆ ತಗೊಂಡೆ? ಯಾಕೆ ಇಷ್ಟಾಯ್ತು? ಎಂದು ಕೇಳಿದವರೇ ಅಲ್ಲ.

"ಅಲ್ಲ, ಆಂಟಿ... ಅಂದರೆ ನಿಮ್ಜೊತೆ ಅಶ್ವಿನ್ ಬರೋ ದೃಷ್ಟಿ... ಯಾಕೋ ವಿಚಿತ್ರವೆನಿಸುತ್ತೆ! ಸೀರೆ ಬೇಕಿರೋದು ನಿಮ್ಗೆ ತಗೊಳ್ಳೋರು ನೀವು. ಹಣ ನಿಮ್ಮ ಕೈಯಲ್ಲಿ ಹಾಕಿದ್ದರಾಗಿತ್ತು. ಅಲ್ಲಿ ನಂಬಿಕೆಯ ಪ್ರಶ್ನೆ ಎಲ್ಲಿ ಬರುತ್ತೆ?" ಕೇಳಿದಳು.

"ನಿಂಗೆ ಗೊತ್ತಾಗೋಲ್ಲ ಬಿಡು, ನಾನಂತು ಎಲ್ಲಾ ವಿಷ್ಯದಲ್ಲೂ ಪರ್‌ಫೆಕ್ಟ್ ಅವ್ನೇ ಬರಲಿ. ಆಯ್ಕೆ ಮಾತ್ರ ನಂದು. ಹಣ ಅವನೇ ಕೊಡ್ಲಿ. ತಂಟೆ ತಕರಾರು ಇರೋಲ್ಲ" ಎಂದರು ಬಾಯಿ ತಿರುಗಿಸುತ್ತ.

ಸಧ್ಯಕ್ಕೆ ಮಗ ಬ್ಯಾಂಕ್‌ನಿಂದ ಬರೋವರೆಗೂ ಇಲ್ಲೇ ಕಾಯುವವರು ಎಂದುಕೊಂಡಾಗ ಮಾತ್ರ ಬೇಸರಗೊಂಡಳು. ಅಲ್ಲಿಯವರೆವಿಗೂ ಈಕೆಯನ್ನು ಮ್ಯಾನೇಜ್ ಮಾಡುವುದು ಹೇಗೆನಿಸಿತು.

"ಸ್ವಲ್ಪ ಬನ್ನಿ" ಎಂದು ಹೊರಗೆ ಕರೆತಂದು ವಾರಪತ್ರಿಕೆ, ಮಾಸಪತ್ರಿಕೆಗಳನ್ನು ಆಕೆಯ ಮುಂದೆ ಹಾಕಿ "ಇದ್ನ ಓದ್ತಾ ಇರೀ. ಸಮಯ ಕಳೆಯೋದು ಗೊತ್ತಾಗೋಲ್ಲ" ಅಂದಳು. ಆಕೆಗೆ ಪುಟಗಳನ್ನ ತಿರುವುದು ಅಭ್ಯಾಸವಿತ್ತೋ ಏನೋ, ಮನಸ್ಸಿಟ್ಟು ಓದುವುದು ರೂಢಿಯಂತೂ ಇರಲಿಲ್ಲ. "ಏನಿರುತ್ತಮ್ಮಾ ಇದರಲ್ಲಿ? ನಂಗಂತು ಓದೋಕೆ ಬೇಜಾರು. ಜೊತೆಗೆ ಪುರಸೊತ್ತೂ ಇರೋಲ್ಲ" ಕೊನೆಯ ಮಾತನ್ನ ಒತ್ತಿ ಹೇಳಿದರು.

"ಈಗ ಪುರಸೊತ್ತು ಇದೆಯಲ್ಲ, ಓದಿ" ಅಂದು ಒಳಗೆ ಹೋದಳು.

ಕಿಚನ್ ಸ್ಥಿತಿಯನ್ನ ನೆಟ್ಟಗಾಗಿಸುವುದಕ್ಕೆ ಅರ್ಧಗಂಟೆ ಬೇಕಾಯಿತು. ಅಶ್ವಿನಿಯನ್ನ ನೆನಸಿಕೊಂಡು ಒಂದಿಷ್ಟು ಹೀರೆಕಾಯಿ ಬೋಂಡ, ಚಟ್ನಿ ಮಾಡಿಟ್ಟು ಬರುವ ವೇಳೆಗೆ

ಅವನ ಆಗಮನವಾಗಿತ್ತು.

“ನೀನು ಮಧ್ಯಾಹ್ನನೇ ಬಂದಿಯಂತೆ. ನಾನ್ಬಂದ್ ಕರ್ಕೊಂಡ್ಹೋಗ್ತೀನೀಂತ ಹೇಳ್ದೆ” ಆಕ್ಷೇಪಣೆ ಇತ್ತು ಅವನ ದನಿಯಲ್ಲಿ “ಈಗೇನಾಯ್ತು! ಸೀರೆಗೆ ದುಡ್ಡು ತೆಗಬೇಕಲ್ಲ ಅನ್ನೋ ಮನಸ್ಸು” ಕುಟುಕಿಬಿಟ್ಟರು ವ್ಯಂಗವಾಗಿ.

“ಅಲ್ಲಿ ಅಂದರೆ ರಾಮಾಯಣ! ಹೌದೆಂದರೆ, ತಕರಾರಿಲ್ಲ. ಬೇಗ ನಡೀರಿ” ಅವಸರಿಸಿದ. ಅಷ್ಟರಲ್ಲಿ ತಾಯಿ, ಮಗಳಿಬ್ಬರು ಒಂದೊಂದು ಕಡೆಯಿಂದ ಹೊರಬಂದರು. “ಯಾಕೆ ಅಷ್ಟೆಲ್ಲ ಅವಸರ ಮಾಡ್ತೀಯಾ? ಮುಖ ತೊಳ್ಕೊಂಡ್ಬಂದು ಒಂದಿಷ್ಟು ಕಾಫಿ ತಗೋ, ಆಮೇಲೆ ಹೋಗ್ಬಹುದ್ದು” ಗಿರಿಜ ಹೇಳಿದರು.

“ಬೇಗ ಹೋಗೋದಿದೆ” ಅಂದ ಅರೆ ಮನಸ್ಸಿನಿಂದ.

ಇಂಚರಾಗೆ ಆಗಾಗ ನೋಟ ಹರಿಸುತ್ತಲೇ ಅಶ್ವಿನಿಕುಮಾರ್ ತಿಂಡಿ, ಕಾಫಿ ಮುಗಿಸಿ ಆದಷ್ಟು ಬೇಗ ಮೇಲೆದ್ದ. ಅಮ್ಮನ ವ್ಯಾಪಾರ ಮುಗಿಯಲು ಸಾಕಷ್ಟು ಸಮಯಬೇಕೆಂದು ಅವನಿಗೆ ಗೊತ್ತು. ಒಳ್ಳೆಯ ಹೆಣ್ಣು, ಮಗನೆಂದರೆ ಪ್ರೀತಿ, ಅಚ್ಚುಕಟ್ಟಾಗಿ ಸಂಸಾರ ಮಾಡೋ ಮಹಿಳೆ. ಮಾತಾಡುವ ರೀತಿ, ಪ್ರತಿಯೊಂದು ಮಾತು ಕೃತಿಗೂ ವಿರೋಧ ಭಾವನೆ ವ್ಯಕ್ತಪಡಿಸುವ ಸ್ವಭಾವ ಮಾತ್ರ ಕಿರಿಕಿರಿಯನ್ನುಂಟುಮಾಡುತ್ತಿತ್ತು.

ಆರಕ್ಕೆ ಸ್ಯಾರಿ ಹೌಸ್ ತಲುಪಿದರೂ ಎಂಟು ಗಂಟೆಯಾದರೂ ಆಕೆಯ ಆಯ್ಕೆ ಮುಗಿಯಲಿಲ್ಲ. ಸೀರೆ ಬಣ್ಣ, ಒಡಲು, ಜರಿ ಪ್ರತಿಯೊಂದರ ಬಗ್ಗೆಯೂ ಆಕೆಗೆ ಅನುಮಾನವೇ. ಕ್ವಾಲಿಟಿಯ ವಿಷಯದಲ್ಲಂತೂ ಆಕೆ ತಲೆ ಕೆಡಿಸಿಕೊಂಡಷ್ಟು ಇನ್ನೊಬ್ಬ ಮಹಿಳೆ ತಲೆ ಕೆಡಿಸಿಕೊಂಡಿರಲಾರಳು! ಕೆಲವು ವಿಷಯಗಳಲ್ಲಿ ವಿಪರೀತ ಸಹನೆ ತೋರುವ ಇಂಚರಾಗೆ ತಲೆನೋವು ಶುರುವಾಯಿತು.

ಪರ್ಸ್ ತೆಗೆದು ಅಮ್ಮನ ಕೈಯಲ್ಲಿಟ್ಟ ಅಶ್ವಿನಿ “ಅಮ್ಮ, ಮುಗ್ಸಿಕೊಂಡು ಬೇಗ್ಬಾ, ನಾನು ಹೊರ್ಗಡೆ ಇರ್ತೀನಿ” ಎಂದು ಹೊರಗೆ ಹೋದ ನಂತರವೇ ಆಕೆ ಬೇಗ ತನ್ನ ಆಯ್ಕೆ ಮುಗಿಸಿ ಸೀರೆಗಳನ್ನ ಪ್ಯಾಕ್ ಮಾಡಿಸಿದ್ದು. ತುಟಿ ತೆರೆಯದೇ ಆ ಪ್ಯಾಕೆಟ್‌ಗಳನ್ನ ಹೊತ್ತು ಬಂದದ್ದು ಹರಿಹರನ್ ಮಗಳು.

'ಮುಗೀತಾ?' ಎನ್ನುವಂತೆ ನೋಡಿದ. ಅಮ್ಮ ಬೇರೇನಾದ್ರೂ ತಗೋಬೇಕಾ? ಕೇಳಿದ ಬೇಸರದಿಂದ, ಹೆದರಿಕೆಯ ನೋಟ ಬೀರಿದ ಇಂಚರ “ತರಕಾರಿ, ಹಣ್ಣು ಅಂಥದ್ದೆಲ್ಲ ಅಲ್ಲೇ ಸಿಕ್ಕುತ್ತೆ. ಅಪ್ಪ ಊಟಕ್ಕೆ ಕಾಯ್ತಾ ಇರ್ತಾರೆ. ಮುಂಬಾಗಿಲು ಬಿಟ್ಟು ಒಳ್ಗೇ ಹೋಗಿರಲ್ಲ” ತೋಡಿಕೊಂಡ ಕೂಡಲೇ ಆಟೋನಾ ಕರೆದು ಪ್ಯಾಕೆಟ್‌ಗಳನ್ನೆಲ್ಲ ಅದರಲ್ಲಿರಿಸಿ “ಅಮ್ಮ, ನೀನು ಇಂಚರಾನ ಮನೆಗೆ ಬಿಟ್ಹೋಗು. ನಂಗೆ ಒಂದಿಷ್ಟು ಕೆಲ್ಸ ಇದೆ. ಮುಗ್ಸಿಕೊಂಡ್ಬರ್ತೀನಿ” ಎಂದು ಕಳಿಸಿದ.

ಮನೆಯ ಮುಂದೆ ಆಟೋದಿಂದ ಇಳಿದ ನಂತರವೇ ಸಮಾಧಾನದ ಉಸಿರು ಬಿಟ್ಟಿದ್ದು ಇಚರ. ಅವಳ ತಲೆ ಭಯಂಕರವಾಗಿ ಸಿಡಿಯುತ್ತಿತ್ತು. ಆ ಮನೆಗೆ ಕುಮುದ

ಏನಾದರೂ ಸೊಸೆಯಾಗಿ ಹೋಗಿದ್ದರೆ ಗತಿಯೇನೂಂತ ಹೆದರಿದಳು.

"ಮದ್ವೆ ಜವಳೀನಾ?" ಕೇಳಿದರು ಹರಿಹರನ್ ಮಗಳ ಮುಖನೋಡಿದ ಕೂಡಲೇ, ಪಕ್ಕೆಂದು ನಕ್ಕಳು. ತಲೆ ನೋವು ಮರೆತು "ಇಲ್ಲಪ್ಪ, ನಿಮ್ಮ ಓಲ್ಡ್ ಫ್ರೆಂಡ್ ಗಿರಿಯಪ್ಪನ ಶ್ರೀಮತಿಯವ್ರು ತಮಗಾಗಿ ಒಂದ್ನಾಲ್ಕು ಸೀರೆಗಳ್ನನ ಇಷ್ಟು ಕಡಿಮೆ ಸಮಯದಲ್ಲಿ ಆಯ್ಕೆ ಮಾಡಿ ದಾಖಲೆ ಸೃಷ್ಟಿ ಮಾಡಿದ್ರು".

ಮಗಳ ಮಾತಿಗೆ ಅವರ ತುಟಿಗಳ ಮೇಲು ನಗು ಕೆನೆಗಟ್ಟಿತು.

"ಊಟ ರೆಡಿ" ಕುಸುಮ ಕೂಗಿದಳು.

ಊಟದ ಮಧ್ಯೆ ಕುಮುದ, ದಾಮೋದರ್ ಫೋನ್ ಮಾಡಿದ ವಿಷಯವನ್ನು ತಿಳಿಸಿದರು, ಹರಿಹರನ್ ಸಮಾಧಾನವಾಗಿ. ವಿವಾಹವಾದ ಮಗಳು ಆನಂದಳಾಗಿದ್ದಾಳುನ್ನುವುದು ಸಂಭ್ರಮದ ಸಂಗತಿ. ಆದರೆ ಅದಕ್ಕಾಗಿ ತಾವು ತೆತ್ತಿದ್ದು ದೊಡ್ಡದೆನ್ನುವ ಭಾವ.

"ಕುಮುದ ಬರೋ ವಿಷ್ಯವೇನಾದ್ರೂ ಹೇಳಿದ್ಲಾ?" ಉತ್ಸಹದಿಂದ ಕೇಳಿದಳು ಇಂಚರ. "ಸಧ್ಯಕ್ಕೆ ಅಂಥ ಇರಾದೆ ಏನಿಲ್ಲ. ಅಲ್ಲಿ ಇಲ್ಲಿ ಹೋಗ್ಬರ್‍ತಾ ಇದ್ದಾರೆ. ಇನ್ನೊಬ್ಬ ತಂಗಿಯ ವಿವಾಹ ಮಾಡಬೇಕೆನ್ನೋ ತರಾತುರಿ ಅಳಿಯಂದಿರಿಗೆ" ಅಷ್ಟು ಹರಿಹರನ್ ಹೇಳಿದ್ದೇ ತಡ "ಅವ್ನು ಗಂಡು ಮಗ! ಅವನಿಗೆ ಕುಟುಂಬದ ಹಿತ ಚಿಂತನೆ ಮುಖ್ಯವಾಗಿತ್ತು ಇವ್ಳಿಗೇನು ತಂಗಿಯರ ಭವಿಷ್ಯದ ಬಗ್ಗೆ ಯೋಚಿಸದೇ ತಾಳಿ ಕಟ್ಟಿಸಿಕೊಂಡು ಹಾರಿ ಹೋದ್ಲು. ನಮಗೂ ಒಬ್ಬ ಮಗನಿದ್ದಿದ್ದರೆ ಈ ಪರಿಸ್ಥಿತಿ ಉಂಟಾಗ್ತಾ ಇತ್ತಾ?" ಅಂದು ಕಣ್ತುಂಬಿಕೊಂಡು ಎದ್ದು ಹೋದರು ಗಿರಿಜ. ಮಾನಸಿಕವಾಗಿ ಆಕೆ ಚೇತರಿಸಿಕೊಂಡಂಗೆ ಯಾರಿಗೂ ಕಾಣಲಿಲ್ಲ. ಎಲ್ಲರೂ ಊಟಕ್ಕೆ ಕೂತಾಗ ಗೃಹಿಣಿ ಕಣ್ಣೀರು ಹಾಕಿದ್ಲಲ್ಲಾ. ಆಕೆ ಮಮತೆಯ ತಾಯಿಯೇ. ಹೌಹಾರಿದ್ದು ಉಳಿದ ಇಬ್ಬರು ಮಗಳಂದಿರ ಬಗ್ಗೆ.

ಬಡಿಸಿಕೊಂಡಿದ್ದನ್ನು ಚೆಲ್ಲಬಾರದೆಂದು ಪ್ರಯಾಸದಿಂದ ಊಟ ಮಾಡಿ ಎದ್ದ ಹರಿಹರನ್ ಮುಂದಿನ ವರಾಂಡಾಗೆ ಹೋಗಿ ಕೂತರೆ, ಕುಸುಮ ಕಣ್ಣೀರು ತೊಡೆದುಕೊಂಡು ರೂಮಿಗೆ ಹೋದಾಗ, ಇಂಚರ ಒಬ್ಬಳೆ ತಾಯಿಯನ್ನರಸಿ ಹಿಂಬಾಗಿಲಿಗೆ ಹೋಗಿದ್ದು. ಮೆಟ್ಟಲಿನ ಮೇಲೆ ಕೂತ ಗಿರಿಜ ಇನ್ನು ಕಣ್ಣೀರು ಸುರಿಸುತ್ತಿದ್ದರು. ಮೆಲ್ಲಗೆ ಆಕೆಯ ಪಕ್ಕ ಕೂತರು.

"ಯಾಕ್ಬಂದೆ? ಅರ್ಧ ಈ ಪರಿಸ್ಥಿತಿಗೆ ನೀನೇ ಕಾರ. ಹತ್ತು ಲಕ್ಷದ ಜೊತೆ ಸಿಂಪಲ್ ಮ್ಯಾರೇಜೆಂದರೂ ಎಷ್ಟು ಖರ್ಚಾಗಿದೆ ಗೊತ್ತಾ? ನಿಮ್ಮಪ್ಪನ ಸೇವಿಂಗ್ ಪೂರ್ತಿ ಖಾಲಿ ಕಣೇ. ಮುಂದೇನು? ನಿಮಗೆ ಹೇಗೆ ಮದುವೆ ಮಾಡೋದು? ಇದೆಲ್ಲ ಕುಮುದ ಯೋಚಿಸ್ಲೇ ಇಲ್ಲ. ಅವ್ಳು ತುಂಬ ಸ್ವಾರ್ಥಿ". ಕಣ್ಣೀರು ತೊಡೆದುಕೊಂಡರು. ಇವೆಲ್ಲ ಸತ್ಯವೇ. ಕುಮುದ ತನ್ನ ಹಟದಂತೆ ವಿವಾಹವಾಗದೆ ಉಳಿದಿದ್ದರೆ ಈ ಮನೆಯಲ್ಲಿ ಯಾರಿಗಾದರೂ ನೆಮ್ಮದಿ ಇರತಾ ಇತ್ತಾ? ಈ ಪಾಯಿಂಟ್ ಹಿಡಿದು ಎಷ್ಟೋ ಸಲ ಅಮ್ಮನನ್ನ ಸಂತೈಸಿದ್ದಳು.

ಆಕೆ ಒರಟಾಗಿ ಕೈ ತಳ್ಳಿದರೂ ಹಿಂದೆಗೆಯದೆ ತಾನೇ ಕಣ್ಣೀರು ತೊಡೆದು "ಪ್ಲೀಸ್, ಸ್ವಲ್ಪ ಕೇಳಮ್ಮ. ಈಗ ಕುಮುದಳ ಜವಾಬ್ದಾರಿ ಹರಿದಿದೆ. ಅವಳು ಸಂತೋಷವಾಗಿದ್ದಾಳೆ. ಅನ್ನೋದು ಕೂಡ ಮುಖ್ಯ. ಈಗ ನೀವು ಯೋಚಿಸ್ಬೇಕಾದ್ದು ನಮ್ಮಿಬ್ಬರ ಬಗ್ಗೆ ಮಾತ್ರ. ಅಕ್ಕ ಎಷ್ಟು ಮೊಂಡೀಂತ ನಿಂಗೆ ಗೊತ್ತು. ಅಪ್ಪ ಮತ್ತು ಅವ್ವ ಹಟ ಕಿರಿಕಿರಿಯ ಮಧ್ಯೆ ನಾವುಗಳೆಲ್ಲ ನಲುಗಿ ಹೋಗ್ಬೇಕಾಗ್ತಾ ಇತ್ತು. ಅದ್ಕಿಂತ ಈಗಿನದು ಮೇಲಲ್ವಾ?' ಯದ್ವಾ ತದ್ವಾ ಪೂಸಿ ಹೊಡೆದು ಅವಳಮ್ಮನ ನಗೆ ಹರಿಯುವಂತೆ ಮಾಡಿದಳು.

ಅಂತು ಅಮ್ಮ ಮಗಳು ಒಳಗೆ ಬಂದಾಗ ಸ್ವಲ್ಪ ಗೆಲುವಾಗಿದ್ದರು.

"ಎಲ್ಲರದೂ ಊಟ ಆಯ್ತಾ? ನಂಗೆ ತಡೆದುಕೊಳ್ಳೋಕೆ ಆಗಲಿಲ್ವೇ? ಇಂಚರ" ವ್ಯಥೆಯಿಂದ ನುಡಿದಾಗ "ಹಾಗೇನು ಆಗ್ಲಿಲ್ಲ. ನಾಲಿಗೆ ರುಚಿ ಕಳೆದುಕೊಂಡಿತ್ತು. ಅನ್ನೋದು ಬಿಟ್ಟರೆ ಎಲ್ಲಾ ಹೊಟ್ಟೆ ತುಂಬ ಊಟ ಮಾಡಿದ್ದೀವಿ. ಹಸಿವು ಎಲ್ಲವನ್ನೂ ಮೀರಿ ನಡೆದುಬಿಡುತ್ತೆ" ತೋಚಿದನ್ನ ಹೇಳಿದ್ದಳು ಬುದ್ಧಿವಂತಿಕೆಯಿಂದ.

ಏನೇ ಮಾಡಿದರೂ ಗಿರಿಜ ಊಟ ಮಾಡಲಿಲ್ಲ. ಹಾರ್ಲಿಕ್ಸ್ ಬೆರೆಸಿಕೊಟ್ಟು ರೂಮಿಗೆ ಬಂದಾಗ ಮಂಚದ ಮೇಲೆ ಬೋರಲು ಮಲಗಿ ಓದುತ್ತಿದ್ದ ಕುಸುಮ ನೋಟ ಹರಿಸಿ, "ಅಮ್ಮ ಸಮಾಧಾನಗೊಂಡರಾ? ಅಮ್ಮನ ಸ್ಥಾನದಲ್ಲಿ ನಿಂತು ಆಕೆ ಯೋಚ್ನೋದು ಕರೆಕ್ಟ್ ಅನಿಸುತ್ತೆ. ದಾರಿ ಇರ್ಲಿಲ್ವಲ್ಲಾ? ಕುಮುದಕ್ಕ ರಾತ್ರಿಯೆಲ್ಲ ದಾಮೋದರ್ ಅಂತ ಕನವರಿಸೋಕೆ ಷುರು ಮಾಡಿದರೆ, ನನ್ನ ನಿನ್ನ ಓದಾಟ ಪಾತಾಳ ಸೇರಿಬಿಡೋದು. ಎಲ್ಲಾ ಸೇರಿ ಪ್ಯಾಥರ್ ಸಾಂಗ್ ಹಾಡ್ಬೇಕಾಗಿತ್ತು" ಎಂದಳು ಸಮಾಧಾನದ ದನಿಯಲ್ಲಿ.

ಇಂಚರ ಅವಳ ಪಕ್ಕದಲ್ಲಿ ಕೂತು "ಕುಮುದಕ್ಕನಿಗೂ ಆ ಬಗ್ಗೆ ನೋವು ವ್ಯಥೆಯೆಲ್ಲ ಇದೆ. ಅದು ಬೇಡ! ನಂಗಂತೂ ತುಂಬ ಸಂತೋಷಾನೇ. ದಾಮೋದರ್ ಭಾವ ತುಂಬ ಒಳ್ಳೆಯವರೇ. ಪರಿಸ್ಥಿತಿ ಅವ್ರನ್ನ ಇಕ್ಕಟ್ಟಿಗೆ ಸಿಕ್ಕಿಸಿತು" ಎಂದಳು. ಮೇಲೆದ್ದ ಕುಸುಮ "ಯಾಕೋ, ನಂಗೆ ಓದೋ ಮೂಡ್ ಇಲ್ಲ. ಹೇಗೂ ತುಂಬ ಪುಸ್ತಕಗಳನ್ನ ಓದುತ್ತೀಯಲ್ಲ, ಯಾವುದಾದ್ರೂ ಜೋಕ್ ಹೇಳು. ಒಂದಿಷ್ಟು ನಕ್ಕರೆ ಆ ನಗು ನಿದ್ದೆಯ ಆಳಕ್ಕೆ ಇಳಿದು ಕನಸು ಮೂಡುತ್ತೆ" ಎನ್ನುತ್ತಲೇ ಪುಸ್ತಕಗಳನ್ನು ಎತ್ತಿಟ್ಟು ಬಂದು ಆರಾಮಾಗಿ ಮಂಚದ ಮೇಲೆ ಉರುಳಿಕೊಂಡು ಎದೆವರೆಗೆ ಹೊದಕೆಯನ್ನೆಳೆದುಕೊಂಡಿದ್ದು ನಿಶ್ಯಬ್ಧವಾಗಿ.

ತಟ್ಟನೇ ಇಂಚರಾಗೆ ಕವರ್ ನೆನಪಾಯಿತು. ಅದನ್ನ ಕುಸುಮಾಗೆ ತೋರಿಸಿ ಎಲ್ಲಾ ವಿಷಯವನ್ನು ತಿಳಿಸಿ ಯಾಕೆ ಸಲಹೆ ಪಡೆದುಕೊಳ್ಳಬಾರದೆಂದುಕೊಂಡ ತಕ್ಷಣ, ಎದುರಾಗುವ ಆಕ್ಷೇಪಣೆ, ಬಿಗಾಡಿಯಿಸುವ ಪರಿಸ್ಥಿತಿಯನ್ನ ನೆನೆದು ಸುಮ್ಮನಾದಳು – "ಇಂಚರ ಯಾವುದಾದ್ರೂ ಜೋಕ್ ಹೇಳು" ಮತ್ತೆ ಕೇಳಿದಳು ಕಣ್ಮುಚ್ಚಿಕೊಳ್ಳುತ್ತ. "ನೀನು ನಿದ್ದೆ ಮಾಡೋ ಸ್ಥಿತಿಯಲ್ಲಿರೋದ್ರಿಂದ ಜೋಕ್‌ಗಿಂತ... ಹಾಡು ಸೂಕ್ತ" ಎಂದು ಅವಳ ಭುಜದ ಮೇಲೆ ಕೈಯಿಟ್ಟಳು.

"ಕರೆಕ್ಟ್ ಕಣೇ! ನಂಗೆ ಕಡ್ಮೆ ಕಾಮನ್‌ಸೆನ್ಸ್! ಯಾವ ಮೋಹನ ಮುರಳಿ... ಕರೆದನೋ... ದೂರ ತೀರಕೆ ನಿನ್ನನು..." ಅದ್ನ ಹಾಡು ಕಣ್ಮುಚ್ಚಿಯೇ ಬಲವಂತ ಪಡಿಸಿದಳು. ಭಾವಗೀತೆಗಳೆಂದರೆ ಇಂಚರಾಗೆ ತುಂಬ ಇಷ್ಟವೇ. ತನ್ನ ಮಧುರವಾದ ಧ್ವನಿಗೆ ಭಾವಪೂರ್ಣತೆ ಬೆರಸಿದಳು.

ಅಂತು ಹಾಡು ಮುಗಿವ ಮುನ್ನವೇ ಕುಸುಮ ನಿದ್ರಿಸಿದ್ದು ಆಶ್ಚರ್ಯವೇ. ಕುಮುದ, ಇಂಚರಾಗಿಂತ ಹೆಚ್ಚಾಗಿ ಓದುತ್ತಿದ್ದವಳು ಅವಳೇ. ಬಿ.ಇ.ಗೆ ಸೇರಿದ ನಂತರ ಅವಳ ಓದುವಿಕೆ ದುಪ್ಪಟ್ಟು ಬೆಳೆದಿತ್ತು. ಈಚೆಗಿನ ಅವಳ ಮನೋಭಾವ ಅವಳನ್ನ ಹಿಂದಕ್ಕೆಳೆಯುತ್ತಿತ್ತು. 'ಓದಿಸಿದ್ದು ನಮ್ಮಪ್ಪ; ಕಷ್ಟ ಪಟ್ಟು ಓದ್ತಾ ಇರೋದು ನಾನು. ಇದರ ಮೇಲಿನ ಒಡೆತನ ಪೂರ್ತಿ ನಂದೇ. ಕೆಲ್ಸಕ್ಕೆ ಸೇರೋದು ಬಿಡೋದು ನನ್ನಿಷ್ಟ'. ಇಂಥ ಡೈಲಾಗನ್ನ ಆಗಾಗ ಹೇಳುತ್ತಿದ್ದಳು.

ಮೆಲ್ಲಗೆ ಲೈಟ್ ಆರಿಸಿ ಹೊರಗೆ ಬಂದವಳು ಹಿಂದಕ್ಕೆ ನಡೆದಳು. ಹರಿಹರನ್ ಕೋಪದ ಆರ್ಭಟ, ಛೀಮಾರಿ ಒಂದೇ ಸಮನೆ ನಡೆಯುತ್ತಿತ್ತು. 'ಎಲ್ಲಕ್ಕೂ ನೀನೇ ಕಾರಣ' ಎನ್ನುವಂತಿತ್ತು ಅವರ ಮಾತಿನ ಅರ್ಥ. ತಾಯಿಯ ಬಗ್ಗೆ ಅವಳಿಗೆ ಮರುಕವೆನಿಸಿತು. ಒಮ್ಮೆ ತಂದೆಯ ಬಗ್ಗೆ ಹೇಳಿದ್ದ ಮಾತುಗಳು ನೆನಪಾಯಿತು.

ಇಂಚರ ಜಾಗದಿಂದ ಅಲ್ಲಾಡಲಿಲ್ಲ. ಅಬ್ಬ ಇಳಿಯಿತು. ಮಾತಿನ ಅಲೆಗಳು ನಿಧಾನವಾಗಿ ಕೊನೆಗೆ ನಿಂತೇಹೋಯಿತು. ಲೈಟ್ ಆರಿಸಿ ಹೋಗಿ ಮಲಗಿರಬಹುದೆಂದು ನೋಟ್ ಪುಸ್ತಕದಲ್ಲಿ ಅಡಗಿ ಕೂತ ಕವರ್‌ನೆತ್ತಿಕೊಂಡು ಲೈಟು ಹಾಕದೆಯೇ ವರಾಂಡಾಗೆ ಬಂದು ಹಾರುವ ಎದೆ ಸಮಾಧಾನಕ್ಕೆ ಬರಲಿಯೆಂದು ಗೋಡೆಗೊರಗಿಕೊಂಡು ನಂತರವೇ ಕವರನ್ನು ತಿರುಗಿಸಿ ನೋಡಿ, ಕವರನ್ನ ಬಿಡಿಸಿ ಅದರಲ್ಲಿನ ನವಿರಾದ ಚಂದನ ವರ್ಣದ ಪೇಪರ್ ಹೊರ ತೆಗೆದಿದ್ದು. ಆ ವೇಳೆಗೆ ಸಹಪಾಠಿ ಉಷಾಳ ಪತ್ರವಲ್ಲವೆಂದು ಮನದಟ್ಟಾಗಿತ್ತು.

ಪತ್ರದ ಮಡಿಕೆಯನ್ನು ಬಿಡಿಸಿದಾಗ ಮಧ್ಯದಲ್ಲಿದ್ದುದ್ದು ಒಂದೇ ಒಂದು ಇಂಗ್ಲೀಷ್ ವಾಕ್ಯ 'ಋಜ ಉಚಿಡಿಜಜಟಿ ನಿ ಜಿಣಟಟ ಠಜಿ ಖಥಜ, ಛಣಣ ಟಥಿ ಃಜಚಿಡಿಣ ನಿ ಜಿಣಟಟ ಠಜಿ ಥಿಂಣ' ಅಪೂರ್ವ ಒಕ್ಕಣೆಯೆನ್ನುವಂತೆ ಅಕ್ಷರಗಳನ್ನು ಬಿಡಿಸಿದ್ದ ಮಹಾಶಯ. ಇವನಿಗೇನು ಕೆಲ್ಸವಿಲ್ಲವಾ ಎಂದುಕೊಂಡಳು. ಕೆಳಗೆ ಸಹಿ ಮಾಡುವ ಕಡೆ ತೀರಾ ಗಮನವಿಟ್ಟು ನೋಡುವಾಗ ಕಾಣುವಂತೆ ಆರ್ಟ್ ಏನನ್ನು ಪ್ರತಿನಿಧಿಸುತ್ತದೆಯೆಂದು ತಲೆ ಕೆಡಿಸಿಕೊಳ್ಳಲಾರಂಭಿಸಿದಳು. ಇಂಚರ ಮೆದುಳು ಚುರುಕೇ. ಬಹುಶಃ ಮಧ್ಯೆರಾತ್ರಿಯವರೆಗೂ ಆ ಆರ್ಟ್‌ನ ಬರೆದು ಹಲವು ರೀತಿಯಲ್ಲಿ ಅಭ್ಯಾಸ ಮಾಡತೊಡಗಿದಾಗ ಫೋನ್ ಮೊಳಗಿತು. ಯಾರಿರಬಹುದು? ಫೋನ್‌ನ ಡಿಸ್ಟರ್ಬ್ ರಾತ್ರಿಯ ವೇಳೆ ಬೇಡವೆಂದು ಬೆಡ್ ರೂಂನಲ್ಲಿದ್ದ ಕಾರ್ಡ್‌ಲೆಸ್ ತೆಗೆದಿಡುತ್ತಿದ್ದರು ಹರಿಹರನ್. ಹಾಲ್‌ನಲ್ಲಿದ್ದ ಫೋನ್ ಮೊಳಗಿದರೆ ಇವರುಗಳೇ ಮಾತ್ರ ಅವರನ್ನು ಎಬ್ಬಿಸುತ್ತಿದ್ದರು.

"ಹಲೋ..." ಎಂದಳು ನಿಡಿದಾಗಿ.

"ಹಾಯ್ ಇಂಚರ, ನೀನಿನ್ನೂ ನಿದ್ರಿಸಿರೋಲ್ಲಾಂತ ನಂಗೆ ಗೊತ್ತು! ಪುಟ್ಟ ಆರ್ಟ್ ನಿನ್ನ ಮೆದುಳನ್ನ ಹೇಗೆ ಘಾಸಿಪಡಿಸುತ್ತದೆಯೆಂದು ಗೊತ್ತು. 'ಕ್ಲೂ' ಕೊಡ್ತೀನಿ. ಗುಡ್ ನೈಟ್... ಈವೊತ್ತು ರಾತ್ರಿಯ ಕನಸಿನ ತುಂಬ ಈ ಹೀರೋನೇ" ಅಂದವನು ಇವಳು ಏನಾದರೂ ಹೇಳುವ ಮುನ್ನ ಇಟ್ಟೇ ಬಿಟ್ಟ. ಅತ್ತಿತ್ತ ನೋಡಿದಳು ಕತ್ತಲಿನ ನಡುವೆ ನಿಶ್ಶಬ್ದ ಕೆನೆಗಟ್ಟಿತ್ತು.

ಚೂರು ಚೂರು ಮಾಡಿ ಆ ಕವರ್‌ನ ಎಸೆದುಬಿಡಬೇಕೆನಿಸಿತು. ಆದರೆ ಅದಕ್ಕೆ ಅವಳ ಮನ ಒಪ್ಪಲಿಲ್ಲ. ಆ ಪುಟ್ಟ ಕಂಡುಕಾಣದಂತಿದ್ದ ಆರ್ಟ್‌ನಲ್ಲಿರುವುದೇನೆಂದು ಮೊದಲು ತಿಳಿದ ನಂತರವೇ ಹರಿದು ಎಸೆಯಬೇಕೆಂದು ಎತ್ತಿಟ್ಟು ಹೋಗಿ ಮಲಗಿದಳು.

ಇಂಚರಾಗೆ ಬಹಳ ಹೊತ್ತಿನ ತನಕ ನಿದ್ದೆ ಬರಲಿಲ್ಲ. ಪ್ರೇಮ, ಪ್ರೇಮ ಪತ್ರಗಳ ಬಗ್ಗೆ ಕೇಳಿದ್ದಳು. ಆ ಅನುಭವ ಬಗ್ಗೆ ಚಡಪಡಿಕೆ ಇರಲಿಲ್ಲವೇ? ಬಹುಶಃ ಈ ಸಲ ಫೋನಾಯಿಸಿದಾಗ ತನ್ನ ಪ್ರತಿಕ್ರಿಯೆಯನ್ನು ತುಂಬ... ತುಂಬ ಒರಟಾಗಿ ತಿಳಿಸಿದರೆ? ಉಸಿರು ಮೇಲಕ್ಕೆಳೆದುಕೊಂಡಳು. ಅದು ವಿಕೋಪಕ್ಕೆ ಹೋದರೆ ಸಮಸ್ಯೆ ಮತ್ತಷ್ಟು ಜಟಿಲವಾಗಬಹುದು. 'ಸೈಲೆನ್ಸ್ ಈಸ್ ಯಾನ್ ಆನ್ಸೀಟೆಬಲ್ ರೀಪಾರ್ಟಿ' ಮೌನವೇ ಮಹಾಪಟ್ಟು, ಎನ್ನುವುದನ್ನು ಇಂದು ಪ್ರೊಫೆಸರ್ ಮಹಾಂತೇಶ್ ಕಾಲೇಜಿನಲ್ಲಿ ತಿಳಿಸಿದ್ದರು. ಅದನ್ನು ಇಲ್ಲಿಗೆ ಅನ್ವಯಿಸಿಕೊಂಡರೆ ಹೇಗೆ? ಅದೇ ಸೂತ್ರ ಮೇಲೆಂದುಕೊಂಡು ನಿದ್ರಿಸುವ ಪ್ರಯತ್ನ ಮಾಡಿದಳು.

ಒಂದು ಭಾನುವಾರ ಮಧ್ಯಾಹ್ನ ದಾಮೋದರ್, ಕುಮುದ ಬಂದಾಗ ಮನೆಯವರಿಗೆ ಆಶ್ಚರ್ಯ, ಸಂಭ್ರಮ ಮಗಳ ವೇಷ, ಭೂಷಣ, ಮಾತು, ನಗು ಎಲ್ಲಾ ಬದಲಾಗಿದ್ದು ಮೊದಲು ಹೆತ್ತವರಿಗೆ ಗೋಚರಿಸಿತ್ತು. ಕಳೆ ತುಂಬಿಕೊಂಡ ಕುಮುದ ನಳನಳಿಸುವ ಹೂವಿನಂತೆ ಕಂಡಳು.

"ಕುಮುದಾ ಇಲ್ಲಿರುತ್ತಾಳೆ. ಅಮ್ಮನಿಗೆ ಫೋನ್ ಮಾಡಿದ್ದೆ. ಊಟಕ್ಕೆ ಕಾಯ್ತ ಇರ್ತಾರೆ. ಹೇಗೂ ರಾತ್ರಿಯ ಊಟಕ್ಕೆ ಇಲ್ಲಿಗೆ ಹಾಜರ್ ಆಗ್ತೀನಿ" ದಾಮೋದರ್ ಹೊರಟಾಗ ಎಲ್ಲರೂ ಬಂದು ಕಾರಿನವರೆಗೂ ಬೀಳ್ಕೊಟ್ಟರು.

"ಅವರ ಫ್ರೆಂಡ್ ಕಾರು, ಎಲ್ಲಾದ್ರೂ ಹೋಗ್ಬೇಕಂದರೆ ಅವ್ರುಗಳೇ ಕಳ್ಸಿಕೊಡ್ತಾರೆ" ಕುಮುದ ಉತ್ಸಾಹದಿಂದ ನುಡಿದಳು. ಚೆಲುವು ತುಂಬಿಕೊಂಡ ಅವಳ ಮುಖ ಮತ್ತಷ್ಟು ಆಕರ್ಷಕವಾಗಿತ್ತು. "ಕುಮುದಕ್ಕ ನೀನು... ತುಂಬ... ತುಂಬ ಚೆನ್ನಾಗಿ ಕಾಣ್ತೀಯಾ!" ಇಂಚರ ಅವಳ ಕೈಯನ್ನ ತುಟಿಗೊತ್ತಿಕೊಂಡಳು ಅಕ್ಕರೆಯಿಂದ.

ಎಲ್ಲಾ ಜೊತೆಯಲ್ಲಿ ಊಟಕ್ಕೆ ಕೂತರು. ಬೇಸರವಿದ್ದರೂ ಮಗಳು ಬಂದಿದ್ದು ತಾಯಿಗೆ ಸಂತಸ ತಂದಿತ್ತು. ಅಕ್ಕರೆಯಿಂದ ಬಡಿಸಿದರು.

"ಅಮ್ಮ, ನಾನು ದಪ್ಪ ಆಗಿದ್ದೀನಾ? ಅವ್ರು ಆಗಾಗ ಹಾಸ್ಯ ಮಾಡ್ತಾರೆ?" ಕುಮುದ ಸಂಕೋಚದಿಂದ ಕೇಳಿದಾಗ, ಆಕೆ ಕೆಂಪಗಾಗಿ "ಏನಿಲ್ಲ ಬಿಡು ! ವಿವಾಹವಾದ ಹೊಸದರಲ್ಲಿ ಮೈ ಅರಳೋದ ಸಹಜ" ಅತ್ತಿತ್ತ ನೋಡಿ ಸಂಕೋಚದಿಂದಲೇ ನುಡಿದಿದ್ದು.

ಅಕ್ಕ ತಂಗಿಯರು ರೂಂ ಸೇರಿದರು. ಗಂಡನ ಪಂಕ್ಚುಯಾಲಿಟಿ, ಕುಟುಂಬದ ಬಗೆಗಿನ ಪ್ರೇಮ, ತಾವು ಹೋದ ಸ್ಥಳಗಳು. ಆ ಬಗ್ಗೆಯೆಲ್ಲ ಹೇಳಿದಾಗ ಗದ್ದಕ್ಕೆ ಕೈಯಾನಿಸಿ ಕೇಳಿದರು ಕುಸುಮ, ಇಂಚರ.

"ಹೋಗ್ಲೀ ಬಿಡು, ಅಮ್ಮನಿಗಂತು ಒಂದೇ ಯೋಚ್ನೆ. ನಿನ್ನ ಬಿ.ಬಿ.ಎಮ್. ಯೋಚ್ನೆಯಲ್ಲಿ ಎಲ್ಲಿ ಭಾವನನ್ನು ಉತ್ಪ್ರೇಕ್ಷಿಸುತ್ತೀಯೋಂತ" ಮೆಲ್ಲಗೆ ಹಾಸ್ಯ ಚಟಾಕಿ ಇಂಚರ ಹಾರಿಸಿದಾಗ, ಕುಮುದ ತಲೆಯ ಮೇಲೊಂದು ಮೊಟಕಿ "ಯೂ ನಾಟಿ, ನೀನು ಕೆಟ್ಟು ಹೋದೆ" ಜಡೆ ಹಿಡಿದಳು. ಅಂತೂ ಸಂಜೆಯವರೆಗೂ ಕ್ಷಣಗಳು ಸರಿದಿದ್ದೇ ಗೊತ್ತಾಗಲಿಲ್ಲ. ಆರರ ಸುಮಾರಿಗೆ ದಾಮೋದರ್ ಮನೆಯ ಸಮಸ್ತ ಪರಿವಾರವನ್ನು ತುಂಬಿಕೊಂಡ ಕಾರು ಇವರ ಮನೆಯ ಮುಂದೆ ನಿಂತಿತು. ಅಕ್ಕನ ಮದುವೆ ತನ್ನ ಮದುವೆ ಇಂದು ಎನ್ನುವಂತೆ ಮಾಡಿ ಮುಗಿಸಿದ್ದ. ಈಗ ತಂಗಿಯ ಮದುವೆ ಸಿದ್ಧತೆ ಪೂರೈಸಿದ್ದ. ಇನ್ನೊಬ್ಬಳಿಗಾಗಿ ವರಾನ್ವೇಷಣೆ ಚುರುಕಾಗಿ ನಡೆಸಿದ್ದ ಕರ್ತವ್ಯಪರ.

ಬಂದವರೊಡನೆ ಮಾತಾಡಲು ಅಮ್ಮನನ್ನು ಕೂಡಿಸಿ ಕುಸುಮ, ಇಂಚರ ಅಡಿಗೆ ಮನೆ ಸೇರಿದರು. ಹಿಂದೆಲ್ಲ ಯಾರಾದರೂ ಬಂದರೆ ಭರ್ಜರಿ ಔತಣಕ್ಕೆ ಏರ್ಪಾಟು ಮಾಡುತ್ತಿದ್ದ ಹರಿಹರನ್ ಕುಮುದಳ ಮದುವೆಯ ನಂತರ ಮೆತ್ತಗಾಗಿದ್ದರು. ಅವರ ಜೋರು ಕೂಡ ಕಮ್ಮಿಯಾಗಿದೆಯೆನ್ನುವ ಅರಿವಾಗಿತ್ತು ಗಿರಿಜಾಗೆ. ಸಣ್ಣ ಉಪಹಾರದ ಜೊತೆ ಭರ್ಜರಿ ಊಟವೂ ಆಯಿತು. ಸಂತೃಪ್ತಗೊಂಡ ದಾಮೋದರ್ ಹೆಂಡತಿಯನ್ನು ಕರೆದುಕೊಂಡು ಹೊರಟಾಗ ಇಂಚರ ಕೈ ಹಿಡಿದು 'ಇವತ್ತು ನೀವು, ಭಾವ ಇಲ್ಲೇ ಇರಿ. ನಾಳೆ ಇಲ್ಲಿಂದ್ಲೇ ಹೋಗ್ಬಹ್ದು" ಸೂಚಿಸಿದಳು.

ಕುಮುದ ಗಂಡನತ್ತ ನೋಟ ಹರಿಸಿ "ಬೇಡ ಕಣೇ ಅವ್ರು ಒಪ್ತಾರೋ, ಬಿಡ್ತಾರೋ ನಾನಂತೂ ಕೇಳೋಲ್ಲ, ಫೋನ್ ಮಾಡ್ತೀನಿ' ಹೊರಟೇಬಿಟ್ಟಾಗ ಇಂಚರಾಗೆ ದೊಡ್ಡ ದನಿಯಲ್ಲಿ ಹಾಡಿ ವಿದಾಯ ಹೇಳಬೇಕೆನಿಸಿತು. ಕೆಲವೇ ದಿನಗಳಲ್ಲಿ ಇಂಥ ಅದ್ಭುತ ಬದಲಾವಣೆ ಹೇಗೆ ಬಂತು?

"ಅಮ್ಮ, ಒಂದು ಪ್ರಶ್ನೆ ಕೇಳ್ಲಾ?" ಎಂದು ಬೀಳ್ಕೊಟ್ಟು ಒಳ ಬಂದ ತಾಯಿಯನ್ನು ಕೇಳಿದಾಗ "ಬೇಡಪ್ಪ, ಸಧ್ಯಕ್ಕೆ ನಿನ್ನ ಪ್ರಶ್ನೆಗಳಿಗೆ ಉತ್ತರಿಸುವಂಥ ಸಾಮರ್ಥ್ಯ ನಂಗಿಲ್ಲ. ಏನಪ್ಪ, ಎಲ್ಲಾ ನೀವು ಮಾಡಿದ್ರೂ... ನಂಗೆಂಥ ದಣಿವು! ಏನು ಇಲ್ಲ, ಎಂಥದ್ದೂ ಇಲ್ಲ. ಇನ್ನ ಬಸುರಿ, ಬಾಣಂತನ ಅಂಥ ಬರೋ ಕುಮುದಾನ ಸುಧಾರಿಸ್ಬೇಕು. ನಿಮ್ಮಿಬ್ರ ವಿವಾಹಗಳಲ್ಲಿ ಓಡಾಡ್ಬೇಕು. ಅದೆಲ್ಲ ನಾನು ಕಾಣ್ತೀನೋ ಇಲ್ವೋ" ಅಂದರು ದುಃಖದ ದನಿಯಲ್ಲಿ.

ತಟ್ಟನೆ ಅಮ್ಮ ಕೈ ಹಿಡಿದು ಇಂಚರ ಅತ್ತಿತ್ತ ನೋಡಿ "ಅಪ್ಪನ ಕಿವಿಗೆ ಈ ಮಾತುಗಳು ಬಿದ್ದಿದ್ದರೆ ಗತಿಯೇನು? ಏನೇನೋ ಮಾತಾಡ್ತೀಯಲ್ಲ ಪ್ಲೀಸ್ ಸುಮ್ನೆ ಯೋಚ್ಸಿ ಟೆನ್ಷನ್ ಮಾಡ್ಕೋಬೇಡ. ನಮ್ಮಿಬ್ಬರಿಗೆ ಇನ್ನು ನಾಲ್ಕು ವರ್ಷ ಮದ್ವೆ ಬೇಡ. ಆ ದಿನಕ್ಕೆ ಹತ್ತು ಲಕ್ಷ ತಗೊಂಡ ದಾಮೋದರ್ ಭಾವನಿಗಿಂತ ಬೇರೆ

ತರಹದ, ವಿಭಿನ್ನ ಧೋರಣೆಯ ಗಂಡು ಹುಡ್ಕೊಂಡು ಬರ್ಬಹುದ್ದು. ಇಲ್ಲ ಬೇಡ, ನಾವಿಬ್ರೇ ಕೆಲ್ಸಕ್ಕೆ ಸೇರ್ಕೊಂಡು ಈ ತಂಟೆ, ತಾಪತ್ರಯಗಳೇ ಬೇಡಾಂತ ಆರಾಮಾಗಿ ಇರ್ತೀವಿ" ಘೋಷಿಸಿದಳು. ನವಿರಾಗಿರುತ್ತಿತ್ತು ಅವಳ ಮಾತುಗಳು.

ಇವರಿಬ್ಬರ ಮಾತುಗಳು ಇನ್ನ ಮುಗಿದಿರಲಿಲ್ಲ. ದೊಡ್ಡ ಸೈಜಿನ ಚಾರ್ಟ್ ಹಿಡಿದು ಒಳ ಬಂದ ಅಶ್ವಿನಿಕುಮಾರ್ "ತೊಂದರೆ ಕೊಡ್ತಾ ಇದ್ದೀನಿ, ಮಾವ ಮಲ್ಗೇಬಿಟ್ಟಿದ್ದಾರೆ" ಕೇಳಿದ.

ಗಿರಿಜ ಮುಖ ಸಂತೋಷದಿಂದ ಅಗಲವಾಯಿತು. ಮೊದಲನೆಯದು ಹುಸಿಯಾದರೂ, ಕುಸುಮಾನಾದರೂ ಕೊಟ್ಟು ವಿವಾಹ ಮಾಡುವ ಯೋಚನೆ ಆಕೆಯದು. ಆದರೆ ಆ ನಿರ್ಣಯಕ್ಕೆ ಅಶ್ವಿನಿ ದೇವತೆಗಳು ಅಸ್ತು... ಅಸ್ತು... ಅನ್ನಬೇಕಲ್ಲ.

"ಎಂಥದ್ದು ಇಲ್ಲಪ್ಪ ಒಂದ್ವಾರದಿಂದ ಈ ಕಡೆ ಬಂದೇ ಇಲ್ಲ. ಅಳಿಯ ಮಗ್ಳು, ಬೀಗರ ಮನೆಯವರೆಲ್ಲ ಬಂದಿದ್ದು ಈಗ್ಲೇ ಹೊರಟಿದ್ದು, ರೂಮಿನಲ್ಲಿ ಯಾವ್ದೋ ಫೈಲ್ ಹಿಡಿದು ಕೂತಿದ್ದಾರೆ. ಕರೀ ಹೋಗು" ಇಂಚರಾಗೆ ಹೇಳಿದಾಗ ತಡೆದ. "ಬೇಡ... ಬೇಡ! ಸಂಜೆ ಮುಂದುಹೋದ ಅಪ್ಪ, ಅಮ್ಮ ಇನ್ನು ಬಂದಿಲ್ಲ ಫೋನ್ ಕೆಟ್ಟುಕೂತಿದೆ. ಇಲ್ಲಿಗೇನಾದ್ರೂ ಬಂದರೇನೋಂತ ಬಂದೆ" ಎಂದು ಸ್ವಲ್ಪ ಕಸಿವಿಸಿಯಿಂದ.

"ಅದಕ್ಯಾಕೆ ಅಷ್ಟು ಗಾಬ್ರಿ ಆಗ್ತೀಯಾ?! ಯಾವ್ದೋ ದೇವಸ್ಥಾನಕ್ಕೆ ಹೋಗಿ ಕೂತಿದ್ದಾನೆ. ಮಹಾ ಮಂಗಳಾರತಿ, ವಿಶೇಷ ಪೂಜೆ ಮುಗ್ಯೋದು ಒಂಬತ್ತರ ನಂತರವೇ. ಅವೆಲ್ಲ ಮುಗಿಸಿಕೊಂಡು ಬರ್ಬೇಕಲ್ಲ... ಕೂತ್ಕೋ" ಎಂದರು.

ಆಕೆಗೂ ಮನೆಯವರನ್ನ ಬಿಟ್ಟು ಬೇರೆಯವರೊಂದಿಗೆ ಮಾತು ಬೇಕಿತ್ತು. 'ಸಧ್ಯ' ಎನಿಸಿತು ಇಂಚರಾಗೆ. "ಅಂತು, ಅಪ್ಪನ ಕರ್ಯೋದೇನ್ಬೇಡ, ಕುಡ್ಯೋಕೆ ಏನು ಕೊಡ್ಲೀ?" ಕೇಳಿದಳು.

"ಬೇಡ, ತಟ್ಟೆ ಹಾಕು. ಅಶ್ವಿನಿ ಇಲ್ಲೇ ಊಟ ಮಾಡ್ತಾರೆ" ಎಂದರು ಗಿರಿಜ. ಕೂತಿದ್ದವನು ತಟ್ಟನೆ ಮೇಲೆದ್ದ ಅಶ್ವಿನಿ "ಸಾರಿ... ಸಾರಿ! ಮಧ್ಯಾಹ್ನದ ಹುಳಿ, ಗೊಜ್ಜು, ಪಲ್ಯಕ್ಕೆ ಈಗ ಬಿಸಿ ಅನ್ನ ಮಾಡಿಟ್ಟು ಬಂದಿದ್ದೀನಿ. ಅದ್ನ ಯಾರು ತಿನ್ನಬೇಕು. ಈಗ ಬಂದಿರುತ್ತಾರೇನೋ ಹೋಗಿ ನೋಡ್ತೀನಿ" ನಯವಾದ ದನಿಯಲ್ಲಿ ನಿರಾಕರಿಸಿದ.

ಆದರೆ ಗಿರಿಜ ಕೇಳಲು ಸಿದ್ಧವಿರಲಿಲ್ಲ.

ಬಲವಂತವಾಗಿ ಎಬ್ಬಿಸಿಕೊಂಡು ಹೋದರು. ತಟ್ಟೆ ಹಾಕಿದ ಇಂಚರ ಅತ್ತ ನೋಟ ಹರಿಸಿ "ನಂಗೆ ಇಲ್ಲಿ ಊಟ ಮಾಡೋಕೆ ಭಯ! ಮಹರಾಯ್ತಿ, ನನ್ನ ಒಂದು ಪಟ್ಟಿಗೆ ಸೇರ್ಸಿಬಿದ್ದೀಯ. ಅದ್ರಿಂದ ಮುಕ್ತನಾಗ್ಬೇಕಂತಲೇ ಇಲ್ಲಿಗೆ ಬರೋದು ಕಡ್ಮೆ ಮಾಡಿರೋದು. ಇಲ್ಲದಿದ್ದಗೆ ಪ್ರತಿದಿನ ಹಾಜರಾಗ್ತಾ ಇದ್ದೆ. ಕುಸುಮ ಎಲ್ಲಿ?" ಕೇಳಿದ ಅತ್ತಿತ್ತ ನೋಡುತ್ತ. 'ಮೈಗಾಡ್' ಎನ್ನುವಂಥ ಭಾವ ಬೀರಿದ ಇಂಚರ ಅಮ್ಮನನ್ನು ಬಡಿಸಲು ನಿಲ್ಲಿಸಿ ರೂಮ್ಗೆ ಬಂದಾಗ ಪುಸ್ತಕಗಳನ್ನು ಹಾಕಿಕೊಂಡು ಕೂತಿದ್ದ ಕುಸುಮ ತಲೆಯೆತ್ತಿ 'ನಂಗೊಂದು ಕಪ್ ಕಾಫೀ ಮಾಡಿಕೊಡ್ತೀಯಾ?"

ಎಂದಳು ಕೂದಲನ್ನು ಸವರಿಕೊಳ್ಳುತ್ತ.

"ಅಶ್ವಿನಿ ಕರೀತಾರೆ. ಏನೋ ಇಂಪಾರ್ಟೆಂಟ್ ವಿಷ್ಯ ಮಾತಾಡ್ಬೇಕಂತೆ" ಅಂದು ಅಲ್ಲೇ ಕೂತಳು. "ಏನಂತೆ?" ಎನ್ನುತ್ತ ಹೊರಗೆ ಹೋದಾಗ ಅಶ್ವಿನಿ ಕುಸುಮನ್ನ ವಿವಾಹವಾಗಬಹುದಾ? ಹೇಗೆ ಹೇಳುವುದು? ಅವನಮ್ಮನ ಸ್ವಭಾವ ನೆನಪಾದಾಗ ಕೂಡಲೇ ಬೆಚ್ಚಿ 'ಇಂಪಾಜಿಬಲ್' ಎಂದು ಓದಿನಲ್ಲಿ ಮಗ್ನವಾಗಿದ್ದ.

ಇವಳು ಹೊರಗೆ ಬಂದಾಗ ಹರಿಹರನ್ ಕೂಡ ಬಂದು ಮಾತಿಗೆ ಕೂತವರು "ಫೋನ್ ಮಾಡಿ ನೋಡು, ಬಂದಿದ್ದರೆ ರಿಸೀವ್ ಮಾಡ್ಕೊತ್ತಾರೆ" ಎಂದು ಹೇಳಿದರು. ಅಲ್ಲಿ ಫೋನ್ ಕೆಟ್ಟಿದ್ದ ವಿಷಯ ಮರೆತಿದ್ದ.

ಬಟನ್ ಅದುಮಿ ಸಾಕಾದ ಅಶ್ವಿನ್‌ಕುಮಾರ್, ಆ ಕಡೆ ರಿಂಗ್ ಆಗುತ್ತಿತ್ತು. ಯಾರೂ ಎತ್ತುವವರಿರಲಿಲ್ಲ. ತೀರಾ ಗಾಬರಿಯಾದ. ಹಣೆಯ ಮೇಲಿನ ಬೆವರನ್ನು ತೊಡೆದುಕೊಂಡು ಮೇಲೆದ್ದ.

"ಮಾವ, ಇನ್ನು ಮನೆಗ್ಬಂದಿಲ್ಲ. ಬಹುಶಃ ಇಲ್ಲಿ ನಿಮ್ಮನ್ನು ಬಿಟ್ಟು ಪರಿಚಯದವ್ರು, ನೆಂಟರು ಇಲ್ವೇ ಇಲ್ಲ. ಮತ್ತೆಲ್ಲಿಗೆ ಹೋಗಿರಬಹುದು? ನಾನೆಲ್ಲೊ ತರಕಾರಿ ತರೋಕೆ ಹೋಗಿದ್ದಾರೇಂತ ಅಂದ್ಕೊಂಡೆ. 'ಆತಂಕಗೊಂಡ', ಒಂದು ನಿಮಿಷ. ಅವನ ರೆಟ್ಟೆ ಹಿಡಿದು ನಿಲ್ಲಿಸಿ, "ನಿಂಗೆ ಗೊತ್ತಿಲ್ಲದ ಇನ್ನೊಬ್ಬ ಗೆಳೆಯ ಇದ್ದಾನೆ. ನಂಗಿಂತ ಹಿಂದಿನ ಚೆಡ್ಡಿ ದೋಸ್ತ್. ಅಲ್ಲಿಗೇನಾದ್ರೂ ಹೋಗಿದ್ದಾರೇನೋಂತ. ಅವ್ನ ಫೋನ್ ನಂಬರ್ ನನ್ಹತ್ರ ಇದೆ. ನೋಡೋಣ". ರೂಮಿಗೆ ಹೋದರು. ಬಹಳಷ್ಟು ತಡಕಾಡಿದ ಮೇಲೆಯೇ ಅವನ ವಿಳಾಸದ ಕಾರ್ಡ್ ಸಿಕ್ಕಿದ್ದು.

"ಈ ನಂಬರ್‌ಗೆ ಟ್ರೈ ಮಾಡು" ಅಶ್ವಿನಿಗೆ ಕಾರ್ಡ್ ಕೊಟ್ಟರು. ಅಲ್ಲಿ ಬರೀ ಎಂಗೇಜ್ ಸೌಂಡ್ ಬರುತ್ತಿತ್ತಷ್ಟೇ. ಕಡೆಗೆ ನಂಬರ್ ಚಾಲ್ತಿಯಲ್ಲಿಲ್ಲವೆನ್ನುವ ಇನ್‌ಫರ್ಮೇಷನ್ ಸಿಕ್ಕುವ ವೇಳೆಗೆ ಹನ್ನೊಂದು ದಾಟಿಹೋಗಿತ್ತು.

ಎಲ್ಲರೂ ಧಾವಂತಗೊಂಡರು. ಎಲ್ಲಿಗೆ ಹೋಗಿರಬಹುದು?

"ಯಾಕೆ, ಇಷ್ಟೊಂದು ಗಾಬ್ರಿ ಆಗ್ತೀಯಾ? ಅವರೇನು ಎಳೆ ಮಕ್ಳಾ? ನಿನ್ಹತ್ರ ಏನಾದ್ರೂ ಜಗಳ ಆಡಿದ್ರಾ?" ಹರಿಹರನ್ ಕೇಳಿದರು. ಅವನು ತಲೆ ಅಡ್ಡ ಆಡಿಸಿದ. "ಅವ್ರತ್ರ ಮಿಡಲ್‌ಸ್ಕೂಲ್, ಹೈಸ್ಕೂಲ್‌ಗೆ ಹೋಗುತ್ತಿದ್ದಾಗ ತುಂಬ ಜಗಳ ಆಡ್ತಾ ಇದ್ದೆ. ಕೆಲವೊಮ್ಮೆ ಕಿಟಕಿ ಗಾಜುಗಳಿಗೆ ಕಲ್ಲೊಡೆದಿದ್ದುಂಟು. ಈಗ ಅಂಥದೇನಿಲ್ಲ" ಅತ್ತಿತ್ತ ನೋಡಿ ಸಂಕೋಚಿಸಿ ನುಡಿದ. ನೇರವಾಗಿ ಮಾತಾಡುವ ಇಂಚರಾಗೆ ತಾನು ಭಯಪಡುತ್ತೇನೆ ಎನ್ನುವ ಭಾವ ಅವನದು.

ಸ್ಕೂಟರ್ ಮೇಲೆ ಅಶ್ವಿನಿ ಒಂದು ರೌಂಡ್ ಹೋಗಿ ಬಂದ ಹರಿಹರನ್ "ಮಹದೇವ್ ಮನೆಗೆ ಹೋಗಿಲ್ಲ. ಹತ್ತಿರದ ದೇವಸ್ಥಾನಗಳನ್ನೆಲ್ಲ ಹುಡ್ಕಿ ಆಯ್ತು. ಎಲ್ಲಿ ಹೋಗಿದ್ದಾರೋ?" ಅವರು ಭಯಗ್ರಸ್ತರಾದರು.

ಮತ್ತೆ ಮನೆಯವರೆಗೆ ಹೋಗಿ ಬಂದ ಅಶ್ವಿನಿ "ಪೋಲೀಸ್ ಕಂಪ್ಲೆಂಟ್ ಕೊಟ್ಟರೆ" ಎಂದಾಗ ಅವರು ಒಪ್ಪಲಿಲ್ಲ. "ಬೇಡ, ಬೆಳಿಗ್ಗೆವರ್ಗೂ ಕಾಯೋಣ"

ಸೂಚಿಸಿ ಎಲ್ಲರೂ ಫೋನ್ ಸುತ್ತಲೂ ಕೂತರು.

ಹನ್ನೆರಡೂವರೆ ಸುಮಾರಿಗೆ ಫೋನ್ ಸದ್ದು ಮಾಡಿತು.

"ನಮ್ಮ ಅಶ್ವಿನಿ ಬಂದಿದ್ದಾನಾ?" ಕೇಳಿದರು ಗಿರಿಯಪ್ಪ.

"ಅಯೋಗ್ಯ, ಸ್ವಲ್ಪವಾದ್ರೂ ಕಾಮನ್ ಸೆನ್ಸ್ ಬೇಡ್ವಾ? ಆ ಹುಡ್ಗ ಭಯದಿಂದ ಎಷ್ಟೊಂದು ಕಡೆ ಹುಡುಕಾಡಿದ. ಎಲ್ಹೋಗಿದ್ರಿ?" ಬೈಯ್ದು ಪ್ರಶ್ನಿಸಿದರು.

"ಸಂಜೆ ನಡೀತಾ.. ನಡೀತಾ ಬೈಲು ಗಣೇಶನ ದೇವಸ್ಥಾನದವರ್ಗೂ ಹೋದ್ವಿ, ಬರೋವಾಗ ಸಿಟಿ ಬಸ್‌ನಲ್ಲಿ ಬರೋಣಾಂತ ಅಲ್ಲಿಂದ ಬಸ್‌ಸ್ಟಾಪ್‌ಗೆ ಹೋದ್ವಿ ರಷ್. ಕಡೆಗೆ ನಡೆದೇ ಬರೋ ವೇಳೆಗೆ ಇಷ್ಟೊತ್ತು ಆಯ್ತು' ಪ್ರವರ ಬಿಚ್ಚಿದರು.

"ನಿಮ್ಮನೆ ಕಾಯೋಗ! ಅಷ್ಟು ದೂರದಿಂದ ಬರೋ ಕರ್ಮ ನಿಮಗ್ಯಾಕೆ? ಆರಾಮಾಗಿ ಆಟೋದಲ್ಲಿ ಬಂದು ಮನೆ ಸೇರ್ಕೋಬೇಕಿತ್ತು. ಅಕಸ್ಮಾತ್ ಎಲ್ಲಿಂದಲಾದ್ರೂ ಮಗನಿಗೆ ಫೋನ್ ಮಾಡ್ಬಹುದಿತ್ತು. ಮಾತು ಸಾಕು, ಅಶ್ವಿನಿ... ಬರ್ತಾನೆ" ಎಂದು ಫೋನಿಟ್ಟು ಅವನತ್ತ ನೋಡಿದರು.

"ಸುರಕ್ಷಿತವಾಗಿ ಬಂದು ಮನೆ ತಲುಪಿದ್ದಾರೆ" ಎಂದರು.

ಅಶ್ವಿನಿ ಹೊರಟ ಎಷ್ಟೋ ಹೊತ್ತಿನವರ್ಗೂ ಮನೆಯವರೆಲ್ಲ ಒಟ್ಟಾಗಿ ಹಾಲ್‌ನಲ್ಲಿ ಕೂತೇ ಇದ್ದರು. ತಂದೆಯಿಂದ ವಿಷಯ ತಿಳಿದ ಕುಸುಮ, ಇಂಚರ ಜೋರಾಗಿ ನಕ್ಕರು.

"ಅವನು ಮೊದ್ಲಿಂದ ಸ್ವಲ್ಪ ಜಿಪುಣಾನೇ. ಮೇಡ್ ಫಾರ್ ಈಚ್ ಅದರ್" ಅನ್ನೋ ಹಾಗೇ ಹೆಂಡತಿ ಸಿಕ್ಕಿದ್ದಾಳೆ. ಅದೂ ಒಂದು ರೀತಿಯಲ್ಲಿ ಒಳ್ಳೇದೇ ಆಯಿತು. ಇಲ್ಲದಿದ್ದರೆ ಜೀವ್ನ ಪೂರ್ತಿ ಇಬ್ಬರೂ ಹೊಡೆದಾಡಬೇಕಿತ್ತು" ಎಂದ ಹರಿಹರನ್ ಎದ್ದು ರೂಮಿಗೆ ಹೋದರು.

ಕುಸುಮ ಇಂಚರ ರೂಮಿಗೆ ಬಂದವರೇ ಬಿದ್ದು ಬಿದ್ದು ನಕ್ಕರು.

"ಕುಸುಮಕ್ಕ, ಅಪ್ಪ ಏನಾದ್ರೂ ಗೆಳೆಯನ ಮಗನಿಗೆ ಕುಮುದಕ್ಕನನ್ನು ಕೊಟ್ಟು ಮದ್ವೆ ಮಾಡಿದ್ದರೆ?" ಇಂಚರ ಪ್ರಶ್ನೆಗೆ ತಲೆ ಕೊಡವಿಕೊಳ್ಳುತ್ತಾ "ಸಾಧ್ಯವಾಗ್ತಾಯಿರ್ಲಿಲ್ಲ, ಬಿಡು. ಒಂದು ತರಹ ಮಹತ್ವಾಕಾಂಕ್ಷಿ ಅವಳು ಮಹತ್ವಾಕಾಂಕ್ಷಿಯಿಂದ ಸಮಾಜಕ್ಕಾಗ್ಲೀ, ಮನೆಯವ್ರಿಗಾಗ್ಲೀ ಉಪಯೋಗವಿಲ್ಲ" ಅರ್ಥಪೂರ್ಣವಾಗಿ ಅಂದ ಕುಸುಮಳ ದನಿಯಲ್ಲಿ ನೋವಿದೆಯೆನಿಸಿತು.

ಇಂಚರ ತಕ್ಷಣ ಕುಸುಮಳ ಕೈ ಹಿಡಿದುಕೊಂಡಳು.

ಕುಮುದಕ್ಕನ ವಿವಾಹವಾದ್ಮೇಲೆ ಅಮ್ಮ ಎಷ್ಟೊಂದು ಸವೆದುಹೋಗಿದ್ದಾರೆ. ಅಪ್ಪನ ಪಾಯ್ಸ್‌ಗೆ ಮೊದಲ ಗತ್ತು ಇಲ್ಲ. ಅವ್ನು ಬಿ.ಬಿ.ಎಮ್.ನ ಕೂಡ ಕೈಬಿಟ್ಟು ಹಾರಿ ಹೋದ್ಲು. ಅಮ್ಮ ಎಷ್ಟೊಂದು ಸಲ ಅಂದಿದ್ದಾಳೆ ಗೊತ್ತಾ?" ಕುಸುಮ ನಿಲ್ಲಿಸಿ ಕಣ್ಣೊತ್ತಿಕೊಂಡು "ಮೂರು ಜನ ಹೆಣ್ಣು ಮಕ್ಳು ಜೊತೆ ದಾಮೋದರ್ ಅಂತ ಒಬ್ಬ ಮಗ ಇದ್ದಿದ್ದರೆ ಭವಿಷ್ಯದಲ್ಲಿ ಸುಖವಾಗಿ ಇರ್ತಾ ಇದ್ವೀಂತ".

ಹಿಡಿದ ಅಕ್ಕನ ಕೈ ಬಿಟ್ಟ ಇಂಚರ ತುಟಿ ಎರಡು ಮಾಡದೇ ಕೂತಳು. ಆ ಫ್ಯಾಮ್ಲಿಗೆ ಅವನೊಬ್ಬ ಜವಾಬ್ದಾರಿಯುತ ಮಗನೇ. ಅಕ್ಕ, ತಂಗಿಯರ ಜವಾಬ್ದಾರಿಗಳನ್ನು ತನ್ನ ಮೇಲೆ ಹಾಕಿಕೊಂಡು ಹೆತ್ತವರಿಗೆ ನಿಶ್ಚಿಂತೆ ಒದಗಿಸಿದ್ದ.

"ಈಗ ಇದೇನು? ಓದೋಕ್ಕಾಗೋಲ್ಲ. ಅದ್ಕೇ ನಿದ್ದೆ ಮಾಡೋದೇ ಸೂಕ್ತ" ಎಂದು ಲೈಟ್ ಆಫ್ ಮಾಡಿ ಮಲಗಿದ ಇಂಚರ ಹೊದಿಕೆಯನ್ನು ಕುಸುಮಳ ಮೇಲೆ ಎಳೆದು ತಾನೂ ಹಾಗೇ ಮಲಗಿ "ಅಪ್ಪ, ಅಮ್ಮನ ಬಗ್ಗೆ ನೀನು ಯೋಚ್ಸಿರೋದು ಫಿಫ್ಟೀ ಪರ್ಸೆಂಟ್ ಸರಿ ಇರ್ಬಹ್ದು. ಆದರೆ ಕುಮುದಕ್ಕ ಸಂತೋಷವಾಗಿದ್ದಾಳೆ ಅನ್ನೋ ನೆಮ್ದಿ ಇದೆ. ಮಿಕ್ಕಿದ್ದು ಚೋಡೋ. ನಿನ್ನ ನನ್ನ ಡಿಗ್ರಿಗಳು ಮುಗ್ಯೋವರ್ಗೂ ಸಾಕಷ್ಟು ಕಾಲಾವಕಾಶ ಇದೆ" ಪಕ್ಕಕ್ಕೆ ತಿರುಗಿದಳು.

ಬೆಳಿಗ್ಗೆ ಇಂಚರಾಗೆ ಇಚ್ಚರವಾಗಿದ್ದು ಸ್ವಲ್ಪ ನಿಧಾನವಾಗಿಯೇ. ಕಣ್ಣು ಬಿಟ್ಟಾಗ ಕುಸುಮ ಹಾಸಿಗೆ ಖಾಲಿಯಾಗಿತ್ತು. ಬಿಚ್ಚು ಗೂದಲನ್ನು ಮುಡಿ ಹಾಕಿಕೊಂಡು ಬಚ್ಚಲ ಮನೆಗೆ ನುಗ್ಗಿ ಮುಖ ತೊಳೆದುಕೊಂಡು ಬಂದಾಗ ಹರಿಹರನ್ ಇಂದು ಸೋಮಾರಿತನದಿಂದ ಪತ್ರಿಕೆ ಹಿಡಿದಂತೆ ಕಂಡರು.

"ಗುಡ್ ಮಾರ್ನಿಂಗ್, ಸಾರಿ ಅಪ್ಪ, ಬೇಗ ಎಚ್ಚರವಾಗ್ಲಿಲ್ಲ" ಎಂದು ಎದುರು ಬಂದು ನಿಂತವಳತ್ತ ನೋಟ ಹರಿಸಿ "ಈಗೇನಾಯ್ತು! ಪೂಜೆ ತಡವಾಗ್ಬಹ್ದಷ್ಟೇ. ದೇವರಲ್ಲಿ ಅನುಕರಣೆ ಜಾಸ್ತಿ. ಸ್ವಲ್ಪ ಹೋಗಿ ನಿಮ್ಮಮ್ಮನ ನೋಡು ಇಡೀ ರಾತ್ರಿ ನರಳ್ತಾ ಇದ್ದಳು. ಏನೂಂತ ಕೇಳಿದರೆ ಬಾಯಿ ಬಿಟ್ಟರೆ ತಾನೆ" ಎಂದರು ನಿಸ್ಸಹಾಯಕತೆಯಿಂದ. ಇಬ್ಬರ ನಡುವೆ ಒಂದಿಷ್ಟು ವಾದ ವಿವಾದಗಳು ನಡೆದಿರುತ್ತದೆಯೆಂದು ಅವಳಿಗೆ ಗೊತ್ತು. ಇದೇ ತರಹ ಮುಂದುವರೆಯುವುದರಿಂದ ಮನೆಯ ನಿರ್ಮಲ ವಾತಾವರಣ ಕಲುಷಿತಗೊಳ್ಳುತ್ತದೆಂದು ಗೊತ್ತು.

"ಅಪ್ಪ, ಕುಮುದಕ್ಕನ ಮದ್ವೆಯ ಪ್ರಕರಣದಲ್ಲಿ ಸಂಪೂರ್ಣ ಅಪರಾಧಿ ಎಲ್ಲರ ಮೇಲೆ ಒತ್ತಡಗಳನ್ನೇರಿದ್ದು ಖಂಡಿತ ನಾನೇ! ಇದೊಂದು, ತಪ್ಪನ್ನ ಕ್ಷಮಿಸಿಬಿಡಿ" ಪುಟ್ಟ ಮಗುವಿನಂತೆ ಮುಖ ಮಾಡಿ ಕೈ ಕಟ್ಟಿ ನಿಂತಳು.

"ಕ್ಷಮಯಾ ರೋಚಕೆ ಲಕ್ಷ್ಮೀ! ಬ್ರಾಹ್ಮೀ ಸೌರಿಯಾ ಪ್ರಭಾ.

ಕ್ಷಮಿಣಾಶು ಭಗವಾನ್ ಕುಷ್ಟಕೆ ಹರಿಹರೇಶ್ವರ"

ಎಂದು ಹೇಳಿ ಮುಗಿಸಿದಳು. "ಕ್ಷಮೆಯಿಂದ ಮುಖ ಕಾಂತಿಯು ಬ್ರಾಹ್ಮಿ ಮುಹೂರ್ತದ ಸೂರ್ಯನ ಪ್ರಭೆಯಂತೆ ಬೆಳಗುತ್ತದೆ. ಪರಮಾತ್ಮನು ಕ್ಷಮೆಯುಳ್ಳವರಲ್ಲಿ ಬೇಗ ತೃಪ್ತನಾಗುತ್ತಾನೆ, ಅಂತ ನೀವೇ ಎಷ್ಟೋ ಸಲ ಹೇಳಿದ್ದೀರಾ? ದಯವಿಟ್ಟು ನನ್ನ ಕ್ಷಮ್ಸಿಬಿಡಿ" ಎಂದು ಅವರ ಪಾದ ಮುಟ್ಟಿ ನಮಸ್ಕಾರ ಮಾಡಿ ಅಡಿಗೆ ಮನೆಗೆ ಓಡಿಬಿಟ್ಟಳು.

ಕವಿದುಕೊಂಡ ಮೋಡಗಳಲ್ಲಿ ಚೆಲ್ಲಾಪಿಲ್ಲಿಯಾಗುವಂತೆ ಹರಿಹರನ್ ಎದೆಯಲ್ಲಿ ಮಡುವುಗಟ್ಟಿದ ಕೋಪ, ಬೇಜಾರು, ನಿಸ್ಸಹಾಯಕತೆ ಚೆಲ್ಲಾಪಿಲ್ಲಿಯಂತೆ

ಓಡಿಹೋಯಿತು, ಉಲ್ಲಾಸಿತರಾದರು.

ಊಟಕ್ಕೆ ಕೂತಾಗಲೂ ಹಿಂದಿನಂತೆ ನಗುನಗುತ್ತ ಮಾತಾಡಿದಾಗ, ಎಲ್ಲರೂ ಸಮಾಧಾನದ ಉಸಿರುಬಿಟ್ಟರು.

ಕೈತೊಳೆದು ರೂಮಿನತ್ತ ಹೊರಟಿದ್ದ ಇಂಚರ ಅಶ್ವಿನಿನ ನೋಡಿ ನಿಂತಳು. ಅವನ ಕೈಯಲ್ಲಿ ಬ್ಯಾಸ್ಕೆಟ್ ಇತ್ತು.

"ಅಮ್ಮ ಇದ್ನ ಕೊಟ್ಟು ಹಾಗೇ ಬ್ಯಾಂಕ್‌ಗೆ ಹೋಗೂಂದರು. ಖಂಡಿತ ನನ್ನ ಊಟ ಆಗಿದೆ" ಅಂದ. ಅವಳಿಗೆ ಕುಟುಕಿದಂತಾಯಿತು. ಸ್ವಲ್ಪ ಹತ್ತಿರಕ್ಕೆ ಬಂದು "ಪ್ಲೀಸ್ ಹಾಗೆಲ್ಲ ಮಾತಾಡ್ಬೇಡಿ. ಅಮ್ಮನ ಆರೋಗ್ಯ ಕಾಪಾಡೋ ಉದ್ದೇಶ ಇಟ್ಕೊಂಡೇ ಹಾಗೆ ಹೇಳಿದ್ದು. ಬಂದಾಗಲೆಲ್ಲ ಹಂಗಿಸ್ತೀರಲ್ಲ" ತರಾಟೆಗೆ ತಗೊಂಡಳು.

"ಅದೆಲ್ಲ ಏನಿಲ್ಲ. ನಿನ್ನ ಚುಡಾಯಿಸೋಕೆ ಅದೊಂದು ಕಾರಣ. ನಂಗೆ ಹುಡುಗಿಯರ್ನ ಚುಡಾಯಿಸೋದು ಇಷ್ಟ. ಆದರೆ ಅವ್ರ ಕೈಗೆ ಕಾಲಲ್ಲಿನ ಬಾಟಾ ಎಲ್ಲಿ ಬರುತ್ತೋ ಅನ್ನೋ ಭಯ" ನಟಿಸುತ್ತ ಹೇಳಿದಾಗ ಪಕ್ಕನೆ ನಕ್ಕಳು.

ಇವತ್ತು ಎಷ್ಟೇ ಬಲವಂತ ಮಾಡಿದರೂ ನೀರು ಕೂಡ ಕುಡಿಯಲು ಒಪ್ಪದ ಅಶ್ವಿನಿ ಕಾಲೇಜಿಗೆ ಹೊರಟವಳನ್ನ ನಡುದಾರಿಯಲ್ಲಿ ಸ್ಕೂಟರ್ ಓಡಿಸುವಾಗ ಜೋಕ್ ಮಾಡಿ ನಗಿಸುತ್ತಿದ್ದ. ಆದರೆ ರೋಡು ಕ್ರಾಸ್ ಮಾಡೋವಾಗ ಹಿಂದಕ್ಕೆ ತಿರುಗಿ ಕೈ ಬೀಸಿ ಮುಂದೆ ಹೆಜ್ಜೆ ಇಡುವಷ್ಟರಲ್ಲಿ ಎರಡು ಕಾರುಗಳ ನಡುವೆ ಇದ್ದಳು.

"ರೋಡಿನಲ್ಲಿ ಕನಸು ಕಾಣೋದು ಅಪಾಯ" ಎಂದು ಕೈ ಹಿಡಿದು ಪಕ್ಕಕ್ಕೊಯ್ದು ನಿಲ್ಲಿಸಿದ ಮರುಕ್ಷಣವೇ ಕಾರುಗಳು ಮಾಯವಾದವು. ಅಂದ ವ್ಯಕ್ತಿಯ ಮುಖ ಮಾತ್ರ ನೆನಪಿರಲಿಲ್ಲ. ಆಡಿದ ಮಾತು ಮಾತ್ರ ಜ್ಞಾಪಕ ಕೋಶ ಸೇರಿತು.

ಸ್ಕೂಟರ್ ನಿಲ್ಲಿಸಿ ಓಡಿ ಬಂದ ಅಶ್ವಿನಿ ಏದುರಿಸಿರು ಬಿಡುತ್ತಿದ್ದವನು "ಇಂಚರ, ಏನು ಆಗಲಿಲ್ಲ ತಾನೇ? ಮೈಗಾಡ್, ಬದುಕಿಸಿ ಬಿಟ್ಟೆ" ಎಂದಾಗಲೂ ಗಾಬರಿಯಾದ ಮಿದುಳಿನಲ್ಲಿ ಚಲನೆಯುಂಟಾಗಲಿಲ್ಲ.

"ತುಂಬ ಗಾಬ್ರಿಯಾಗ್ಬಿಟ್ಟಿದ್ದಾರೆ. ರಸ್ತೆ, ಜನ ಜಂಗುಳಿ ಬಿಟ್ಟು ಬೇರೆಡೆಗೆ ಕರ್ಕೊಂಡ್ಹೋಗಿ" ಯಾರೋ ಸಲಹೆ ಇತ್ತಾಗ ಆಟೋನಲ್ಲಿ ಇಂಚರನ ಹತ್ತಿಸಿ ಸನಿಹದಲ್ಲಿದ್ದ ಹೋಟೆಲ್‌ಗೆ ಕರೆದೊಯ್ದ.

ಎ.ಸಿ.ಯ ತಣ್ಣನೆಯ ಸ್ಪರ್ಶಕ್ಕೆ ಇಂಚರ ಚೇತರಿಸಿಕೊಂಡಳು.

"ಒಂದೆರಡು ಸೆಂಕೆಂಡ್‌ಗಳಲ್ಲಿ ಕಾರಿಗೆ ಬ್ರೇಕ್ ಬೀಳದಿದ್ದರೆ, ಮುಂದಿನ ಸೀನ್ ನೆನಸಿಕೊಳ್ಳೋಕೇಸಾಧ್ಯವಿಲ್ಲ" ಭಯ ಮಿಶ್ರಿತ ದನಿಯಲ್ಲಿ ನುಡಿದ ಅಶ್ವಿನಿ ಎದೆಬಡಿತ ಮಾಮೂಲಿ ಸ್ಥಿತಿಗೆ ಮರಳಲಿಲ್ಲ.

"ಈಗ ಪರ್ವಾಗಿಲ್ಲ" ವೆಯಿಟರ್ ತಂದಿಟ್ಟ ನೀರು ಕುಡಿದು ಮೇಲೆದ್ದ ಇಂಚರಾನ ಕೂಡಿಸಿ "ಒಂದಿಷ್ಟು ಕೂಲ್ ಡ್ರಿಂಕ್ಸ್ ತಗೊಂಡ್ಹೋಗೋಣ. ಒಂದಿಷ್ಟು ರಿಲ್ಯಾಕ್ಸ್

ಮಾಡ್ಕೋ. ನಾನೇ ಇನ್ನು ಮಾಮೂಲಿ ಸ್ಥಿತಿಗೆ ಮರಳಿಲ್ಲ" ಎಂದ ಚೇತರಿಸಿಕೊಳ್ಳುತ್ತ.

ಇಬ್ಬರು ಕಿತ್ತಲೆ ಹಣ್ಣಿನ ಜ್ಯೂಸ್ ಕುಡಿದು ಮೇಲೆದ್ದರು.

"ರೋಡ್‌ನಲ್ಲಿ ಕನಸು ಕಾಣೋದು ಅಪಾಯ, ಆ ಮಾತು ಅವಳ ಕಿವಿಯಲ್ಲಿ ಇನ್ನು ಗುಂಯ್ ಗುಡುತ್ತಿತ್ತು. "ಥ್ಯಾಂಕ್ಯೂ' ಹೇಳಬೇಕೆನಿಸಿತು. ಆದರೆ ತಾನು ಇದ್ದ ಸ್ಥಿತಿಯಲ್ಲಿ ಅದು ಸಾಧ್ಯವಿಲ್ಲವೆನಿಸಿತು.

ಇಬ್ಬರು ಹೊರಗೆ ಬಂದಾಗ ಅಷ್ಟಿಷ್ಟು ಚೇತರಿಸಿಕೊಂಡಿದ್ದರು.

"ಬುಕ್ಸ್, ಪರ್ಸ್ ಎರಡೂ ಇಲ್ಲ" ಹೇಳಿದಳು.

"ಹೋಗ್ಲೀ ಬಿಡು, ಆ ಬಗ್ಗೆ ತಲೆ ಕೆಡ್ಸಿಕೊಳ್ಳಬೇಡ" ಅಂದವನು ರೋಡಿಗೆ ಬಂದ ನಂತರ "ಇಂಚರ, ಇವತ್ತು ಕಾಲೇಜಿಗೆ ಹೋಗೋ ಸುದ್ದಿ ಬೇಡ. ನಾನೇ ಬಂದು ಮನೆಯಲ್ಲಿ ಇಳ್ಸಿ ಹೋಗ್ತೀನಿ. ಸುಮ್ನೇ ರೆಸ್ಟ್ ತಗೋ" ಎಂದು ಬಲವಂತವಾಗಿ ಮನೆಗೆ ತಂದು ಬಿಟ್ಟು ಹೋದ ಅಶ್ವಿನಿ.

ಮಗಳನ್ನು ನೋಡಿ ಆಕೆಗೆ ಆಶ್ಚರ್ಯ "ಏನಾಯ್ತು? ಹುಷಾರಾಗಿದ್ದೀಯಾ, ತಾನೇ?" ಗಾಬರಿಯಿಂದ ಕೇಳಿದಾಗ ನಸು ನಗೆ ಬೀರಿ "ಎಲ್ಲಾ ಸರ್ಯಾಗಿದೆ. ಮನಸ್ಸು ಇವತ್ತು ಕಾಲೇಜಿಗೆ ಹೋಗ್ಬೇಡಾಂತ ಹೇಳ್ತು. ಅದಕ್ಕೆ ವಾಪಸ್ಸು ಬಂದೆ". ಆಕೆಯ ಮಾತನ್ನು ನಂಬಕ್ಕಾಗಲಿಲ್ಲ. ಆಮೇಲೆ ಅಶ್ವಿನಿ ಫೋನ್ ಮಾಡಿ ವಿಷಯವನ್ನು ಸರಳಗೊಳಿಸಿ ಗಾಬರಿಯಾಗದಂತೆ ನಡೆದಿದ್ದನ್ನು ವಿವರಿಸಿದ.

"ಅದ್ಕೇ ಕಾಲೇಜು ಬೇಡಾಂತ... ಕರ್ಕೊಂಡ್ ಬಂದೆ".

"ಒಳ್ಳೇ ಕೆಲ್ಸಾನೇ ಆಯ್ತು. ಸಂಜೆ.... ಬಾ'" ಫೋನಿಟ್ಟರು.

ಮಗಳ ಬಳಿ ಬಂದು ಅವಳ ಗಲ್ಲ, ಹಣೆ, ಬೆನ್ನು ಸವರಿ ಕಣ್ಣುಗಳಲ್ಲಿ ಮಮತೆಯ ಅಮೃತ ವರ್ಷವನ್ನೇ ಸುರಿಸಿದರು.

"ಏನಾದ್ರೂ ಆಗಿದ್ದರೆ ಗತಿಯೇನು?" ಎಂದರು ವ್ಯಾಕುಲತೆಯಿಂದ.

"ಹಾಗೆಲ್ಲ ಆಗೋಕೆ ಸಾಧ್ಯವಿಲ್ಲ. ಒಂದು ಸಲ 'ಅಮ್ಮ' ಅಂದಿದ್ದರೆ ನಿನ್ನ ಮಮತೇನೇ ನನ್ನ ರಕ್ಷಿಸ್ತಾ ಇತ್ತು. ಈಗ ಏನೂ ಆಗಿಲ್ಲ ಅಪ್ಪನವರ್ಗೂ ವಿಷ್ಯ ಹೇಳೋದ್ಬೇಡ" ಅಮ್ಮನ ಕೈ ಹಿಡಿದು ಕೆನ್ನೆಗೊತ್ತಿಗೊಂಡಳು.

ಅಷ್ಟರಲ್ಲಿ ಫೋನ್ ಸದ್ದಾಯಿತು "ಅಪ್ಪನದೇ ಫೋನ್, ನೀನೇ ತಗೋ. ಬೇರೊಂದು ಮಾತು ಕೂಡ ಬೇಡ"ಎಚ್ಚರಿಸಿ ಫೋನೆತ್ತಿ ಅಮ್ಮನಿಗೆ ಕೊಟ್ಟಳು. ಮಾಮೂಲಿಯಾಗಿ ವಿಚಾರಿಸಿ "ರಾಗಣ್ಣ ಇಲ್ಬಂದ್ ಕಾದಿದ್ದ. ಬಹುಶಃ ಸಂಜೆಗೆ ಮನೆಗೆ ಬರಬಹುದ್ದು" ಅಷ್ಟು ತಿಳಿಸಿದರು. ಇದೊಂದೇ ಹೊಸ ಸುದ್ದಿ.

"ರಾಗಣ್ಣ ಬಂದಿದ್ದಾನಂತೆ" ಎಂದರು ನಿಸ್ತೇಜ ಮುಖದಿಂದ.

"ಬರ್ಲೀ, ನೋ ಪ್ರಾಬ್ಲಮ್, ಈಗ ಅಪ್ಪಾನೇ ಹಣದ ತಾಪತ್ರಯದಲ್ಲಿ ಮುಳುಗಿದ್ದಾರೆ. ಇಬ್ರು ಮದ್ವೆಯಾಗದ ಹೆಣ್ಣು ಮಕ್ಳ ಕಡೆ ಕಣ್ಣೀರು ಹಾಕಿ ಬಿಡ್ತಾರೆ.

ನೀನು ಮಲಕ್ಕೋ... ನಡೀ". ಎರಡು ವಾರಪತ್ರಿಕೆಗಳೊಂದಿಗೆ ಅಮ್ಮನನ್ನು ರೂಮಿಗೆ ಕಳಿಸಿ ಬಂದು ಸೋಫಾ ಮೇಲೆ ಕುಸಿದಿದ್ದು.

'ನಾನು ಕನಸು ಕಾಣುತ್ತಿದ್ದೇನಾ?' ಈ ಪ್ರಶ್ನೆಗೆ ಉತ್ತರಿಸಿತು ಅವಳ ಮನ.

ಮತ್ತೆ ಫೋನ್ ಸದ್ದು. ಅಶ್ವಿನಿ ಎರಡು ಮಾತಿನಲ್ಲಿ ವಿಚಾರಿಸಿ ಫೋನಿಟ್ಟ.

ಆಮೇಲೆ ಫೋನ್ ಸದ್ದು ಮಾಡಿತು. 'ಇಂಚರ ಷಾಕ್‌ನಿಂದ ಚೇತರ್ಸಿಕೊಂಡಿದ್ದೀಯಾ? ಎಷ್ಟೊಂದು ದೊಡ್ಡ ಅನಾಹುತ ಮಾಡ್ಕೊಂಡು ನನ್ನ ಹೃದಯ ಒಡೆದುಬಿಡುತ್ತಿದ್ದೆ. ಬಿ ಕೇರ್‌ಫುಲ್" ಅಂದ ಕೂಡಲ ಫೋನ್ ಕಟ್ಟಾಯಿತು.

ಇಂಚರ ಬಾಯಿಂದ ಮಾತೇ ಹೊರಡಲಿಲ್ಲ. ಕೂತು ಒಂದೊಂದೇ ಘಟನೆಯನ್ನು ಜ್ಞಾಪಿಸಿಕೊಂಡಳು. ಕಳೆದು ಹೋದ ಪರ್ಸ್ ವಾಪಸ್ಸು ಬಂದಿದ್ದು. ಹಿಂದೆಯೇ ನಂತರ ಫೋನ್‌ಗಳು. ಪತ್ರ – ಗಲಿಬಿಲಿಯೇ. ಈ ವ್ಯಕ್ತಿ ಯಾರು? ಹುಡುಗಾಟಕ್ಕೆ ಕಾರಣವೇನು? ಯಾವುದಾದರೂ ದ್ವೇಷಾನಾ? ಅರಿಯದೆ ಮಾಡಿದ ಸ್ನೇಹನಾ? ಯುವಕರ ನಡುವೆ ದ್ವೇಷ, ಸ್ನೇಹ ಅಂಥದ್ದೇನೂ ಇರಲಿಲ್ಲ.

ಸಧ್ಯಕ್ಕೆ ಇದನ್ನೆಲ್ಲ ಕುಸುಮಾಗೆ ತಿಳಿಸಿ ಅವಳ ಅಭಿಪ್ರಾಯ ಕೇಳುವುದೆಂಬ ನಿರ್ಧಾರಕ್ಕೆ ಬಂದಳು.

ಸಂಜೆ ಹರಿಹರನ್ ಜೊತೆ ಸೋದರಿಕೆಯ ಸಂಬಂಧ ರಾಗಣ್ಣ ಕೂಡ ಬಂದ. ವರ್ಷದಿಂದ ಬಂದಿರಲಿಲ್ಲ. ಹಿಂದೆ ಆಗಾಗ ಬರುತ್ತಿದ್ದ.ಜೊತೆಗೆ ಸಾಕಷ್ಟು ಹಣದ ಸಹಾಯ ಪಡೆಯುತ್ತಿದ್ದ. ಹಿಂದಿರುಗಿಸುವ ಉದ್ದೇಶವಿರಲಿಲ್ಲ. ಒಮ್ಮೆ ತೀರಾ ಬೇಸತ್ತ ಗಿರಿಜಾನೇ ಮುಂದು ನಿಂತು ಕೇಳಿದ ನಂತರ ಬರುವುದನ್ನು ನಿಲ್ಲಿಸಿದ್ದ. ಇಂಥ ಜನಕ್ಕೆ ಎಲ್ಲಿ ಹೋದರೂ ಆತ್ಮೀಯ ಸ್ವಾಗತವೇನು ಸಿಗದು.

"ಹೇಗಿದ್ದೀ ರಾಘು ಮಾವ?" ಅಂತ ವಿಚಾರಿಸಿದ ಇಂಚರ ಉತ್ತರಿಸುವ ಮುನ್ನ "ಕಾಫೀ ತರ್ತೀನಿ" ಎಂದು ಒಳಗೆ ಹೋದಳು.

"ಇವ್ಳು ಇಂಚರ ಅಲ್ವೇನು? ಬಹಳ ಬೆಳೆದಿದ್ದಾಳೆ" ಅಂದ ರಾಘಣ್ಣ.

ಮನೆಯವರ ಪ್ರತಿಕ್ರಿಯೆಯು ರಾಘಣ್ಣನ ಬಗ್ಗೆ ಅಷ್ಟು ಒಳ್ಳೆಯದಾಗಿರುವುದಿಲ್ಲವೆಂದು ತಿಳಿದಿದ್ದರಿಂದ ಹರಿಹರನ್‌ಗೂ ಒಂದಿಷ್ಟು ಇರಸು ಮುರುಸು. ಹಿಂದೆ ಬಂಧುಗಳೆಂದರೆ ಮಹಾನ್ ಪ್ರೀತಿ. ಅವರಿಗಾಗಿ ಸಾಕಷ್ಟು ಮಾಡಿದ್ದರು. ಗಿರಿಜ ಕೂಡ ಸಹನೆ ಕಳೆದುಕೊಂಡು, ಮೌನಮುರಿದು ಜಗಳವಾಡಿದ್ದುಂಟು.

"ನೀನು ಕೂತ್ಕೋ, ಬಟ್ಟೆ ಬದಲಾಯಿಸಿಕೊಂಡ್ಬರ್ತೀನಿ" ಹರಿಹರನ್ ರೂಮಿಗೆ ಹೋದ ನಂತರ ಹೆಂಡತಿಯನ್ನು ಬೈಯ್ದರು. "ರಾಘಣ್ಣ ಬಂದಿದ್ದಾನೆ ಸಂಜೆ ಬರಬಹುದ್ದಾಂತ ಫೋನ್‌ನಲ್ಲಿ ಹೇಳಿದ್ದೆ. ಆದ್ರೂ... ಇಂಥ ಸ್ವಾಗತ".

ಆಕೆ ಮಾತಾಡದೆ ಹೊರಗೆ ಹೋದರು. ಅವಮಾನಿಸಬೇಕೆನ್ನುವ ವಿಚಾರ ಗಿರಿಜ

ಮನಸ್ಸಿನಲ್ಲಿ ಇರದಿದರೂ, ಭವ್ಯವಾಗಿ ಸ್ವಾಗತಿಸುವ ಸಿದ್ಧತೆಯನ್ನೇನು ಮಾಡಿಕೊಂಡಿರಲಿಲ್ಲ ಅಷ್ಟೇ.

ಮಾತಾಡಿಸುವ ಶಾಸ್ತ್ರ ಮಾಡಿ ಅಡಿಗೆ ಮನೆಗೆ ಬಂದಾಗ ಇಂಚರ ತಿಂಡಿಯ ತಯಾರಿಕೆಯಲ್ಲಿದ್ದಳು. ಅಮ್ಮನತ್ತ ನೋಟ ಹರಿಸಿ ಆರಾಮಾಗಿ ನಾನೆಲ್ಲ ಇಲ್ಲಿನದು ನೋಡ್ಕೋತೀನಿ. ಅಪ್ಪನನ್ನು ಸಂಪ್ರೀತಿಗೊಳಿಸಲಾದ್ರೂ ಹೋಗಿ ರಾಘು ಮಾವನ ಮುಂದೆ ಕೂತ್ಕೋ. ನೀನೇನು ಮಾತಾಡ್ಬೇಡ ಆ ಮನುಷ್ಯ ಹೇಳ್ತಾನೆ. ನೀನು ಕೇಳಿದರೆ ಸಾಕು. ಕಿವಿಯಲ್ಲಿ ಹತ್ತಿ ಇಟ್ಕೊಂಡು ಹೋಗು" ನಗುತ್ತ ಹೇಳಿದಳು.

"ಆ ಕೆಲ್ಸ ನೀನು ಮಾಡ್ಹೋಗು. ಇಲ್ಲಿನದು ನಾನು ನೋಡ್ಕೋತೀನಿ" ಎಂದರು ಬೇಸರದಿಂದ. ಅಷ್ಟಕ್ಕೇ ಬಿಡಬೇಕಲ್ಲ ಇಂಚರ. ಬಲವಂತದಿಂದ ಹೊರಡಿಸಿದ್ದು. ಮಾನಸಿಕ ಸ್ಥಿತಿಗಳು ಸರಿ ಇಲ್ಲದಿದ್ದಾಗ ಪತಿ – ಪತ್ನಿಯರು ಒಬ್ಬರ ಮೇಲೊಬ್ಬರು ದೋಷಾರೋಪ ಮಾಡುತ್ತಾರೆಂದು ಅವಳಿಗೆ ಗೊತ್ತು.

ಕೈಕಾಲು ಮುಖ ತೊಳೆದುಕೊಂಡು ಬಂದ ರಾಘಣ್ಣ ತಾನು ಕೊಂಡೊಯ್ದ ಹಣ ಹಿಂದಿರುಗಿಸಲಾರದಕ್ಕೆ ಪಶ್ಚಾತ್ತಾಪ ಪಡುವುದರ ಜೊತೆಗೆ ತಾನು ಹೆಣ್ಣು ಮಕ್ಕ ಮದುವೆ ಮಾಡಲು ನಡೆಸುತ್ತಿರುವ ಹೆಣಗಾಟ ವಿವರಿಸತೊಡಗಿದ.

"ನಿಮ್ಮಗ್ಳು ಮದ್ವೆ ಲಗ್ನಪತ್ರಿಕೆಯೇನೋ ಬಂತು. ಯಾರಾದ್ರೂ ಒಬ್ಬರು ಹೋಗಿ ಬರೋಣಾಂತ ನಮ್ಮವ್ಳು ಅಂದಳು. ಆದರೆ... ಆಗಲಿಲ್ಲ" ನಿಟ್ಟುಸಿರು ದಬ್ಬಿ "ಅದೇ ಲಗ್ನಕ್ಕೆ ನನ್ನ ಮಗ್ಳು ಮದ್ವೆ ಆಗ್ಬೇಕಿತ್ತು. ಮಧ್ಯೆ ಒಂದಿಷ್ಟು ತಕರಾರು ಬಂದು ನಿಂತುಹೋಯ್ತು" ಅನ್ನುವ ವೇಳೆಗೆ ಕಸುಸುಮ ಕೂಡ ಬಂದಳು.

"ಏನು ಮಾವ, ಅಪರೂಪವಾಗ್ಬಿಟ್ರಿ" ಅಂದಳು.

"ಹೀಗೇ ಏನೋ ತಾಪತ್ರಯಗಳು. ಹೇಗಿದ್ದೀ? ಯಾವಾಗ ನಿನ್ನ ಕೋರ್ಸ್ ಮುಗಿಯುತ್ತೇ?" ವಿಚಾರಿಸಿದರು. ಮನುಷ್ಯ ಬಹಳ ಇಳಿದು ಹೋಗಿದ್ದಾನೆನ್ನಿಸಿತು. ಪಡೆದ ಹಣ ಹಿಂದಿರುಗಿಸಲಿಲ್ಲವೆನ್ನುವ ಬೇಜಾರಷ್ಟೇ.

ರಾತ್ರಿ ಅಲ್ಲೇ ಉಳಿದುಕೊಂಡ ರಾಘಣ್ಣ, "ಕುಸುಮ ಪರೀಕ್ಷೆ ಮುಗ್ದ ಕೂಡಲೇ ಮದ್ವೆ ಮಾಡು. ಈಗ ನನ್ನ ಪರಿಸ್ಥಿತಿ ನೋಡು. ಮೊದಲಿಬ್ಬರು ಕಂಪ್ಯೂಟರ್‌ನಲ್ಲಿ ಯಾವ್ದೋ ಕೋರ್ಸ್ ಮಾಡ್ಕೊಂಡ್ರು. ಕೆಲ್ಸಗಳು ಸುಲಭವಾಗಿಯೇ ಸಿಕ್ತು. ಕೈ ತುಂಬ ಸಂಬಳ ಬರೋಂಥ ಹುದ್ದೆಗಳೇ. ಆಮೇಲೆ ಬದಲಾದರು ನೋಡು. ಏನಪ್ಪ ಡ್ರೆಸ್‌ಗಳಿಗೆ ಹಣ ಹಾಕ್ತಾರೆ. ಒಂದು ನೈಟಿ ಸಾವಿರದವರ್ಗೆ. ಒಂದು ಸೆಲ್ವಾರ್ ಕಮೀಸ್ ಮೂರು ಸಾವಿರ. ಇಂಥವು ಒಂದು ವಾರ್ಡ್‌ರೋಬ್ ಅಲಂಕರಿಸತೊಡಗಿತ್ತು. ಪ್ರತಿಯೊಂದು ಡ್ರೆಸ್ಗೂ ಅದ್ಕೇ ಮ್ಯಾಚ್ ಆಗೋಂಥ ಚಪ್ಪಲಿ. ಜಡೆಗಳು ಮಾಯವಾಯ್ತು. ಒಂದೊಂದು ಸಲ ಒಂದೊಂದು ತರಹದ ಕೂದಲು ಕತ್ತರಿಸ್ಕೋತಾರೆ. ಅದ್ನ ಆಗಾಗ ಡ್ರೆಸ್ ಮಾಡೋ ಖರ್ಚು... ಅಬ್ಬಬ್ಬ..." ಬಾಯಿ ಮೇಲೆ ಕೈಯಿಟ್ಟುಕೊಂಡಳು.

"ಈಗೇನಾಯ್ತು? ಅವ್ರು ದುಡಿದು ತರೋ ಹಣದಲ್ಲಿ ತಾನೇ ಅದೆಲ್ಲ ಮಾಡ್ಕೋತಾರೆ. ಒಳ್ಳೇ ಸ್ಯಾಲರಿ. ನಿಮ್ಗೆ ಈಗ ಆರ್ಥಿಕ ಅಡಚಣೆಯೇ ಇಲ್ಲ." ಕುಸುಮ ಹೇಳಿದಳು. ಅದರಲ್ಲೂ ಇದ್ದಿದ್ದು ಅರ್ಧ ಸತ್ಯ ಮಾತ್ರ.

ತುಂಬಾ ವ್ಯಸನದಿಂದಲೇ ತಲೆ ಅಡ್ಡಡ್ಡ ಆಡಿಸಿದರು. "ಇದು ಹೊರ್ಗಿನ ಜಗತ್ತಿಗೆಕಾಣೋ ನೋಟ. ಇದ್ದ ಮನೆ ಚೆನ್ನಾಗಿ ಇತ್ತು. ಕನ್ವೀನಿಯೆಂಟ್ ಅಲ್ಲಾಂತ ನಾಲ್ಕು ಪಟ್ಟು ಹೆಚ್ಚಿಗೆ ಕೊಟ್ಟು ಬೇರೆ ಬಾಡ್ಗೇ ಮನೆ ಹಿಡಿದರು. ಅದಕ್ಕನುಗುಣವಾಗಿ ಎಲೆಕ್ಟ್ರಿಕ್ ಬಿಲ್ ಏರಿತು. ಗೆಳತಿಯರ ಜೊತೆ ಅರ್ಧರ್ಧ ಗಂಟೆ ಮಾತಾಡಿದರೆ ಫೋನ್ ಬಿಲ್ ಗತಿಯೇನು? ಬಾಯಿ ತೆಗೆದರೆ ದಬಾಯಿಸೋರು. ಪ್ರತಿ ಭಾನುವಾರ ಬ್ಯೂಟಿ ಪಾರ್ಲರ್‌ಗೆ ಹೋಗ್ತಾರೆ. ಮುಖಕ್ಕೆ ಇರಲಿ. ಕಾಲುಗಳಿಗೆ ಮ್ಯಾನುಕೂರ್, ಪೆಡಿಕ್ಯೂರ್ ಇಂಥದೆಲ್ಲ ಮಾಡ್ಸಿಕೊಳ್ಳೋಕೆ ನೂರಾರು ಸುರೀತಾರೆ. ವಿದೇಶಿ ಸೆಂಟ್, ಸೋಪುನ ಬಳಕೆ. ನಾನು ನನ್ನ ಹೆಂಡ್ತೀ ಕಣ್ಣುಮುಚ್ಕೊಂಡ್ ಕೂತುಕೊಳ್ಳೋದರ ಜೊತೆಗೆ ಮಗನ ಜೊತೆ ಜಗಳ" ರಾಘಣ್ಣ ಹೆಗಲ ಮೇಲಿನ ಟವಲನ್ನು ಕಣ್ಣುಗಳಿಗೆ ಅಡ್ಡ ಹಿಡಿದು ಅಳತೊಡಗಿದರು.

ಹರಿಹರನ್ ದಂಪತಿಗಳು ಪ್ರಯಾಸದಿಂದ ಸಂತೈಸಿದರು. "ಇಬ್ರೂ ಡಯಟ್ ಮಾಡಿ ಮಾಡಿ ಹಂಚಿಕಡ್ಡಿ ತರಹ ಆಗಿದ್ದಾರೆ. ನನ್ನಕ್ಕನ ಮಗ ಅವ್ನು ಇಂಜಿನೀಯರೇ. ಐದಾರು ವರ್ಷದಿಂದ ಅಮೇರಿಕಾದಲ್ಲಿದ್ದವನು ಮೊನ್ನೆ ಬಂದಿದ್ದ. ಚಿಕ್ಕವಳ್ನ ಅವ್ನಿಗೆ ಕೊಡೋದೂಂತ ಅಂದ್ಕೊಂಡಿದ್ವಿ, ಅವ್ನ ಒಪ್ಗೇನೂ ಇತ್ತು. ಬಂದವನು ಏಕಾಏಕಿ ಬೇಡಾಂದ. ಇಂಥ ಹುಡ್ಗೀರು ಅಲ್ಲೇ ಸಿಕ್ತಾರೆ. ಗಂಧದ ಚೆಂದದ ಪರಿಮಳ ಬೇಕೆನಿಸಿ ಇಲ್ಲಿಗೆ ಬಂದನೇ ವಿನಃ ಇದ್ಕಿಂತ ಕಾಸ್ಲೀ ಫಾರಿನ್ ಸೆಂಟ್ ಅಲ್ಲೇ ಸಿಗುತ್ತೆ ಅಂದು ಹೋದ. ನೋಡಿದ್ಯಾ ಹೇಗಾಯಿತು? ಇದು ಚಿಕ್ಕವಳ ಕತೆಯಾದರೆ, ದೊಡ್ಡವಳದು ಇನ್ನೊಂದು ತರಹ. ಎಮ್.ಟೆಕ್.ಮಾಡಿದ ಹುಡ್ಗನ ಜೊತೆ ಮದ್ವೆ ನಿಶ್ಚಯವಾಗಿತ್ತು. ಜೊತೆಯಲ್ಲಿ ಓಡಾಡಿದ್ರು ಆಮೇಲೆ ಅವ್ನು ಫೋನ್ ಮಾಡಿ ಮೊದ್ಲು ನಿಮ್ಮ ಮಗ್ಳಿಗೆ ಕೆಲ್ಸ ಬಿಡ್ಸಿ ಅಂದ. ಅದಕ್ಕೆ ಅವ್ನ ವಿವರಣೆ ಏನು ಗೊತ್ತಾ? ಅವನಮ್ಮ ಮನೆಯಲ್ಲಿ ದುಡೀತಾನೇ ಇರ್ಬೇಕು. ಬಂದ ಸೊಸೆ ಹೊರ್ಗೆ ದುಡೀತೀನಿ ಅನ್ನೋವ್ರೆಲ್ಲ ನಮ್ಗೆ ಬೇಡಾಂದ. ನಾನು ಅವ್ರ ಮನವೊಲಿಸೋಕೆ ಪ್ರಯತ್ನಿಸಿ ಸೋತು ಹೋದೆ. ಅಡಿಗೆಯವ್ರಿಗೆ, ಛತ್ರದವರಿಗೆ ಅಡ್ವಾನ್ಸ್ ಕೊಟ್ಟಿದಷ್ಟೇ ಲಾಭ" ವಿದ್ಯಾವಂತ ವಧುಗಳ ತಂದೆಯ ಚಿಂತೆಯ ಸವಿಸ್ತಾರವಾದ ವಿವರಣೆ ಕೇಳಿ ಎಲ್ಲಾ ಎದುರು ನಿಂತು ತುಟಿ ಅಲುಗಿಸೋಕೆ ಕೂಡ ಧೈರ್ಯ ಬರಲಿಲ್ಲ.

ಇಂಚರ ಮೌನವಾಗಿ ನಗೆ ಬೀರಿದಳು. ಬಹುಶಃ ಅದನ್ನೇ ಅನುಸರಿಸಿಯಾಳು. ಕುಮುದ ಅನುಸರಿಸಿದ ಧೋರಣೆ ಸರಿ ಎನ್ನುವ ಪ್ರಶ್ನೆ ಪದೇ ಪದೇ ಮನದಲ್ಲಿ ಎದ್ದರೂ ಅಲ್ಲೇ ಕುಸಿಯುತ್ತಿತ್ತು. ಕುಮುದಕ್ಕನಿಗೆ ನೆಗೆಟಿವ್ ಆಗಿ ಯೋಚಿಸಲು ಅವಳ ಮನ ಒಪ್ಪದು.

ಅಕ್ಕ, ತಂಗೀ ಇಡೀ ರಾತ್ರಿ ಮಗ್ಗಲು ಬದಲಾಯಿಸಿದರೆ ವಿನಃ ನಿದ್ದೆ ಮಾಡಲಿಲ್ಲ.

ಬೆಳಿಗ್ಗೆ ಬೆಳಿಗ್ಗೆಯೇ ಅಶ್ವಿನ್‌ಕುಮಾರ್ ಸ್ಕೂಟರ್‌ನಲ್ಲಿ ಬಂದಿಳಿದ. ಬ್ಯಾಗ್‌ನಲ್ಲಿ ತರಕಾರಿಯ ಜೊತೆ ಹೂ ಕೂಡ ಇತ್ತು.

"ಡೋಂಟ್ ಮಿಸ್ಟೇಕ್ ಮಿ. ಆ ಕಡೆ ತರಕಾರಿ ಸ್ವಲ್ಪ ಕಡ್ಮೆ. ಅಮ್ಮ ತೆಗೆದಿಟ್ಟಿದ್ದು. ಅದ್ನ ತಗೊಂಡು ಬಂದೆ" ಅಮ್ಮ ಮಗಳಿಗೆ ಸೇರಿಸಿ ಹೇಳಿದ. ಗಿರಿಜ ನಸು ನಕ್ಕರೆ, ಇಂಚರ ಜೋರಾಗಿಯೇ ನಕ್ಕಳು. "ನೋ ಮಿಸ್ಟೇಕ್, ಈಗ ನಾನೇ ತರಕಾರಿಗೆ ಹೋಗ್ಬೇಕಿತ್ತು. ಅದು ತಪ್ಪಿದ್ದು ಒಳ್ಳೆದಾಯಿತು. ಆದರೆ ಅಶ್ವಿನ್‌ಕುಮಾರ್ ಅವರ ಊಟ ಇಲ್ಲೇ. ಹೆಚ್ಚು ಮಾತು ಮಾತ್ರ ಬೇಡ" ಎಂದು ಸನ್ನೆ ಮಾಡಿದ ಪಕ್ಕಕ್ಕೆ ಕರೆದೊಯ್ದು "ನೆನ್ನೆಯ ಇನ್ಸಿಡೆಂಟ್ ಅಮ್ಮನ ಬಿಟ್ಟು ಯಾರ್ಗೂ ಗೊತ್ತಿಲ್ಲ. ದಯವಿಟ್ಟು ಅಪ್ಪನ ಮುಂದೆ ಪ್ರಸ್ತಾಪ ಬೇಡ. ಕೂತ್ಕೊಳ್ಳಿ" ಎಂದು ಹೇಳಿ ಒಳಗೆ ಹೋದಳು.

ರಾಘಣ್ಣ ಊಟ ಮುಗಿಸಿಕೊಂಡು ಹೋಗುವುದೆಂದು ತೀರ್ಮಾನವಾಗಿದ್ದರಿಂದ, ಹರಿಹರನ್ ರೂಂನಲ್ಲಿ ಕೂತು ಮಾತನಾಡುತ್ತಿದ್ದ. ಇಲ್ಲಿಗೆ ಬಂದಿದ್ದು ಕೂಡ ಗಂಡಿನ ಅನ್ವೇಷಣೆಗೆಂದೇ.

ಕಿಚನ್‌ಗೆ ಬಂದ ಗಿರಿಜ "ನಂಗಂತು ರಾಘಣ್ಣ ಹೇಳಿದ್ದು ಕೇಳಿ ಆಶ್ಚರ್ಯವಾಯ್ತು. ನೋಡೋಕು ಚೆನ್ನಾಗಿದ್ದ ಹುಡ್ಗೀರು, ಓದಿಕೊಂಡಿದ್ರು, ಒಳ್ಳೇ ಸಂಬಳ ತರ್‍ತಾ ಇದ್ದರು. ಹಾಗಿದ್ದು ಗಂಡುಗಳು ಸಿಗ್ಲಿಲ್ಲಾಂದ್ರೇ ಅರ್ಥವೇನು?" ಅಂದರು ಆಶ್ಚರ್ಯದಿಂದ.

ಸ್ಟೌವ್ ಮೇಲೆ ಕುಕ್ಕರ್ ಏರಿಸುತ್ತಿದ್ದ ಇಂಚರ "ಅದೇ ವಿಸ್ಮಯ, ನಿಗೂಢ! ಎಷ್ಟು ಜನಪದ ಕತೆಗಳಲ್ಲಿ ರಾಜಕುಮಾರ ಒಬ್ಬ ಬಡ ಹುಡ್ಗಿಯನ್ನ ಮದುವೆಯಾಗೋದು. ಒಂದು ದೊಡ್ಡ ದೇಶದ ರಾಜಕುಮಾರಿ ಒಬ್ಬ ಸಾಮಾನ್ಯನನ್ನು ವಿವಾಹವಾಗೋದು ತಾಯ್ತಂದೆಯರನ್ನು ಎದುರಿಸಿ ನಿಲ್ಲೋದು ಇದೆಲ್ಲ ಸಹಜಾನೇ. ಕೆಲವು ವಿಷಯಗಳು ಲಾಜಿಕ್‌ಗೆ ಸಿಗೋಲ್ಲ. ಇವತ್ತಂತು ಕಾಲೇಜಿಗೆ ಬೇಗ ಹೋಗ್ಬೇಕು" ಎಂದು ದೇವರ ನಾಮ ಗುಣುಗಿಸುತ್ತ ಸೊಂಟಕ್ಕೆ ಸೆರಗು ಸಿಕ್ಕಿಸಿ ಕಿಚನ್‌ನ ಕ್ಲೀನ್ ಮಾಡತೊಡಗಿದಳು. ಫ್ರೆಂಡ್ ಮದುವೆಯ ಆರತಕ್ಷತೆ ಕೊಡಬೇಕಾದ ಪ್ರೋಗ್ರಾಂನ ರಿಹಾಸಲ್ ಷುರು ಮಾಡಿ ಆಗಿತ್ತು. ಆ ಬಗ್ಗೆ ಪೂರ್ತಿ ಗಮನ ಹರಿಯುವ ಅಗತ್ಯವಿತ್ತು. ಅವಳ ತಂದೆ ಕೂಡ ಹರ್ಷ ವ್ಯಕ್ತಪಡಿಸಿದ್ದು ಹುಮ್ಮಸ್ಸಿಗೆ ಕಾರಣವಾಗಿತ್ತು.

"ಸಾಯಂಕಾಲ ನಾನು ಬರೋದು ಲೇಟಾಗ್ಬಹ್ದು. ಬುಧುವಾರಾನೇ ಮದ್ವೆ ಸದನದಲ್ಲಿ ಕಚ್ಚಾಡಿದಂಗೆ, ಕೂಗಾಡಿದಂಗೆ ಆಡ್ತಾರೆ. ಒಬ್ಬೊಬ್ಬರದು ಒಂದೊಂದು ಮಾತು, ಒಂದೊಂದು ಪಟ್ಟಿ. ಒಬ್ರಿಗೆ ಕ್ಲಾಸಿಕಲ್ ಇಷ್ಟ. ಇನ್ನು ಕೆಲವರಿಗೆ ಜನಪದ ಇಷ್ಟ. ರೊಮ್ಯಾನ್ಸ್ ಸಾಂಗ್ಸ್ ಪ್ಯಾಥರ್ ಸಾಂಗ್ಸ್ ಅಂತ ಜಗ್ಳ ಆಡ್ತಾರೆ. ಇದೊಂದು ಪ್ರೋಗಾಂ ಮುಗಿದರೆ ಸಾಕೆನಿಸಿಬಿಟ್ಟಿದೆ" ಎನ್ನುತ್ತಲೇ ಬೇಗ ಬೇಗ ಕೆಲಸ ಮುಗಿಸಿ ಹೊರಗೆ ಬರುವ ವೇಳೆಗೆ ರಾಘಣ್ಣ, ಅಶ್ವಿನಿಕುಮಾರ್‌ನೊಂದಿಗೆ ಮಾತಾಡುತ್ತಿದ್ದರು.

'ಸ್ಟಿಲ್ ಬ್ಯಾಚುಲರ್' ಅಲ್ವಾ? ಒಂದಿಷ್ಟು ಇರಲೀಂತ ಅಂದುಕೊಂಡಿರಬಹುದೆಂದು ಕೊಂಡಳು.

ಊಟ ತಿಂಡಿ ಎರಡೂ ರೆಡಿಯಾಗಿದ್ದರಿಂದ ಕುಸುಮ, ಇಂಚರ ಜೊತೆಗೆ ಅಶ್ವಿನಿ ತಿಂಡಿ ತಿಂದ. ರಾಘಣ್ಣ ಮತ್ತು ಹರಿಹರನ್ ಊಟ ಮಾಡಿದರು.

"ನಾನ್ಹೋಗ್ತೀನಿ" ಅಂದವಳು "ಕುಸುಮಕ್ಕನ ವೆಹಿಕಲ್ ಕೆಟ್ಟಿದೆ. ಒಂದಿಷ್ಟು ಡ್ರಾಪ್ ಮಾಡ್ಬಿಡು. ಆದರೆ ಹುಷಾರು" ಎಚ್ಚರಿಕೆ ನೀಡಿಯೇ ಹೊರಟಿದ್ದು.

ಅಂದಿನ ಸಂಜೆ ಇವಳು ಮನೆಗೆ ಬಂದಾಗ ಕುಸುಮ, ಹರಿಹರನ್ ಎಲ್ಲಾ ಬಂದಿದ್ದರು. "ಗಿರಿಯಪ್ಪ ಫೋನ್ ಮಾಡಿದ್ದ. ರಾಘಣ್ಣ ಜಾತ್ಕ ಕೊಡೋಕೆ ಅವ್ರ ಮನೆಗೆ ಹೋಗಿದ್ದನಂತೆ, ಅಂತು ಪ್ರಚಂಡ" ಅನ್ನುತ್ತಿದ್ದಂಗೆ ಇವಳ ಪ್ರವೇಶವಾಯಿತು.

"ಎಲ್ಲಿವರ್ಗೂ ಬಂತು ನಿಮ್ಮ ಪ್ರೋಗ್ರಾಂ" ಕೇಳಿದರು.

"ನಾವು ರೆಡಿ ಇದೀವಿ. ಅವರದ್ದೇ ಲೇಟು" ಎಂದು ನಕ್ಕಳು. ಇಂಚರ ಸುಮ್ಮನಿರದೆ ಕುಸುಮ ಮಧ್ಯದಲ್ಲಿ ತಲೆ ಹಾಕಿ "ಆ ಟೀಂನ ಹಾಗೇ ಉಳಿಸ್ಕೋ ನಿಮ್ಮ ಪ್ರಾಗ್ರಾಂ ನೋಡಿ ಅಭಿನಂದನೆಗಳ ಜೊತೆ ಅಡ್ವಾನ್ಸ್ ಕೂಡ ಬರ್ಬಹ್ದು. ನನ್ನೂ ಲಿಸ್ಟ್‌ನಲ್ಲಿ ಇಟ್ಕೋಳ್ಳಿ" ಛೇಡಿಸಿದಳು.

'ಹೌದೌದು...' ಅಂದರು ಹರಿಹರನ್.

ಅಶ್ವಿನಿಕುಮಾರ್‌ನ ದೃಷ್ಟಿಯಲ್ಲಿಟ್ಟುಕೊಂಡು ಗಿರಿಯಪ್ಪನೊಂದಿಗೆ ಮಾತನಾಡ ಬೇಕೆನಿಸಿತು. ಅವರ ದೃಷ್ಟಿಯಲ್ಲಿ ಕೂಡ ಗೆಳೆಯನ ಮಗ ಒಳ್ಳೆಯವನೇ. ಆ ಬಗ್ಗೆ ಸ್ವಂತ ತಕರಾರೇನಿಲ್ಲ. ಒಮ್ಮೆ ಯಾಕೆ ಕುಸುಮನ ವಿಚಾರಿಸಬಾರದೆಂದುಕೊಂಡರು. ತಾವು ಇನ್ನೊಬ್ಬ ಮಗಳಿಗೆ ಮದುವೆ ಮಾಡುವ ಸ್ಥಿತಿಯಲ್ಲಿ ಮಾತ್ರ ಇಲ್ಲವೆನಿಸಿತು. ಆದ್ದರಿಂದ ಆ ವಿಷಯವನ್ನು ಮನಸ್ಸಿನಲ್ಲಿಯೇ ಅಡಗಿಸಿಟ್ಟರು.

ಆದರೆ ರಾತ್ರಿ ಅದೇ ವಿಷಯ ಪ್ರಸ್ತಾಪಿಸಿದರು ಗಿರಿಜ.

"ರಾಘಣ್ಣ, ಗಿರಿಯಪ್ಪನ ಮನೆಗೆ ಹೋಗಿರಬೇಕು. ಅವ್ರು ಹೇಳೋದು ಕೇಳಿದ್ಮೇಲೆ ಸಮಸ್ಯೆಗಳೇ ಜಾಸ್ತಿಯಾಗುತ್ತೆ. ಒಂದ್ಸಲ ನಿಮ್ಮ ಫ್ರೆಂಡ್ ಹತ್ರ ಮಾತಾಡೋದು ಒಳ್ಳೆದೂಂತ ಅನಿಸುತ್ತೆ.

ಹೆಂಡತಿ ಹೇಳಿದ್ದು ಸರಿಯೆನಿಸಿದರೂ, ಸ್ವಲ್ಪ ಹಿಂಜರಿದರು.

"ಸದ್ಯಕ್ಕೆ ಕುಸುಮಳ ವಿವಾಹ ಮಾಡೋ ಸ್ಥಿತಿಯಲ್ಲಿಲ್ಲ. ಹೇಗೂ ಇನ್ನು ಆರು ತಿಂಗಳೇ ಸರ್ವೀಸ್ ಇರೋದು. ಹೇಗೂ ರಿಟೈರ್ಡ್ ಆದಾಗ ಒಂದಿಷ್ಟು ಹಣ ಬರುತ್ತೆ. ಆಗ ಇಂಥ ಒಂದು ಪ್ರಯತ್ನ ಮಾಡ್ಬಹ್ದು. ಆದರೆ ಈ ಸಲ ಅಡಿ ಇಡೋವಾಗ ಯೋಚ್ಸಬೇಕು. ಇಂಚರಾಗೆ ಅನ್ಯಾಯವಾಗ್ಬಾರ್ದು" ಎಂದರು ವಿಷಾದದಿಂದ.

ಬಹಳ ಹೊತ್ತಿನ ತನಕ ಗಂಡ ಹೆಂಡತಿ ಮಾತಾಡುತ್ತಿದ್ದರು. ಇನ್ನು ಬೆಳಿಗ್ಗೆ

ವಾಕ್‌ಗೆಂತ ಹೊರಟಿದ್ದ ಗಿರಿಯಪ್ಪ ಬಂದರು. ಅವರ ಉದ್ದೇಶ ರಾಘಣ್ಣನ ಆರ್ಥಿಕಾನುಕೂಲ ವಿಚಾರಿಸುವುದೇ ಆಗಿತ್ತು.

"ಅಪ್ಪ, ಅಶ್ವಿನಿ ಅವ್ರ ತಂದೆ ಬಂದಿದ್ದಾರೆ" ಇಂಚರ ವಿಷಯ ಮುಟ್ಟಿಸಿದಳು. "ಅಂತು ಪರ್ವಾಗಿಲ್ಲ, ನಂಗಿಂತ ನಮ್ಮ ಅಶ್ವಿನಿನೇ ಬಳಕೆಯಾಗಿಬಿಟ್ಟಿದ್ದಾನೆ. ಸ್ನಾನ ಪೂಜೆ ಎಲ್ಲಾ ಮುಗಿಯಲಿಲ್ಲವೇನು?" ಎಂದೆ ಕೂತಿದ್ದು.

"ಇಲ್ಲ, ನಾನು ಸ್ನಾನದ ದಾರಿಯಲ್ಲೇ ಇದ್ದೆ. ಇದೇನು ಬೆಳಿಗ್ಗೆ ಬೆಳಿಗ್ಗೇನೇ ಬಂದ್ಬಿಟ್ಟಿದ್ದೀಯಾ?" ಪೇಪರು ಹಿಡಿದು ಬಂದು ಕೂತರು. ತುಂಬ ಮುಖ್ಯವಾದ ವಿಷ್ಯಾನೇ ಇರ್ಬೇಕು.

ನಿಮ್ಮ ಸಂಬಂಧಿಕರಾದ ರಾಘಣ್ಣ ಬಂದಿದ್ರು. ಈ ಬಗ್ಗೇನೇ ಮಾತೋಡೋಣಾಂತ ಬಂದೆ. ನಿಂಗೆ ಗೊತ್ತೇ ಇದೆ. ಸರ್ವೀಸ್ ಮುಗ್ಯೋಕೆ ಮುಂಚೆ ಕೆಲ್ಸದಿಂದ ವಜಾ ಆದೆ. ಬೆನಿಫಿಟ್ಸ್ ಕೂಡ ಕಡಿಮೇನೇ. ಕೋರ್ಟು, ಕಛೇರಿ ಅಂತ ತಿರುಗಾಡಬೇಕಾಯ್ತು. ಇರಲಿಕ್ಕೇ ಒಂದ್ಮನೆಯಾದರೂ ಬೇಕು. ಈಗ ಕಾಸನ್ನ ನೋಡಿ ಖರ್ಚ ಮಾಡ್ಬೇಕು. ಸ್ವಲ್ಪ ಅನ್ಕೂಲವಾದ ಕಡೆಯಾದರೆ ಪ್ರಯತ್ನನ ಮಾಡೋಣಾಂತ. ಇಲ್ಲದಿದ್ದರೆ ಅನಗತ್ಯವಾದ ಖರ್ಚುಗಳು ಯಾಕೆ?" ಬಹಳ ಎಚ್ಚರಿಕೆಯಿಂದ ಮಾತುಗಳನ್ನು ಪೋಷಿಸಿದರು.

ಒಂದೆರಡು ನಿಮಿಷ ಮೌನವಹಿಸಿದ ಹರಿಹರನ್ "ನೋಡು ಗಿರಿ, ನಾನು ಆ ಬಗ್ಗೆ ಏನು ಹೇಳ್ಲಾರೆ. ಹೆಣ್ಣು ಮಕ್ಳು ಕೆಲ್ಸಗಳಲ್ಲಿ ಇದ್ದು ತುಂಬ ದುಡಿತಾ ಇದ್ದಾರೆ ಅನ್ನೋದು ಮಾತ್ರ ಗೊತ್ತು" ಅಷ್ಟು ಮಾತ್ರ ತಿಳಿಸಿ ಸುಮ್ಮನಾದರು. ಮಗನ ಮದುವೆಯ ಮೂಲಕ ಸ್ವಂತ ಮನೆ ಮಾಡಬೇಕೆಂಬ ಉದ್ದೇಶ ಈ ಮೂಲಕ ಸ್ಪಷ್ಟವಾದಾಗ ಅಶ್ವಿನಿಯ ಮೇಲಿನ ಆಸೆ ಬಿಟ್ಟರು.

ವಾಕ್ ಬಂದಿದ್ದ ಮನುಷ್ಯನಾಗಿದ್ದರಿಂದ ಬರೀ ಕಾಫಿಯಲ್ಲೇ ಮುಗಿಸಿ ಮೇಲೆದ್ದರು. ಹರಿಹರನ್ ಕೂಡ ಗೇಟಿನವರೆಗೂ ಹೋಗಿ ಬೀಳ್ಕೊಟ್ಟು ಬಂದವರು, ಅಡಿಗೆ ಮನೆಯೊಳಗೆ ಇಣಕಿ ಹೇಳಿದರು.

"ಗಿರಿಜಾ, ಅಶ್ವಿನಿ ಮೇಲಿನ ಆಸೆ ಬಿಡು. ನಾವಂತೂ ಒಂದ್ಮನೆ ಮಾಡಿ ಕೊಡೊಕ್ಕಂತು ಸಾಧ್ಯವಿಲ್ಲ. ಇಷ್ಟು ನಿನ್ನ ಮನಸ್ಸಿನಲ್ಲಿ ಇರ್ಲೀ".

ಗಿರಿಜಾ ಗಂಟಲಲ್ಲಿ ಏನೋ ಸಿಕ್ಕಿಕೊಂಡಂತಾಯಿತು. ಮುಂದೇನು? ಮುಂದೇನು? ರಾಘಣ್ಣ ತನ್ನ ಮಾತುಗಳಿಂದ ಹೆದರಿಸಿಯೇ ಹೋಗಿದ್ದ.

ಹರಿಹರನ್ ತಲೆಗೆ ಎಣ್ಣೆ ತಿಕ್ಕುವ ವೇಳೆಗೆ ಇಂಚರ ಸಹಪಾಠಿಗಳ ದೊಡ್ಡ ದಂಡೇ ಪ್ರತ್ಯಕ್ಷವಾಯಿತು. ಅವರೆಲ್ಲ ಪ್ರಾಕ್ಟೀಸ್ ಮತ್ತು ರಿಹಾರ್ಸಲ್ಗಂತಲೇ ಬಂದಿದ್ದು.

"ಅಪ್ಪ, ನಿಂಗೆ ನೀರು ತುಂಬಿ ಹಾಕಿ ಹೋಗ್ಲಾ?" ಕೇಳಿದಳು ಸಪ್ಪಗೆ.

"ಹುಚ್ಚು ಹುಡ್ಗಿ, ನಾನೇ ಈ ಅಭ್ಯಾಸ ಕಮ್ಮಿ ಮಾಡ್ಕೋಬೇಕು. ನಿಮ್ಮಮ್ಮ ಸೋಮಾರಿಯಾದ್ಲು ಈ ಕೆಲ್ಸ ನಿನ್ನ ಕುತ್ತಿಗೆಗೆ ಜೋತು ಬಿತ್ತು" ಎಂದರು. ತನ್ನ

ಕೆಲಸಗಳನ್ನು ಪೂರ್ತಿಯಾಗಿ ಹೆಂಡತಿಯೇ ಮಾಡಬೇಕೆಂಬ ಆಸೆ! ಈ ಒಂದು ವಿಚಾರದಲ್ಲಿ ಅವರು ಅವಿವೇಕಿ. ಬಸುರಿ, ಬಾಣಂತನ ಆಕೆಯನ್ನು ಮೆತ್ತಗೆ ಮಾಡಿತ್ತು. ಅದನ್ನು ಅರ್ಥಮಾಡಿಕೊಳ್ಳುವ ಸ್ಥಿತಿಯಲ್ಲಿ ಇರಲಿಲಲವೇನೋ?

ಏನೋ ಗೆಳತಿಯರಿಗೆ ಹೇಳಿ ಹಿಂದಕ್ಕೆ ಬಂದ ಇಂಚರ "ಪ್ಲೀಸ್ ನನ್ನ ನಿಮ್ಜೊತೆ ಇರೋ ಅವಕಾಶ ಮಾಡಿಕೊಡಿ ಆರಾಮಾಗಿ ನಾನೇ ಎಣ್ಣೆಯೊತ್ತಿ ನೀರು ಹಾಕ್ತೀನಿ" ಮುದ್ದಾಗಿ ನುಡಿದ ಮಗಳನ್ನ ಅಕ್ಕರೆಯಿಂದ ನೋಡಿದರು. ಮೂವರಲ್ಲಿ ಇವಳೊಬ್ಬಳದೇ ತಂದೆಯ ಜೊತೆ ಹೆಚ್ಚಿನ ಒಡನಾಟ.

"ಸಾಕು, ಈಗ ಹೋಗು" ಎಂದರು.

ಅಂದಿನಿಂದ ಕಂಟಿನ್ಯೂಸ್ ಆಗಿ ಮೂರು ದಿನ ಪ್ರಾಕ್ಟೀಸ್. ಮಧ್ಯೆ ಮಧ್ಯೆ ವಾದ, ಸಣ್ಣ ಪುಟ್ಟ ಜಗಳದ ನಡುವೆ ಒಂದು ಕಾರ್ಯಕ್ರಮ ಬುಧವಾರದ ಹೊತ್ತಿಗೆ ಸಿದ್ಧವಾಯಿತು. ಇಪ್ಪತ್ತು ವಿದ್ಯಾರ್ಥಿಗಳ ದೊಡ್ಡ ಟೀಮ್ ಕೆಲವರು ಬಹಳ ಚೆನ್ನಾಗಿ ಇನ್‌ಸ್ಟ್ರುಮೆಂಟ್ ನುಡಿಸುತ್ತಿದ್ದರು.

ಆ ದಿನವೇನು ಆ ಸಮಯ ಬಂದೇಬಿಟ್ಟಿತು. ಅವರ ಕಾರ್ಯಕ್ರಮಕ್ಕೆ ವರ್ಣರಂಜಿತ ವೇದಿಕೆಯೇ ಸಿದ್ದವಾಗಿತ್ತು. ಇಲ್ಲರಿಗೂ ಬ್ರಹ್ಮಾಂಡವಾದ ಉತ್ಸಾಹ. ಅಲಂಕಾರಕ್ಕಾಗಿಯೇ ಎಲ್ಲರೂ ಬಹಳ ಕಷ್ಟ ಪಟ್ಟಿದ್ದರೆ ಇಂಚರ ಅಮ್ಮನ ಬಳಿಯಲ್ಲಿ ಕೂತು ಉದ್ದನೆಯ ಜಡೆ ಹಾಕಿಸಿಕೊಂಡು ಮುಡಿಯಲ್ಲಿ ಮಲ್ಲಿಗೆಯ ಮಾಲೆ ಮುಡಿದಿದ್ದೇನೋ ಮುಗಿಯಿತು. ಆದರೆ ಸೀರೆಯ ವಿಷಯದಲ್ಲಿಯೇ ವಾದ ವಿವಾದ ಷುರುವಾಗಿದ್ದು. ಕುಸುಮ ತೆಗೆದುಕೊಟ್ಟಿದ್ದು ಗಿರಿಜ ಒಪ್ಪರು. ಅಮ್ಮ ಮಗಳಿಗಾಗಿ ಆರಿಸಿದ್ದಕ್ಕೆ ಕುಸುಮ ಮೂಗೆಳೆಯುತ್ತಿದ್ದಳು.

"ಈ ಬಾರ್ಡರ್ ಒಡಲಿಗೆ ಸರಿ ಹೋಗ್ಲಿಲ್ಲ" ನೇರಳೆ ಬಣ್ಣದ ರೇಶಿಮೆ ಸೀರೆಯನ್ನ ಪಕ್ಕಕ್ಕೆ ಎತ್ತಿಟ್ಟಳು ಕುಸುಮ. "ವೈಟ್ ಸೀರೆ ಇರ್ಲಿ" ಅವಳ ಹಟ, ಅಂತೂ ಇಂತು ಎಲ್ಲ ಒಪ್ಪಿ ಇದ್ದ ಸೀರೆಯನ್ನ ಆಯ್ಕೆ ಮಾಡಿದ್ದಾಯಿತು.

"ಅಮ್ಮ, ಇಪ್ಪತ್ತು ಲಕ್ಷ ಕೊಟ್ಟು ವಿವಾಹವಾಗೋಂಥ ಗಂಡು ಹುಡ್ಕೊಂಡು ಬರ್ತಾನೆ, ನಮ್ಮ ಇಂಚರಾಗೆ". ತಂಗಿಯ ಕೆನ್ನೆಗಳನ್ನ ಮುಟ್ಟಿ ಮುಟ್ಟಿ ತುಟಿಗಳಿಗೆ ಒತ್ತಿಕೊಂಡಾಗ ಇಂಚರಾ ಆಕಾಶದ ಕಡೆ ನೋಡಿ "ಅಂತ ಕನಸು ಕೂಡ ಬೀಳೋಲ್ಲ. ಕುಮುದಕ್ಕ ಎಷ್ಟು ಮುದ್ದಾಗಿದ್ಲು. ಎಂ.ಬಿ.ಎ. ಮಾಡ್ಲೇಬೇಕೆನ್ನೋ ಟೆನ್‌ಷನ್‌ನಲ್ಲಿದ್ದವಳು. ಬರೀ ಕೇವಲ ಹತ್ತು ಲಕ್ಷದೊಂದಿಗೆ ಹಾರಿಸಿಕೊಂಡು ಹೋದರು ದಾಮೇದರ್ ಭಾವ. ನಾನಂತೂ ವರದಕ್ಷಿಣೆ ವಿರೋಧಿ ಚಂದ್ರಯ್ಯನ ಈ ಕಡೆ ಬಾರದಂತೆ ನೋಡ್ಕೋಬೇಕು" ಎಂದವಳು ಬಾಯಿ ಮೇಲೆ ಕೈಯಿಟ್ಟುಕೊಂಡಳು. ಗಿರಿಜ ಇನ್ನು ಆ ಹೊಡೆತದಿಂದ ಚೇತರಿಸಿಕೊಂಡಿರಲಿಲ್ಲ. ಬೇಗ ಸಪ್ಪಗಾದರು. "ಅಮ್ಮ... ಅಮ್ಮ" ಆಕೆಯನ್ನು ಸಮಾಧಾನಿಸುವ ವೇಳೆಗೆ ಸುಸ್ತಾದರು.

ಅಂತು, ಇಂತು ಅಕ್ಕತಂಗಿಯರು ಹೊರಟರು. ವೈಭವದ ಮದುವೆ. ಇವರುಗಳ

ಹಾಡುಗಾರಿಕೆಗೆ ದೊಡ್ಡ ವೇದಿಕೆ ಸಿದ್ಧವಾಗಿತ್ತು. ಇಂಚರಾಗೆ ತಲೆ ಸುತ್ತು ಬಂದಂತಾಯಿತು. ಆದರೆ ಇವಳ ಸಂಗಡಿಗರೆಲ್ಲ ಬಹಳ ಉತ್ಸಾಹದಿಂದ ಇದ್ದರು.

ಎರಡು ಭಕ್ತಿಗೀತೆಗಳಿಂದ ಷುರುವಾದ ಕಾರ್ಯಕ್ರಮಕ್ಕೆ ರಂಗು ಬಂದಿದ್ದು ಚಲನಚಿತ್ರ ಗೀತೆಗಳಿಂದ ಅಲ್ಲ! ಆದರೆ ಎಲ್ಲರೂ ರಂಗಾಗಿದ್ದು ಭಾವಗೀತೆಗಳ ಮೂಲಕ. ಕನ್ನಡದ ಕವಿಗಳ ಎಲ್ಲಾ ಗೀತೆಗಳನ್ನು ಹಾಡುತ್ತ ಹೆಜ್ಜೆ ಹಾಕಿದಾಗ, ಬಂದಿದ್ದ ಯುವಕ ಯುವತಿಯರು ಜೊತೆಗೂಡಿ ಡ್ಯಾನ್ಸ್ ಹಾಲ್ ಆಯಿತು. ಹೆಚ್ಚು ಶಭಾಸ್‌ಗಿರಿ ಸಿಕ್ಕಿದ್ದು ಇಂಚರ ಹಾಡಿದ ಮೈಸೂರು ಮಲ್ಲಿಗೆಯ ಗೀತೆಗಳಿಗೆ.

ಅಂತೂ ಮನೆಗೆ ಬಂದಾಗ ಅಕ್ಕ ತಂಗಿಯರು ಒಳ್ಳೇ ಮೂಡ್‌ನಲ್ಲಿದ್ದರು.

ಇಂದು ಇಂಚರಾ ಎದ್ದಾಗ ತಡವಾಗಿತ್ತು. ಒಳ್ಳೇ ಮೂಡ್ನಲ್ಲಿದ್ದವಳು ತಂದೆಯ ಮಂತ್ರ ಪಠಣದ ಸದ್ದು ಕೇಳಿ ಬೆಚ್ಚಿಬಿದ್ದು ಬಾತ್ ರೂಂ ಕಡೆ ಹೋಗುತ್ತಿದ್ದವಳು ಕುಸುಮಳಿಗೆ ಡಿಕ್ಕಿಯೊಡೆದು ನಿಂತು ಫೋನ್ ಸದ್ದು ಕೇಳಿ ಓಡಿ ಬಂದು ರಿಸೀವರೆತ್ತಿಕೊಂಡಳು.

'ಹಾಯ್ ಇಂಚರ, ಯೂ ಆರ್ ಸ್ವೀಟ್‌ನೆಸ್ ಅಂಡ್ ಲೈಟ್' ಎಂದ ಕೂಡಲೇ ಫೋನ್ ಕಟ್ಟಾಯಿತು. ಪರ್ಸ್ ಹಿಂದಿರುಗಿಸಿದ ಡ್ರೈವರ್ ಇರಬಹುದೇ? ಅವರನ್ನು ನೆನಪು ಮಾಡಿಕೊಂಡಳು. ಅವನು ಯಾಕೆ ನನ್ನ ಕಾಡುತ್ತಾನೆ? ರಾತ್ರಿ ಪ್ರೋಗ್ರಾಂಗೇನಾದ್ರೂ ಬಂದಿದ್ದನಾ? ಇಂಥ ಪರಿಕಲ್ಪನೆ ಹೇಗೆ ಬಂತು? ಅವಳ ಮೂಡ್ ಪೂರ್ತಿ ಹಾಳಾಯಿತು. ಪೂಜೆ ಮುಗಿಸಿ ಬಂದ ಹರಿಹರನ್ "ನಿಮ್ಮಗಳ ಪ್ರೋಗ್ರಾಂ ಚೆನ್ನಾಗಿತ್ತಂತೆ ಗಿರಿಯಪ್ಪ, ದಮಯಂತಿ ಬಂದು ಕೂಡದಿದ್ದರೆ, ನಾನು ನಿಮ್ಮಮ್ಮ ಬರ್ತಾ ಇದ್ವಿ" ಎಂದಾಗ "ಎಲ್ಲಾ... ಎಲ್ಲಾನು ಚೆನ್ನಾಗಿ ಹಾಡಿದ್ರು" ಅಂದಳು ಸಪ್ಪಗೆ. ಮೂಡ್ ಕೆಡದಿದ್ದರೆ ಬಹಳ ಮತಾಡುತ್ತಿದ್ದಳು.

"ಏನಾಗಿದೆ ನಿಂಗೆ?" ಕುಸುಮ ಭುಜದ ಮೇಲೆ ಕೈಯಿಟ್ಟಳು. ತಂದೆಯು ಹೋದ ಮೇಲೆ "ಏನಿಲ್ಲ, ಯಾಕೋ ತಲೆ ನೋಯ್ತಾ ಇದೆ" ಎಂದ ಕೂಡಲೇ ರೂಮಿಗೆ ಎಳೆದೊಯ್ದು ಮಲಗಿಸಿ "ಆರಾಮಾಗಿ ರೆಸ್ಟ್ ತಗೋ. ಎಷ್ಟು ಚೆನ್ನಾಗಿ ಕಂಡೆ, ಗೊತ್ತಾ? ನಂಗಂತೂ ಅಲ್ಲೇ ಅಪ್ಪಿಕೊಂಡು ಬಿಡಬೇಕೂಂತ ಅನ್ನಿಸ್ತು. ನೀನು ಸಿಂಪಲ್ಲಾಗಿ ಡ್ರಸ್ ಮಾಡ್ಕೊಂಡರೂ ಗ್ರಾಂಡಾದ ರೂಪ ಕೊಟ್ಟಿದ್ದಾನೆ. ನಿನ್ನ ಬಣ್ಣ ನಂಗೂ ಕುಮುದಾಗೂ ಇಲ್ವೇ ಇಲ್ಲ". ಮುಖ ದಪ್ಪಗೆ ಮಾಡಿಕೊಂಡು ಚಿಂತೆ ನಟಿಸಿದಳು.

ಇಂಚರ, ಕುಸುಮಳ ಕೈ ಹಿಡಿದುಕೊಂಡು "ನನ್ನದೊಂದು ಸಮಸ್ಯೆ ಇದೆ. ನಂಗೊಂದೂ ತೋಚ್ತಾ ಇಲ್ಲ" ಅನ್ನುವ ವೇಳೆಗೆ ಗಿರಿಜ ಕೂಗಿಕೊಂಡರು. "ಸ್ವಲ್ಪ ಬಾ... ಅಶ್ವಿನಿ ಬಂದಿದ್ದಾನೆ".

"ನೆನ್ನೆ ಎಲ್ಲ ಗಿರಿಯಪ್ಪ, ದಮಯಂತಿ ಬಂದು ಒಂದೇ ಸಮ ಕೊರೆದಿದ್ದಾರೆ. ಆ ಮಹಾತಾಯಿಗೆ ಎಲ್ಲದರ ಬಗ್ಗೇನೂ ಅನುಮಾನ. ಅಶ್ವಿನಿಗಂತೂ ತುಂಬಾ ಕಷ್ಟ. ಅವ್ನ ಕೈ ಹಿಡಿದವಳ್ನ ದೇವರೇ ರಕ್ಷಿಸ್ಬೇಕು" ಎನ್ನುತ್ತಲೇ ಕುಸುಮ ಎದ್ದು ಹೋದಾಗ

ಮಲಗಿಯೇ ಯೋಚಿಸತೊಡಗಿದಳು. 'ಈಗ ಅಪ್ಪನಿಗೆ ತಿಳಿಸಿದರೆ ಹೇಗೆ? ಅಂದ್ರೆ ಯಾಕೆ ತಿಳಿಸಲಿಲ್ಲವೆಂದು ಕೋಪ ಮಾಡಿಕೊಳ್ಳಬಹುದು. ಅದಕ್ಕಿಂತ ಅಮ್ಮನಿಗೆ ಹೇಳಿ ಸಲಹೆ ಪಡೆಯಬಹುದು ಅಂದುಕೊಂಡದನ್ನು ತಳ್ಳಿ ಹಾಕಿ ಕುಸುಮಗೆ ಮಾತ್ರ ಹೇಳುವುದು ಮಾತ್ರ ಸರಿಯೆನ್ನುವ ತೀರ್ಮಾನಕ್ಕೆ ಬರುವ ವೇಳೆಗೆ ಗಿರಿಜ ರೂಮಿನೊಳಕ್ಕೆ ಬಂದರು.

"ಯಾಕೇ ತಲೆ ನೋವಂತೆ. ರಾತ್ರಿ ಬಂದ ಕೂಡ್ಲೇ ದೃಷ್ಟಿ ತೆಗ್ದು ಹಾಕ್ಬೇಕಾಗಿತ್ತು!' ಪೇಚಾಡಿಕೊಂಡ ಕೂಡಲೇ ಎದ್ದು ಕೂತು "ಅದೆಲ್ಲ ಏನಿಲ್ಲ! ನಂಗಿಂತ ಚೆನ್ನಾಗಿರೋ ಹುಡ್ಗೀರು ಮದ್ವೆ ಮನೆಯಲ್ಲಿ ತುಂಬ ಇದ್ದರು. ಮಾತಿನ ನಡ್ವೆ ಭಯಂಕರವಾಗಿ ಊಟ ಮಾಡ್ದೆ. ಬಫೆಯಲ್ಲಂತೂ ನಾಲ್ಕು ಸಲ ಹಲ್ವಾ ಹಾಕ್ಸಿಕೊಂಡೆ" ತಾನು ಏನೇನು ತಿಂದೆ ಎನ್ನುವುದರ ಉದಾಹರಣೆ ಕೊಡತೊಡಗಿದಾಗ ತಲೆಯ ಮೇಲೊಂದು ಮೊಟಕಿ "ಇವತ್ತು ಕಾಲೇಜಿಗೋಗೋದು ಬೇಡ" ಅಂದರು.

"ಹೋಗ್ಲೇಬೇಕಮ್ಮ, ನಮ್ಗೆಲ್ಲ ಒಂದು ಗೆಟ್ ಟುಗೆದರ್ ಇಟ್ಕಂಡ್ ಇದ್ದಾರೆ. ಅಲ್ಲಿ ನಾವು... ನಾವೇ ಅವ್ಳ ಗಂಡನಿಗೂ ಪರ್ಮಿಷನ್ ಇಲ್ಲ. ನಾಳಿದ್ದು ಮಾರೀಷಸ್‌ಗೆ ಹಾರಿಬಿಡ್ತಾಳೆ" ಎಂದು ಎದ್ದೇಬಿಟ್ಟಳು.

ಆಮೇಲೆ ಮದುವೆಯಾದ ಗೆಳತಿ ಫೋನ್ ಮಾಡಿ ಹತ್ತು ನಿಮಿಷ ಪ್ರೋಗ್ರಾಂನ ಹೊಗಳಿದ ಮೇಲೆ ಆ ಸಂಭ್ರಮದಲ್ಲಿ ಬೆಳಿಗ್ಗೆ ಬಂದ ಫೋನ್ ವಿಷಯ ಮರೆತೇ ಹೋಯಿತು.

ಖುಷಿಯಿಂದ ಡೈನಿಂಗ್ ಹಾಲ್‌ಗೆ ಬಂದಾಗ ನಿಂಬೆಕಾಯಿ, ಎಳ್ಳಿಕಾಯಿ ಶುಂಠಿ, ಮಾಕಣಿ ಬೇರಿನ ಉಪ್ಪಿನಕಾಯಿ ಬಾಟಲುಗಳು ಡೈನಿಂಗ್ ಟೇಬಲ್ ಮೇಲೆ ಸಾಲಾಗಿ ಕೂತಿತ್ತು. ಕಿಚನ್‌ನಲ್ಲಿ ಅಶ್ವಿನಿ ಮಾತಾಡುವುದನ್ನು ಕೇಳಿ ಅಲ್ಲಿ ಇಣಕಿದ ಇಂಚರ ಸ್ಥಂಬಿತಳಾದಳು. ಆರಾಮಾಗಿ ಚಪಾತಿ ಲಟ್ಟಿಸುತ್ತಿದ್ದ ಗಿರಿಜ ಕಾವಲಿ ಮೇಲೆ ಮೊಗಚಿ ಹಾಕುತ್ತಿದ್ದವರು ಈ ಕಡೆ ನೋಟ ಹರಿಸಿ ದೂರಿದರು.

"ಎಷ್ಟು ಹೇಳಿದರೂ ಅಶ್ವಿನಿ ಕೇಳ್ತಾ ಇಲ್ಲ. ಕುಸುಮ ಒಂದಿಷ್ಟು ನಿಮ್ಮಪ್ಪನ ಕೆಲ್ಸ ಮಾಡಿಕೊಡ್ತಾ ಇದ್ದಾಳೆ. ಸ್ವಲ್ಪ.... ಬಾಮ್ಮ".

ಒಳಗೆ ಬಂದ ಇಂಚರ ಲಟ್ಟಣಿಗೆಗೆ ಕೈ ಹಾಕಿದಾಗ ಹಿಂದಕ್ಕೆ ತಗೊಂಡು "ಡೋಂಟ್ ವರೀ, ನಂಗೆ ಇದೆಲ್ಲ ಅಭ್ಯಾಸವಿದೆ. ಇಲ್ಲಿ ಚಪಾತಿ ತಿಂದು ಹೋಗಬೇಕಾದರೆ, ಮಾಡೋಕೆ ಪರ್ಮಿಷನ್ ಕೊಡ್ಬೇಕು" ಎಂದ. ಅವನ ಸರಳತೆಗೆ ಮೂಕಳಾದಳು. ಅದಕ್ಕೆ ಅಮ್ಮನಿಗೆ ಅಶ್ವಿನಿ ಇಷ್ಟವಾಗಿರುವುದೆಂದುಕೊಂಡು ಹೊರಬಂದಳು.

ಡೈನಿಂಗ್ ಟೇಬಲ್ ಮುಂದೆ ಹಿಂದಿನ ದಿನದ ಪ್ರೋಗ್ರಾಂ ಚರ್ಚೆಯೇ! ಅಶ್ವಿನಿ ಕೂಡ ಭಾಗವಹಿಸುವುದರ ಜೊತೆಗೆ ಒಂದು ಆಫರ್ ಕೊಟ್ಟ.

"ನನ್ಮದ್ವೆ ರಿಸೆಪ್ಷನ್‌ಗೂ ನಿನ್ನ ಟೀಂನ ಪ್ರೋಗ್ರಾಂ".

ತಕ್ಷಣ ಕುಸುಮ "ಯಾವಾಗ ನಿಮ್ಮ ಮದ್ವೆ? ಡೇಟ್ ಫಿಕ್ಸ್ ಆಗಿದ್ದರೆ, ಈಗ್ಲೇ

ಅಮೌಂಟ್ ಬಗ್ಗೆ ತಿಳ್ಸಿ ಅಡ್ವಾನ್ಸ್ ತಗೋಬಹ್ದು. ನಾನೇ ಇಂಚರಾಗೆ ಪಿ.ಎ. ಹೋಗಿ ಡೈರಿ ತಂದುಬಿಡ್ಲಾ?" ಕೇಳಿದಳು.

"ಬ್ಯಾಂಕ್ ಚೆಕ್ ಕೊಟ್ಬಿಡಿ ಯಾವಾಗ. ನಿಮ್ಮ ಮದ್ವೇ" ಇಂಚರ ಕೂಡ ಹಿಂದೇ ಬೀಳಲಿಲ್ಲ. ಸೂರಿನತ್ತ ಕೈ ತೋರಿದ ಅಶ್ವಿನಿ "ನೋಡ್ಬೇಕು ಆ ಖರ್ಚು ನಮ್ಗೆ ಬರೋದಿಲ್ವಲ್ಲ. ಹೆಣ್ಣು ಕೊಟ್ಟ ಮಾವನಿಂದ ಕೊಡಿಸ್ತೀನಿ" ಉತ್ತರಿಸಿದ.

ಹರಿಹರನ್ ಜೋರಾಗಿ ನಕ್ಕರು. ದಾಮೋದರ್ ತೀರಾ ಸಿಂಪಲ್ಲಾಗಿ ವಿವಾಹ ಮಾಡಿಕೊಡಿ ಅಂದಿದ್ದರು. ಮಾಡೋಷ್ಟು ಖರ್ಚು ಮಾಡಿಯೇ ಇದ್ದರು. ತಾಳಿ ಕುತ್ತಿಗೆಗೆ ಬಿದ್ದ ಮೇಲೆ ಕುಮುದ ತೀರಾ ಬೇರೆಯವಳೆಂದೇ ಅಂದುಕೊಂಡರು. ಅವಳ ಲಕ್ಷ್ಯ ಪೂರ್ತಿ ಅತ್ತೆಯವರ ಮನೆಯ ಬಗ್ಗೆಯೇ. ಇದು ಸಹಜವೇನೋ ಎಂದುಕೊಂಡರು. ಆಗ ಮಗ ಇಲ್ಲದ ಕೊರತೆ ದೊಡ್ಡದಾಗಿ ಕಂಡಿತು. ಸೊಸೆಯಾಗಿ ಬಂದವಳು ಆ ಮನೆಯವಳಾಗಿ ಯಜಮಾನಿಕೆ ವಹಿಸಿಕೊಳ್ಳುತ್ತಿದ್ದಳು.

ಇಂಥ ಯೋಚನೆಗಳು ಬಂದಿದ್ದುಂಟು.

ವಿಮನಸ್ಕರಾಗಿ ಕೂತ ತಂದೆಯನ್ನ ಎಚ್ಚರಿಸಿದಳು ಇಂಚರ.

"ನೋಡಿದ್ರಾ ಅಪ್ಪ, ಅಶ್ವಿನಿ ಎಂಥ ಪಾಕಡಾ" ಎಂದು ಬಾಯಿಗೆ ಕೈ ಅಡ್ಡ ಹಿಡಿದು "ಶಾಂತಂಪಾಪಂ... ಸಾರಿ, ನಾನು ಬೇರೆ ಮೂಡ್‌ನಲ್ಲಿದ್ದೆ" ಅನ್ನುತ್ತ ಎರಡು ಕೈಗಳನ್ನು ಸೇರಿಸಿ ಸರಿದುಹೋದ ಮಗಳನ್ನು ನೋಡಿ ಇವಳು ಯಾರ ಬದುಕಿಗೂ ಸಮಸ್ಯೆಯಾಗುವುದಿಲ್ಲವೆಂದುಕೊಂಡರು.

ಸ್ವಲ್ಪ ಬೇಗನೇ ಹೊರಟಿದ್ದರಿಂದ ಅಶ್ವಿನಿಗೆ ಇಂಚರಳನ್ನು ಡ್ರಾಪ್ ಮಾಡುವ ಜವಾಬ್ದಾರಿ ಹೊತ್ತ. "ಬೇಗ ರೆಡಿಯಾಗ್ಬೇಕು. ನಂಗೆ ಬ್ಯಾಂಕ್ ಮ್ಯಾನೇಜರ್ ಭಯವಿಲ್ಲ. ನಮ್ಮನ್ನು ಫೋನ್ ಮಾಡಿ ವಿಚಾರ್ಸಿಕೊಳ್ತಾರೆ. ಆಮೇಲೆ ಅವ್ರ ಊಹಾಪೋಹ ಷುರುವಾಗುತ್ತೆ. ನಾನು ರಜ ಹಾಕಿ ಯಾವುದೋ ಹುಡ್ಗಿ ಜೊತೆ ಹೋಟೆಲ್, ಸಿನಿಮಾ ಅಂತದ್ದಕ್ಕೆಲ್ಲ ಹೋಗಿದ್ದೀನೀಂತ ತಿಳ್ದುಕೊಂಡು ಊಟ ಮಾಡದೆ ಅಳ್ತಾ ಕೂತ್ಕೋತಾರೆ. ಅಷ್ಟೆಲ್ಲ ಸಮಸ್ಯೆ ಯಾಕೆ? ಆಕೆಯ ಕಲ್ಪನೆಗಳೆಲ್ಲ ವಿಪರೀತ" ಸ್ವಲ್ಪ ಖಾರವಾಗಿಯೇ ಕಾರಣ ತಿಳಿಸಿದ.

ಇವರ ಸ್ಕೂಟರ್ ತಿರುವಿಗೆ ಹೋಗುವ ವೇಳೆಗೆ ಎದುರಿನಿಂದ ಬಂದ ಸಿಲ್ವರ್ ಕಲರ್ ಕಾರು ಪಕ್ಕಕ್ಕೆ ಸರಿದು ವೇಗವಾಗಿ ಮುಂದಕ್ಕೆ ಹೋಯಿತು. ಆ ಸಮಯ ಕಾರಿನಲ್ಲಿದ್ದ ವ್ಯಕ್ತಿ ಅವಳ ಬದುಕಿಗೆ ಬೇರೊಂದು ತಿರುವು ನೀಡುತ್ತಾರೆಂದು ಅರಿವೇ ಇರಲಿಲ್ಲ.

ಅಂದು ಭಾನುವಾರ ಹರಿಹರನ್ ಕುಟುಂಬ ಸಮೇತ ಬ್ಯಾಂಕ್‌ನ ಕೊಲೀಗ್ ಗುರುಸ್ವಾಮಿಯ ಮನೆಯ ಸತ್ಯನಾರಾಯಣ ಪೂಜೆಗೆ ಹೋಗಿ ಊಟ ಮುಗಿಸಿಕೊಂಡು ಹಿಂದಿರುಗುವ ವೇಳೆಗೆ ಮಧ್ಯಾಹ್ನ ಮೂರು ಗಂಟೆ ಆಯಿತು.

"ಒಂದಿಷ್ಟು ಮಲಗ್ತೀನಿ. ಊಟ ಜಾಸ್ತಿ ಆಯಿತು" ಅಂದರು ಹರಿಹರನ್. ಭಾನುವಾರ ಮಧ್ಯಾಹ್ನ ಒಂದು ನಿದ್ದೆ ತೆಗೆಯುವ ಪರಿಪಾಠ ಅವರದು.

ಅಷ್ಟರಲ್ಲಿ ಕಾಲಿಂಗ್ ಬೆಲ್ ಸದ್ದಾಯಿತು. ಎದ್ದ ಗಿರಿಜನ ಕೂಡಿಸಿ ಇಂಚರ ತಾನೇ ಹೋಗಿ ಬಾಗಿಲು ತೆಗೆದಳು. ಇದುರಿಗೆ ದಪ್ಪವಿರುವ ಸ್ವಲ್ಪ ಮಧ್ಯವಯಸ್ಸು ದಾಟಿದ ಶ್ರೀಮಂತಿಕೆಯ ಪರಿಪೂರ್ಣ ಲಕ್ಷಣವುಳ್ಳ ಒಬ್ಬ ವ್ಯಕ್ತಿ ನಿಂತಿದ್ದರು. ಅವರ ಪಕ್ಕ ಸಣಕಲು ದೇಹದ ಚಂದ್ರಯ್ಯನ ಮುಖ ಕಂಡಿತು.

"ಹರಿಹರನ್ ಇದ್ದಾರ?" ಅವರೇ ಕೇಳಿದ್ದು.

'ಇದ್ದಾರೆ ಬನ್ನಿ" ಹಿಂದಕ್ಕೆ ಸರಿದಳು.

ಮೊದಲು ಆ ವ್ಯಕ್ತಿ ಅಡಿಯಿಟ್ಟ ಮೇಲೆ ಚಂದ್ರಯ್ಯ ಬಂದಿದ್ದು. ತೀರಾ ಗುಬ್ಬಚ್ಚಿಯಾಗಿದ್ದ ಚಂದ್ರಯ್ಯನನ್ನು ನೋಡಿ ಆಶ್ಚರ್ಯವಾಯಿತು ಇಂಚರಾಗೆ. ಆಗಾಗ ಈ ಮನೆಗೇನೇ ಎಷ್ಟೋ ಮದುವೆಗಾಗಿ ಹೆಣ್ಣು, ಗಂಡುಗಳಿರುವ ಮನೆಗಳಿಗೆ ಎಡತಾಕುವುದೇ ಅವನ ಕೆಲಸ.

"ಕೂತ್ಕೊಳ್ಳಿ, ನಾನೇನೋ ಕರೆದೆ. ಅವ್ರು ನಿದ್ದೆ ಮಾಡೋಕೆ ಹೊರಟಿದ್ರ" ಅಷ್ಟನ್ನು ಹೇಳಿಯೇ ಹರಿಹರನ್‌ಗೆ ಸುದ್ದಿ ಮುಟ್ಟಿಸಲು ರೂಮಿಗೆ ಹೋಗಿದ್ದು. "ಯಾರೋ ಬಂದಿದ್ದಾರೆ", 'ಇಲ್ಲಾಂತ ಸುಳ್ಳು ಹೇಳೋದು ಅಪರಾದಾಂತ ನೀವು ಹೇಳಿದ್ಮೇಲೆ ನಾನು ನಿಜಾನೇ ಹೇಳೋದು" ಅಂದ ಕೂಡಲೇ ಅರೆ ಮಲಗಿದ್ದ ಅವರು ಮೇಲೆದ್ದರು.

"ಆಯ್ತು ನೋಡೋಣ" ಹೊರಗೆ ಬಂದರು.

ಅವರೆಂದೂ ನೋಡದ ವ್ಯಕ್ತಿಯನ್ನು ಕಡಿದ್ದು. ಚಂದ್ರಯ್ಯ ಮಾತ್ರ ನಿಂತೇ ಇದ್ದ. ಮುಖದ ಮೇಲಿನ ತೇಜಸ್ಸು, ಕಣ್ಣುಗಳಲ್ಲಿನ ಆತ್ಮಸ್ಥೈರ್ಯವನ್ನು ನೋಡಿಯೇ ದೊಡ್ಡವರೆಂಬ ನಿರ್ಧಾರಕ್ಕೆ ಬಂದರು. ಆದರೆ ಅತಿ ವಿನಯ ಅವರ ಲಕ್ಷಣವಲ್ಲ. ಆದರೂ ಸೌಜನ್ಯದಿಂದ ದೂರವಿದ್ದ ಮನುಷ್ಯರೇನು ಅಲ್ಲ.

"ಕೂತ್ಕೊಳ್ಳಿ" ಎಂದರು ಹಸನ್ಮುಖಿಯಿಂದ.

ಆ ಮನುಷ್ಯ ಕೂತ. ಚಂದ್ರಯ್ಯ ನಿಂತೇ ಇದ್ದಿದ್ದು, ಮಾತ್ರ ಆಶ್ಚರ್ಯವೆನಿಸಿತು. "ಕೂತ್ಕೊಳ್ಳಿ ಚಂದ್ರಯ್ಯ, ಯಾಕೇ ನಿಂತೇ ಇದ್ದೀರಾ?" ಅಂದ ಮೇಲೆ ಬಂದಿದ್ದ ವ್ಯಕ್ತಿಯ ಕಡೆ ನೋಟ ಹರಿಸಿ ನಿಧಾನವಾಗಿ ಕೂತ.

"ಮನೆ ಯಜಮಾನ್ರು ಪರ್ಮಿಷನ್ ಕೊಟ್ಮೇಲೆ ನನ್ನಕಡೆ ನೋಡ್ತೀರಲ್ಲ" ಅಂದ ನಂತರ ಒಮ್ಮೆ ಮೂಗಿನ ಮೇಲೆ ಕೈಯಾಡಿಸಿ ಬಂಗಾರದ ಕಟ್ಟಿನ ಕನ್ನಡಕ ಸರಿಮಾಡಿಕೊಂಡು "ಐ ಯಾಮ್ ಸಚ್ಚಿದಾನಂದವರ್ಮ. ಇದು ನನ್ನ ಬಯೋಡಾಟ" ಒಂದು ಫೈಲ್ ಮುಂದಿಟ್ಟಾಗ ಸೋಜಿಗವೆನಿಸಿತು. ತುಂಬ ವಿಚಿತ್ರವಾಗಿ ಕಂಡಿತು ಕೂಡ.

"ನೀವು ಮೊದಲು ನೋಡಿ. ನಾನಂತೂ ಯಾವ್ದೋ ರೆಕಮೆಂಡೇಷನ್ ಲೆಟರ್ ಹಿಡ್ದು ಸಾಲಕ್ಕೆ ಬಂದಿಲ್ಲ. ಒಮ್ಮೆ ಕಣ್ಣಾಡಿಸಿ ಮೇಲೆ ಮಿಕ್ಕವರ ಕಡೆ ಗಮನ ಹರಿಸಬಹುದ್ದು".

ಇದು ಹರಿಹರನ್ ತಲೆ ನೋವಿನ ಕೇಸ್ ಅನಿಸಿದರೂ, ಮುಂದಿನ ವ್ಯಕ್ತಿ ಮಾತ್ರ ಸಾಧಾರಣವೆನಿಸಲಿಲ್ಲ. ಒಮ್ಮೆ ಕಣ್ಣಾಡಿಸಿ ದಿಗ್ಭ್ರಮೆಗೊಂಡರು. ದೇಶ, ವಿದೇಶಗಳಲ್ಲಿ ಹೆಸರಾದ ಊದುಬತ್ತಿ ಮತ್ತು ಸೆಂಟ್ ತಯಾರಕರಾದ ಸಚ್ಚಿದಾನಂದ್ ವರ್ಮ ಕೋಟ್ಯಾಧಿಪತಿಯೇ! ಆದರೆ ಇಲ್ಲಿನವರೆಗೂ ಬಂದ ಕಾರಣ ಮಾತ್ರ ತಿಳಿಯಲಿಲ್ಲ.

ಸಚ್ಚಿದಾನಂದ್ ಈ ವರ್ಷದ ಇನ್‌ಕಮ್ ಟ್ಯಾಕ್ಸ್ ಡೀಟೈಲ್ಸ್ ಕೂಡ ಕೊಟ್ಟ ನಂತರ ಆಲ್ಬಮ್ ತೆಗೆದಿಟ್ಟು 'ಇದ್ನ ನೋಡಿ' ಹೇಳಿದರು. ಅಯೋಮಯವೆನಿಸಿತು ಹರಿಹರನ್‌ಗೆ "ನಂಗೆ ಅರ್ಥವಾಗಿಲ್ಲ".

"ನಾನು ವಿಷ್ಯಕ್ಕೆ ಬರೋ ಮೊದಲು ಆಲ್ಬಮ್ ನೋಡಿ" ಒತ್ತಾಯವೇರಿದರು. ಯಾಕೋ ಏನೋ ಸಚ್ಚಿದಾನಂದ್ ಮಾತು ದಿಕ್ಕರಿಸಲಾಗದೇ ಆಲ್ಬಮ್ ತೆರೆದರು. ಮೊದಲ ಪುಟದಲ್ಲಿಯೇ ಚಿಗುರು ಮೀಸೆಯ ಯುವಕನ ಫೋಟೋ ಇತ್ತು. "ಇವ್ನು ನನ್ನ ಏಕೈಕ ಸಂತಾನ, ಪ್ರಭಂಜನ್ ವರ್ಮ. ಓದಿನಲ್ಲಿ ಕ್ಲವರ್. ಆರು ಅಡಿಗೆ ಒಂದರ್ಧ ಇಂಚು ಕಡ್ಮೆ. ಸೇಮ್ ನನ್ನ ಕಲರ್" ಅನ್ನುವ ವೇಳೆಗೆ ನೀರಿನ ಟ್ರೇ ಹಿಡಿದು ಬಂದ ಇಂಚರ ಅವರುಗಳ ಮುಂದಿನ ಟೀಪಾಯಿ ಮೇಲಿಟ್ಟಳು. ಕನ್ನಡಕ ಸರಿಪಡಿಸಿಕೊಂಡ ಅವರು ದಿಟ್ಟಿಸಿ ನೋಡಿದರು. "ಗುಡ್ ಸೆಲೆಕ್ಷನ್" ಅವರ ಮನ ಉಸುರಿತು. ಬೆಡಗಿಲ್ಲದಿದ್ದರೂ ಫಳಫಳ ಹೊಳೆಯುತ್ತಿದ್ದಳು. ಬೆಳಿಗ್ಗೆ ಸಿಂಗರಿಸಿಕೊಂಡು ಸತ್ಯನಾರಾಯಣ ಪೂಜೆಗೆ ಹೋಗಿ ಬಂದವಳು ಮತ್ತೆ ಮುಖಕ್ಕೆ ನೀರನ್ನು ಕೂಡ ಸಿಂಪಡಿಸಿಕೊಂಡಿರಲಿಲ್ಲ.

"ನೀನು ಇಂಚರ ಅಲ್ವಾ?" ಕೇಳಿದರು. ಅವರ ನೋಟದಲ್ಲಿ ಆಪ್ಯಾಯತೆಯಿದೆಯೆನಿಸಿತು. "ಹೌದು" ಅಂದವಳು ಸುಮ್ಮನೇ ನಡೆದಳು.

ಎಲ್ಲಾ ನೋಡಿದ್ದಾದ ಮೇಲೆ ಹರಿಹರನ್ ನೋಟವೆತ್ತಿ "ಈಗ ನನ್ನಿಂದ ನಿಮ್ಗೆ ಆಗಬೇಕಾದುದ್ದೇನ್ಹೇಳಿ" ಅಂದರು ನೇರವಾಗಿ ನೋಡುತ್ತ.

ಈಗ ಚಂದ್ರಯ್ಯ ಅನುನಯದಿಂದ "ಇವ್ರ ಮಗನ ಜಾತ್ಕ, ನಿಮ್ಮ ಮಗ್ಳ ಕುಂಡಲಿ ಒಂದಕ್ಕೊಂದು ಹೇಳಿ ಮಾಡ್ಸಿದಂತಿದೆ. ಕನ್ಯಾರ್ಥಿಗಾಗಿ ನಿಮ್ಮಲ್ಲಿಗೆ ಬಂದಿದ್ದಾರೆ. ಅಂದರೆ ತಮ್ಮ ಕಡೆ ಮಗ್ಳು ಇಂಚರ ವಿಷಯವಾಗಿ" ನುಡಿದ.

ಹರಿಹರನ್ ಆಶ್ಚರ್ಯದ ಜೊತೆ ಗಾಬರಿಯೂ ಕೂಡ. ಇನ್ನು ಕುಮುದ ಮದುವೆಯ ಚೇತರಿಸಿಕೊಂಡಿರಲಿಲ್ಲ. ಕನಿಷ್ಟ ಮಕ್ಕಳಿಬ್ಬರ ಕೋರ್ಸ್ ಮುಗಿಯೋವರೆಗಾದರೂ ವಿವಾಹದ ಪ್ರಸ್ತಾಪಕ್ಕೆ ಹೋಗಬಾರದೆಂದು ತೀರ್ಮಾನಕ್ಕೆ ಬಂದಿದ್ದರು.

"ದಯವಿಟ್ಟು ಕ್ಷಮಿಸಿ. ಮೊನ್ನೆ... ಮೊನ್ನೇನೇ ಹಿರಿಮಗಳ ವಿವಾಹ ಮುಗ್ಸಿದ್ದೀವಿ. ಸಧ್ಯಕ್ಕೆ ಇನ್ನು ಒಂದೆರಡು ವರ್ಷಗಳಾದ್ರೂ ಅವ್ರುಗಳು ನಮ್ಮ ಜೊತೆಯಲ್ಲಿ ಇರಲೀಂತ" ಪುಟ್ಟದಾಗಿ ಚೊಕ್ಕವಾಗಿ ವಿಷಯ ವಿವರಿಸಿದರು.

ಸುಮ್ಮನೆ ಗದ್ದಕ್ಕೆ ಕೈಯಾನಿಸಿ ಕೂತ ಸಚ್ಚಿದಾನಂದ ವರ್ಮ, "ಎಲ್ಲಾ ವಿಷ್ಯಗಳು ನಮ್ಗೆ ಗೊತ್ತು. ನಿಮ್ಗೇನು ತೊಂದರೆ ಆಗೋಲ್ಲ. ಇಂಚರ ಕೋರ್ಸ್ ಪೂರ್ತಿ

ಮಾಡಿಕೊಳ್ಳಲು ತೊಂದರೆ ಇಲ್ಲ. ಇನ್ನು ದೊಡ್ಡವಳನ್ನಿಟ್ಟುಕೊಂಡು ಚಿಕ್ಕವಳಿಗೆ ಹೇಗೆ ವಿವಾಹ ಮಾಡೋದೆಂಬ ಚಿಂತೆ ಬೇಡ. ನಮ್ಮ ಚಂದ್ರಯ್ಯ ಒಂದ್ಗಂಡು ಹುಡ್ಕಿ ಕೊಡ್ತಾನೆ" ಎಲ್ಲಾ ಹೇಳಿ ಮುಗಿಸಿದರು.

ಹರಿಹರನ್ ಅವರ ಮಾತಿನ ಮೋಡಿಯಲ್ಲಿ ಬಿದ್ದು ಚಡಪಡಿಸಿದರು. ನಿರಾಯಾಸವಾಗಿ ಇಂಚರ ಒಳ್ಳೆಯ ಮನೆತನಕ್ಕೆ ಹೋಗುವುದು ಅತ್ಯಂತ ಸಂತೋಷದ ವಿಷಯವೇ. ಇಲ್ಲಿ ಮತ್ತೊಂದು ತಪ್ಪಾಗುವುದು ಬೇಡವೆನಿಸಿತು.

"ಎಲ್ಲಾ ಸರೀನೇ ಇರ್ಬಹ್ದು. ಸಧ್ಯಕ್ಕೆ ಇನ್ನೊಂದ್ವರ್ಷ ಇಂಚರ ವಿವಾಹ ಸಾಧ್ಯವಿಲ್ಲ. ತಪ್ಪು ತಿಳಿದ್ಕೊಳ್ಳಬೇಡಿ" ಉಸುರಿದರು. ಸಚ್ಚಿದಾನಂದ ವರ್ಮ ನೋಟ ಬೀರುತ್ತ ಸುಮ್ಮನೇ ಕೂತರು. ದೊಡ್ಡ ಬಿಸಿನೆಸ್ ಮ್ಯಾಗ್ನೆಟ್ ಆದ ಅವರಿಗೆ ಎಷ್ಟೋ ಸಮಸ್ಯೆಗಳನ್ನು ಪ್ರತ್ಯಕ್ಷವಾಗಿ ಪರೋಕ್ಷವಾಗಿ ಡೀಲ್ ಮಾಡಿದ್ದರು. ಆದರೆ ಇದು ಸೆನ್ಸಿಟೀವ್ ಮ್ಯಾಟರ್.

ಇಂಚರಾನೇ ಹಾರ್ಲಿಕ್ಸ್ ತಂದಿಟ್ಟು ಹೊರಟವಳನ್ನು "ಒಂದ್ನಿಮಿಷ ನಿಂತ್ಕೋ ಮಗು" ಅಂದರು. ಸುಮ್ಮನೇ ನಿಂತವಳನ್ನು ನೋಡಿದರು. ತುಂಬ.... ತುಂಬಾನೇ ಇಷ್ಟವಾದಳು. "ಥ್ಯಾಂಕ್ಯೂ..... ಥ್ಯಾಂಕ್ಯೂ" ಅಂದು ಮೇಲೆದ್ದರು. ಆಲ್ಬಮ್‌ನ ಅಲ್ಲೇ ಬಿಟ್ಟು "ನಿಮ್ಮ ಮನೆಯವ್ರ ಹತ್ತ ಮಾತಾಡಿ ಆಮೇಲೆ ತಿಳ್ಸಿ ಬರ್ತೀನಿ" ಸಚ್ಚಿದಾನಂದ್ ವರ್ಮ ಹೊರಟರು.

ಹರಿಹರನ್ ಸ್ಥಬ್ದ ಚಿತ್ರದಂತಾದರು.

ಇಷ್ಟೊತ್ತು ನಡೆದದ್ದೆಲ್ಲಾ ನಿಜವಾ, ಸುಳ್ಳಾ ಎಂದು ಯೋಚಿಸಲಾರದಷ್ಟು ಅವರ ಮಿದುಳು ಸ್ಥಬ್ಧವಾಗಿತ್ತು. ಸಚ್ಚಿದಾನಂದ್ ವರ್ಮ ಎನ್ನುವ ದೊಡ್ಡ ಇಂಡಸ್ಟ್ರಿಯಲಿಸ್ಟ್ ತಮ್ಮ ಮನೆಗೆ ಹೆಣ್ಣು ಕೇಳಲು ಬರಲು ಸಾಧ್ಯವೇ? ಎಲ್ಲಾ ಕಗ್ಗಂಟೆನಿಸಿತು.

ಗಿರಿಜ, ಕುಸುಮ ಇಂಚರ ಮೂವರು ಬಂದರು. ಯಾರಿಗೂ ಸ್ಪಷ್ಟವಾದ ಅರಿವಿರಲಿಲ್ಲ.

"ಅಪ್ಪ, ಯಾಕೆ ಒಂದು ತರಹ ಇದ್ದೀರಾ?" ಕೇಳಿದ್ದು ಇಂಚರಾನೇ. "ಏನಿಲ್ಲ, ಬದ್ಕು ಸರಳ ರೇಖೆಯಲ್ಲ; ವಕ್ರ ರೇಖೆ. ಇಲ್ಲಿ ತಿರುವುಗಳೇ ಹೆಚ್ಚು. ಏನಿಲ್ಲ, ಒಂದು ರೀತಿಯ ಶಾಕ್ ಅಷ್ಟೇ. ಕುಮುದಾಗೆ ಗಂಡು ಹುಡಕಕ್ಕೋಸ್ಕರ ಚಂದ್ರಯ್ಯನಿಗೆ ಎಷ್ಟು ಹಣ ಕೊಟ್ಟೆ. ಅದು ಬೇರೆ ರೀತಿಯಲ್ಲಿ ಮುಕ್ತಾಯ. ಈಗ ಬಂದಿದ್ದ ಇಂಡಸ್ಟ್ರಿಯಲಿಸ್ಟ್ ಸಚ್ಚಿದಾನಂದ ವರ್ಮ ನಮ್ಮ ಇಂಚರಾನ ಅವ್ರ ಮಗನಿಗೆ ಕೇಳೋಕೆ ಬಂದಿದ್ರು" ಅಂದ ಕೂಡಲೇ ಫಕ್ಕನೆ ನಕ್ಕು ಬಾಯಿ ಮುಚ್ಚಿಕೊಂಡಿದ್ದು ಅವಳೇ.

"ಅಪ್ಪ, ಅವರೆಲ್ಲೋ ಹುಚ್ಚಾಸ್ಪತ್ರೆಯಿಂದ ಬಂದಿರಬೇಕು. ಅತ್ವಾ ಭಾವನಿಗೆ ಹತ್ತು ಲಕ್ಷ ಕ್ಯಾಷ್ ಕೊಟ್ಟಿದ್ದು ಗೊತ್ತಾಗಿ ತನ್ನ ಮಗನಿಗೂ ಸಿಗಬಹುದೂಂತ ಬಂದಿರಬೇಕು. ನೀವು ಫ್ರಾಂಕಾಗಿ ಹೇಳ್ಬೇಕಿತ್ತು" ಎಂದಳು ಕುಸುಮ.

ಕೂತ ಗಿರಿಜ "ಅವ್ರು ಹೋಗಿದ್ದಾಯಿತಲ್ಲ. ಇನ್ನು ಆ ಬಗ್ಗೆ ಚರ್ಚೆ ಯಾಕೆ? ಯೋಗಿ ಮಲ್ಗಿಕೊಳ್ಳಿ" ಹಗುರವಾಗಿ ಹೇಳಿದರು.

ಅಲ್ಲ ಬಿಟ್ಟು ಹೋಗಿದ್ದ ಆಲ್ಬಮ್‌ನ ಎತ್ತಿಕೊಂಡು ಕುಸುಮ ಅದರ ಸೊಗಸಿಗೆ ಬೆರಗಾದಳು. ಪ್ರಭಂಜನ್ ವರ್ಮ ವಿವಿಧ ಭಂಗಿಯ ಫೋಟೋಗಳು ಇತ್ತು. ಪ್ರತಿಯೊಂದರಲ್ಲೂ ಶ್ರೀಮಂತಿಕೆ ಎದ್ದು ಕಾಣುತ್ತಿತ್ತು.

"ನಂಗೇನೋ ರಾಜಕುಮಾರಿ, ರಾಜಕುಮಾರನ ಕತೆ ನೆನಪಾಗುತ್ತೆ. ಸಿಂಡ್ರೆಲ ಕತೆ ಗೊತ್ತ?" ಕುಸುಮ ಕೇಳಿದಾಗ ಆರಾಮಾಗಿ ಆಲ್ಬಮ್ ಮುಚ್ಚಿಟ್ಟು "ಕತೆಗಳ ಸುದ್ದಿ ಬೇಡ. ಈ ಮನೆಯಲ್ಲಿ ಮದ್ವೆ ಪ್ರಸ್ತಾಪ ಇಲ್ಲ. ಅದ್ನ ಅಪ್ಪ ಹೇಳಿ ಕಳಿಸಿರುತ್ತಾರೆ" ಇಂಚರ ಹಗುರವಾಗಿ ಅಂದು ಎದ್ದು ಹೋದರೂ ಅವಳ ಮನದಲ್ಲಿ ದೊಡ್ಡ ತುಫಾನು, ಪರ್ಸ್, ಲೆಟರ್, ಫೋನ್‌ಗಳ ಮಧ್ಯೆ ಇದೆಂಥಹ ಆಫರ್! ಅವಳೆದೆಯ ಬಡಿತ ಜೋರಾಯಿತು. ಹಾಸಿಗೆಯ ಮೇಲೆ ಉರುಳಿಕೊಂಡು ಕಣ್ಮುಚ್ಚಿದಳು.

ಅಂದು ಪರ್ಸ್ ತಂದುಕೊಟ್ಟ ಡ್ರೈವರ್ ನೆನಪಾದ. ಸ್ವಲ್ಪ ಹಿಂದಕ್ಕೆ ಹೋದಳು. ಪಿ.ಯು.ಸಿ. ಸೇರಿದ ಹೊಸದರಲ್ಲಿ ಒಬ್ಬ ಸೀನಿಯರ್ ಯುವಕ ಕಂಪ್ಯಾನಿಯನ್ ಆಗಲು ಆಫರ್ ಕೊಟ್ಟಿದ್ದ ದಿನ ಅವಳ ಪಾಲಿಗೆ ಭೂಮಿ ಇಬ್ಭಾಗವಾಗಿತ್ತು. ಆಗಾಗ ಕಾಣ ಸಿಕ್ಕಾಗ "ನಿಂಗೆ ಬಾಯ್ ಫ್ರೆಂಡ್ ಬೇಕೂಂತ ಅನ್ನಿಸೋಲ್ವ?" ಕೇಳಿದ್ದ ಮುಖ ತಿರಗಿಸಿದ್ದಳು. ಅಪರೂಪಕ್ಕೆ ಸಿಕ್ಕಾಗಲೂ ಅವನ ಕಣ್ಣುಗಳಲ್ಲಿ ಸ್ನೇಹವೋ, ಮೋಹವೋ ಚುಚ್ಚಿದ್ದು ಇತಿಹಾಸವಾಗಿತ್ತು. ಆಗ ಅವಳ ಸಹಪಾಠಿಗಳು ಇದೆಲ್ಲ ಮಾಮೂಲು ಎನ್ನುವಂತೆ ನಕ್ಕಿದ್ದರು. ತಕ್ಷಣ ಮಿದುಳಿನಲ್ಲಿ ಫ್ಲಾಷ್ ಆಯಿತು. ಅವನದೇ ಪತ್ರ, ಫೋನ್? ಹಣೆಯೊತ್ತಿಕೊಂಡಳು. ಈಚೆಗೆ ಅವನು ಸಿಕ್ಕಿ ವರ್ಷವೇ ಉರುಳಿಹೋಗಿತ್ತು. ಅವನು ಉತ್ತರ ಭಾರತದ ಪಂಜಾಬಿಯೋ, ಬೆಂಗಾಲಿಯೋ, ಅಸ್ಸಾಮಿಯೋ ಇರಬೇಕೆಂದುದ್ದುಂಟು.

ತಟ್ಟನೆ ಕುಸುಮ ಕೈ ಅವಳ ತೋಳನ್ನು ಸ್ಪರ್ಶಿಸಿದಾಗ ಬೆಚ್ಚಿಬಿದ್ದು ಕಣ್ತೆರೆದಾಗ ಕಿಲ ಕಿಲ ನಕ್ಕಳು.

"ಕನಸ್ಸು ಕಾಣ್ತಾ ಇದ್ದೀಯಾ?" ಹಾಸ್ಯಕ್ಕೆ ಸ್ಪಂದಿಸುವುದರ ಬದಲು ವಿನಾಕಾರಣ ಕೋಪ ಬಂತು ಇಂಚರಾಗೆ. "ನಂಗೇನು ಅಂಥ ಕನಸ್ಸುಗಳು ಇಲ್ಲ. ಆರಾಮಾಗಿ ಬಿಡು" ಕೈ ತಳ್ಳಿದಳು. ಕುಸುಮ ಚಕಿತಳಾದಳು. ಇದು ಇಂಚರಾ ಸ್ವಭಾವಕ್ಕೆ ವಿರುದ್ಧವಾದುದ್ದೇ. "ಏನಾಗಿದೆ ನಿಂಗೆ? ಮಹಾರಾಯ್ತಿ, ನಿಂಗೂ ಕೋಪ ಬರುತ್ತಾ? ನನ್ನ ಸ್ವಾರ್ಥಿ ಅಂದ್ಕೊಂಡರೂ ಪರ್ವಾಗಿಲ್ಲ. ಇಂಥ ಆಫರ್ ನಂಗೆ ಬಂದಿದ್ದರೆ ನಾನು ಕುಮುದಕ್ಕನ ತಂಗೀನೇ ಆಗ್ಬಿಡ್ತಾ ಇದ್ದೆ" ಚುಡಾಯಿಸಿದಾಗ ಎದ್ದು ಕೂತ ಇಂಚರ ಕಣ್ಣಾಲಿಸಿ "ಮೈ ಗಾಡ್ ಈಗಾಗ್ಲೇ ಅಪ್ಪ, ಅಮ್ಮ ಭೂಮಿಗೆ ಇಳಿದಿದ್ದಾರೆ. ನನ್ನನ್ನಂತೂ ಇವರು ಬಲವಂತ ಮಾಡದಿದ್ದರೆ ಆರಾಮಾಗಿ ಅವರುಗಳ ಬಳಿಯೇ ಇದ್ದುಬಿಡ್ತೀನಿ. ಮಗುವಾಗಿ ಸಂಸಾರದ ಜವಾಬ್ದಾರಿ ಬೆಟ್ಟದಷ್ಟು ದೊಡ್ಡದೆನಿಸಿದೆ" ಎಂದಳು.

ಕುಸುಮ ಅಭಿಮಾನದಿಂದ ನೋಡಿದಳು ತಂಗಿಯನ್ನು. ಅವು ಉತ್ಪ್ರೇಕ್ಷೆಯ ಮಾತುಗಳಲ್ಲವೆಂದು ಗೊತ್ತು.

"ನಮ್ಮಿಬ್ರಿಗಿಂತ ನಿಂಗೆ ಸ್ವಾರ್ಥ ಕಮ್ಮಿ. ಸತ್ಯವಾಗ್ಲೂ ಹೇಳ್ತೀನಿ, ನನ್ನ ಹುಡ್ಕೊಂಡು

ಇಂಥ ಆಪರ್ಚುನಿಟಿ ಬಂದಿದ್ದರೆ ಖಂಡಿತ ಮಿಸ್ ಮಾಡ್ಕೊಂತಾ ಇರ್ಲಿಲ್ಲ. ಎಷ್ಟು ಹ್ಯಾಂಡ್ಸಮ್ ಆಗಿದ್ದಾರೆ ಪ್ರಭಂಜನ್ ವರ್ಮ. ಆರಾಮಾಗಿ ಪ್ರಭು ಅಂತ ಕರೀಬಹುದಿತ್ತು".

ಹಾಸಿಗೆಯ ಮೇಲಿನ ದಿಂಬನ್ನ ತೊಡೆಯ ಮೇಲೆ ಹಾಕಿಕೊಂಡು ಗದ್ದಕ್ಕೆ ಕೈ ಹಚ್ಚಿ "ಆ ದೊಡ್ಡ ಮನುಷ್ಯ ಮಗ್ನ ಆಲ್ಬಮ್ ಹಿಡಕೊಂಡು ನಮ್ಮ ಮನೆಗೆ ಯಾಕ್ಬಂದ? ಅವರಂಥ ಜನಕ್ಕೆ ಹುಡ್ಗೀರ ಕೊರತೆಯೇ? ಅದು ದೊಡ್ಡವಳಾದ ನಿನ್ನ ಬಿಟ್ಟು... ಉಸ್" ಎಂದು ಉಸಿರು ದಬ್ಬಿ ಅಚ್ಚರಿಯನ್ನು ತೋಡಿಕೊಂಡಳು.

ಕುಸುಮ ಕೂಡ ಯೋಚಿಸುತ್ತಿದ್ದು ಅದೇ ದಿಕ್ಕಿನಲ್ಲೇ.

"ಈಗೊಂದು ಕೆಲ್ಸ ಮಾಡಿದರೆ ಹೇಗೆ?" ಇಂಚರಾನೇ ಪ್ರಾರಂಭಿಸಿದ್ದು.

"ಆ ಪ್ರಪೋಸಲ್‌ನ ನೀನು ಅಕ್ಸೆಪ್ಟ್ ಯಾಕೆ ಮಾಡ್ಕೊಬಾರ್ದು?" ತಂಗಿಯ ಮಾತಿಗೆ ಕುಸುಮ ತಲೆಯ ಮೇಲೆ ಕೈ ಹೊತ್ತು "ಮಹರಾಯ್ತಿ, ಅವ್ರು ನಿನ್ನ ಕೇಳ್ತಾ ಇರೋದು. ನಾನಂತೂ ಮಧ್ಯದಲ್ಲಿ ನುಸುಳೋಲ್ಲ. ಅಕಸ್ಮಾತ್ ಅವರು ಹ್ಞೂಂ ಅಂದರೆ ನಾನಂತೂ ರೆಡಿ" ಮತ್ತೆ ಅದನ್ನ ಉಸುರಿದ್ದು. ಅವರ ಶ್ರೀಮಂತಿಕೆ, ಪ್ರಭಂಜನ್ ರೂಪ ಇಷ್ಟವಾಗಿತ್ತು.

ಮೇಲೆದ್ದ ಇಂಚರ ತಾಯಿಯನ್ನು ಹುಡುಕಿಕೊಂಡು ರೂಂಗೆ ಹೋದವಳು "ಮೆ ಐ ಕಮಿನ್?" ಪರ್ಮಿಷನ್ ಕೇಳಿದಾಗ "ಸುಮ್ನೇ... ಬಾ" ಸಿಡುಕಿದರು ಗಿರಿಜ. ಒಳಗೆ ನುಗ್ಗಿದವಳು ನಿಂತಳು. ದಂಪತಿಗಳು ಗಹನವಾದ ಯೋಚನೆಯಲ್ಲಿ ಮುಳುಗಿದಂತೆ ಕಂಡರು. ಮುಂದೆ ಸಚ್ಚಿದಾನಂದ್ ವರ್ಮ ಬಿಟ್ಟು ಹೋದ ಆಲ್ಬಮ್ ಇತ್ತು. ಉಗುಳು ಸಿಕ್ಕಿ ಹಾಕಿಕೊಂಡಂತಾಯಿತು.

"ಅಪ್ಪ, ನಾನೊಂದು ಮಾತು ಹೇಳ್ಲಾ?" ಗಂಟಲು ಸರಿ ಮಾಡಿಕೊಳ್ಳುತ್ತ ಪ್ರಶ್ನಿಸಿದಾಗ, ಸ್ವಲ್ಪ ಸೀರಿಯಸ್ಸಾಗಿ ನೋಡಿದ ಹರಿಹರನ್ "ಏನದು?" ಕಣ್ಣು ಕಿರಿದುಗೊಳಿಸಿದಾಗ ಅವರ ಹಣೆಯಲ್ಲಿ ಮತ್ತಷ್ಟು ಗೀರುಗಳು.

"ನಂಗೇನು ಅರ್ಥವಾಗ್ತಾ ಇಲ್ಲ! ಬಹುಶಃ ಎಲ್ಲಾ ಚಂದ್ರಯ್ಯನ ತಪ್ಪೇ ಇರಬಹುದು. ಕುಸುಮಕ್ಕ ವಿವಾಹವಾಗೋಕೆ ರೆಡಿ ಇದ್ದಾಳೆ". ಬಹಳ ಅನುಮಾನಿಸುತ್ತ ಮೃದುವಾಗಿ ಹೇಳಲೊ, ಬೇಡವೋಂತ ಉಸುರಿದ ಕೂಡಲೇ ಗಿರಿಜ ಸಿಡಿದುಬಿದ್ದರು.

"ನಿನ್ನ ರಾಯಭಾರಕ್ಕೆ ಕಳಿಸಿದ್ಲಾ? ಎಂ.ಬಿ.ಎ. ಮಾಡ್ತೀನೀಂತ ಗೋಳಾಡ್ತ ಇದ್ದೋಳು ದಾಮೋದರ್ನ ನೋಡಿದ ಕೂಡ್ಲೇ ಮುಂದಾಲೋಚನೆ ಇಲ್ದೇ ಕುತ್ತಿಗೆ ನೀಡಿದಳು. ಈಗ ಇವ್ಳಿಗೂ ಬಿ.ಇ. ಕಂಪ್ಲೀಟ್ ಮಾಡೋ ಯೋಚ್ನೇ ಇಲ್ಲ".

ವಿಷಯ ಬೇರೆಲ್ಲಿಗೋ ಹೋಯಿತೂಂತ ಹೆದರಿದಳು ಇಂಚರ.

* * *

"ಪ್ಲೀಸ್ ಅದಲ್ಲಮ್ಮ, ಇದು ನನ್ನ ಸಜೆಷನ್" ಮನವೊಲಿಸುವ ಪ್ರಯತ್ನದಲ್ಲಿ ಸೋತಳು. "ನೀನು ಎಲ್ಲರ್ಗಿಂತ ಚಿಕ್ಕವಳು. ನಮ್ಗೆ ಸಜೆಷನ್ ಕೊಡೋಷ್ಟು ದೊಡ್ಡವಳಲ್ಲ" ಸುಮ್ನೆ ಹೋಗು ರೇಗಿದರು.

ತೆಪ್ಪಗೆ ಹೊರಗೆ ಬಂದ ಇಂಚರ ಭಾರವಾದ ಉಸಿರು ದಬ್ಬಿ 'ನಾನು ಚಿಕ್ಕವಳು ಬಿಡು, ಹೇಗೂ ಅಪ್ಪ, ಅಮ್ಮ ಹಿರಿಯ ಮಗಳ ಬಿಟ್ಟು ಕಿರಿಯ ಮಗಳ ಬಗ್ಗೆ ಚಿಂತಿಸೋಲ್ಲ' ಎನ್ನುವುದು ಹೊಳೆದಾಗ ನಿಶ್ಚಿಂತೆಗೊಂಡಳು.

ರಾತ್ರಿ ಎಂಟರ ಸುಮಾರಿಗೆ ಚಂದ್ರಯ್ಯ ಬಂದ. ಗಂಡ, ಹೆಂಡತಿ ಗೊಂದಲದಲ್ಲಿದ್ದರೂ ಇಂಥ ಒಂದು ಸಂಬಂಧವನ್ನು ಇಂಚರಾಗೆ ಹುಡುಕಿ ತರಲು ಸಾಧ್ಯವಾ? ಎಂದು ಚಿಂತಿಸುತ್ತಿದ್ದರಷ್ಟೇ. ಅವರಲ್ಲಿ ಎದ್ದಿದ್ದ ಪ್ರಶ್ನೆಗೆ ಉತ್ತರವನ್ನು ಕೂಡ ಪಡೆಯುವ ಉದ್ದೇಶವಿತ್ತು.

"ಇದೇನಿವತ್ತು ಇನ್ನು ಗೂಡು ಸೇರಿಲ್ಲ?" ಕೇಳಿದರು ಹರಿಹರನ್.

"ಹೊಟ್ಟೆ ಪಾಡು, ಮುಂದಿನ ತಿಂಗ್ಳು ಆರನೇ ತಾರೀಖು ನನ್ಮಗ್ಳು ವಿವಾಹ. ಹಣ ಒಟ್ಟಾಗಿಲ್ಲ. ಖರ್ಚುಗಳು ಜಾಸ್ತಿ" ತನ್ನ ತಾಪತ್ರಯಗಳನ್ನು ಹೇಳಿಕೊಂಡ ನಂತರವೇ ವಿಷಯಕ್ಕೆ ಬಂದಿದ್ದು. "ನಾನು ಇದ್ವರ್ಗೂ ಇಂಥ ದೊಡ್ಡ ಸಂಬಂಧಾನ ನನ್ನ ಸರ್ವೀಸ್‌ನಲ್ಲಿ ನೋಡಿಲ್ಲ. ಬಹು ಉತ್ತಮ ಜನ. ಜಾತ್ಕ ಬ್ರಹ್ಮಾಂಡವಾಗಿ ಕೂಡಿ ಬಂದಿದೆ. ಅದೃಷ್ಟ ನಿಮ್ಮ ಮನೆ ಬಾಗಿಲಿಗೆ ಬಂದಿದೆ. ಎಷ್ಟೋ ಮನೆಗಳಲ್ಲಿ ಚಿಕ್ಕವಳ ಮದ್ವೆ ನಂತರವೇ ದೊಡ್ಡವಳದು ಮಾಡೋದಿದೆ. ಇಲ್ಲಿ ನೀವು ಸರಿಯೆಂದುಬಿಟ್ಟರೆ ಇನ್ನೊಂದು ಸಂಬಂಧ ತಂದೇಬಿಡ್ತೀನಿ" ದೊಡ್ಡ ಪೀಠಿಕೆಯನ್ನು ಮುಂದಿಟ್ಟ.

ಆತುರಪಟ್ಟು ಏನೋ ಹೇಳಬೇಡೀಂತ ಗಿರಿಜ ಸನ್ನೆ ಮಾಡಿದ ನಂತರ ಪದಗಳಿಗಾಗಿ ಹುಡುಕಾಡಿದರು. ಗಿರಿಜ ನಾಲಿಗೆ ತುದಿಗೆ ಬಂದ ಮಾತನ್ನು ನುಂಗಿಕೊಂಡರು. ಗಂಡನೆನಿಸಿಕೊಂಡ ಮನುಷ್ಯನಿಗೆ ಇದು ಸರಿ ಬರದೆಂದು ಆಕೆಗೆ ಗೊತ್ತು.

"ಈಗ ಸಧ್ಯಕ್ಕೆ ನಮ್ಗೆ ಇಬ್ರಿಗೂ ಮದ್ವೆ ಮಾಡೋ ಉದ್ದೇಶವಿಲ್ಲ. ಅವ್ರುಗಳು ತಮ್ಮ ತಮ್ಮ ಕೋರ್ಸ್‌ಗಳು ಪೂರ್ತಿ ಮಾಡ್ಲಿ. ಆಮೇಲೆ ನೋಡಿಕೊಳ್ಳೋಣ. ನಮ್ಮ, ಅವರ ನಡ್ವೆ ಭೂಮಿಗೂ, ಆಕಾಶಕ್ಕೂ ಇರೋಷ್ಟು ಅಂತರವಿದೆ". ಸ್ವಲ್ಪ ನವಿರಾಗಿಯೇ ಚಿತ್ರ ಬಿಡಿಸಿಟ್ಟರು.

"ಕುಡ್ಯೋಕೆ ಏನಾದ್ರೂ ಕಳಿಸ್ತೀನಿ" ಎದ್ದು ಹೋದರು ಗಿರಿಜ.

ಆಮೇಲೆ ಬಂದಿದ್ದು ಇಂಚರ "ಕೈ ಕಾಲು ತೊಳ್ಕೊಂಡ್ ಊಟಕ್ಕೆ ಬಂದ್ಬಿಡಿ ಅಮ್ಮ ಹೇಳಿದ್ಲು" ಅಂದಾಗ ಆ ಮನುಷ್ಯ ರೆಡಿ ಇದ್ದ. ಈ ಸಂಬಂಧ ಕುದುರಿಸಲು ಎಲ್ಲಾ ತರಹದ ರಿಸ್ಕ್ ತೆಗೆದುಕೊಳ್ಳಲು ಸಿದ್ದ. ದೊಡ್ಡ ಮೊತ್ತ ಬಂದು ಬಾಗಿಲಲ್ಲಿ ಇಣಕಿ ಹಾಸ್ಯ ಮಾಡುತ್ತಿತ್ತು. ಅದನ್ನು ಶತಾಯಃ ಗತಾಯಃ ಒಳಗೆ ಹಾಕಿಕೊಳ್ಳುವ ಪ್ರಯತ್ನದಲ್ಲಿದ್ದ.

ಊಟದ ನಡುವೆ ಮತ್ತೊಮ್ಮೆ ಸಚ್ಚಿದಾನಂದ ವರ್ಮರ ಸೋಷಿಯಲ್ ಸ್ಟೇಟಸ್

ಜೊತೆ ಒಳ್ಳೆಯ ಗುಣವನ್ನೂ ಹೇಳಿಕೊಂಡ. ಬಡಿಸುತ್ತಿದ್ದ ಗಿರಿಜ ಆಗಾಗ ಗಂಡನ ನೋಟವನ್ನು ಎದುರಿಸಬೇಕಿತ್ತು.

"ದಯವಿಟ್ಟು ಈ ಸಂಬಂಧ ಒಪ್ಕೊಳ್ಳಿ. ಒಮ್ಮೆ ಕೈ ಜಾರಿಹೋದರೆ ತಪಸ್ಸು ಮಾಡಿದರೂ ಅಂಥ ವರನನ್ನು ಪಡೆಯಲಾಗೋಲ್ಲ. ತುಂಬ... ತುಂಬ... ದೊಡ್ಡ ಜನ" ಮತ್ತಷ್ಟು ಹೊಗಳಿದ ಚಂದ್ರಯ್ಯ.

ಹರಿಹರನ್ ಊಟ ಮಾಡಿ ಎದ್ದ ನಂತರ ಒಂದು ಮಾತು ಹೇಳಿದರು. "ನಮ್ಗೆ ದೊಡ್ಡವರ ಸಹವಾಸ ಬೇಡ. ಆ ಬಗ್ಗೆ ನಮ್ಮ ಗೋಪಾಲಕೃಷ್ಣ ಅಡಿಗರು ಒಂದ್ಮಾತು ಹೇಳಿದ್ದಾರೆ. "ಒಂದಾಲ ಬಲು ದೊಡ್ಡದಾಗಿ ಬೆಳೆದರೆ ಸಾಕೇ? ತೆಂಗು ಬೇಡವೇ, ಕಂಗು ತಾಳೆ, ಬಾಳೆ? ಒಬ್ಬ ಇನ್ನೊಬ್ಬರನ್ನುದ್ದರಿಸಿ ಸಲಹುವ ಮಾತು. ಇದು ನಾಡ ಕಾಡುವ ಹಗಲುಗನಸು" ಎಂದು ಮುಗಿಸಿದರು. ದೂರದಲ್ಲಿ ನಿಂತ ಇಂಚರ ಚಪ್ಪಾಳೆಯೊಡೆದಳು.

ಆದರೆ ಆ ಮನುಷ್ಯ ತನ್ನ ಬುದ್ಧಿಯನ್ನೆಲ್ಲ ಖರ್ಚು ಮಾಡಿ ಅರ್ಧ ಹಂತಕ್ಕೆ ತಂದೆ ಬಿಟ್ಟಿದ್ದು ಮಾತ್ರ ಆಶ್ಚರ್ಯ. ಅಕ್ಕ ತಂಗಿಯರು ಮುಖ ಮುಖ ನೋಡಕೊಂಡರು.

"ಹುಡ್ಗೀನ ನೋಡೋ ಶಾಸ್ತ್ರ ಯಾವಾಗ ಇಟ್ಟುಕೊಳ್ಳೋಣ?" ಆ ಮನುಷ್ಯ ಆತುರ ತೋರಿದಾಗ "ನಾಳೆಯೊಂದು ದಿನ ಅವಕಾಶ ಕೊಡಿ ನಾನೇ ಫೋನ್ ಮಾಡಿ ತಿಳಿಸ್ತೀನಿ". ಹರಿಹರನ್ ಅಷ್ಟಕ್ಕೆ ಬಂದು ನಿಂತಿದ್ದು ಚಂದ್ರಯ್ಯನಿಗೆ ಸಮಾಧಾನ ತಂದಿತು.

ಇಡೀ ರಾತ್ರಿ ಇಂಚರಾಗೆ ನಿದ್ರಿಸಲಾಗಲಿಲ್ಲ. ಎಲ್ಲಾ ವಿಪರೀತವಾಗಿ ಕಂಡಿತು. ಪಿ.ಯು.ಸಿ.ಯಲ್ಲಿ ಛೇಡಿಸಿದ ಬೆಂಗಾಲಿ ಹುಡುಗನನ್ನು ಹಿಡಿದು ಪರ್ಸ್ ತಂದು ಕೊಟ್ಟ ಡ್ರೈವರ್ ಇವರುಗಳಲ್ಲಿ ಯಾರಾದರೊಬ್ಬರು ಇರಬಹುದೇ? ನೋಡಿದ ಸಚ್ಚಿದಾನಂದ ವರ್ಮ, ಆಲ್ಬಮ್‌ನಲ್ಲಿ ನಸುನಗುವಿನ ಫೋಸ್‌ನಲ್ಲಿದ್ದ ಪ್ರಭಂಜನ್ ಅವರುಗಳು ಆಗಿರಲು ಸಾಧ್ಯವಿಲ್ಲವೆಂದುಕೊಂಡು ನಂತರ 'ಯೂ ಆರ್ ಸ್ವೀಟ್‌ನೆಸ್ ಅಂಡ್ ಲೈಟ್' ಎನ್ನುವ ಮಾತು ನೆನಪಾದ ಕೂಡಲೇ ಎದ್ದು ಕೂತಳು: ಮೈ, ಮುಖ ಬೆವರಿತ್ತು. ತುಂಬು ಕತ್ತಲೆಯನ್ನು ತೊಡೆಯಲು ಬೆಳದಿಂಗಳ ಬೆಳಕು ಹಾದು ಬರುತ್ತಿತ್ತು ಕಿಟಕಿಯಿಂದ.

"ಬೆಳಿಗ್ಗೆಯೊತ್ತಿಗೆ ಒಂದು ನಿರ್ಧಾರಕ್ಕೆ ಬಂದು ಇಡೀ ಆಲ್ಬಮ್ ತಿರುವಿದ ನಂತರ ಹೋಟೆಲ್‌ನಲ್ಲಿ ಇಳ್ಳುಕೊಂಡಿದ್ದಾರೆ. ನಾಳಿದ್ದು ಹಿಂದಿರುಗುತ್ತಾರೆ" ಎಂದಿದ್ದರು ಚಂದ್ರಯ್ಯ. ತಂದೆ ಪೂಜೆಗೆ ಕುಳಿತಾಗ ಚಂದ್ರಯ್ಯನ ಮನೆಗೆ ಫೋನ್ ಮಾಡಿ ಹೋಟೆಲ್‌ನ ವಿಳಾಸ ಮತ್ತು ರೂಂ ನಂಬರ್ ತಿಳಿದುಕೊಂಡಳು, ಸಾಹಸ ಮಾಡಿದವಳಂತೆ. ತಂದೆಯೊಡನೆ ಮಾತನಾಡಿದ ನಂತರ ತನ್ನ ಪ್ಲಾನ್ ಕಾರ್ಯಗತಗೊಳಿಸುವ ಪ್ರಯತ್ನ ಮಾಡಬೇಕೆಂದು ಅವಳ ತೀರ್ಮಾನ. ಸಧ್ಯಕ್ಕಂತೂ ಅವಳಿಗೆ ವಿವಾಹ ಇಷ್ಟವಿಲ್ಲ.

ಪೇಪರ್ ನೋಡುತ್ತಿದ್ದ ತಂದೆಯ ಬಳಿಗೆ ಬಂದ ಇಂಚರ ನಿಂತು "ಅಪ್ಪ, ಒಂದು ಸಣ್ಣ ರಿಕ್ವೆಸ್ಟ್. ನಮ್ಗೆ ದೊಡ್ಡವರ ಸಂಬಂಧ ಬೇಡಾಂತ ನೀನೇ ಹೇಳ್ತಾ ಇದ್ದೆ. ಜೊತೆಗೆ ನಿಜ್ವಾಗ್ಲೂ ನಂಗೆ ಮದ್ವೆ ವಯಸ್ಸಲ್ಲ. ಇದ್ನ ನೀವು ಗಮನದಲ್ಲಿ ಇಟ್ಕೊಳ್ಳಿ. ಬೇಕಾದರೆ ಕುಸುಮಕ್ಕನಿಗೆ ಈ ವರ ನಿಶ್ಚಯ ಮಾಡ್ಬಿಡೋಣ" ಎಂದಳು. ಇದು ಅತಿ ತಿಳುವಳಿಕೆಯ ಪ್ರದರ್ಶನವೇನಲ್ಲ: ಮನಸ್ಸಿನಲ್ಲಿದ್ದುದನ್ನು ಮುಕ್ತವಾಗಿ ಹೇಳಿದಳಷ್ಟೇ.

"ನಿನ್ನ ಜಾತ್ಕಕ್ಕೆ ಅವ್ರ ಮಗನ ಜಾತ್ಕ ಹೊಂದಿಕೆಯಾಗುತ್ತೇಂತ ಇಲ್ಲಿವರ್ಗೂ ಹುಡ್ಕಿಕೊಂಡು ಬಂದಿದ್ದಾರೆ. ಆ ಪರಿಧಿಯಲ್ಲಿ ಮಾತ್ರ ಯೋಚ್ಸಬೇಕು. ನಿಮ್ಮಮ್ಮನಿಗೂ ಕೂಡ ಈ ಸಂಬಂಧ ಇಷ್ಟವಾಗಿದೆ. ನಾನು ಹ್ಞೂಂ ಅನ್ನೋ ಸ್ಥಿತಿಯಲ್ಲಿದ್ದೀನಿ. ನಿಂಗೆ ಗಂಡು ಇಷ್ಟವಾಗಿದ್ದರೆ ಮಾತ್ರ, ನೋಡೋಣ" ಅಂದರು ಹರಿಹರನ್. ಇಂಚರ ಹೌಹಾರಿದಳು. ತಂದೆಗೆ ತುಂಬ ವಿಧೇಯ ಮಗಳಾಗಿದ್ದರಿಂದ ಈ ವಿಷಯದಲ್ಲಿ ಕೂಡ, ಧ್ವನಿ ಎತ್ತಳು.

ಸ್ವಲ್ಪ ಬೇಗನೆ ಮನೆ ಬಿಟ್ಟಿದ್ದರಿಂದ ಪಬ್ಲಿಕ್ ಟೆಲಿಫೋನ್ ಬೂತ್‌ನಿಂದ ಫೋನಚ್ಚಿದಳು. "ಇಂದೂಧರ್ ಫೈವ್‌ಸ್ಟಾರ್ ಹೋಟಲ್‌ನ 314ನೇ ನಂಬರ್ ರೂಮಿಗೆ ಫೋನ್ ಕನೆಕ್ಟ್ ಆದಾಗ ಏದುಸಿರು ಬಿಡುವಂತಾಯಿತು".

"ಹಲೋ...." ಎಂದ ವ್ಯಕ್ತಿಯ ಸ್ವರ ಗಡುಸಾಗಿತ್ತು. ಸಚ್ಚಿದಾನಂದ ವರ್ಮ ಅಲ್ಲವೆನಿಸಿತು. "ಕೆನ್ ಐ ಸ್ಪೀಕ್ ವಿತ್ ಸಚ್ಚಿದಾನಂದ ವರ್ಮ?" ಸ್ವರ ಸಾಕಷ್ಟು ಮೃದುವಾಗಿತ್ತು.

"ಡ್ಯಾಡ್... ಫೋನ್" ಂದ. ಅವನ ತುಟಿಯಲ್ಲಿ ಮುಗುಳ್ನಗು ಇತ್ತು. "ನಾನು ಇಂಚರ, ಹರಿಹರನ್ ಮಗ್ಳು. ನಿಮ್ಹತ್ರ ಒಂದಿಷ್ಟು ಮಾತಾಡೋದಿದೆ" ಸಚ್ಚಿದಾನಂದ ವರ್ಮ ಮನದಲ್ಲೇ ನಕ್ಕರು. "ಬೈ ಆಲ್ ಮೀನ್ಸ್, ಮಾತಾಡು. ಏನಾದ್ರೂ ತೊಂದರೆಯಲ್ಲಿದ್ದೀಯಾ? ಏನಾದ್ರೂ ಹೆಲ್ಪ್ ಬೇಕಾ?"

"ನೀವು ವಿಷ್ಯಾನ ತಗೊಳ್ಳೋದರ ಮೇಲೆ ಡಿಪೆಂಡ್ ಆಗುತ್ತೆ. ಈಗ ಫ್ರೀಯಾಗಿದ್ದರೆ ಬಂದು ಮಾತಾಡ್ತೀನಿ" ಗಂಟಲು ಸರಿಪಡಿಸಿಕೊಂಡು "ಬಾ ವೆಯಿಟ್ ಮಾಡ್ತಾ ಇರ್ತೀನಿ. ಒಂದು ರೀತಿಯಲ್ಲಿ ಒಳ್ಳೇದೇ ಆಯ್ತು". ಗಡ್ಡವ್ನುಜ್ಜಿದರು. ಅವರೇನು ಗಡ್ಡಬಿಟ್ಟಿರಲಿಲ್ಲ. ಅಂಥ ಇರಾದೆ ಕೂಡ ಇರಲಿಲ್ಲ. ಲಕ್ಷಣವಾಗಿ ಷೇವ್ ಮಾಡುತ್ತಿದ್ದರು. ಮೀಸೆ ಮೇಲೆ ಮಾತ್ರ ಅತಿಯಾದ ಪ್ರೀತಿ. ಅಲ್ಲಲ್ಲಿ ಬಿಳಿಗೂದಲು ಕಂಡಾಗಲೆಲ್ಲ ಬಣ್ಣ ಹಾಕುತ್ತಿದ್ದರು.

ಮಗನತ್ತ ತಿರುಗಿ ಹುಬ್ಬು ಕುಣಿಸಿ"ಆ ಹುಡ್ಗೀ ಯಾಕೆ ಬರ್ತಾ ಇರ್ಬೇಕು? ಹರಿಹರನ್ ಪಟ್ಟಿನ ಮನುಷ್ಯ. ನನ್ನ ಪ್ರಯತ್ನ ಹಂಡ್ರೆಡ್ ಪರ್ಸೆಂಟ್ ಪ್ರಾಮಾಣಿಕವಾಗಿ ಮಾಡ್ತಾ ಇದ್ದೀನಿ" ಎಂದು ಸೂಕ್ಷ್ಮವಾಗಿ ಮಗನ ಮುಖದ ಮೇಲಿನ ಭಾವನೆಗಳ ಸಂಘರ್ಷವನ್ನು ಸೂಕ್ಷ್ಮವಾಗಿ ಗಮನಿಸಿದರು. ಅಲ್ಲಿ ನಿಶ್ಯಬ್ಧವಿತ್ತು. "ನನ್ನ ರೂಮಿನಲ್ಲಿ ಇರ್ತೀನಿ" ಮರೆಯಾದ. ಫೈವ್‌ಸ್ಟಾರ್ ಒಂದು ವಿ.ಐ.ಪಿ. ಸೂಟ್‌ನಲ್ಲಿ ವಾಸ್ತವ ಹೂಡಿದ್ದು.

ಕಾಲಿಂಗ್ ಬೆಲ್ ಸದ್ದಾದಾಗ ರೂಮಿನ ಬಾಗಿಲು ತೆರೆದುಕೊಂಡಿತು. ಇಂಚರ ಒಳಗಡಿ ಇಟ್ಟು ನಿಂತಳು. ಈ ಪರಿಸರ ಅವಳಿಗೆ ಪೂರ್ತಿಯಾಗಿ ಹೊಸದು. ಇಂಥ ಹೋಟೆಲ್‌ಗೆ ಬರುವ ಅವಕಾಶವೇ ಒದಗಿ ಬಂದಿರಲಿಲ್ಲ. ಅವಳೆದೆಯ ಬಡಿತ ಏರಿತು.

"ಕಮಿನ್" ಎಂದರು ಸೋಫಾ ಮೇಲೆ ಆಸೀನರಾದ ಸಚ್ಚಿದಾನಂದ್ ವರ್ಮ, ಈ ಪರಿಸರ ಹೆದರಿಸಿತೇ ವಿನಃ ಅವಳೇನೂ ಅವರಿಗೆ ಹೆದರಲಿಲ್ಲ. "ಥ್ಯಾಂಕ್ಯೂ ಸರ್, ನಿಮ್ಗೆ ಡಿಸ್ಟರ್ಬ್ ಮಾಡ್ದೇಂತ ಅನ್ನಿಸುತ್ತೆ. ಬರೀ ಐದು ನಿಮಿಷ ಸಾಕು" ಸಂಕೋಚಿಸುತ್ತಲೇ ನಿಂತವಳನ್ನು ಕೂಡುವಂತೆ ಸನ್ನೆ ಮಾಡಿ "ಏನು ತಗೋತೀಯಾ?" ನೇರವಾಗಿಯೇ ನೋಡಿದರು.

"ಏನು ಬೇಡ, ಸರ್. ಈಗ ಎಲ್ಲಾ ಮುಗ್ಸಿಕೊಂಡೇ ಕಾಲೇಜಿಗೆ ಹೊರಟಿರೋದು. ನಿಮ್ಗೆ ಚಂದ್ರಯ್ಯ ಬಹುಶಃ ಸುಳ್ಳು ಹೇಳಿರಬೇಕು. ಸಧ್ಯಕ್ಕೆ ಮದ್ವೆಗೆ ರೆಡಿ ಇರೋ ಹುಡ್ಗೀ ನಾನಲ್ಲ. ನನ್ನಕ್ಕನಿಗೆ ಮೊನ್ನೆ ಮೊನ್ನೆ ವಿವಾಹವಾಗಿದೆ. ಇನ್ನು ಅದ್ರಿಂದ್ಲೇ ನಮ್ಮ ಕುಟುಂಬ ಚೇತರ್ಸಿಕೊಂಡಿಲ್ಲ. ಅಮ್ಮ ಮೊದ್ಲು ಕುಮುದ ಅಂತ ಕೂಗಿಯೇ ನಂತರ ನನ್ನನ್ನು ಸಂಭೋದಿಸೋದು ಇದು ಪ್ರಸೆಂಟ್ ಸಿಚ್ಯುಯೇಷನ್. ನನ್ನಕ್ಕ ಕುಸುಮ ಕೂಡ ವಿವಾಹ ಆಗಿಲ್ಲ. ನಾನು ಅವ್ಳಗಿಂತ ಚಿಕ್ಕವಳು. ಹೇಗೆ ಸಾಧ್ಯ?" ಮುಗ್ಧವಾಗಿ ಕೇಳಿದಳು.

ಸಚ್ಚಿದಾನಂದವರ್ಮ ಜೋರಾಗಿಯೇ ನಕ್ಕರು.

ತಟ್ಟನೆ ಗಾಬರಿಯಿಂದ ಇಂಚರ ಕಣ್ಣಿನ ಗೋಲಿಗಳು ಗಿರಗಿರ ತಿರುಗಿದವು. ಆದರೂ ಮಾತಾಡಿದ್ದು ತಪ್ಪೆನಿಸಲಿಲ್ಲ.

"ಎಕ್ಸ್‌ಕ್ಯೂಜ್ ಮೀ... ಎಕ್ಸ್‌ಕ್ಯೂಜ್ ಮೀ, ನಂಗೆ ಹಾಗೆ ಅನ್ನಿಸೋಲ್ಲ. ಮದುವೆಯಾದ ಅಕ್ಕ, ವಿವಾಹವಾಗದ ಅಕ್ಕ ಇಬ್ರೂ ನಿನ್ನ ವಿವಾಹಕ್ಕೆ ಅಡ್ಡಿಯೇನಿಲ್ಲ. ಈಗಿನ ಕೋರ್ಸ್ ಕೂಡ ಅಡ್ಡಿಯಾಗಿಲ್ಲ. ಮತ್ತೇನು ಪ್ರಾಬ್ಲಮ್?" ಅವರ ನುಣುಪಾದ ಕೆನ್ನೆಯ ಮೇಲೆ ಬೆರಳುಗಳಾಡಿತು.

ಗಟ್ಟಿ ಮಾಡಿಕೊಂಡು ಬಂದಿದ್ದ ಮಾತು, ವಿಷಯ ಮರೆತಂತಾದರೂ, ಹಿಂಜರಿಯದೇ ಒಂದಿಷ್ಟು ವಿವರಿಸಿ ನೋಟ್ ಬುಕ್ ನಡುವೆ ಇದ್ದ ಕುಸುಮಳ ಫೋಟೋ, ಬಯೋಡೇಟ, ಜಾತಕ ತೆಗೆದು ಅವರ ಮುಂದಿಟ್ಟಳು.

"ಇದು ನನ್ನಕ್ಕ ಕುಸುಮ ಫೋಟೋ, ಜಾತ್ಕ, ಬಯೋಡೇಟ. ನಮ್ಮ ಮೂವರಲ್ಲಿ ಅವಳೊಬ್ಬೇ ಇಂಟಲಿಜೆಂಟ್. ಅದೇ ಅವ್ಳು ಬಿ.ಇ.ಗೆ ಸೇರಿಕೊಂಡಿದ್ದು. ಡೀಸೆಂಟ್ ಗರ್ಲ್. ತುಂಬ... ತುಂಬ... ಸ್ಮೂತ್. ಗುಡ್ ಫಿಗರ್. ನಂಗಿಂತ ಹಿರಿಯಳು. ಅವ್ಳ ಬಗ್ಗೆ ಅಪ್ರೋಚ್ ಮಾಡಿದರೆ ಅಪ್ಪ ಖಂಡಿತ ಒಪ್ಕೋತಾರೆ" ಜಾಣತನದಿಂದ ಇಂಚರ ಉದುರಿಸಿದ ಪದಗಳನ್ನು ಬಹಳ ಲೀಲಾಜಾಲವಾಗಿ ಮುಗುಳ್ನಗೆಯಿಂದ ಹೆಕ್ಕಿಕೊಂಡ ಸಚ್ಚಿದಾನಂದ ವರ್ಮ. "ಬಿ.ಇ. ಮಾಡಿದ್ದೋರ್ನ ಕಂಡರೆ ನನ್ಮಗನಿಗೆ ಅಲರ್ಜಿ. ಅವ್ನ ಜಾತ್ಕ ಬಿ.ಇ. ಹುಡ್ಗಿಯರಿಗೆ ಸರಿಹೊಂದೋಲ್ಲ. ಅವ್ನು ಇಷ್ಟ

ಪಡೋದು ಕೂಡ ಸೈನ್ಸ್ ಮಾಡೋ ಕನ್ಯೆಯನ್ನೇ" ಬುದ್ಧಿವಂತಿಕೆಯ ಮಾತಿನ ದಾಳಗಳನ್ನು ಉರುಳಿಸಿದರು.

ಹತ್ತು ಸೆಕೆಂಡ್ ಸುಮ್ಮನೆ ಕೂತ ಇಂಚರ ಫೋಟೋ, ಜಾತ್ಕ, ಬಯೋಡೇಟವನ್ನು ಎತ್ತಿ ನೋಟ್ ಬುಕ್‌ಗೆ ಸೇರಿಸಿ ಮೇಲೆದ್ದಳು. ಈ ಪ್ರಕರಣ ಅವಳಿಗೆ ಅರ್ಥವಾಗಲಿಲ್ಲ.

"ಕೂತ್ಕೋ... ಕೂತ್ಕೋ... ಏನೂ ಕುಡಿಯದೆಯೇ ಹೋಗ್ತೀಯಲ್ಲ. ನನ್ನ ಬೇಕ್‌ಫಾಸ್ಟ್ ಮುಗಿದಿಲ್ಲ. ನೀನು ನನ್ನೊತೆ ಹಯಾಕೆ ಬ್ರೇಕ್‌ಫಾಸ್ಟ್ ತಗೋಬಾರ್ದು?" ಎಂದರು ವರ್ಮ ಮುಗುಳ್ನಗುತ್ತ.

"ಇಲ್ಲ, ಇವತ್ತು ಊಟ..... ತಿಂಡಿ" ಅಂದವಳು ನಿಲ್ಲಿಸಿ "ಅಮ್ಮ ಅವಲಕ್ಕಿ ಲಂಚ್ ಬಾಕ್ಸ್‌ಗೆ ಹಾಕಿಕೊಟ್ಟಿದ್ದಾಳೆ. ಮಧ್ಯಾಹ್ನದ ಊಟಕ್ಕೆ ಮನೆಗೆ ಹೋಗ್ಬೇಕು ಅಮ್ಮನಿಗೆ ಹೆಚ್ಚು ಕೆಲ್ಸ ಮಾಡೋಕ್ಕಾಗೋಲ್ಲ. ದಯವಿಟ್ಟು ಈಗ ಹರಿಹರನ್ ಒಬ್ಬ ಮಗಳಿಗೆ ಮದ್ವೆ ಮಾಡಿ ಸುಸ್ತಾಗಿದ್ದಾರೆ ಅಂಥದರಲ್ಲಿ ಅವ್ರ ಮೂರನೇ ಮಗ್ಳ ವಿವಾಹ ಖಂಡಿತ ಸಾಧ್ಯವಿಲ್ಲ. ಹೀಗೆ ಹೇಳೋದು ನಿಮ್ಗೆ ಚೆನ್ನಾಗಿ ಕಾಣೋಲ್ಲಾಂಥ ಅನಿಸ್ಬಹ್ದು. ಪ್ಲೀಸ್, ಅರ್ಥ ಮಾಡ್ಕೊಳ್ಳಿ. ನಿಮ್ಮಂಥವ್ರ ಮನೆಗೆ ಹೆಣ್ಣು ಕೊಡಲು ಸಾಲುಗಟ್ಟಿ ನಿಂತಿರುತ್ತಾರೆ" ಮಾತುಗಳ ಪ್ರಾರಂಭ ಮುಗ್ಧವೆನಿಸಿದರೂ ಅವುಗಳ ಅರ್ಥಪೂರ್ಣತೆಗೆ ವರ್ಮ ಹುಬ್ಬೇರಿಸಿದರು. ಇದು ಚಾಲೂಕಿತನವೆನಿಸಲಿಲ್ಲ. ಚೂಟಿಯೆನಿಸಿತು. ಕೂರುವಂತೆ ಸನ್ನೆ ಮಾಡಿದರು.

"ನೀನು ಬ್ರೇಕ್ ಫಾಸ್ಟ್ ಬೇಡವೆಂದರೆ ನಿನ್ನ ಡಬ್ಬಿಯ ಅವಲಕ್ಕೀನೆ ಷೇರ್ ಮಾಡ್ಕೋಬೇಕಾಗುತ್ತೆ. ಏನಂತೀಯಾ?" ಕೇಳಿದಾಗ ಡಬ್ಬಿ ಅವರ ಮುಂದೆ ತೆರೆದಿಟ್ಟು "ನೀವು ತಿಂದರೆ ತುಂಬ ಸಂತೋಷಾನೇ. ಅಮ್ಮ ಅಡಿಗೆ, ತಿಂಡಿ ತುಂಬ ಚೆನ್ನಾಗಿ ಮಾಡ್ತಾರೆ" ಈಗ ಇಂಚರ ಅಪರಿಚಿತಳಂತೆ ಕಾಣಲಿಲ್ಲ. ಕ್ಷಣ ಭಾವೋದ್ವೇಗಕ್ಕೆ ಒಳಗಾದರು ವರ್ಮ. ಆಮೇಲೆ ನಾರ್ಮಲ್‌ಗೆ ಬಂದವರು ಡಬ್ಬಿ ಮುಚ್ಚಿ "ನಿಮ್ಮಮ್ಮನ ಕೈ ಊಟ, ತಿಂಡಿ ರುಚಿ ನೋಡೋಕೆ ಅದೃಷ್ಟವಿದೆ. ಈಗಂತೂ ನನ್ನೊತೆ ಬ್ರೇಕ್ ಫಾಸ್ಟ್ ಮಾಡ್ತೀಯಾ?" ಅಂದ ಕೂಡಲೇ ಅವಳ ಕಣ್ಣುಗಳಲ್ಲಿ ಹೆದರಿಕೆ ಸ್ಪಷ್ಟವಾಯಿತು.

"ಎಕ್ಸ್‌ಕ್ಯೂಜ್ ಮೀ ಸರ್! ನಾನು ಈಗ ಇಂದು ಬೇಗ ಮನೆ ಬಿಟ್ಟೆ. ಬಹುಶಃ ಅಪ್ಪ ಬ್ಯಾಂಕ್‌ಗೆ ಹೋಗೋ ಮುನ್ನ ಕಾಲೇಜಿಗೆ ಒಂದು ವಿಸಿಟ್ ಕೊಟ್ಟರೂ ಹೆಚ್ಚಲ್ಲ. ನಾನು ಹೇಳಿದ್ದು ನೀವು ಜ್ಞಾಪಕದಲ್ಲಿ ಇರಿಸ್ಕೋಬೇಕು" ಹೊರಡಲುದ್ಯುಕ್ತಳಾದಳು.

"ಜಸ್ಟ್ ವೈಟ್, ದಿಸ್ ಈಸ್ ನಾಟ್ ಗುಡ್. ನಿನ್ನ ಹೇಳಿಕೆಗೆ ನನ್ನ ಪ್ರತಿಕ್ರಿಯೆ ಏನೂಂತ ತಿಳಿಯಲೇ ಇಲ್ಲ. ನಿಮ್ಮಪ್ಪ ಒಪ್ಪಿಕೊಳ್ಳೋ ಛಾನ್ಸಸ್ ಏನಾದ್ರೂ ಇದ್ಯಾ?" ಎನ್ನುತ್ತ ಸೂಕ್ಷ್ಮವಾಗಿ ಅವಳ ಮುಖದ ಭಾವನೆಗಳನ್ನ ಗಮನಿಸತೊಡಗಿದರು. ಅಲ್ಲಿ ಗೊಂದಲವಿತ್ತು. ಜೊತೆಗೆ ಒಂದು ರೀತಿಯ ಚಡಪಡಿಕೆ. ಅವರ ಕೆಲ್ಸ ಅರ್ಥ ಆಗಿದೆಯೆನಿಸಿದಾಗ ಒಳಗೊಳಗೇ ಖುಷಿಪಟ್ಟರು.

"ಗೊತ್ತಿಲ್ಲ, ಮೋಸ್ಟ್‌ಲೀ ಒಪ್ಕೋಲ್ಲ! ತೀರಾ ನಿರಾಕರಿಸೋದು ಒಳ್ಳೇ ಕಾರಣ ಸಿಕ್ತಾ ಇಲ್ಲ. ನೀವೇ..." ಎಂದು ತಲೆಯೆತ್ತಿದವಳು ಅವರ ಕಣ್ಣುಗಳಲ್ಲಿನ ಪ್ರಖರತೆಗೆ ತಡಬಡಿಸಿ ಮಾತು ನಿಲ್ಲಿಸಿದ್ದು ಅರ್ಧದಲ್ಲಿಯೇ.

"ಒಂದು ಒಳ್ಳೇ ಕಾರಣ ಹುಡ್ಕಿ ಕೊಡು" ಅಂದರು ನೋಟ ಎತ್ತಲೋ ಹರಿಸುತ್ತ. ತಾನು ಬಂದಿದ್ದು ಸರಿಯಲ್ಲವೇನೊಂತ ಅಂದುಕೊಂಡರೂ ಸಚ್ಚಿದಾನಂದ ವರ್ಮ ಹೇಳುವುದನ್ನು ಕೇಳಲು ಕೂತಳು. "ಅಂಥ ಕಾರಣ ಯಾವ್ದೂ ಇಲ್ಲ. ನೀವೇ ಹೆಲ್ಪ್ ಮಾಡ್ಬೇಕು".

ವರ್ಮ ಸ್ವಲ್ಪ ಜೋರಾಗಿ ನಕ್ಕರು.

"ಇನ್ನು ವರನನ್ನ ನೋಡಿಲ್ವಲ್ಲ! ವಿವಾಹದ ವಿಷ್ಯದಲ್ಲಿ ಅದು ತುಂಬ ಮುಖ್ಯ. ಆಗ ನಿಂಗೊಂದು ಛಾನ್ಸ್ ಸಿಕ್ಕಂತೆ. ಇಷ್ಟವಾಗಿಲ್ಲಂತ ಅನ್ನು. ಹರಿಹರನ್ ಒಬ್ಬ ಒಳ್ಳೆಯ ತಂದೆಯಾದುದ್ದರಿಂದ ನಿನ್ನ ನಿರಾಕರಣೆ ಒಪ್ಕೋತಾರೆ" ಒಂದು ಸುಲಭವಾದ ಉಪಾಯವನ್ನು ಸಚಿಸಿ ಧನ್ಯರಾದರು.

ಈಗಾಗಲೇ ಆಲ್ಬಮ್ ನೋಡಿ ಕ್ಯಾಸೆಟ್‌ನಲ್ಲಿ ಪ್ರಭಂಜನ್‌ನ ನೋಡಿದ ಮೇಲೆ ನಿರಾಕರಿಸುವುದಕ್ಕೆ ಯಾವ ಕಾರಣವೂ ಸಿಕ್ಕುವಂತಿರಲಿಲ್ಲ. ಜೊತೆಗೆ ತಾಯಿ ತಂದೆ ಒಪ್ಪಿದ ಮೇಲೆ ತುಟಿ ತೆರೆಯಲು ಸಾಧ್ಯವಿರಲಿಲ್ಲ.

"ಡಿಸಿಷನ್ ಅವರದೇ. ನಾನೊಬ್ಬ ವಿಧೇಯ ಮಗಳು" ಅನ್ನುವ ವೇಳೆಗೆ ಬೇರರ್ ಟ್ರೇ ತಳ್ಳಿಕೊಂಡು ಬಂದಾಗ ಎದ್ದು ನಿಂತಳು. "ಬರ್ತೀನಿ" ಎರಡು ಕೈಗಳನ್ನು ಜೋಡಿಸಿದಳು. ಬಂದ ಕೆಲಸ ಕೈಗೂಡಲಿಲ್ಲವೆನ್ನುವ ವಿಫಲತೆ ಅವಳ ಸುಂದರ ಕಣ್ಣುಗಳಲ್ಲಿ ಇತ್ತು.

ವರ್ಮ ಬಿಡಲಿಲ್ಲ. ಲಘುವಾದ ಬ್ರೇಕ್‌ಫಾಸ್ಟ್ ತೆಗೆದುಕೊಂಡ ನಂತರವೇ ಹೇಳಿದ್ದು "ನೀನು ನಿನ್ತಂದೆ ತಾಯಿಗಳ ವಿಧೇಯ ಮಗ್ಳು. ಇಲ್ಲಿ ಸ್ವಲ್ಪ ಡಿಫರೆನ್ಸ್ ಅಷ್ಟೇ. ನಾನು ನನ್ನ ಮಗನ ಮಾತಿಗೆ ತುಂಬ ವಿಧೇಯ".

ಸೂಟ್‌ನಿಂದ ಹೊರಗೆ ಬೀಳ್ಕೊಟ್ಟರು.

ಹೋಟೆಲ್ ಮೈನ್ ಗೇಟ್‌ನಿಂದ ಹೊರಗೆ ಬಂದಾಗ ಬರುತ್ತಿದ್ದ ಅಶ್ವಿನ್ ಕುಮಾರ್ ಸ್ಕೂಟರ್ ನಿಂತಿತು. "ಅರೇ, ಇಂಚರ! ಇದೇನು? ಇಲ್ಲಿ ನಾನು ನಿಮ್ಮ ಮನೆಗೆ ಹೋಗಿಯೇ ಬಂದಿದ್ದು. ಇಲ್ಲೊಂದು ಆಯುರ್ವೇದಿಕ್ ಪಂಡಿತರ ಷಾಪ್ ಇದೆಯಂತೆ. ಅಮ್ಮನಿಗೆ ಗ್ಯಾಸ್ಟ್ರಿಕ್ ಜಾಸ್ತಿಯಾಗಿದೆ. ನಿನ್ನೆ ಉಸಿರಾಟದ ತೊಂದರೆಯಿಂದ ನರಳ್ತಾ ಇದ್ದಾರೆ. ಏನು ಹೇಳಿದ್ರೂ ಅಲೋಪತಿ ಡಾಕ್ಟ್ರು ಬಳಿ ಬರೋಕೆ ಒಪ್ತಾ ಇಲ್ಲ" ಎಂದವನು ಆತುರಾತುರವಾಗಿ ಸ್ಕೂಟರ್ ಮೇಲೆ ಕರ್ಕೊಂಡು ಪಂಡಿತರ ಪುಟ್ಟ ಷಾಪ್ ಹುಡುಕಲು ಹೋದ.

ಇವರುಗಳು ಪುಟ್ಟ ಸಂದಿಯಲ್ಲಿದ್ದ ಪಂಡಿತರ ಅಂಗಡಿ ಕಂಡುಹಿಡಿದು ಮಾತ್ರೆಗಳನ್ನು ಖರೀದಿಸಿ ಮೈನ್ ರೋಡ್‌ಗೆ ಬರುವ ವೇಳೆಗೆ, ಸಾಗಿ ಹೋಗುತ್ತಿದ್ದ ವಿದೇಶಿ ಕಾರಿನಲ್ಲಿದ್ದ ವ್ಯಕ್ತಿಯ ಕಣ್ಣುಗಳು ಸ್ಪಷ್ಟವಾಗಿ ಗುರುತಿಸಿತು. ಒಮ್ಮೆಲೆ ಅಲೆಗಳು ಅಪ್ಪಳಿಸಿ ಸ್ತಬ್ಧವಾಯ್ತು.

ಸ್ಕೂಟರ್ ನೇರವಾಗಿ ಹೋಗಿದ್ದು ಅಶ್ವಿನಿಯ ಫ್ಲಾಟ್‌ಗೆ ಅಲ್ಲಿ ಹರಿಹರನ್ ದಂಪತಿಗಳು ಕೂಡ ಇದ್ದರು. ಆಕೆಯನ್ನು ಡಾಕ್ಟರ್ ಬಳಿಗೆ ಒಯ್ಯಲು ಸಾಕಷ್ಟು ಸಾಹಸ ಮಾಡಿ ತೆಪ್ಪಗಿದ್ದರು.

ತಲೆಯ ಮೇಲೆ ಕೈಯೊತ್ತ ಗಿರಿಯಪ್ಪ "ಸಿಕ್ಕಿತೇನೋ ಮಾತ್ರೆ?" ಎಂದು ಮೇಲೆದ್ದರು. ಆದರೆ ಗುಲಗಂಜಿ ಗಾತ್ರದ ಹಸಿರು, ಹಳದಿ ಬೆರೆತ ಕಟು ವಾಸನೆಯ ಗುಳಿಗೆಯನ್ನ ದಮಯಂತಿ ಹೇಗೆ ನುಂಗಬಹುದೆಂದು ಮಾತ್ರ ಆತಂಕಗೊಂಡರು. ಅದೇನು ಕಷ್ಟವೆನಿಸಲಿಲ್ಲ.ಅಶ್ವಿನಿ ತಾಯಿಯ ಗಂಟಲಲ್ಲಿ ಗುಳಿಗೆ ಆರಾಮಾಗಿ ಇಳಿದ ಮೇಲೆ ಒಂದಿಷ್ಟು ಪ್ರಶಾಂತವಾಗಿ ಎಲ್ಲರೂ ರೂಮಿನಿಂದ ಹೊರಗೆ ಬಂದರು.

ಹರಿಹರನ್ ಬೇಸರದ ಮುಖ ಮಾಡಿ "ಇಷ್ಟು ಉಪಯುಕ್ತವಾದ ಗುಳಿಗೆಯ ಸದಾ ಕಾಯ್ದಿಡಬೇಕೆನ್ನೋ ಸಿಂಪಲ್ ವಿಷ್ಯ ಗೊತ್ತಿಲ್ವಲ್ಲ" ಸ್ನೇಹಿತನಿಗೆ ಛೀಮಾರಿ ಹಾಕಿ "ಬಿಸಿಲಿನ ಧಗೆ ಜಾಸ್ತಿ ಇದೆ. ನಿಮ್ಮಮ್ಮನ ಆಟೋದಲ್ಲಿ ಕರ್ಕೊಂಡ್ಹೋಗ್ಬಿಡು". ಸೂಚನೆ ಕೊಟ್ಟು ತಾವು ಬ್ಯಾಂಕ್‌ಗೆ ಹೋದರು.

ತಾಯಿ ಮಗಳು ಮನೆಗೆ ಬಂದಾಗ ಕುಮುದಾನ ನೋಡಿ ಸುಸ್ತಾದರು. ಅವಳ ವೇಷಭೂಷಣಗಳು ಬದಲಗಿತ್ತು. ಸುಖ ತುಂಬಿದ ಮುಖ, ಉದ್ದನೆಯ ಕೂದಲು ಕತ್ತರಿಸಿ ತುಂಡಾಗಿದ್ದು ಮಾತ್ರ ಗಿರಿಜಾಗೆ ಸರಿ ಹೋಗಲಿಲ್ಲವಾದರೂ ಪ್ರತಿಕ್ರಿಯಿಸಲಿಲ್ಲ.

"ಅಕ್ಕ" ಒಂದೇ ಬಾರಿಗೆ ಹಾರಿ ತಬ್ಬಿಕೊಂಡ ಇಂಚರ "ಅಂತೂ ಸರ್‌ಪ್ರೈಜ್ ಮಾಡ್ಬಿಟ್ಟೆ, ಭಾವ ಬರಲಿಲ್ವಾ? ಒಬ್ಬೇ ಬಂದಿದ್ದೀಯಾ?" ಉತ್ಸಾಹದ ಖನಿಯಾದಳು.

"ಕಾರಿನಲ್ಲಿ ಬಂದು ಇಳಿಸಿ ಹೋದ್ರು. ಅವ್ರಿಗೆ ಎಂಥದ್ದೋ ಪ್ರಾಬ್ಲಮ್, ಸಣ್ಣ ದನಿಯಲ್ಲಿ ಗೊಣಗಿದ್ದು ಇಂಚರ, ಅವಳಮ್ಮನಿಗೆ ಇಷ್ಟವಾಗಲಿಲ್ಲ. "ಯಾರಿಗಿರೋಲ್ಲ ಬಿಡು? ಪ್ರತಿಯೊಬ್ಬರಿಗೂ ಒಂದೊಂದು ಪ್ರಾಬ್ಲಮ್ ಇರುತ್ತೆ. ಹೋಗಿ ಡ್ರೆಸ್ ಛೇಂಜ್ ಮಾಡಿ ಮುಖ ತೊಳ್ಕೊಂಡ್ಬಾ" ಎಂದ ಇಂಚರ ಅವಳ ಲಗೇಜ್‌ನ ಒಯ್ದು ರೂಮಿನಲ್ಲಿಟ್ಟಳು. ಅಪರೂಪಕ್ಕೆ ಯಾವುದಾದ್ರೂ ಫಂಕ್ಷನ್, ವಿವಾಹ ಸಮಾರಂಭಗಳಿಗೆ ಹೋಗುವಾಗ ಕಂಡು ಕಾಣಿಸದಂತೆ ಹಾಕುತ್ತಿದ್ದ ಲಿಪ್‌ಸ್ಟಿಕ್ ಇಂದು ಸ್ವಲ್ಪ ಹೆಚ್ಚೆನಿಸಿತು.

ಮಗಳು ಬಂದಿದ್ದು ಗಿರಿಜಾಗೆ ಸಂತೋಷವೇ. ಸದ್ಯಕ್ಕೆ ಹೊಸ ವಿಷಯವನ್ನು ಕುಮುದಾಳ ಮುಂದೆ ಒದರಿದರು. "ಪ್ರಭಂಜನ್ ಊದುಭತ್ತಿಯ ಮಾಲೀಕರ ಒಬ್ನೇ ಮಗ. ಎಂ.ಬಿ.ಎ. ಮಾಡಿದ್ದಾನೆ. ಅವರಾಗಿ ಬಂದು ಇಂಚರಾನ ಕೇಳಿದ್ರು. ಚಂದ್ರಯ್ಯ ಹೇಳ್ದ. ವರದಕ್ಷಿಣೆ, ವರೋಪಚಾರ ಏನೂ ಬೇಡವೆಂದಿದ್ದಾರೆ. ಆದ್ರೂ ನಾವು ಈಗ ಮದ್ವೆ ಮಾಡೋ ಸ್ಥಿತಿಯಲ್ಲಿ ಇದ್ದೀವಾ? ಇದೆಲ್ಲ ನೇರವಾಗಿಯೇ ನಿಮ್ಮಪ್ಪ ಹೇಳ್ಕೊಂಡ್ರು. ಆದರೆ ಯೋಚಿಸಿದಷ್ಟು ಈ ಸಂಬಂಧ ಬಿಡಬಾರ್ದೂಂತ ಅನ್ನಿಸುತ್ತೆ".

ಬೇರೆ ಸಮಯದಲ್ಲಾದರೆ ಕುಮುದ ಕುಣಿದು ಕುಪ್ಪಳಿಸುತ್ತಿದ್ದಳೇನೋ. ಈಗ

ಅವಳ ಮೆದುಳಿನಲ್ಲಿ ಒಂದು ಆಲೋಚನೆ ಹೊಕ್ಕಿತು. "ಅಮ್ಮ, ಇಂಚರಾಗೆ ಬೇಡಾಂದರೆ ನನ್ನ ಮೂರನೇ ನಾದಿನಿಗೆ ಟ್ರೈ ಮಾಡ್ಬಹುದ್ದು. ಅವ್ರಿಗೆ ತಂಗಿಯರ ಮದ್ವೆಯ ಆಲೋಚನೆಯಲ್ಲಿ ನಾನು ಜೊತೆಯಲ್ಲಿ ಇರೋದೆ ಮರ್ತು ಬಿಡ್ತಾರೆ" ಅಂದ ಕೂಡಲೇ ಕುಮುದಳ ಕಣ್ಣಲ್ಲಿನ ಕಂಬನಿಯ ಬಿಂದುಗಳು ಫಳಕ್ಕೆಂದವು. ತಾಯಿಯ ಎದೆ ಹಾರಿತು. "ಏನಾಯ್ತು, ಒಬ್ಳ ಮದ್ವೆಯಂತೂ ಆಯಿತಲ್ಲ. ಇನ್ನು ಕೈಯಲ್ಲಿ ನಾವು ಕೊಟ್ಟ ಹಣ ಇದೆ. ಹುಡ್ಕಿ ಮಾಡ್ತಾನೆ ಬಿಡು. ನಾವೇ ಇನ್ನಿಬ್ಬರು ಹೆಣ್ಣು ಮಕ್ಳ ಭವಿಷ್ಯಾನೇ ಮರ್ತು ನಿಂಗೋಸ್ಕರ ಖಾಲಿ ಮಾಡಿಕೊಂಡ್ವಿ" ಕುಟುಕಿದರು ಗಿರಿಜ. ಇನ್ನು ಆ ನೋವು ಅವರೆದೆಯಾಳದಿಂದ ದೂರವಾಗಿರಲಿಲ್ಲ. ಗಂಡ ಕೂಡ ಚೇತರಿಸಿಕೊಂಡಿಲ್ಲವೆಂದು ಆಕೆಗೂ ಗೊತ್ತು.

ಕುಮುದ ಕೆನ್ನೆಗೆ ರಪರಪಾಂತ ಬಾರಿಸಿದಂತಾಯಿತು. ಆ ನೋವು ಸಂಕೋಚ ಅವಳಲ್ಲೂ ಇತ್ತು. ಆದರೆ ಎಲ್ಲಕ್ಕಿಂತ ಗಂಡನ ಕಣ್ಣಲ್ಲಿ ಕುಣಿಯುವುದೇ ಮುಖ್ಯವಾಗಿತ್ತು. ಮಿಕ್ಕೆಲ್ಲ ಮುಸುಕಾಗಿ ಹೋಗಲು ಇದೊಂದು ಪ್ರಭಲವಾದ ಕಾರಣ. ಕರ್ಚೀಫ್ ಹಚ್ಚಿ ಅಳಲು ಷುರು ಮಾಡಿದಾಗ ಇಂಚರ ಜ್ಯೂಸ್ ಗ್ಲಾಸ್ ಹಿಡಿದು ಬಂದವಳೇ ಗಾಬರಿಯಾದಳು.

"ಏನು ವಿಷ್ಯ? ಬಂದ ಕೂಡ್ಲೇ ಅಳು ಷುರು ಮಾಡಿದ್ದೀಯಾ?" ಎಂದು ಸಪ್ಪಗೆ ಕೂತಿದ್ದ ಅಮ್ಮನನ್ನು, ಅಳುತ್ತಿದ್ದ ಅಕ್ಕನನ್ನು ಬದಲಿಸಿ ಬದಲಿಸಿ 'ಕ್ಯಾ ಹೋಗಯಾ?' ಅನ್ನುತ್ತ ಅವಳ ಕೈಯಲ್ಲಿನ ಕರ್ಚೀಫ್‌ನಿಂದ ಕುಮುದಳ ಕಣ್ಣುಗಳನ್ನು ತಿಕ್ಕಿ ತಿಕ್ಕಿ ಒರೆಸಿ "ಇನ್ನು ಅಳ್ಬಾರ್ದು. ತಾಯಿ ಮನೆಗೆ ಬಂದ ಹೆಣ್ಣು ಮಕ್ಳು ಖುಷಿ... ಖುಷಿಯಾಗಿ ಇರ್ತಾರೆ" ನೀನೋ....

ರಟ್ಟೆ ಹಿಡಿದೆಬ್ಬಿಸಿಕೊಂಡು ಕೋಣೆಗೆ ಕರೆದೊಯ್ದು "ಏನು ಕುಮುದಕ್ಕ ಇದು? ಅಮ್ಮನಿಗೆ ಬಿ.ಪಿ. ಇದೆ. ಮೊನ್ನೆ ತಲೆ ಸುತ್ತಿ ಬಂದು ಬಾತ್ ರೂಮ್‌ನಲ್ಲಿ ಬಿದ್ದರು. ನಿನ್ನ ಪ್ರಾಬ್ಲಮ್ ಏನೇ ಇದ್ದರೂ ಅಮ್ಮನವರ್ಗೂ ಹೋಗೋದ್ಬೇಡ" ಮತ್ತೆ ಕಣ್ಣೊರೆಸಿ ಜ್ಯೂಸ್ ಗ್ಲಾಸ್ ಕೊಟ್ಟು ಹೊರಬಂದಳು.

ಗಿರಿಜ ಕಣ್ಣೊರೆಸಿಕೊಳ್ಳುತ್ತಿದ್ದಳು.

"ಅಮ್ಮ, ನೀನು ರೆಸ್ಟ್ ತಗೋ ನಡೀ. ಅಕ್ಕ ಅತ್ತರೆ ನೀನು ಸಮಾಧಾನ ಮಾಡ್ಬೇಕು. ಈಗ ಅಂಥದೇನಾಗಿದೆ?" ಎನ್ನುತ್ತ ಜಗ್ಗಾಡಿ ಅಮ್ಮನನ್ನು ಕರೆದೊಯ್ದು ಮಲಗಿಸಿ "ನೀನು ಸುಮ್ನೇ ಮಲಕ್ಕೋ. ನಾನು ಕುಮುದಕ್ಕನ್ನ ವಿಚಾರಿಸ್ಕೋತೀನಿ" ಅಂದು ಬಾಗಿಲು ಮುಂದಕ್ಕೆಳೆದುಕೊಂಡು ಬಂದಳು.

ಹೆಚ್ಚು ಸಮಾಧಾನ ಮಾಡಿ ಊಟದ ನಂತರವೇ ಕುಮುದ ಬಾಯಿ ಬಿಟ್ಟಿದ್ದು.

"ಅವ್ರು ತುಂಬ ಟೆನ್ಷನ್‌ನಲ್ಲಿದ್ದಾರೆ. ನನ್ನ ಕೊನೆ ನಾದಿನಿಗೆ ಒಳ್ಳೆಯ ಕಡೆ ವರ ಸಿಕ್ಕಿದೆ. ವಿವಾಹ ಮಾಡೋಕ್ಕಂತು ಹಣ ಇದೆ. ಆದರೆ ಅವರುಗಳು ಕೇಳಿದಷ್ಟು ಚಿನ್ನ ಹಾಕೋಕೆ ಆಗ್ತಾ ಇಲ್ಲ. ಅದ್ನ ಮನಸ್ಸಿಗೆ ಹಚ್ಕೊಂಡ್ ತುಂಬ ಕೊರಗ್ತಾ ಇದ್ದಾರೆ. ನನ್ನ ಕೈಯಲ್ಲಂತೂ ನೋಡೋಕ್ಕಾಗೋಲ್ಲ".

ಅಚ್ಚರಿಯಿಂದ ಅಕ್ಕನ ಮುಖ ನೋಡಿ ನಿಟ್ಟುಸಿರಿನೊಂದಿಗೆ "ಇದೊಂದು ಸಣ್ಣ ವಿಷಯಕ್ಕೆ ಅತ್ತು ರಂಪ ಮಾಡ್ಬೇಕಾ? ಈಗಾಗ್ಲೇ ಪ್ರತಿಯೊಬ್ಬ ನಾದಿನಿಗೂ ನಿನ್ನ ಪಾಲಿನ ದೇಣಿಗೆ ಕೊಟ್ಟಾಗಿದೆ. ಈಗ ನಿನ್ನಿಂದ ಮತ್ತೇನು ಮಾಡೋಕೆ ಸಾಧ್ಯ? ಆದ್ರೂ ಟೆನ್‌ಷನ್ ಮಾಡಿಕೊಳ್ಳೋಂಥ ವಿಷ್ಯಾನಾ? ಹೇಳಿ ಮುಗಿಸಿದ್ದು ಇಂಚರ.

"ನಿಂಗೆ ಅರ್ಥವಾಗೋಲ್ಲ ಬಿಡು. ಈಗ ಬಂದ ಸಂಬಂಧ ಅವ್ರ ಅಪ್ಪ, ಅಮ್ಮ, ತಂಗೀಗೆ ತುಂಬಾನೇ ಒಪ್ಗೇ, ಅದೂ ಅಲ್ದೇ ನನ್ನ ಮದ್ವೆಯಾದ ವರ್ಷದೊಳಗೆ ಮೂರು ಜನಕ್ಕೂ ಮದ್ವೆ ಮಾಡಿ ಮುಗಿಸ್ತೀನೀಂತ ಮಾತು ಕೊಟ್ಟಿದ್ದರಂತೆ. ಅದು ನಡಿಯಲೇಬೇಕಲ್ಲ" ಕುಮುದ ತನ್ನ ವಾದ ಮುಂದಿಟ್ಟಳು.

ತಾನು ನಿಂತ ನೆಲವೇ ಅಲ್ಲವೆನಿಸಿತು. ಬೀಸುವ ಗಾಳಿಯಲ್ಲಿ ಕೂಡ ಮಾರ್ಪಾಟು ಬಂದಿದೆಯೆಂದು ಅನುಮಾನಿಸುವಂತಾಯಿತು ಇಂಚರಾಗೆ. ಬಂದಾಗಿನಿಂದ ಒಂದು ವಿಷಯವನ್ನು ಬೆಟ್ಟವಾಗಿ ಮಾಡಿಕೊಂಡು ಮಾತಾಡುತ್ತಿದ್ದಾಳೆಯೇ ವಿನಃ ಕುಸುಮಳ ಬಗ್ಗೆಯಾಗಲೀ ತಂದೆಯ ಬಗ್ಗೆಯಾಗಲೀ ವಿಚಾರಿಸದೇ ಇರುವುದನ್ನ ನೋಡಿ ಅವಾಕ್ಕಾದಳು. ಇದು ಕನಸಾ, ನನಸಾ ಎನ್ನುವಷ್ಟರ ಮಟ್ಟಿಗಿನ ಅನುಮಾನ ಅವಳದು.

"ಅಂದೇನೋ ಆವೇಶಕ್ಕೆ ಒಳಗಾಗಿ ಭಾವ ಅಂದಿರಬಹುದು. ಆ ಪ್ರಯತ್ನದಲ್ಲೇ ಇದ್ದಾರೆ ಕೂಡ. ಇನ್ನ ಯಾತಕ್ಕೆ ಟೆನ್‌ಷನ್ ಕುಮುದಕ್ಕ? ಭಾವಂಗೆ ನಯವಾಗಿ ತಿಳ್ಸಿ ಹೇಳಬೇಕು". ಇಂಚರ ಅನುನಯದಿಂದಲೇ ಅವಳ ಕಣ್ಣೀರು ವಾದಕ್ಕೆ ಅರ್ಥವಿಲ್ಲವೆಂದು ತಿಳಿಸಿದ ಕೂಡಲೇ ಇವಳ ಕೈ ಹಿಡಿದುಕೊಂಡು ಅಳಲು ಷುರು ಮಾಡಿ "ಅವ್ರು ತುಂಬ... ತುಂಬ ಒಳ್ಳೆಯವ್ರು. ನನ್ನಂಡರೆ ತುಂಬ ಪ್ರೀತಿ. ಅವರು ಸ್ವಲ್ಪ ಸಪ್ಪಗಿದ್ರೂ ನನ್ನಿಂದ ನೋಡೋಕ್ಕಾಗೋಲ್ಲ ಏನಾದ್ರೂ ಮಾಡ್ಬೇಕೂಂತ ಅನ್ನಿಸುತ್ತೆ. ನಾನೇನು ಮಾಡ್ಲಿ ಇಂಚರ" ತೆಕ್ಕೆ ಬಿದ್ದು ಕಣ್ಣೀರಿನಿಂದ ತೊಯಿಸಿದಾಗ ಒಂದು ಅಪರೂಪದ ಸತ್ಯ ಹೊಳೆದಂತಾಯಿತು. ಆದರೆ ಬಾಯಿ ಬಿಟ್ಟು ಆಡಲಿಲ್ಲ. ಆಮೇಲು ಅಲ್ಲಿನದೇ ವಿಷಯ. ಗಂಡನನ್ನು ಎಷ್ಟು ಹೊಗಳಿಕೊಂಡರೂ ಸಾಕಾಗಲಿಲ್ಲ ಕುಮುದಾಗೆ.

"ನೀನು ಸ್ವಲ್ಪ ಹೋಗಿ ರೆಸ್ಟ್ ತಗೋ. ಅಶ್ವಿನಿಯ ತಂದೆ ಗಾಬ್ರಿಯಾಗಿ ಫೋನ್ ಮಾಡಿದ್ದರಿಂದ ಅಪ್ಪ ಅರ್ಧ ಊಟದಲ್ಲೇ ಎದ್ದಿದ್ದರಂತೆ. ಅವ್ರು ಇಷ್ಟ ಪಡೋಂಥ ತಿಂಡಿ ಏನಾದರೂ ಮಾಡ್ತೀನಿ" ಎಂದ ಇಂಚರ ಹೊರಗೆ ಬಂದು ಹಾಲ್‌ನಲ್ಲಿದ್ದ ಸೋಫಾ ಮೇಲೆ ಕೂತು ಗದ್ದಕ್ಕೆ ಕೈಯಾನಿಸಿದಳು.

ತಕ್ಷಣ ವಿಪರೀತವೇನೋ, ಅನಿಸಿದರೂ ಸಹಜ ಎನ್ನುವಷ್ಟರ ಮಟ್ಟಿಗೆ ಅವಳ ವ್ಯಾಪ್ತಿಗೆ ಬಂದ ಅನುಭವಗಳೇ ದೃಢಪಡಿಸಿದರು. ತಾಳಿ ಕುತ್ತಿಗೆಗೆ ಬಿದ್ದ ಮೇಲೆ ಗಂಡನ ಪ್ರೀತಿಯ ಹಾತೊರಿಕೆಯಲ್ಲಿ ಹೆತ್ತವರನ್ನು ಶೋಷಿಸಿಬಿಡುತ್ತಾಳೆನಿಸಿದರೂ, ಕುಮುದ ಬಗ್ಗೆ ಆ ನಿಲುವು ತಾಳಲು ಅವಳಿಗಿಷ್ಟವಾಗಲಿಲ್ಲ.

ಈ ಘಟನೆಗಳ ಮಧ್ಯೆ ತಾನು ವರ್ಮ ಅವರನ್ನು ನೋಡಿದ ವಿಷಯವೇ

ಮರೆತುಬಿಟ್ಟಳು. ಇಂದು ಬ್ಯಾಂಕ್‌ನಲ್ಲಿನ ಸಮಸ್ಯೆಯೊತ್ತು ಮನೆಗೆ ಬಂದ ಹರಿಹರನ್ ಗಂಭೀರವಾಗಿದ್ದರು. ಈ ಮುಖದಲ್ಲಿ ನಗು ಇಣಕಿದೆಯೋ, ಇಲ್ಲವೋ ಎನ್ನುವಂಥ ಸೀರಿಯಸ್‌ನೆಸ್.

ಬಾತ್‌ರೂಮಿನಿಂದ ಬಂದ ಕೂಡಲೇ "ಗಿರಿಜ ಎಲ್ಲಿ?" ಕೇಳಿದರು.

"ಇವತ್ತು ಅಶ್ವಿನಿ ಮನೆಗೆ ಬಂದಿದ್ದರಲ್ಲ, ಆಮೇಲೆ ಒಂದ್ಗಂಟೆ ನನ್ನೊತೆ ಮಾತು. ನಂತರೇ ಮಲ್ಗಿದ್ದು. ಈಗ ಎದ್ದಿರಬೇಕು..., ನೋಡ್ತೀನಿ. ಬಿಸಿ ತಿಂಡಿ ರೆಡಿಯಾಗಿದೆ. ಇನ್ನೊಂದು ಸರ್‌ಪ್ರೈಸ್... ಕುಮುದಕ್ಕ ಬಂದಿದ್ದಾಳೆ" ಉತ್ಸಾಹದಿಂದ ಹೇಳಿದಾಗ ಅವರು ಕೂಡ ಪ್ರಸನ್ನರಾದರು. ಪಿತೃ ಹೃದಯದ ಮಮತೆ ಸಣ್ಣ ಪುಟ್ಟದಕ್ಕೆಲ್ಲ ಸತ್ತೀತಾ?" ಎಲ್ಲಿ ಒಂದು ಫೋನ್ ಕೂಡ ಮಾಡ್ದೇ ದಿಢೀರಂತ ಬಂದಿದ್ದೇನಂತೆ?"

ಮಾತಾಡದೇ ರೂಮ್ಗೆ ಹೋಗಿ ಕುಮುದಾನ ತಂದು ಅವರ ಮುಂದೆ ನಿಲ್ಲಿಸಿದಳು.

ಸ್ವಲ್ಪ ಅತ್ತದ್ದರಿಂದ ಮಂಕುತನವಿತ್ತು. ಹಿಂದೆ ಸಹಜವಾಗಿದ್ದ ಮುಖದಲ್ಲಿ ಓರೆಕೋರೆಗಳು ಕಾಣಿಸಿದವು. ಹರಿಹರನ್ ಹುಬ್ಬುಗಳು ಸಂಕುಚಿಸಿದವು.

"ಏನಾದ್ರೂ ಅಲರ್ಜಿ ಆಗಿತ್ತಾ? ಮುಖವೆಲ್ಲಾ ಒಂದು ತರಹ ಆಗಿದೆ" ಮೊದಲು ಎತ್ತಿದ್ದು ಅದೇ ಸುದ್ದಿಯನ್ನು. ತಕ್ಷಣ ಗಾಬರಿಯಿಂದ ಕುಮುದ "ಅಂಥದೇನಿಲ್ಲ, ಒಂದಿಷ್ಟು ತಿರುಗಾಟ, ಆ ನೀರು, ಈ ನೀರು.... ಬೇರೆ ಬೇರೆ ಸೋಪು ಉಪಯೋಗಿಸಿದ್ದರಿಂದ ಆ ತರಹ ಕಾಣ್ಬಹ್ದು. ಈಗ ಮೊದ್ಲಿಗಿಂತ..." ಅಂತ ಷುರು ಮಾಡಿದವಳು ನಿಲ್ಲಿಸಿದಳು. ತಂದೆಯ ಸ್ವಭಾವ ಅವಳಿಗೆ ಗೊತ್ತು. ಸ್ವಲ್ಪ ಹೆಚ್ಚು ಕಾಸ್ಮೆಟಿಕ್‌ಗೆ ತಾನು ದುಡ್ಡು ಹಾಕುತ್ತೇನೆಂದು ಹಿಂದೆ ಅನ್ನುತ್ತಿದ್ದುದುಂಟು.

"ಅಪ್ಪ, ನಾನು ಇಂಚರ ಅಮ್ಮನ ಸಮೇತ ತಿಂಡಿ ಜೊತೆ ಬಂದ್ಬಿಡ್ತೀನಿ" ಮಾಯವಾದ ಇಂಚರ ಪ್ರತ್ಯಕ್ಷವಾದದ್ದು ರೂಮಿನಲ್ಲಿಯೇ. ಗಿರಿಜ ಇನ್ನು ಎದ್ದೇ ಇರಲಿಲ್ಲ. ಆತಂಕದಿಂದ ತಾಯಿಯೆಡೆ ಬಗ್ಗಿ "ಅಮ್ಮ, ಅಪ್ಪ ಬಂದಿದ್ದಾರೆ, ನಿನ್ನ ಕೇಳಿದ್ರು" ಮೆಲ್ಲಗೆ ಆಕೆಗೆ ಕೇಳುವಂತೆ ನುಡಿದಳು.

ಗಿರಿಜ ತಟ್ಟನೆ ಎದ್ದು "ಚೆನ್ನಾಗಿ ನಿದ್ದೆ ಮಾಡ್ಬಿಟ್ಟೆ. ಸಮಯವೇ ಗೊತ್ತಾಗಲಿಲ್ಲ. ಕುಮುದಾ ಬಗ್ಗೆ ಹಾಗೆ ಮಾತಾಡ್ಬಾರ್ದಿತ್ತು. ಎಲ್ಲಾ ಹುಡ್ಗೀರು ಅಷ್ಟೇ ತಾನೇ?" ಅಂದು ಎದ್ದವರು ಮುಖ ತೊಳೆಯಲು ಹೋದರು.

ಹುಡುಗಿಯರ ಜಗತ್ತು ತೀರಾ ಚಿಕ್ಕದೆನಿಸಿತು. ಒಂದೆರಡು ಸಲ ಮದುವೆಗಳಿಗೇಂತ ಉತ್ತರ ಕನ್ನಡ, ದಕ್ಷಿಣ ಕನ್ನಡ ನೋಡಿದ್ದು ಬಿಟ್ಟರೆ ಕರ್ನಾಟಕದ ಗಡಿಯೇ ದಾಟಿರಲಿಲ್ಲವೇನೋ ಹರಿಹರನ್ ಮಕ್ಕಳು. ಅದಕ್ಕೆ ಹಲವಾರು ಕಾರಣಗಳು ಇರಬಹುದಾದರೂ ನೋಡಿದ್ದು ಭೌಗೋಳಿಕವಾಗಿ ಚಿಕ್ಕ ಜಗತ್ತಾದರೂ, ಕ್ರೀಡೆ, ಸಂಗೀತ, ವಿಜ್ಞಾನ ಮುಂತಾದ ಎಲ್ಲ ವಿಷಯವಾಗಿ ಮಾತಾಡುತ್ತ ಬೆಳೆದವರು.

ಬಹುಶಃ ಮಗಳಿಗಾಗಿಯೇ ಹರಿಹರನ್ ತಿಂಡಿಯ ಕಾರ್ಯಕ್ರಮದಲ್ಲಿ ಪಾಲ್ಗೊಂಡರು. ಆ ವೇಳೆಗೆ ಕುಸುಮ ಕೂಡ ಬಂದಾಗಿತ್ತು. ಇದೆಲ್ಲ ಬದುಕಿನ ಬಗ್ಗೆ

ಉತ್ಸಾಹ, ಒಲವು ಹೆಚ್ಚಿಸಲು ಬೇಕು; ಆಗ ಕುಮುದ ಮಾತಾಡಿದ್ದೆಲ್ಲ ಅತ್ತೆಯ ಮನೆಯ ಬಗ್ಗೆಯೇ. ಕಂಪ್ಯೂಟರ್, ಇಂಟರ್‌ನೆಟ್, ಎಂ.ಬಿ.ಎ. ದೊಡ್ಡ ನೌಕರಿ ಎಂದು ಹಂಬಲಿಸುತ್ತಿದ್ದವಳು ತೀರಾ ಬದಲಾಗಿದ್ದಳು

ಅಕ್ಕ, ತಂಗಿಯರು ಮೂವರೂ ರೂಮು ಸೇರಿದರು. ಗಂಡನಿಗೆ ಯಾವ ತಿಂಡಿ ಇಷ್ಟ? ಯಾವ ಡ್ರೆಸ್ ಇಷ್ಟ? ಜೊತೆಗೆ ಅವನಿಗೆ ತಾನು ಹೇಗಿದ್ದರೆ ಇಷ್ಟ ಎಂಬುದನ್ನು ಮಾತ್ರ ಹೇಳಿಕೊಂಡಾಗ ಅಕ್ಕ ತಂಗಿಯರು ಕಣ್ಣರಳಿಸಿ ಕಿವಿಪೂರ್ತಿ ತೆರೆದಿಟ್ಟು ಆಲಿಸಿದರು. ಬದುಕಿನ ಒಂದು ಪುಟ್ಟ ಚಿತ್ರವನ್ನು ಅವರೆದುರಿಗೆ ಗೋಡೆಗೆ ಅಂಟಿಸಿದ್ದಳು.

"ಎಲ್ಲಾ ಮುಗೀತಾ? ಬೋರೊಡೆದು ಹೋಯ್ತು. ಇನ್ನು ನೀನು ಎಷ್ಟೊತ್ತು ಮಾತಾಡಿದರೂ ಇಷ್ಟೇ" ಕುಸುಮ ಎದ್ದುಹೋದಳು. ಅವಳ ಕನಸುಗಳು ಇಷ್ಟರ ನಡುವೆಯೇ ಹುದುಗಿಹೋಗುತ್ತದೆಯೆನಿಸಿದಾಗ ಖೇಧವೆನಿಸಿತು. ಹಿಂದೆ ಮಾತಾಡುತ್ತಿದ್ದ ವಿಷಯಗಳೆಲ್ಲ ಎಲ್ಲಿ ಸತ್ತುಹೋಯಿತು?

ಕುಮುದಾಗೆ ಮುಖಭಂಗವಾಯಿತು. ತಂಗಿಯ ಬಗ್ಗೆ ರೇಗಿತು. "ನಿಂಗೆ ಪೇಷನ್ಸ್ ಇಲ್ಲ ಬಿಡು, ಅವ್ರಿಗೆ ಯಾವ ಯಾವ ಕಲರ್ ಇಷ್ಟಾಂತ ಕೇಳು" ಕಿಟಕಿಯ ಬಳಿ ನಿಂತಿದ್ದ ಕುಸುಮ ದಡಕ್ಕೆಂದು ಹಿಂದಿರುಗಿ ಎರಡು ಕೈ ಜೋಡಿಸಿ "ಖಂಡಿತ ನಂಗೆ ಪೇಷನ್ಸ್ ಇಲ್ಲ. ಮತ್ತೇನು ವಿಷ್ಯವೇ ಇಲ್ವಾ? ಹುಡ್ಗಿಯಾಗಿದ್ದವಳು ಎಷ್ಟು ಬೇಗ ಹೆಂಗಸಾಗಿ ಬಿಟ್ಟೆ" ಅಣಕ ಇತ್ತು ಅವಳ ಮಾತಿನಲ್ಲಿ.

ಮುಂದಿನ ದಿಂಬನ್ನೆತ್ತಿ ಅವಳತ್ತ ಎಸೆದು ಕುಮುದ ಎದ್ದುಹೋದಳು. ಕುಸುಮ ಹಣೆಯೊತ್ತಿಕೊಂಡು "ಥ್ಯಾಂಕ್ ಗಾಡ್, ಬರೀ ಕೈ ಹಿಡಿದವನ ಇಷ್ಟಾ ಇಷ್ಟಗಳ ಗುಣಗಾನವೇ. ಅಮ್ಮ ಹೇಗೆ ಸವೆದುಹೋಗಿದ್ದಾರೆ. ಆ ಬಗ್ಗೆ ಒಂದ್ಮಾತು ಬೇಡ್ವಾ? ಪೂರ್ ಗರ್ಲ್" ಲೊಟಕಿದಾಗ ಇಂಚರ ಎದ್ದುಹೊರಗೆ ಬಂದಳು.

ಕುಮುದಾನ ಎಲ್ಲರೂ ಒಂದೊಂದು ರೀತಿಯಲ್ಲಿ ನೋಯಿಸಿದ್ದೇವೇನೋಂತ ಅನಿಸಿತು. ಯಾಕೆ? ಬಹುಶಃ ಆರ್ಥಿಕವಾಗಿ ಚೈತನ್ಯವಿದ್ದಿದ್ದರೆ ಅಳಿಯನಿಗೆ ಕೊಟ್ಟ ಹಣದ ಬಗ್ಗೆ ಧಾರಾಳವಾಗಿರುತ್ತಿದ್ದರೇನೋ, ಆ ಸ್ಥಿತಿ ಇಲ್ಲದಿದರಿಂದಲೇ ಫೋನ್ ಬಳಿ ಹೋಗಿ ಕೂತಿದ್ದ ಕುಮುದಾ ಬಳಿ ಹೋದ ಇಂಚರ "ಪ್ಲೀಸ್, ಏನು ತಿಳ್ಕೋಬೇಡ. ಕುಸುಮಕ್ಕ ತೀರಾ ಓದನ್ನ ತಲೆಗೆ ಹಚ್ಚಿಕೊಂಡಿರೋದ್ರಿಂದ ಮಾತೇ ಬೇಕಾಗೋಲ್ಲ. ನನ್ಹತ್ರ ಕೂಡ ಮಾತು ಅಷ್ಟಕಷ್ಟೇ" ಅನುನಯಿಸಿದಳು.

"ನಂಗೆ ಅವ್ರ ಸ್ವಭಾವ ಗೊತ್ತಿಲ್ವಾ? ನಂಗೆ ಅವ್ರನ್ನ ಬಿಟ್ಟು ಬೇರೆ ಲೋಕಾನೇ ಇಲ್ಲಾಂತ ಅನ್ನಿಸುತ್ತೆ. ನಂಗಾಗಿ ಎಷ್ಟೊಂದು ಚಡಪಡಿಸ್ತಾರೆ. ನನ್ನ ಗುಣ, ಸ್ವಭಾವ ಎಲ್ಲಾ ಅವ್ರಿಗೆ ತುಂಬ ಇಷ್ಟವಂತೆ. ನಾನೊಂದರೆ ಎಷ್ಟೊಂದು ಮುತುವರ್ಜಿ, ನನ್ನ ಚಿನ್ನದಲ್ಲೇ ಅಲಂಕರಿಸಿಬಿಡೋ ಆಸೆ. ಆದರೆ ನಿಸ್ಸಹಾಯಕರು" ಮತ್ತೆ ಕುಮುದಾ ಹಿಂದೆ ಹೋಗಿದ್ದು ಅಲ್ಲಿಗೇನೆ. ಮನಸ್ಸಿನ ಜೊತೆ ಮಿದುಳು ಕೂಡ ದಾಮೋದರನ ಹಿಂದೆ ಸುತ್ತೊಡೆಯುತ್ತಿದ್ದರಿಂದ ಬೇರೆಯವರ ಪ್ರವೇಶ, ಬೇರೆಯ ವಿಷಯಕ್ಕೆ ನಿಷಿದ್ಧ ಘೋಷಿಸಿರಬೇಕು.

"ನೀನು ಭಾವ ಎಲ್ಲೆಲ್ಲಿ ಹೋಗಿದ್ರಿ?" ವಿಷಯ ಬದಲಾಯಿಸಿದಳು ಇಂಚರ. ಆ ವಿಷಯಗಳೆಲ್ಲ ಫೋನ್ ಮುಖಾಂತರ ಬಂದು ಮುಟ್ಟುತ್ತಿದ್ದರಿಂದ ಈ ಪ್ರಶ್ನೆಗೆ ಸ್ಪಷ್ಟವಾದ ಕಾರಣವಿತ್ತು.

ಅಪ್ಪವರಲ್ಲಿ ಫೋನ್ ಬಂದಿದ್ದರಿಂದ ಖುಷಿಯಿಂದ ಎತ್ತಿದ್ದು ಕುಮುದಾನೇ.

"ಅಮ್ಮ, ಇಂಚರ ಬರೋ ವೇಳೆಗೆ ಬಂದು ಕಾದಿದ್ದೆ. ತಗೋ ಅಶ್ವಿನಿ ಫೋನ್" ಎಂದು ಇಂಚರಾಗೆ ಕೊಟ್ಟು ಎದ್ದುಹೋದಳು. ಅವಳು ಆಂದೋಳನದಲ್ಲಿ ಇದ್ದಿದ್ದರಿಂದ ಬೇರೆಯವರ ಮಾತು ಬೇಕಿರಲಿಲ್ಲ. ಅವರು ಕೇಳಿದಷ್ಟು ಚಿನ್ನ ಹಾಕದಿದ್ದರೆ ಈ ಸಂಬಂಧ ಕೈ ಬಿಟ್ಟಂತೆ. ಬೇರೆ ನೋಡಿದ್ರಾಯ್ತು' ಎಂದಿದ್ದ ಬೇಸರದಿಂದ. ತಂಗಿಯರ ವಿಷಯ ಬಂದರೆ ಪೂರ್ತಿ ಅವನ ಮನಸ್ಸು ತನ್ನಿಂದ ಡೀವಿಯೇಟ್ ಆಗಿಬಿಡುತ್ತದೆಯೆನ್ನುವ ಭಯ, ಜೊತೆಗೆ ಇದನ್ನು ಸೈರಿಸಲಾರಳು.

ಒಂದು ಉದ್ದೇಶವಿಟ್ಟುಕೊಂಡೇ ಬಂದು ಇಳಿದಿದ್ದು. ಆದರೆ ಪ್ರಸ್ತಾಪಿಸಲು ಮಾತ್ರ ಭಯ.

ರಾತ್ರಿ ಊಟವಾದ ನಂತರ ಅಮ್ಮನನ್ನು ಮಹಡಿಯ ಮೇಲಕ್ಕೆ ಕರೆದೊಯ್ದಳು. ಕೆಳಗಿನದೇ ಕಟ್ಟಡ. ಮೇಲೆ ಪೂರ್ತಿ ಖಾಲಿ. ಆಗಾಗ ಬೆಳದಿಂಗಳ ಊಟ ಅಂಥ ಕಾರ್ಯಕ್ರಮಗಳು ಇದ್ದವು. ಅಕ್ಕ ತಂಗಿಯರು ಬೇಸರವಾದಾಗ ಸಂಜೆ, ರಾತ್ರಿಗಳು ಕೂತು ಇಲ್ಲಿ ಹರಟುತ್ತಿದ್ದರು.

ಇಬ್ಬರು ಒಂದೆಡೆ ಕೂತರು. ಮಾತು ಹೇಗೆ ಪ್ರಾರಂಭಿಸಬೇಕೆಂಬುದೇ ಕುಮುದಾಗೆ ಗೊತ್ತಾಗಲಿಲ್ಲ. ಆದರೆ ಗಂಡನ ಕಣ್ಣುಗಳಲ್ಲಿ ಮಿನುಗುವ ಹರ್ಷಕ್ಕಾಗಿ ಎಂಥವುದನ್ನಾದರೂ ಸೈರಿಸಲು ಸಿದ್ಧಳಿದ್ದಳು.

"ಏನಾದ್ರೂ ಮಾತಾಡ್ಬೇಕಾ?" ಗಿರಿಜಾನೇ ಕೇಳಿದರು.

'ಹೌದು' ಎನ್ನುವಂತೆ ತಲೆದೂಗಿದರು. ನೆಲದಿಂದ ನೋಟವನ್ನೆತ್ತಲಿಲ್ಲ. ಮಗಳ ಕೈ ಹಿಡಿದುಕೊಂಡ ಗಿರಿಜ "ಯಾಕೆ ಸಂಕೋಚ? ಏನು ವಿಷ್ಯ? ಗುಡ್ ನ್ಯೂಸಾ? ಬೇಗಾಯಿತೂತ ಆಬಾರ್ಷನ್ ಮಾಡಿಸೋದೇನು ಬೇಡ. ನಿಮಗೆ ಡಿಸ್ಟರ್ಬ್ ಅನ್ನಿಸಿದರೆ ಮಗು ಇಲ್ಲೇ ಬೆಳೆಯಲಿ" ಅತ್ಯುತ್ತಮ ಸಲಹೆ ಕೊಟ್ಟರು. ಅವರಿಗೂ ಮಗಳ ಮಡಿಲಲ್ಲಿ ಪುಟ್ಟ ಕಂದನನ್ನು ನೋಡುವಾಸೆ.

"ಅಂಥದೇನಿಲ್ಲ! ಆ ಬಗ್ಗೆ ನಾವು ಅಲರ್ಟ್ ಆಗಿದ್ದೀವಿ. ವಿಷ್ಯ ಬೇರಿದೆ" ಎಂದು ಕಣ್ಣೀರಿಡಲು ಷುರು ಮಾಡಿದಾಗ ಆಕೆಗೆ ಗಾಬರಿ ಮತ್ತೇನೆ ದಾಮೋದರ್ ನಡತೆ ಸರಿಯಿಲ್ವಾ? ಇಲ್ಲ ನಿನ್ನತ್ತೆ, ನಾದಿನಿಯರಿಂದ ತೊಂದರೇನಾ? ಸೆರಗಿನಿಂದ ಮುಖದ ಬೆವರನ್ನೊರೆಸಿಕೊಂಡರು.

"ಅದೆಲ್ಲ ಏನಿಲ್ಲ! ಅವ್ರು ತುಂಬಾನೇ ಒಳ್ಳೆಯೋರು. ಅತ್ತೆ, ಮಾವ, ನಾದಿನಿ ಅವ್ರಿಗೆಲ್ಲ ನನ್ಕಂಡ್ರೆ ಪ್ರಾಣ" ಎಂದ ನಂತರ ಮಗಳ ಮುಖದಲ್ಲಿ ವಿಷಾದ ಇಣುಕಿದ್ದು ನೋಡಿ "ಮತ್ತೇನು? ಸುಮ್ನೇ ಒಗಟು ಬಿಡ್ಸಿ ಹೇಳು. ಸುಮ್ನೇ ಯಾಕೆ ಟೆನ್‌ಷನ್‌ನಲ್ಲಿ ಕೆಡವುತೀಯಾ?" ಸ್ವಲ್ಪ ಸಿಡುಕಿದರು. ಅದು ಅವರ ಅರಿವಿಗೆ ಸಿಕ್ಕದೇ ಧಾವಿಸಿದ್ದು.

"ಈಗ ಜಾನಕಿಗೆ ಬಂದ ಗಂಡು ಎಲ್ಲಾ ರೀತಿಯಲ್ಲಿ ಸೂಕ್ತ. ಅವ್ರು ಕೂಡ ಕುಣೀತಾ ಒಪ್ಕೊಂಡಿದ್ದಾಳೆ. ಈಗ ಅದೇ ಸಮಸ್ಯೆಯಾಗಿದೆ. ಆ ಜನ ಕೇಳೋಷ್ಟು ಚಿನ್ನ ಹಾಕೋಕೆ ಆಗ್ತಾ ಇಲ್ಲ".

ಮಗಳ ಮಾತುಗಳನ್ನು ಅವರು ಅರ್ಥ ಮಾಡಿಕೊಂಡಿದ್ದೇ ಬೇರೆ ರೀತಿಯಲ್ಲಿ. "ನಾವು ಹಾಕಿರೋ ಒಡ್ವೇ ಈಗ ಉಪಯೋಗ್ಸಿಕೊಳ್ಳಬೇಕೆಂಬ ಇರಾದೆ ತಾನೆ. ಅವೆಲ್ಲ ಹಿಂದಿನವು. ಸಮಯವೆಂದರೆ ಉಪಯೋಗ್ಸಿಕೊಳ್ಳಿ. ಆ ಬಗ್ಗೆ ನಾವೇನು ಪ್ರಸ್ತಾಪ ಮಾಡೋಲ್ಲ" ಎಂದರು ಬೇಸರದಿಂದ. ಇಡುಗಂಟಾಗಿ ಹತ್ತು ಲಕ್ಷ ಕೊಡುವುದರ ಜೊತೆಗೆ ಅವಳಿಗೆಂದು ಇರಿಸಿದ್ದ ಒಡವೆಗಳನ್ನು ಕೊಟ್ಟಿದ್ದರು. ಅದು ಮಗಳ ಮೈ ಮೇಲಿಂದ ಮಾಯವಾಗುವುದು ಸಂತೋಷದ ಸಂಗತಿಯೇನಲ್ಲ.

"ಅದ್ನೇ ಅವ್ರು ಕೂಡ ಒಪ್ಪೋಲ್ಲ. ನಿಂಗೆ ಅಮ್ಮನ ಮನೆಯಿಂದ ಬಂದಿರೋ ಚಿನ್ನ ನಿನ್ನದಾಗಿಯೇ ಇರ್ಲೀಂತ ಅಂದ್ರು" ಅಂದಳು ಕುಮುದ.

ಹಾಯೆನಿಸಿತು ಆಕೆಗೆ. "ಹೋಗ್ಲೀ ಬಿಡು! ಅಳಿಯಂದಿರು ಏನಾದ್ರೂ ಏರ್ಪಾಟು ಮಾಡ್ತಾರೆ. ಇನ್ನು ಹಿರಿಯರೂಂತ ಅನ್ನಿಸ್ಕೊಂಡ ಜನ ಇದ್ದಾರೆ. ಸುಮ್ನೇ ನೀನ್ಯಾಕೆ ತಲೆಕೆಡ್ಸಿಕೊಳ್ತೀಯಾ?" ಅಂದವರು ತುಂಡು ಕೂದಲನ್ನು ಗಮನಿಸಿ "ಎಷ್ಟೊಂದು ಕೂದ್ಲು ಇತ್ತು. ಎಲ್ಲಾ ಕತ್ತರಿಸಿಕೊಂಡಿದ್ದೀಯ. ನಂಗೇನೋ ಇಷ್ಟವಾಗ್ಲಿಲ್ಲ ಬಿಡು" ಎಂದು ಕತ್ತರಿಸಿದ ಮಗಳ ಕೂದಲ ಬಗ್ಗೆ ಅಸಮಾಧಾನ ವ್ಯಕ್ತಪಡಿಸಿದರು.

"ಇದೆಲ್ಲ ಹೊಸ ಫ್ಯಾಷನ್, ಅಮ್ಮ. ಅವ್ರ ಜೊತೆ ದೊಡ್ಡ ದೊಡ್ಡ ಪಾರ್ಟಿಗಳಿಗೆ ಹೋಗ್ಬೇಕಾಗುತ್ತೆ. ಅಲ್ಲಿ ಒಂದು ತರಹ ನೋಡ್ತಾರೆ. ಇದು ನಿನ್ನ ಅಳಿಯಂದಿರ ಸಜೆಷನ್. ಈಗ ತುಂಬಾ... ತುಂಬಾ ಚೆನ್ನಾಗಿ ಕಾಣ್ತೀನಂತೆ" ಸಂಭ್ರಮ, ಸಂತೋಷದಿಂದ ಹೇಳಿದಳು.

"ಆಯಿತು ಬಿಡು! ಅವ್ರಿಗೆ ಹೇಗೆ ಬೇಕೋ ಹಾಗೇ ಇದ್ಕೋ" ಚುಟುಕಾಗಿ ಅಂದರು ಮಗಳನ್ನು ನೋಡಿ. ಅವರಿಗೆ ನಗು ಬಂತು. ಈ ಅತಿಯಾದ ಪ್ರೀತಿ ಆರಾಧನೆ ಎಷ್ಟು ದಿನಾಂತ ಕೇಳಬೇಕೆನಿಸಿದರೂ ಕೇಳಲಿಲ್ಲ.

"ಅಮ್ಮ, ನಿನ್ನಿಂದ ನಂಗೆ ಒಂದು ಸಣ್ಣ ಸಹಾಯ ಬೇಕು". ಇದ್ದಕ್ಕಿದ್ದಂಗೆ ಕೇಳಿದಾಗ ಚಕಿತಗೊಂಡರು. ಮೊದಲಿನ ಕುಮುದಾಗೂ ಈಗಿನ ಕುಮುದಗೂ ತುಂಬ ವ್ಯತ್ಯಾಸ ಕಾಣುತ್ತಿದ್ದರು. "ಏನು ಸಹಾಯ ಬೇಕು? ಹೇಳು, ನನ್ನನ್ನಂತು ಕರೀಬೇಡ. ಅದ್ಬಿಟ್ಟು ಮತ್ತೇನಿದೆ?" ಕೇಳಿದರು. ಅವಳ ತಲೆ ತಗ್ಗಿತು. ಹೇಗೆ ಪ್ರಾರಂಭಿಸಬೇಕೆಂದು ತಿಳಿಯಲಿಲ್ಲ. ತಾನು ತುಂಬ ಸ್ವಾರ್ಥಿಯಾಗುತ್ತಿದ್ದೇನೆಂಬ ಭಯ. ಸುಖದ ಪ್ರೇಮದ ಅಮಲಿನಲ್ಲಿ ಉಸುರಿ ತಪ್ಪು ಮಾಡಿದೆನೇನೋ ಎನ್ನುವ ಭಯ ಬೇರೆ ಹೇಳಿದಳು.

"ಯಾಕೆ ಸಂಕೋಚ? ಅದೇನು ಹೇಳು. ನಿಮ್ಮಪ್ಪನ ಕರೆಗೆ ಇಂಚರ ಹುಡ್ಕಿಕೊಂಡು ಬರ್ತಾಳೆ" ಅವಸರಿಸಿದರು.

ಬಹಳ ಪ್ರಯಾಸದಿಂದಲೇ ನೋಟವೆತ್ತಿ "ಅಮ್ಮ, ನಿನ್ನಲ್ಲಿರೋ ಒಡ್ವೆಗಳು ಕೊಟ್ಟರೆ

ಈಗ ಸಹಾಯವಾಗುತ್ತೆ. ಅದ್ನ ತೂಕ ಮಾಡ್ಸಿ ತಗೊಂಡು... ಅದೇ ತೂಕದಷ್ಟು ಚಿನ್ನವನ್ನು ಆದಷ್ಟು ಬೇಗ ಕೊಟ್ಟು ಬಿಡ್ತೀವಿ. ಇದೊಂದು ಸಮಸ್ಯೆಯಿಂದ ಅವ್ರ ಮುಖದ ಗೆಲುವೇ ಹಾರಿಹೋಗಿದೆ" ಬಿತ್ತರಿಸಿದಾಗ ವಿಸ್ಮಿತರಾದರು.

"ಯಾಪ ಒಡ್ವೇ?; ನಿನ್ನ ಪಾಲಿನಗು ಕೊಟ್ಟಿದ್ದೀವಲ್ಲ. ಈಗ ಚೂರು ಪಾರು ಉಳಿದಿರೋದು ಕುಸುಮ, ಇಂಚರ ಮೈಮೇಲಿದೆ. ಅದ್ನ ಕಳಚಿ ಕೊಡೋ ಹಕ್ಕು ನಮ್ಗಿಲ್ಲ ಮಹರಾಯ್ತಿ" ಮೇಲೆದ್ದವರು ಕೆಳಗೆ ನಡೆದೇಬಿಟ್ಟರು. ಮಗಳು ಬಂದ ಸಂತೋಷಕ್ಕೆ ನಾಳೆ ಅವಳಿಗಿಷ್ಟವಾದ ಹಬೆಗಡುಬು ಮಾಡಬೇಕೆಂದುಕೊಂಡಿದ್ದು ಎಲ್ಲೋ ಚದುರಿಹೋಗಿ ಆ ಜಾಗದಲ್ಲಿ ದುಗುಡ ಆಕ್ರಮಿಸಿತು.

ಇಡೀ ರಾತ್ರಿ ಕುಮುದ ಅತ್ತ ಸುದ್ದಿ ಬೆಳಿಗ್ಗೆ ಇಂಚರ ಬಂದು ಹೇಳಿದಾಗ ಹೌಹಾರಿದರು. ಭಯದಿಂದ ಗಿರಿಜ ಎದೆಯ ಬಡಿತ ಜಾಸ್ತಿಯಾಯಿತು.

"ಅಮ್ಮ, ನಿನ್ನ ಮೇಲಕ್ಕೆ ಕರ್ಕೊಂಡ್ ಹೋಗಿದ್ದಳಲ್ಲಾ? ಏನು ಹೇಳಿದ್ಲು?" ಮೆಲ್ಲಗೆ ಕಾಯಿ ತುರಿಯುತ್ತಲೇ ಪ್ರಸ್ತಾಪಿಸಿದಾಗ ತಲೆಯ ಮೇಲೊಂದು ಮೊಟಕಿ "ನಿಂದು ವಿಪರೀತ ಊಹೆ. ಅವಳೆಲ್ಲಿ ಕರ್ಕೊಂಡ್ ಹೋಗಿದ್ಲು? ನಾನೇ ಕರೆದಿದ್ದು. ಕೆಲವನ್ನ ತಾಯಿ ಮಾತ್ರ ವಿಚಾರಿಸ್ಬಹ್ದು" ಹೇಳಿದರು.

"ಕುಮುದಕ್ಕ ಅಳದಿದ್ದರೆ ನಾನು ಖಂಡಿತ ಕೇಳ್ತಾ ಇರ್ಲಿಲ್ಲ. ನಾನು ಕೇಳಿ.... ಕೇಳಿ ಸಾಕಾದೆ! ಇಡೀ ರಾತ್ರಿ ಅಳೋದೂಂದರೇನು?" ತುರಿದ ಕಾಯಿ ತುರಿಯನ್ನು ಅಮ್ಮನ ಮುಂದಿರಿಸಿ ಹೇಳಿದಳು. ಗಿರಿಜ ಮಾತಾಡಲಿಲ್ಲ. ಅವರ ಮನದಲ್ಲಿ ಒಂದು ಸಂದೇಹ ಮೂಡಿತ್ತು. "ನಾನು ಅದ್ನೆಲ್ಲ ವಿಚಾರಿಸ್ಕೋತೀನಿ. ನೀನು ಕಾಲೇಜಿಗೆ ಹೋಗೋ ಕಡೆ ಗಮನ ಕೊಡು. ಅಶ್ವಿನಿ ಬಂದಂಗಿದ್ದಾನೆ, ನೋಡು" ಮಗಳನ್ನು ಸ್ವಲ್ಪ ಬಲವಂತದಿಂದಲೇ ಹೊರಗೆ ಕಳಿಸಿದರು.

ಕಡೆಯ ಮಾತಂತೂ ನಿಜ. ಅಶ್ವಿನಿಕುಮಾರ್ ಬ್ಯಾಗ್ ಹಿಡಿದು ಬಂದಿದ್ದ. "ಇಲ್ಲೇ ಊಟ! ಇವತ್ತು ಅತ್ತೇ ಕೈ ಊಟ ಮಾಡ್ಬೇಕೂಂತ ಅನ್ನಿಸ್ತು. ತೊಂದರೆಯಾಗ್ದಂಗೆ ಹೆಲ್ಪ್ ಮಾಡ್ತೀನಿ" ಕಣ್ಣು ಮಿಟುಕಿಸಿ ಅಡಿಗೆ ಮನೆಗೆ ಹೋದ. ಎಲ್ಲರಿಗಿಂತ ಹೆಚ್ಚಾಗಿ ಹಚ್ಚಿಕೊಂಡಿದ್ದ ಗಿರಿಜಾನ.

ಸಚ್ಚಿದಾನಂದ ವರ್ಮರಿಂದ ಫೋನ್ ಬದಾಗ ಎತ್ತಿದ್ದು ಅಶ್ವಿನಿಯೇ. "ಹರಿಹರನ್ ಇಲ್ವಾ?" ಆ ಕಡೆಯಿಂದ ಪ್ರಶ್ನೆ ಬಂದಾಗ "ಪೂಜೆಯ ಕೊನೆಯ ಹಂತದಲ್ಲಿದ್ದಾರೆ. ಅದು ಮುಗಿದ್ಮೇಲೆ ಸಿಗೋದು. ನೀವು ಯಾರು? ಏನೀ ಇನ್ಫರ್ಮೇಶನ್?" ಆ ಕಡೆಯಿಂದ ಫೋನ್ ಕಟ್ ಆಯಿತಷ್ಟೇ. ಯಾರೋ ಬ್ಯಾಂಕ್ ಕಸ್ಟಮರ್ ಅಂದುಕೊಂಡ.

ಊಟ ಮುಗಿದ್ಮೇಲೆ ತನ್ನ ಸ್ಕೂಟರ್‌ನಲ್ಲಿಯೇ ಕಾಲೇಜು ಬಳಿ ಡ್ರಾಪ್ ಮಾಡಿ ಹೋದ ಅಶ್ವಿನಿಕುಮಾರ್. ಅವಳಿಗೆ ಹುಡುಕಿಕೊಂಡು ಬಂದ ಸಂಬಂಧಕ್ಕಿಂತ, ಕುಮುದ ಅಳುವೇ ದೊಡ್ಡ ಸಮಸ್ಯೆಯಾಗಿತ್ತು ಇಂಚರಾಗೆ. ಆ ಗುಂಗಿನಲ್ಲಿಯೇ ಇದ್ದಳು.

ಸ್ಕೂಟರ್‌ನಲ್ಲಿ ಇಬ್ಬರನ್ನು ನೋಡಿದ ಪ್ರಭಂಜನ್ "ಯಾವ್ದೇ ಕಾರಣಕ್ಕೂ ಇಂಚರ ನನ್ನ ಜೀವ್ನದಿಂದ ಮಿಸ್ ಆಗ್ಬಾರ್ದು" ಮತ್ತೊಮ್ಮೆ ಒತ್ತಡವೇರಿದ. ಇದರ ಹಿಂದೆ ಇದ್ದ ಮಹತ್ತರ ಕಾರಣವೇನು?

ಇವತ್ತು ಕಾಲೇಜಿನಿಂದ ತಂದೆಗೆ ಮೊದಲು ಇಂಚರ ಮನೆಗೆ ಫೋನ್ ಮಾಡಿ "ಕುಮುದಕ್ಕ, ತೀರಾ ಷಾಕ್ ಆಗೋಂಥ ನ್ಯೂಸ್ ಏನಾದ್ರೂ ಇದ್ದರೆ ಅಮ್ಮನಿಗೆ ಹೇಳ್ಬೇಡ. ನೇರವಾಗಿ ವಿಷ್ಯ ಅಪ್ಪನ ಬಳಿ ಒಯ್ದುಬಿಡು" ಸಲಹೆ ಕೊಟ್ಟಳು. ತಾಯಿ ಮಗಳು ಆ ವೇಳೆಗಾಗಲೇ ಮಾತಿನಲ್ಲಿ ಕೂತಿದ್ದರು... "ಆಯಿತು" ಫೋನ್ ಕಟ್ ಆಯಿತು.

"ಇಂಚರಾ ಫೋನಾ? ಆ ಹುಡ್ಗೀ ಕಾಲೇಜಿಗೆ ಹೋದರೂ ನನ್ನ ಬಗ್ಗೆ ಯೋಚಿಸ್ತಾಳೆ. ಇರಲೀ, ಇಡೀ ರಾತ್ರಿ ಅತ್ತಿದ್ದಕ್ಕೆ ಕಾರಣವೇನು? ಸುಮ್ನೇ ಸತಾಯಿಸದೇ ಹೇಳು" ಗಿರಿಜ ಗದರಿಯೇ ಮಗಳನ್ನ ಕೇಳಿದ್ದು.

ಕುಮುದಳ ಒಳ ಮನಸ್ಸು ಸ್ವಾರ್ಥಿ ಎಂದು ಚೀರುತ್ತಿದ್ದರೂ ಧಾವಂತದ ದನಿಯಲ್ಲಿ "ಬೀರುವಿನಲ್ಲೊಂದು ಒಡ್ವೆಯ ಪೆಟ್ಟಿಗೆ ಇದೆ. ಅದು ತೆಗೆದಿದ್ದು ನಂಗೆ ನೆನಪಿಲ್ಲ. ಒಮ್ಮೆ ನೀನು, ಅಪ್ಪ ಹರಿಹರಕ್ಕೆ ಮದ್ವೆಗೆ ಹೋದಾಗ ನಾನು ತೆಗ್ದು ನೋಡಿದೆ. ಎಲ್ಲಾ ಗಟ್ಟಿಯಾದ ಒಡವೆಗಳೇ. ಅದು ಈಗ ನಂಗೆ ಕೊಟ್ಟರೆ ನಿಜ್ವಾಗಿ ಅಷ್ಟೇ ಚಿನ್ನಾನ ಅವರು ಹಿಂದಿರುಗಿಸುತ್ತಾರೆ" ಅಂದಾಗ ಆಕೆ ಬೆಚ್ಚಿಬಿದ್ದರು.

"ನಿಂಗ್ಯಾಕೆ ಬೇಕಿತ್ತು ಈ ಕುತೂಹಲ? ಆ ಚಿನ್ನ ನಮ್ದೇ ಆಗಿದ್ದರೆ ಉಪಯೋಗಿಸುತ್ತಿದ್ವಿ, ಅವು ನಮ್ಮದಲ್ಲ. ನಿಂಗೆ ಇಷ್ಟೊಂದು ಸಣ್ಣ ವಿಷ್ಯ ಅರ್ಥವಾಗದೆ? ಈ ತರಹ ಬಂದು ಕೇಳಿದ್ದು ಸರೀನಾ?" ಆಕೆಯ ಕಣ್ಣಾಲಿಗಳು ತುಂಬಿತು. ಅಲ್ಲಿ ಜಿಗುಪ್ಸೆ ಹೊಯ್ದಾಡಿತು.

"ನಂಗೆ ಬೇರೆ ದಾರೀನೇ ಇಲ್ಲ. ಅಪ್ಪ ತಂಗಿಯರ ಜವಾಬ್ದಾರಿಗಳಲ್ಲಿ ನಮ್ಮಗಳ ಸುಖದ ಕ್ಷಣಗಳು ಹಾರಿಹೋಗ್ತಾ ಇದೆ. ಅದು ನಂಗಿಷ್ಟವಾಗೋಲ್ಲ" ಮತ್ತೆ ಅಳು ಷುರು ಮಾಡಿದಳು.

ಗಿರಿಜ ತಮ್ಮ ಕೈಗಳಲ್ಲಿದ್ದ ನಾಲ್ಕು ಬಳೆಗಳನ್ನು ಕಳಚಿ ಮಗಳ ಕೈಯಲ್ಲಿಟ್ಟು "ಇಷ್ಟು ಮಾತ್ರ ಕೊಡಬಲ್ಲೆ. ಇದು ನನ್ನ ತವರಿನಿಂದ ಬಂದ ಬಳುವಳಿ. ಆ ಬಗ್ಗೆ ನಿಮ್ತಂದೆಯೇನು ಕೇಳೋಲ್ಲ. ಕೇಳಿದರೂ ನಾನು ಸಮರ್ಥಿಸಿಕೊಳ್ತೀನಿ. ಅದ್ನ ಬಿಟ್ಟು ಮತ್ತೇನು ಮಾಡೋಕ್ಕಾಗೋಲ್ಲ" ಎಂದು ರೂಮಿಗೆ ಹೋಗಿ ಮಲಗಿದರು. ಅಳುವ ಸರದಿ ಅವರದಾಯಿತು. ಹೆತ್ತ ಮಕ್ಕಳು ಕೂಡ ಎಷ್ಟು ಅಪಾಯವೆನ್ನುವ ಅರಿವು ಅವರಿಗಾಗಿತ್ತು. ಕಣ್ಣಿಂದ ಹರಿದ ಕಂಬನಿ ದಿಂಬಿನೊಳಗೆ ಹುದುಗಿಹೋಗುತ್ತಿತ್ತು.

ತಾನು ದೊಡ್ಡ ತಪ್ಪು ಮಾಡಿದೆನೇನೋಂತ ದುಗುಡ, ಆತಂಕದಿಂದ ಬೆದರಿದ್ದರ ಜೊತೆಗೆ ಮುಂದಿನ ಸೀನ್‌ಗಳನ್ನು ನೆನಪಿಸಿಕೊಂಡು ಹೌಹಾರಿದಳು. "ಡೋಂಟ್ ವರಿ ಡಿಯರ್, ಅಮ್ಮನ ಹತ್ರ ಕೆಲವು ಹಳೇ ಒಡ್ವೆಗಳು ಇವೆ. ಅದ್ನ ಉಪಯೋಗಿಸಿದ್ದೇ ನೆನಪಿಲ್ಲ. ಈಗ ನಮ್ಮ ಸಮಯಕ್ಕೆ ಕೊಡ್ತಾರೆ. ಆಮೇಲೆ

ಅದರಷ್ಟೇ ಚಿನ್ನ ಹಿಂದಿರುಗಿಸಿದರೆ ಸಾಕು" ಅವನೆದೆಯ ನಗ್ನತೆ ಸವಿಯಲ್ಲಿ ಇನಿ ದನಿಯಲ್ಲಿ ಉಸುರಿದಾಗ ದಾಮೋದರ ಅವಳ ಮುಖದ ತುಂಬೆಲ್ಲ ಮುತ್ತಿನ ಮಳೆಗರೆದ "ಸಧ್ಯ ಇವ್ಳ ಮದ್ವೆಯಾದರೆ, ನಾವು ಆರಾಮಾಗಿ ಎಲ್ಲಾದ್ರೂ ಎರಡು ದಿನ ಹೋಗ್ಬರೋಣ" ಪಿಸುಗುಟ್ಟಿ ಮಡದಿ ಮೈಯ ಬಿಸಿ ಹೆಚ್ಚಿಸಿದ.

ಈಗೇನು ಮಾಡುವುದು? ಕುಮುದ ತಾಯಿ ಕೊಟ್ಟು ಹೋದ ಬಳೆಗಳನ್ನು ನೋಡಿದಳು. ಇದನ್ನು ಯಾರು ಕ್ಷಮಿಸಲಾರರೆಂದುಕೊಳ್ಳುವುದರ ಜೊತೆ ಇಷ್ಟು ಚಿನ್ನದಲ್ಲಿ ಸರಿಗಟ್ಟುವುದು ಸಾಧ್ಯವಿರಲಿಲ್ಲ. ಆದರೆ ಹೋಗಿ ಅಮ್ಮನಿಗೆ ಹಿಂದಿರುಗಿಸುವ ಧೈರ್ಯವಾಗಲಿಲ್ಲ. ಅವಳಿಗೆ ತಲೆ ಕೆಟ್ಟಂತಾಯಿತು. ಕ್ಷಣಗಳು ಕಳೆಯುವುದು ಕೂಡ ಕಷ್ಟವೆನಿಸಿತು.

ಹೊರಗಡೆ ಬಂದು ನಿಂತು ಹಾದಿಯಲ್ಲಿ ಅಡ್ಡಾಡುವ ಜನರನ್ನೇ ನೋಡಿ ಕಾಲ ಕಳೆದಳು. ಇಂಚರ ಸ್ವಲ್ಪ ಬೇಗಾನೇ ಬಂದಿದ್ದು. ಈಚೆಗೆ ಕುಸುಮ ಸ್ವಲ್ಪ ಲೇಟಾಗಿಯೇ ಬರುತ್ತಿದ್ದುದು.

"ಯಾಕೇ ಒಂದು ತರಹ ಇದ್ದೀ? ಮತ್ತೇ ಅತ್ತಾ? ಅಂಥ ಗಂಡ ಸಿಕ್ಕೋಲೂ ಸುಮ್ನೇ ಅಳೋದೆಂದರೆ ಅರ್ಥವೇನು? ಅಮ್ಮನ ಬದ್ಲು ಏನಾದ್ರೂ ಸಮಸ್ಯೆ ಇದ್ದರೆ ನೇರವಾಗಿ ಅಪ್ಪನ ಹತ್ರ ಮಾತಾಡು" ಎಂದಳು ಇಂಚರ. ಅದು ಸರಿಯೆನಿಸಿದರೂ ಧೈರ್ಯವಾಗಲಿಲ್ಲ. "ಇಲ್ಲ ಇಂಚರ, ಅಮ್ಮ ಯಾವಾಗ್ಲೂ ಅಮ್ಮನೇ, ಅಪ್ಪ ಯಾವಾಗ್ಲೂ ಅಪ್ಪನೇ. ಅಮ್ಮನ ತೂಕಕ್ಕೆ ಅಪ್ಪ ಏರಲಾರ!" ಅಂದಳು ಭಾವುಕಳಾಗಿ.

"ತೂಕ ಬಿಟ್ಟು, ತ್ರಾಸು ಅಂತ ಮಾತೇನು ಬೇಡ. ಹೋಗ್ಲೀ ಅಮ್ಮನ ನಂತರವಾದ್ರೂ ಅಪ್ಪ ಅನ್ನೋದು ಒಪ್ಕೋತೀಯಾ ತಾನೇ! ಅಮ್ಮನ ನಂತರವಾದರೂ ಅಪ್ಪ ತಾನೇ?" ಒತ್ತಿ ಒತ್ತಿ ಕೇಳಿದ ನಂತರ "ಅಮ್ಮ ಮೊದ್ಲಿನಷ್ಟು ಆರೋಗ್ಯವಾಗಿಲ್ಲ. ಹೈಪರ್ ಬಿ.ಪಿ. ಇರೋದ್ರಂದ.... ದೈಹಿಕವಾಗಿ ಮಾತ್ರವಲ್ಲ ಮಾನಸಿಕವಾಗಿ ಕೂಡ ರೆಸ್ಟ್ ಬೇಕು. ಈಗ ಅರ್ಥವಾಗಿರುತ್ತೆ. ಜಾಣೆಯಾಗಿ ವರ್ತಿಸು" ಕೆನ್ನೆ ತಟ್ಟಿದಳು ಸ್ನೇಹದಿಂದ. ಕುಮುದಾಗೂ ತಂಗಿಯೆಂದರೆ ಪ್ರಾಣವೇ. ಆದರೆ ಈಗ ಸಾಲಿನಲ್ಲಿ ತಾಳಿಯನ್ನು ಬಿಗಿದವನು ಮೊದಲು ನಿಂತು ಎಲ್ಲರನ್ನು ಹಿಂದಕ್ಕೆ ಹಾಕಿದ್ದ.

ಬಹಳಷ್ಟು ಯೋಚಿಸಿದ ಮೇಲೆ ಇಂಚರಾಳ ನೆರವು ಪಡೆದುಕೊಳ್ಳುವುದೇ ಒಳ್ಳೆಯದೆನಿಸಿತು. ಅವಳ ಸ್ವಂತ ತಳಮಳದಲ್ಲಿ ಬಂದಿದ್ದ ಸಂಬಂಧ ಬಗ್ಗೆ ಅಪ್ಪಿ ತಪ್ಪಿ ಪ್ರಶ್ನಿಸಲು ಕೂಡ ಸಾಧ್ಯವಾಗಿರಲಿಲ್ಲ.

"ಮೀಟಿಂಗ್ ಇದೆ. ಬರೋದು ಲೇಟು" ಹರಿಹರನ್ ಐದರ ಸುಮಾರಿಗೆ ಫೋನ್ ಮಾಡಿದಾಗ ಕುಸುಮ ಬಂದಾಗಿತ್ತು. ಅರ್ಧ ದಾರಿಯಲ್ಲಿ ವೆಹಿಕಲ್ ಕೈ ಕೊಟ್ಟು ರಿಪೇರಿಯಾಗದೇ ಮೆಕ್ಯಾನಿಕ್ ಷಾಪ್‌ಗೆ ತಳ್ಳಿ ಬಂದವಳು ಸುಸ್ತಾಗಿ ರೂಮಿನಲ್ಲಿ ಕೂತಳು.

ತುಂತುರು ಮಳೆ ಷುರುವಾಗಿದ್ದರಿಂದ ಎಲ್ಲಾ ಕೆಲಸ ಬದಿಗೊತ್ತಿ ಬಾಗಿಲಲ್ಲಿ

ನಿಂತಳು. ಸಂಜೆಯ ಬಿಸಿಲಿನ ಜೊತೆ ಚೆಲ್ಲಾಟವಾಡುತ್ತ ಭೂತಾಯಿಯಾಗುವ ಮಳೆಯೆಂದರೆ ಅವಳಿಗಿಷ್ಟ. ಭೂಮಿಗೆ ಬಿದ್ದ ಒಂದೊಂದು ಹನಿಯು ಎದೆಯೊಳಕ್ಕೆ ತಣ್ಣಗೆ ಇಳಿದ ಅನುಭವವಾಗುತ್ತಿತ್ತು.

"ಕುಮುದಕ್ಕ ಬೇಗ್ಬಾ" ಕೂಗಿದಳು.

ಕುಮುದ ಏನೋ ಬಂದಳು. ಅವಳದು ನೀರಸ ಪ್ರತಿಕ್ರಿಯೆ. ಮದುವೆಯ ಮುನ್ನಿನ ದಿನಗಳಲ್ಲಿ ಅವಳು ಕೂಡ ತಂಗಿಯ ಜೊತೆ ಪಾಲ್ಗೊಳ್ಳುತ್ತಿದ್ದಳು. ಇಬ್ಬರೂ ಸೇರಿ ಸಂಜೆಯ ಸುಂದರ ಮಳೆಯಲ್ಲಿ ತೊಯ್ಯುತ್ತ ಕಾಂಪೌಂಡ್ ತುಂಬೆಲ್ಲಾ ಹರಿದಾಡುತ್ತ ನೆನೆಯುತ್ತಿದ್ದರು. ಆ ಸಮಯದಲ್ಲಿ ಅಮ್ಮನ ಕೂಗೇನು ಕಿವಿಗೆ ಬೀಳುತ್ತಿರಲಿಲ್ಲ. ಇಬ್ಬರ ಜೊತೆಗೆ ಕುಸುಮ ಕೂಡ ಸೇರಿಬಿಟ್ಟರಂತೂ ಯಾವ ಅಡಿಗೂ ನಿಲುಕದ ಅದ್ಭುತ ಸೀನ್ ಸೃಷ್ಟಿಯಾಗಿಬಿಡುತ್ತಿತ್ತು.

"ಅಕ್ಕ ಬಾರೇ" ಕೈ ಹಿಡಿದು ಎಳೆದಾಗ "ಬೇಡಮ್ಮ, ನಂಗೆ ಮೂಡ್ ಇಲ್ಲ" ಕೈ ಕೊಡವಿಕೊಂಡಾಗ ಅವಳೇನು ನಿಲ್ಲಲಿಲ್ಲ. ತುಂತುರು ಮಳೆಯಲ್ಲಿ ರಂಗಿನಾಟವಾಡುವಂತೆ ಗಿಡದಿಂದ ಗಿಡಕ್ಕೆ ಸುತ್ತಾಡಿದಳು. ಕಣ್ಣಾ ಮುಚ್ಚಲೆಯಾಡುವಂತೆ.

"ಇಂಚರ ಬಾ ಒಳ್ಗೇ" ಗಿರಿಜ ಬಂದು ಕೂಗಿದವರು ಅಲ್ಲೇ ನಿಂತರು. ಅವಳ ಬಾಲ್ಯದ ನೆನಪಾಯಿತು. ಮಳೆಯೆಂದರೆ ಅಂದು ಕೂಡ ಇಷ್ಟವೇ. ಸುರಿಯುವ ಮಳೆಯಲ್ಲಿ ಕುಣಿಯುತ್ತಿದ್ದರೆ ದುಂಡು ದುಂಡುಗಿದ್ದ ಅವಳನ್ನು ಹೊತ್ತು ತರುವುದೇ ಕಷ್ಟವಾಗುತ್ತಿತ್ತು. ಆ ಕ್ಷಣಗಳು ನೆನಪು ಮುದವೆನಿಸಿತು. "ಏಯ್, ಇಂಚರ" ಮತ್ತೊಮ್ಮೆ ಕೂಗಿದವರು ನಿಂತಿದ್ದ ಕುಮುದಳತ್ತ ನೋಟ ಹರಿಸಿ "ಯಾಕೇ ಸಪ್ಪಗಿದ್ದೀಯಾ? ಹಡೆದವಳಿಗೆ ಎದೆಯೊಡೆಯುವಂತಾಗುತ್ತೆ. ನಿಮ್ಮುಖದ ನಗುವನ್ನೇ ನಾವು ಬಯಸೋದು" ಸಂಕಟದಿಂದ ಅಂದರು. ಅವಳು ತಟ್ಟನೆ ಒಳಗೆ ಹೋದಳು. ಇಲ್ಲಿನ ಬಗ್ಗೆ ಅವಳಿಗೆ ಯೋಚನೆ ಇಲ್ಲ. ಅಲ್ಲಿ ಹೇಗೆ ಸಂಬಾಳಿಸುವುದೆನ್ನುವ ವ್ಯಥೆಗೆ ಬಿದ್ದಿದ್ದಳು.

ಇನ್ನ ನಾಲ್ಕು ಕೂಗು ಹಾಕಿದ ಮೇಲೆಯೇ ಇಂಚರ ಬಂದು ಒದ್ದೆ ಕೈಯಿಂದ ಅಮ್ಮನ ಕೆನ್ನೆಗಳನ್ನು ಮುಟ್ಟಿ "ಅಮ್ಮ, ತುಂಬ ಚೆನ್ನಾಗಿರುತ್ತೆ. ಇನ್ನು ಒಂದೇ ಒಂದ್ಸಲ" ಗಿಂಜಿದಾಗ ಕಿವಿ ಹಿಡಿದು ಒಳಗೊಯ್ದು "ಪೂರ್ತಿ ಒದ್ದೆಯಾದ ಬಟ್ಟೆಗಳು. ಹೋಗಿ ಬೇಗ ಬದಲಾಯಿಸು. ಇನ್ನು ಮಗುವಂಗೆ ಆಡ್ತಾಳೆ" ಗದರಿಕೊಂಡರು.

ಮುಖ ದಪ್ಪಗೆ ಮಾಡಿಕೊಂಡ ಇಂಚರ "ಅಮ್ಮ ಪುಟ್ಟಹುಡ್ಗಿಯಂಗೆ ನೆಗೆದಾಡುತ್ತಿದ್ದ ಕುಮುದಕ್ಕ ಕೆಲವೇ ತಿಂಗಳಲ್ಲಿ ದೊಡ್ಡ ಹೆಂಗಸಾಗಿಬಿಟ್ಟಿದ್ದಾಳೆ. ಇನ್ನ ಮೊದಲಿನ ಅವಸ್ಥೆಗೆ ತಿಲಾಂಜಲಿ ಕೊಟ್ಟಂಗೆ, ನಂಗೇನು ಇದು ಸರಿಯೆನಿಸೋಲ್ಲ" ಎಂದ ಮಗಳ ಒದ್ದೆಯಾದ ಮುಖ ನೋಡಿದರು. ಮುಗ್ಧತೆ ಕಳಚದ ಶುಭ್ರ ಮುಖವೆಂದುಕೊಂಡರು.

"ಮೊದ್ಲು ಹೋಗಿ ಬಟ್ಟೆ ಬದಲಾಯಿತು" ರೇಗಿದರು.

ಎಂದಿನದೋ ಘಟನೆ ನೆನಪಾಗಿ ಅವರ ಕಣ್ಣುಗಳಲ್ಲಿ ನೀರಾಡಿತು. ಬೇರೊಬ್ಬರ ದುರಾದೃಷ್ಟ ಅದೃಷ್ಟವಾಗಿ ಫಲಿಸಿತ್ತು. ಅಂದು ಎದೆಗವಚಿಕೊಂಡ ಇಂಚರ ಇಂದು ಕೂಡ ಹಾಗೇ ಇದ್ದಾಳೆನಿಸಿತು.

ಉಡುಪು ಬದಲಾಯಿಸಿ ಇಂಚರ ಬಂದಾಗ್ಲೂ ಅಲ್ಲೇ ನಿಂತಿದ್ದರು. ಗಿರಿಜ ಮೌನವದನರಾಗಿದ್ದರು. ದುಃಖ, ನೋವು ಮಡುವು ಗಟ್ಟಿಕೊಂಡು ಹೊರಗೆ ಧುಮುಕಲು ಹವಣಿಸಿದಂತೆ ಕಂಡಿತು.

"ಅಮ್ಮ, ನೀನು ನಾರ್ಮಲ್ಲಾಗಿಲ್ಲ. ಕುಮುದಕ್ಕ ಏನಾದ್ರೂ ಪ್ರಾಬ್ಲಮ್ ಹೊತ್ತು ಬಂದಿದ್ದಾಳಾ?" ಬಹಳ ಮೆಲ್ಲಗೆ ಉಸಿರು ಬಿಗಿ ಹಿಡಿದು ಕೇಳಿದಾಗ ಕೆನ್ನೆ ಸವರಿ "ಅಂಥದೇನಿಲ್ಲ! ಮತ್ತೆ ಮಳೆಗೆ ಹೋಗ್ಬಾರ್ದು" ಎಂದಷ್ಟೇ ನುಡಿದಿದ್ದು. ಅದು ಇಂಚರಾಗೆ ಸುಳ್ಳೆನಿಸಿತು.

ಹರಿಹರನ್ ಮನೆಗೆ ಬರುವುದಕ್ಕೆ ಮೊದಲು ಕುಮುದ ಗಂಡನಿಂದ ಫೋನ್ ಬಂತು. ಮೊದಮೊದಲು ಕೆಂಪಗಾದವಳು, ಆ ಮೇಲೆ ನಿಸ್ತೇಜಳಾಗಿದಿದ್ದಕ್ಕೆ ಕಾರಣ ಗಿರಿಜಾಗೆ ಮಾತ್ರ ಗೊತ್ತು, ಉತ್ಪ್ರೇಕ್ಷಿಸಿದರು.

ಕಿಟಕಿ ಬಳಿ ನಿಂತು ಹೊರಗಿನ ಮಳೆ ನೋಡುತ್ತಿದ್ದ ಇಂಚರಾಗೆ ಅದರೊಳಗೆ ಮುಳುಗಿಹೋಗಿದ್ದಳು. ಜಗತ್ತಿನ ಸೌಂದರ್ಯವೆಲ್ಲ ಎಲ್ಲಿ ಅಡಗಿದೆಯೆಂದು ಯಾರಾದರೂ ಪ್ರಶ್ನಿಸಿದರೆ, ಕತ್ತಲು ಆವರಿಸುವ ವೇಳೆಯಲ್ಲಿ... ಪೂರ್ತಿ ಕತ್ತಲಾದ ಮೇಲೆ ಸುರಿಯುವ ಮಳೆಯಲ್ಲಿ ಎಂದು ಉತ್ತರಿಸಿಬಿಡುತ್ತಿದ್ದಳೇನೋ.

ಇಂದು ಕುಸುಮ ಕೂಡ ಊಟದ ವೇಳೆಯಲ್ಲಿ ಸುಮ್ಮನಿದ್ದಿದ್ದಕ್ಕೆ ಅವಳದೇ ಆದ ಕಾರಣವಿತ್ತೇನೋ! ಮೀಟಿಂಗ್‌ನಲ್ಲಿ ನಡೆದ ಡಿಸ್ಕಷನ್‌ನಿಂದ ಸ್ವಲ್ಪ ಅಪ್ ಸೆಟ್ ಆಗಿದ್ದ ಹರಿಹರನ್ ಮಾತು ಇಷ್ಟವಾಗಿರಲಿಲ್ಲ. ಇನ್ನ ಬರೀ ಮೂರು ತಿಂಗಳು ಮಾತ್ರ ಸರ್ವೀಸ್ ಇತ್ತು.

ಆದರೆ ರೂಮಿಗೆ ಹೋದ ಮೇಲೆಯೇ ಹೆಂಡತಿಯನ್ನು ಗಮನಿಸಿದ್ದು "ಯಾಕೆ? ಇಷ್ಟೊಂದು ಡಲ್ಲಾಗಿದ್ದೀಯಾ? ಚೆಕಪ್‌ಗೆ ಹೋಗಿ ಬರ್ಬೇಕಿತ್ತು. ಸ್ವಲ್ಪ ಸ್ಟ್ರೆಸ್ ಕಡಿಮೆ ಮಾಡ್ಕೊಂಡರೆ ಕೇಳೋಲ್ಲ" ಗೊಣಗಿದರು. ಮನಸ್ಸು ಬಿಚ್ಚಿ ತಮ್ಮ ಮನಸ್ಸಿನ ಭಾವನೆಗಳನ್ನು ನಿಶ್ಚಲವಾಗಿ ಎಂದೂ ಹೇಳಿಕೊಳ್ಳಲು ಸಾಧ್ಯವಾಗಲಿಲ್ಲವೆನಿಸುತ್ತಿತ್ತು ಗಿರಿಜಾಗೆ. ಸಿಡಿಮಿಡಿ ರಾಗಾಟಕ್ಕೆ ಮನದಲ್ಲಿ ಮಾತುಗಳೇ ಮರೆತುಹೋಗುತ್ತಿತ್ತು. ಆದರೆ ಇಂದಿನ ಸಂಬಂಧ ಬೇರೆಯಾಗಿತ್ತು. "ಹಾಗೇನಿಲ್ಲ! ನಿಮ್ಮ ಹತ್ರ ಒಂದು ವಿಷ್ಯ ಮಾತಾಡೋದಿತ್ತು. ಈಗ ಇಂಚರಾಗೆ ಬಂದ ಸಂಬಂಧ ಕುದುರಿಸಿ ಬಿಡಿ. ನಾವು ಹುಡ್ಕೊಂಡು ಹೋದರೆ ಅಂಥ ಸಂಬಂಧ ಸಿಕ್ಕುತ್ತೋ, ಇಲ್ವೋ ದಯವಿಟ್ಟು ಇದೊಂದ್ಮಾತು ನಡ್ಸಿಕೊಡಿ" ಕಣ್ಣೀರನೊಂದಿಗೆ ಹೇಳಿದಾಗ ಹೌಹಾರಿದರು.

"ಹಿರಿಯಳೂಂತ ಕುಸುಮ ಇದ್ದಾಳಲ್ಲ! ಅವಳಿಗೆ ಮದ್ವೇ ಮಾಡೋದೇ ಇಲ್ಲಾನ್ನೋ ವರಸೆಯಲ್ಲಿ ಮಾತಾಡ್ತಾ ಇದ್ದೀಯಾ! ನಿನ್ನ ಹಾಗೇ ಅವ್ಳು ನಂಗೂ

ಮಗ್ಳೇ" ಮೂರ್ಖತನ ಆವರಿಸಿದಂತೆ ಮಾತನಾಡಿದರು. ಈ ಸ್ವಭಾವ ಅವರ ಜನ್ಮಕ್ಕೆ ಅಂಟಿದ್ದು. ಹೆಂಡತಿಯೊಡನೆ ಮಾತನಾಡುವಾಗ 'ಇಗೋ' ಜಾಸ್ತಿಯಾಗಿ ಬಿಡುತ್ತಿತ್ತು.

ತೀರಾ ಸಮಾಧಾನಕ್ಕೆ ಬಂದ ನಂತರ ಕುಮುದಾಳ ವಿಷಯ ಪ್ರಸ್ತಾಪಿಸಿದರು. "ಆ ಬಾಕ್ಸ್‌ನಲ್ಲಿರೋ ಒಡ್ವೆಗಳನ್ನ ನೋಡಿದ್ದಾಳೆ. ಈಗ ನಾದಿನಿಯ ಸಲುವಾಗಿ ಬೇಕೂಂತಿದ್ದಾಳೆ. ಆಮೇಲೆ ಅವ್ಳ ಗಂಡ ಅಷ್ಟು ಚಿನ್ನಾನ ಕೊಡ್ತಾನಂತೆ. ಈಗೇನ್ಮಾಡೋದು? ನಾನು ಆಗೋಲ್ಲಾಂದೆ".

ವಿಷಯ ಪೂರ್ತಿ ಮನವರಿಕೆಯಾದ ನಂತರ ವಿಷಾದಕ್ಕೆ ಜಾರಿದರು. ಆಳಕ್ಕೆ ಇಳಿದು ಯೋಚಿಸಿದಷ್ಟೂ ಅಳಿಯ ಬಹಳ ಬುದ್ಧಿವಂತನಾಗಿ ಕಂಡ. ಇವಳು ಯಾಕೆ ಇಷ್ಟು ಪೆದ್ದಿಯಾದಳು?

"ಹೇಳಿದ್ದೀಯಲ್ಲ! ನಾನು ಹೇಳೋದು ಕೂಡ ಅಷ್ಟೇ. ತೀರಾ ಒಳ್ಳೆಯವರಾಗಿ ಕಾಣೋ ಜನರಲ್ಲಿ ಎಷ್ಟೊಂದು ದುರಾಸೆ ಇದೆ. ಆ ಒಡವೆಗಳು ಇಂಚರಾವು. ಅದನ್ನು ಕೊಡುವ ಅಧಿಕಾರ ನಮ್ಗಿಲ್ಲ. ನಾನೇ ಸ್ಪಷ್ಟವಾಗಿ ಹೇಳ್ತೀನಿ. ನೀನು ಮಲಕ್ಕೋ" ಅಂದರು ದೃಢವಾದ ಸ್ವರದಲ್ಲಿ.

ಕೈಯನ್ನು ತಲೆಯ ಕೆಳಗಿಟ್ಟು ಮಲಗಿದ ಗಿರಿಜ "ನೀವೇನಾದ್ರೂ ಆ ರೀತಿ ಹೇಳಿದರೆ, ಹತ್ತು ಪ್ರಶ್ನೆಗಳು ಹುಟ್ಟಿಕೊಳ್ಳುತ್ತೆ. ಅವುಗಳು ಸಮಸ್ಯೆಗಳಾಗಿ ಪರಿವರ್ತನೆಗೊಳ್ಳಬಹುದು" ಹೇಳಿ ಕಣ್ಮುಚ್ಚಿಕೊಂಡರು.

ಹೆಂಡತಿ ಹೇಳಿದ್ದು ಸರಿಯೆನಿಸಿತು. ಇಂಚರಳಿಗೆ ಸೇರಬೇಕಾದ ಒಡವೆಗಳನ್ನು ಕುಮುದಾಳ ಅಗತ್ಯಕ್ಕೆ ಕೊಡುವುದು ಸರಿಯೆನಿಸಲಿಲ್ಲ. ದಾಮೋದರ್ ತೀರಾ ಸಜ್ಜನನಂತೆ ನಟನೆ ಮಾಡಿ ಜವಾಬ್ದಾರಿ, ತಾಪತ್ರಯಗಳನ್ನು ಮುಂದಿಟ್ಟುಕೊಂಡು ಮಡದಿಯ ಮುಖಾಂತರ ಎಲ್ಲಾ ವಸೂಲು ಮಾಡಿಕೊಂಡಿದ್ದ. ಆ ಬಗ್ಗೆ ಅವರಿಗೇನು ಕೋಪವಿಲ್ಲ. ಆದರೆ ತಂಗಿಯ ಮದುವೆಯ ಕಾರಣವೊಡ್ಡಿ ಇಂಥ ಬೇಡಿಕೆಗಾಗಿ ಮಗಳನ್ನ ಕಳಿಸಿದ್ದು ಸರಿ ಕಾಣಲಿಲ್ಲ.

ಆ ರಾತ್ರಿ ಗಂಡ ಹೆಂಡತಿ ನಿದ್ರಿಸಲಿಲ್ಲ.

ಕುಮುದ ನೇರವಾಗಿ ತಂದೆಯನ್ನು ಅಪ್ರೋಚ್ ಮಾಡುವುದನ್ನು ಬಿಟ್ಟು ತಂಗಿಯರ ಮುಂದೆ ಅಳಲು ತೊಡಗಿದಾಗ ನಿಬ್ಬೆರಗಾದರು. ಅವರಿಬ್ಬರಿಗೂ ಒಡವೆಯ ಪೆಟ್ಟಿಗೆಯ ಸುದ್ದಿ ಗೊತ್ತಿಲ್ಲ.

"ಅದ್ಕೆ ಏನಾದ್ರೂ ಪ್ರಬಲವಾದ ಕಾರಣವಿರುತ್ತೆ. ನೀನು ಪಾಕಡ ಇದ್ದೀಯಾ! ಕದ್ದು ಪೆಟ್ಟಿಗೆ ತೆಗ್ದು ನೋಡಿದ್ದು ಮೊದಲ ತಪ್ಪು. ಅಲ್ಲದೆ ನಾದಿನಿ ವಿವಾಹದ ಸಲುವಾಗಿ ಅವುಗಳನ್ನ ಕೇಳೋಕೆ ಬಂದಿದ್ದು ಅಕ್ಷಮ್ಯ ಅಪರಾಧ. ಸಧ್ಯಕ್ಕೆ ತೆಪ್ಪಗಿದ್ದುಬಿಡು" ಎಂದು ಒದರಿದ ಕುಸುಮ ಎದ್ದುಹೋದಳು. ಹಳೇ ಮೊಪೆಡ್ ಇಂದು ತಳ್ಳಿ ಸಾಕಾಗಿತ್ತು. ಆದರೂ ಹೊಸದರ ಕಡೆಗೆ ನೋಟ ಹರಿಸುವಂತಿರಲಿಲ್ಲ. ಅಂಥದ್ದರಲ್ಲಿ ಇರೋ ಚಿನ್ನಕ್ಕೆ ಬೇಡಿಕೆ ಸಲ್ಲಿಸಿದ್ದು ಸರಿಕಾಣಲಿಲ್ಲ.

"ಕುಸುಮ ಎಷ್ಟು ಕಟುವಾಗಿ ಮಾತಾಡ್ತಾಳೆ!" ಕುಮುದ ಆರೋಪವನ್ನೊರಿಸಿದಾಗ ನಯವಾಗಿ ತಳ್ಳಿ ಹಾಕಿದಳು ಇಂಚರ. "ಪ್ಲೀಸ್... ಪ್ಲೀಸ್... ಕುಮುದಕ್ಕ ಸ್ವಲ್ಪ ಅರ್ಥ ಮಾಡ್ಕೋ. ನೀನು ಆ ಸ್ಥಾನದಲ್ಲಿದ್ದರೆ ಮತ್ತಷ್ಟು ಕಟುವಾಗಿ ಮಾತಾಡ್ತಾ ಇದ್ದೆ. ಅಲ್ಲಿ ಸತ್ಯ ಇದೆ. ಅಪ್ಪ, ಅಮ್ಮ ನಮ್ಗೆ ತೋರಿಸೋ ಹಾಗಿದ್ದರೆ ಎಂದೋ ತೋರಿಸ್ತಾ ಇದ್ದರು. ಅವು ನಮ್ಗೆ ಸೇರಿದ್ದು ಅಲ್ದೇ ಇರ್ಬಹ್ದು. ಇದ್ನೆಲ್ಲಾ ನೀನು ಯೋಚ್ಸಬೇಕಲ್ವಾ! ಅಷ್ಟು ಬೇಕೂಂದರೆ ನಮ್ಮಿಬ್ಬರ ಮೈ ಮೇಲಿರೋ ಚಿನ್ನಾನ ಕೊಡ್ತೀವಿ. ಅದು ಅಲ್ಲಿಗೆ ಸರಿ ಹೊಂದುತ್ತೇನೋ ನೋಡ್ಕೋ!" ಅತ್ಯುತ್ತಮ ಸಲಹೆಯನ್ನೇ ಕೊಟ್ಟಳು.

ಕುಮುದ ತಂಗಿಯನ್ನು ತಬ್ಬಿಕೊಂಡು ಅಳೋಕೆ ಷುರು ಮಾಡಿದ್ದು ಹರಿಹರನ್, ಗಿರಿಜ ಇತ್ತ ಧಾವಿಸುವಂತೆ ಮಾಡಿತು.

"ಏನಾಯ್ತು?" ವಿಷಯ ತಿಳಿದಿದ್ದ ಹರಿಹರನ್ ರೇಗಿದರು. "ನಮ್ಮ ಸ್ಥಿತೀನ ದಾಮೋದರ್‌ಗೆ ಮೊದ್ಲೇ ಹೇಳಿದ್ದೀವಿ. ಮೂರು ಹೆಣ್ಣು ಮಕ್ಳಿಗಾಗಿ ಇಟ್ಟಿದ್ದ ಹಣಾನ ನಿನ್ನೊಬ್ಬಳಿಗೆ ಧಾರೆ ಹೊಯ್ದೆ. ಇಲ್ಲಿ ನಿಂಗೆ ಕೊಡೋಷ್ಟು ಚಿನ್ನವೇನಿಲ್ಲ. ಆ ಪೆಟ್ಟಿಗೆಯಲ್ಲಿರೋ ಒಡ್ವೆ ನನ್ನ ಸಂಪಾದ್ನೆ ಅಲ್ಲ. ಜೊತೆಗೆ ಹಿರಿಯರ ಬಳುವಳಿ ಕೂಡ ಅಲ್ಲ. ಇಷ್ಟನ್ನ ಗಮನದಲ್ಲಿಟ್ಕೋ. ಮಗ್ಳು ಮುಖದ ನಗು ಕಾಣೋಕೆ ತವರಿನವರು ಇಷ್ಟ ಪಡ್ತಾರೆ. ಇಲ್ಬಂದ್ ಅಳೋದು ನೋವು ಕೊಡುತ್ತೆ. ಬೇಕಾದರೆ ನಾನೇ ಸ್ಪಷ್ಟವಾಗಿ ದಾಮೋದರ್‌ಗೆ ಹೇಳ್ತೀನಿ. ಇದು ಸರ್ಯಾದ್ ರೂಟ್ ಅಲ್ಲ" ಕಡೆ ಕಡೆಗೆ ಸಹನೆ ಕಳೆದುಕೊಂಡು ರೇಗಿಯೇ ಬಿಟ್ಟರು.

ಅಕ್ಕ, ತಂಗಿಯರು ಸ್ಥಬ್ದರಾದರು. ಕುಸುಮ ಮೂರು ನಾಲ್ಕು ಸಲ ಕುಮುದಳತ್ತ ನೋಟ ಹರಿಸಿ ಸುಮ್ಮನಾದಳು. ರೂಪು ರೇಷೆಗಳು ಪೂರ್ತಿ ಬದಲಾಗಿದೆಯೆನಿಸಿತು. ಮುಖಕ್ಕೆ ಮತ್ತಷ್ಟು ತಿಳಿ ಬಣ್ಣ ಬಂದರೂ ಅದರಲ್ಲೇನೋ ಲೋಪವಿದೆಯೆನಿಸಿತು.

ತನ್ನ ಬ್ಯಾಗ್‌ಗೆ ಬಟ್ಟೆಗಳನ್ನು ತುರುಕಿಕೊಂಡ ಕುಮುದ "ನಾನು ಈ ಮನೆಯಲ್ಲಿ ಹುಟ್ಟಿದ್ದೇ ತಪ್ಪಾಯ್ತು" ಗೊಣಗಿದಾಗ ಕುಸುಮ, "ಮುಂದೆ ಆ ತಪ್ಪು ಮಾಡ್ಬೇಡ ಬೇರೆ ಕಡೆ ಹುಟ್ಟು. ಅದ್ಕೆ ಈಗ್ಲೇ ಅಪ್ಲಿಕೇಷನ್ ಹಾಕ್ಕೋ. ಅಲ್ಲೂ ತುಂಬಾ ಕ್ಯೂ ಇರುತ್ತೆ" ಎಂದವಳು ಎದ್ದು ಹೋದಳು.

ಇಂಚರಾಗೆ ಏನೂ ತೋಚಲಿಲ್ಲ. ಆ ಒಡ್ವೆಗಳನ್ನು ಕುಮುದಾಗ ಕೊಟ್ಟಿದ್ದರೆ ಒಳ್ಳೆಯದೇನೋ ಎನಿಸಿತು. "ಅದು ಯಾರದು?" ಪ್ರಶ್ನೆ ಹಾಕಿಕೊಂಡವಳು ತಳ್ಳಿ ಹಾಕಿದಳು. ಅವಳದು ಪಾಸಿಟೀವ್ ಥಿಂಕಿಂಗ್. ಅ;ಪ್ಪ, ಅಮ್ಮನ ದೃಷ್ಟಿ ಒಳ್ಳೆಯದೇ ಇರುತ್ತೆ ಅನ್ನುವ ಭಾವನೆ.

ಬಂದು ಕುಮುದ ಕೈ ಹಿಡಿದುಕೊಂಡು "ಕೋಪ ಮಾಡ್ಕೊಂಡ್ ಹೋಗೋದ್ಬೇಡ. ವಿಷ್ಯ ತೀರ್ಮಾನವಾಯಿತಲ್ಲ. ನೇರವಾಗಿ ತಿಳ್ಸಿಬಿಡು ಭಾವಂಗೆ. ಬೇಕಾದರೆ ಚಂದ್ರಯ್ಯನಿಗೆ ಹೇಳಿ ಇನ್ನೊಂದ್ ಸಂಬಂಧ ಹುಡ್ಕಿಕೊಡ್ಬಹ್ದು. ಇದೇನು ಅಂಥ ಕಷ್ಟವಲ್ಲ" ಸುಲಭವಾಗಿ ಪರಿಹಾರ ಸೂಚಿಸಿದಳು.

ತಕ್ಷಣ ಅವಳ ಮುದುಳಿನಲ್ಲಿ ಪ್ಲಾಷ್ ಆಯಿತು. ಗಿರಿಜ, ವರದಕ್ಷಿಣೆ, ವರೋಪಚಾರ ಕೂಡ ಬೇಡ' ಅಂದ ಸಚ್ಚಿದಾನಂದ ವರ್ಮ ಬಗ್ಗೆ ತಿಳಿಸಿದ್ದರಿಂದ ಆ ಬಗ್ಗೆ ಯಾಕೆ ಮುಂದುವರಿಯಬಾರದು.

"ಅಮ್ಮ, ನಿಂಗೊಂದು ಸಂಬಂಧ ಬಂದಿತ್ತು ಅಂದರು. ಅದ್ನೇ ಅವ್ರ ತಂಗೀಗೆ ನೋಡಬಹುದಲ್ಲ. ಆರಾಮಾಗಿರುತ್ತೆ". ಗೆಲುವಾಗಿ ಹೇಳಿದಾಗ ಪುಸ್ತಕ ಹಿಡಿದಿದ್ದ ಕುಸುಮ ಒಂದು ತರಹ ಮುಖ ಮಾಡಿದಳು. "ಅವ್ರ ಹುಡ್ಕಿಕೊಂಡು ಬಂದಿರೋದು ಇಂಚರಾನೇ ವಿನಃ ನಮ್ಮ ಮನೆ ಸಂಬಂಧವಲ್ಲ. ಅಂಥ ಜನಕ್ಕೆ ಹುಡ್ಗೀರ ಕೊರತೆನಾ? ಈ ರಾಜಕುಮಾರಿ ಆ ರಾಜಕುಮಾರನ ಕನಸ್ಸಿನಲ್ಲಿ ಹೋಗಿ ತನ್ನ ವಿಳಾಸ ಕೊಟ್ಟುಬಂದಿರಬೇಕು. ಅದ್ಕೇ ಅವ್ರು ನೇರವಾಗಿ ಇಲ್ಲಿಗೆ ಹುಡ್ಕಿಕೊಂಡು ಬಂದಿರೋದು. ನನ್ನ ವಿಷ್ಯ ಪ್ರಸ್ತಾಪಿಸಿದ್ದರೆ, ನಾನಂತೂ ಹಾರ ಹಾಕಿಬಿಡ್ತಾ ಇದ್ದೆ. ಅಂಥ ಹ್ಯಾಂಡ್ಸಮ್ ಪರ್ಸ್‌ನಾಲಿಟೀನ ಹುಡ್ಕಿಕೊಳ್ಳೋದು ಕೂಡ ಸಾಧ್ಯವಿಲ್ಲ" ಅಣಕವಾಡಿದಳು.

ಇಂಚರ ಗಾಬರಿಯಿಂದ ಅವಳತ್ತ ನೋಡಿ "ಮಹಾರಾಯ್ತಿ, ಏನೇನೋ ಮಾತಾಡ್ಬೇಡ. ಸಧ್ಯಕ್ಕೆ ನಮ್ಮ ಮನೆಯಲ್ಲಿ ಮದ್ವೆ ಸ್ಥಿತಿ ಇಲ್ಲಾಂತ ಅಪ್ಪ ಹೇಳಿ ಆಯಿತಲ್ಲ. ಅಲ್ಲಿಗೆ ವಿಷ್ಯ ಮುಗೀತು. ನೀನು ಬೇಕಾದರೆ ಚಂದ್ರಯ್ಯನ ಮುಖಾಂತರ ಪ್ರಯತ್ನಿಸು. ಮನೆ ಟೆನ್‌ಷನ್ ಸಾಕು" ಅದ್ಭುತವಾದ ಸಲಹೆಕೊಟ್ಟಳು. ಕುಮುದಳ ಸಲುವಾಗಿ ಅಮ್ಮ ಟೆನ್‌ಷನ್‌ಗೆ ಒಳಗಾಗಬಾರದು. ಅದಷ್ಟೇ ಅವಳಿಗೆ ಬೇಕಾಗಿರೋದು. ಹರಿಹರನ್ ನಡೆದಿದ್ದಕ್ಕೆಲ್ಲ ಹೆಂಡತಿಯ ಮೇಲೆ ಗೂಬೆ ಕೂರಿಸುತ್ತಾರೆಂದು ಅವಳಿಗೆ ಗೊತ್ತು.

ಸ್ವಲ್ಪ ಗೆಲುವಾದ ಕುಮುದ ಚಂದ್ರಯ್ಯನ ಮನೆಗೆ ಫೋನ್ ಮಾಡಿದಳು. ಅವರು ಸಿಗದಿದ್ದಾಗ "ಬೆಳಿಗ್ಗೆ ಹರಿಹರನ್ ಮನೆಗೆ ಬರಬೇಕೆನ್ನೋ ಇನ್ಫರ್ಮೇಷನ್ ಕೊಡೀಂತ" ತಿಳಿಸಿ ಫೋನಿಟ್ಟಳು.

"ಎಷ್ಟು ಬೇಗ ಬದಲಾಗಿಬಿಟ್ಟೆ ಕುಮುದಕ್ಕ, ಇದು ಹೆಣ್ಣಿನ ಸಹಜ ಗುಣಾನೇ? ನಿಂಗೆ ಈಗ ಗಂಡ, ಅತ್ತೆ, ಮಾವ, ನಾದಿನಿಯರ ಚಿಂತೆ ಮಾತ್ರ. ಇದು ಭಯಂಕರವೆನಿಸಿದರೂ ಸ್ಫಟಿಕದಷ್ಟು ಸತ್ಯ" ಸಹಜವಾಗಿ ಹೇಳಿದಳು ಕುಸುಮ. ಅದು ನಿಜವೇ ಆದ್ದರಿಂದ ಕುಮುದ ಪ್ರತಿಕ್ರಿಯಿಸಲಿಲ್ಲ.

ಮೂವರೂ ಈ ವಿಷಯದ ಬಗ್ಗೆ ಯೋಚಿಸಿದರು. ಪಿ.ಹೆಚ್.ಡಿ. ಮಾಡಲು ಉತ್ತಮ ವಸ್ತುವೆನಿಸಿತು ಇಂಚರಾಗೆ. ಆದರೆ ಅದನ್ನು ಬಾಯ್‌ಬಿಟ್ಟು ಹೇಳಲಿಲ್ಲ.

ಬೆಳಿಗ್ಗೆ... ಬೆಳಿಗ್ಗೇನೇ ಬಂದ ಚಂದ್ರಯ್ಯ ಖುಷಿಯಾಗಿದ್ದ. ಈ ಸಂಬಂಧ ಕುದುರಿಸಿದರೆ ಸಚ್ಚಿದಾನಂದ ವರ್ಮರಿಂದ ಭಾರೀ ಭಕ್ಷೀಸ್ ಸಿಗುತ್ತಿತ್ತು. ಸಾಕಷ್ಟು ಹುಡುಗಿಯರ ಭಾವಚಿತ್ರಗಳನ್ನು ಹರಡಿದ್ದ. ಅವರು ಅವುಗಳತ್ತ ಕಣ್ಣೆತ್ತಿ ಕೂಡ ನೋಡದೇ "ಹರಿಹರನ್ ಮಗ್ಳು ಇಂಚರಾನೇ ಬೇಕು, ಮೈಂಡ್ ಇಟ್" ಇಂದಿದ್ದರು. ಯಾರಲ್ಲೂ ಇಲ್ಲದ ಸ್ಪೆಷಾಲಿಟಿ ಈ ಹುಡುಗಿಯಲ್ಲಿ ಏನಿದೆಯೆಂದು ಯೋಚಿಸುವಂತಾಗಿತ್ತು ಕೂಡ.

ಆ ವೇಳೆಗೆ ಹರಿಹರನ್ ಪೂಜೆ ಮುಗಿಸಿ ಬಂದಿದ್ದವರು ಹುಬ್ಬೇರಿಸಿ "ಇದೇನಿದು, ಬೆಳಿಗ್ಗೆ... ಬೆಳಿಗ್ಗೆಯೇ ದಯಮಾಡ್ಸಿಬಿಟ್ಟಿದ್ದೀಯಾ" ಹಾಸ್ಯ ಮಾಡಿದ್ದರು.

"ರಾತ್ರಿ ಮನೆಯವ್ರು ಬಂದ ಕೂಡಲೇ ನಿಮ್ಮ ಮನೆಯಿಂದ ಫೋನ್ ಬಂದಿತ್ತು. ಅರ್ಜೆಂಟಾಗಿ ಹೋಗಿ ಅಂದ ಕೂಡಲೇ ಹೊರಟುಬಿಡೋ ಆಸಾಮಿಯೇ. ತೀರಾ ಹನ್ನೊಂದು ನಂತರ ಬೇಡವೆನಿಸಿತು" ಎಂದ ಸಂತೋಷದಿಂದ.

ಅವರಿಗೆ ಯೋಚಿಸುವಂತಾಯಿತು. ಕೂಡುವಂತೆ ಸನ್ನೆ ಮಾಡಿ ನೇರವಾಗಿ ಅಡಿಗೆಮನೆಗೆ ಬಂದವರು ಹುಬ್ಬು ಗಂಟಿಕ್ಕಿ "ಯಾರು ಚಂದ್ರಯ್ಯನಿಗೆ ಫೋನ್ ಮಾಡಿದ್ದು? ನಾನು ಈ ಮನೆ ಯಜಮಾನ ಅನ್ನೋದು ಮರೆತಂಗಿದೆ" ಗುಟುರು ಹಾಕಿದರು. ಹಬೆಕಡಬನ್ನು ತೆಗೆಯುತ್ತಿದ್ದ ಗಿರಿಜ ಮುಖ ಒಂದು ತರಹ ಆಯಿತು. "ನೀವು ಮನೆ ಯಜಮಾನರು ಅನ್ನೋದು ಜ್ಞಾಪಿಸೋದ್ಬೇಡ. ನಾನು ಯಾರ್ಗೂ ಫೋನ್ ಮಾಡ್ಲಿಲ್ಲ. ಮಾಡಿದ್ದರೆ ತಿಳಿಸ್ತಾ ಇದ್ದೆ" ಎಂದರು ಸೋತ ದನಿಯ್ಲಿ. ಗಂಡ ಇಂದಿಗೂ ಸರಿಯಾಗಿ ಅರ್ಥವಾಗಿರಲಿಲ್ಲ. ಕೆಲವೊಮ್ಮೆ ಏಕಾಂತದಲ್ಲಿ ಮಾತುಗಳಲ್ಲಿ ಪ್ರೇಮದ ಹೊಳೆಯನ್ನು ಹರಿಸುವ ವ್ಯಕ್ತಿ. ಮಾತು, ಹಾರಾಟಗಳಿಗೆ ಅರ್ಥವೇ ಇರುತ್ತಿರಲಿಲ್ಲ.

"ಇನ್ಯಾರು ಮಾಡ್ತಾರೆ?" ಎಂದುಕೊಂಡು ಹೊರಗೆ ಹೋದ ತಂದೆಯನ್ನು ಹಿಡಿದ ಇಂಚರ "ಯಾಕೆ, ಶೀಘ್ರಕೋಪಿಗಳು ಆಗ್ತೀರಾ! ನೀವು ತಂದೆಯಾಗಿ ಸಕ್ಸಸ್ ಆದರೆ ಗಂಡನಾಗಿ ಸಕ್ಸಸ್ ಆಗಿಲ್ಲ. ಅಮ್ಮನ ಮನಸ್ಸು ಬಿಳಿ ಹಾಳೆಯಂತಿದೆ. ಯಾಕೆ ಅರ್ಥ ಮಾಡಿಕೊಳ್ಳೋಲ್ಲ? ಫೋನ್ ಮಾಡಿದ್ದು ಕುಮುದಕ್ಕ ನಾದಿನಿಗೆ ನೋಡೋಣಾಂತ ಅಂದ್ಕೊಂಡ್ ಪ್ರಯತ್ನಿಸಿದಳು ಅಷ್ಟೇ" ತಿಳಿಸಿದಳು. ಆದರೂ ಸಿಡಿಮಿಡಿಗುಟ್ಟುತ್ತಲೇ ಹೋದದ್ದು.

ರೂಮಿನಿಂದ ಹೊರಗೆ ಬಂದ ಕುಮುದ ನಾದಿನಿಯ ಫೋಟೋನ ಚಂದ್ರಯ್ಯ ಮುಂದಿಟ್ಟು "ಇವ್ಳಿಗೆ ಈಗ ವಿವಾಹವಾಗ್ಬೇಕಾಗಿದೆ. ಒಳ್ಳೆ ಸಂಬಂಧ ಬಂದಿದೇಂದ್ರು ಅಮ್ಮ, ಇಂಚರಾಗೆ. ಈಗ ಅಪ್ಪ ಮದುವೆ ಮಾಡಲ್ಲಾಂದ್ರೂಂತ ಅಂದ್ಕೊಂಡೆ. ಅದ್ಕೇ ಫೋನ್ ಮಾಡಿದ್ದು" ಹೇಳಿದಳು. ತಕ್ಷಣ ನಾದಿನಿಗೆ ಮೊದಲಿನದಕ್ಕಿಂತ ಒಳ್ಳೆ ಸಂಬಂಧ ಕುದುರಿಸಿಬಿಡಬೇಕೆಂಬ ಹಂಬಲ.

ಆ ಮನುಷ್ಯ ಅಡ್ಡಡ್ಡ ತಲೆಯಾಡಿಸಿದ. ಬಹಳ ಪರ್‌ಫೆಕ್ಟ್ ಆಗಿ ಹೇಳಿದ್ದರಿಂದ ವರ್ಮ ಮೊದಲ ಹಂತದ ಪ್ರಯತ್ನ ಕೂಡ ಮಾಡುವುದು ಸಾಧ್ಯವಿರಲಿಲ್ಲ. ಒಂದಿಷ್ಟು ಬೇಸರವಾಯಿತು ಕೂಡ. ತಂಗಿಗೆ ಬಂದಿರೋ ಉತ್ತಮ ಸಂಬಂಧವನ್ನ ನಾದಿನಿಯತ್ತ ಒಯ್ಯುವುದು ಸ್ವಾರ್ಥವೆನಿಸಿತು.

"ಜಾತ್ಕಾನೂ ಇದೆ, ಈಗ್ಲೇ ಕೊಡ್ತೀನಿ. ಹೇಗೂ ವರದಕ್ಷಿಣೆ, ವರೋಪಚಾರ ಬೇಡವೆಂದಿದ್ದಾಗಲ್ಲ, ನೀವೊಂದಿಷ್ಟು ಕಮೀಷನ್ ಹೆಚ್ಗೇ ತಗೊಳ್ಳಿ" ಮತ್ತೇ ಹೇಳಿದಳು ಕುಮುದ.

"ಈ ಸಂಬಂಧ ಆಗೋಲ್ಲ ಬಿಡಿ. ಅವ್ರ ಲೆವೆಲ್ಲೇ ಬೇರೆ. ಬಹುಶಃ ಇಂಚರ

ಸಂಬಂಧ ಕುದುರಿಸೋಕೆ ಮಾತ್ರ ನನ್ನ ಕಾಂಟ್ರ್ಯಾಕ್ಟ್ ಮಾಡಿರೋದು. ಅಷ್ಟು ಬಿಟ್ಟು ಬೇರೆ ಫೋಟೋ, ಜಾತಕ ಹಿಡಿದುಕೊಂಡು ಹೋಗೋಕ್ಕಾಗೋಲ್ಲ. ಈ ಫೋಟೋ ನನ್ಹತ್ರ ಇರಲೀ. ಬೇರೆ ನೋಡೋಣ" ಅಂದ. ತಟಕ್ಕನೆ ಎತ್ತಿಕೊಂಡ ಕುಮುದ "ಈಗಾಗಲೇ ಒಂದು ಸಂಬಂಧ ನೋಡಿ ನಿಶ್ಚಯಿಸಿಯಾಗಿದೆ. ಏನೋ ಕೊಡೋ ಬಿಡೋದ್ರಲ್ಲಿ ಒಂದಿಷ್ಟು ತಕರಾರೂಷ್ಟೇ" ಎಂದು ನುಡಿಯುವ ವೇಳೆಗೆ ಹರಿಹರನ್ ಒಂದು ನಿರ್ಧಾರಕ್ಕೆ ಬಂದಿದ್ದರು. ಹೆಂಡತಿ ಬೇಡಿಕೆ ಕೂಡ ಸರಿಯೆನಿಸಿತು.

"ಆಯ್ತು ಚಂದ್ರಯ್ಯ, ಋಣಾನುಬಂಧವಿದ್ದರೆ ಬೇಡ ಅನ್ನೋಕ್ಕಾಗುತ್ತಾ? ಅವ್ರು ವಿಡಿಯೋ ಕ್ಯಾಸೆಟ್, ಆಲ್ಬಮ್ ಕೊಟ್ಟಿದ್ದು. ಈಗಾಗ್ಲೇ ಅವ್ರುಗಳು ಒಪ್ಕೊಂಡೇ... ನಮ್ಮ ಸಂಬಂಧ ಬೆಳೆಸೋಕೆ ಬಂದಿದ್ದರಿಂದ ನೇರವಾಗಿ ಹೆಣ್ಣು, ಗಂಡು ನೋಡುವ ಕಾರ್ಯಕ್ರಮ ಏರ್ಪಡಿಸಿ" ಅಂದುಬಿಟ್ಟರು. ಯಾವ ಶಕ್ತಿ ಆ ಮಾತುಗಳನ್ನಾಡಿಸಿತೋ!

ಗಿರಿಜಾನ ಬಿಟ್ಟು ಮನೆಯವರೆಲ್ಲ ನಿಬ್ಬೆರಗಾದರು. ಇಂಚರಳ ನಾಲಿಗೆಯಲ್ಲಿ ಪಸೆಯಾರಿತು.

"ಒಂದ್ಲೋಟ ಹಾಲು ತಗೊಂಡ್ಬನ್ನಿ. ಈ ಸಂಬಂಧ ಖಾಯಂ ಅಂಥ ನನ್ನ ಮನಸ್ಸು ಹೇಳ್ತಾನೇ ಇತ್ತು" ಚಂದ್ರಯ್ಯ ಸಂಭ್ರಮದಿಂದ ಹೇಳಿ ಹಾಲು ಕುಡಿದೇ ಹೊರಟಿದ್ದು.

ಇಂಚರ ಬಂದು ತಾಯಿ ಸೆರೆಗಿಡಿದು "ಅಮ್ಮ, ಇದು ನ್ಯಾಯನ? ಖಂಡಿತ ಶುದ್ಧ ಅನ್ಯಾಯ. ಇನ್ನು ಕುಸುಮಕ್ಕ ವಿವಾಹದ ಪ್ರಸ್ತಾಪವೇ ಇಲ್ಲ. ಅಂಥದ್ದರಲ್ಲಿ... ನನ್ನ ಮದ್ವೆ! ಪ್ಲೀಸ್, ಪ್ಲೀಸ್ ನೀನು ನನ್ನ ಪರವಾಗಿ ನಿಂತು ಅಪ್ಪನಿಗೆ ಹೇಳ್ಬೇಕು" ಮೂಸಿಯೊಡಿದಿದ್ದುದು ದಂಡ.

ವಗ್ಗರಣೆ ಬಾಣಲಿಗೆ ಸಾಸಿವೆ ಹಾಕುತ್ತಿದ್ದ ಗಿರಿಜ "ಅವ್ನು ಮಾಡ್ತಾ ಇರೋದು ಜಾಬ್ ಓರಿಯಂಟೆಡ್ ಕೋರ್ಸ್. ಅದು ಮುಗೀಲಿ, ನಿಂಗೇನು ಆ ಪ್ರಾಬ್ಲಮ್ ಇಲ್ಲ. ಅದು ಅಲ್ದೇ ನೀನು ಕೆಲ್ಸಕ್ಕೆ ಸೇರೋ ಅಗತ್ಯನೂ ಇಲ್ಲ. ಈಗ ನಾನು ನಿಲ್ಲೋದು ನಿಮ್ಮಪ್ಪನ ಪರಾನೇ" ಎನ್ನುತ್ತ ಸಾಸಿವೆ ಚಿಟಚಿಟ ಅಂದಿದ್ದರಿಂದ ಕರಿಬೇವಿನ ಸೊಪ್ಪು ಹಾಕಿ ಕೆಳಗಿಸಿದರು.

"ಇದು ಅನ್ಯಾಯ, ನಾನು ಪ್ರತಿಭಟಿಸ್ತೀನಿ" ಎಂದಳು ಇಂಚರ. "ಅದೇನಿದ್ರೂ ನಿಮ್ಮಪ್ಪನ ಮುಂದೇನೇ" ಎಂದು ಹುಳಿ ಇಳಿಸಿಟ್ಟು ಹೊರಗೆ ಬಂದರು. ಕುಮುದ ಒಡವೆ ಪ್ರಸ್ತಾಪ ಮಾಡಿದ ಮೇಲೆ ಎಲ್ಲಿ ತಾವು ನ್ಯಾಯದ ಹಾದಿಬಿಟ್ಟು ಹೋಗುತ್ತೇವೋಂತ ಹೆದರಿದ್ದರು.

ಕುಮುದಾಗೆ ಮತ್ತೇ ಗಂಡನಿಂದ ಫೋನ್ ಬಂದಿದ್ದರಿಂದ ಹರಿಹರನ್ ಬಳಿಗೆ ಬಂದಳು.

"ಅಪ್ಪ, ನಾನು ನಿನ್ಹತ್ರ ಮಾತಾಡೋದಿದೆ".

ಮಗಳ ಮಾತಿಗೆ ತಲೆಯೆತ್ತಿ ಸ್ವಲ್ಪ ಗಂಭೀರವಾಗಿ 'ಏನು' ಎನ್ನುವಂತೆ ನೋಡಿದರು. ಮಗಳಿಗೆ ತುಂಬ ಸ್ಪಷ್ಟವಾಗಿ ಹೇಳಬೇಕೆನಿಸಿತು.

"ಬ್ಯಾಂಕ್‌ಗೆ ಫೋನ್ ಮಾಡ್ತೀನಿ, ಮೊದ್ಲು ಊಟ, ತಿಂಡಿ ಅಂಥ ಕಾರ್ಯಕ್ರಮ ಮುಗೀಲಿ. ಆಮೇಲೆ ಕೂತು ಮಾತಾಡೋಣ" ಅಂದರು ಅರಿತವರಂತೆ.

ಇಂದು ಊಟ ತಿಂಡಿಯ ಕಾಯಕ್ರಮ ಮುಗೀತು. ಬೇಗಾನೇ ಕಾಲೇಜಿಗೆ ಹೊರಟ ತಂಗಿಯರನ್ನು ಹಿಂಬಾಲಿಸಿಕೊಂಡು ಬಂದ ಕುಮುದ "ಸಂಜೆ ನೀನು ಬರೋ ವೇಳೆಗೆ ನಾನು ಇರ್ತೀನೋ, ಇಲ್ವೋ ಹೇಳೋಕ್ಕಾಗೋಲ್ಲ. ನನ್ನ ಮಾವನವ್ರನ್ನ ಕರೆಸಿಕೊಂಡು ಅಲ್ಲಿಗೆ ಹೋಗ್ಬಿಡ್ತೀನಿ. ಅವ್ರು ಫೋನ್‌ನಲ್ಲಿ ಅದೇ ಹೇಳಿದ್ದು. ಅಕಸ್ಮಾತ್ ಅಪ್ಪ ಒಡ್ವೆಗಳನ್ನು ಕಡೋಕೆ ಒಪ್ಪಿಕೊಂಡರೆ ಎರಡು ದಿನ ಇದ್ದೇ ಹೋಗ್ತೀನಿ" ಸಪ್ಪಗೆ ಹೇಳಿಕೊಂಡಾಗ ಇಬ್ಬರಿಗೂ 'ಚುಳ್' ಎನಿಸಿತು.

"ಕುಮುದಕ್ಕ ಬೇಕಾದರೆ ನನ್ನ ಕತ್ತಿನಲ್ಲಿರೋ ಸರ, ಬಳೆ ಅದ್ನೆಲ್ಲ ಬೇಕಾದರೆ ಕೊಟ್ಟುಬಿಡ್ತೀನಿ. ಪ್ಲೀಸ್, ನೀನು ಮಾತ್ರ ಸಪ್ಪಗೆ ಹೋಗ್ಬಾರ್ದು. ಒಂದಿಷ್ಟು ಸರ್‍ಯಾಗಿ ಕನ್ವಿಯನ್ಸ್ ಮಾಡಿದರೆ, ಅಪ್ಪ ಒಪ್ಪಿಕೋಬಹುದ್ದು" ಇಂಚರ ಅನುಮಾನಿಸುತ್ತ ಹೇಳಿದಾಗ ಕುಸುಮ ತಳ್ಳಿಹಾಕಿದಳು.

"ಡೋಂಟ್ ಟಾಕ್ ರಬ್ಬಿಷ್! ಆ ಒಡ್ವೆಗಳೇನು ನಿನ್ನ ಸ್ವಂತ ಸಂಪಾದನೇನಾ? ಈಗ ನೀನೇ ಸಮಸ್ಯೆಯ ಮದ್ಯೆ ಇದ್ದೀಯಾ? ಈಗ ನೀನೇನು ಮಾಡ್ಲಾರೆ. ನಂಗಂತೂ ಆ ಧೈರ್ಯ ಇಲ್ಲ. ನಂಗೆ ಬಾಕ್ಸನಲ್ಲಿರೋ ಚಿನ್ನದ ಬಗ್ಗೆ ಗೊತ್ತಿಲ್ಲದೆ ಇರೋದ್ರಿಂದ ತೆಪ್ಪಗೆ ಇರ್ಬೇಕಾಗುತ್ತೆ. ಗಾಡ್ ಮಸ್ಟ್ ಸೇವ್ ಯು. ನಾನಂತೂ ಕಾಲೇಜಿಗೆ ಹೊರಟೆ" ಕುಸುಮ ಹೊರಟೇಬಿಟ್ಟಳು. ಈ ವಿಷಯದಲ್ಲಿ ಕುಮುದಳಿಗೆ ಸಪೋರ್ಟ್ ಮಾಡಲಾರಳು.

ಆ ವೇಳೆಗೆ "ಇಂಚರ...." ಎಂದು ಕೂಗುತ್ತಲೇ ಬಂದ ಗಿರಿಜ "ತಿಂಡಿ ಡಬ್ಬಿ ಇಲ್ಲೇ ಬಿಟ್ಟಿದ್ದೀಯಾ" ಡಬ್ಬಿ ಕೊಟ್ಟ ಆಕೆ "ಸಂಜೆ ಬೇಗ್ಬಾ, ನೀನು ಒಳ್ಗೆ ನಡಿ ಕುಮುದ" ಅಂದವರು ಚಿಕ್ಕ ಮಗಳನ್ನು ಕಳಿಸಿ ಬಾಗಿಲು ಹಾಕಿಕೊಂಡು ಕುಮುದಾಳೊಂದಿಗೆ ಹರಿಹರನ್ ಮಾತಿಗೆ ಸಿದ್ಧವಾಗಿಕೂತರು.

"ಕೂತ್ಕೋ ಕುಮುದ" ಮಗಳಿಗೆ ಹೇಳಿದರು ಗಂಭೀರವಾಗಿ.

ಅವಳ ತೊಡೆಗಳಲ್ಲಿ ನಡುಕ ಷುರುವಾಯ್ತು. ಆದರೆ ನಗು ಮುಖ, ಮಾತು, ಬಿಸಿಯಪ್ಪುಗೆಯಲ್ಲಿನ ರೋಮಾಂಚನದ ನೆನಪು ಕೆಲವೇ ಕ್ಷಣಗಳಲ್ಲಿ ಅದನ್ನು ಮರೆಸಿ ಧೈರ್ಯ ತುಂಬಿತೆಂದರೆ ಅದಕ್ಕೆ ಎಷ್ಟು ಶಕ್ತಿ ಇರಬಹುದು?

"ಅದೇನೋ ಮಾತಾಡ್ಬೇಕೂಂದ್ಯಲ್ಲ ಮಾತಾಡು. ನಿನ್ನ ಅಳಿಯಂದ್ರು ಚೆನ್ನಾಗಿ ನೋಡ್ಕೋತಾ ಇದ್ದಾರೆ ತಾನೇ?" ಕೇಳಿದರು ನಿಧಾನವಾಗಿ ಮಗಳ ಮುಖವನ್ನ ಅವಲೋಕಿಸುತ್ತ 'ಹ್ಞೂಂ' ಎಂದು ತಲೆ ಕುಣಿಸಿದವಳು ಆಮೇಲೆ ತಾಯಿಗೆ ಹೇಳಿದಷ್ಟನ್ನೂ ತಂದೆಗೂ ಹೇಳಿದಳು.

ಹರಹರನ್‌ಗೆ ರೇಗಿತು. ಆದರೆ ಸಿಟ್ಟಿಗೇಳಲಿಲ್ಲ.

"ನಾನೇನು ಮಾತುಕೊಟ್ಟು ಉಳ್ಸಿಕೊಳ್ಳಲಿಲ್ವಲ್ಲ? ಹೇಗಾದ್ರೂ ಮದ್ವೆ ಮಾಡ್ಕೊಡಿ ಅಂದ್ರು.... ನಾವು ಸುಮಾರಾಗಿಯಾದ್ರೂ ಮಾಡಿಕೊಟ್ವಿ. ನಿನ್ನ ಪಾಲಿನ ಒಡ್ವೇ ನಿಂಗೆ

ಕೊಟ್ಟಿದ್ದೀವಿ. ಆಗ ನನ್ನ ಮನೆ ಸಮಸ್ಯೆ ನನ್ನ ಉಳಿದ ಹೆಣ್ಣು ಮಕ್ಳ ಭವಿಷ್ಯದ ವಿಷ್ಯದ ಅವ್ರುಗಳ ಮುಂದೆ ಇಡ್ಲಿಲ್ಲ. ಈಗ ಅವ್ರು ಕೂಡ ಅದ್ನೇ ಮೆಂಟೇನ್ ಮಾಡೋದು ಒಳ್ಳೇದು. ನೀನು ಅವ್ರ ಮನೆಗೆ ಸೇರಿದವ್ಳು. ನಿನ್ನ ಮೈ ಮೇಲಿನ ಒಡ್ವೆ ತೆಗ್ದು ಕೊಡು. ಅದ್ಬಿಟ್ಟು ಇಲ್ಲಿಗೆ ಬಂದು ತಪ್ಪು ಮಾಡ್ದೆ. ನೀನ್ಯಾಕೆ ಒಡವೆ ಪೆಟ್ಟಿಗೆ ತೆಗ್ದು ನೋಡ್ದೆ. ಅದು ಮೊದಲ ತಪ್ಪು. ಹೇಳಿದ್ದು ಎರಡನೇ ತಪ್ಪು. ಆ ತಪ್ಪುಗಳಿಗೆ ನೀನೇ ಶಿಕ್ಷೆ ಅನುಭವಿಸು. ಇಷ್ಟೇ ತಾನೆ ವಿಷ್ಯ? ಈ ಬಗ್ಗೆ ಇನ್ನೊಂಡ್ಮಾತೂ ಬೇಡ" ಮೇಲೆದ್ದರು. ಮಗಳ ಮುಖ ನೋಡುವ ಇಚ್ಛೆ ಕೂಡ ಅವರಿಗಾಗಲಿಲ್ಲ.

ಕುಮುದ ಸ್ತಬ್ಧ ಚಿತ್ರವಾದಳು.

"ಅಪ್ಪ, ಅವ್ರು ಅಷ್ಟು ಚಿನ್ನಾನ ಕಂಡಿತ ಹಿಂದಿರುಗಿಸ್ತಾರೆ" ಕೊನೆಯ ಪ್ರಯತ್ನವೆನ್ನುವಂತೆ ಹೇಳಿದಳು. "ಆಗೋಲ್ಲ, ಆ ಒಡ್ವೆಗಳು ನಮ್ಮದಲ್ಲ. ಅದ್ನ ಉಪಯೋಗ್ಸಿಕೊಳ್ಳೋದು ಅಪರಾಧ" ನುಡಿದವರು ನಿಲ್ಲದೇ ರೂಮ್ಗೆ ಹೋಗಿಬಿಟ್ಟರು.

ಹರಿಹರನ್ ತಮ್ಮ ತಲೆಯನ್ನು ಗಟ್ಟಿಯಾಗಿ ಹಿಡಿದುಕೊಂಡು ಕೂತರು. ನೆಂಟರು, ತೀರಾ ಹತ್ತಿರದ ಬಂಧುಗಳು ಪಡೆದ ಸಾಲ ಎಂದು ಹಿಂದಿರುಗಿಸಲಿಲ್ಲ. ಅದೇ ಸಾಲಿನಲ್ಲಿ ನಿಂತ ಮುದ್ದಿನ ಮಗಳ ಬಗ್ಗೆ ಕನಿಕರ ಮೂಡಿತು. ಇದು ತಮ್ಮ ದುರಾದೃಷ್ಟವೇನೋ ಎಂದುಕೊಂಡರು. ಚಿಂತನೆಗಳು ವಿರುದ್ಧವಾಗಿ ಕೊನೆಗೊಂಡಂತಾಯಿತು. 'ನಿಶ್ಚಿಂತೆ' ಎನ್ನುವ ಪದದ ಅರ್ಥ ಸರಿಯಾಗಿ ತಿಳಿದವರಂತೆ ಮಕ್ಕಳ ಭವಿಷ್ಯದ ಬಗ್ಗೆ ವ್ಯವಸ್ಥಿತವಾದ ರೂಪುರೇಷಗಳನ್ನು ಮಾಡಿಟ್ಟಿದ್ದು ಕನಸಾಗಿತ್ತು.

ಸಂಜೆಯವರೆಗೂ ಹರಿಹರನ್ ರೂಮಿನಿಂದ ಹೊರಗೆ ಬರಲಿಲ್ಲ. ಅಷ್ಟರಲ್ಲಿ ಕುಮುದ ಒಂದು ಹತ್ತು ಸಲವಾದರೂ 'ಆ ಒಡ್ವೆಗಳು ಯಾರದು?' ಬೇರೆಯವರದಾದರೆ ನಮ್ಮ ಬಳಿ ಯಾಕಿದೆ? ಕೇಳಿದ್ದಳು. ಗಿರಿಜ ಮೌನವೇ ಉತ್ತರವಾಗಿತ್ತು. ಬಹುಶಃ ಅಷ್ಟು ಚಿನ್ನವಾದರೂ ಕಳೆದುಕೊಂಡಾರು, ಆದರೆ ಸತ್ಯವನ್ನು ಮಾತ್ರ ಹೇಳಿ ತಮ್ಮ ಸರ್ವಸ್ವವನ್ನು ಕಳೆದುಕೊಳ್ಳಲಾರರು.

"ಆ ಒಡ್ವೆಗಳ್ನ ಏನ್ಮಾಡ್ತೀರಾ?" ಕುಮುದ ಮತ್ತೆ ಬಂದು ಕೇಳಿದಾಗ ಗಿರಿಜ ರೇಗಿದರು. "ನಿಂಗ್ಯಾಕೆ, ತಿರುಪತಿಯ ಹುಂಡಿಯಲ್ಲಿ ಹಾಕ್ತೀವಿ ಬಿಡು" ತೊಪ್ಪೆಯಂತೆ ಅವರ ಕಾಲುಗಳು ಬುಡದಲ್ಲಿ ಕುಸಿದು "ಅಲ್ಲಿ ಹಾಕೋ ಬದ್ಲು ನಂಗೆ ಕೊಟ್ಬಿಡಿ. ಹುಂಡಿಗೆ ಹಾಕಲು ಲಕ್ಷಾಂತರ ಭಕ್ತರು ಇದ್ದಾರೆ. ನಾನು ಅವ್ರಿಗೆ ಒಡ್ವೆಗಳನ್ನ ತರ್ತೀನಿ ಅಂತ ಪ್ರಾಮಿಸ್ ಮಾಡಿ ಬಂದಿದ್ದೀನಿ. ಈಗ ಬರೀ ಕೈಯಲ್ಲಿ ಹೋಗಿ ಅವ್ರ ಪ್ರೀತಿ ಕಳ್ದುಕೊಳ್ಳಲಾರೆ" ಬಿಕ್ಕಲು ಷುರು ಮಾಡಿದಳು.

ಕಾಲೇಜಿನಿಂದ ಹಿಂದಿರುಗಿದ ಇಂಚರಳಿಗೆ ಈ ಮಾತುಗಳನ್ನ ಕೇಳಿ ಗರಬಡಿದಂತಾಯಿತು. ಈಗ ಕುಮುದ ಪೂರ್ತಿಯಾಗಿ ದಾಮೋದರ್ ಹೆಂಡತಿಯಾಗಿದ್ದಾಳೆಯೇ ವಿನಃ ಹರಿಹರನ್ ದಂಪತಿಗಳ ಮಗಳಾಗಿ ಉಳಿದಿಲ್ಲ ವೆನಿಸಿತು. 'ಗಂಡ ಎನ್ನುವ ಪ್ರಾಣಿಯ ಪ್ರೀತಿ ಇಷ್ಟೊಂದು ಭಯಂಕರವೇ?'

ಇಂಚರ ಸುಸ್ತಾದವಳಂತೆ ಒಂದು ಕಡೆ ಕೂತಳು. "ಕುಮುದ ಸಾಕೇಳು! ನಿನ್ನ ಸ್ವಭಾವ ನಂಗೆ ಸ್ವಲ್ಪ ಕೂಡ ಇಷ್ಟವಾಗಲಿಲ್ಲ. ಈ ಒಡ್ವೆಗಳನ್ನ ತಗೊಂಡ್ಹೋದರೆ ಮಾತ್ರ ನಿನ್ಗಂಡ ಪ್ರೀತಿಸ್ತಾನಾ? ಎಂಥ ಸ್ವಾರ್ಥಿಯಾಗ್ಬಿಟ್ಟೆ, ನೀನು ಏನಾದ್ರೂ, ಆ ಒಡ್ವೆಗಳನ್ನ ಮಾತ್ರ ಕೊಡೋಕ್ಕಾಗೋಲ್ಲ" ಗಿರಿಜ ಎದ್ದು ಹೋದರು. ಆ ಕ್ಷಣ ಮಗಳ ಮೇಲಿನ ಅಭಿಮಾನ ಸುಟ್ಟು ಭಸ್ಮವಾದಂತಾಯಿತು.

ಮನೆಯಲ್ಲಿ ಒಂದು ರೀತಿಯ ಗಂಭೀರ ಮೌನ ಹರಡಿತು. ನಗು, ಮಮತೆಯ ವಾತಾವರಣ ಕಲುಕಿದ್ದು ಒಡವೆಗಳಿಂದ. ತಾಯಿ, ಮಗಳ ಮಧ್ಯೆ ವಿರಸ ಮುಟ್ಟಿದಾಗ ಚಿನ್ನದ ಬಗ್ಗೆ ಜಿಗುಪ್ಸೆಗೊಂಡಳು.

ಎದ್ದು ಹೋದ ಗಿರಿಜ ದೊಪ್ಪನೆ ಅಡಿಗೆ ಮನೆಯಲ್ಲಿ ಬಿದ್ದಾಗ ಕುಸುಮ, ಇಂಚರ ಒಂದೇ ಓಟಕ್ಕೆ ಅಲ್ಲಿ ತಲುಪಿದರು. ಹರಿಹರನ್‌ಗೆ ಸುದ್ದಿ ಮುಟ್ಟಿದಾಗ ಕುಮುದಳ ಕಡೆ ಕ್ರೂರವಾಗಿ ನೋಡಿದರು. 'ಏನು ನಿನ್ನ ಉದ್ದೇಶ?' ಎಂದು ಕೇಳುವಂತಿತ್ತು ಅವರ ನೋಟ.

ಡಾಕ್ಟರ್ ಬಂದು ಚೆಕಪ್ ಮಾಡಿ ಇಂಜೆಕ್ಷನ್ ಕೊಟ್ಟು "ರೆಸ್ಟ್‌ನಲ್ಲಿ ಇರ್ಲಿ. ಸ್ಟ್ರೆಸ್ ಒಳ್ಳೆಯದಲ್ಲ. ಮಾನಸಿಕ ಒತ್ತಡಗಳು ವಿಪರೀತವಾದ ಪರಿಣಾಮ ಬೀರುತ್ತೆ" ಎಚ್ಚರಿಸಿಯೇ ಹೋದದ್ದು.

ಕುಮುದ ಪಶ್ಚಾತ್ತಾಪದಿಂದ ಬಿಕ್ಕಿ ಬಿಕ್ಕಿ ಅತ್ತಳು. ಇನ್ನು ಇವರಿಬ್ಬರ ಬಾಯಿಂದ ಮಾತುಗಳೇ ಬರ್ಲಿಲ್ಲ. ಹೊರಗೆ ಬಂದು ನಿಂತ ಹರಿಹರನ್ ಆಕಾಶದ ಕಡೆ ನೋಡಿದರು. ತಾನು ಹೆಂಡತಿಯನ್ನು ಸರಿಯಾಗಿ ನೋಡಿಕೊಂಡಿದ್ದೀನಾ? ತಮಗೆ ತಾವೇ ಪ್ರಶ್ನೆ ಹಾಕಿಕೊಂಡು ಸುಸ್ತಾದರು. ರಾತ್ರಿ ಮೆಲ್ಲಗೆ ರೂಮಿನ ಬಳಿ ಬಂದಾಗ ಎಲ್ಲೋ ಅಡಗಿ ಕುಳಿತ ಸತ್ಯ ಇಂಚರ ಕಿವಿಗೆ ಬಂದು ಅಪ್ಪಳಿಸಿದಾಗ ಭೂಮಿ ಇಬ್ಭಾಗವಾದಂತಾಯಿತು.

"ಅದು ಇಚರಾಗೆ ಸೇರ್ಬೇಕಾದ ಒಡವೆಗಳು. ಸತ್ತ ಹೆಂಡತಿಯ ಮೈ ಮೇಲಿನ ಚಿನ್ನವನ್ನು ತೆಗ್ದು ಮಗುವಿನೊಂದಿಗೆ ನಮ್ಮ ಉಡಿಗೆ ಹಾಕಿ ಹೋದ ಆ ವ್ಯಕ್ತಿಗೆ ನಾವು ಮೋಸ ಮಾಡಬಹುದೇ?" ಗಿರಿಜ ಬಾಯಿಂದ ಈ ಮಾತುಗಳನ್ನ ಕೇಳಿದವಳು ಮೆಲ್ಲಗೆ ಬಾಗಿಲನ್ನು ತಳ್ಳಿ ಕದವಿಟ್ಟು ತಂದೆಯ ಬಳಿ ಹೋಗಿ ಕೂತು ಅವರ ತೊಡೆಯ ಮೇಲೆ ತಲೆ ಇಟ್ಟಳು.

ಷಾಕಾದರು ದಂಪತಿಗಳು. ಅರ್ಧಂಬರ್ಧ ತಿಳಿದು ಜೀವನ ಪೂರ್ತಿ ಕೊರಗುವುದು ಬೇಡವೆಂದು ಹರಿಹರನ್ ನಿಗೂಢವಾಗಿದ್ದ ವಿಷಯವನ್ನು ಮಗಳ ಮುಂದೆ ಬಿಡಿಸಿಟ್ಟರು.

ಮೂರನೇ ಹೆರಿಗೆ ತುಂಬ ಕಷ್ಟವಾಗಿ ಮಗು ತಾಯಿ ಸತ್ತು ಹುಟ್ಟಿತು. ಅಂದೇ ತಾಯಿ ಸತ್ತ ಮಗವನ್ನು ಒಬ್ಬ ಅಜ್ಞಾತ ವ್ಯಕ್ತಿ ಒಂದಿಷ್ಟು ಒಡವೆಗಳೊಂದಿಗೆ ಅವರ ಮಡಿಲಿಗಿಟ್ಟ.

"ವಿರಕ್ತಿ ಮೂಡಿದೆ. ಎಲ್ಲಾ ಲೌಕಿಕವಾದ ಬಂಧಗಳಿಂದ ದೂರ ಸರಿದು

ಹೋಗಬೇಕೆನಿಸಿದೆ. ನಿಮ್ಗೆ ಹುಟ್ಟಿದ ಮಗು ಬದುಕಿದೆ ಅಂದ್ಕೊಳ್ಳಿ" ಅಷ್ಟೇ ಹೇಳಿದ್ದು ಆಮೇಲೆ ಇಂಚರ ಅವರ ಸ್ವಂತ ಮಗಳಾಗಿಯೇ ಬೆಳೆದಿದ್ದು.

ಪೂರ್ತಿ ವಿಷಯ ತಿಳಿದ ಇಂಚರ "ಅಪ್ಪ, ಇದು ನಿಗೂಢವಾಗಿಯೇ ಉಳಿದುಬಿಡ್ಲಿ. ನಾನು ಮಾತ್ರ ನಿಮ್ಮಗಳ ಮಗುವೇ. ಈ ಒಡವೆಯಿದ ರಹಸ್ಯ ಹೊರಗೆಡವಿ ಎಲ್ಲರಿಂದ ನನ್ನ ದೂರ ಮಾಡ್ಬೇಡಿ" ಅವಲತ್ತುಕೊಂಡಳು.

ಸಧ್ಯಕ್ಕೆ ಒಂದು ನಿರ್ಧಾರಕ್ಕೆ ಬಂದಂತಾಯಿತು.

"ತಗೊಂಡ್ಹೋಗು" ಹರಿಹರನ್ ಆ ಪೆಟ್ಟಿಗೆಯ ಸಮೇತ ಕುಮುದಳ ಕೈಯಲ್ಲಿಟ್ಟರು. "ಸುಖ, ಸಂತೋಷದ ಅಮಲಿನಲ್ಲಿ ಏನೇನೋ ಒದರಿ ಬದ್ಕನ್ನ ನರ್ಕ ಮಾಡ್ಕೋಬೇಡ" ಅಷ್ಟು ಅಂದವರು ಒಳಗೆ ಹೋಗಿಬಿಟ್ಟರು. ಮಿಕ್ಕವರು ಮಾತೇ ಆಡಲಿಲ್ಲ.

ಬೆಳಗಿನಿಂದಲೇ ಸಂಭ್ರಮದ ವಾತಾವರಣ. ಗಂಡು ಹೆಣ್ಣು ನೋಡುವ ಸಂಪ್ರದಾಯಕ್ಕೆ ಚಂದ್ರಯ್ಯ ಇಂದಿನ ಸಂಜೆಯನ್ನು ಗೊತ್ತು ಮಾಡಿದ್ದರಿಂದ ಹರಿಹರನ್ ಇಂದು ಬ್ಯಾಂಕ್‌ಗೆ ರಜೆ ಹಾಕಿದ್ದರು.

ಹತ್ತಾರು ಸಲ ಗಿರಿಜ ಹೇಳಿ ಸೋತಿದ್ದರು.

"ಈಗ ಕಾಲ ಬದಲಾಗಿದೆ ನಿಂಗೆ ಏಷ್ಟು ಗೊತ್ತು; ಚಂದ್ರಯ್ಯನಿಗೆ ಕಮೀಷನ್ ಕೊಟ್ಟು ಎಷ್ಟೋ ಜಾತ್ಕ, ಫೋಟೋಗಳ್ನ ತರಿಸೋಕೆ ನಿಮ್ಮಪ್ಪ ಎಷ್ಟೋ ಪ್ರಯಾಸ ಪಟ್ಟಿದ್ದರು. ಈಗ ಅನಾಯಾಸವಾಗಿ ಹುಡ್ಕಿಕೊಂಡು ಬಂದಿದ್ದಾರೆ. ಬಂದ ಅದೃಷ್ಟಾನ ತಳ್ಳಿ ಬಿಡೋದ್ಬೇಡ. ನೀನು ವರಾನ್ನ ನೋಡು, ಇಷ್ಟವಿಲ್ಲದಿದ್ದರೆ ಆಮೇಲೆ ಮಾತಾಡೋಣ" ಇದು ಅವಳಮ್ಮನ ನಿರ್ಧಾರವಾಗಿತ್ತು. ಅವು ಯಾವುದೂ ಸುಳ್ಳಿರಲಿಲ್ಲ. ಹತ್ತು ಲಕ್ಷದಷ್ಟು ದೊಡ್ಡ ಮೊತ್ತವನ್ನು ಮೊದಲ ಅಳಿಯನಿಗೆ ಕೊಟ್ಟಿದ್ದರು. ಆ ಅನುಭವ ಅವರನ್ನು ದಿಕ್ಕೆಡಿಸಿರಬೇಕೆಂದುಕೊಂಡರೂ, ಬಂದ ಕರೆಗಳು, ಪರ್ಸ್, ಚೀಟಿ, ಇಂಥದ್ದೆಲ್ಲ ಅವಳನ್ನು ಕಾಡುತ್ತಿತ್ತು.

ರೂಮಿಗೆ ಬಂದವಳು ತಂದೆಯ ಮುಂದೆ ನಿಂತು 'ಈಗಿನ ಬೇಸಿಕ್ ಎಜುಕೇಷನ್ ಡಿಗ್ರಿ ಅಂತಾರೆ. ನಾನು ಅಷ್ಟು ಮಾಡದಿದ್ದರೆ ಹೇಗೆ? ನೀನು ಯಾಕಪ್ಪ... ಇದ್ನೆಲ್ಲಾ ಯೋಚ್ಸೋಲ್ಲ?" ಸಪ್ಪಗೆ ಕೇಳಿದಳು.

ಹರಿಹರನ್ ಮುಗುಳ್ನಗೆ ಬೀರಿದರು. ಮೂವರಲ್ಲಿ ಇವಳೇ ಹೆಚ್ಚು ಅವರ ಮನಕ್ಕೆ ಹತ್ತಿರ. "ಖಂಡಿತ ಯೋಚಿಸುವಂಥದ್ದೇ. ನಿಂಗೆ ಸರ್‍ಯಾಗಿ ಗೊತ್ತಿದ್ದೆಯೋ ಇಲ್ವೋ, ಚಂದ್ರಯ್ಯನ ಜೊತೆ ಎಷ್ಟು ಗಂಡು ಹೆತ್ತವರನ್ನು ಸಂಪರ್ಕಿಸಿದ್ದೇ ಗೊತ್ತಾ? ಎಂಥ ಧಿಮಾಕ್ ಆ ಜನದ್ದು. ಅವುಗಳು ಕೇಳೋ ಪ್ರಶ್ನೆಗಳಿಗೆ ಉತ್ತರಿಸಿ ಸಾಕಾಗಿದ್ದ ಸಚ್ಚಿದಾನಂದ ವರ್ಮಾ ಅಷ್ಟು ದೊಡ್ಡ ಇಂಡಸ್ಟ್ರಿಯಲಿಸ್ಟ್ ಆದರೂ ಒಂದೇ ಒಂದು ಪ್ರಶ್ನೆ ಕೇಳ್ಲಿಲ್ಲ. ತಾವು ಗಂಡಿನ ತಂದೆ ಅನ್ನೋದು ಮರ್ತು ವ್ಯವಹರಿಸಿದ್ದು. ಅಂಥವರ ನೆರಳಿನಲ್ಲಿ ನಿನ್ನ ಬದುಕು ಸುಂದರಾಂತ ಮನಸ್ಸು ಹೇಳ್ತಾ ಇದೆ. ಮಿಕ್ಕಿದ್ದು ದೇವರಿಚ್ಚೆ. 'ಋಣಾನುಬಂದ ರೂಪೇಣ ಪತಿ ಪತ್ನಿ ಸುತಾಲಯ' ಎನ್ನೋ ಮಾತೊಂದಿದೆ"

ಅವರು ಫಿಲಾಸಫಿಗೆ ಜಾರಿದರು. ಅಲ್ಲಿಗೆ ಬಂದ ಮೇಲೆ ಪ್ರಶ್ನೆಗಳೇ ಉಳಿಯೋಲ್ಲಾಂತ ಅನಿಸಿತು ಇಂಚರಾಗೆ.

ಆದರೆ ತಂದೆಯನ್ನು ದಿಕ್ಕರಿಸುವಂಥ ಮಗಳಲ್ಲ ಎಷ್ಟೇ ಪ್ರಯತ್ನಪಟ್ಟರೂ ಕೆಲವು ಸ್ವಭಾವತ ಬಂದ ಗುಣಗಳು ಬದಲಾಗದೆನಿಸಿತು.

"ನನ್ನ ಎಜುಕೇಷನ್!" ನೆನಪಿಸಿದಳು.

"ಆಗುತ್ತೆ ಬಿಡು! ಅದೇ ಸರ್ವಸ್ವವಲ್ಲ. ಒಂದು ಡಿಗ್ರಿಗಾಗಿ ಇಂಥ ಸಂಬಂಧ ಕಳ್ದುಕೊಳ್ಳೋದು ಮೂರ್ಖತನ. ಎಂ.ಬಿ.ಎ. ಅಂತ ಹಾರಾಡ್ತಾ ಇದ್ದವಳು ಈಗ ಅದರ ಸುದ್ದೀನೇ ಇಲ್ಲ" ಕುಮುದನ ಜ್ಞಾಪಿಸಿದರು.

ಇಂಚರಾಗೆ ಹೇಗೆ ಹೇಳಬೇಕೋ ಅರ್ಥವಾಗಲಿಲ್ಲ.

"ಕುಸುಮ ವಿವಾಹ!" ಅದೊಂದು ಮಾತನ್ನು ಜ್ಞಾಪಿಸಿದಳು.

ಹರಿಹರನ್ ಮುಖದಲ್ಲಿ ವಿಷಾದ ಇಣುಕಿತು. ಒಂದೆರಡು ಸಲ ಕುಸುಮ ಬೇರೊಬ್ಬ ಯುವಕನೊಂದಿಗೆ ಓಡಾಡುತ್ತಿದ್ದದ್ದನ್ನ ನೋಡಿದ್ದರು. ಒಂದೇ ಸಬ್ಜೆಕ್ಟ್, ಒಂದೇ ತರಗತಿಯಲ್ಲಿ ಓದುವವರ ನಡುವೆ ಪರಿಚಯ, ಸ್ನೇಹ ಸಹಜವಾದರೂ ಒಂದು ಹಂತದಲ್ಲಿ ಇರಬೇಕೆಂಬುದು ಅವರ ವಾದ. ಅದು ನಿಯಮದ ದಾಟಿ ಎಲ್ಲೆ ದಾಟಿದೆಯೇ ಎಂದುಕೊಂಡರೂ ಅವರ ಮನಸ್ಸು ಸಮ್ಮತಿಸುತ್ತಿರಲಿಲ್ಲ.

"ಆಗುತ್ತೆ ಬಿಡು! ಅವ್ಳ ಕೋರ್ಸ್ ಕಂಪ್ಲೀಟ್ ಆಗ್ಲಿ. ಇವರಂಥವರು ಯಾರಾದ್ರೂ ಹುಡ್ಕಿಕೊಂಡು ಬಂದರೇ.... ಮಾಡಿ ಬಿಡೋದೆ" ಎಂದರು ನಿರ್ಲಿಪ್ತರಾಗಿ. ಆಮೇಲೆ ಮಾತಾಡುವ ಧೈರ್ಯ ಅವಳಿಗಾಗಿರಲಿಲ್ಲ.

ಕುಸುಮ ಮನೆಯಲ್ಲಿ ಉಳಿದುಕೊಂಡು ಅಮ್ಮನಿಗೆ ಸಹಾಯ ಮಾಡಿದಳು.

ಚಂದ್ರಯ್ಯ ಫೋನ್ ಮಾಡಿ ಟೈಮ್ ಫಿಕ್ಸಿಂಗ್ ಬಗ್ಗೆ ಮಾತಾಡಿದ. ಆ ಮನುಷ್ಯ ಇಂದು ಎಲ್ಲಾ ಕೆಲಸಗಳನ್ನು ಬದಿಗೊತ್ತಿರಬೇಕು. 'ಈ ಹುಡ್ಗೀನೇ ಬೇಕು' ಎಂದು ಫೋರ್ಸ್ ಮಾಡೋಕೆ ಕಾರಣ ಮಾತ್ರ ತಿಳಿದಿರಲಿಲ್ಲ.

ವಿಪರೀತ ಅಲಂಕಾರ ಆ ಮನೆಯಲ್ಲಿ ಕುಮುದ ಬಿಟ್ಟು ಯಾರಿಗೂ ಇಷ್ಟವಾಗುತ್ತಿರಲಿಲ್ಲ. ಇಂದು ಕೂಡ ಒಂದು ಸಣ್ಣ ಚಿನ್ನದ ಬಾರ್ಡರ್‌ನ ಮೆರೂನ್ ಕಲರ್ ಸೀರೆಯನ್ನು ಬಿಟ್ಟರೆ, ಇಂಥ ಅದ್ಭುತವಾದ ಅಲಂಕಾರವೇನೂ ಮಾಡಿಕೊಂಡಿರಲಿಲ್ಲ. ಆದರೆ ಇಂದು ಗಿರಿಜ ಜಡೆ ಹೆಣೆದು ಹೂ ಮುಡಿಸಿದ್ದರು.

"ಜಡೆ ತುಂಬಾ ಓಲ್ಡ್ ಫ್ಯಾಷನ್" ಅಂದಳು ಕುಸುಮ ಗೋಡಂಬಿ ಹುರಿಯುತ್ತ. ಅವಳು ತನ್ನ ಒತ್ತು ಕೂದಲನ್ನು ಬಾಚಿ ಕ್ಲಿಪ್ ಹಾಕುತ್ತಿದಳಷ್ಟೇ. "ಇರಲಿ, ಇಂಚರಾಗೆ ಚೆನ್ನಾಗಿ ಕಾಣುತ್ತೆ. ಆಮೇಲೆ ಅವಳಿಷ್ಟ. ಕುಮುದನ ನೋಡಿದೆಯಲ್ಲ, ಕೂದಲು ಬಾಚೋ ಸ್ಟೈಲ್‌ನಿಂದ ಹಿಡಿದು ತುಟಿಗೆ ಹಚ್ಚೋ ಬಣ್ಣದವರೆಗೂ ಬದಲಾಯಿಸ್ಬಿಟ್ಟಿದ್ದಾಳೆ. ಅದೆಲ್ಲ ಅವ್ಳ ಗಂಡನ ಇಷ್ಟವಂತೆ, ಮಾಡ್ಕೊಳ್ಲಿ ಬಿಡು" ಸ್ವಭಾವಿಕವಾಗಿ ನುಡಿದರು ಗಿರಿಜ.

ಅರ್ಧಗಂಟೆ ಮೊದಲು ಬಂದ ಚಂದ್ರಯ್ಯ ಬರುವ ಜನರ ಬಗ್ಗೆ ಸಾಕಷ್ಟು ಹೇಳಿದ. ದೊಡ್ಡ ಅಮೌಂಟ್ ತನ್ನ ಕೈ ಸೇರುತ್ತದೆಯೆನ್ನುವ ಕನಸು ಆ ಮನುಷ್ಯನನ್ನು ತಬ್ಬಿಬ್ಬು ಮಾಡಿತ್ತು. ಕುಸುಮ ಸಜೆಷನ್ ಕೂಡ ಕೇಳಿದ್ದರು.

"ನನ್ನ ತೋರಿಸಿ ಒಳ್ಳೇ ಸಂಬಂಧ ಸಿಕ್ಕಾಗ ಬಿಡೋದ್ಬೇಡ". ಅವಳದು ಅದೇ ಅಭಿಪ್ರಾಯ. ಅವಳನ್ನು ಕೆಂಗೆಡಿಸುತ್ತಿದ್ದುದು ತಾಯಿಯ ಆರೋಗ್ಯವೇ.

ಮನೆಯ ಮುಂದೆ ಕಾರು ನಿಂತಾಗ ಚಂದ್ರಯ್ಯನ ಜೊತೆ ಹರಿಹರನ್ ಕೂಡ ಹೋಗಿ ಎದುರಕೊಂಡು ತಂದೆ, ಮಗನನ್ನು ಕರೆತಂದರು. ಫೋಟೋ, ವಿಡಿಯೋ ಕ್ಯಾಸೆಟ್‌ನಲ್ಲಿ ನೋಡಿದಕ್ಕಿಂತ ಪ್ರಭಂಜನ್ ಹ್ಯಾಂಡ್‌ಸಮ್ಮಾಗಿದ್ದ. ಎತ್ತರ ನೋಟದಲ್ಲಿ ತೀಕ್ಷ್ಣತೆಗೆ ದಂಗಾದರು.

ಒಳಗೆ ಬಂದ ಕುಸುಮ ತಂಗಿಯನ್ನು ಅಪ್ಪಿಕೊಂಡು "ಮೈಗಾಡ್ ಎಂಥ ಹ್ಯಾಂಡ್ಸಮ್. 'ಮ್ಯಾರೇಜಸ್ ಆರ್ ಮೇಡ್ ಇನ್ ಹೆವೆನ್' ಅನ್ನೋ ಮಾತು ಹಂಡ್ರೆಡ್ ಪರ್ಸೆಂಟ್ ನಿಜ. ಯಾವ ಹುಡ್ಗಿಯಾದರೂ ಇಂಥ ಗಂಡು ಸಿಕ್ಕರೆ ಸಪ್ತ ಸಾಗರಗಳನ್ನಾದ್ರೂ ಹಾರೋಕೆ ಸಿದ್ಧವಾಗಿ ಇರ್ತಾಳೆ" ಸಂಭ್ರಮಿಸಿದಳು. ಇಂಚರಾಗೆ ಮಾತ್ರ ತಬ್ಬಿಬ್ಬು. ಪುಟ್ಟ ಚೀಟಿ, ಫೋನ್ ಕರೆಗಳು ಇವೆಲ್ಲ ಅವಳನ್ನು ಕಾಡುತ್ತಲೇ ಇತ್ತು. ಈಚೆಗೆ ಫೋನ್ ಬಂದಿರಲಿಲ್ಲ. ಆದರೂ ಅವಳೆದೆಯಲ್ಲಿ ತಳಮಳ ಎಬ್ಬಿಸಿದ ವ್ಯಕ್ತಿ ಯಾರು? ಹರಿಹರನ್ ಕುಟುಂಬವೇ ಅಂಥದ್ದು. ಸಂಪ್ರದಾಯಿಕವಾಗಿಯೇ ಹೆಣ್ಣನ್ನು ತೋರಿಸಿದ್ದು. ಒಮ್ಮೆ ಪ್ರಭಂಜನ್ ನೋಟವೆನ್ನೆದಿರಿಸದ ಇಂಚರ ತಲೆ ತಗ್ಗಿಸಿದಳು. ಅವಳು ಆ ವ್ಯಕ್ತಿಯನ್ನು ಎಂದೂ ನೋಡಿರಲಿಲ್ಲ!

ಎದುರಿಗೆ ಕೂತಿದ್ದ ಸಚ್ಚಿದಾನಂದ ಎದ್ದು ಅವಳ ಪಕ್ಕ ಕೂತು "ಸಾರಿ ಮಗು, ಅವ್ವ ಇಲ್ಲ. ಪ್ರಭಂಜನ್‌ಗೆ ಅಪ್ಪ ಅಮ್ಮ ಎರಡೂ ನಾನೇ. ತಲೆಯೆತ್ತಿ ಸ್ವಲ್ಪ ಸರ್‍ಯಾಗಿ ನೋಡು. ನಾನು ನಿನ್ನ ಪಕ್ಕದಲ್ಲಿರೋದ್ರಿಂದ ಅವ್ನ ನೋಟ ನಿನ್ನನ್ನೇನೂ ಮಾಡೋಲ್ಲ" ಚಟಾಕಿ ಹಾರಿಸಿದರು.

ಪ್ರಭಂಜನ್ ಕೂಡ ಒಂಟಿಯಾಗಿ ಅವಳಲ್ಲಿ ಮಾತನಾಡಬೇಕೆಂಬ ಬಯಕೆಯನ್ನು ವ್ಯಕ್ತಪಡಿಸಲಿಲ್ಲ. ಆ ವೇಳೆಗೆ ಚಂದ್ರಯ್ಯನ ಹೆಂಡತಿ ಆಟೋದಲ್ಲಿ ಬಂದಿಳಿದಳು.

ಮಗಳನ್ನು ರೂಮಿಗೆ ಕರೆದೊಯ್ದ ಹರಿಹರನ್ ದಂಪತಿಗಳು "ನೀನು ಬೇರೇನು ಕಾರಣಗಳನ್ನು ಹೇಳ್ಬೇಡ. ಪ್ರಭಂಜನ್ ಬಗ್ಗೆ ನಿನ್ನ ಅಭಿಪ್ರಾಯ ತಿಳ್ಸು. ಈ ಸಂಬಂಧ, ಪ್ರಭಂಜನ್ ಎಲ್ಲಾ ನಮ್ಮಿಬ್ರಿಗೂ ಇಷ್ಟಾನೆ" ಗಿರಿಜಾ ಹೇಳಿದರು. ಪ್ರಭಂಜನ್ ನೋಡಿದ ಮೇಲೆ ಅವರ ನಿರ್ಧಾರ ಮತ್ತಷ್ಟು ಗಟ್ಟಿಯಾಗಿತ್ತು.

ಎಷ್ಟೋ ಇಷ್ಟವಾಗಿದ್ದ ಅಶ್ವಿನ್‌ಕುಮಾರ್ ತಾಯಿ, ಮಗನಿಗೆ ಮದುವೆ ಮಾಡಲು ಹೆಣ್ಣಿನ ಕಡೆಯವರಿಂದ ಮನೆ ಬಯಸಿದ್ದರು. ಆಗಾಗ ಇದನ್ನು ಹೇಳುವುದರ ಜೊತೆಗೆ ರಾಘಣ್ಣ ಮಗಳನ್ನು ನಿರಾಕರಿಸಿದ್ದಕ್ಕೂ ಕಾರಣವಾಗಿತ್ತು. ಏನನ್ನೂ ಮಗನಿಗಾಗಿ ಬೇಡದ ಸಚ್ಚಿದಾನಂದ ವರ್ಮ ಅಭ್ಯಾಸ ಮಾಡಿಸಿದ್ದರು.

"ಅಪ್ಪಾ...." ಅಂದಳು ಏನೂ ತೋಚದೆ.

ಮಗಳ ಕೈ ಹಿಡಿದುಕೊಂಡ ಹರಿಹರನ್ "ನೀನು ನಿಜ್ವಾಗ್ಲೂ ಅದೃಷ್ಟವಂತೆ ಇಂಥ ಜನಾನ ನೋಡ್ತಾ ಇರೋದು ಪುಣ್ಯ. ಬಹುಶಃ ಮುಂದೆ ಪ್ರಭಂಜನ್ ಅಂಥ ಗಂಡನ್ನ ಹುಡುಕ್ತೀನಿ ಅನ್ನೋ ನಂಬ್ಕೆ ನಂಗಿಲ್ಲ. ಆದ್ರೂ ಇಲ್ಲಿ ನಿನ್ನ ಒಪ್ಗೇನೇ ಮುಖ್ಯ". ಪೂರ್ತಿ ಜವಾಬ್ದಾರಿಯನ್ನ ಅವಳ ಮೇಲೊರಿಸಿದಂತೆ ಕಂಡರೂ ತೀವ್ರತರವಾದ ಒತ್ತಾಯವಿದೆಯೆನಿಸಿತು.

ಅಂತೂ ನಿಶ್ಚಿತಾರ್ಥ ಮುಗಿಸಿಯೇ ಹೊರಟರು. ಸಾಧಾರಣ ಒಂಟಿ ಬಿಳಿ ಹರಳಿನ ಉಂಗುರ ಪ್ರಭಂಜನ್ ಬೆರಳಿಗೆ ತೊಡಿಸಿದಾಗ, ಅವನ ಬೆಚ್ಚನೆಯ ಕೈ ಬೆರಳುಗಳು ಮೃದುವಾಗಿ ವಜ್ರದ ಉಂಗುರ ತೊಡಿಸಿತ್ತು. ಎಲ್ಲಾ ಸಿದ್ಧವಾಗಿಯೇ ಬಂದಿದ್ದರು.

ಚಲನಚಿತ್ರದಲ್ಲಿ ನಡೆದಂತೆ ಎಂಗೇಜ್‌ಮೆಂಟ್ ನಡೆದುಹೋಯಿತು.

ಈ ಸಂತೋಷವನ್ನು ಯಾರೊಂದಿಗಾದರೂ ಹಂಚಿಕೊಳ್ಳಬೇಕೆನಿಸಿದ ಹರಿಹರನ್ ಗಿರಿಯಪ್ಪನಿಗೆ ಫೋನ್ ಆಡಿದರು. "ನನ್ಮಗ್ಳು ಇಂಚರಾಗೆ ಮದ್ವೆ ನಿಶ್ಚಯವಾಯ್ತು" ಹತ್ತು ಕ್ಷಣ ಮನುಷ್ಯ ಮಾತೇ ಆಡಲಿಲ್ಲ. "ತಮಾಷೆ ತಾನೇ? ನಿಂಗೆ ಸೆನ್ಸ್ ಆಫ್ ಹ್ಯೂಮರ್ ಕಮ್ಮಿ ಅಂದ್ಕೊಂಡೆ. ಈ ವಿಷ್ಯದಲ್ಲಿ ತಮಾಷೆ ಮಾಡೋದಾ?" ರಾಗ ತೆಗೆದ.ಫೋನ್ ಮಾಡಿದ ತಪ್ಪಿಗೆ ಹರಿಹರನ್ ತಲೆಯೊತ್ತಿಕೊಂಡರು. "ತಮಾಷೆಯಲ್ಲ! ನಿಜ್ವಾದ ವಿಷ್ಯ. ಪ್ರಭಂಜನ್ ಪರ್‌ಫ್ಯೂಮರ್‌ನ ಸಚ್ಚಿದಾನಂದವರ್ಮರ ಮಗ ಪ್ರಭಂಜನ್ ಜೊತೆ ಎಂಗೇಜ್‌ಮೆಂಟ್ ನಡೆದುಹೋಯ್ತು. ಯಾರ್ಗೂ ಹೇಳೋಕ್ಕಾಗಿಲ್ಲ. ಬೇಕಾದರೆ ನಂಬು... ಬೇಡದಿದ್ದರೆ ಬಿಡು" ಫೋನಿಟ್ಟರು.

ಫೋನಿಟ್ಟ ಗಿರಿಯಪ್ಪ ಅಡಿಗೆ ಮನೆಯಲ್ಲಿದ್ದ ಹೆಂಡತಿಯನ್ನು ಕರೆದು "ಇಂಚರಾಗೆ ಮದ್ವೆ ಎಂಗೇಜ್‌ಮೆಂಟ್ ಆಯಿಯಂತೆ" ಸುಸ್ತಾದವರಂತೆ ಉಸಿರಿದರು. ಆಕೆ ಬೆಚ್ಚಿ ಬಿದ್ರು. "ಸಧ್ಯಕ್ಕೆ ಈ ವರ್ಷ ಮದ್ವೆ ಪ್ರಸಕ್ತಿಯೇ ಇಲ್ಲ ಎಂದರು ಗಿರಿಜ." ದಮಯಂತೀಗೂ ಕೂಡ ಹರಿಹರನ್ ಹೆಣ್ಣು ಮಕ್ಕಳ ಬಗ್ಗೆ ಆಸೆ ಆಕಾಂಕ್ಷೆ ಇತ್ತು. ಜೊತೆಗೆ ಮೊದಲ ಅಳಿಯನಿಗೆ ಹತ್ತು ಲಕ್ಷದಷ್ಟು ದೊಡ್ಡ ಮೊತ್ತ ಕೊಟ್ಟ ಮನುಷ್ಯ ಉಳಿದಿಬ್ಬರಿಗೂ ಅಷ್ಟಷ್ಟೇ ಕೊಡುತ್ತಾನೆನ್ನೋ ನಂಬಿಕೆ. ಅದಕ್ಕೆ ಆಗಾಗ 'ಮನೆ' ಮಗನ ಮದುವೆಯ ಉಡುಗೊರೆಯಾಗಿ ಬರಬೇಕೆಂಬ ಅಭಿಪ್ರಾಯ ವ್ಯಕ್ತಪಡಿಸುತ್ತಿದ್ದರು. ಇದೊಂದು ರೀತಿಯ ದಿಗ್ಭ್ರಮೆಯ ಸುದ್ದಿಯೇ.

"ಏನಿದು ವಿಪರೀತ? ಇಂಚರಾಗಿಂತ ಕುಸುಮ ದೊಡ್ಡವಳಲ್ವಾ?" ಸಂದೇಹ ವ್ಯಕ್ತಪಡಿಸಿದರು.

"ಯಾರು ಅಲ್ಲಾಂತಾರೆ, ಕಿರಿಯವಳೇ ಇಂಚರಾಂತೆ. ಹರೀ ನಿನ್ನೆದುರಿಗೆ ಹೇಳಿದನಲ್ಲ! ನಮ್ಗೂ ಅಂಥ ನೆಂಟರಿಷ್ಟರಿಲ್ಲ. ಒಳ್ಳೇ ಜನ, ಸ್ನೇಹನಾ ಸಂಬಂಧ ಮಾಡಿಕೊಳ್ಳೋಣಾಂತ ಇದ್ದೆ. ಅದೇ ಹತ್ತು ಲಕ್ಷ ನನ್ನ ಕೈಯಲ್ಲಿಟ್ಟು ಕುಮುದಾನ

ಮಾಡ್ಕೊಟ್ಟಿದ್ದರೆ ಬೇಡಾಂತ ಇದ್ನೇ. ದಾಮೋದರ್ ಐ.ಎ.ಎಸ್. ಮಾಡಿದ ಅನ್ನೋ ಹೆಗ್ಗಳಿಕೆ. ಈಗ್ಲೂ ತುಂಬ ಜೋರಾಗಿ ಕಡೆ ಸಂಬಂಧ ಕುದುರಿಸಿಕೊಂಡಿದ್ದಾನೆ. 'ಪ್ರಭಂಜನ್ ಪರ್‌ಫ್ಯೂಮರ್ಸ್'ಗೆ ಒಳ್ಳೇ ಹೆಸರಿದೆ. ಅಂತು ತೀರಾ ಸರಳವಾಗಿ ಕಂಡರೂ ಹರಿಹರನ್ ಮಹಾನ್ 'ಪಾಕಡ' ಹಂಗೆ ಕಾಣ್ತಾನೆ. ಹಣ ಇದೆ, ಅವನ ಹತ್ರ. ಈಗ ಮಾಡಿಕೊಂಡಿರೋದು ಕೂಡ ಪುಗಸಟ್ಟೆ ಮಾಡಿಕೊಳ್ಳೋಲ್ಲ. ಸ್ವಲ್ಪ ನಮಗೆ ಮಾಡಿಕೊಳ್ಳೋಕೆ ಹಿಂದೇಟು ಅಷ್ಟೇ. ಕುಸುಮಗಿಂತ ಇಂಚರಾ ಚೆನ್ನಾಗಿದ್ಲು.ಬಹುಶಃ ಅಶ್ವಿನಿ ಕೂಡ ಅವಳನ್ನೇ ಮೆಚ್ಚಿಕೊಂಡಂಗಿದೆ. ಸ್ವಲ್ಪ ದೂರದಲ್ಲಿ ತಪ್ಪಿ ಹೋಯಿತು" ವ್ಯಥೆಪಟ್ಟರು. ಈಚೆಗೆ ವಧೂ ಅನ್ವೇಷಣೆಯಿಂದ ಹಲವಾರು ಕಟು ಅನುಭವಗಳಾಗಿತ್ತು.

ಗಂಡ, ಹೆಂಡತಿ ಗಂಟೆಯವರೆಗೂ ಕೂತು ಈ ವಿಷಯದ ಮೇಲೆ ಬಿಸಿ ಬಿಸಿ ಚರ್ಚೆ ನಡೆಸಿದರು.

"ಎಷ್ಟೊಂದು ಫ್ರೆಂಡ್ ಅಂತೀರಾ? ಈಗ ನಮ್ಗೆ ತಿಳಿಸ್ದಂಗೆ ನಿಶ್ಚಿತಾರ್ಥ ಮುಗ್ಸಿಕೊಂಡರು" ದಮಯಂತಿ ಗಂಡನನ್ನು ಕುಟುಕಿದರು.

ಇದೊಂದು ವಿಶೇಷ ಸುದ್ದಿ ಎನ್ನುವಂತೆ ಬಂದ ಕೂಡಲೇ ಅಶ್ವಿನಿ ಕಿವಿ ತಲುಪಿತು. ಅವನು ಕೆಲವು ನಿಮಿಷಗಳು ಮಾತೇ ಆಡಲಿಲ್ಲ. ಇದೊಂದು ಷಾಕ್ ನ್ಯೂಸ್ ಆಯಿತು. ಯಾಕೆ? ಎಂದು ತೀವ್ರವಾಗಿ ತಲೆಕೆಡಿಸಿಕೊಂಡ.

"ಗಂಡು ಯಾರಂತೆ?" ಬಹಳ ಹೊತ್ತಿನ ನಂತರ ಪ್ರಶ್ನಿಸಿದ.

"ಪ್ರಭಂಜನ್ ಪರ್‌ಫ್ಯೂಮರ್ ಓನರ್ ಮಗನಂತೆ. ಸದ್ದು ಗದ್ದಿಲ್ಲದೇ ನಿಶ್ಚಿತಾರ್ಥ ಮುಗ್ಸಿಕೊಂಡಿದ್ದಾರೆ" ವ್ಯಸನದಿಂದಲೇ ನುಡಿದ ದಮಯಂತಿ "ಇದೆಲ್ಲ ಬೇಕಾಗಿಯೇ ಮಾಡಿರೋದು" ಇನ್ನೊಂದು ಮಾತು ಸೇರಿಸಿದರು.

ತಾಯಿಯ ಸ್ವಭಾವ ಬಲ್ಲ ಅವನು ಮಾತಾಡಲಿಲ್ಲ. ಹೃದಯಕ್ಕೆ ಪೆಟ್ಟು ತಾಗಿದಂತೆ ನೋವು ಅನುಭವಿಸಿದ. ತಾನು ಇಂಚರಾನ ಪ್ರೀತಿಸಿದನೇ? ಪ್ರಶ್ನೆಗಳಿಗೆ ಈಗ ಉತ್ತರ ಸ್ಪಷ್ಟವಾಗಿತ್ತು.

ಸ್ವಲ್ಪ ಚೇತರಿಸಿಕೊಂಡ ನಂತರ ಮುಖ ತೊಳೆದು "ನಾನು ಹರಿಹರನ್ ಮಾವನ ಮನೆಗೆ ಹೋಗ್ತಾ ಇದ್ದೀನಿ, ನೀವುಗಳು ಯಾರಾದರೂ ಬರ್ತೀರಾ?" ಕೇಳಿದ.

"ಇಷ್ಟೆಲ್ಲ ಅವಮಾನ ಮಾಡಿದ ಮೇಲೂ ಅವ್ರ ಮನೆಗೆ ಹೋಗ್ಬೇಕಾ? ಅವ್ರು ಬೇಕೂಂತಲೇ ನಮ್ಮನ್ನು ಕಡೆಗಣಿಸಿದ್ದಾರೆ. ಅವ್ರ ದೃಷ್ಟಿಯಲ್ಲಿ ನಾವು ಸಾಮಾನ್ಯ ಜನ. ನನ್ಮಗ ಐ.ಎ.ಎಸ್., ಐ.ಪಿ.ಎಸ್. ಅಂಥದ್ದೇನೂ ಮಾಡಿಲ್ಲ. ನನ್ಗಂಡ ಇಂಡಸ್ಟ್ರಿಯಲಿಸ್ಟ್ ಕೂಡ ಅಲ್ಲ" ರಾಗ ಎಳೆದರು ದಮಯಂತಿ.

"ಅಮ್ಮ, ಸುಮ್ನೇ ಇರ್ತೀಯಾ! ಅವ್ರು ಇದನ್ನೆಲ್ಲ ಅಂದ್ಕೊಂಡೇ ಇರೋಲ್ಲ. ಸುಮ್ನೇ ತಪ್ಪು ತಪ್ಪಾಗಿ ಕಲ್ಪನೆ ಮಾಡ್ಕೊಂಡ್ ಮನಸ್ಸು ಯಾಕೆ ಹಾಳು ಮಾಡ್ಕೋತೀಯಾ? ಛೀ..." ಬೇಸರದಿಂದ ಮುಖ ಕಿವಿಚಿದ.

ಇವನು ಸ್ಕೂಟರ್ ಹೋದ ಮೇಲೆ ಗಂಡ, ಹೆಂಡತಿ ಮುಖ ಮುಖ ನೋಡಿಕೊಂಡರು. ಮಗ ಸ್ವಲ್ಪ ಅಪ್ಸೆಟ್ ಆಗಿದ್ದಾನೆನಿಸಿತು.

"ಈಗೇನಾದ್ರೂ ಮಾಡೋಕೆ ಸಾಧ್ಯಾನ?" ಕೇಳಿದರು ಗಿರಿಯಪ್ಪ.

"ಹೇಗೂ ಬೆಳ್ಕವಳಿಗೆ ನಿಶ್ಚಿತಾರ್ಥ ಮಾಡಿದ್ದಾಗೆ. ಕುಸುಮನ ನಮ್ಮ ಅಶ್ವಿನಿಗೆ ಕೇಳಿಬಿಡೋಣ. ಈಗ ಸಮಯ ಕೂಡ. ಹೋಗೋಣ" ಎಂದು ಹೊರಟವರು ಕಡೆ ಗಳಿಗೆಯಲ್ಲಿ ಆಕಾಶದ ಕಡೆ ನೋಡಿ ನಿಂತರು. "ಮಳೆ ಬರೋ ಹಾಗಿದೆ. ಆಟೋ ಸಿಗೋಲ್ಲ, ಬರೋವಾಗ ಸಿಕ್ಕರೂ ಹೇಳಿದ್ದೇ ರೇಟು" ಗೊಣಗಿದರು ದಮಯಂತಿ. ಅಂತೂ ಹೊರಡಲಿಲ್ಲ.

ಅಶ್ವಿನಿ ಸ್ಕೂಟರ್ ನಿಲ್ಲಿಸಿದಾಗ ಒಂದೊಂದು ಹನಿ ಆಕಾಶದಿಂದ ನೆಲಕ್ಕೆ ರಾಚುವಂತೆ ಬೀಳತೊಡಗಿತು. ತಲೆ ಮೇಲೆ ಕೈ ಅಡ್ಡ ಹಿಡಿದುಕೊಂಡೇ ಗೇಟ್ ತೆರೆದುಕೊಂಡು ಒಳಗೆ ನುಗ್ಗಿದಾಗ ಬಾಗಿಲಿಗೆ ಬಂದ ಕುಸುಮ ವಿಷಯ ಮುಟ್ಟಿಸಿದಳು.

"ಅಪ್ಪ, ಅಶ್ವಿನಿಕುಮಾರ್ ಬಂದರು".

ಮನೆಯ ವಾತಾವರಣ ತುಂಬ ಸೀರಿಯಸ್ಸಾಗಿ ಕಂಡಿತು. ಫೋನಿನಲ್ಲಿ ಕುಮುದ ವಿಷಯ ಮುಟ್ಟಿಸಿದಾಗ ದೊಡ್ಡದಾಗಿ ಆಕ್ಷೇಪಿಸಿದ್ದಳು. "ಮನೆಗೆ ಹಿರಿಯ ಅಳಿಯಂದಿರ್ನ ಕರೆಯದೇ ನಿಶ್ಚಿತಾರ್ಥ ಮುಗ್ಸಿದ್ದೀರಾ? ಅವ್ರು ನನ್ಮೇಲೆ ಬೇಜಾರು ಮಾಡ್ಕೋತಾರೆ" ಸದ್ದಿಲ್ಲದೆ ಫೋನಿಟ್ಟವರು ದೊಡ್ಡ ದನಿಯಲ್ಲಿ ಕೂಗಾಡಿದರು. "ಇವ್ಳ ಗಂಡನ ಕರೆಸಿಕೊಂಡು, ವಿಷ್ಯ ಸಂದರ್ಭ ವಿವರಿಸಿ ಒಪ್ಗೆ ಪಡೆದು ನಿಶ್ಚಿತಾರ್ಥ ಮಾಡ್ಬೇಕಾಗಿತ್ತು. ಡ್ಯಾಮ್ ಇಟ್... ಅಬ್ಬಬ್ಬ ಕುತ್ತಿಗೆಗೆ ತಾಳಿ ಬಿದ್ದ ಕೂಡಲೇ ಹೇಗೆ ಬದಲಾಗುತ್ತಾರೆ".

ಉಳಿದ ಮೂವರೂ ಒಂದು ಮಾತು ಕೂಡ ಆಡಲಿಲ್ಲ. ಮನೆಯ ಸೀರಿಯಸ್‌ನೆಸ್‌ಗೆ ಇದೊಂದು ಪ್ರಮುಖವಾದ ಕಾರಣ.

"ಬಾಪ್ಪ, ಅಶ್ವಿನಿ" ಕೂಗಿದರು ಗಿರಿಜ. ಆಕೆಗೆ ಈ ಕ್ಷಣಕ್ಕೂ ಅವನೆಂದರೆ ಅಭಿಮಾನವೇ. ಷರಟಿನ ಮೇಲೆ ಬಿದ್ದ ಮಳೆ ಹನಿಗಳನ್ನು ಕೊಡವುತ್ತ "ಅಪ್ಪ ಒಂದು ಸರ್‌ಪ್ರೈಜ್ ನ್ಯೂಸ್ ಹೇಳಿದ್ರು. ಕಂಗ್ರಾಟ್ಸ್ ಹೇಳಿಹೋಗೋಣಂತ ಬಂದೆ" ನುಡಿದ. ಅವನ ದನಿಯಲ್ಲಿ ಜೀವಂತಿಕೆಯಿದ್ದಂತಿರಲಿಲ್ಲ. ಆದರೆ ಇದು ಯಾರ ಅರಿವಿಗೂ ಬರಲಿಲ್ಲ.

ಸ್ವಲ್ಪ ಹರಿಹರನ್ ಚೇತರಿಸಿಕೊಂಡು ದೇಶಾವರಿ ನಗೆ ಬೀರಿ "ಇದನ್ನ ಬದ್ಕಿನ ವಿಸ್ಮಯಗಳು ಅಂತಾರೇನೋ. ವರ್ಷಗಳಗಟ್ಟಲೆ ವರಾನ್ವೇಷಣೆ ಮಾಡಿ ಹಲವಾರು ಸಲ ತಿರುಗಿ, ಗಂಟೆಗಟ್ಟಲೇ ಕೂತು ಮಾತಾಡಿದರು. ಒಂದು ವಿವಾಹ ನಿಶ್ಚಯ ಮಾಡೋದು ಕಷ್ಟ. ಇದು ನನ್ನ ಅನುಭವ. ಅಂಥದ್ದರಲ್ಲಿ ಬರೀ ಎಪ್ಪತ್ತೈದು ನಿಮಿಷದಲ್ಲಿ ನಿಶ್ಚಿತಾರ್ಥವೇ ಮುಗ್ದುಹೋಯ್ತು" ಉತ್ಸಾಹದಿಂದಲೇ ವಿವರಿಸಿದರು. ಹತ್ತು ಲಕ್ಷ ಪಡೆದ ದಾಮೋದರ್ ಕೂಡ ಪ್ರಭಂಜನ್‌ಗೆ ಸರಿಸಾಟಿ ಯಾಗಲಾರನೆನ್ನುವ ಸಮಾಧಾನ ಅವರದು.

ಅಶ್ವಿನ್‌ಕುಮಾರ್ ನಾಲಿಗೆ ಮತ್ತು ಗಂಟಲು ಪಸೆಯಾರಿತು. "ಹೌದೌದು...." ಎಂದ ಒಳಗಿದ್ದ ನಾಲಿಗೆಯಿಂದ. ಇದು ಅವನ ಅನುಭವಕ್ಕೆ ಬಂದಿತ್ತು! ಇಲ್ಲಿಗೆ ಬರುವ ಮುನ್ನ ಮಾತುಕತೆಯ ಹಂತದಲ್ಲಿಯೇ ಅವನ ಮದುವೆ ಮುರಿದು ಬಿದ್ದಾಗ ಗಲಾಟೆಯಾಗಿತ್ತು.

ನಡೆದು ಹೋದದನ್ನ ಸಂಕ್ಷಿಪ್ತವಾಗಿ ವಿವರಿಸಿದರೂ ಮಧ್ಯೆ ಇಂಚರ ಹೆಸರೇ ಬರಲಿಲ್ಲ. ಬಹುಶಃ ಈ ವಿವಾಹ ಅವಳಿಗೆ ಇಷ್ಟವಿರಲಿಲ್ಲವೇ? ಪ್ರಶ್ನೆ ಎದ್ದ ಕೂಡಲೇ ಅವನೆದೆಯಲ್ಲಿ ಮಲಯಮಾರುತದ ತಣ್ಣನೆಯ ಸಿಂಚನವಾಯಿತು. ಸಧ್ಯಕ್ಕಂತೂ ಅವಳೊಂದಿಗೆ ಪರ್ಸ್‌ನಲ್ಲಾಗಿ ಮಾತಾಡಲು ಸಾಧ್ಯವಿರಲಿಲ್ಲ.

"ನಿಮ್ದು ಯಾವಾಗ?" ಹುಬ್ಬೆತ್ತಿ ಕುಸುಮನ್ನ ಕೇಳಿದಾಗ ಬಾಯಿ ಮುಚ್ಚಿಕೊಂಡು ನಿಟ್ಟುಸಿರು ದಬ್ಬಿ ತಲೆ ಅಡ್ಡಡ್ಡ ತಲೆಯಾಡಿಸಿದಳು. "ನಂಗಂತು ಅನುಮಾನ!" ನಕ್ಕ. ಅದಕ್ಕೆ ಉತ್ತರ ಹೇಳಿದ್ದ ಹರಿಹರನ್ "ಇವಳದು ಜಾಬ್ ಓರಿಯಂಟೆಡ್ ಕೋರ್ಸ್, ಸಮಾಜದ ಋಣ ಜಾಸ್ತಿನೇ ಇರುತ್ತೆ. ಚಂದ್ರಯ್ಯನಿಗೆ ಆಗ್ಲೇ ಹೇಳಿದ್ದೀನಿ" ಅಂದಕೂಡಲೇ ಅವಳೆದ್ದು ಹೋದಳು. ಒಂದೆರಡು ಸಲ ಬಾಯ್ ಫ್ರೆಂಡ್ ದಿಲೀಪ್ ಜೊತೆ ರೆಸ್ಟೋರೆಂಟ್‌ಗೆ ಹೋಗಿದ್ದಾಗ ಅಶ್ವಿನಿ ಸಿಕ್ಕಿ ನೋಡಿದರೂ ನೋಡದಂತೆ ಹೋಗಿದ್ದ ಮಾತ್ರವಲ್ಲ, ಎಂದೂ ಆ ಪ್ರಸಕ್ತಿಯೆತ್ತಿರಲಿಲ್ಲ. ಅದಕ್ಕೆ ಒಂದಿಷ್ಟು ಅವನ ಮುಂದೆ ಹಿಂಜರಿಕೆ. ಆದರೂ ದಿಲೀಪ್‌ನೊಂದಿಗೆ ಸ್ನೇಹವೇ ವಿನಃ ಪ್ರೇಮವೇನೂ ಇರಲಿಲ್ಲ.

ಮಳೆ ಜೋರಾಯಿತು. ರೂಮಿನ ಕಿಟಕಿ ಬಳಿ ನಿಂತು ನೋಡುತ್ತಿದ್ದ ಇಂಚರ ಎಲ್ಲಾ ಮರೆತವಳಂತೆ ಬಾಗಿಲಿನಿಂದ ಹೊರಗೆ ಹೋಗಿ ಕಾಂಪೌಂಡ್‌ನಲ್ಲಿ ನಿಂತಳು. ಸಂಜೆಯ ವೇಳೆ, ತುಸು ಮಬ್ಬು ಮುಸುಕಿದ ನಂತರ ಸುರಿಯುವ ಮಳೆಯೆಂದರೆ ಅವಳ ಇಷ್ಟವನ್ನು ವರ್ಣಿಸಲು ಅಸಾಧ್ಯ. ಅವಳ ಪಕ್ಕ ಹೋಗಿ ನಿಂತು ತಾನು ಮಳೆ ನೋಡುವ ಆಸೆ ಅಶ್ವಿನಿಗೆ, ಆದರೂ ಅದುಮಿಟ್ಟ.

"ಇವ್ಳಿಗೆ ಇಷ್ಟವಾದ ಕೃತಕ ಮಳೆ ತರಿಸೋಂಥ ಶ್ರೀಮಂತನೇ ಸಿಕ್ಕಿದ್ದಾನೆ!" ಅಭಿಮಾನದ ಮಾತಾಡಿದರು. ಅಷ್ಟರಲ್ಲಿ ಫೋನ್ ರಿಂಗಾಯಿತು. ಆ ತುದಿಯಲ್ಲಿದ್ದ ಗಿರಿಯಪ್ಪ "ಯಾಕೋ ಸರಿಯೆನಿಸಲಿಲ್ಲವೋ ಹರೀ, ಆಗ್ಲಿಂದ ಇವ್ಳು ಅದನ್ನೇ ಬಡಕೋತಾ ಇದ್ದಾಳೆ. ನೀನು ಅವ್ರ ಪ್ರಸಿದ್ಧಿ, ಹಣ, ಶ್ರೀಮಂತಿಕೆನ ನೋಡಿ ಮದ್ವೆ ಫಿಕ್ಸ್ ಮಾಡ್ಬಿಟ್ಟೆ. ಶ್ರೀಮಂತ ಯುವಕರಿಗೆ ಎಷ್ಟು ಹಾಬಿಗಳು ಇರುತ್ತೆ. ಅವನ್ನೆಲ್ಲ ತಿಳ್ದುಕೊಂಡ್ಯಾ?" ಎಂದವರು ಸರಾಸರಿ ಏಳೂವರೆ ನಿಮಿಷ ಫೋನ್‌ನಲ್ಲಿಯೇ ಕೊರೆದುಬಿಟ್ಟಾಗ ಮೊದಲು ರೇಗಿದರೂ ನಿಧಾನವಾಗಿಯಾದರೂ ತಮ್ಮ ತಪ್ಪಿನ ಅರಿವಾಯಿತು.

ಹರಿಹರನ್ ಎದ್ದು ರೂಮಿಗೆ ಹೋದರು ಸಪ್ಪಗೆ.

"ಏನು ವಿಷ್ಯ ಇರೋಲ್ಲ. ಅಮ್ಮನ ಆಲೋಚನೆ ಯಾವಾಗ್ಲೂ ನೆಗೆಟೀವ್ ಆಗಿಯೇ ಇರುತ್ತೆ. ಅದ್ನ ಅಪ್ಪನ ಮುಂದೆ ಬಿತ್ತರಿಸಬೇಕು. ಅಪ್ಪ ಅದ್ನೇ ಕೊರೆದಿದ್ದಾರೆ" ಅಶ್ವಿನಿ ಸಂತೈಸುವಂತೆ ನುಡಿದ. ಎಲ್ಲರಿಗೂ ಸೇರಿಸಿಯೇ.

ಆಮೇಲೂ ಊಟ ಮುಗಿಸಿಯೇ ಹೊರಟಿದ್ದು.

ಇಂಚರ ಬಲಗೈ ತೋರು ಬೆರಳಿನಲ್ಲಿದ್ದ ಉಂಗುರದ ಶೋಭೆಯನ್ನು ಅವನನ್ನು ಅಣಕಿಸುವಂತೆ ಕಂಡಿತು. ಅದರ ಬೆಳಕಿನಲ್ಲಿ ಕಾಣದ ಪ್ರಭಂಜನ್ ಇದ್ದ. ಅವಲಕ್ಕಿ ಕುಟ್ಟಿದಂಥ ಸಗ್ದು ಅವನೆದೆಯಲ್ಲಿ.

ತಾಯಿ, ಮಗಳು ಅವನನ್ನು ಬೀಳ್ಕೊಡಲು ಬಾಗಿಲಿಗೆ ಬಂದಾಗ ಮಳೆಯ ಬಿರುಸು ಕಮ್ಮಿಯಾಗಿ ಒಂದೊಂದೇ ಮಳೆ ಹನಿಯುತ್ತಿತ್ತು.

"ಕಂಗ್ರಾಜ್ಯುಲೇಷನ್ಸ್" ಎಂದ ಇಂಚರಳತ್ತ ತಿರುಗಿ.

"ಥ್ಯಾಂಕ್ಯೂ" ಎಂದಳು ಸಣ್ಣಗೆ.

"ಆಂಟೀ, ಇಂಚರಾನ ಸರ್‍ಯಾಗಿ ವಿಚಾರಿಸಿದ್ರಾ? ಇದು ಬಲವಂತದ ಮದ್ವೆಯಾಗ್ಬಾರ್ದು! ನಂಗಂತು... ಸರ್‌ಪ್ರೈಜ್! ಅಂಕಲ್ ದಿಡೀರ್ ನಿರ್ಧಾರ ತಗೊಂಡಿದ್ದಾರೆ" ಬಹಳ ಮೆಲ್ಲಗೆ ಅಂದ. ಆಕೆಯ ಮುಖ ಗಂಭೀರವಾಯಿತು. "ನಾವು ಕುಮುದಾಗೆ ಸಾಕಷ್ಟು ವರಾನ್ವೇಷಣೆ ಮಾಡಿದ್ವಿ. ಈಗ ತಾನಾಗಿ ಬಂದ ಸಂಬಂಧ. ಈ ವರ್ಷವಲ್ಲದಿದ್ದರೆ ಮುಂದಿನ ವರ್ಷವಾದ್ರೂ ಮದ್ವೆ ಮಾಡ್ಬೇಕಲ್ಲ. ಈ ವಿಚಾರದಲ್ಲಿ ನನ್ನ ಒತ್ತಡ ಕೂಡ ಇತ್ತು" ಸ್ಪಷ್ಟವಾಗಿ ಹೇಳಿದರು.

ಅವರ ಆರೋಗ್ಯ ಹದಗೆಟ್ಟಿಲ್ಲವಾದರೂ ಈಚೆಗೆ ಕುಮುದಳ ಮದುವೆಯ ನಂತರ ಯಾವುದೋ ಭಯ ಕಾಡುತ್ತಿತ್ತು. ಇಂಚರಾಗೆ ಅನ್ಯಾಯವಾಗಲೇಬಾರ್ದು ಇದು ಆಕೆಯ ಮನಸ್ಥಿತಿ.

ಅಶ್ವಿನಿಕುಮಾರ್ ಮರುದಿನ ಬ್ಯಾಂಕ್‌ಗೆ ಹೋಗುವ ಮುನ್ನ ಕಾಲೇಜಿಗೆ ಹೊರಟ ಇಂಚರಾನ ಭೇಟಿಯಾಗಿ "ಒಂದೆರಡು ನಿಮಿಷ ಮಾತಾಡೋದಿದೆ" ಅಂದ ಸಂಕೋಚಿಸುತ್ತ. "ಆಂಟಿ ಜೊತೆ ಷಾಪಿಂಗ್ ಹೋಗೋ ವಿಷ್ಯವಾದರೆ... ಖಂಡಿತ ಹೇಳಲೇಬೇಡ".

"ನಂಗೆ ಷಾಪಿಂಗ್ ವಿಷ್ಯದಲ್ಲಿ ಪೇಷನ್ಸ್ ಇಲ್ಲ" ಭಯ ನಟಿಸಿದಳು. ದಮಯಂತಿ ಮಾತುಗಳಲ್ಲಿ ಸದಾ ಅನುಮಾನ, ಕೊಂಕು ಇದ್ದೇ ಇರುತ್ತಿದ್ದುದ್ದರಿಂದ ಆಕೆಯೆಂದರೆ ಕಿಲೋಮೀಟರ್ ಓಡಿಬಿಡಬೇಕೆನಿಸುತ್ತಿತ್ತು.

"ಸಾರಿ, ಅದೆಲ್ಲ ಏನಿಲ್ಲ" ಅಂದ ಎತ್ತಲೋ ನೋಡುತ್ತ.

ಇನ್ನ ಯಾವ ವಿಷಯ ಇದೆ? ಪ್ರಶ್ನೆಗೆ ತಲೆ ಕೆಡಿಸಿಕೊಳ್ಳುವುದು ಬೇಡವೆನಿಸಿ "ನಂಗಿಂತ ಅಮ್ಮನೇ ವಾಸಿ! ನೀನೇನು ಮಾತಾಡ್ಬೇಕೋ ಅಲ್ಲೇ ಮಾತಾಡ್ಬಿಡಿ" ಸೂಚಿಸಿದರೂ ಒಪ್ಪಲಿಲ್ಲ.

ಅವನ ಸ್ಕೂಟರ್ ಮೇಲೇರಿ ಹತ್ತಿರದ ಹೋಟೆಲ್‌ಗೆ ಹೋದರು.

"ನಾನು ಇವತ್ತು ಅಪ್ಪನ ಜೊತೆ ಊಟ ಮಾಡ್ದೆ. ಬರೀ ಒಂದು ಗ್ಲಾಸ್ ನೀರು ಕುಡೀತೀನಿ. ನೀನು ಬೇಕಾದರೆ ಕಾಫಿ ತರಿಸ್ಕೋ. ಬೇಗ ಮಾತು ಮುಗಿದರೆ ಕಾಲೇಜಿಗೆ ಹೋಗ್ಬೇಕು" ಅವಸರಿಸಿದಳು.

'ಹ್ಲೂಂ'ಗುಟ್ಟಿದ ಅಶ್ವಿನ್ ಎರಡು ಕಾಫಿಗೆ ಆರ್ಡರ್ ಮಾಡಿದ. ಅವನಿಗೆ ಮಾತು ಹೇಗೆ ಪ್ರಾರಂಭಿಸಬೇಕೋ ತಿಳಿಯಲಿಲ್ಲ.

"ಇದೆಲ್ಲ ಹೇಗಾಯ್ತು?" ಕೇಳಿದ.

"ಯಾವ್ದು?" ಅಂದಳು ವಿಸ್ಮಯದಿಂದ.

"ದಿಢೀರ್ ಎಂಗೇಜ್‌ಮೆಂಟ್! ಮಾವ ಸಧ್ಯಕ್ಕೆ ಇನ್ನೊಂದ್ವರ್ಷವಾದ್ರೂ ಮದ್ವೆ ಸುದ್ದಿ ಇಲ್ಲಾಂತ ಅಂದಿದ್ದರಂತೆ ಅಮ್ಮನ ಬಳಿ" ಪ್ರಾರಂಭಿಸಿದ.

"ಆ ವಿಷ್ಯ ನಿಜಾನೇ! ವೆರೀ ಸಿಂಪಲ್... ಕುಮುದ ವರಾನ್ವೇಷಣೆಯಲ್ಲಿ ಅಪ್ಪನಿಗೆ ಕೆಲವು ಕಹೀ ಪ್ರಸಂಗಗಳು ಆಗಿದ್ದು. ಅದು ಮರುಕಳಿಸುವುದು ಬೇಡವೆನ್ನೋದು ಇರಬಹುದೇನೋ. ಅಷ್ಟು ಬಿಟ್ಟು ಇನ್ನೇನಿದೆ?" ಅತ್ಯಂತ ಸರಳವಾಗಿತ್ತು ಅವಳ ಮಾತು.

ನೇರವಾಗಿ ಸೂಕ್ಷ್ಮವಾಗಿ ಗಮನಿಸಿದ ಇಂಚರಳ ಮುಖದ ಭಾವನೆಗಳನ್ನು ತುಟಿಯವರೆಗೂ ಬಂದ ಮಾತನ್ನು ಅಲ್ಲೇ ನಿಲ್ಲಿಸಿದ ಪ್ರಯಾಸದಿಂದ, "ಈ ವಿವಾಹ ನಿಲ್ಲಿಸೋಕಾಗೋಲ್ವಾ?" ಕೇಳಿದ.

ಇಂಚರಳ ಕಣ್ಣುಗಳಲ್ಲಿ ವಿಸ್ಮಯ ಅರಳಿ ಕಡೆಗೆ ಪ್ರಶಾಂತತೆಯಲ್ಲಿ ಮುಕ್ತಾಯವಾಯಿತು. "ನಂಗೆ ಸಧ್ಯಕ್ಕೆ ವಿವಾಹ ಬೇಡಾಂತ ಹೇಳಿ ಮುಗಿಸಿದ್ದೀನಿ. ಏನು ಪ್ರಯೋಜನವಿಲ್ಲ ನಾನು ವಾದಿಸಿದ ರೀತಿ ಸರಿ ಇಲ್ವೋ, ಅಥ್ವಾ ಮತ್ತೇನೊ ಕಾರಣವೋ, ಈ ವಿಷ್ಯದಲ್ಲಿ ಅಮ್ಮ, ಅಪ್ಪನೇ ಗೆದ್ರು. ಅಮ್ಮನ ಆರೋಗ್ಯ ಅಷ್ಟು ಸರ್ಯಾಗಿಲ್ಲ. ಕುಮುದಕ್ಕನ ಮದ್ವೆಯಾದ್ಮೇಲೆ ಮಕ್ಳ ಬಗ್ಗೆ ಅವ್ರ ಭಾವನೆಗಳೇ ಬದಲಾಗಿದೆಯೇನೋಂತ ಅನ್ನಿಸಿದೆ. ಈಗ ನಾನು ವಿರೋಧ ತೋರಿಸಿದರೆ ಮಾನಸಿಕವಾಗಿ ಪೂರ್ತಿ ಕುಸೀತಾರೆ. ಅದು ನಂಗಿಷ್ಟವಿಲ್ಲ" ಎಂದಳು ನಯವಾಗಿ.

ಏನೇನೂ ಅರ್ಥವಾಗಲಿಲ್ಲ. ಬಾಯಿಬಿಟ್ಟು ಕೇಳಲು ಹಿಂಜರಿದ. ಅವಳಪ್ಪ, ಅಮ್ಮನನ್ನು ಒಂದೆ ಕಡೆಯ ತಕ್ಕಡಿಯಲ್ಲಿಟ್ಟು, ಇನ್ನೊಂದು ತಕ್ಕಡಿಯಲ್ಲಿ ತಾನು ಕುಳಿತರೆ, ಆ ಕಡೆಯ ತೂಕವೇ ಹೆಚ್ಚಾಗುತ್ತದೆಯೆಂದು ಅವನ ಅರಿವಿಗೆ ಬಂತು.

"ಹೋಗೋಣ ಅಶ್ವಿನಿ, ಇನ್ನೆಷ್ಟು ದಿನಾನೋ ಕಾಲೇಜಿನ ಋಣ" ಅಂದಳು. ನಿಜವಾಗಿಯೂ ಅವಳ ಸ್ವರದಲ್ಲಿ ನೋವಿತ್ತು. ದೊಡ್ಡ ದೊಡ್ಡ ಆಕಾಂಕ್ಷೆಗಳು ಇಲ್ಲದಿದ್ದರೂ, ಡಿಗ್ರಿ ಪೂರೈಸುವ ಒಂದು ಕನಸು ಇತ್ತು.

ಅಶ್ವಿನಿ ಸ್ಕೂಟರ್‌ನಲ್ಲಿ ಕಾಲೇಜಿನ ಬಳಿ ಡ್ರಾಪ್ ಮಾಡಿ ವ್ಯಥೆಯಿಂದ ಬ್ಯಾಂಕ್‌ಗೆ ಹೋದ. ಆದರೆ ಅವನ ಆಸೆ ಪೂರ್ತಿ ಸಾಯಲಿಲ್ಲ.

***

ನಾಲ್ಕು ದಿನದ ತರುವಾಯ ಸಚ್ಚಿದಾನಂದ್ ಅವರಿಂದ ಫೋನ್ ಬಂತು. ಮೂರು ಲಗ್ನದ ದಿನಾಂಕಗಳನ್ನು ತಿಳಿಸಿ "ಈ ಮೂರು ದಿನಗಳಲ್ಲಿ ನಮ್ಗೆ, ನಿಮ್ಮಗ್ಗಿಗೆ ಯಾವ ದಿನ ಸೂಟ್ ಆಗುತ್ತೋ ನಿಶ್ಚಯಿಸಿ ರಿಂಗ್ ಮಾಡಿ. ಸ್ಥಳ ವಿವಾಹದ

ಅರೇಂಜ್‌ಮೆಂಟ್... ಎಲ್ಲಾ... ಎಲ್ಲಾ.... ನಿಮ್ಮಿಷ್ಟದಂತೆ. ತೀರಾ ಸಿಂಪಲ್ ಮ್ಯಾರೇಜ್ ಓಕೆ. ಇಲ್ಲ ನೀವು ಸ್ಟೇಟಸ್ ಬಿಟ್ಟು ನಂಗೆ ವಹಿಸಿಕೊಟ್ಟರೂ... ಐ ಯಾಮ್ ಹ್ಯಾಪಿ. ನಿರ್ಧಾರ ನಿಮ್ದೇ" ಬಹಳ ಲೀಲಾಜಾಲವಾಗಿ ಹೇಳಿ ಮುಗಿಸಿದರು. ಇದು ಇಷ್ಟವಾಯಿತು. ಆದರೆ ಗಿರಿಯಪ್ಪ ಅಂದ ಮಾತು ಕುಟುಕುತ್ತಿತ್ತು. 'ಒಮ್ಮೆ ಹೋಗಿ ವರ ಮನೆ ನೋಡಿಬರಬಹುದಷ್ಟೇ' ಅಂದುಕೊಂಡವರು "ನಾನೊಮ್ಮೆ ನಿಮ್ಮಲ್ಲಿಗೆ ಬರೋಣಾಂತ ಅಂದುಕೊಂಡಿದ್ದೀನಿ" ಅಂದರು.

"ಓಕೆ.... ಓಕೆ.... ಯಾವಾಗ ಬರ್ತೀರಾ? ನಂಗಂತು ತುಂಬ ಸಂತೋಷ. ಹೇಗೂ ಸಂಡೆ ರಜೆ ಇದೆಯಲ್ಲ. ಅಂದು ದಯಮಾಡಿಸಿ, ನೀವು... ನಾವು ಕೂತು ಒಂದ್ಗಂಟೆ ಮಾತಾಡ್ಬಹ್ದು". ಮುಕ್ತವಾಗಿ ಆಹ್ವಾನಿಸುವುದರ ಜೊತೆಗೆ "ಸ್ವಲ್ಪ ಇಂಚರಾಗೆ ಫೋನ್ ಕೊಡಿ, ಆ ಹುಡ್ಗಿ ಮರ್ತೇ ಬಿಟ್ಟಂಗೆ ಕಾಣ್ತಾಳೆ" ಹಾಸ್ಯವಾಗಿ ಹೇಳಿದರು.

ಭಾವೀ ಸೊಸೆ ಜೊತೆ ಐದು ನಿಮಿಷಗಳ ಕಾಲ ಹರಟಿದರು. ಪ್ರಭಂಜನ್ ಬಗ್ಗೆ ನಾಲ್ಕಾರು ಮಾತುಗಳನ್ನು ಹೇಳಿದರು.

ಅಂದು ಸಂಜೆಯ ಟ್ರೈನ್ ರಿಸರ್ವೇಷನ್ ಟಿಕೆಟ್ ತಂದ ವ್ಯಕ್ತಿ ಕೊಟ್ಟು ಹೋದ. ಭಾನುವಾರದ ಬೆಳಗಿನ ಜಾವದ ಟ್ರೈನ್ ಇಲ್ಲಿಂದ ರಿಸರ್ವ್ ಆಗಿತ್ತು.

"ಭಾನುವಾರ ಬೆಂಗ್ಳೂರಿಗೆ ಹೋಗಿ ಬರ್ತೀನಿ' ಹೆಂಡತಿಗೆ ಹೇಳಿದರು.

ಬಟ್ಟೆ ಮಡಚಿಡುತ್ತಿದ್ದ ಆಕೆ ನೋಟವೆತ್ತಿ "ದಿಡೀರ್ ತೀರ್ಮಾನಾನ? ನಾವು ಕುಮುದ ಅತ್ತೆ ಮನೆ ನೋಡೋಕೆ ಕೂಡ ಹೋಗಲಿಲ್ಲ. ಇಲ್ಲು ಕೂಡ ಅದೇ ಅನುಸರಿಸಿದ್ದರೆ ಸಾಕಿತ್ತು. ಓಡಾಟದ ಖರ್ಚನ್ನ ಮತ್ತೆ ಯಾಕೆ ತಲೆ ಮೇಲೆ ಎಳಕೋಬೇಕು?" ಅನಗತ್ಯ ಖರ್ಚು ಬೇಡವೆನಿಸಿತು. ವರದಕ್ಷಿಣೆ ರೂಪದಲ್ಲಿ ಏನಾದರೂ ಕೊಡದಿದ್ದರೂ ಕುಮುದಳಿಗೆ ಮಾಡಿದಷ್ಟೇ ಇವಳಿಗೂ ಮಾಡಬೇಕೆಂಬ ಇರಾದೆ.

"ನಂಗೆ ಗಿರಿಯಪ್ಪನೊಂದಿಗೆ ಮಾತಾಡಿದ್ಮೇಲೆ, ಏನಾದ್ರೂ ಎಡವುತ್ತ ಇದ್ದೀವಾ? ಏನೇನೋ ಭಯ. ಅಲ್ಲಿ ನಿರ್ಧಾರ ಪೂರ್ತಿ ಕುಮುದಾದೇ ಆಯ್ತು. ದಾಮೋದರ್ ನಾಲ್ಕು ಸಲ ಇಲ್ಲಿಗ್ಬಂದ್ ಸಮಸ್ತವನ್ನು ಅವ್ನೇ ಮಾತಾಡಿದ. ಆಗ ಅಂಥ ಅಗತ್ಯವೇನೂ ಕಾಣ್ಲಿಲ್ಲ" ಅರ್ಥಗರ್ಭಿತವಾಗಿ ಮಾತಾಡಿದರು. ಗಿರಿಜಾಗೂ ಅದನ್ನು ತಳ್ಳಿಹಾಕಬೇಕೆನಿಸಲಿಲ್ಲ. "ಆಯ್ತು ಹಾಗೇ ಮಾಡಿ. ನಾನು ಬರಬಹುದಿತ್ತು. ತೀರಾ ಸುಸ್ತು... ಅಂದರೆ ಸುಸ್ತು. ಅದೇನು ಮಾಡಿದರೆ ಕಮ್ಮಿಯಾಗುತ್ತೋ ಗೊತ್ತಾಗೋಲ್ಲ" ಎಂದರು ಸೋತವರಂತೆ.

ತೀರಾ ಗಾಬರಿಯಾದರು ಹರಿಹರನ್.

"ಒಂದ್ಸಲ ಥರೋ ಚೆಕಪ್ ಮಾಡ್ಸಿಬಿಡೋಣ. ಅಲ್ಲಿಗೆ ಹೋಗುವುದು ಮದ್ವೇ... ಎಲ್ಲಾ ಮುಂದಕ್ಕೆ ಹಾಕೋಣ" ಗಂಡನ ಮಾತಿಗೆ ಆಕೆ ಒಪ್ಪಲಿಲ್ಲ. "ಬೇಡ, ಆ ತಪ್ಪು ಮಾಡ್ಬೇಡಿ. ಒಳ್ಳೇ ಸಂಬಂಧ ಹುಡ್ಕಿಕೊಂಡು ಬಂದಿರೋವಾಗ ನಾವಾಗಿ ಅವ್ರ

ಭವಿಷ್ಯದ ಮೇಲೆ ಕಲ್ಲು ಹಾಕೋದ್ಬೇಡ. ಲಕ್ಷಗಳು ಕೊಡದೇ ಹೆಣ್ಣು ಮಕ್ಳ ಮದ್ವೆಗಳು ಆಗೋದು ಕಷ್ಟ. ದಾಮೋದರ್‌ಗೆ ಇಪ್ಪತ್ತೈದು ಕೊಡೋರು ಇದ್ದರಂತೆ" ಎಂದರು ಗಿರಿಜ. ಹರಿಹರನ್‌ಗೆ ಆ ವಿಷಯದ ಬಗ್ಗೆ ಇಷ್ಟವಾಗಲಿಲ್ಲ.

"ಈಗ ಆ ವಿಷ್ಯ ಯಾಕೆ? ಆದಷ್ಟು ಬೇಗ ಕುಸುಮ ವಿವಾಹ ಕೂಡ ಮುಗ್ಸಬೇಕು. ಅವ್ಳ ಮನಸ್ಸಿನಲ್ಲಿ ಯಾವುದಾದ್ರೂ ಗಂಡು ಇದೆಯೇನೋ ವಿಚಾರ್ಸು" ಅಂದಾಗ ಮಾತ್ರ ಆಕೆ ಚಕಿತರಾದರು. ಮೊದಲ ಸಲ ಈ ಮಾತು ಗಂಡನ ಬಾಯಿಂದ ಬಂದಿದ್ದು ಅರ್ಥ ಮಾಡಿಕೊಂಡ ಹರಿಹರನ್ ಹೆಂಡತಿಯ ಹೆಗಲ ಮೇಲೆ ಕೈ ಇಟ್ಟು "ಲವ್ ಮ್ಯಾರೇಜ್‌ಗಳ ಕಾಲವಲ್ವ, ಯಾಕೆ ಆಗ್ಬಾರ್ದೂಂತ ಅಂದೆ" ತಪ್ಪನ್ನ ತಿದ್ದಿ.

ಭಾನುವಾರ ಟ್ರೈನ್‌ನಿಂದ ಇಳಿದಾಗ ಸ್ವತಃ ಪ್ರಭಂಜನ್ ಬಂದು ಎದುರುಗೊಂಡು "ಏನು ತೊಂದರೆಯಾಗಲಿಲ್ಲ ತಾನೇ?" ಕೇಳಿದ. ಸಹಜವಾದ ಗತ್ತು. ಒರಟುತನವಿದ್ದರೂ ಅದು ಹೊರ ಹೊಮ್ಮಿದ್ದು ಮೃದುವಾಗಿ "ಅಂಥದ್ದೇನಿಲ್ಲ! ವಿಳಾಸವಿತ್ತು, ನಾನೇ ಬರ್‍ತಾ ಇದ್ದೆ. ಯಾಕೆ ಬರೋ ತೊಂದರೆ ತಗೊಂಡಿರಿ?" ಸಂಕೋಚಿಸುತ್ತ.

"ಪರ್ವಾಗಿಲ್ಲ ಡ್ಯಾಡ್ ಬರೋರು ಇದ್ರು" ಅಷ್ಟೇ ಅಂದಿದ್ದು.

ಕಾರು ಹಂಸದಂತೆ ತೇಲುತ್ತ ದೊಡ್ಡ ಬಂಗಲೆಯೊಳಕ್ಕೆ ನುಗ್ಗಿದಾಗ ಅವರ ಕಲ್ಪನೆಗೆ ಮೀರಿದ ಶ್ರೀಮಂತಿಕೆ, ಕಲಾತ್ಮಕೆ ಇತ್ತು. ಈಗಾಗಲೇ ಬಾಲ್ಕನಿಯಲ್ಲಿ ಕಾರು ನಿಂತಿದ್ದರಿಂದ ಅದರ ಹಿಂಭಾಗದಲ್ಲಿ ನಿಂತಿತು.

ಇಳಿದವರು ಕ್ಷಣ ಯೋಚಿಸಿ ಪಕ್ಕದಲ್ಲಿ ಪ್ರಭಂಜನ್‌ನತ್ತ ನೋಟ ಹರಿಸಿದರು. ಶ್ರೀಮಂತಿಕೆ ಅಮಲಿನಲ್ಲಿ ಅವನು ನೈತಿಕವಾಗಿ ಪತನದ ಹಾದಿಯಲ್ಲಿದ್ದಾನ, ಅಂತ ಯೋಚಿಸುವಂತಾಯಿತು.

ಅರಿತವನಂತೆ ಪ್ರಭಂಜನ್ ನಸು ನಕ್ಕ. ಅನುಮಾನ ಸಹಜ.

ಅಷ್ಟರಲ್ಲಿ ಸಚ್ಚಿದಾನಂದ ವರ್ಮ ಹೊರಗೆ ಬಂದು ಅವರನ್ನು ಒಳಕ್ಕೆ ಕರೆದೊಯ್ದರು. "ನೀವು ಬಂದಿದ್ದು ಬಹಳ ಒಳ್ಳೆಯದೇ ಆಯಿತು. ಬರ್ಬೇಕು ಕೂಡ. ಉಳಿದವರು ಬಂದಿದ್ದರೆ ಚೆನ್ನಾಗಿರೋದು" ಮಾತುಗಳನ್ನು ಸೇರಿಸಿದರು.

ಇವರಿಬ್ಬರನ್ನು ಬಿಟ್ಟು ಪ್ರಭಂಜನ್ ಮಾಯವಾದ. 'ಇಬ್ಬರಿಗೆ ಇಷ್ಟು ದೊಡ್ಡ ಬಂಗ್ಲೆ' ಅನ್ನಿಸಿತು ಹರಿಹರನ್‌ಗೆ. ಇದು ಪ್ರಸ್ತುತ ಸ್ಥಿತಿ. ಎಲ್ಲೆಡೆ ಕಾಣುವಂಥದ್ದೇ. ಬರೀ ಒಂದು ಅಂಕಣದಲ್ಲಿ ವಾಸಿಸುವ ಹತ್ತಾರು ಬಡವರು ಒಂದು ಕಡೆಯಾದರೆ, ಮತ್ತೊಂದೆಡೆಮೂವತ್ತು, ನಲ್ವತ್ತು, ಐವತ್ತು ಚದರ ಬಂಗ್ಲೆಗಳಲ್ಲಿ ಆಳುಗಳನ್ನು ಕೂಡ ಸೇರಿ ಕೆಲವರು ಮಾತ್ರ.

ಅದ್ದೂರಿ ಆತಿಥ್ಯ ನಡೆದ ಮೇಲೆ ವಿಷಯಕ್ಕೆ ಬಂದರು. ಪಕ್ಕದಲ್ಲಿದ್ದ ಸೆಲ್ಯೂಲಾರ್ ಆಗಾಗ ಸದ್ದು ಮಾಡುತ್ತಲೇ ಇತ್ತು. ಕಡೆಗೆ ಆಫ್ ಮಾಡಿ ಪಕ್ಕದಲ್ಲಿರಿಸಿದರು.

"ಏನು ನಿಮ್ಮ ಅನುಮಾನ ಹೇಳಿ. ಈ ವರ್ಷದ ಇನ್‌ಕಮ್ ಟ್ಯಾಕ್ಸ್

ರಿಪೋರ್ಟ್ ಕೂಡ ನಿಮ್ಮ ಮುಂದಿಟ್ಟಿದ್ದೆ. ಫ್ಯಾಕ್ಟರಿ ನೋಡ್ಬಹುದು. ರಿಯಲೀ ಪ್ರಭಂಜನ್ ಒಬ್ಬ ಆರ್ಟಿಸ್ಟ್, ಸಂಗೀತಪ್ರೇಮಿ. ಬಹುಶಃ ನಂಗೆ ಇನ್ನೊಬ್ಬ ಮಗ ಇದ್ದಿದ್ದರೆ ಇವನನ್ನು ಆ ಕಡೆಗೆ ಬಿಟ್ಟು ಬಿಡ್ತಾ ಇದ್ದೆ. ಐ ಫೆಲ್ಟ್ ವೆರೀ ಸ್ಯಾಡ್" ಎಂದರು ಭಾರವಾದ ದನಿಯಲ್ಲಿ.

ಹರಿಹರನ್ ಯೋಚಿಸುವಂತಾಯಿತು. ಹೇಗೆ ಪ್ರಸ್ತಾಪಿಸುವುದೆಂದು ತಡವರಿಸಿದರು.

"ನಿಮ್ಮ ಅಳಿಯನನ್ನ ಕರೆಸ್ತೀನಿ ನೀವೇ ಮಾತಾಡಿ" ಪ್ರಭಂಜನ್‌ನ ಕರೆದು ಕೂಡಿಸಿ ತಾವು ಎದ್ದು "ಸಂಕೋಚ ಬೇಡ, ನಿಮ್ಗೆ ಸಂದೇಹಗಳೇನಾದ್ರೂ ಇದ್ದರೆ ಅವನನ್ನೇ ಕೇಳಿ" ಅಷ್ಟು ಹೇಳಿ ರೂಮಿಗೆ ಹೋದರು.

"ಪರ್ಟಿಕ್ಯುಲರ್ ಆಗಿ ಇಂಚರಾನೇ ಬೇಕೂಂದರು" ಅಂತ ಚಂದ್ರಯ್ಯ ಹೇಳಿದ್ದ. ಅದಕ್ಕೆ ಕಾರಣ ಕೇಳಬೇಕು. ಹೇಗೆ ಪ್ರಸ್ತಾಪಿಸುವುದು? ಬದಲಿಸಿ ಅವನ ಮುಖ ನೋಡಿದರು. ಹಿಂಜರಿಕೆಯಂಥದ್ದು ಅವನ ಮುಖದ ಮೇಲಿಲ್ಲ. "ಏನಾದ್ರೂ ಕೇಳೋದಿದ್ದರೆ ಕೇಳಿ" ಎಂದ ಮೃದುವಾಗಿಯೇ.

"ನೋ ಏನಿಲ್ಲ" ಅಂದರು.

"ನಮ್ಮ ಫ್ಯಾಕ್ಟರಿ ನೋಡ್ತೀರಾ?" ಅವನೇ ಕೇಳಿದ.

"ಅದೆಲ್ಲ ಏನೂ ಬೇಡ. ಬ್ಯಾಂಕ್‌ನಲ್ಲಿ ನನ್ನ ಸರ್ವೀಸೆಲ್ಲಾ ಕಳೀತು" ನಿರಾಕರಿಸಿದರು. ಆದರೂ ಅವನು ಕೇಳಲಿಲ್ಲ. ಜೊತೆಯಲ್ಲಿ ಕರೆದೊಯ್ದು ತೋರಿಸಿಕೊಂಡು ಬಂದ.

ಅಲ್ಲಿ ಮನುಷ್ಯರು ಕೈಯಿಂದ ಉಜ್ಜಿ ಊದುಬತ್ತಿಯನ್ನು ತಯಾರಿಸಬೇಕಿರಲಿಲ್ಲ. ತಯಾರಿಕೆ, ಒಣಗಿಸುವಿಕೆ ಪ್ಯಾಕಿಂಗ್ ಮಾಡುವಿಕೆಯೆಲ್ಲಾ ಮಿಷನರಿಗಳೇ ಮಾಡುತ್ತಿತ್ತು. ಎಲ್ಲಾ ಕಂಪ್ಯೂಟರೈಸ್ ಆಗಿತ್ತು. ಆಧುನಿಕ ತಂತ್ರಜ್ಞಾನ ಆವಿಷ್ಕಾರ ಕಂಡಂತಾಯಿತು.

ರಾತ್ರಿ ಎ.ಸಿ. ಕಾರಿನಲ್ಲಿ ಮನೆಯ ಮುಂದೆ ಇಳಿದಾಗ, ಮನೆಯವರೆಲ್ಲ ಹೊರಗೆ ಬಂದರು. ಸಂಜೆ ಬಂದು ಇಳಿದ ಕುಮುದಾಗಂತು ಅತಿಯಾದ ಆಸಕ್ತಿ.

"ಬಾ ಪ್ರಭಂಜನ್" ಕರೆದರು.

"ಬೇಡ, ರೂಂ ರಿಸರ್ವ್ ಆಗಿದೆ. ಬೆಳಿಗ್ಗೆ ಬರ್ತೀನಿ" ನಿರಾಕರಿಸಿದ.

ವಿದೇಶಕ್ಕೆ ಪಾರ್ಸಲ್ ಆಗುವ ಊದುಬತ್ತಿ ಮತ್ತು ಪರ್‌ಫ್ಯೂಮ್ ಬಾಟಲ್‌ಗಳ ಒಂದು ಬಂಡಲನ್ನು ಡ್ರೈವರ್ ಹೊತ್ತು ತಂದಿಟ್ಟು ಹೋದ.

ಇಂಚರಾನ ಹತ್ತಿಗ ಕರೆದು "ನೀನು ತುಂಬ... ತುಂಬಾನೇ ಅದೃಷ್ಟವಂತೆ. ಇದು ನಿಜ್ವಾಗಿ ಮಾನವ ಪ್ರಯತ್ನವಲ್ಲ, ದೈವ ಸಂಕಲ್ಪ. ಸಚ್ಚಿದಾನಂದ ದೊಡ್ಡ ಮನುಷ್ಯರು. ಪ್ರಭಂಜನ್ ತುಂಬ ಯೋಗ್ಯ" ಬಾಯಿ ತುಂಬ ಹೊಗಳಿದಾಗ ಹೆಚ್ಚು ಸಂಭ್ರಮಪಟ್ಟವರು ಗಿರಿಜ. ಎಲ್ಲಿ ಅವಳಿಗೆ ತಮ್ಮಿಂದ ಅನ್ಯಾಯವಾಗುತ್ತದೆಯೋ

ಎನ್ನುವ ಆತಂಕ ತೀರಾ ಅವರನ್ನು ಕುಸಿತಕ್ಕೆ ನೂಕಿತ್ತು.

"ಯಾವಾಗ್ಬಂದೆ?" ಕುಮುದಾಳತ್ತ ನೋಟ ಹರಿಸಿದರು. ಒಡವೆ ಪೆಟ್ಟಿಗೆ ಕೊಂಡೊಯ್ದ ಮೇಲೆ ಮತ್ತಷ್ಟು ಬೇಸರ ಮಗಳು, ಅಳಿಯನ ಮೇಲೆ.

"ಅವ್ರು ಮೀಟಿಂಗ್ ಇದೇಂತ ಬಂದ್ರು. ನಾನು ಜೊತೆಯಲ್ಲಿ ಬಂದೆ" ಹೇಳಿದಕ್ಕೆ ಅವರೇನು ಪ್ರತಿಕ್ರಿಯಿಸಲಿಲ್ಲ. ನೇರವಾಗಿ ಬಟ್ಟೆ ಬದಲಾಯಿಸಲು ರೂಮಿಗೆ ಹೋದರು.

ಬಂದ ಹೆಂಡತಿಗೆ "ಕುಮುದಾ, ಆ ಒಡ್ವೆಗಳನ್ನು ಉಪಯೋಗಿಸದಿದ್ದರೆ ಹಿಂದಕ್ಕೆ ಕೊಡೋದಕ್ಕೆ ಹೇಳು. ಅದಕ್ಕೆ ಬದಲಾಗಿ ನಮ್ಮಲ್ಲಿರೋ ಚಿನ್ನ ಕೊಟ್ಬಿಡೋಣ. ಇಂಚರಾಗೆ ಸೇರಬೇಕಾದ ಒಡ್ವೆಗಳನ್ನ ಉಪಯೋಗಿಸಿಕೊಳ್ಳೋ ಹಕ್ಕು ನಮಗಿಲ್ಲ" ಎಂದರು ವ್ಯಸನ ಸ್ವರದಲ್ಲಿ.

ಅದು ಸರಿಯೆನಿಸಿದರೂ ಕೇಳಲು ಇಷ್ಟವಾಗಲಿಲ್ಲ. ಬಂದ ದಾಮೋದರ್ ಒಂದು ರೀತಿಯ ಗತ್ತಿನಿಂದಲೇ ಮಾತಾಡಿ ಹೆಂಡತಿಯನ್ನು ಬಿಟ್ಟು ಹೋಗಿದ್ದ. ಅವನಿಗೆ ನಿಶ್ಚಿತಾರ್ಥ ಮಾಡಿದ್ದು ದೊಡ್ಡ ಅಪರಾಧವಾಯಿತೆಂದು ಮಗಳೇ ಉಸುರಿದಳು ಆಮೇಲೆ.

"ಕೊಟ್ಟಾಯ್ತು, ಕೇಳೋದ್ಬೇಡ. ಆ ಪ್ರಸ್ತಾಪದಿಂದ ವಿಷ್ಯ ದೊಡ್ಡದಾಗಿ ಎಲ್ಲೋ ಹುದುಗಿ ಹೋಗಿದ್ದ ಸತ್ಯ ಹೊರ ಬೀಳೋದ್ಬೇಡ. ಇದೊಂದು ನೆವವಾಗಿ ಇಂಚರ ಒಂಟಿಯಾಗಿಬಿಡ್ಬಹ್ದು" ಎಂದರು ಪಿಸು ದನಿಯಲ್ಲಿ. ಅದು ಇಂಚರ ಕಿವಿಗಳಿಗೆ ತಲುಪಿಯೇಬಿಟ್ಟಿತು. ಮುಂದಿಟ್ಟ ಹೆಜ್ಜೆಯನ್ನು ಹಿಂದಕ್ಕೆ ತೆಗೆದುಕೊಂಡಳು. ತಾನು ಯಾರ ಮಗಳು? ಈ ಪ್ರಶ್ನೆಗೆ ಉತ್ತರ ಸಿಗಲಾರದೇನೋ? ಅವಳ ಕಣ್ಣುಗಳಲ್ಲಿ ಕಂಬನಿ ತುಂಬಿಕೊಂಡಿತು.

ರೂಮಿಗೆ ಹೋಗಿ ಮಂಕಾಗಿ ಕೂತಳು. ಯಾರು ಇರಬಹುದು ತನ್ನ ತಂದೆ, ತಾಯಿ? ಆ ಕೊರತೆ ಕಾಣದಂತೆ ಬೆಳೆಸಿದ್ದರು. ಕುಮುದ, ಕುಸುಮಗಿಂತ ಇವಳೇ ಮುದ್ದಿನ ಮಗಳು.

"ಯೂ ಆರ್ ಲಕ್ಕ. ಪ್ರಭಂಜನ್ ತುಂಬ ಹ್ಯಾಂಡ್ಸಮ್, ನಂಗ್ಯಾಕೋ... ಡೌಟ್?" ಅವಳ ಮುಂದೆ ಕೂತಾಗ ನೋಟವೆತ್ತಿ "ಏನು ಡೌಟ್?" ಗಲಿಬಿಲಿಗೊಂಡವಳಂತೆ ಕೇಳಿದಳು.

"ಲವ್ ನಂತರ ಮ್ಯಾರೇಜ್ ಎನಿಸಿತು. ನೀನೇ ಬೇಕೂಂತ ತಂದೆ ಮಗ ಪಟ್ಟು ಹಿಡಿದು ನಮ್ಮಂಥ ಸಾಮಾನ್ಯ ಜನ ಮನೆಗೆ ಹುಡ್ಕಿಕೊಂಡು ಬರೋದೂಂದರೇನು?" ಕುಮುದ ವಾದಕ್ಕೆ ಬೆರಗಾದಳು ಇಂಚರ.

"ಮೈ ಗಾಡ್... ವ್... ಕುಮುದಕ್ಕ ಇಷ್ಟೊಂದು ದೊಡ್ಡ ಊಹೆ ಮಾಡ್ಬೇಡ. ಹೆಣ್ಣು ನೋಡೋಕಂತೆ ಬಂದಾಗ್ಲೇ ನಾನು ಪ್ರಭಂಜನ್‌ನ ನೋಡಿದ್ದು ಅರೆಬರೆಯಾಗಿ, ನಂಗಿನ್ನು ಅಪ್ಪ, ಅಮ್ಮನ ಮಡಿಲಲ್ಲಿ ಬೆಚ್ಚಗಿರೋ ಆಸೆ ಇತ್ತು. ಕುಸುಮಕ್ಕನ ವಿವಾಹ... ನಂತರ ತಾನೇ ನನ್ನ ಬಗ್ಗೆ ಚಿಂತಿಸಬೇಕಾದ್ದು. ಈಗ

ನಡೆದು ಹೋದ ನಿಶ್ಚಿತಾರ್ಥಕ್ಕಂತು ನಾನು ಕಾರಣವಲ್ಲ" ಎಂದಳು ಮೆಲ್ಲುಸಿರುಬಿಡುತ್ತ.

ತಂಗಿಯ ಸ್ವಭಾವ ಬಲ್ಲ ಕುಮುದ ಇದನ್ನೇನು ತಳ್ಳಿ ಹಾಕಲಿಲ್ಲ. ಆದರೆ ಅವಳ ಅನುಮಾನ ಮಾತ್ರ ಪರಿಹಾರವಾಗಲಿಲ್ಲ. ಅಂಥ ಸುರದ್ರೂಪಿ ಶ್ರೀಮಂತ ಯುವಕ ತಾಳಿ ಕಟ್ಟಲು ಹೆಣ್ಣು ಸಿಗದೆ ತಮ್ಮ ಮನೆಗೆ ಬರಬೇಕೆ? ಎಲ್ಲಾ... ಎಲ್ಲಾ... ವಿಚಿತ್ರವಾಗಿ ಕಂಡಿತು.

ರಾತ್ರಿ ಊಟದ ಸಮಯದಲ್ಲಿ ಪ್ರಭಂಜನ್‌ನಿಂದ ಅವಳಿಗೆ ಫೋನ್ ಬಂತು. "ಹ್ಯಾಡ್ ಯುವರ್ ಡಿನ್ನರ್?" ಎಂದು ಪ್ರಶ್ನಿಸಿದವನು ಸರಿಪಡಿಸಿಕೊಂಡು "ನಿನ್ನ ಊಟ ಆಯ್ತಾ?" ವಿಚಾರಿಸಿದ. ಅನುನಯನ ಧ್ವನಿಯಲ್ಲಿ. ಜೇನು ತುಂಬಿದ ಸ್ವರ ಅವಳನ್ನು ಆಲಂಗಿಸಿದಂತೆ ಪುಳಕಿತವಾಯಿತು ಮೈ ಮನ. ತುಂಟತನದಿಂದ ಮಾತಾಡುವುದು ಅವಳ ಸ್ವಭಾವವೇ. ಆದರೆ ಇಂದು ಸಾಧ್ಯವಾಗಲಿಲ್ಲ. ಮೆಲ್ಲಗೆ ಉಗುಳು ನುಂಗಿ 'ಈಗ ಊಟದ ಟೇಬಲ್ ಮುಂದೇನೇ ಇದ್ದಿದ್ದು" ಎಂದಳು.

"ಸಾರಿ ಫಾರ್ ದಿ ಡಿಸ್ಟರ್ಬ್, ನಂಗೋಸ್ಕರ ನಾಳೆ ಒಂದೆರಡು ಗಂಟೆ ಮೀಸಲಾಗಿಡೋಕೆ ಸಾಧ್ಯಾನಾ? ನಿಮ್ಮ ತಂದೆ ಪರ್ಮಿಷನ್ ಕೇಳ್ಳೋದ್ಬೇಡ. ಈ ಬಗ್ಗೆ ಪೂರ್ಣ ವಿನಾಯಿತೀನೇ. ನೀನು ಹ್ಞೂಂ ಅಂದರೆ ಸಾಕು" ಓಲೈಸುವಂತೆ ಮಾತಾಡಿದ. ಪಕ್ಕದಲ್ಲಿ ಬಂದು ನಿಂತ ಕುಮುದ ತಲೆಯ ಮೇಲೊಂದು ಮೊಟಕಿ ಫೋನ್ ಕಿತ್ತುಕೊಂಡು "ಹ್ಞೂಂ, ಅವಳ ಬದ್ಲು ನಾನು ಹೇಳ್ತೀನಿ. ನಾನು ಇಂಚರ ಅಕ್ಕ. ನೀವು ಎಷ್ಟೊತ್ತಿಗೆ.... ಬರ್ತೀರಾ?" ವಿಚಾರಿಸಿ ತಿಳಿದುಕೊಂಡ ನಂತರವೇ ಫೋನ್ ಇಟ್ಟಿದ್ದು.

"ನಿಶ್ಚಿತಾರ್ಥವಾಗಿದೆ. ಅಪ್ಪ, ಅಮ್ಮ ಅರೇಂಜ್ ಮಾಡಿದ ಮದ್ವೆ, ನೀನು ಇಷ್ಟೊಂದು ನಾಚ್ಕೆಯ ಮುದ್ದೆಯಾದರೆ.... ಹೇಗೆ?" ತಂಗಿಯನ್ನು ಟೀಕಿಸಿ ಗಲ್ಲ ಸವರಿದಳು.

ಅವಳಿಗೆ ಆ ಸಮಯ, ಪ್ರೀತಿ, ಪ್ರೇಮದ ವ್ಯಾಲ್ಯೂ ಗೊತ್ತಿತ್ತು. ಅದಕ್ಕಾಗಿ ಹೇಳಿದನ್ನೆಲ್ಲ ಕೇಳಿದ್ದಳು.

ಆಮೇಲೆ ಊಟದ ಟೇಬಲ್ಲಿನ ಮುಂದೆ ಕುಮುದಾನೇ ಬಿತ್ತರಿಸಿದ್ದು.

ಅನ್ನದ ಮೇಲೆ ಮೊಸರು ಸುರಿದುಕೊಂಡ ಕುಸುಮ "ಬಿ ಕೇರ್‌ಫುಲ್, ಮತ್ತೆ ಪುನರಾವರ್ತನೆಯಾದೀತು. ಭಾವ ಮಾಡಿದ್ದು ಹಾಗೆ ತಾನೆ? ಇವ್ಳಿಗೆ ಮೋಹದ ಉರುಳು ಹಾಕ್ಬಿಟ್ಟರು. ಮಗ್ಳಿಗೋಸ್ಕರ ಹತ್ತು ಲಕ್ಷ ಸುರಿದೇಬಿಟ್ಟರು ಅಪ್ಪ. ಈಗ ಹಣವನ್ನೇನಾದರೂ ಆಫರ್ ಮಾಡಿದರೆ ಮಾತ್ರ ಕೊಡೋ ಸ್ಥಿತಿಯಲ್ಲಿಲ್ಲ" ಒಂದು ತರಹ ಬುದ್ಧಿ ಹೇಳಿದಳು. ಅದು ಈರ್ಷೆಯಲ್ಲ, ಪ್ರಸ್ತುತ ಸ್ಥಿತಿ ಅಷ್ಟೇ.

"ಏನೇನೋ ಮಾತಾಡ್ಬೇಡ" ಗಿರಿಜ ಗದರಿಕೊಂಡರು.

ಕುಮುದಾಗೆ ತಲೆ ಎತ್ತಲಾಗಲಿಲ್ಲ. ನಾಲಿಗೆ ತುದಿಯವರೆಗೂ ಬಂದ ಮಾತನ್ನು

ಅಲ್ಲೇ ನಿಲ್ಲಿಸಿದ್ದು ಪ್ರಯಾಸದಿಂದಲೇ ಹರಿಹರನ್ ಮುಖ ಗಂಟಿಕ್ಕಿದ್ದರೇ ವಿನಃ ತುಟಿಕ್ ಪಿಟಿಕ್ ಎನ್ನಲಿಲ್ಲ.

ಅಲ್ಲಿಂದ ಎದ್ದು ಬಂದ ನಂತರ ಕುಸುಮ ಕೈ ಹಿಡಿದ ಇಂಚರ "ನೀನು ಹಾಗೆಲ್ಲ ಮಾತಾಡ್ಬಾರ್ದಿತ್ತು. ಸಧ್ಯಕ್ಕೆ ನಾನು ಮದ್ವೇಗೆ ತಯಾರಿಲ್ಲದಿದ್ದರಿಂದ ಆ ಪ್ರಸಕ್ತಿ ಬರೋಲ್ಲ. ದಾಮೋದರ್ ಭಾವನಿಗಂತೂ ವಿವಾಹಕ್ಕೆ ನಿಂತ ಅಕ್ಕ ತಂಗಿಯರು ಇದ್ರು. ಈ ಪುಣ್ಯಾತ್ಮನಿಗೆ ಅಂತ ತಾಪತ್ರಯವೇನಿಲ್ಲ. ಆದ್ರೂ..." ಅವಳ ದನಿ ನಡುಗಿ ಮುಖ ಕೆಂಪಾದಾಗ ಕೆನ್ನೆ ಹಿಂಡಿ "ನಮ್ಮ ಮೂವರಲ್ಲಿ ನಿನ್ನ ಮಾತು, ನಗು, ನಡವಳಿಕೆ ನೋಡಿ ನೀನೇ ಬೋಲ್ಡ್ ಅಂದುಕೊಂಡಿದ್ದೆ. ಏನು ಪ್ರಯೋಜನವಿಲ್ಲ. ಈ ಭೇಟಿ, ಸನಿಹ ಧೀರ್ಘಕಾಲ ಮೈ ಮನಗಳನ್ನು ಬೆಚ್ಚಗಿಡುವಂಥದ್ದು" ಪಿಸುಗುಟ್ಟಿ ಸದ್ದು ಮಾಡಿದ ಫೋನ್ ಎತ್ತಲು ಹೋದಳು.

ಆಮೇಲೆ ಫೋನ್ ಮಾಡಿದ ಅಶ್ವಿನ್ ಕುಮಾರ್ ಗಿರಿಜ ಮನಸ್ಸನ್ನು ಅಲ್ಲೋಲ ಕಲ್ಲೋಲ ಮಾಡಿದ. "ನಾನು ಆಂಟಿ ಅನ್ನೋ ಬದ್ಲು ನಿಮ್ಮನ್ನ ಅತ್ತೆ ಅಂದೆ. ಹರಿಹರನ್‌ನ ಮಾವ ಅಂದೆ. ಅಮ್ಮನ ಸ್ವಭಾವ ಒಂದು ತರಹ ಅನ್ನೋದು ಬಿಟ್ಟರೆ ಇಂಚರಾನ ನಾನು ಸುಖವಾಗಿ ನೋಡ್ಕೊತಾ ಇದ್ದೆ. ಸದ್ದು ಗದ್ದಲವಿಲ್ಲದೆ ನಿಶ್ಚಿತಾರ್ಥ ಮುಗ್ಸಿ ನಂಗೆ ದೊಡ್ಡ ಅನ್ಯಾಯ ಮಾಡಿದ್ರಿ. ಅಮ್ಮನ ಆಸೆ ಬೇರೆಯೇ ಇರ್ಬಹ್ದು. ನಾನು ನಿಮ್ಮಗಳ್ನ ಬಿಟ್ಟು ಬೇರೇನು ಅಪೇಕ್ಷಿಸ್ತ ಇರಲಿಲ್ಲ".

ತುಟಿ ಬಿರಿಯದೆ ಆಕೆ ಫೋನಿಟ್ಟರು. ಇಂಚರಾ ವಿವಾಹಕ್ಕೆ ಈ ಸಂಬಂಧ ತಪ್ಪಿಹೋಗಬಾರದೆಂದು ಅವಸರಿಸಿದವರು ಅವರೇ. ಅಶ್ವಿನಿ ಸರಳ ಸ್ವಭಾವ ನಡತೆಯೆಲ್ಲಾ ಅವರಿಗೆ ಇಷ್ಟವಾಗಿತ್ತು. ಸಧ್ಯಕ್ಕೆ ಮಗಳು ಕೊಡೊ ಆ ಮನೆಗೂ ಈ ಮನೆಗೂ ಓಡಾಡಿಕೊಂಡಿರೋಳು ಅನ್ನೋ ಆಸೆ ಅಲೆಗಳು ಮನದಲ್ಲಿ ಮೂಡಿದಾಗ ಪ್ರಭಂಜನ ಅಲ್ಲಿ ಮಾಯವಾಗಿ ಅಶ್ವಿನಿ ಕೂತ ಗಟ್ಟಿಯಾಗಿ. ಈ ಬಗ್ಗೆ ಗಂಡನಲ್ಲಿ ಪ್ರಸ್ತಾಪಿಸಿದರೇ? ಅಷ್ಟು ಧೈರ್ಯ ಮಾಡಲು ಹಿಂಜರಿದರು.

ಹರಿಹರನ್ ಮಗಳನ್ನು ರೂಮಿಗೆ ಕರೆಸಿಕೊಂಡರು.

"ಏನು ವಿಷ್ಯ ಕುಮುದ? ನಿನ್ನ ನಾದಿನಿ ವಿವಾಹ ನಿಶ್ಚಯವಾಯ್ತಾ?" ಕೇಳಿದರು ನಿಧಾನವಾಗಿ. "ನಿಶ್ಚಯ ಅಂತೇನು ಅಲ್ಲದಿದ್ದರೂ ಮಾತು ಕತೆ ಒಂದು ಹಂತಕ್ಕೆ ಬಂತು. 'ಮದ್ವೆ ಸಮಾರಂಭ ಚೆನ್ನಾಗಿ ಮಾಡಿಕೊಡ್ಬೇಕು. ಫ್ರೆಂಡ್ಸ್ ಜಾಸ್ತಿ' ಇದು ವರಮಹಾಶಯನ ಮಾತು. ಆ ಗಡಿಬಿಡಿಯಲ್ಲಿದ್ದಾರೆ ನಿನ್ನ ಅಳಿಯಂದಿರು. ಸಮಯಕ್ಕೆ ಒಡ್ವೆಗಳನ್ನು ಕೊಟ್ಟಿದ್ದಕ್ಕೆ ಅವರೇ ಕೃತಜ್ಞತೆ ಹೇಳ್ಬೇಕೂಂತ ಇದ್ದರು... ಆದರೆ... ಮಾತು" ಮಾತು ಮುಂದುವರೆಸಲಿಲ್ಲ.

"ನಂಗೆ ಗೊತ್ತು ಬಿಡು. ಈಗ ಇಂಚರ ವಿವಾಹ ಗೊತ್ತಾಗಿದೆ. ಅವ್ರು ಹಣಕಾಸು ಇರಲೀ ವರೋಪಚಾರ ಕೂಡ ಬೇಡಾಂದ್ರು. ಮದ್ವೆ ನಿಮ್ಮಿಷ್ಟದಂತೆ ಅಂದರು. ಈಗ ಗ್ರಾಂಡಾಗಿ ಮಾಡೋ ಸ್ಥಿತಿಯಲ್ಲಿ ನಾವಿಲ್ಲ. ಆದ್ರೆ ಮೈ ತುಂಬ ಒಡವೇನಾದ್ರೂ ಹಾಕಿ ಕಳಿಸೋಣಾಂತ. ತಗೊಂಡು ಹೋದ ಒಡ್ವೆಗಳನ್ನ ಹಿಂದಕ್ಕೆ ಕೊಟ್ಟರೆ ಅದ್ನ

ಇಂಚರಾಗೆ ಹಾಕಿ ನಿಮ್ಮಮ್ಮನ ಮೈ ಮೇಲಿರೋ ಚೂರು ಪಾರು ಚಿನ್ನಾನ್ನ ಕೊಟ್ಬಿಡ್ತೀನಿ. ಅದೇನು ಹಿಂದಕ್ಕೆ ಕೊಡೋದ್ಬೇಡ" ಅಂದರು. ಕುಮುದಾ ಮುಖ ಚಿಕ್ಕದಾಯಿತು. ಒಡವೆಯ ಪೆಟ್ಟಿಗೆ ಕೊಟ್ಟ ಕೂಡಲೇ ದಾಮೋದರ್ ಇವಳನ್ನ ಒಂದು ಮಾತು ಕೂಡ ಕೇಳದೇ ಕರಗಿಸಿ ತಂಗಿಗೆ ಇಷ್ಟ ಪಟ್ಟ ಒಡವೆಗಳನ್ನು ಮಾಡಿಸಲು ಹಾಕಿದ್ದ. ಇದನ್ನು ತಂದೆಯ ಮುಂದೆ ಉಸುರಲು ಹಿಂಜರಿದಳು.

"ನಾನೇ ದಾಮೋದರನ್ನ ಕೇಳಲಾ?" ಎಂದರು.

"ಬೇಡ, ಅದನ್ನೆಲ್ಲಾ ಕರಗಿಸಿ ಅವ್ರ ತಂಗೀಗೆ ಇಷ್ಟಪಟ್ಟ ಒಡ್ವೆಗಳನ್ನ ಮಾಡಿಸಿಬಿಟ್ಟಿದ್ದಾರೆ" ಸತ್ಯ ಉಸುರಿದಾಗ ದಿಗ್ಮೂಢರಾದರು. ಮಾತು ಬೇಡವೆನಿಸಿತು. ಮಗಳಿಗೆ ಹೋಗುವಂತೆ ಸನ್ನೆ ಮಾಡಿದರು.

ಹೆಂಡತಿ ಸತ್ತಾಗ ಆ ವ್ಯಕ್ತಿ ಹುಟ್ಟಿದ ಮಗುವಿನ ಜೊತೆ ಸತ್ತ ಮಹಿಳೆಯ ಮೇಲಿನ ಚಿನ್ನವನ್ನು ತೆಗೆದು ಅವರ ಕೈಯಲ್ಲಿಟ್ಟ. ಒಂದೇ ಒಂದು ಮಾತು ಉಸುರದಿದ್ದರೂ ಅರ್ಥವಾಗಿತ್ತು. ಅದನ್ನು ಇಂಚರಗಾಗಿ ಕಾದಿರಿಸಿದ್ದರು. ಇಲ್ಲಿ ಆದದ್ದು ಬೇರೆ ಹೃದಯ ಕಿತ್ತು ಬಾಯಿಗೆ ಬಂದಂತಾಯಿತು. 'ತಾವೊಬ್ಬ ಮೋಸದ ವ್ಯಕ್ತಿ' ತಮಗೆ ತಾವೇ ಆ ಪಟ್ಟ ಕಟ್ಟಿಕೊಂಡರು.

ತೀರಾ ಅಸ್ವಸ್ಥಗೊಳಿಸಿತು ಅವರ ಮನವನ್ನು.

ರೂಮಿಗೆ ಬಂದ ಗಿರಿಜ ಅಶ್ವಿನಿಯ ಮಾತುಗಳನ್ನು ಹೇಳಬೇಕೆಂದು ಪ್ರಯತ್ನಿಸಿದರು. ಗಂಡನ ಬಿಗಿದ ಮುಖ, ಕಣ್ಣುಗಳಲ್ಲಿನ ಪಶ್ಚಾತ್ತಾಪ ಬೆರೆತ ಕಾಠಿಣ್ಯತೆ, ಬೆಂಕಿಯ ಮಧ್ಯೆ ನಿಂತವರಂತೆ ಚಡಪಡಿಸುವ ರೀತಿ ಆಕೆಯ ಬಾಯಿಗೆ ಬೀಗ ಹಾಕಿತು.

ಒಂಬತ್ತರ ಸುಮಾರಿಗೆ ಪ್ರಭಂಜನ್‌ನ ಕಾರು ಬರುವುದಕ್ಕೂ, ಅಶ್ವಿನಿಯ ಸ್ಕೂಟರ್ ಬಂದು ನಿಲ್ಲುವುದಕ್ಕೂ ಸರಿಹೋಯಿತು. ಬಹುಶಃ ಅಪರಿಚಿತರೇ! ಗಿರಿಯಪ್ಪ, ದಮಯಂತಿಯವರ ಪುತ್ರನನ್ನು ಪ್ರಭಂಜನ್ ನೋಡಿದ್ದ. ಆದರೆ ಅಶ್ವಿನ್‌ಕುಮಾರ್, ಸಚ್ಚಿದಾನಂದ ವರ್ಮರ ಗ್ರೇಟ್ ಪುತ್ರನನ್ನು ನೋಡಿದ ಮೊದಲ ಸಲವೇ ಕ್ಷಣ ಬೆರಗಾದ.

ಇವತ್ತು ಇಂಚರಾ ಜೊತೆ ಕುಸುಮ ಕೂಡ ಕಾಲೇಜಿಗೆ ಚಕ್ಕರೊಡೆದು ಮನೆಯಲ್ಲಿಯೇ ಉಳಿದಿದ್ದಳು. ಸಂಭ್ರಮದಿಂದ ಮೊದಲು ಬಂದು ಪ್ರಭಂಜನ್‌ಗೆ ತನ್ನ ಪರಿಚಯಿಸಿದ್ದು ಕುಮುದಾನೇ.

'ಗ್ಲಾಡ್ ಟು ಮೀಟ್ ಯು' ಎಂದೋ, ಇಲ್ಲ ಪ್ಲೀಸ್ ಟು ಮೀಟ್ ಯು' ಎಂದೋ ಹೇಳಲಾಗಲಿಲ್ಲ ಅವನಿಗೆ. ಸುಂದರವಾದ ನಗೆಯೊಂದು ಬೀರಿದ.

ಇಡೀ ರಾತ್ರಿ ಅನುಭವಿಸಿದ ಆಂದೋಲನವನ್ನು ಮರೆಮಾಚಿ ಹರಿಹರನ್ ನಗುವ ಮುಖವಾಡವನ್ನೊದ್ದು ಬಂದು ಆತ್ಮೀಯವಾಗಿ ಆಹ್ವಾನಿಸಿದರು. ಬೆಂಗಳೂರು ಅಲ್ಲಿನ ಬಂಗ್ಲೆ, ಪ್ರಭಂಜನ್ ಅಗರಬತ್ತಿ ಫ್ಯಾಕ್ಟರಿ ಎಲ್ಲವನ್ನೂ ನೋಡಿದ

ಮೇಲೆ ಮತ್ತಷ್ಟು ಎತ್ತರಕ್ಕೆ ಏರಿದ್ದ ಅವರ ಮನದಲ್ಲಿ.

ಕೂತ ಪ್ರಭಂಜನ್ ಸುತ್ತಲೂ ನೋಟ ಹರಿಸಿದ. ಎಲ್ಲರೂ ಇದ್ದರು! ಇಂಚರ ಮಾತ್ರ ನಾಪತ್ತೆ. ಅವನ ತುಟಿಯಂಚಿನಲ್ಲಿ ನಗುವೊಂದು ಸುಳಿದು ಮಾಯವಾಯಿತು.

"ಇಲ್ಲೇ ಬ್ರೇಕ್‌ಫಾಸ್ಟ್ ಅರೇಂಜ್ ಆಗಿದೆ, ನನ್ನ ಪೂಜೆ ಕೂಡ ಮುಗಿದಿದೆ. ಎಲ್ಲಾ ಒಟ್ಟಿಗೆ ತೆಗೆದುಕೊಳ್ಳೋಣ" ಎಂದು ಸೂಚಿಸಿದ ಹರಿಹರನ್ ಅಶ್ವಿನ್‌ಕುಮಾರ್‌ನನ್ನು ಪರಿಚಯಿಸಿದರು. "ಇವ್ನು ನನ್ನ ಎಳೆತನದ ದೋಸ್ತು ಗಿರಿಯಪ್ಪನ ಮಗ. ಬ್ಯಾಂಕ್‌ನಲ್ಲಿ ಕೆಲ್ಸದಲ್ಲಿದ್ದಾನೆ. ಮನೆಯವ್ರಿಗೆಲ್ಲ ಅಚ್ಚುಮೆಚ್ಚಿನವ".

ಕೂತಿದ್ದ ಪ್ರಭಂಜನ್ ಎದ್ದು ಅಶ್ವಿನಿಯ ಕೈ ಕುಲುಕಿದ. "ನಿಮ್ಮ ಪರಿಚಯವಾದದ್ದು ಒಳ್ಳೆಯದು. ಇಲ್ಲಿಗೆ ಬಂದಾಗ ನಂಗೆ ಒಳ್ಳೆ ಕಂಪನಿ ಸಿಕ್ಕಂಗಾಯ್ತು" ಸರಳವಾಗಿ ನುಡಿದ.

ಸ್ವಲ್ಪ ಚಡಪಡಿಕೆಯಲ್ಲಿ ಇದ್ದವರು ಗಿರಿಜ ಮಾತ್ರ. ಗಂಡನ ಒಪ್ಪಿಗೆ ಸಿಕ್ಕರೆ, ಅಶ್ವಿನಿಯ ಜೊತೆ ಇಂಚರಾಳ ಸಂಬಂಧ ನಿಶ್ಚಯಿಸಬಹುದೇನೋ ಎನ್ನುವ ಆಸೆ. ಫಲಿತ ಮಾತ್ರ 10 ಪರ್ಸೆಂಟ್ ಅಷ್ಟೇ.

"ನೀನು ಪ್ರಭಂಜನ್ ಜೊತೆ ಬ್ರೇಕ್‌ಫಾಸ್ಟ್ ತಗೋ ಬಾ" ಕೈ ಹಿಡಿದು ಬಲವಂತವಾಗಿ ಎಳೆ ತಂದ ಕುಮುದ ಅವನ ಪಕ್ಕದಲ್ಲಿಯೇ ಕೂಡಿಸಿ "ಸ್ವಲ್ಪ ಷೈ ನೇಚರ್, ಆದರೆ ಎಲ್ಲರಿಗಿಂತ ಒಳ್ಳೆ ಮಾತುಗಾರಳು" ಮಾತಿಗೆ ಬರೀ ನಕ್ಕ. ಇಂಚರಾ ಬಗ್ಗೆ ಅವನಿಗೆ ಸಾಕಷ್ಟು ಗೊತ್ತು.

ಎರಡು ಸಿಹಿಯ ಜೊತೆ ದೋಸೆ, ಪಲ್ಯ, ಚಟ್ನಿ, ಬೆಣ್ಣೆ ಉಪಹಾರ ಪೊಗದಸ್ತಾಗಿತ್ತು. ಇಂದು ಊಟದ ಯೋಚನೆ ಬಿಟ್ಟು ಹರಿಹರನ್ ಕೂಡ ತಿಂಡಿ ತಿಂದರು. ತಮ್ಮ ಅಭ್ಯಾಸ ಬಲವನ್ನು ಬದಿಗೊತ್ತಿ.

ಇಂದು ಇಂಚರ ತುಂಬ ಮಂಕಾಗಿ ಕಂಡಿದ್ದು ಪ್ರಭಂಜನ್‌ಗೆ ಇಷ್ಟವಾಗದಿದ್ದರೂ ಅದನ್ನೆಲ್ಲ ಸಹಿಸಬಲ್ಲ ಮನೋದಾರ್ಢ್ಯ ಬೆಳೆಸಿಕೊಂಡಿದ್ದ. ಕೆಲವನ್ನು ದಾಟಿ ಇಂಚರಳನ್ನು ಪಡೆಯುವ ಛಲ ಅವನಲ್ಲಿ ಎಂದೋ ಗಟ್ಟಿಯಾಗಿತ್ತು.

"ಡ್ಯಾಡ್ ಬಂದು ಜಾಯಿನ್ ಆಗ್ತಾರೆ. ಪರ್ಚೇಸಿಂಗ್ ಮುಗ್ಸಿಕೊಂಡು ನೇರವಾಗಿ ಇಲ್ಲಿಗೆ ಬರ್ತೀವಿ" ಹೊರಡುವ ಮುನ್ನ ಹೇಳಿದಾಗ "ಇಂದು ಪೂರ್ತಿ ಮನೆಯಲ್ಲಿರೋ ತೀರ್ಮಾನ ಮಾಡಿದ್ದೀನಿ. ನಾನು ಕೂಡ ಮಾತಾಡೋದಿದೆ" ಎಂದರು ತುಂಬು ಮನಸ್ಸಿನಿಂದ.

ಕಾರಿನಲ್ಲಿ ಡ್ರೈವರ್ ಕೂಡ ಇರಲಿಲ್ಲ. ಸ್ಟೀರಿಂಗ್ ವೀಲ್ ಮುಂದೆ ಪ್ರಭಂಜನ್ ಕೂತ. "ಗುಗ್ಗು ಹಂಗೆ ಹಿಂದೆ ಕೂಡೋಕೆ ಹೋಗ್ಬೇಡ. ಲಕ್ಷಣವಾಗಿ ಮುಂದೆ ಕೂತ್ಕೋ" ಕುಮುದ ಪಿಸುಗುಟ್ಟಿ ಕಳಿಸಿದ್ದಳು ತಂಗಿಯನ್ನು.

ದಾರಿಯಲ್ಲಿ ಪ್ರಭಂಜನ್ "ಯಾಕೆ ತುಂಬ ಡಲ್ಲಾಗಿ ಕಾಣ್ತೀಯಾ?" ಕೇಳಿದ.

ರಾತ್ರಿ ತಂದೆ, ತಾಯಿ ಆಡಿದ ಮಾತುಗಳಿಂದ ಗೊಂದಲದಲ್ಲಿ ಬಿದ್ದವಳು ಇನ್ನು ಚೇತರಿಸಿಕೊಂಡಿರಲಿಲ್ಲ. "ಗೊತ್ತಿಲ್ಲ!" ಅಂದಳು. ಅವನ ಕಣ್ಮುಂದೆ ಅಶ್ವಿನಿಯ ರೂಪ ಸುಳಿದು ಮರೆಯಾಯಿತು. ಆ ಪೈಕಿಯಲ್ಲ. ಸಪ್ತಸಾಗರಗಳನ್ನಾದರೂ ದಾಟಿ ಇಂಚರಾನ ಪಡೆಯಬಲ್ಲ.

"ಕುಮುದ ತುಂಬ ಮಾತಾಡ್ತಾರೆ, ಅಲ್ವಾ?" ಮಾತಿಗೆಳೆದ.

"ಇಲ್ಲ, ಮೂವರಲ್ಲಿ ನಾನೇ ಹೆಚ್ಚು ನಾನೇ ಮಾತಾಡ್ತೀನೀಂತ ಅಂತಾರೆ ಅಮ್ಮ. ಮ್ಯಾರೆಜ್ ಆದ್ಮೇಲೆ ಒಂದಿಷ್ಟು ಮಾತು ಕಲಿತಿರ್ಬಹುದ್ದು" ಅಷ್ಟು ಹೇಳಿದಳು. ಇದೊಂದು ರೀತಿಯ ಚೇತರಿಕೆಯೆನಿಸಿತು. ಕನಸ್ಸಿನ ಹುಡುಗಿ ಪಕ್ಕದಲ್ಲಿ ಸನಿಹದಲ್ಲಿ, ನಿಶ್ಚಿತಾರ್ಥ ಮುದ್ರೆ ಇಂತ ಒಂದು ಅವಕಾಶ ಕಲ್ಪಿಸಿಕೊಟ್ಟಿತ್ತು.

ದೊಡ್ಡ ಜ್ಯೂಯಲರಿ ಷಾಪ್ ಮುಂದೆ ಕಾರು ನಿಂತಿತು. ಕಾರಿನಲ್ಲಿದ್ದ ಡ್ರೈವರ್ ಓಡಿ ಬಂದು ಸೆಲ್ಯೂಟ್ ಮಾಡಿ "ಯಜಮಾನ್ರು ಒಳ್ಗಡೆ ಇದ್ದಾರೆ" ಎಂದು ಹೇಳಿದ ವಿನಯದಿಂದ. ಇಳಿದ ಪ್ರಭಂಜನ್ ಅವನ ಭುಜನ ಮೇಲೆ ಕೈ ಹಾಕಿ ಏನೋ ವಿಚಾರಿಸಿದ ಮೆಲು ದನಿಯಲ್ಲಿ.

ತಟ್ಟನೆ ಅಂದು ಪರ್ಸ್ ತಂದುಕೊಟ್ಟು ಹೋದ ಯುವಕ ಡ್ರೈವರ್‌ನ ನೆನಪಾದ ಕೂಡಲೇ ಹಣೆಯಲ್ಲಿ ಬೆವರೊಡೆಯತೊಡಗಿತು. ಏನೋ ಭಯ, ತಕ್ಷಣ ಎಲ್ಲವನ್ನೂ ಯಾರೊಂದಿಗಾದ್ರೂ ಹೇಳಿಕೊಂಡುಬಿಡಬೇಕೆನಿಸಿತು. ಹೇಗೆ ಷುರು ಮಾಡುವುದು? ಏನೆಂದು ಹೇಳುವುದು? ಬಹುಶಃ ನಾಲ್ಕಾರು ಪ್ರಶ್ನೆಗಳು ಎದುರಾದರೆ ಗತಿಯೇನು? ಈ ವಿಷಯ ಕುಮುದ, ಕುಸುಮ, ಅಮ್ಮನೊಂದಿಗೆ ತಿಳಿಸಬಹುದೆಂದು ಎಷ್ಟೋ ಪ್ರಯತ್ನಿಸಿದರೂ ಯಾವುದೋ ಅಡ್ಡಿ ಆತಂಕ ಬಂದು ಅವಳಲ್ಲೇ ಉಳಿದುಹೋಗುತ್ತಿತ್ತು. ನಿರ್ಮಲ ಜಲ ರಾಡಿಯಾಗಬಾರದಲ್ಲ.

ಮಿತಿಗೆ ಸಿಗದಷ್ಟು ದೊಡ್ಡ ಜ್ಯುವಲರಿ ಮಾರ್ಟ್. ಬರೀ ಹಾರಗಳಿರುವ ಕಡೆ ಕೂತಿದ್ದ ಸಚ್ಚಿದಾನಂದ ವರ್ಮ ನಗೆ ಹಾರಿಸಿ ಕರೆದವರು ಕಣ್ಣಲ್ಲಿ ಕಣ್ಣಿಟ್ಟು ನೋಡಿ "ಸೂಪರ್ಬ್" ಮಗನ ಕಿವಿಯ ಬಳಿ ಪಿಸುಗುಟ್ಟಿದ್ದರು. "ಹೇಗೆ ಈ ಹುಡ್ಗಿ ನಿನ್ನ ಕಣ್ಣಿಗೆ ಬಿದ್ದಳು? ಈಗೆಲ್ಲ ನ್ಯಾಚುರಲ್ಲಾಗಿರೋ ಹುಡ್ಗೀರೇ ಕಡ್ಮೆ... ಎಲ್ಲಾದರಲ್ಲೂ ಆರ್ಟಿಫಿಷಿಯಲ್. ನಾನ್ಸೆನ್ಸ್... ಗೊಣಗಿ" ಬಂಗಾರದ ಕಟ್ಟಿನ ಕನ್ನಡಕ ಸರಿಮಾಡಿಕೊಂಡು "ಕಮಾನ್ ಮೈ ಚೈಲ್ಡ್..." ಕೈ ಹಿಡಿದೇ ಹತ್ತಿರ ಕೂಡಿಸಿಕೊಂಡು "ನಿಂಗೇನು ಬೇಕೋ ಅದ್ನೆಲ್ಲ ಆರಿಸ್ಕೋ" ಹೇಳಿದಾಗ ಇಂಚರಾ ಮುಖ ಬಿಳುಚಿಕೊಂಡಿತು.

"ಸಾರಿ, ನಂಗೇನು ಗೊತ್ತಾಗೋದೇ ಇಲ್ಲ. ಏನಾದರೂ ಪರ್ಚೇಸ್ ಮಾಡಬೇಕಾದರೆ ಅಮ್ಮ, ಅಪ್ಪ ಜೊತೆ ನಾವು ಮೂವರೂ ಹೋಗ್ತಾ ಇದ್ವಿ, ಅದು ಬರೀ ಕ್ಲಾತ್ ಸೆಂಟರ್ ಆಗಿರ್ತಾ ಇತ್ತು, ಜ್ಯುವಲರಿ" ಎಂದು ನಿಲ್ಲಿಸಿದಾಗ ಇನ್ನಷ್ಟು ಸನಿಹಕ್ಕೆ ಬಗ್ಗಿ "ಡೋಂಟ್ ವರಿ ನಾನು ನಿಂಗೆ ಹೆಲ್ಪ್ ಮಾಡ್ತೀನಿ. ಆದರೆ ಪ್ರಭಂಜನ್‌ಗೆ ಅಂಥ ಟೇಸ್ಟ್ ಇಲ್ಲ" ಮಗನ ಕಡೆ ನೋಡಿ ಕಣ್ಣೊಡೆದಾಗ

ಸಹಜವಾಗಿ ಪೊಳ್ಳೆಂದು ನಕ್ಕು ಬಾಯಿ ಮುಚ್ಚಿಕೊಂಡಳು.

ಅವರ ಆಯ್ಕೆ ನೋಡಿ ದಿಗ್ಭ್ರಮೆಗೊಂಡ ಇಂಚರ "ಇಷ್ಟೆಲ್ಲ ಯಾಕೆ ಬೇಕಾಗಿತ್ತು? ಐ ಯಾಮ್ ಸಾರಿ ಸಹಜವಾಗಿ ಕೇಳ್ದೆ" ಎಂದಳು.

ಈ ಮಾತು ಸಚ್ಚಿದಾನಂದ್ ವರ್ಮನಿಗೆ ಇಷ್ಟವಾಯಿತು. ಹೈ ಸೊಸೈಟಿಯಲ್ಲಿ ಮಿಂಗಲ್ ಆದ ಜನ. ಇವರ ಕಂಪನಿಯ ಲೀಗಲ್ ಅಡ್ವೈಸರ್, ಸ್ನೇಹಿತರೂ ಆದ ಚಿನ್ನತಂಬಿ ಪದೇ ಪದೇ ಒಂದು ಮಾತು ಹೇಳುತ್ತಿದ್ದರು.

"ಸಚ್ಚಿ, ನಿನ್ನ ಸ್ಟೇಟಸ್‌ಗೆ ಕಡ್ಮೆ ಇರೋ ಕಡೆ ಸಂಬಂಧ ಬೆಳ್ಸಬೇಡ ಮಧ್ಯಮ ವರ್ಗದಲ್ಲಿ ಆಸೆಗಳನ್ನ ಹತ್ತಿಕ್ಕಿಕೊಂಡು ಬೆಳೆದಿರೋ ಹುಡ್ಗೀರು ಶ್ರೀಮಂತಿಕೆ ಕಂಡ ಕೂಡ್ಲೇ ಬಣ್ಣ ಬದಲಾಯಿಸಿಬಿಡ್ತಾರೆ. ಅವ್ರುಗಳು ನೆಲದ ಮೇಲಿರೋಲ್ಲ. ಶ್ರೀಮಂತಿಕೆಯ ಭೂತ ಆವಾಹನೆಯಾದಂತೆ ಕುಣೀತಾರೆ. ದಯವಿಟ್ಟು ಇದೆಲ್ಲ ನಿಂಗೆ ಜ್ಞಾಪಕವಿರ್ಲಿ".

ಇಲ್ಲಿ ಆಯ್ಕೆ ಪ್ರಭಂಜನ್‌ದಾಗಿದ್ದರಿಂದ ಆ ಬಗ್ಗೆ ಯೋಚಿಸುವ ಸಂದರ್ಭ ಬಂದಿರಲಿಲ್ಲ. ಇಲ್ಲಿ ಚಿನ್ನತಂಬಿಯ ಮಾತು ಸುಳ್ಳಾಗಿತ್ತು. ಮಧ್ಯಮ ವರ್ಗದಲ್ಲಿ ಹುಟ್ಟಿ ಬೆಳೆದ ಇಂಚರ ಒಡವೆಗಳನ್ನು ನೋಡಿ ಕಣ್ಣರಳಿಸಲಿಲ್ಲ. ಬೇಕೆನಿಸಿದಕ್ಕೆಲ್ಲ ಕೈ ಚಾಚಲಿಲ್ಲ.

ಸಚ್ಚಿದಾನಂದ ವರ್ಮರ ಮೆಚ್ಚುಗೆಯ ಮಹಾಪೂರದಲ್ಲಿಯೇ ಕೊಚ್ಚಿಹೋದಳು ಇಂಚರ.

ಅಂತು ತಂದೆ, ಮಗ ಸೇರಿಯೇ ಒಡವೆಗಳನ್ನು ಆಯ್ಕೆ ಮಾಡಿದ್ದು. ಇಂಚರ ಮೌನವಾಗಿದ್ದಳಷ್ಟೇ.

ಕ್ರೆಡಿಟ್ ಕಾರ್ಡ್‌ನಿಂದ ಪೇ ಮಾಡಿ, ಎಲ್ಲಾ ಪ್ಯಾಕ್ ಮಾಡಿಸಿಕೊಂಡು ಹೊರ ಬಂದ ಸಚ್ಚಿದಾನಂದ ವರ್ಮ ಮುಖದ ಮೇಲೆ ಕರ್ಚೀಫ್ ಆಡಿಸಿ, ಮತ್ತೆಲ್ಲಿಗೆ ಎನ್ನುವಂತೆ ನೋಡಿದಾಗ ಇಂಚರ ಹೇಳಿದಳು.

"ಅಪ್ಪ, ಎಲ್ಲಾ ಮನೆಯಲ್ಲೇ ಇದ್ದಾರೆ. ನೀವು ಅಲ್ಲಿಗೆ ಊಟಕ್ಕೆ ಬರ್ಬೇಕು" ಹುಬ್ಬು ಕುಣಿಸಿ ಕಣ್ಣಲ್ಲಿಯೇ "ನನ್ನ ಒಬ್ಬನಿಗೆ ಮಾತ್ರ ಆಹ್ವಾನ. ನೀನು ಪದೇ ಪದೇ ಭಾವೀ ಮಾವನ ಮನೆಗೆ ಬರೋದು ಒಳ್ಳೆಯ ಸಂಪ್ರದಾಯವಲ್ಲ" ಮಗನನ್ನು ಅಣಕಿಸಿ "ಬೇಕಾದರೆ ಇಂಚರಾನ ರಿಕ್ವೆಸ್ಟ್ ಮಾಡ್ಕೋ".

ಅಂತೂ ಒಂದು ಕಾರು ಹರಿಹರನ್ ಮನೆಯ ಮುಂದೆ ನಿಂತಾಗ ಕಾದಿದ್ದವರಂತೆ ಎಲ್ಲರೂ ಹೊರಕ್ಕೆ ಬಂದರು. ಸ್ವಲ್ಪ ನಿರುತ್ಸಾಹದಿಂದ ಇದ್ದಿದ್ದು ಗಿರಿಜ ಮಾತ್ರ. ಆಕೆಯ ಮಿದುಳಿನಲ್ಲಿ ಅಶ್ವಿನಿಕುಮಾರ್ ಇದ್ದ. ಇಷ್ಟೊಂದು ಸ್ನೇಹ, ಅಕ್ಕರೆ ತೋರುವ ನಮಗೆ ಗಂಡು ದಿಕ್ಕಾಗಬಹುದೆಂದು ದೂರದ ಆಸೆ.

"ನೇರವಾಗಿ ನಿಮ್ಗೆ ಹೇಳೋಕ್ಕಾಗೋಲ್ಲ" ಪೇಚಾಡಿದರು ಹರಿಹರನ್.

"ಡೋಂಟ್ ವರೀ, ನಿಮ್ಮ ಆಹ್ವಾನವೇನೂ ಬೇಕಿರಲಿಲ್ಲ. ನಾನು ಬಂದೇ ಬರ್ತಾ

ಇದ್ದೆ" ನಗುತ್ತ ಆ ಮನುಷ್ಯನ ಬೆನ್ನ ಮೇಲೆ ಸ್ನೇಹದಿಂದ ಕೈ ಹಾಕಿ ಹೇಳಿದ ಸಚ್ಚಿದಾನಂದರ ವ್ಯಕ್ತಿತ್ವಕ್ಕೆ ಎಲ್ಲರೂ ನಿಬ್ಬೆರಗಾದರು.

ಭರ್ಜರಿ ಊಟದ ನಂತರ ಪ್ಯಾಕ್ ಮಾಡಿದ ಒಡವೆಗಳ ಪ್ರದರ್ಶನವಾಯಿತು. ಬಹಳ ಧಾರಾಳಗಿಂಗ ಸೊಸೆಗಾಗಿ ಒಡವೆಗಳನ್ನು ಕೊಂಡಿದ್ದರು.

"ಇವು ಯಾವ್ದು ಇಂಚರಾಳ ಆಯ್ಕೆಯಲ್ಲ. ನಿಮ್ಮ ಮಗ್ಳು ಚಿನ್ನದ ಮೇಲೆ ಆಸೆ ಇರೋ ಹುಡ್ಗಿಯಲ್ಲ... ಅದ್ಕೇ ಬಂಗಾರ ಅವಳ್ನ ಹುಡ್ಕಿಕೊಂಡು ಬಂದಿದೆ. ರಿಯಲಿ... ರಿಯಲೀ... ಪ್ರೌಡ್ ಆಫ್ ಯು ಇಂಚರ" ಅವಳತ್ತ ತಿರುಗಿಯೇ ಕೊನೆಯ ಮಾತು ಹೇಳಿದ್ದು.

ಹೊರಡುವಾಗ ಮಗನತ್ತ ತಿರುಗಿ ಕಣ್ಣು ಮಿಟುಕಿಸಿ "ಏನಾದ್ರೂ ಮಾತಾಡೋದು ಇದ್ಯಾ? ಮಾವನವ್ರು ಅದ್ನ ಅಬ್ಜೆಕ್ಷನ್ ಮಾಡಲಾರರು" ಘೋಷಿಸಿದರು. ಅವರು ತಂದೆ ಮಗ ಎನ್ನುವುದಕ್ಕಿಂತ ಸ್ನೇಹಿತರಂತೆ ಕಾಣುತ್ತಿದ್ದರು.

ಬರೀ ತುಟಿಯಲ್ಲೇ ನಕ್ಕ ಅವನು ಮೌನ ವಹಿಸಿದ.

"ಒಡ್ವೆಯೆಲ್ಲಾ ಇರ್ಲಿ, ಹೇಗೂ ಆಗಸ್ಟ್ 9ನೇ ತಾರೀಖು ಅಲ್ವಾ, ಒಡ್ವೆಯೆಲ್ಲಾ ಇಲ್ಲೇ ಇರ್ಲೀ. ಇಷ್ಟು ವರ್ಷ ಆ ಮನೆಯಲ್ಲಿ ಹೇಗೆ ಬದ್ಕಿಬಿಟ್ವೋ!" ಎದೆಯ ಮೇಲೆ ಕೈಯಿಟ್ಟುಕೊಂಡು ಆಕಾಶದ ಕಡೆನೋಡಿದ ಸಚ್ಚಿದಾನಂದ ಮುಖದಲ್ಲಿ ಸಂತೋಷ ತುಂಬಿದ ವ್ಯಥೆ ಇತ್ತು.

ಕಾರು ಹತ್ತುವ ಮುನ್ನ ಮೋಹಕ ನೋಟ ಬೀರಿದ ಪ್ರಭಂಜನ್ ಅವಳನ್ನು ಪೂರ್ತಿಯಾಗಿ ಗೆಲ್ಲಬೇಕಿತ್ತು. ಇಂಚರಳ ಹೃದಯ ಸಿಂಹಾಸನದಲ್ಲಿ ಹೆಮ್ಮೆಯಿಂದ ವಿರಾಜಮಾನನಾಗಬೇಕಿತ್ತು. ಅಲ್ಲಿ ಯಾರೂ ಪ್ರವೇಶಿಸದಂತೆ ನಿಷೇಧವೇರಲೇ ಈ ವಿವಾಹವೆನ್ನುವ ಕಟಕಟೆ.

"ತುಂಬ ಡೀಸೆಂಟ್ ಗರ್ಲ್. ನೀನೇ ಈಡಿಯಟ್" ಪ್ರೀತಿಯಿಂದ ಬೈಯ್ದರು. ಮಗನ ಭುಜದ ಮೇಲೆ ಕೈ ಹಾಕಿ "ಆದ್ರೂ ಒಂದ್ವಿಷ್ಯ, ಪ್ರಭು ಮೂವರಲ್ಲಿ ನಾನೇ ಮಾತು ಜಾಸ್ತೀಂತ ಅಂದ್ಲು ನಿನ್ನ ಲವಿಂಗ್ ಫ್ಲವರ್. ನೀನೇನು ಅಂತಿ?" ಕೇಳಿದರು.

"ಚಾಟರ್ ಬಾಕ್ಸ್ ಅಲ್ಲದಿದ್ರೂ... ಮಾತಿನಲ್ಲೇನು ಕಮ್ಮಿ ಇಲ್ಲ. ಚೆನ್ನಾಗಿ ಹಾಡ್ತಾಳೆ" ಎಂದ ನೆನಪಿನೊಳಕ್ಕೆ ಜಾರಿ. ಇಂಚರ ಫ್ರೆಂಡ್ ರಿಸೆಪ್ಷನ್‌ನಲ್ಲಿ ಇವನು ಇದ್ದ. ವರಮಹಾಶಯ ಹತ್ತಿರದ ಬಂಧುವೊಬ್ಬರ ಮಗ. ಸಚ್ಚಿದಾನಂದ್ ವರ್ಮರ ಗಲಾಟೆಯಿಂದಲೇ ಅವನು ಬಂದು ಭಾಗವಹಿಸಿದ್ದ. "ಡ್ಯಾಡ್, ಇಂಚರ ಬಗ್ಗೆ ನಿಮ್ಮ ಅಭಿಪ್ರಾಯವೇನು?" ಕೇಳಿದ ಮೆಲ್ಲಗೆ.

"ಯೂ ಸ್ಕೌಂಡ್ರಲ್! ಏನು ವಿಷ್ಯನ ಸಂಸತ್ತಿನಲ್ಲಿಟ್ಟು ತೀರ್ಮಾನ ಮಾಡಿದ್ಯಾ? ನೀನೇ ನಿರ್ಧಾರ ತಗೊಂಡೆ. ನನ್ನ ಹೆಲ್ಪ್ ಕೇಳ್ದೆ ಅಷ್ಟೆ" ಕೋಪಿಸಿಕೊಂಡರು.

ಅಪ್ಪ, ಮಗನ ಮಧ್ಯೆ ಆತ್ಮೀಯತೆ, ಸ್ನೇಹದಲ್ಲಿ ಇಂಥ ಮಾತುಗಳು ಆಗಾಗ ತಮಗೆ ತಾವೇ ಡಿಕ್ಕಿಯೊಡೆಯುತ್ತಿದ್ದವು. ಆದರೆ ನೋಯುವವರಾರೂ ಇರಲಿಲ್ಲ. ಅಪ್ಪ, ಮಗನ ಮಧ್ಯೆ ಆತ್ಮೀಯ ಹೀಗಿದ್ದರೆ ಚೆನ್ನ! ಮಡದಿಯನ್ನು ಕರೆದೊಯ್ಯಲು ಬಂದ ದಾಮೋದರ್ ಮುಖ ಉಮ್ಮಿಸಿಕೊಂಡೇ ಇದ್ದ. ಅವನಿಲ್ಲದೇ ನಿಶ್ಚಿತಾರ್ಥ

ನಡೆಸಿದ್ದು ತಪ್ಪೆಂದು ವ್ಯಕ್ತಪಡಿಸಿ ಈ ರೀತಿ ನಟನೆ ಷುರು ಮಾಡಿದ. ಹರಿಹರನ್ ಉತ್ಪ್ರೇಕ್ಷಿಸಿಬಿಟ್ಟರು. ಕುಮುದಾಳಿಂದ ತಂಗಿಯ ವಿವಾಹದ ಸಲುವಾಗಿ ಒಡವೆಗಳನ್ನು ತರಿಸಿಕೊಂಡಿದ್ದು ಇಷ್ಟವಾಗಲಿಲ್ಲ.

ಎದುರಿಗೆ ಬಂದು ಕೂತ ದಾಮೋದರ್ ಹರಿಹರನ್ ನೇರವಾಗಿಯೇ ಮಾತಿಗಿಳಿದರು.

"ದಿಡೀರ್ ಅಂತ ಇಂಚರ ಮದ್ವೆ ನಿಶ್ಚಯವಾಯ್ತು. ಕುಸುಮ ಅವ್ಳಿಗಿಂತ ಹಿರಿಯಳು. ಆದರೂ ಬರೀ ಎರಡ್ವರ್ಷಕ್ಕಿಂತ ಕಡಿಮೆ ಅಂತರ. ಕೋರ್ಸ್ ಮುಗೀಲಿ. ಅವರಾಗಿ ಹುಡ್ಕಿಕೊಂಡ್ಬಂದ್ರು. ವರದಕ್ಷಿಣೆ, ವರೋಪಚಾರ ಅಂಥದೇನಿಲ್ಲ. ಹೇಗಾದರ ಮದ್ವೇ ಮಾಡಿಕೊಡಿ. ಇಲ್ಲ ನಾವೇ ಮಾಡಿಕೊಳ್ಳೋಕೆ ಅವಕಾಶ ಕೊಟ್ಟರೂ ಸಂತೋಷ ಅಂದ್ರು. ಒಳ್ಳೇ ಜನ. "ಪ್ರಭಂಜನ್ ಅಗರ್ ಬತ್ತಿ' ಇಂಡಸ್ಟ್ರೀ ಓನರ್ ಇಲ್ಲಿಂದ ಊದುಬತ್ತಿ, ಫರ್‌ಫ್ಯೂಮ್‌ಗಳನ್ನು ವಿದೇಶಗಳಿಗೆ ಕೂಡ ರಫ್ತು ಮಾಡ್ತಾರೆ".

ಸೋಫಾ ಮೇಲೆ ಕೂತಿದ್ದ ದಾಮೋದರ್ ಮುಖ ಒಂದು ತರಹ ಆಯಿತು. 'ಇಗೋ' ಒಳಗೆ ಮಿಣುಕಿತು.ಏನಾದರ ನೆಗೆಟಿವ್ ಆಗಿ ಹೇಳಬೇಕೆನಿಸಿತು.

'ಇಂಚರಾ, ಆರಾಮಾಗಿ ಓದ್ತಾ ಇದ್ಲು. ಅವಸರವೇನಿತ್ತು? ಬಿಜಿನೆಸ್ ಜನರ ಬದ್ಕು ತೀರಾ ಕಮರ್ಷಿಯಲೈಜ್ ಆಗಿರುತ್ತೆ. ಅವ್ರಿಗೆ ಸ್ಪಂದನ ಕಡ್ಮೆ, ಈ ಹುಡ್ಗೀ ಅಲ್ಲಿಗೆ ಹೊಂದಿಕೊಳ್ಳಬೇಕಾದರೆ ಕಷ್ಟ ಆಗ್ಬಹುದ್ದು".

ಅಳಿಯನ ಮಾತು ಅವರಿಗೇನು ಸರಿಯೆನಿಸಲಿಲ್ಲ.

"ನಮ್ಮ ಇಂಚರ ಎಲ್ಲಾ ಕಡೇನೂ ಹೊಂದಿಕೊಳ್ಳುತ್ತಾಳೆ. ಇದು ಹುಡ್ಕಿಕೊಂಡ್ಬಂದ ಅದೃಷ್ಟ. ನಾವಾಗಿ ಬೇಡಾಂದು ಅನ್ಯಾಯ ಮಾಡ್ಬಾರ್ದೂಂತ ತೀರ್ಮಾನ ಮಾಡಿದ್ವಿ. ಈಗ ನಿಮ್ಮ ತಂಗಿ ವಿವಾಹ ಯಾವಾಗ?" ಆ ವಿಷಯವನ್ನು ಅಲ್ಲಿಗೆ ಕೈ ಬಿಟ್ಟು ವಿಚಾರಿಸಿದರು.

"ಈ ತಿಂಗ್ಳೇ, ಮುಂದಿನ ವರ್ಷ ಇನ್ನೊಬ್ಬಳದನ್ನು ಮಾಡಿ ಮುಗ್ಸಬೇಕು. ಆ ಟೆನ್ಶನ್ನೇ ಜಾಸ್ತಿ. ನೀವೇನಾದ್ರೂ ಪ್ರಭಂಜನ್ ಸಂಬಂಧ ನಿರಾಕರಿಸಿದ್ದರೆ, ನಾನೇ ಹೋಗಿ ಕಾಂಟ್ಯಾಕ್ಟ್ ಮಾಡ್ತಾಇದ್ದೆ. ಸಾಲಾಗಿ ಹೆಣ್ಣು ಮಕ್ಳ ಮದ್ವೆ ಮಾಡೋದು ಕಷ್ಟ" ಕಸಿವಿಸಿಯಿಂದ ತಿಳಿಸಿದ. ಹರಿಹರನ್ ನೋಟ ಕುಮುದಳ ಕಡೆ ಹರಿಯಿತು. 'ನೀನೇನಾ ತಾಯಿ ಈ ಸಲಹೆ ಕೊಟ್ಟಿದ್ದು? ಎಂದು ಕೇಳುವಂತಿತ್ತು.

ಇನ್ನು ಅಲ್ಲಿ ಕೂಡುವುದು ಅಪಾಯವೆನಿಸಿ ಯಾರನ್ನೋ ನೋಡುವ ನೆಪ ಹೇಳಿ ಹೊರಗೆ ಹೋದರು. ದಾಮೋದರ್, ಕುಮುದಾಗೆ ಮುಖದ ಮೇಲೊಡೆದಂತಾಯಿತು.

ಅಡಿಗೆ ಮನೆಗೆ ಬಂದ ಕುಮುದ "ನಾವುಗಳು ಹೊರಡೋವರಗಾದ್ರೂ ಅಪ್ಪ ಇರ್ಬೇಕಿತ್ತು. ಅವ್ರೇನು ತಪ್ಪು ತಿಳ್ಕೊಂಡ್ರೋ?" ಎಂದ ಮಗಳತ್ತ ನೋಡಿದ ಗಿರಿಜ ಸಹಾನುಭೂತಿಯಿಂದ, "ನೀನು ತುಂಬಾ... ತುಂಬಾ ತಪ್ಪು ಮಾಡ್ತಾ ಇದ್ದೀಯಾ!

ಸದಾ ನಿನ್ನ ಗಂಡನ ತೃಪ್ತಿ ಪಡಿಸೋಕ್ಕೋಸ್ಕರ ಬೇರೆಯವ್ರಿಗೆ ತೊಂದರೆ ಆಗುತ್ತೆ ಅನ್ನೋ ಕಡೆ ಗಮನಾನೇ ಕೊಡೋಲ್ವಲ್ಲ. ಏನೇ ಇದರ ಅರ್ಥ. ಕೇಳಿದಷ್ಟು ವರದಕ್ಷಿಣೆ ನಮ್ಮ ಶಕ್ತಿ ಮೀರಿ ಸುರಿದಿದ್ದೀವಿ. ಯಾವ ಮತ್ತಿನಲ್ಲಿ ಒಡ್ವೆಗಳ ಸುದ್ದಿನ ಗಂಡನ ಕಿವಿಯ ಮೇಲೆ ಹಾಕಿದ್ಯೋ, ಆರಾಮಾಗಿ ತಗೊಂಡ. ಇನ್ನ ನಿಮ್ಮಪ್ಪ ಹೆಚ್ಚು ಹೊತ್ತು ಕೂತರೆ, ಸಧ್ಯಕ್ಕೆ ಇಂಚರ ಮದ್ವೆ ನಿಧಾನವಾಗಿ ಮಾಡಬಹುದು.ನನ್ನ ತಂಗಿಯ ಸಲುವಾಗಿ ಒಂದಿಷ್ಟು ಹಣದ ಸಹಕಾರ ನೀಡೀಂತ ಕೇಳ್ಬಹ್ದು. ದಯವಿಟ್ಟು ಇಲ್ಲಿನ ಸ್ಥಿತಿಯ ಬಗ್ಗೆ ಯೋಚ್ಸು" ಸ್ವಲ್ಪ ಕಟುವಾಗಿಯೇ ನುಡಿದರು.

ಪ್ರೀತಿಯ ಅಮ್ಮನ ಬಾಯಿಂದ ಈ ಮಾತುಗಳು ಕೇಳಿ ಕಕ್ಕಾ ಬಿಕ್ಕಿಯಾದಳು. ಕಣ್ಣಲ್ಲಿ ನೀರು ಬರುವುದೊಂದು ಬಾಕಿ ಇತ್ತು.

"ಸ್ವಲ್ಪ ಅರ್ಥ ಮಾಡ್ಕೋ, ಕುಮುದ. ಹಿಂದಿನ ದಿನಗಳಲ್ಲಿ ಬಂದ ಬಂದು, ಬಳಗದವ್ರಿಗೆಲ್ಲ ಕೈಲಾದಷ್ಟೂ ಸಹಾಯ ಮಾಡಿದ್ರು. ಈಗ ನಿಂದು!" ಅಂದ ಗಿರಿಜ ರೂಮಿಗೆ ಹೋಗಿಬಿಟ್ಟರು. ಅಶ್ವಿನಿ ರಿಕ್ವೆಸ್ಟ್ ಮಾಡಿಕೊಂಡಿದ್ದ. ಅದನ್ನು ತನ್ನಿಂದ ನಡೆಸಲು ಸಾಧ್ಯವಿಲ್ಲವೆನ್ನುವ ನಿಸ್ಸಹಾಯಕತೆ ನೋವು ಇನ್ನೊಂದು ಕಡೆ.

"ಅಮ್ಮ, ಅಕ್ಕ ಭಾವ ಹೊರಟಿದ್ದಾರೆ" ಇಂಚರ ಬಂದು ಹೇಳಿದಾಗ ಗರ ಬಡಿದವರಂತೆ ಕೂತಿದ್ದವರು "ಒಂದು ಬ್ಲೌಸ್ ಪೀಸ್ ಇಟ್ಟು ತಾಂಬೂಲ ಕೊಡು. ಖಂಡಿತ ಇರೂಂತ ಮಾತ್ರ ಹೇಳ್ಬೇಡ" ಕಟ್ಟಪ್ಪಣೆ ಮಾಡಿದರು.

ಅವಳಿಗೇನೂ ಅರ್ಥವಾಗಲಿಲ್ಲ.

ದೇವರ ಮನೆಯಿಂದ ತಾಂಬೂಲಕ ತಟ್ಟೆ ಹಿಡಿದು ಹೊರ ಬಂದಾಗ ಗಿರಿಜ ಹೊರಗಡೆ ಇದ್ದರು.

"ಒಂದ್ನಾಲ್ಕು ದಿನ ಮೊದಲೇ ಬನ್ನಿ" ಎನ್ನುತ್ತಿದ್ದರು ಗಿರಿಜ.

"ನಂಗೆ ಆಫೀಸ್‌ನ ಜವಾಬ್ದಾರಿಯುತ ಕೆಲ್ಸದ ಜೊತೆ ಒಬ್ಬ ತಂಗಿಯ ಮದ್ವೆಯ ಟೆನ್‌ಷನ್, ಇನ್ನೊಬ್ಬಳಿಗೆ ಗಂಡು ಹುಡ್ಕೋ ಟೆನ್‌ಷನ್" ಎಂದು ಮುಖ ಬಿಗಿದೇ ಹೊರಟ ದಾಮೋದರ್.

"ನಮ್ಗೂ ಅರ್ಥವಾಗುತ್ತೆ. ದೇವರ ಸಮಾರಾಧನೆ ದಿನ ಬನ್ನಿ" ಒತ್ತಾಯವಿಲ್ಲದ ಚುಟುಕಾದ ಆಹ್ವಾನ. ತಾಯಿಯ ಕಾಠಿಣ್ಯತೆಗೆ ಆತಂಕಗೊಂಡರೂ ಕುಸುಮ, ಇಂಚರ, "ಅಮ್ಮ..." ತಾಯಿಯ ಪಕ್ಕ ಬಂದು ನಿಂತ ಇಂಚರ ತಟ್ಟನೇ ಏನು ಹೇಳಲಾರದೆ ಹೋದಳು.

ಭೋರೆಂದು ಅತ್ತುಕೊಂಡು ರೂಮಿಗೆ ಕುಮುದ ಹೋದಾಗ ಇಬ್ಬರೂ ಹಿಂಬಾಲಿಸಿದರು. "ಕುಮುದಕ್ಕ, ಅಮ್ಮನ ಮೂಡ್ ಏನು ಚೆನ್ನಾಗಿಲ್ಲ. ಸುಮ್ನೇ ತಲೆಗೆ ಹಚ್ಕೋಬೇಡ. ಅಪ್ಪ ಫೋನ್ ಮಾಡ್ತಾರೆ. ಇಲ್ಲಿ ಕರ್‍ಯೋಕೆ ಬರ್‍ತಾರಲ್ಲ" ಕುಸುಮ ಅರೆ ಮನಸ್ಸಿನಿಂದ ಸಮಾಧಾನ ಮಾಡಲು ಯತ್ನಿಸಿದಳು.

"ನಂದೇ ತಪ್ಪು!" ಹೊರಟಳು.

ಗಿರಿಜ ಸೋಫಾ ಮೇಲೆ ಕಲ್ಲಿನಂತೆ ಕೂತರು. ಪೂರ್ತಿ ವಿವೇಕ ಕಳೆದುಕೊಂಡು ಗಂಡನ ಪ್ರೀತಿಯ ಕತ್ತಲೆಯ ಭ್ರಮಾಲೋಕದಲ್ಲಿ ಎಷ್ಟು ದಿನ ಈ ರೀತಿ ಸಾಗಲು ಸಾಧ್ಯ? ಒಂದು ದಿನ ಕತ್ತಲು ಸರಿದು ಬೆಳಕು ಆಗಮಿಸಿದರೆ ಗೋಚರವಾಗುವುದು ಬರೀ ಶೂನ್ಯ. ಅದನ್ನು ಈ ಹುಡುಗಿ ತಟ್ಟಿಕೊಳ್ಳಬಲ್ಲಳೋ ಇಲ್ಲವೋ?

"ಈ ಮಾತು ತುಂಬ ಒರಟಾಯ್ತು!" ಎಂದಳು. ಇಂಚರ ಪಕ್ಕದಲ್ಲಿ ಕೂತು. "ಇರ್ಬಹ್ದು, ಕುಮುದ ಹೋಗ್ತಾ ಇರೋ ದಾರಿ ಸರಿಯಲ್ಲ. ಎಷ್ಟೋ ಇಂಥ ಹೆಣ್ಣು ಮಕ್ಳು ಹೆತ್ತವರಿಗೆ ಸಮಸ್ಯೆಯಾಗೋದರ ಜೊತೆಗೆ ತಾವು ಸುಖಿಗಳಾಗೋಲ್ಲ. ನಂಗೆ ದಾಮೋದರ್‌ನ ರೀತಿ ಇಷ್ಟವಾಗಲಿಲ್ಲ. ಅವ್ನಿಗೆ ಸಮಸ್ಯೆಗಳು ಇರ್ಬಹ್ದು. ಅದರ ಪರಿಹಾರಕ್ಕೆ ಅವನು ಪ್ರಯಾಸಪಡ್ಬೇಕೇ ವಿನಃ ನಮ್ಮ ಪರಿಸ್ಥಿತಿ ನೋಡಿ ಕೂಡ ಈ ತರಹ ವ್ಯವಹರಿಸ್ತಾರ್ದು. ಇಲ್ಲಿಗೆ ನಾವು ಫುಲ್‌ಸ್ಟಾಪ್ ಹಾಕದಿದ್ದರೆ ಇದೇ ತರಹ ಮುಂದುವರಿಯುತ್ತೆ. ಮೊದಲು ಮಡದಿಯ ಬಗ್ಗೆ ಕಸಿವಿಸಿ ತೋರಬಹುದು. ಆಮೇಲೆ ಸರಿ ಹೋಗ್ತಾನೆ" ಅನುಭವದ ಮೂಸೆಯಲ್ಲಿ ಬೆಂದ ಸತ್ಯವನ್ನು ಸ್ಪಷ್ಟಪಡಿಸಿದರು.

ಅಕ್ಕ, ತಂಗಿ ಮುಖ ಮುಖ ನೋಡಿಕೊಂಡರು. ಅದು ಸರಿಯೆನಿಸಿತು ಕೂಡ.

"ಸಾರಿ.... ಅಮ್ಮ" ಇಬ್ಬರೂ ಒಟ್ಟಿಗೆ ಹೇಳಿದರು.

ಕುಸುಮ, ಇಂಚರ ರೂಮಿಗೆ ಸೇರಿದ ಮೇಲೆ "ಇಂಚರ, ಕುಮುದಕ್ಕ ಇಷ್ಟೊಂದು ಬದಲಾವಣೆಯಾಗಿದ್ದಾಳೆ. ತಾಳಿ ಕಟ್ಟಿದ ಮಹಾಶಯ ಮತ್ತೇನು ಡಿಮ್ಯಾಂಡ್ ಮಾಡಿ ಕಳಿಸಿದ್ದಾನೋ, ಅದರ ವಾಸ್ನೇ ಹಿಡಿದೇ ಅಮ್ಮ ನಿಷ್ಠೂರವಾಗಿದ್ದು" ಅರ್ಥೈಸಿದಳು.

"ನಂಗೇನು ಅರ್ಥವಾಗ್ಲಿಲ್ಲ. ಸಧ್ಯಕ್ಕೆ ನಿನ್ಮದ್ವೆ ಆದ್ಮೇಲೆ ನನ್ನ ಬಗ್ಗೆ ಯೋಚ್ಸಬೇಕಿತ್ತು. ನಗಂತೂ ಸಧ್ಯಕ್ಕೆ ಆ ಯೋಚ್ನೇ ಇರ್ಲಿಲ್ಲ" ಹೇಳಿದ ತಂಗಿಯ ಪಕ್ಕಕ್ಕೆ ಸರಿದ ಕುಸುಮ "ಧೈರ್ಯವಾಗಿ ಹೇಳ್ಬೇಕಿತ್ತು. ಅಪ್ಪ ಏನು ನಿನ್ನ ಕುತ್ತಿಗೆ ಹಿಡಿದು ತಾಳಿ ಕಟ್ಟಿಸ್ತಾ ಇರಲಿಲ್ಲ".

ಹೌದೆನಿಸಿತು ಇಂಚರಾಗೆ. ಆದರೆ ತಂದೆಯ ಮುಂದೆ ಅವಳು ಹಸುಗೂಸು. ಇನ್ನೊಂದು ಬ್ರಾಂಡ್ ಬಿಸ್ಕತ್ ಬೇಕೆನಿಸಿದರೂ ಅವರು ಕೊಟ್ಟದ್ದನ್ನು ಪಡೆಯುವಷ್ಟು ವಿಧೇಯತೆ.

"ನನ್ನಿಂದ ಅದಾಗೋಲ್ಲ ಬಿಡು. ನಂಗೆ ಡಾಕ್ಟ್ರು, ಇಂಜಿನಿಯರ್ ಆಗೋ ಇರಾದೆ ಇಲ್ಲಾಂದೆ. ಅಪ್ಪ ಪಿ.ಯು.ಸಿ. ಆದ ಕೂಡ್ಲೇ ಡಿಗ್ರಿಯಲ್ಲಿ ಸೈನ್ಸ್ ಕೊಡ್ಸಿದ್ರು. ನಂಗೆ ಅದು ಸುತಾರಾಂ ಇಷ್ಟ ಇರ್ಲಿಲ್ಲ. ಸೈಕಾಲಜಿ, ಕ್ರಿಮಿನಾಲಜಿ ಮತ್ತು ಸೋಷಿಯಾಲಜಿ (ಸಿ.ಪಿ.ಎಸ್.) ತಗೊಂಡ್ ಬಿ.ಎ. ಮಾಡಿ ಅನಂತರ ಎಂ.ಎ. ಮಾಡಿಕೊಂಡು ಆ ವಿಷಯಗಳ ಮೇಲೆ ವೈದ್ಯಳಾಗಬೇಕೂಂತ ಇದ್ದೆ. ಆ ಬಗ್ಗೆ ವಿಚಾರಿಸಿದ್ದೆ. ನಿಮ್ಹಾನ್ಸ್‌ನಲ್ಲೋ ಅಥವಾ ಮಣಿಪಾಲದಲ್ಲೋ ಎರಡು ವರ್ಷದ ಎಂ.ಫಿಲ್. ಇನ್ ಕ್ಲಿನಿಕಲ್ ಸೈಕಾಲಜಿ ಮಾಡಿ ಚಿಕಿತ್ಸಾ ಮನಃಶಾಸ್ತ್ರಜ್ಞೆಯಾಗಬೇಕೆನ್ನೋ ಆಸೆ ಇತ್ತು.

ನಂಗೆ ಈಗ್ಲೂ ಸೈಕಾಲಜಿಯೆಂದರೆ ಇಷ್ಟ. ಎದುರು ವ್ಯಕ್ತಿಗಳ ಸೈಕಾಲಜಿಯ ಬಗ್ಗೆಯೇ ನನ್ನ ಗಮನ ಇರುತ್ತೆ" ಎಂದ ಇಂಚರ ಘೊಳ್ಳೆಂದು ನಕ್ಕಳು. ನಗು ವರವೇನೋ ಎನ್ನುವಂತೆ ಕುಸುಮಳ ನೋಟ.

ಪ್ರೀತಿಯಿಂದ ತಂಗಿಯ ಕೆನ್ನೆ ಸವರಿ "ನೀನು ವಿವಾಹವಾಗಿ ಹೊರಟ್ಹೋಗ್ತೀಯಾಂತ ಅಂದುಕೊಂಡರೇನೇ... ಪೂರ್ತಿ ಕತ್ತಲು ಮುಸುಕಿದಂತಾಗುತ್ತೆ. ಹೀಗೆ... ಇಂಚರ.... ಹೇಗೆ ಅಮ್ಮನ ಅರ್ಧ ಕೆಲ್ಸಗಳ್ನ ನೀನು ಮಾಡಿಕೊಡ್ತಾ ಇದ್ದೆ. ಅಪ್ಪನ ಎಲ್ಲಾ ಕೆಲ್ಸಗಳಿಗೂ ನೀನು ಅನಿವಾರ್ಯವಾಗಿದ್ದೆ. ಬೆಳಿಗ್ಗೆ ಎಣ್ಣೆ ತಿಕ್ಕಿ ನೀರು ಹಾಕದಿದ್ದರೇ.... ಅವ್ರ ಸ್ನಾನವೇ ಪೂರ್ತಿ ಆಗ್ತಾ ಇರ್ಲಿಲ್ಲ" ಕಣ್ಣೀರು ಸುರಿಸಿದಾಗ ಇಂಚರಾ ಅಪ್ಪಿಕೊಂಡಳು. ಅಕ್ಕ, ತಂಗಿಯರ ನಡುವೆ ಅಂತಹ ಉತ್ತಮ ಬಾಂಧವ್ಯವಿತ್ತು.

ಬೇಕೂಂತಲೇ ಲೇಟಾಗಿ ಬಂದರು ಹರಿಹರನ್. ಮಡದಿಯ ಮುಖಾಂತರ ಅಳಿಯ ಹಣವನ್ನು ಕೇಳಬಹುದೆಂಬ ಭಯ. ಅದಕ್ಕೆ ಸಿದ್ಧರಿರಲಿಲ್ಲ. ಈಗಿನ ಸ್ಥಿತಿಯಲ್ಲಿ ಹಣ ಕೊಡಲಾರರು.

"ಅಪ್ಪ, ಅಕ್ಕ – ಭಾವ ಊರಿಗೆ ಹೋದ್ರು. ನೀನು ಇಲ್ಲದೇ ಇರೋದಕ್ಕೆ ಕುಮುದಕ್ಕ ಬೇಜಾರು ಮಾಡ್ಕೊಂಡ್ಲು" ಎಂದಳು ಇಂಚರ. ಹರಿಹರನ್ ಮುಖದಲ್ಲಿ ಯಾವುದೇ ಬದಲಾವಣೆಯಾಗಲಿಲ್ಲ. "ಹೋಗ್ಲೀ, ನಾನು ಅಳಿಯಂದಿರನ್ನು ಮಾತಾಡಿಸಿ ತಾನೇ ಹೋಗಿದ್ದು. ಪ್ರತಿಯೊಬ್ಬರಿಗೂ ಅವರವ್ರ ಕೆಲ್ಸ ಮುಖ್ಯವಾಗುತ್ತೆ" ಉತ್ಪ್ರೇಕ್ಷೆಯ ನುಡಿಗಳನ್ನಾಡಿದರು. ಅವರ ಮನಸ್ಸಿನ ರೀತಿ ಸರಿ ಇಲ್ಲವೆನಿಸಿತು.

"ಎಲ್ಲಿ, ನಿಮ್ಮಮ್ಮ? ಆರಾಮಾಗಿ ರೂಮು ಸೇರಿಬಿಟ್ಲು. ಅವ್ಳು ಮೊದ್ಲಿನಿಂದ ಮಾಡಿದಷ್ಟೇ" ಸ್ವಲ್ಪ ಜೋರಾಗಿ ಗೊಣಗಿದರು. ಆಗಾಗ ಪ್ರಕಟವಾಗುವ ಸ್ವಭಾವ ಇರುಸು ಮುರುಸು ತರಿಸಿದರೂ ತುಟಿ ತೆರೆಯಲು ಹಿಂಜರಿಯುತ್ತಿದ್ದರು.

ತಂದೆಯ ಸ್ವಭಾವ ಇಂಚರಾಗೆ ಅರ್ಥವೇ ಆಗುತ್ತಿರಲಿಲ್ಲ. ಹೆಂಡತಿಯನ್ನು ಪ್ರತಿಯೊಂದಕ್ಕೂ ನಿಷ್ಠೂರ ಮಾಡುವ ಹರಿಹರನ್ ಒಂದು ಗಂಟೆ ಹೆಂಡತಿ ಹೊರಗೆ ಹೋದರೂ ಸಹಿಸುತ್ತಿರಲಿಲ್ಲ. ಅದು ಪ್ರೀತಿಯಾ? ಪ್ರೀತಿಯ ನೆಪದಲ್ಲಿ ಹೆಂಡತಿಯನ್ನು ಬಂಧಿಸಿಡುವುದಾ? ಎಷ್ಟೇ ಆಳಕ್ಕೆ ಇಳಿದರೂ ಉತ್ತರ ಹುಡುಕಿಕೊಳ್ಳುವುದು ಕಷ್ಟವೆನಿಸಿತು.

ಮರುದಿನ ಎಲ್ಲಾ ಕಾಲೇಜಿಗೆ ಹೋದ ಮೇಲೆ ಅಶ್ವಿನಿ ಬ್ಯಾಂಕ್‌ಗೆ ರಜ ಹಾಕಿ ಮನೆಗೆ ಬಂದ. ಗಂಡನಿಂದ ಫೋನ್ ಬಂದಾಗಿತ್ತು. ಗಿರಿಜ ಪತ್ರಿಕೆ ಹಿಡಿದು ಆಗ ತಾನೇ ಮಲಗುವುದಕ್ಕೂ ಕಾಲಿಂಗ್ ಬೆಲ್ ಆಗುವುದಕ್ಕೂ ಸರಿಹೋಯಿತು.

ಸ್ವಲ್ಪ ಬೇಸರದಿಂದಲೇ ಬಂದು ಬಾಗಿಲು ತೆಗೆದಿದ್ದು.

"ಅಶ್ವಿನಿ ನೀನಾ?, ಇವತ್ತು ಬ್ಯಾಂಕ್‌ಗೆ ರಜವೇನೋ?" ಎನ್ನುತ್ತಲೇ ಬರಮಾಡಿಕೊಂಡರು. ಬ್ಯಾಗ್‌ನಲ್ಲಿದ್ದ ನಾಲ್ಕು ವಿಧದ ಉಪ್ಪಿನಕಾಯಿ ಬಾಟಲಿಗಳ ಜೊತೆ ತೀರಾ ತಾಜಾ ಮೋಸಂಬಿ ಹಣ್ಣುಗಳನ್ನು ತೆಗೆದಿಟ್ಟು ಕೂತಾಗ ಗಿರಿಜ

ಕಸಿವಿಸಿಗೊಂಡರು. "ಇದೆಲ್ಲ ಯಾಕೆ ತರೋಕೆ ಹೋದೆ? ಬಂದಾಗಲೆಲ್ಲ ಏನೋ ಒಂದು ತರ್‍ತಾ ಇರ್ತೀಯಾ?"

"ಇರ್ಲೀ ಬಿಡತ್ತೆ! ನಂಗೆ ಅಮ್ಮನಿಗಿಂತ ನೀವೇ ಇಷ್ಟ. ನಿಮ್ಮನ್ನ ಒಂದು ದಿನ ನೋಡದಿದ್ದರೆ ಏನೋ ಕಸಿವಿಸಿ. ತುಂಬ ಟಯರ್ಡ್ ಆದಂಗೆ ಕಾಣ್ತೀರಾ! ನಾನು ಮೋಸಂಬಿ ರಸ ತೆಗ್ದು ತಕೊಂಡ್ಬರ್ತೀನಿ ಇರೀ" ಎಂದು ಬಲವಂತದಿಂದ ಕೂಡಿಸಿ ಎರಡು ಗ್ಲಾಸ್ ಮೋಸಂಬಿ ರಸ ತಗೊಂಡ್ ಬಂದು ಕೂತ. "ತಗೊಳ್ಳಿ, ಇಂಚರ ಕೂಡ ಕಾಲೇಜಿಗೆ ಹೋದ್ಲಾ?" ಅತ್ತಿತ್ತ ನೋಟ ಹರಿಸಿದ.

"ಲಗ್ನದ ದಿನ ಹತ್ತಿರ ಬರ್‍ತಾ ಇದೆ. ಎಲ್ಲಾ ರಿಸ್ಕ್ ಅಂದರೆ... ಛತ್ರ ನೋಡೋದ್ರಿಂದ ಹಿಡಿದು ಎಲ್ಲಾ ಜವಾಬ್ದಾರೀನೂ ಅವ್ರೆ ವಹಿಸ್ಕೊಂಡಿದ್ದಾರೆ. ಇವರೇ ಪ್ರತಿಯೊಂದಕ್ಕೂ ಓಡಾಡ್ಬೇಕಿತ್ತು. ಅವ್ರಿಗೆ ಹಾಗಲ್ಲವಲ್ಲ! ಕೈ ಕೆಳಗೆ ಕೆಲ್ಸ ಮಾಡೋ ಜನ ಸಾಕಷ್ಟು ಇದ್ದಾರೆ. ಅವ್ರೇ ಎಲ್ಲಾ ಮಾಡ್ತಾರೆ. ಅದೊಂದು ಅನ್ಕೂಲ ನಮ್ಗೆ" ಅಭಿಮಾನದಿಂದಲೇ ಹೇಳಿದರು ಆಕೆ.

ಜ್ಯೂಸ್ ಕುಡಿಯೋವರೆಗೂ ಸುಮ್ಮನಿದ್ದ ಅಶ್ವಿನಿ "ನಾನು ನಿಮಗೊಂದು ವಿಷ್ಯ ಹೇಳಿದ್ದೆ" ಪೀಠಿಕೆ ಷುರು ಮಾಡಿದ. ಆಕೆಯ ಮುಖ ಸಪ್ಪಗಾಯಿತು. "ಈಗ ನಾನೇನು ಮಾಡೋ ಸ್ಥಿತಿಯಲ್ಲಿ ಇದ್ದೀನಿ? ಬಹುಶಃ ನನ್ನ ರಾಜ್ಯಭಾರ ಅಡಿಗೆ ಮನೆಗೆ ಸೀಮಿತ. ನಿಶ್ಚಿತಾರ್ಥ ಮುಗಿದಿದೆ. ಈಗೇನು ಮಾಡೋಕ್ಕಾಗುತ್ತೆ? ನಿಂಗೇನು ಬಿಡು, ಒಳ್ಳೆ ಹೆಣ್ಣು ಸಿಕ್ತಾಳೆ" ಎಂದರು ಗಿರಿಜ.

ಇದ್ದಕ್ಕಿದ್ದಂಗೆ ಅಶ್ವಿನಿ ಕಣ್ಣೀರು ಹಾಕೋಕೆ ಷುರು ಮಾಡಿದ. "ನಾನು ಇಂಚರಾನ ಪ್ರಾಣಕ್ಕಿಂತ ಹೆಚ್ಚಾಗಿ ಪ್ರೀತಿಸ್ದೆ. ಅವಳು ಇಲ್ದೇ ನಾನು ಬದುಕೋಕೆ ಆಗೋಲ್ಲಾಂತ ಅನಿಸಿದೆ. ನಂಗೆ ದೊಡ್ಡ ಅನ್ಯಾಯವಾಗ್ತಾ ಇದೆ. ದಯವಿಟ್ಟು ನೀವು ನನ್ನ ಪರ ನಿಂತು ಈ ಮದ್ವೆ ನಿಲ್ಸಿ" ಕೇಳಿಕೊಂಡ.

ಆಕೆ ಸುಸ್ತಾದರು. ಬಾಯಿಂದ ಮಾತೇ ಹೊರಡಲಿಲ್ಲ.

"ಹೇಗೆ ಸಾಧ್ಯ, ಅಶ್ವಿನಿ? ಬೀಗರು ದೊಡ್ಡ ಜನ. ಭಾವೀ ಸೊಸೆನ ಕರ್ಕೊಂಡ್ಹೋಗಿ ಒಡ್ವೆ ತೆಗೆದಿದ್ದಾರೆ. ದಿನ ಕೂಡ ನಿಶ್ಚಯವಾಗಿದೆ. ಅವ್ರ ಲಗ್ನಪತ್ರಿಕೆ ಕೂಡ ಪ್ರಿಂಟ್ ಮಾಡ್ಸಿಬಿಟ್ಟಿದ್ದಾರೇನೋ! ಈಗ ಇದೆಲ್ಲಾ ಏನು ಚೆನ್ನ? ಅಪ್ಪಿ ತಪ್ಪಿ ಕೂಡ ಇಂಚರ ನಿನ್ನ ಬಗ್ಗೆ ಒಂದ್ಮಾತೂ ಹೇಳ್ಲಿಲ್ಲ. ನಂಗೂ ನಿನ್ನ ಬಗ್ಗೆ ಆದರಾಭಿಮಾನವಿತ್ತು. ಬೇಕಾದರೆ ಋಣಾನುಬದವಿದ್ದರೆ ಕುಸುಮಾಗೆ ಗಂಡನಾಗಿ ಈ ಮನೆಯ ಅಳಿಯ ಆಗಬಹುದು" ಅರೆ ಮನಸ್ಸಿನಿಂದಲೇ ಅಂದಿದ್ದು. ಕುಸುಮ ಅಶ್ವಿನೀನ ಒಪ್ಪಿ ವಿವಾಹವಾಗುತ್ತಾಳೆಂಬ ನಂಬಿಕೇನು ಇರಲಿಲ್ಲ.

ಬಹಳ ಹೊತ್ತು ಅಶ್ವಿನಿ ಮನಸ್ಸನ್ನು ತೋಡಿಕೊಂಡ. ಈ ವಿಷಯದಲ್ಲಿ ತಮ್ಮ ನಿಸ್ಸಹಾಯಕತೆ ತೋಡಿಕೊಂಡವರು ಒಂದು ಭರವಸೆ ಕೊಟ್ಟರು.

ಇಂಚರ ನಿರಾಕರಿಸಬಹುದು. ಅದು ಕೂಡ ದೊಡ್ಡ ತಪ್ಪೆ, ಅವ್ಳ ತಂದೆ ಕ್ಷಮಿಸೋಲ್ಲ".

ಅವನು ಹೋದ ಎಷ್ಟೋ ಹೊತ್ತಿನವರ್ಗೂ ಸುಮ್ಮನೆ ಕೂತಿದ್ದರು. ಮೂರಕ್ಕೆ ಇಂಚು ಮಿಂಚು ಗಿರಿಯಪ್ಪ, ದಮಯಂತಿ ದಂಪತಿಗಳು ಬಂದರು. ಅವರನ್ನು ನೋಡಿದ ಕೂಡಲೇ ಖಾಯಂ ವಾಸಿಯಾಗಿದ್ದ ಗಿರಿಜ ತಲೆನೋವು ಷುರುವಾಯಿತು.

"ಬನ್ನಿ.... ಬನ್ನಿ" ಅಂದರು ತುಸು ಬೇಸರದಿಂದಲೇ.

"ನಾನು ಹರಿ ಚಡ್ಡಿ ದೋಸ್ತಿಗಳು. ಇದೇ ಊರಿಗೆ ಬಂದಿದ್ದೀನಿ ಒಂದ್ಮಾತೂ ಹೇಳ್ದೇ ಮಗ್ಳ ಮದ್ವೆ ನಿಶ್ಚಿತಾರ್ಥ ಮುಗ್ಸಿ ಬಿಟ್ಟಿದ್ದಾನೆ" ಒಂದು ತರಹ ಅನ್ನುತ್ತಲೇ ಒಳಗಡಿ ಇಟ್ಟಿದ್ದ. "ಹಾಗೇನಿಲ್ಲ, ನಮ್ಮ ಕುಮುದಾಗೆ ಕೂಡ ತಿಳಿಸಲಾಗಲಿಲ್ಲ. ಸಂದರ್ಭ ಹಾಗಿತ್ತು ಅಷ್ಟೇ" ಎಂದರು ಗಿರಿಜ.

ಅಂತು ಗಂಡ ಹೆಂಡತಿ ಒಟ್ಟಾರೆ ಅಭಿಪ್ರಾಯ ಹೊರಗೆಡವಿದರು.

"ನಮ್ಗೆ ನಿಮ್ಮ ಮನೆ ಸಂಬಂಧ ಬೆಳ್ಸೋ ಇಷ್ಟ ಇತ್ತು. ಒಂದ್ಯೆದು ಲಕ್ಷದ ಜೊತೆ ಕುಮುದಾನ ಮನೆ ತುಂಬಿಸಿಕೊಳ್ಳೋಕೆ ನಾವು ಸಿದ್ದವಿದ್ವಿ. ಇಂಚರ ಕೂಡ ಇಷ್ಟವಾದ್ಲು" ದಮಯಂತಿ ಹೇಳಿದರು.

"ಹೋಗ್ಲೀ ಬಿಡಿ! ಇದೆಲ್ಲ ಋಣಾನುಬಂಧ. ನಮ್ಮ ಕೈಯಲ್ಲಿ ಏನಿದೆ? ಈಗ ಏನು ತಗೋತೀರಾ?" ಸದ್ಯಕ್ಕೆ ಬಿಡುಗಡೆ ಬಯಸುವಂತೆ ಕೇಳಿದರು. "ಇರೀ, ನಿಮಗೆ ಕಾಫೀನೇ ಇಷ್ಟ" ಮತ್ತೆ ತಾವೇ ಹೇಳಿ ಒಳಗೆ ಹೋದರು.

ತೀರಾ ಸಿಡಿಯುತ್ತಿತ್ತು ಆಕೆಯ ತಲೆ. ಎಷ್ಟೋ ಮನದ ವಿಷಯಗಳನ್ನು ಗಂಡನ ಬಳಿ ಹೇಳಿಕೊಂಡು ಸ್ವಾಂತನ ಪಡೆಯಬೇಕೆಂದು ಕೊಳ್ಳುತ್ತಿದ್ದರು. ಹೊರ ಪ್ರಪಂಚಕ್ಕೆ ಜಂಟಲ್‌ಮೆನ್. ಆದರೆ ಹೆಂಡತಿಯ ಪ್ರತಿಯೊಂದು ಮಾತಿಗೂ ತಾಳ್ಮೆ ಕಳೆದುಕೊಳ್ಳುತ್ತಿದ್ದರು, ಕುಟುಕುತ್ತಿದ್ದರು. ಕೆಲವೊಮ್ಮೆ ಕೊಂಡು ತಂದ ಪದಾರ್ಥವೇನ್ನುವಂತೆ ನೋಡುತ್ತಿದ್ದರು.

ಕಾಫಿ ಬೆರಸಿಕೊಂಡು ಬಂದು ಅವರುಗಳ ಮುಂದಿಟ್ಟು ಕೂರುವ ವೇಳೆಗೆ ಇಂಚರ ಬಂದಿದ್ದು ಆಕಸ್ಮಿಕವೇ. ಅವಳ ಕಾಲೇಜು ವಿಳಾಸಕ್ಕೆ ಪ್ರಭಂಜನ್‌ನ ನಡತೆಯ ಬಗ್ಗೆ ಒಂದು ಅನಾಮಧೇಯ ಪತ್ರ ಬಂದಿತ್ತು. ಓದಿ ಅವಳ ಕಣ್ಣುಗಳು ತಿರುಗಿದಂತಾದರೂ, ಮರುಕ್ಷಣವೇ ಚೇತರಿಸಿಕೊಂಡು ಬಹಳ ಬೇಗ ಮನೆಗೆ ಹಿಂದಿರುಗಿದಳಷ್ಟೇ.

"ಕಾಲೇಜು ಬೇಡಾಂತ ಅನ್ನಿಸ್ತಾ?" ದಮಯಂತಿಯ ವ್ಯಂಗ್ಯ ಬಲ್ಲ ಇಂಚರ, "ಯಾಕೆ ಬೇಡಾಂತ ಅನಿಸುತ್ತೆ ಲೆಕ್ಚರರ್ ಇರ್ಲಿಲ್ಲ ಅದ್ಕೆ ಬಂದೆ. ಇದೇನು ನೀವು ದಯಮಾಡಿಸಿದ್ದು? ಇದು ಅಮ್ಮನ ರೆಸ್ಟ್‌ನ ಸಮಯ". ತಾಯಿಯ ಬಳಲಿದ ಮುಖ ನೋಡಿದ ಕೂಡಲೇ ಸಹನೆ ಕಳೆದುಕೊಂಡಳು.

"ನೋಡಿದ್ರಾ, ಶ್ರೀಮಂತರ ಮನೆ ಸೊಸೆ ಆಗ್ತೀನೀಂತ ಹೇಗೆ ಬದಲಾಗಿದ್ದಾಳೆ" ಎಂದ ದಮಯಂತಿಯವರ ಕೈ ಹಿಡಿದುಕೊಂಡು "ಸಾರಿ, ಆಂಟೀ! ಅಮ್ಮನ ಆರೋಗ್ಯ ವಿಷ್ಯ ನಿಮಗೆ ಗೊತ್ತಲ್ಲ. ಆ ಭಯ ನನ್ನ ವಿವೇಕವೇ ಕಳೆದುಬಿಡುತ್ತೆ"

ಸಂಜಾಯಿಶಿ ನೀಡಿ "ಇನ್ನ ನಾನು ಬಂದಿದ್ದೀನಲ್ಲ ಡೋಂಟ್ ವರೀ, ಎಷ್ಟು ಬೇಕಾದ್ರೂ ಮಾತಾಡಿ" ಗಿರಿಜಾನ ಎಬ್ಬಿಸಿಕೊಂಡು ರೂಮಿಗೆ ಹೋಗಿ ಮಲಗಿಸಿ ಬಂದು ಅವರನ್ನು ಸಂಪ್ರೀತಿ ಗೊಳಿಸಲು ಸಂಡಿಗೆ ಕರೆದು ಕಾಫಿ ಮಾಡಿಕೊಟ್ಟಳು.

ಬಂದ ಪತ್ರದ ವಿಚಾರವೇ ಇಂಚರ ಮೆದುಳಿನಲ್ಲಿ ಇದ್ದುದರಿಂದ ಅದಕ್ಕೆ ಉಪ್ಪು ಖಾರ ಬೆರೆಸುವಂತೆ ಇವರುಗಳು ಮಾತಾಡಿದರು, ತಣ್ಣಗೆ ಇದ್ದಳು.

"ಅಪ್ರಿಗೇನು ಹೆಣ್ಣು ಸಿಕ್ತಾ ಇರ್ಲಿಲ್ವಾ? ಕುಸುಮನ ಬಿಟ್ಟು ನಿನ್ನೆ ಯಾಕೆ ಹುಡ್ಕಿಕೊಂಡು ಬಂದ್ರು". ದಮಯಂತಿಯ ಪ್ರಶ್ನೆಗೆ ಸ್ವಲ್ಪ ಬಗ್ಗಿ "ಅಪ್ರಿಗೆ ಕನಸಿನಲ್ಲಿ ದೇವರು ಪ್ರತ್ಯಕ್ಷವಾಗಿ ನೀವು ಹರಿಹರನ್ ಮೂರನೆ ಮಗ್ಳು ಇಂಚರಾನೇ ತಂದ್ಕೊಳ್ಳೀಂತ ಹೇಳಿದರಂತೆ. ಸಾಕ್ಷಾತ್ ಸೃಷ್ಟಿಕರ್ತ ಬಂದು ಆಜ್ಞೆ ಮಾಡಿದರೆ ಹಿಂಜರಿದಾರಾ? ಇದು ಸತ್ಯವಾದ ವಿಷ್ಯ" ಅವರು ತಲೆಯ ಮೇಲೆ ಮೊಟಕಿದಂತೆ ಹೇಳಿದಾಗ ಮಾತಾಡಲು ವಿಷಯವಿಲ್ಲವೆನಿಸಿತು.

ಹರಿಹರನ್ ಬರುವ ವೇಳೆಗೆ ಹೊರಟು ನಿಂತರು.

"ಇದೇನು ಹೊರಟಿರಿ?" ಅವರ ಕೇಳಿಕೆಗೆ ಉತ್ತರಿಸಿದ್ದು ಇಂಚರಾನೇ "ಬಂದು ತುಂಬಾ ಹೊತ್ತಾಯಿತಪ್ಪ, ಅಮ್ಮ ಮಲ್ಗಿ ಬಿಟ್ಟಿದ್ದಾಳೆ. ನಾನು ಸಾಕಷ್ಟು ಮಾತಾಡಿದೆ".

ತುಟಿ ತೆರೆಯದೇ ಅವರುಗಳು ಹೊರಟ ಮೇಲೆ "ಇದೇನು ಚೆನ್ನ? ಯಾರಾದ್ರೂ ಬಂದ ಕೂಡಲೇ ಹೋಗಿ ಮಲ್ಗಿಬಿಡ್ತಾಳೆ. ಇದೇನು ನಂಗೆ ಹೊಸದಲ್ಲ" ಗೊಣಗಿಕೊಂಡೇ ಬಟ್ಟೆ ಬದಲಾಯಿಸಲು ರೂಮಿಗೆ ಹೋದರು. ಇಂಚರ ತಲೆ ಕೊಡವಿದ್ದು ಮೌನವಾಗಿ.

ಊಟದ ನಂತರ ಇಂಚರ, ಗಿರಿಜ ಬಂದು ಹೊರಗೆ ನಿಂತರು.

"ದಮಯಂತಿ, ಗಿರಿಯಪ್ಪ ತುಂಬ ಮಾತಾಡ್ತಾರೆ. ನೀನ್ಬಂದ್ಮೇಲೆ ನಂಗೆ ಬಿಡುಗಡೆ ಸಿಕ್ಕಂತಾಯಿತು. ನಿಮ್ಮಪ್ಪನಿಗೆ ಒಂದಿಷ್ಟು ಇರುಸು ಮುರುಸು. ಅದು ಇದ್ದಿದ್ದೇ. ಅವರೆಂದೂ ನಂಗೊಂದು ಮನಸ್ಸು, ಹೃದಯ, ಆತ್ಮ ಇದೇಂತ ಅಂದ್ಕೊಂಡೇ ಇಲ್ಲ" ಎಂದು ನಿಟ್ಟುಸಿರು ಬಿಟ್ಟರು. ತಟ್ಟನೆ ಅಮ್ಮನ ಕೈ ಹಿಡಿದುಕೊಂಡಳು ಇಂಚರ. ಇರಡನೇ ಸಲ ಇಂತಹ ಅಭಿಪ್ರಾಯ ತೋಡಿಕೊಂಡಿದ್ದು. ಅದು ತಮ್ಮ ಕಿರಿಯ ಮಗಳ ಮುಂದೆ ಮಾತ್ರ. ಮನಸ್ಸು, ಆತ್ಮಕ್ಕೆ ಅವಳು ತೀರಾ ಹತ್ತಿರ ಎನ್ನುವ ಭಾವ ಗಿರಿಜಾದು.

ಆಮೇಲೆ ಯಾವುದೇ ವಿಷಯ ಪ್ರಕಟಿಸಲಿಲ್ಲ ಗಿರಿಜ. ಆದರೆ ಇಂಚರ ಮನದಲ್ಲಿ ತಾಯಿ ಸಂಪೂರ್ಣ ಸುಖಿಯಲ್ಲವೆನ್ನುವ ವಿಷಯ ನಿಂತುಹೋಯಿತು.

* * *

ಮದುವೆ ಮೂರು ದಿನ ಇದೆಯೆನ್ನುವ ವೇಳೆಗೆ ಸಚ್ಚಿದಾನಂದ ವರ್ಮ ಮತ್ತು ಪ್ರಭಂಜನ್‌ನಿಗೆ ಪರ್ಸ್‌ನಲ್ಲಾಗಿ ಎರಡೆರಡು ಪತ್ರಗಳು ಬಂದರೂ ವಿಷಯ ಮಾತ್ರ ಒಂದೇ. 'ಈಗಾಗಲೇ ಇಂಚರ ಬೇರೆಯವರನ್ನು ಪ್ರೀತಿಸುತ್ತಿದ್ದಾಳೆ'.

"ಇದೇನಿದು?" ಮಗನ ಮುಂದಿಡಿದು ಕೇಳಿದಾಗ ಅವನು ಬರೀ ನಕ್ಕ. ಇಂಥ ಯಾವುದೇ ಸುದ್ದಿಗಳಿಂದ ಅವನು ಹಿಂಜರಿಯಲಾರ. "ಪ್ರೇಮಕ್ಕೂ, ಸ್ನೇಹಕ್ಕೂ ವ್ಯತ್ಯಾಸ ತಿಳಿಯದ ಈಡಿಯಟ್ಸ್" ಬದುಲು ಹೇಳಲಾರರು ಮಗನ ಮಾತುಗಳಿಗೆ "ಯೂ ಆರ್ ಕರೆಕ್ಟ್, ನಿನ್ಜೊತೇನೂ ಕೆಲವು ಹುಡುಗಿಯರು ಓಡಾಡಿದ್ರು. ಅದು ಬರೀ ಸ್ನೇಹ. ಇದೆ.... ಪ್ರೇಮ!" ಕನ್ನಡಕ ಸರಿಮಾಡಕೊಂಡು ಒಂದು ತರಹ ನಕ್ಕರು.

ಕೈ ತುಂಬ ಹಣ, ಮನಸ್ಸಿನ ತುಂಬ ಕಲೆಯ ಕನಸುಗಳನ್ನು ಹೊತ್ತ ಮಗನನ್ನು ಹಿಡಿದು ಕಟ್ಟಿ ಹಾಕುವುದು ಪ್ರಯಾಸವೆನಿಸಿತ್ತು. ವಿವಾಹದ ಸುದ್ದಿ ಎತ್ತಿದಾಗ 'ಬೋರ್' ಎನ್ನುತ್ತಿದ್ದ. 'ಅಂಥ ಹುಡ್ಗೀನೇ ಕಣ್ಣಿಗೆ ಬೀಳಲಿಲ್ಲವೆನ್ನುತ್ತಿದ್ದ'. ಏನೇನೋ ಮಾತಾಡುತ್ತಿದ್ದ. ಅವರಿಗೊಂದೂ ಅರ್ಥವಾಗುತ್ತಿರಲಿಲ್ಲ.

ಒಮ್ಮೆ ಮೈಸೂರಿಗೆ ಹೋಗಿದ್ದವನು ಫೋಟೋ ಜೊತೆ ಸಂಪೂರ್ಣ ಡೀಟೈಲ್ಸ್ ತಂದು ಅವರ ಮುಂದಿಟ್ಟು "ಡ್ಯಾಡ್, ನಿಮ್ಮ ಸೊಸೆಯಾಗಿ ಈ ಹುಡ್ಗೀನ ಆಗ್ಸಿಕೊಂಡು ಬಂದಿದ್ದೇನೆ. ಹೇಗಿದ್ದಾಳೆ ನೋಡಿ" ಹೇಳಿದ ಹುಬ್ಬೆತ್ತಿ.

ದೊಡ್ಡ ಸೈಜಿನ ಫೋಟೋ ಅಲ್ಲ. ಪೋಟೋ ಪುಟ್ಟದಾಗಿಯೇ ನಗುಮೊಗದ ತುಂಬುಗೂದಲಿನ ಹುಡುಗಿ ಎರಡು ಜಡೆಯನ್ನು ಮುಂದೆ ಹಾಕಿಕೊಂಡಿದ್ದು ಮಾತ್ರ ವಿಚಿತ್ರವಾಗಿತ್ತು. ಜೋರಾಗಿ ಮತ್ತಷ್ಟು ಜೋರಾಗಿ ನಕ್ಕರು.

"ಜೋಕ್ ಮಾಡ್ತಾ ಇದ್ದೀಯಾ? ನನ್ನ ಫೂಲ್ ಅಂದ್ಕೊಂಡ್ಯಾ? ಇದು ಹೊಸ ಮಿಲೇನಿಯಂ ಇದು ಕಳೆದು ಹೋದ ಶತಮಾನದ ಫೋಟೋನಾ?" ಬಗ್ಗಿ ಮಗನ ಕಿವಿ ಹಿಂಡಿದರು. ಬಹುಶಃ ಇನ್ನು ಮಗ ಆಗಾಗ ಏಳೆಂಟು ವರ್ಷದ ಹುಡುಗನೇನೋ "ನೋ ಡ್ಯಾಢ್, ನಾನು ಈ ಹುಡ್ಗೀನ ಪ್ರೀತಿಸ್ತಾ ಇದ್ದೀನಿ" ಸೀರಿಯಸ್ಸಾಗಿ ಹೇಳಿದಾಗ ಎಗರಿ ಬಿದ್ದು ನಿಬ್ಬೆರಗಾದರು. ಬಹುಶಃ ಇದು ನಿಜವೆಂದುಕೊಳ್ಳಲು ಸಾಧ್ಯವಿರಲಿಲ್ಲ.

ಮೆಲ್ಲಗೆ ತಮ್ಮ ದಢೂತಿ ದೇಹವನ್ನು ಸೋಫಾ ಮೇಲಿಟ್ಟು ಕನ್ನಡಕ ಸರಿ ಮಾಡಿಕೊಂಡು ಮತ್ತೊಮ್ಮೆ, ಮಗದೊಮ್ಮೆ ನೋಡಿದರು. ಈಗಿನ ಹುಡುಗಿಯರನ್ನು ನೆನಪುಮಾಡಿಕೊಂಡರು. ಹೆಚ್ಚು ಕಡಿಮೆ ಸೀರೆ ಮಾಯವಾಗಿತ್ತು. ಎಂಥ ಎಂಥ ಉಡುಪುಗಳೋ. ಪೈಪೋಟಿಗೆ ಬಿದ್ದಂತೆ ಬಟ್ಟೆಯ ಪಾರದರ್ಶಿಕತೆ ಮತ್ತು ಕಡಿಮೆ ಬಟ್ಟೆ ತೊಡುವ ವಿದ್ಯಾವಂತರ ದೊಡ್ಡ ಸಾಲೇ ಅವರ ಮುಂದೆ ಪ್ರದರ್ಶನ ನೀಡಿದಂತಾಯಿತು.

"ಬಿಲೀವ್ ಮಿ ಅಂತೀಯಾ? ಯಾಕೋ ನಂಬ್ಕೆ ಬರೋಲ್ಲ. ಪ್ರಭಂಜನ್ ನಾನು ಲಿಸ್ಟ್ ಮಾಡಿ ನಿಮ್ಮುಂದೆ ಇಟ್ಟ ಹುಡುಗಿಯಲ್ಲಿ ಡಾಕ್ಟ್ರು, ಇಂಜಿನಿಯರ್ ಮಾತ್ರವಲ್ಲ ಎಲ್ಲಾ ತರಹ ಎಕ್ಸ್ಟ್ರಾರ್ಡಿನರಿ ಕ್ವಾಲಿಫಿಕೇಷನ್‌ನವ್ರು ಇದ್ದರು. ಅವ್ರನೆಲ್ಲಾ ಬೇಡಾಂದೆ. ಇರಡು ಜಡೆ, ಮೇಕಪ್ ಇಲ್ಲದ ಮುದ್ದಾದ ಬಟ್ಟಲ ಕಣ್ಣಿನ ಹುಡ್ಗಿಯ್ಲಲಿ ಏನ್ಕಂಡೆ?" ಸಂಶಯವನ್ನು ಮಗನ ಮುಂದಿಟ್ಟರು.

ಬಗ್ಗಿಸಿದ ತಲೆಯ್ನು ಮೇಲೆತ್ತಿ ಅವರತ್ತ ಮುಗುಳ್ನಗೆ ನೋಟ ಹರಿಸಿ "ಉತ್ತರ

ನಿಮ್ಮ ಮಾತುಗಳಲ್ಲಿಯೇ ಇದೆ. ಏನು ಮಾಡ್ತೀರೋ, ಹೇಗೆ ಮಾಡ್ತೀರೋ ಆ ಹುಡ್ಗಿ ನಿಮ್ಮ ಸೊಸೆ ಆಗ್ಬೇಕು" ಎಂದ. ಸಚ್ಚಿದಾನಂದ ವರ್ಮ ಕಣ್ಣರಳಿಸಿ ನಿಬ್ಬೆರಗಾಗಿ ನೋಡಿದರು. ಇದು ತೀರಾ 'ಡಿಫರೆಂಟ್ ಕೇಸ್' ಅಂದುಕೊಂಡರು.

"ಅದ್ಕೇ ನನ್ನ ಸಹಾಯ, ಸಹಕಾರ ಯಾಕೆ? ಐ ಲವ್ ಶಿ ಅಂತೀಯಾ! ತಾಳಿ ಕಟ್ಟಿ ಮನೆಗೆ ಕರ್ಕೊಂಡ್ಬಾ..." ಅಂದ ಕೂಡಲೇ ತಂದೆಯ ಕೈ ಹಿಡಿದುಕೊಂಡ. "ಅದು ಆಗೋಲ್ಲ, ನಂಗೂ ಇಷ್ಟವಿಲ್ಲ. ನೀವೇ ಹೋಗಿ ಮದುವೆ ನಿಶ್ಚಯ ಮಾಡ್ಕೊಂಡ್ಬನ್ನಿ".

ಆಮೇಲೆ ಮಗನನ್ನು ಕೂಡಿಸಿಕೊಂಡು ನಿಧಾನವಾಗಿ ಕೇಳಿದರು. ವಿಷಯ ಹೊರಬಿತ್ತು. ತಮ್ಮ ಮಾಮೂಲಿ ದಾಟಿಯಲ್ಲಿ ನಕ್ಕರು.

'ಒನ್ ಸೈಡ್ ಲವ್. ಆ ಹುಡ್ಗಿ ನಿನ್ನ ನಿರಾಕರಿಸಿದರೆ?" ಅನುಮಾನ ವ್ಯಕ್ತಪಡಿಸಿದರು. ತಲೆ ಅಡ್ಡಡ್ಡ ಆಡಿಸಿದ ಪ್ರಭಂಜನ್, "ನಿರಾಕರಿಸ್ಬಾರ್ದು. ಆ ಜವಾಬ್ದಾರಿ ನಿಮ್ದೇ" ಮಗನ ಮಾತಿಗೆ ತಲೆ ಕೆರೆದುಕೊಂಡರು ಸಚ್ಚಿದಾನಂದ ವರ್ಮ. ವ್ಯಾಪಾರ ವ್ಯವಹಾರದಲ್ಲಿ ಎಂಥೆಂಥಾ ಪ್ರಾಬ್ಲಮ್‌ಗಳನ್ನು ಲೀಲಾಜಾಲವಾಗಿ ಪರಿಹರಿಸಿಕೊಂಡ ಮನುಷ್ಯನಿಗೆ ಇದು ಸುಲಭವೆನಿಸಲಿಲ್ಲ.

"ನಿಂಗೋಸ್ಕರ ಆ ಜವಾಬ್ದಾರಿ ನಾನು ಹೊರಬಲ್ಲೆ. ಆದರೆ ಆ ಹುಡ್ಗಿ ಇದ್ವರ್ಗೂ ಯಾರನ್ನಾದ್ರೂ ಪ್ರೇಮಿಸ್ಸಿದ್ದರೆ" ಒಂದು ಪ್ರಶ್ನೆಯನ್ನು ಮಗನ ಮುಂದಿಟ್ಟರು. "ನೋ, ಸಾಧ್ಯವೇ ಇಲ್ಲ. ಅಕಸ್ಮಾತ್ ವಯಸ್ಸಿನ ಇನ್ ಸ್ಯಾಚುಯೇಷನ್‌ನಂತೆ ಪ್ರೇಮ, ಪ್ರೀತಿ ನಡೆದಿದ್ದರೂ ವಿವಾಹದ ನಂತರವಾದರೂ ನನ್ನ ಪ್ರೀತಿಸ್ತಾಳೆ ಅನ್ನೋ ಭರವಸೆ ನಂಗಿದೆ".

ಎರಡು ಕೈಗಳಲ್ಲಿ ತಲೆಯನ್ನು ಹಿಡಿದುಕೊಂಡ ಸಚ್ಚಿದಾನಂದ ವರ್ಮ "ಇದೆಲ್ಲಾ ತೀರಾ ರಿಸ್ಕ್. ಪೈ ಮಗಳು ಮಂಜು ನೀನೂಂದರೆ ಪ್ರಾಣ ಬಿಡ್ತಾಳೆ. ಆರಾಮಾಗಿ ವಿವಾಹವಾಗಿ ಸುಖವಾಗಿರು" ಬುದ್ಧಿ ಹೇಳಿದರು. ಅವನ ಪಟ್ಟು ಸಡಿಲವಾಗಲಿಲ್ಲ.

"ನೋ ಡ್ಯಾಡ್, ಇಂಪಾಜ಼ಿಬಲ್. ನಾನು ಇಷ್ಟಪಡೋದು ಇಂಚರಾನ ಮಾತ್ರ" ತನ್ನ ತೀರ್ಮಾನವನ್ನು ಒತ್ತಿ ಹೇಳಿದ. ಆಗ ಇನ್ನೊಂದು ಪಾಯಿಂಟ್ ಮುಂದಿಟ್ಟರು. "ಬಹುಶಃ ಇಂಚರಾ ಮದ್ವೆಯಾದ ವರ್ಷದ ನಂತರವೂ ನಿನ್ನ ಪ್ರೀತಿಸದಿದ್ದರೆ?" ಪ್ರಭಂಜನ್ ನಿಶ್ಚಲನಾದ. ಇದನ್ನು ಖಂಡಿತ ಅವನು ನಿರೀಕ್ಷಿಸಲಾರ.

"ಏಕೆ ಡ್ಯಾಡ್.... ಅಕಸ್ಮಾತ್ ಇಂಚರಾ ನನ್ನ ಪ್ರೀತಿಸದಿದ್ದರೆ, ಅವಳಿಗೆ ಬಿಡುಗಡೆ ಕೊಟ್ಟು ನಾನು ಒಂಟಿಯಾಗಿ ಉಳೀತೀನಿ. ಇದಂತು ಸತ್ಯ. ಸಹಜವಾಗಿ ಅವ್ಳು ನನ್ನ ಪ್ರೀತಿಸಬೇಕೇ ವಿನಃ ಕಾಡಿ ಬೇಡಿ ಅವಳನ್ನು ಹಂಚಿಕೊಳ್ಳಲಾರೆ" ಕಡೆಯ ಮಾತಿಗೆ ಎಗರಿಬಿದ್ದರು ಸಚ್ಚಿದಾನಂದ ವರ್ಮ.

ಮಗ ಅವರ ಕಣ್ಮುಂದಿನಿಂದ ಹೋದ ಎಷ್ಟೋ ಸಮಯದವರೆಗೂ ಹಾಗೆಯೇ ಕೂತಿದ್ದರು. ಮತ್ತೊಮ್ಮೆ ಫೋಟೋ ನೋಡಿದರು. 'ಫ್ಲರ್ಟ್' ಮಾಡೋ ಹೆಣ್ಣಾಗಿ ಕಾಣಲಿಲ್ಲ. ಬಹುಶಃ ಇದುವರೆಗೂ ಅವಳು ಯಾರನ್ನಾದ್ರೂ ಪ್ರೀತಿಸಿದ್ದರೆ ಮಗ ಮೂರ್ಖನಾಗುತ್ತಾನೆಂದುಕೊಂಡರು.

ಇದೆಲ್ಲ ನಡೆದಿದ್ದು ಹರಿಹರನ್ ಭೇಟಿ ಮಾಡುವ ಮೊದಲು. ಅವರಿಗೂ ಇಂಚರ ಇಷ್ಟವಾಗಿದ್ದು ಅತಿಶಯವಲ್ಲ. ಪಪ, ನೇರವಾಗಿಯೇ ಆ ಹುಡುಗಿ ಲಾಡ್ಜ್‌ನ ರೂಮಿಗೆ ಬಂದು ತೋಡಿಕೊಂಡಾಗ ಅವಳು ಪ್ರಭಂಜನ್ ನೋಡಿಯೇ ಇರಲಿಲ್ಲ! ಪ್ರಭಂಜನ್ ಹೃದಯದಲ್ಲಿ ಪ್ರೇಂ ಕುಸುಮ ಅರಳಿಸಿದ ಇಂಚರ ಅಮೂಲ್ಯವೆನಿಸಿದ್ದಳು.

ಬಂದ ಪತ್ರಗಳಿಂದ ಕಂಗೆಟ್ಟಿದ್ದರೂ ಒಮ್ಮೆ ಯಾಕೆ ಇಂಚರಾನ ಪ್ರಶ್ನಿಸಬಾರದೆಂದುಕೊಂಡಿದ್ದು ಮಾತ್ರ ಮೂರ್ಖತನವೆನಿಸಿತು. ಇನ್ನೊಮ್ಮೆ ಮಗನ ಬಳಿ ಪ್ರಸ್ತಾಪಿಸುವ ಪ್ರಯತ್ನ ಮಾಡಿದರಷ್ಟೇ.

ಎರಡು ಪತ್ರಗಳನ್ನು ಮಗನ ಮುಂದ ಹಾಕಿ "ಮತ್ತೊಮ್ಮೆ ಓದು, ಯೋಚ್ಸು. ಈಗ್ಲೂ ಕಾಲ ಮೀಚಿದ್ದೇನಿಲ್ಲ. ಇದ್ದ ಒಬ್ಬ ಮಗ ಮಾತ್ರ ಸಫರ್ ಆಗೋದು ನಂಗಿಷ್ಟವಿಲ್ಲ. ಇಂಚರಾಗಿಂತ ಚೆಲುವೆಯನ್ನು ನಿಂಗಾಗಿ ತರಬಲ್ಲೆ" ಎಂದರು.

ತಂದೆಯ ಮಾತುಗಳಿಗೆ ಏನೂ ಹೇಳಲು ಇಚ್ಛಿಸಲಿಲ್ಲ.

"ಅಬ್ಬಬ್ಬ... ಏನಯ್ಯ ಆ ಸೃಷ್ಟಿಕರ್ತನ ಕೈವಾಡ. ಎಷ್ಟೋ ಆಕರ್ಷಕವಾದ ಫೋಟೋಗಳು, ಹುಡುಗಿಯರು ಮಾಡದ ಮೋಡಿಯನ್ನು ಆ ಮೂರು ಇಂಚರಾನ ಫೋಟೋ ಮಾಡಿತೆಂದರೆ, ಅದು ಸೃಷ್ಟಿಕರ್ತನ ಚಮತ್ಕಾರವೇ. ವಾರೇ, ಮೇರೆ.... ಯಾರ್" ದೇವರ ಬಗ್ಗೆ ಹೆಗ್ಗಳಿಕೆಯಿಂದ ಉದ್ಗರಿಸಿದರು.

ಅಂದಿನ ರಾತ್ರಿ ಎರಡು ಮೂರು ಸಲ ಫೋನ್ ಬಂದು ಕಟ್ಟಾಯಿತು. ಬಹುಶಃ ಇವರನ್ನು ವಿಚಲಿತರನ್ನಾಗಿ ಮಾಡಲು ಸಾಧ್ಯವಿಲ್ಲವೆಂದು ನಿರಾಶೆಗೊಂಡನೇನೋ ಅಜ್ಞಾತ ವ್ಯಕ್ತಿ.

* * *

ಕುಮುದಳ ಮದುವೆಯಷ್ಟೇ ಸಂಭ್ರಮ, ಸಂತೋಷದಿಂದ ಮದುವೆ ಮಾಡಲು ಹರಿಹರನ್ ನಿಶ್ಚಯಿಸಿದ್ದರು. ಕುಸುಮಳ ಭಾರ ತಲೆಯ ಮೇಲಿದ್ದರೂ ಇಂಚರಾಗೆ ಅನ್ಯಾಯ ಮಾಡಲು ಇಚ್ಛೆಸಿರಲಿಲ್ಲ. ರಕ್ತ ಹಂಚಿಕೊಂಡು ಹುಟ್ಟಿದ ಇವರಿಬ್ಬರಿಗಿಂತ ಅವಳೆಂದರೆ ಆಪ್ಯಾಯಮಾನವೇ.

ಧಾರೆಯ ದಿನ ತೀರಾ ಸಪ್ಪಗಾಗಿದ್ದರು ಗಿರಿಜ. ಒಂದು ರೀತಿಯ ಗಿಡ್ಡಿನೆಸ್. ಈಗಾಗಲೇ ವಾರದಿಂದ ನಿದ್ದೆಯ ಮಾತ್ರೆ ನುಂಗುವುದನ್ನು ನಿಲ್ಲಿಸಿದ್ದರು. ಶಕ್ತಿ ಮೀರಿ ಸಡಗರದಿಂದ ಓಡಾಡುತ್ತಿದ್ದ ಆಕೆ ಹಿಂದಿನ ದಿನ ಫ್ಯಾಮಿಲಿ ಡಾಕ್ಟರ್ ಹತ್ರ ಹೋಗಿ ಚೆಕಪ್ ಮಾಡಿಸಿಕೊಂಡು ಬಂದಿದ್ದರು. ಆಗ ಇಂಚರ ಹಟ ಹಿಡಿದು ಅವರ ಜೊತೆ ಹೋಗಿದ್ದಳು.

"ತುಂಬಾ ಒತ್ತಡ ಮಾಡ್ಕೋಬೇಡಿ, ಎಲ್ಲಕ್ಕೂ ಇದೇ ಮೂಲ" ಡಾಕ್ಟರ್ ಎಚ್ಚರಿಸಿ ಕಳಿಸಿದ್ದರು. ಆದರೂ ಮಣೆಯ ಮೇಲೆ ಕಡಲು ಸಾಧ್ಯವಾಗುತ್ತಿರಲಿಲ್ಲ. ಯಾವ ಶಕ್ತಿ ಅವರ ಚಟುವಟಿಕೆಗಳನ್ನು ಮಾಡಲು ಪ್ರೋತ್ಸಾಹಿಸುತ್ತಿತ್ತೋ?

ಧಾರೆಯ ಸಮಯದಲ್ಲಿ ಅಶ್ವಿನಿಯಿಂದ ಒಂದು ಲೋಟ ನೀರು ತರಿಸಿಕೊಂಡು ಕುಡಿದರು. ದಾಮೋದರ್‌ಗಿಂತ ಅವನೇ ಹೆಚ್ಚಿಗೆ ಓಡಾಡುತ್ತಿದ್ದ.

ಮಾಂಗಲ್ಯಧಾರಣೆ ಸಮಯದಲ್ಲಿ ಕುಸಿದು ಬಿದ್ದರು. ಮೊದಲ ಗಂಟು ಪ್ರಭಂಜನ್ ಹಾಕಿ ಮುಗಿಸಿದ್ದ. ಇಲ್ಲದಿದ್ದರೆ ಇಂಚರ ಬದುಕು ಬೇರೊಂದು ತಿರುವಿನತ್ತ ಹೊರಳುತ್ತಿತ್ತು. ಮದುವೆ ನಿಲ್ಲುತ್ತಿತ್ತು! ಮುಂದೊಂದು ದಿನ ಮದುವೆ ನಡೆಯುವ ಭರವಸೆಯೇನು ಇರಲಿಲ್ಲ.

ಸಚ್ಚಿದಾನಂದ ವರ್ಮ ತಾವೇ ಮುಂದಾಗಿ ಕಾರಿನಲ್ಲಿ ನರ್ಸಿಂಗ್ ಹೋಂಗೆ ಸೇರಿಸಿದರು. ಆ ವೇಳೆಗಾಗಲೇ ಕೋಮ ಹಂತ ತಲುಪಿದ್ದವರು ಒಂದೆರಡು ಗಂಟೆಗಳಲ್ಲಿ ಕೊನೆಯುಸಿರೆಳೆದರು.

ಮದುವೆ ಮಂಟಪಕ್ಕೆ ಸುದ್ದಿ ಬರದಂಗೆ ಬಂದ ನೆಟರಿಷ್ಟರನ್ನು ಆಶ್ಚರ್ಯಕರ ರೀತಿಯಲ್ಲಿ ಸಮಾಳಿಸುವ ಹೊಣೆ ಹರಿಹರನ್ ಮತ್ತು ಕುಮುದ, ಕುಸುಮ ಮೇಲೆ ಬಿತ್ತು. ಸಚ್ಚಿದಾನಂದ ವರ್ಮ, ಅಶ್ವಿನಿಯೇ ನರ್ಸಿಂಗ್ ಹೋಂನಲ್ಲಿ ಹತ್ತಿರವಿದ್ದು ಗಿರಿಜಾನ ಬೀಳ್ಕೊಟ್ಟಿದ್ದು. ಇದು ಯಾವ ಜನ್ಮದ ಸಂಬಂಧ... ಅನುಬಂಧ? ಅಶ್ವಿನಿಯಂತೂ ಗೋಡೆಯ ಕಡೆ ಮುಖ ತಿರುಗಿಸಿಕೊಂಡು ಗಳಗಳ ಅತ್ತ. ನೋ ಕುದಿತ! ಅರ್ಥವಾಗದ ಆಂದೋಲನ.

ಅಮ್ಮ ಕುಸಿದಾಗಲೇ ನಿರ್ಜೀವವಾಗಿದ್ದ ಇಂಚರ ವಿಷಯ ಮುಟ್ಟಿದಾಗ ಪೂರ್ತಿ ನಿಸ್ತೇಜಳಾದಳು. ಇದು ನಿಜವಾ? ತಾನೇ ನಿಂತು ಗೌರಿ ಪೂಜೆ ಮಾಡಿಸಿದ ಗಿರಿಜ ದೃಷ್ಟಿ ತಗೆದಿದ್ದರು. ಕಣ್ತುಂಬಿ ಬೈತಲೆಗೆ ಚುಂಬಿಸಿ ಅಪ್ಪಿ ಕಣ್ಣೀರು ಸುರಿಸಿದ್ದರು. ಅಂಥ ಅಮ್ಮನನ್ನು ಈಗ ನಿಮಿಷ... ಗಂಟೆಗಳ ಅಂತರದಲ್ಲಿ ಇಲ್ಲವಾಗಿ ಬಿಡುವುದೆಂದರೆ ಹೇಗೆ? ಇದೆಂತಹ ಕೌತುಕ? ಜಗತ್ತಿನಲ್ಲಿ ಇದಕ್ಕಿಂತ ವಿಸ್ಮಯ, ಆಶ್ಚರ್ಯಕರವಾದ ಘಟನೆಯುಂಟಾ?

ನಿರ್ಜೀವವಾಗಿದ್ದ ತಾಯಿಯ ಶರೀರದ ಮೇಲೆ ಕುಮುದ, ಕುಸುಮ ಬಿದ್ದು ಹೊರಳಾಡಿದರೆ, ಮೌನವಾಗಿ ನಿಂತಳು ಇಂಚರ. ಇದು... ಹೇಗೆ? ನಿಜವಾ? ಅವಳಿಗೆ ಇನ್ನು ನಂಬಲು ಸಾಧ್ಯವಾಗುತ್ತಿಲ್ಲ.

ಹರಿಹರನ್ ಅವಳ ಪಕ್ಕ ಸರಿದು ಭುಜದ ಮೇಲೆ ಕೈಯಿಟ್ಟರು. "ಅಪ್ಪ, ಇದ್ನ ನೀವು ಸುಳ್ಳೂಂತ ಹೇಳಿ? ಹೇಗೆ... ಸಾಧ್ಯ? ಅಮ್ಮ ಇಟ್ಟ ದೃಷ್ಟಿಯ ಬೊಟ್ಟು ಇನ್ನು ಕೆನ್ನೆಯ ಮೇಲಿದೆ. ಅಂಥದರಲ್ಲಿ...." ಅವರು ಮಗಳನ್ನು ಅಪ್ಪಿಕೊಂಡು ಕಣ್ಣೀರು ಸುರಿಸಿದರು.

"ಆತುರದ ಮದ್ವೆ ಬೇಡವಾಗಿತ್ತು" ಗಿರಿಯಪ್ಪ ಗೊಣಗಿದ.

"ಇದು ಶುಭವಲ್ಲ ಬಿಡಿ ಇನ್ನೇನು ಕಾದಿದೆಯೋ? ಎಲ್ಲೋ ಪುಣ್ಯಾತ್ಮ ನಷ್ಟ ಜಾತ್ಕದವನು. ಅಮ್ನ ತಿಂದ್ಕೊಂಡಿದ್ದ. ಈಗ ಅತ್ತೇನೂ ಸ್ವಾಹ ಮಾಡ್ದ". ಇದು ಸಚ್ಚಿದಾನಂದ ವರ್ಮ ಕಿವಿಗೆ ಬಿದ್ದಾಗ, ದೂರದಲ್ಲಿದ್ದವರು ಹತ್ತಿರಕ್ಕೆ ಬಂದು "ತಾಯಿ, ಏನೇನೋ ಮಾತಾಡ್ಬೇಡಿ, ತಾವು ಮದ್ವೆ ಊಟಕ್ಕೆ ಬದ ಜನ ಅಲ್ವಾ?

ಹೇಗೂ ಊಟ ಮುಗ್ಸಿದ್ದೀರಾ, ಉಡುಗೊರೆ ಆಮೇಲೆ ಪಡಿಬಹ್ದು. ದಯವಿಟ್ಟು... ಹೋಗ್ಬನ್ನಿ" ಎಂದರು ತೀಕ್ಷ್ಣವಾಗಿ. ಕಂಬನಿ ಹರಡಿಕೊಂಡ ಅವರ ಕಣ್ಣುಗಳಲ್ಲಿ ಬೆಂಕಿಯ ವರ್ಷವೇ ಇತ್ತು. ಈ ಆಘಾತದಿಂದ ತತ್ತರಿಸುತ್ತಿದ್ದ ಕುಟುಂಬದಲ್ಲಿ ವಿಷ ಬೀಜ ಬಿತ್ತಲು ಹೊರಟ ಆಕೆ ಶತ್ರುವಿನಂತೆ ಕಂಡಳು.

ದಮಯಂತಿ ಸಾಮಾನ್ಯಕ್ಕೆ ಹೊರಟಳೇ? ಎಲ್ಲಾ ಕೆಡಕಿನ ಬಗ್ಗೆ ಯೋಚಿಸುವ ಮನುಷ್ಯತ್ವ ಉಳ್ಳ ಹೆಂಗಸು.

ಅಂತು ಎಲ್ಲಾ ಮುಗಿಯುವ ವೇಳೆಗೆ ಪೂರ್ತಿ ಕತ್ತಲು ಹರಡಿ ಬೆಳದಿಂಗಳಲ್ಲಿ ಮಿಂದಂತೆ ಸಂಭ್ರಮಿಸುತ್ತಿದ್ದ ಮನೆಯಲ್ಲಿ ಕಾಲ ತನ್ನ ಛಾಪು ಒತ್ತಿ ಹೋಗಿದ್ದ. ಅತ್ತು ಅತ್ತು ಸೊರಗಿದ ಮುಖಗಳು. ಎಲ್ಲಾ ಇನ್ನು ನಂಬಲಸಾಧ್ಯವಾದ ಸ್ಥಿತಿಯಲ್ಲೇ ಇದ್ದರು.

ಪ್ರಭಂಜನ್ ರೂಮಿನ ಬಳಿಗೆ ಹೋದಾಗ ಕುಮುದ, ಕುಸುಮ ಹೊರಗೆ ಬಂದರು. "ಇಂಚರ" ಎಂದ. ಹರ್ಷದ ಹನಿಯಲ್ಲಿ ಮುಳುಗಿಸಿ ಕರೆಯಬೇಕಾದ ಹೆಸರನ್ನು ವೇದನೆಯ ಹೊಳೆಯಲ್ಲಿ ತೇಲಿಸಿದ್ದ. ಎರಡು ಕೈಯಲ್ಲಿ ಮುಖ ಮುಚ್ಚಿಕೊಂಡಳು. ಬಿಕ್ಕಳಿಕೆ ಹಂತಹಂತವಾಗಿ ಏರಿತು. ಆದರೆ ಅವಿವೇಕಿಯಲ್ಲ, "ಸಾರಿ" ಅಷ್ಟೇ ಅಂದಿದ್ದು ಅಲ್ಲಿ ನಿಲ್ಲಲಾಗಲಿಲ್ಲ. ಜೊತೆಯಲ್ಲಿ ಅವಳನ್ನು ಕರೆದೊಯ್ದು ಸಂತೈಸುವ ತವಕ. ಅದಕ್ಕೆ ತಂದೆಯ ಒಪ್ಪಿಗೆ ಸಿಗಬಹುದೆಂಬ ನಂಬಿಕೆ ಇರಲಿಲ್ಲ.

ಸಚ್ಚಿದಾನಂದ ವರ್ಮ, ಪ್ರಭಂಜನ್ ಹೊರಟರು. ಗಿರಿಜಳ ಕ್ರಿಯೆ ಕರ್ಮಗಳಲ್ಲಿ ಭಾಗವಹಿಸಿದರು. ಹೆಚ್ಚಿನ ಓಡಾಟವಿದ್ದುದು ಅಶ್ವಿನಿಕುಮಾರ್‌ದೇ, ದುಃಖದ ಚಾದರವನ್ನು ಸರಿದ ದಿನಗಳು ಒಂದಿಷ್ಟು ಸರಿಸಿದ್ದರೂ ಗೃಹಿಣಿ ಗಿರಿಜ ಇನ್ನು ತಮ್ಮೊಡನೆ ಇದ್ದಾರೆನ್ನುವ ಭ್ರಮೆಯಲ್ಲಿ ಇದ್ದರು. ಆಗಲೇ ಗಿರಿಜ ಸತ್ತು ಒಂದು ತಿಂಗಳು ಸರಿದುಹೋಗಿತ್ತು. ಕುಸುಮ ಎಂದಿನಂತೆ ಕಾಲೇಜಿಗೆ ಹೋಗುತ್ತಿದ್ದರೂ ಇಂಚರ ಕಾಲೇಜಿಗೆ ಹೋಗುವುದನ್ನು ನಿಲ್ಲಿಸಿದ್ದಳು.

ಬಂದ ದಾಮೋದರ್ ತಂಗಿಯ ಮದುವೆ ಕೆಲವೇ ದಿನ ಇರುವುದರಿಂದ ಹೆಂಡತಿಯನ್ನು ಕರೆದೊಯ್ಯುವ ಒಲವನ್ನು ತೋರಿಸಿದ.

"ಕುಮುದಾನ ಕರ್ಕೊಂಡ್ಹೋಗ್ತೀನಿ" ಎಂದ ಅಳಿಯ.

"ಆಯ್ತು ಅಳಿಯಂದಿರೇ... ನಾವು ಈಗ ನಿಮ್ಮನ್ನು ಇರ್‍ಸಿಕೊಳ್ಳೋ ಸ್ಥಿತಿಯಲ್ಲಿಲ್ಲ. ಇಲ್ಲಿದ್ದರೆ ಕುಮುದ ಗಿರಿಜಾಳ ಸಾವಿನಿಂದ ಚೇತರ್‍ಸಿಕೊಳ್ಳೋದು ಕಷ್ಟ. ಕರ್ಕೊಂಡ್ಹೋಗಿ" ಎಂದರು. ಈಗ ಯಾರು ಇಲ್ಲದ ಒಂಟಿತನ ಅವರಿಗೆ ಬೇಕೆನಿಸುತ್ತಿತ್ತು.

ಕುಮುದಾ ಹೊರಡುವ ಮುನ್ನ ತಂದೆಯ ರೂಮಿಗೆ ಅಳುತ್ತ ಬಂದಾಗ ಎದೆಗೊರಗಿಸಿಕೊಂಡು ಸಮಾಧಾನ ಮಾಡಿ "ಇನ್ನ ಅಳೋದ್ರಿಂದ ಪ್ರಯೋಜನವೇನು? ಗಿರಿಜ ನಮ್ಮನ್ನೆಲ್ಲ ಬಿಟ್ಟು ಇಷ್ಟು ಬೇಗ ಹೋಗ್ಬಾರ್ದಿತ್ತು. ನಂಗೆ

ಬೇಸರವಾದಾಗ, ಕೋಪ ಬಂದಾಗ ಸಾವು ಸುದ್ದಿ ಹೇಳಿ ಹೆದರಿಸುತ್ತಿದ್ದೆ. ಎಂದೂ ಆ ಸುದ್ದಿ ಎತ್ತದ ಅವ್ಳು ಎಷ್ಟು ಬೇಗ ಕರಗಿಹೋದಳು" ಎಂದರು. ನಿಧಾನವಾಗಿ ಬಹುಶಃ ಈಗಲಾದರೂ ಅವರಿಗೆ ತಮ್ಮ ತಪ್ಪಿನ ಅರಿವಾಗಿತ್ತು. ಮತ್ತೆ ಒಂದು ಮಾತು ಹೇಳಿದರು. "ನಿಮ್ಮಮ್ಮನ ಒಡ್ವೆಯೆಲ್ಲಾ ಹೊರ್ಗಡೇನೇ ಇದೆ. ಅದೆಲ್ಲಾ ಮೂವರಿಗೂ ಸೇರಬೇಕಾದ್ದು. ಹಿರಿಯಳು ಹೇಗೆ ಹಂಚುತ್ತೀಯೋ ನೋಡು".

ಗಂಡನ ಪ್ರೇಮದ ಭ್ರಮೆಯಲ್ಲಿ ತನ್ನ ವ್ಯಕ್ತಿತ್ವ ಕಳೆದುಕೊಂಡ ಕುಮುದ ಇದನ್ನ ಅವನಿಗೆ ಮುಟ್ಟಿಸಿ ಇಷ್ಟವಿಲ್ಲದಿದ್ದರೂ ಅವನ ಸಲಹೆಯಂತೆ ನಡೆದುಕೊಳ್ಳಬೇಕಾಯಿತು.

"ಅಪ್ಪ ಹೇಳಿದರು, ಈ ಬಳೆ, ಸರಾನ ನಾನು ತಗೊಂಡಿದ್ದೀನಿ" ಕುಸುಮ, ಇಂಚರ ಮುಂದಿಡಿದಳು. ಸಜಲನಯನವಾಗಿ ಇಂಚರ ನೋಡಿ "ತಗೋಕ್ಕ, ಅಮ್ಮ ಇಲ್ಲವಾದ ಮೇಲೆ ಇವಕ್ಕೆಲ್ಲ ಏನು ಬೆಲೆ. ನೀನು ಇದ್ದಿದ್ದರೆ ಚೆನ್ನಿತ್ತು" ತಬ್ಬಿಕೊಂಡು ಬಿಕ್ಕಿದಳು. ಹೊರಗಿದ್ದ ದಾಮೋದರ್ ಒಳ ಬಂದು "ನೀವಿಬ್ರೂ ಕೂಡ ನಾಲ್ಕು ದಿನ ಬರಬಹುದಿತ್ತು".

ಮುಖವೆತ್ತಿದ ಕುಸುಮ "ನಂಗೆ ಕಾಲೇಜಿದೆ. ನಾಳೆಯಿಂದ ಅಪ್ಪ ಬ್ಯಾಂಕ್‌ಗೆ ಹೋಗ್ತಾರೆ. ಬಹುಶಃ ಪ್ರಭಂಜನ್ ಬಂದು ಇಂಚರಾನ ಕರೆದೊಯ್ದರೆ ನಿಧಾನವಾಗಿ ನಮ್ಮ ನಮ್ಮ ಬದ್ಕುಗಳಿಗೆ ನಾವು ಹೊಂದ್ಕೋತೀವಿ" ಎರಡು ಕೈಗಳನ್ನು ಜೋಡಿಸಿದಳು.

ಹೊರಟ ಅವ್ರುಗಳನ್ನು ಎಲ್ಲರೂ ಬೀಳ್ಕೊಟ್ಟರು.

"ಅಮ್ಮನ ಮೇಲೆ ಮಹಾನ್ ಪ್ರೇಮ. ತಾಳಿ ಕುತ್ತಿಗೆಗೆ ಬಿದ್ದ ಕೂಡಲೇ ಎಷ್ಟೊಂದು ಬದಲಾದ್ಲು. ಬೇಡ ಅಂದ ಒಡ್ವೆಗಳನ್ನ ಕೂಡ ದೋಚಿಕೊಂಡು ಹೋಗಿ ಅಮ್ಮನಿಗೆ ಒಂದಿಷ್ಟು ನೆಮ್ಮದಿ ಇಲ್ದಂಗೆ ಮಾಡಿದ್ಲು" ಹಲ್ಕುಡಿ ಕಚ್ಚಿ ದುಃಖವನ್ನು ನುಂಗುತ್ತಾ ನುಡಿದಳು ಕುಸುಮ.

ಇದನ್ನು ಅಲ್ಲಗೆಳೆಯಲು ಇಂಚರಾಳಿಂದ ಆಗಲಿಲ್ಲ. ಅದು ಸ್ಫಟಿಕದಷ್ಟು ಸತ್ಯ. ಮಗಳು ಚಿನ್ನ ಒಯ್ದ ಮೇಲೆ ಪೂರ್ತಿ ಸಪ್ಪಗಾಗಿದ್ದರು. ಒಳಮುಖವಾಗಿ ಕಡೆಯವರೆಗೂ ಚೇತರಿಸಿಕೊಳ್ಳಲೇ ಇಲ್ಲ.

"ನೆಸಸಿಟಿ ಈಸ್ ದ ಬೆಸ್ಟ್ ಅಡ್ವೈಸರ್. ಕುಮುದಕ್ಕ ತುಂಬ ಒಳ್ಳೆಯವ್ಳು ಅವಳ ಅಗತ್ಯವೇ ಹಾಗಿತ್ತು ಬಿಡು" ಅಂದವಳು ತಕ್ಷಣ "ಅಮ್ಮ ತುಂಬ ನಿದ್ದೆ ಮಾತ್ರೆ ತಗೊಂಡಿದ್ರೂಂತ ಡಾಕ್ಟ್ರು ಹೇಳಿದ್ದರಲ್ಲ. ಅದು ನಿಜಾಂತ ನಂಬಬಹುದಾ? ಯಾವಾಗ ತಗೊಂಡರು? ಯಾಕೆ ತಗೊಂಡರು? ಈ ಮಧ್ವೆ ಬೇಗ ನಡಿಲೀಂತ ಆಸೆಪಟ್ಟವರು ಕೂಡ ಅವರೇ" ಸಂದೇಹ ವ್ಯಕ್ತಪಡಿಸಿದಳು.

ಕುಸುಮ ಮುಖ ವಿವರ್ಣವಾಯಿತು. ನಿದ್ದೆ ಬರದೇ ನರಳಬೇಕಾದ ಸಂದರ್ಭಗಳಲ್ಲಿ ಒಂದೋ, ಎರಡೋ ಮಾತ್ರೆಗಳನ್ನು ಡಾಕ್ಟರ್ ಸಲಹೆಯ ಮೇರೆಗೆ ತೆಗೆದುಕೊಳ್ಳುತ್ತಿದ್ದರು. ವಾರದ ಹಿಂದೇನೆ 'ಸಧ್ಯಕ್ಕೆ ನಿದ್ರೆ ಮಾತ್ರೆ ಬೇಡ' ಅಂದಿದ್ದರು.

ಅಂಥದರಲ್ಲಿ ಓವರ್ ಡೋಸ್ ನಿದ್ದೆ ಮಾತ್ರೆಗಳನ್ನು ನುಂಗಿ ಸಾವನ್ನಪ್ಪುವ ಕಾರಣವೇನು? ಸತ್ಯ ನುಡಿಯಲು ಆಕೆಯೇ ಇಲ್ಲ.

ಬಹಳ ಹೊತ್ತು ಅಕ್ಕ, ತಂಗಿಯರು ಚರ್ಚಿಸಿದ ನಂತರ ಈ ವಿಷಯವನ್ನು ತಂದೆಯ ಮುಂದಿಟ್ಟರು.

"ನಂಗೂ ನಂಬೋಕೆ ಆಗ್ತಾ ಇಲ್ಲ" ಕಂಗೆಟ್ಟರು.

ಕುಸುಮ ಮೌನವಾಗಿ ಎದ್ದು ಹೋದಳು. ತಂದೆಯ ಬಳಿ ಅವಳ ಮಾತುಕತೆ ಯಾವಾಗಲೂ ಲಿಮಿಟ್‌ನಲ್ಲಿರುತ್ತಿತ್ತು. ಒಂದು ರೀತಿಯ ಅಂತರ ಮೈನ್ ಟೈನ್ ಆದಂಗಿತ್ತು.

"ಮತ್ತೇನೋ ಆಗಿದೇಂತ ಅನ್ನಿಸುತ್ತೆ. ಅಮ್ಮ ಯಾಕೆ ನಿದ್ದೆ ಮಾತ್ರೆ ತೆಗೆದು ಕೊಂಡರು? ನೀವೇನಾದ್ರೂ ಬಲವಂತದಿಂದ ಅಮ್ಮನ್ನ ಈ ವಿವಾಹಕ್ಕೆ ಒಪ್ಪಿಸಿದ್ರಾ? ನಂಗಿಂತ ಹಿರಿಯ ಕುಸುಮಕ್ಕ ಇದ್ದು ಕೂಡ ನನ್ನ ವಿವಾಹ ಬೇಸರ ತರಿಸಿರಬಹ್ದು".

ಮಗಳ ಮಾತಿಗೆ ತಲೆ ಕೊಡವಿದರು.

"ನಿಮ್ಮಮ್ಮಾನೇ ಸಂಬಂಧ ಬಂದ ಕೂಡಲೇ ಬಲವಂತ ಹೇರಿದ್ದು. ಬಿ.ಪಿ. ಅನ್ನೋದೊಂದು ದೊಡ್ಡ ಖಾಯಿಲೆ ಅಲ್ಲ. ಈ ಮನೆಯಲ್ಲಿ ಟೆನ್‌ಷನ್ ಏನಿತ್ತು? ಎಲ್ಲಾ ಜವಾಬ್ದಾರಿಗಳನ್ನು ನಾನು ಹೊತ್ಕೊಂಡು ಅವ್ಳ ನೋಡ್ಕಂಡ್ ಇದ್ದೆ" ಅವರ ಮಾತಿನಲ್ಲಿ 'ಅಹಂ' ಇತ್ತು. ಎಷ್ಟೋ ಏನೋ ಬಹಳಷ್ಟು ಗಂಡಸರು ಇದೇ ಅಭಿಪ್ರಾಯ ಹೊಂದಿರಬಹುದು.

"ಸಾರಿ. ಬೇಜಾರು ಮಾಡ್ಕೋಬೇಡಿ. ನಂಗೆ ಅನುಭವವಿಲ್ಲ. ವಯಸ್ಸಿನಲ್ಲಿ ಚಿಕ್ಕವಳು. ಆದ್ರೂ ಹೇಳಬೇಕೂಂತ ಅನ್ನಿಸಿದೆ. ಸಂಸಾರದ ಭಾರ ಅಮ್ಮನ ಮೇಲೆ ಹೆಚ್ಚಾಗಿತ್ತು. ಸದಾ ನಿಮ್ಮ ಬಗ್ಗೆ ಬಡಬಡಿಸೋ ನಿಮ್ಗೆ ಅಮ್ಮನ ಬಗ್ಗೆ ಯೋಚ್ಸಬೇಕೂಂತ ಇರಲೇ ಇಲ್ಲ!" ಅಂದ ಕೂಡಲೇ ಬೆಚ್ಚಿಬಿದ್ದರು. ತಲೆ 'ಧಿಂ' ಎಂದಿತು. ಬಹುಶಃ ಇಂಥ ಆರೋಪ ಗಿರಿಜ ಮಾಡಲು ಸಾಧ್ಯವೇ ಇರಲಿಲ್ಲ. ಆಕೆಯನ್ನು ಒಂದು ಮಿತಿಯಲ್ಲಿ 'ಫಿಕ್ಸ್' ಮಾಡಿಟ್ಟಿದ್ದರು. ಹಾಗೆಂದು ಎಂದೂ ಅನ್ನಿಸಿರಲೇ ಇಲ್ಲ. "ಇಂಚರ...." ಕೂಗಿದರು ಉದ್ವೇಗದಿಂದ.

"ದಯವಿಟ್ಟು ನಂಗೆ ಹಾಗೆ ಅನ್ನಿಸ್ತು. ತಪ್ಪಾಗಿದ್ದರೆ ಕ್ಷಮ್ಸಿ. 'ನಿಮ್ಮಪ್ಪನ ಹತ್ರ ಫೈಟ್ ಮಾಡಿದರೆ ನಂಗೆಂದೂ ನ್ಯಾಯ ಸಿಗೋಲ್ಲ. ವಿಷ್ಯ ಸಣ್ಣದಾಗ್ಲಿ ಪುಟ್ಟದಾಗ್ಲಿ' ಎಂದು ಅಮ್ಮ ನನ್ನತ್ರ ಹೇಳಿದ್ದರು ಒಮ್ಮೆ ಕೂತು.... ಯೋಚ್ಸಿ" ಹೊರಗಡೆ ನಡೆದಳು.

ಹರಿಹರನ್ ಮಸ್ತಿಷ್ಕದಿಂದ ಒಂದು ಭ್ರಮೆಯ ಪೊರೆ ಹರಿದು ಹೋದಂತಾಯಿತು. 'ಯಾಕೆ ಹೀಗೆ ಹೇಳಿದಳು ಗಿರಿಜ?' ಮೂರ್ಖತನದಿಂದ ಕಿಡಿಕಿಡಿಯಾದರು. ಬಹುಶಃ ಹೆಂಡತಿ ಬದುಕಿದ್ದರೆ ದೊಡ್ಡ ರಾದ್ಧಾಂತ ವಾಗುತ್ತಿತ್ತೇನೋ!

ಆಮೇಲೆ ತೀರಾ ಮೌನಿಯಾದರು.

ಪ್ರಭಂಜನ್ ದಿನಕ್ಕೆ ಒಂದೆರಡು ಸಲವಾದರೂ ಫೋನ್ ಮಾಡಿ ಇಂಚರಾನ ಮಾತಾಡಿಸುತ್ತಿದ್ದ. ಬಹುಶಃ ತಾಯಿಯ ಸಾವಿನ ದುಃಖದಿಂದ ಇನ್ನೂ ಹೊರಬಂದಿಲ್ಲವೆನಿಸುತ್ತಿತ್ತು.

ಅಂದು ಬ್ಯಾಂಕ್‌ಗೆ ಹೋಗಿ ಮನೆಗೆ ಬಂದ ಹರಿಹರನ್ "ನಾಳೆ ದಿನ ಚೆನ್ನಾಗಿದೆಯಂತೆ ನಿನ್ನ ಕರ್ಕೊಂಡ್ಬರ್ತೀನೀಂತ ಬೀಗರಿಗೆ ಹೇಳಿದ್ದೀನಿ" ಎಂದರು ಸೀರಿಯಸ್ಸಾಗಿ.

ಇಂಚರ ಬಾಯಿಂದ ಮಾತೇ ಹೊರಬರಲಿಲ್ಲ.

"ನಿನ್ನ ಕುತ್ತಿಗೆಗೆ ಅರಿಶಿನ ದಾರ ಗಂಟುಬಿದ್ದ ಮೇಲೆ ಗಿರಿಜ ಕುಸಿದಿದ್ದು. ಸಂಪ್ರದಾಯಿಕವಾಗಿ ಮಾತ್ರವಲ್ಲ ಎಲ್ಲಾ ರೀತಿಯಲ್ಲೂ ವಿವಾಹ ನಡೆದಂತೆ ಲೆಕ್ಕ. ಸಡಗರ ಸಂಭ್ರಮ, ಸಂತೋಷಕೂಟ ಏರ್ಪಡಿಸಿ ನಿನ್ನ ಕಳಿಸಿಕೊಡೋ ಸ್ಥಿತಿಯಲ್ಲಿಲ್ಲದ ಮನೆ. ಅದ್ಕೇ ನಾನೇ ಕರ್ಕೊಂಡ್ಹೋಗಿ ಬಿಟ್ಬರ್ತೀನಿ" ಎಂದರು. ಅವರ ಸ್ವರ ಗಡುಸಾಗಿತ್ತೆನಿಸಿತು ಯಾಕೋ?

ಅಂತೂ ಇಂಚರ ಹೊರಡುವುದು ನಿಶ್ಚಯವಾಯಿತು. ಕುಸುಮ ತಬ್ಬಿಕೊಂಡು ಬಿಕ್ಕಿ ಬಿಕ್ಕಿ ಅತ್ತಳು. "ಅಮ್ಮ, ಒಂದು ಐದು ನಿಮಿಷಕ್ಕೆ ಮೊದ್ಲು ಕುಸಿದಿದ್ದರೆ, ಈ ಮದುವೆ ನಡೀತಾ ಇರಲಿಲ್ಲ. ಎಂಥ ವಿಪರ್ಯಾಸ ನೋಡು" ಎಂದವಳು "ಮಾನಸಿಕವಾಗಿ ನಿನ್ನ ಸಪೋರ್ಟ್ ಬೇಕಿತ್ತು. ಅಪ್ಪ, ನನ್ನ ಮದ್ವೆ ಮೊದ್ಲಿನಿಂದ ಅಂತರ ಬೆಳೆದಿದೆ. ನಿನ್ನಂಗೆ ಅವ್ರ ಬಳಿ ನಂಗೆ ಸ್ನೇಹವಿಲ್ಲ. ಹೇಗೆ... ಹೇಗೆ..." ಪೂರ್ತಿ ಕಂಗೆಟ್ಟಳು.

"ಸಧ್ಯಕ್ಕೆ ನಾನು ಇಲ್ಲೇ ಇರೋ ಹಂಗೆ ತಿಳಿಸಿದರೆ!" ಎಂದ ಇಂಚರಾಗೆ ಗಟ್ಟಿಯಾಗಿ ಹೇಳಿದ್ದು ಹರಿಹರನ್ "ಅಂಥ ಯೋಚನೆ ಮಾಡ್ಬೇಡ. ಅದ್ಕೇ ಅವ್ರುಗಳು ಒಪ್ಕೊಂಡರೂ... ನಾನು ಒಪ್ಪೋಲ್ಲ. ಅದು ಸರೀನೂ ಅಲ್ಲ" ಅವರ ದನಿಯಲ್ಲಿ ನಿರ್ಧಾರ ದೃಢವಾಗಿತ್ತು.

ಈಚೆಗೆ ಮಾತು ಕಮ್ಮಿ ಮಾಡಿದ್ದ ಹರಿಹರನ್ ಏನೋ ಒಂದು ತರಹ ಇದ್ದರು. ಇಂಚರ ಎಣ್ಣೆಯೊತ್ತಲು ಹೋದಾಗ ನಿರಾಕರಿಸುತ್ತಿದ್ದರು. "ಬೇಡ, ಈಗಾಗ್ಲೇ ಮದ್ವೆಯಾಗಿ ಹೊರಟು ನಿಂತಿರೋ ಹುಡ್ಗಿ" ತಾವೇ ಪೂಜೆಗೆ ಅಣಿ ಮಾಡಿಕೊಳ್ಳಲು ಹೋಗಿ ಸಾಕಷ್ಟು ತಪ್ಪು ಮಾಡುತ್ತಿದ್ದರು. ಎಲ್ಲಾ ತಪ್ಪುಗಳು ಹೆಂಡತಿಯ ಮೇಲೊರಸಲು, ಗೊಣಗಲು ಸಿಡುಕಲು ಆಕೆ ಇರಲಿಲ್ಲ. ಅಂತು ಅಷ್ಟೇ ಸಮಯ ಪೂಜೆ ನಡೆಯುತ್ತಿತ್ತು.

ಕುಸುಮ ಕಾಲೇಜಿಗೆ, ಹರಿಹರನ್ ಹೊರಗೆ ಹೋದ ಮೇಲೆ ಕಾಲಿಂಗ್ ಬೆಲ್ ಸದ್ದಾಯಿತು. ವಿಮನಸ್ಕಳಾಗಿ ಕೂತವಳು ಎದ್ದು ಹೋಗಿ ಬಾಗಿಲು ತೆಗೆದಾಗ ಅಶ್ವಿನಿಕುಮಾರ್ ನಿಂತಿದ್ದ. ಸಾಕಷ್ಟು ಸಲ ಸಾಂತ್ವನಿಸಲು ಬಂದಿದ್ದ. ಆ ಸಮಯದಲ್ಲಿ ಯಾರಾದರೂ ಇರುತ್ತಿದ್ದರು. ಇಂದೇ ಒಂಟಿಯಾಗಿ ಸಿಕ್ಕಿದ್ದು.

"ಹೇಗಿದ್ದೀ, ಇಂಚರ? ಕಾಲೇಜಿಗೆ ಹೋಗ್ತಾ ಇಲ್ವ?" ವಿಚಾರಿಸುತ್ತಲೇ

ಒಳಗಡಿಯಿಟ್ಟ. "ಫೈನ್..." ನಗಲು ಪ್ರಯತ್ನಿಸಿದಳು.

"ಅಮ್ಮ, ನಿಂಗೋಸ್ಕರ ತಿಂಡಿ ಕಳಿಸಿದ್ದಾರೆ" ಒಂದು ಡಬ್ಬಿ ತೆಗೆದು ಅವಳಿಗೆ ಕೊಟ್ಟಾಗ "ನಾನು ಅಪ್ಪನ ಜೊತೆ ಊಟ ಮಾಡ್ದೇ ಈಗ ಇದ್ನ ಯಾರು ತಿಂತಾರೆ?" ಎನ್ನುತ್ತ ಡಬ್ಬಿಯನ್ನು ಟೀಪಾಯಿ ಮೇಲಿಟ್ಟಳು.

"ಕಾಲೇಜಿಗೆ ಹೋಗ್ಲಿಲ್ವಾ?" ಸೋಪಾ ಮೇಲೆ ಕುಳಿತುಕೊಳ್ಳುತ್ತಾ... ಇಲ್ಲವೆನ್ನುವಂತೆ ತಲೆಯಾಡಿಸಿದಳು. ಗಿರಿಜ ಸತ್ತಾಗ ತಾನೇ ಮುಂದು ನಿಂತು ಏರ್ಪಾಟುಗಳನ್ನು ನೋಡಿಕೊಳ್ಳುವ ಜೊತೆಗೆ, ಇಡೀ ದುಃಖಿತರನ್ನು ಸಂತೈಸುವ ಮುಂಚೂಣಿಯಲ್ಲಿದ್ದವ. ಇದೆಲ್ಲದರ ಕೃತಜ್ಞತೆ ಅವಳಲ್ಲೂ ಇತ್ತು.

"ದುಃಖ, ನೋವು ಎಲ್ಲಾ ಸಹಜ. ಹಾಗೆಂದು ಮನೆಯಲ್ಲಿ ಕೂತರೆ ಹೇಗೆ? ಕುಸುಮ ಕಾಲೇಜಿಗೆ ಹೋಗ್ತಾ ಇಲ್ವಾ?" ಎನ್ನುತ್ತಲೇ ಎದ್ದು ಹೋಗಿ ನೀರು, ತಟ್ಟೆ, ಸ್ಪೂನ್ ಹಿಡಿದು ಬಂದವನು ಡಬ್ಬಿಯ ವಾಂಗೀಬಾತ್‌ನ ಅರ್ಧ ಬಗ್ಗಿಸಿ ಅವಳ ಮುಂದಿಡಿದ. "ಸ್ವಲ್ಪ ತಗೊಂಡು ತಿನ್ನು. ಅಮ್ಮ ಬಿಸಿಯಾಗಿ ಮಾಡಿಕೊಟ್ಟಿದ್ದಾಳೆ" ಅವಳ ಕಣ್ಣಿಂದ ಎರಡು ತೊಟ್ಟು ಕಂಬನಿಯ ಬಿಂದುಗಳು ಮುತ್ತುಗಳಂತೆ ಉದುರಿದವು. "ಬೇಡ, ಊಟ ಆಗಿದೆ. ಮತ್ತೆ ತಿನ್ನೋಕ್ಕಾಗೋಲ್ಲ" ಪಕ್ಕಕ್ಕೆ ತೆಗೆದಿಟ್ಟಳು. ಅಶ್ವಿನಿಯು ಅವಳ ಪಕ್ಕಾನೇ ಕೂತು ಭುಜದ ಮೇಲೆ ಕೈಯಿಟ್ಟ. ಹೆಚ್ಚಿಗೆ ಭಾವಿಸದಿದ್ದರೂ ಇಂತಹ ಸಹಾನುಭೂತಿ ಬೇಕಿರಲಿಲ್ಲ.

"ಈಗ್ಬಂದೆ" ಎಂದು ಎದ್ದು ಹೋಗಿ ಮುಖ ತೊಳೆದು ಬಂದವಳು ತಂದ ಕಾಫಿಯ ಕಪ್ ಅವನ ಮುಂದಿಟ್ಟು "ತಗೊಳ್ಳಿ, ನೀವೇನು ಬ್ಯಾಂಕ್‌ಗೆ ಹೋಗಲಿಲ್ಲವಾ?" ಕೇಳಿದ್ದು ಅರೆ ಮನಸ್ಸಿನಿಂದಲೇ.

"ಇಲ್ಲ, ಇವತ್ತು ನಿನ್ನ ಹೊರ್ಗಡೆ ಕರ್ಕೊಂಡ್ಹೋಗೋಣಾಂತ ಬಂದೆ. ಎಷ್ಟು ಕೆಂಗೆಟ್ಟು ಹೋಗಿದ್ದೀಯಾ? ಮುಖದಲ್ಲಿ ಮೊದಲಿನ ಕಳೆ ಇರಲಿಲ್ಲ. ಪ್ರಭಂಜನ್‌ನ ನಕ್ಷತ್ರ ಚೆನ್ನಾಗಿಲ್ಲವಂತೆ ಆದ್ದರಿಂದಲೇ ನಿಮ್ಮಮ್ಮನ ಸಾವು ನಡೆದದ್ದು. ನಡೆದಿದ್ದೆಲ್ಲಾ ಕೆಟ್ಟ ಕನಸ್ಸೆಂದು ಮರ್ತುಬಿಡು" ಹೇಳಿದ ಅಶ್ವಿನಿಕುಮಾರ್.

ಇಂಚರ ಕಣ್ಣುಗಳು ಕಿರಿದಾದವು. ಇಂಥ ಮಾತುಗಳನ್ನು ಕೆಲವರು ಕರ್ಮಗಳ ಸಂದರ್ಭದಲ್ಲಿ ಆಡಿದ್ದರು ಇನ್ನುವುದಕ್ಕಿಂತ ದಮಯಂತಿಯೇ ಆ ವಿಷಯಕ್ಕೆ ಹೆಚ್ಚು ಒತ್ತುಕೊಟ್ಟಿದ್ದು.

ಅವಳು ಮೌನವಹಿಸಿದಳು.

"ನೀನು ನಾನು ತಂದ ತಿಂಡಿ ತಿನ್ಲಿಲ್ಲ. ಕಡೆಗೆ ನನ್ನ ಎದುರಿಗೆ ಒಂದ್ಲೋಟ ನೀರು ಕುಡಿದರೆ, ನಾನು ಕಾಫಿ ಕುಡೀತೀನಿ" ಎಂದು ಸ್ವತಃ ನೀರಿನ ಲೋಟ ಅವಳ ಮುಂದಿಡಿದ. "ನೀರು ತಾನೇ, ಓಕೆ" ತಗೊಂಡಳು. ಅಷ್ಟಗಲ್ಲಿ ಕಾಲಿಂಗ್ ಬೆಲ್ ಸದ್ದಾಯಿತು. ಎದ್ದು ಹೋದಾಗ ಹಣೆಯುಜ್ಜಿದ ಅಶ್ವಿನಿಕುಮಾರ್. ಬಹುಶಃ ನೀರು ಕುಡಿದಿದ್ದರೆ ಇಡೀ ಬದುಕಿನ ಚಿತ್ರವೇ ಬದಲಾಗಿಬಿಡುತ್ತಿತ್ತೇನೋ?

ಗ್ಯಾಸ್ ತರುವ ಹುಡುಗ ಯಾರದೋ ಮನೆಯ ರಸೀದಿ ಹಿಡಿದು ವಿಳಾಸ

ವಿಚಾರಿಸಲು ಬಂದಿದ್ದ. ಬಹುಶಃ ಆ ಸಮಯಕ್ಕೆ ಅವನೇ ಆಪತ್ಬಾಂಧವ. ನಾಲ್ಕು ದಿನದ ಹಿಂದೆ ಎದುರು ಮನೆಯ ಔಟ್‌ಹೌಸ್‌ಗೆ ಬಂದಿದ್ದ ಜನ ಪರಿಚಯ ಮಾಡಿಕೊಂಡಿದ್ದರು.

"ಕಾನಸೆ, ಅಂತ. ಮಹಾರಾಷ್ಟ್ರದ ಕಡೆಯವರು" ಎಂದು ಮನೆ ತೋರಿಸುವ ವೇಳೆಗೆ ಆಕೆಯೇ ಹೊರ ಬಂದು "ಬರೋಬ್ಬರಿ ಥ್ಯಾಂಕ್ಸ್, ಒಂದಿಷ್ಟು ಚಿಲ್ಲರೆ ಕೊಡಬೇಕ್ರಿ" ಎಂದು ಆ ಹುಡುಗನನ್ನು ಕರೆದೊಯ್ದು ಮತ್ತೆ ಬರುವ ವೇಳೆಗೆ ಮೂವತ್ತು ರೂಪಾಯಿ ಚಿಲ್ಲರೆ ತರಲು ಒಳಬಂದ ಇಂಚರ "ಹೊಸ್ದಾಗಿ ಬಂದಿದ್ದಾರೆ. ಆಕೆ ತುಂಬಾ ಮಾತಿನವರು. ಸಿಕ್ಕರೆ ಕನಿಷ್ಟ ಹತ್ತು ನಿಮಿಷವಾದ್ರೂ... ಮಾತಾಡ್ತಾರೆ" ಅಂದಾಗ ಅಶ್ವಿನಿಕುಮಾರ್ ಮೇಲೆದ್ದವನು "ನಾನು ವೆಲ್ ವಿಷರ್ ಆಗಿ ನಿಂಗೊಂದು ಮಾತು ಹೇಳ್ತೀನಿ. ಆದ ಮದ್ವೇ, ಪ್ರಭಂಜನ್, ಎಲ್ಲಾ ಮರ್ತುಬಿಡು. ಇಲ್ಲಿ ನಿನ್ನ ಭವಿಷ್ಯ ಹಾಳಾಗುತ್ತೆ. ಮತ್ತೆ ಸಿಗ್ತೀನಿ" ಹೇಳಿ ಹೋದ. 'ಅಮ್ಮ ತುಂಬ ಮೆಚ್ಚಿಕೊಂಡಿದ್ದ ನಮ್ಮಗಳ ಬಗ್ಗೆ ಎಂಥ ಆತ್ಮೀಯತೆ' ಎಂದುಕೊಂಡಳು. ಆದರೆ ಸಾಧ್ಯವಾಗದ ವಿಷಯವೆಂದು ಇಂಚರಾಗೆ ಗೊತ್ತು.

ಚಿಲ್ಲರೆಗಾಗಿ ಬಂದ ಆಕೆ ಗ್ಯಾಸ್ ತಂದು ಹಾಕಿದ ಹುಡುಗನಿಗೆ ಹಣ ಕೊಟ್ಟು ಅಲ್ಲೇ ಕೂತು "ಒಂದೇ ಕೆಲ್ಸ! ರೊಟ್ಟಿ ಬಡಿಯೋಕ್ಕಿಂತ ಅನ್ನ ಮಾಡೋದೇ ಸುಲಭ ಕಣ್ರಿ. ಟೀ ಪುಡಿ ಇದ್ದರೆ ಒಂದಿಷ್ಟು ಟೀ ಕಾಸಿಕೊಡಿ. ಪುಡಿ ಮುಗಿದಿತ್ತು. ಯಜಮಾನ್ರಿಗೆ ಹೇಳೋದು ಮರ್ತೇ" ಸಂಕೋಚವಿಲ್ಲದೆ ಹೇಳಿದಳು.

ಟೀ ತರಲು ಒಳಗೆ ಹೋಗಿ ಹಿಂದಿರುಗೋ ವೇಳೆಗೆ "ಯಾಕೋ ಜಂಪು ಹತ್ತೋ ಹಂಗಿದೆ. ಈಗೇನು ಟೀ... ಬೇಡ್ರಿ" ಹೊರಟೇ ಬಿಟ್ಟಾಕೆಯನ್ನು ನೋಡಿದಳು. ಬಿಂಕು ಬಿಗುಮಾನವಿಲ್ಲದ ಸುಮಂಗಲಿಯಮ್ಮ ಬಂದ ದಿನವೇ ಹಾಲು, ಮೊಸರೂಂತ ನಾಲ್ಕು ಸಲ ಬಂದು ಹೋಗಿ ಪರಿಚಯ ಬೆಳೆಸಿಕೊಂಡಿದ್ದರು.

ಕೂತು ತಾನೇ ಟೀ ಕುಡಿದಳು. 'ನಡೆದ ಮದುವೆ, ಪ್ರಭಂಜನ್‌ನ ಎಲ್ಲಾ ಮರ್ತುಬಿಡು. ಇದು ಒಳ್ಳೆ ಶಕುನ ಅಲ್ಲ' ಅಶ್ವಿನಿ ಒತ್ತಿ ಒತ್ತಿ ಹೇಳಿದ್ದ. ಆಗ ಅವಳಿಗೆ ಅಮ್ಮನ ನೆನಪಾಯಿತು. ಬಹುಶಃ ಬದುಕಿದ್ದರೂ ಆಕೆ ಇದನ್ನೆಲ್ಲಾ ಒಪ್ಪುತ್ತಿರಲಿಲ್ಲ. ಇದರಲ್ಲಿ ಅವರ ತಪ್ಪೇನು? ಅಳು ಬಂತು. ಒಂಟಿಯಾಗಿ ಕೂತು ತಂದೆ ಬರುವವರೆಗೂ ಕಣ್ಣೀರು ಸುರಿಸಿದಳು.

"ಕುಮುದ ಫೋನ್ ಮಾಡಿದ್ಲಾ? ಬಂದ ಕೂಡಲೇ ವಿಚಾರಿಸಿದರು.

"ಇಲ್ಲಪ್ಪ, ಎನಿ ಇನ್ಫರ್ಮೇಷನ್? ನಾದಿನಿ ಮದ್ವೆಯಲ್ಲಿ ಬಿಜ಼ಿಯಾಗಿದ್ದಾಳೆ" ಮೌನವಾಗಿ ಸ್ವಲ್ಪ ಹೊತ್ತು ಕೂತರು ಹರಿಹರನ್. ತೀರಾ ಹತ್ತಿರಕ್ಕೆ ಬಂದು ಅವರ ತೊಡೆ ಮೇಲೆ ತಲೆಯಿಟ್ಟು "ಅಪ್ಪ, ನಿಮ್ಮನ್ನ ನೋಡ್ತಾ ಇದ್ದರೆ ನಂಗೆ ಬಿಟ್ಹೋಗೋ ಮನಸ್ಸಾಗೋಲ್ಲ. ನಾನು ಸ್ವಲ್ಪ ದಿನ ಇರ್ಲಾ?" ಪುಟ್ಟ ಬೇಡಿಕೆಯನ್ನು ಅವರ ಮುಂದಿಟ್ಟಾಗ ನಿರಾಕರಿಸಿದರು. "ಬೇಡ, ನಂಗೆ ಸರಿಯೆನಿಸೋಲ್ಲ. ಅವ್ರ ದೊಡ್ಡ ಮನಸ್ಸನ್ನು ನಾವು ದುರುಪಯೋಗಪಡಿಸ್ಕೋಬಾರ್ದು" ಮಗಳ ಬೇಡಿಕೆಯನ್ನು ಸಮ್ಮತವೆನಿಸಲಿಲ್ಲ.

ಮತ್ತೇನು ಮಾತಾಡಬೇಕೆನಿಸಲಿಲ್ಲ.

"ನಾನು ಸಚ್ಚಿದಾನಂದ್ ಅವ್ರಿಗೆ ತಿಳ್ಸಿಯಾಗಿದೆ. ಗಿರಿಮನೆಗೆ ಹೋಗಿದ್ದೆ, ಒಂದೇ ಸಮ ತಲೆ ಕೆಡ್ಸಿಬಿಟ್ಟರು. ಇನ್ನೊಂದೆರಡು ಸಲ ಅವ್ರನ ಭೇಟಿಯಾಗ್ಬಿಟ್ಟಿದ್ದರೇ.... ಮನಸ್ಥಿತೀನೇ ಬುಡಮೇಲು ಮಾಡ್ಬಿಡ್ತಾರೆ. ಆ ಮಹಾತಾಯಿ ಮಗನಿಂದ ಮದೇವರವರೆಗೂ ಎಲ್ಲರನ್ನೂ ಅನುಮಾನದ ದೃಷ್ಟಿಯಲ್ಲೇ ನೋಡ್ತಾಳೆ" ಗೊಣಗಿದ್ದು ಕೇಳಿಸಲಿಲ್ಲವೆನ್ನುವಂತೆ ಎದ್ದು ಹೋದಳು.

ಆದರೆ ರಾತ್ರಿ ಎಂಟರ ಸುಮಾರಿಗೆ ಬಂದ ಅಶ್ವಿನಿಕುಮಾರ್ ತುಂಬ ಟೆನ್‌ಷನ್‌ನಲ್ಲಿದ್ದಂಗೆ ಕಂಡ.

"ನಿನ್ನತ್ರ ಅರ್ಜೆಂಟಾಗಿ ಮಾತಾಡೋದಿದೆ" ಬಡಬಡಿಸಿದ್ದು ಆಶ್ಚರ್ಯವೆನಿಸಿತು. ಇಂಚರಾಗೆ "ಏನಪ್ಪ ಅಂಥದ್ದು? ಆಂಟಿ, ಅಂಕಲ್ ಮತ್ತೆಲ್ಲಿಗಾದ್ರೂ ಹೋಗ್ಬಿಟ್ಟಿದ್ದಾರಾ?" ತಮಾಷೆ ಮಾಡಿದಳು.

ತಟ್ಟನೆ ಅತ್ತಿತ್ತ ನೋಡಿ ಕೈ ಹಿಡಿದುಕೊಂಡ ಅಶ್ವಿನಿ "ಐ ಲವ್ ಯು ಇಂಚರ. ಐ ವಾಂಟ್ ಯು ನಿನ್ನ ಕಳೆದುಕೊಳ್ಳೋಕೆ ನಾನು ಇಷ್ಟಪಡೋಲ್ಲ". ಅವನ ಮಾತುಗಳಿಂದ ದಿಗ್ಭ್ರಮೆಗೊಂಡು ಕೈ ಬಿಡಿಸಿಕೊಳ್ಳುವ ಪ್ರಯತ್ನ ಮಾಡಿ ಸೋತಳು. ಎಷ್ಟು ಬಿಗಿಯಾಗಿ ಹಿಡಿದಿದ್ದನೆಂದರೆ ಅವಳ ಕೈ ನೋಯುತ್ತಿತ್ತು. "ಇದೇನಿದು ಅಶ್ವಿನ್? ಮೊದ್ಲು ಕೈ ಬಿಡು, ತೀರಾ ಫೂಲಿಷ್ ಹಂಗೆ ಆಡ್ಬೇಡ" ಕೊಸರಿ ಕೈ ಬಿಡಿಸಿಕೊಂಡು ನೋವಾದ ಕಡೆ ಮುಟ್ಟಿ ನೋಡಿಕೊಂಡಳು. ತೀರಾ ಹುಚ್ಚಾಟವೆನಿಸಿತು.

"ಬಿಲೀವ್ ಮೀ, ನಾನು ನಿನ್ನ ನಿಜ್ವಾಗ್ಲೂ ಪ್ರೀತಿಸ್ತೀನಿ. ನಿನ್ನ ಬಿಟ್ಟಿರೋಕೆ ನನ್ಕೈಲಾಗ್ತಾಯಿಲ್ಲ. ಪ್ಲೀಸ್, ನೀನು ಖಂಡಿತ ಹೋಗ್ಬೇಡ" ಮತಿಭ್ರಮಣೆಯಾದವನಂತೆ ಪ್ರಲಾಪಿಸಿದಾಗ ಅತ್ತಿತ್ತ ನೋಡಿದಳು. ಕುಸುಮ ರೂಮಿನಲ್ಲಿ ಓದುತ್ತಿದ್ದರೆ, ಹರಿಹರನ್ ರೂಮಿನಲ್ಲಿದ್ದರು. ಸಾಲಕ್ಕಾಗಿ ಬಂದ ಅರ್ಜಿಗಳನ್ನು ಮನೆಗೆ ತಂದು ಪರಿಶೀಲಿಸುವುದು ಅವರ ಅಭ್ಯಾಸ. "ಡೋಂಟ್ ಬಿ ಸಿಲ್ಲಿ. ಅಶ್ವಿನಿ ನಿನ್ನ ಬಗ್ಗೆ ಗೌರವವಿದೆ. ಇದು ಸಿನಿಮಾ ಡೈಲಾಗಾ? ನಾಟಕದ ರಿಹಾರ್ಸಲ್ ಅತ್ವಾ ಷೇಕ್ಸ್‌ಪಿಯರ್‌ನ ನಾಟಕದ ಸಾಲುಗಳಲ್ಲಿ ಇಂಥ ಭಾವ ಅಡಕವಾಗಿದೆಯಾ? ವಿವಾಹದ ಹೆಣ್ಣಿನ ಮುಂದೆ ಇಂಥ ಪ್ರಲಾಪ. ಇದು ಯಾವ ಕಾಲಕ್ಕೂ ಅಕ್ಸೆಪ್ಟಬಲ್ ಅಲ್ಲ" ತಣ್ಣನೆ ಉಸುರಿದಳು. ಇಂತ ಮಾತುಗಳನ್ನು ಅಶ್ವಿನಿ ಆಡುತ್ತಿದ್ದಾನಾ, ಎಂದು ನಂಬಲೇ ಸಾಧ್ಯವಿರಲಿಲ್ಲ.

"ಇಲ್ಲ ಇಂಚರ... ನಂಗೆ ಈ ವಿಷ್ಯದಲ್ಲಿ ಅತ್ತೆ ಸಹಾಯ ಮಾಡ್ತಾರೇಂತ ಅಂದುಕೊಂಡಿದ್ದೆ. ಆಕೆ ನಿಸ್ಸಹಾಯಕರಂತೆ ವರ್ತಿಸಿ ನಂಗೆ ಅನ್ಯಾಯ ಮಾಡಿದ್ರು!" ಉದ್ವೇಗದಿಂದ ಕಂಗೆಟ್ಟವನಂತೆ ಉಸುರಿದ.

ಇದು ಆಶ್ಚರ್ಯಕರವಾದ ಸಂಗತಿ. ಅಶ್ವಿನಿಯ ಬಗ್ಗೆ ವಿಶೇಷ ಅಭಿಮಾನ ಅಮ್ಮನಿಗೆ ಇದ್ದಿದ್ದು ಗೊತ್ತಿತ್ತು. ಜೊತೆಗೆ ಅಳಿಯನನ್ನಾಗಿಸುವ ಬಯಕೆ ಗೊತ್ತಿತ್ತು

ವಿನಃ ಅದು ತನ್ನನ್ನು ಕುರಿತು ಎಂದೂ ನಂಬಲು ಸಿದ್ಧರಿರಲಿಲ್ಲ.

"ನಿಂಗೆ ಬರೀ ಭ್ರಮೆ ಅಶ್ವಿನಿ. ಅಮ್ಮ ಆ ಬಗ್ಗೆ ಎಂದೂ ಮಾತಾಡಿರಲಿಲ್ಲ. ನಿಮ್ಮನ್ನು ನೋಡಿದಾಗ ಕುಮುದಕ್ಕನಿಗೆ ಸರಿಯಾದ ವರ ಅನ್ನೋ ಮಾತಾಡಿದ್ದುಂಟು. ಆದರೆ ಅವಳು ನಿರಾಕರಿಸಿದ್ದರಿಂದ ಆ ವಿಷ್ಯ ಬೋರ್ಡಿಗೆ ಬರಲಿಲ್ಲ. ಬಿ.ಕಾಮ್. ದಯವಿಟ್ಟು ಪ್ರೀತಿ, ಪ್ರೇಮ ಮೊಳಕೆಗಳು ಹುಟ್ಟೋಕೆ ಮೊದ್ಲೇ ನಂಗೆ ಪ್ರಭಂಜನ್ ತಾಳಿ ಬಿಗಿದಾಗಿತ್ತು" ಅತ್ಯಂತ ಸಹಜವಾಗಿ ವಾಸ್ತವ ಸ್ಥಿತಿಯನ್ನು ವಿವರಿಸಿದಳು. ಎಂದೂ ಅಶ್ವಿನೀನ ಸ್ನೇಹದಿಂದ ಮಾತ್ರ ನೋಡಿದ್ದಳು. ಇದನ್ನು ಅರಗಿಸಿಕೊಳ್ಳದಂತೆ ಉದ್ವಿಗ್ನನಾಗಿ "ಈಗ್ಲೂ ಸಮಯ ಮೀರಿಲ್ಲ. ಅತ್ತೆ ಸತ್ತ ಕಾರಣ ಮುಂದಿಟ್ಟು ಪ್ರಭಂಜನ್‌ನ ನಿರಾಕರಿಸು" ಎಂದ ಕೂಡಲೇ ಕೈಯೆತ್ತಿ "ಏನೇನೋ ಮಾತಾಡ್ಬೇಡ. ನಂಗೆ ಕೆಲ್ಸ ಇದೆ" ಸಿಡುಕಿ ಒಳಗೆ ಹೋದಳು. ಏನಾಗಿದೆ ಇವನಿಗೆ ಅನಿಸಿತು.

ಅಶ್ವಿನಿಯ ಮಾತುಗಳು ವಿಚಿತ್ರವೆನಿಸಿತು. ಈ ವಿಪರೀತ ಕಲ್ಪನೆ ಇವನ ಮಿದುಳಿನಲ್ಲಿ ಹುಟ್ಟಿಕೊಂಡಿದ್ದು ಹೇಗೆ? ತಟ್ಟನೆ ಪರ್ಸ್ ನಂತರ ಬಂದ ಫೋನ್ ಕಾಲ್... ಎಲ್ಲಾ ಒಂದರ ಹಿಂದೆ ಒಂದರಂತೆ ಚಿತ್ರದ ಸುರುಳಿ ಬಿಚ್ಚಿಕೊಂಡಿತು.

"ಅದೇನು ಅಷ್ಟೊಂದು ಪ್ರಲಾಪಿಸುತ್ತಿದ್ದ. ಅಮ್ಮನ ತುಂಬ ಹಚ್ಚಿಕೊಂಡಿದ್ದ" ಎಂದಳು ಕುಸುಮ. ಪುಟವನ್ನು ಮೊಗಚುತ್ತ, ಪರ್ಸ್‌ನಲ್ ಕಂಪ್ಯೂಟರ್ ತಂದಿಟ್ಟುಕೊಂಡಿದ್ದರಿಂದ ಹೆಚ್ಚಿನ ಸಮಯ ಅದರ ಮುಂದೆ ಕೂಡುತ್ತಿದ್ದಳು.

ಇಂಚರ ಮಾತಾಡಲಿಲ್ಲ. ರಾತ್ರಿ ಸುಮಾರಿಗೆ ಗಿರಿಯಪ್ಪನಿಂದ ಫೋನ್ ಬಂತು. "ನಾಳೆ ಮಗ್ಳನ ಕರ್ಕೊಂಡ್ಹೋಗಿ ಬಿಟ್ಟು ಬರೋದು ಖಾಯಂ ಆಯ್ತಿ? ಇದೇನು ಶಾಸ್ತ್ರ, ಸಂಪ್ರದಾಯ ಅಲ್ಲ ಕಣೋ. ಇಲ್ಲೇ ಮಡಿಲು ತುಂಬಿ ಅವ್ಳು ಕಳ್ಸಿಕೊಡ್ತಾಳಂತೆ" ಹೇಳಿದರು.

ಅದು ಸರಿಯೆನಿಸಿದರೂ ಇಂಚರ ನಿರಾಕರಿಸಿದಳು.

"ಬೇಡಪ್ಪ, ನಂಗ್ಯಾಕೋ ಯಾವ್ದೂ ಇಷ್ಟವಾಗ್ತಾಯಿಲ್ಲ".

ಈ ವಿಷಯದಲ್ಲಿ ಬಲವಂತ ಮಾಡಲು ಇಷ್ಟವಾಗಲಿಲ್ಲ. ಮಗಳು ಬಹಳ ಸ್ಪಷ್ಟವಾಗಿ ಹೇಳಿದ ಮಾತುಗಳು ಯಾವುದೋ ಒಂದು ಮೂಲೆಯಲ್ಲಿ ಅವರನ್ನು ಕೊರೆಯುತ್ತಿತ್ತು. ತನ್ನಿಂದ ಹೆಂಡತಿಗೆ ಅನ್ಯಾಯವಾಗಿದೆಯೇ? ತಾನು ಗಿರಿಜಾನ ಅರ್ಥ ಮಾಡಿಕೊಳ್ಳುವ ಪ್ರಯತ್ನ ಮಾಡಲಿಲ್ಲವೇ? ಇಂತ ಆಂದೋಲನದಲ್ಲಿದ್ದ ಹರಿಹರನ್ ಫೇಸ್ ಮಾಡಲು ಹಿಂಜರಿಯುತ್ತಿದ್ದರು. ದೊಡ್ಡ ಜವಾಬ್ದಾರಿ ಕಳೆದುಕೊಳ್ಳುವ ಮನಸ್ಸು. ಬಹುಶಃ ಗಿರಿಜ ಗಂಡ ಹರಿಹರನ್‌ಗೂ ಈಗಿನ ಹರಿಹರನ್‌ಗೂ ಏನೋ ವ್ಯತ್ಯಾಸವಿದೆಯೆಂದು ಅನ್ನಿಸುತ್ತಿತ್ತು. ಬೇರೆ ಯಾರಿಗೂ ಅಲ್ಲ, ಅವರಿಗೆ ಯಾವುದೋ ಅಪರಾಧ ಭಾವದಿಂದ ನೋಯುತ್ತಿದ್ದರೂ ಬೆಳಿಗ್ಗೆ ಹೊರಡುವಾಗ ಕುಸುಮ ಮಡಿಲು ತುಂಬಲು ಬಂದವಳು ಕುಕ್ಕರಿಸಿ ಸನ್ನಿವೇಶ ನೆನಪು ಮಾಡಿಕೊಂಡರು. ಆಗ ಸಂತೋಷ, ಸಂಭ್ರಮದ ಜೊತೆ ಮಗಳನ್ನು ಬೀಳ್ಕೊಡುವ ಅಗಲಿಕೆಯ ಕಣ್ಣೀರಿತ್ತು ಗಿರಿಜ ಕಣ್ಣುಗಳಲ್ಲಿ.

ಕಾರಿನ ಹಾರನ್ ಸದ್ದು ಎಚ್ಚರಿಸಿದಾಗ ಹರಿಹರನ್ ಹೊರಗೆ ಬಂದರು. ಈಗಾಗಲೇ ಬಂದು ನಿಂತಿದ್ದ ಲಕ್ಷುರಿ ಟ್ಯಾಕ್ಸಿಯ ಹಿಂದೆ ಕಾರಿತ್ತು. ಇಳಿದು ಬಂದ ಡ್ರೈವರ್ ನಮ್ರವಾಗಿ ಹೇಳಿದ.

"ಯಜಮಾನ್ರು ಕಳಿಸಿದ್ರು, ಇದ್ರಲ್ಲೇ ಕರ್ಕೊಂಡ್ಬಾಂದ್ರು".

ಸ್ವಾಭಿಮಾನ ಹೆಣೆಯಾಡಿದರೂ ನಿರಾಕರಿಸಲಾರದೆ ಹೋದರು. ಒಳಗೆ ಬಂದಾಗ ಅಕ್ಕ ತಂಗಿ ಒಬ್ಬರಿಗೊಬ್ಬರು ತೆಕ್ಕೆ ಬಿದ್ದು ಅಳುತ್ತಿರುವ ನೋಟವೊಂದು.

"ಇಂಚರ...." ಎಂದರು ತಪ್ತರಾಗಿ.

ಕುಸುಮ ಕಾರಿನವರ್ಗೂ ಬಂದು ಬೀಳ್ಕೊಟ್ಟು "ಬಹುಶಃ ಅಮ್ಮನಿಗೆ ತನ್ನ ಸಾವಿನ ಸುಳಿವು ಸಿಕ್ಕಿತ್ತೇನೋ, ಅದ್ಕೇ ನಿನ್ನ ವಿವಾಹಕ್ಕೆ ಅರ್ಜೆಂಟ್ ಮಾಡಿದ್ರು. ಅವ್ರು ಈ ಸಂಬಂಧಾನ ತುಂಬ ಮೆಚ್ಚಿಕೊಂಡಿದ್ರು!" ಎಂದಳು.

ಇಂಚರ ಬಾಯಿಂದ ಮಾತೇ ಹೊರಡಲಿಲ್ಲ. ಅಮ್ಮನ ನೆನಪು ಒತ್ತರಿಸಿಕೊಂಡು ಬಂದು ಮೂಕವಾಗಿದ್ದಳು. ಬಹುಶಃ ಗಿರಿಜ ನೆರಳು ಅತ್ತಿತ್ತ ಸುಳಿದಾಡಿ ಆಶೀರ್ವಾದಿಸುತ್ತಿರಬೇಕು.

ಕಾರು ಹತ್ತು ಮುನ್ನ ಒಮ್ಮೆ ನಿಂತು ಅತ್ತ ಅಂದರೆ ಮನೆಯ ಕಡೆ ನೋಟ ಹರಿಸಿದ್ದು ಒಂದು ಕಡೆ ನಿಂತಿತು. ಅಲ್ಲಿ ಮೆಟ್ಟಿಲ ಮೇಲೆ ಗಿರಿಜ ನಿಂತಿದ್ದರು. ಆಯಾಸ ತುಂಬಿದ ಮುಖದಲ್ಲಿ ಸಂತೋಷವಿತ್ತು. ಮೆಲ್ಲಗೆ ಕೈಯಾಡಿಸಿ ವಿಧಾಯ ಹೇಳುತ್ತಿದ್ದರು. ಇದೆಲ್ಲ ಇಂಚರ ಭ್ರಮೆ.

* * *

ಅಲ್ಲಿ ಸಚ್ಚಿದಾನಂದವರ್ಮ ಬಂಗ್ಲೆಯಲ್ಲಿ ಇದಕ್ಕೆ ವಿಭಿನ್ನವಾದ ವಾತಾವರಣವಿತ್ತು. ಸಂಭ್ರಮಗೊಂಡ ಬಂಗ್ಲೆಗೆ ಅವರು ಕಳಸಪ್ರಾಯರಾಗಿ ನಿಂತು ಸೊಸೆಯನ್ನು ಸ್ವಾಗತಿಸಲು ಮುಂಚೂಣಿಯಲ್ಲಿದ್ದರು. ಐದು ಜನ ಮುತ್ತೈದೆಯರು ಆರತಿ ಬೆಳಗಿ ಬರಮಾಡಿಕೊಂಡರು.

ಕಣ್ಣು ತುಂಬಿ ಬಂದು ಅವರ ಪಾದಗಳಿಗೆ ಹಣೆಯೊತ್ತಿದ ಸೊಸೆಯನ್ನು ಪ್ರೀತಿಯಿಂದ ಆತ್ಮೀಯವಾಗಿ ಹಿಡಿದೆತ್ತಿ "ಸಾರಿ, ಇಂಚರ" ಎಂದರು ದುಗುಡದಿಂದ, ಮಟ್ಟಸವಾದ ಕಳೆ ಕಳೆಯಾಗಿದ್ದ ಗಿರಿಜ ಬಗ್ಗೆ ಅವರಿಗೆ ಗೌರವವೇ.

"ರೂಮ್ಗೆ ಹೋಗಿ ರೆಸ್ಟ್ ತಗೋ" ಅಂದರು.

ಮೆಟ್ಟಿಲು ಇಳಿದು ಬರುತ್ತಿದ್ದ ಪ್ರಭಂಜನ್ ನೇರವಾದ, ತುಸು ಗಂಭೀರವಾದ ನೋಟದಲ್ಲಿ ಇದ್ದನೆಂದು ಅರ್ಥೈಸಿಕೊಳ್ಳಲು ಕಷ್ಟವಾಯಿತು. ಕಣ್ಣುಗಳು ಗೂಢವಾಗಿದ್ದುದ್ದನ್ನು ಮುಚ್ಚಿಟ್ಟುಕೊಂಡಿವೆಯೆನಿಸಿತು. ಅವನ ಹೆಜ್ಜೆಗಳು ಮುಂದಕ್ಕೆ ಚಲಿಸಲಿಲ್ಲ.

ಅಷ್ಟರಲ್ಲಿ ಹರಿಹರನ್ ತಾವು ಹೊರಡುವ ಅವಸರವನ್ನು ವ್ಯಕ್ತಪಡಿಸಿದರು.

“ದಯವಿಟ್ಟು ಕ್ಷಮಿಸಬೇಕು. ನಾನಿರೋ ಮನಸ್ಥಿತಿಯಲ್ಲಿ ಇಲ್ಲಿರೋಕ್ಕಾಗೋಲ್ಲ. ನಿಮ್ಮ ಸೊಸೆನ್ನ ನಿಮ್ಗೆ ಒಪ್ಪಿಸಿದ್ದೀನಿ. ಕೆಲವು ದಿನ ಬಿಟ್ಟು ಬರ್ತೀನಿ” ಹೊರಟು ನಿಂತಾಗ ಕಣ್ಣೀರು ಸುರಿಸುತ್ತ ಅವರೆದೆಯ ಮೇಲೆ ತಲೆ ಇಟ್ಟಳು. ಮಕ್ಕಳಲ್ಲಿ ಹೆಚ್ಚು ಆಪ್ತಳಾಗಿದ್ದವಳು ಇವಳೊಬ್ಬೇ. “ನನ್ನ ಕ್ಷಮ್ಸಿ ಬಿಡಮ್ಮ. ಅವ್ಳು ಇಲ್ದ ಕೊರತೆಯನ್ನು ನಾನು ತೀರಿಸೋಕೆ ಸಾಧ್ಯವಿಲ್ಲ” ಅಷ್ಟೇ ಅಂದಿದ್ದು. ದಿಗ್ಭ್ರಮೆಗೊಂಡಳು ಇಂಚರ ತನ್ನ ತಂದೆಯಲ್ಲಿ ಏನೋ ಬದಲಾವಣೆ ಬಂದಿದೆಯೆಂದುಕೊಂಡಳು.

ಹರಿಹರನ್ ಹೊರಟ ನಂತರ ಕೂಡ ಹೆಜ್ಜೆ ಎತ್ತಿಡಲಾಗಲಿಲ್ಲ. ವಿಧಿ ಎಲ್ಲಿಂದ ಎಲ್ಲಿಗೋ ಎಸೆದಂತಿತ್ತು. ಪೂರ್ತಿ ಹೊಸ ಪರಿಸರ, ಹೊಸ ಜನ. ಇವರೆಲ್ಲ ಪರಿಚಿತರಾಗುವವರೆಗೂ ಅಮ್ಮ ಇರಬೇಕೆಂದುಕೊಂಡದ್ದಷ್ಟೇ ಲಾಭ. ಆಕೆಯ ನೆನಪುಗಳು ಆಸರೆ.

“ಇಂಚರ ಒಳ್ಗಡೆ ಹೋಗೋಣ” ಎಂದಿದ್ದು ಪ್ರಭಂಜನ್. ಬಹುಶಃ ಇನ್ನೂ ಅವಳ ಕಣ್ಣುಗಳನ್ನು ಕೂಡ ಸರಿಯಾಗಿ ದಿಟ್ಟಿಸಿರಲಿಲ್ಲ. ಒಂದು ಪ್ರಶ್ನೆಯನ್ನು ಕೇಳಬೇಕೆಂದರೂ ಒಳಗೆ ಉಳಿಯಿತು. ಪ್ರಭಂಜನ್ ದೊಡ್ಡ ಶ್ರೀಮಂತ, ಸಚ್ಚಿದಾನಂದವರ್ಮರ ಒಬ್ಬನೇ ಮಗನೆಂದು ಮಾತ್ರ ಗೊತ್ತಿತ್ತು.

ತಲೆ ತಗ್ಗಿಸಿಕೊಂಡು ಒಳಗೆ ಬಂದಾಗ ಸಚ್ಚಿದಾನಂದ ವರ್ಮ ನಿಂತಿದ್ದರು. ಅವರ ಎದೆಯ ಮೇಲಾದರೂ ತಲೆಯಿಟ್ಟು ಭೋರೆಂದು ಅಳಬೇಕೆನಿಸಿತು. ಅದನ್ನು ಅವರು ಗುರುತಿಸಿದರೇನೋ ಮುಗುಳ್ನಕ್ಕರು ಸಣ್ಣಗೆ.

“ಯೋಚ್ನೆ ಬೇಡ. ಆಕಾರ ದೊಡ್ಡದೇ ಆದರೆ ಅಪಾಯವಿಲ್ಲ”.

ಅವರ ಮಾತಿಗಿಂತ ಸಚ್ಚಿದಾನಂದ ವರ್ಮರ ಮುಖಭಾವ ನಗುವನ್ನು ತರಿಸಿತು. ಪ್ರಯತ್ನ ಪಡೆಯದೇ ಅವಳ ತುಟಿಗಳ ಮೇಲೆ ನಗು ಅರಳಿತು. ತೀರಾ ಕೊರೈಸಿ ನೋಡುವವರ ಕಣ್ಣುಗಳಿಗೆ ದಿಗ್ಭ್ರಮೆ ಮೂಡಿಸುವಂತ ವಜ್ರವಲ್ಲದಿದ್ದರೂ, ಶೀತಲಕಾಂತ ಪ್ರಕಾಶ ಬೀರುವ ನೀಲಮಣಿಯಂತೆ ಗೋಚರಿಸಿದಳು.

“ಪ್ರಭಂಜನ್, ನೀನು ಇಂಚರಾನ ರೂಮಿಗೆ ಕರ್ಕೊಂಡ್ ಹೋಗು”. ಆಜ್ಞಾಪಿಸುವುದರ ಜೊತೆಗೆ ಇನ್ನೊಂದು ಎಚ್ಚರಿಕೆಯನ್ನಿತ್ತರು. “ಬರೀ ಕಣ್ಣೀರು ಒರ್ಸೋಕೆ ಮಾತ್ರ ಪರ್ಮೀಷನ್” ಮತ್ತೆ ದೊಡ್ಡ ನಗೆ. ತೆಳುವಾದ ನಗು ಬೀರಿದ ಅವನು ಕಣ್ಣೊಡೆದ. ತಂದೆ ಮಗನ ಮಧ್ಯೆ ಒಳ್ಳೆ ಮಿತ್ರತ್ವವಿತ್ತು. “ಯೂ ಈಡಿಯಟ್...” ಕೈಯೆತ್ತಿ ಇಳಿಸಿದರಷ್ಟೇ.

ರೂಮಿಗೆ ಬಂದ ಇಂಚರ ತಂದಿದ್ದ ಸೂಟ್‌ಕೇಸ್‌ನಿಂದ ಉಡುಪುಗಳನ್ನು ತೆಗೆದು ಆರಾಮಾಗಿ ರೇಶಿಮೆಯ ಸೀರೆ ಬಿಚ್ಚಿ ಹಗುರವಾದ ಅಂಚು, ಸೆರಗು ಇದ್ದ ಉತ್ತಮ ನೇಯ್ಗೆಯ ಸಿಲ್ಕ್ ಸೀರೆಯುಟ್ಟು ಮುಖ ತೊಳೆದು ಡ್ರೆಸ್ಸಿಂಗ್ ಟೇಬಲ್ ಮುಂದೆ ನಿಂತಳು. ಅವಳ ಮನೆಯಲ್ಲೂ ಡ್ರೆಸ್ಸಿಂಗ್ ಟೇಬಲ್ ಇತ್ತು. ಮೂವರ ಅಲಂಕಾರಾನೂ ಅಲ್ಲೇ ನಡೆಯುತ್ತಿತ್ತು. ಕೆಲವೊಮ್ಮೆ ಪುಟ್ಟ ಗಲಾಟೆಗಳು, ಹಾಸ್ಯದ ಚಟಾಕಿಗಳು ಇರುತ್ತಿದ್ದವು. ನೆನಪುಗಳು ಬಾಧಿಸಿ ಕಣ್ಣಾಲಿಗಳು ತುಂಬಿದಾಗ ತುಟಿ

ಕಚ್ಚಿ ಅಳು ನುಂಗಿದಳು. ಕಾಲೇಜಿಗೆ ಹೊರಡುವ ಮುನ್ನ ವೇಳೆಗೆ 'ಇಂಚರ, ಇಂಚರ' ಎಂದು ಹರಿಹರನ್, ಗಿರಿಜ ಒಂದ್ಹತ್ತು ಸಲವಾದರೂ ಕರೆಯುತ್ತಿದ್ದರು. ಅವೆಲ್ಲ ನೆನಪಿನಂಗಳದಲ್ಲಿ ಬುತ್ತಿಗಳೇ.

ಕನ್ನಡಿಯುಲ್ಲಿ ಪ್ರಭಂಜನ್‌ನ ಮುಖ ಕಾಣಿಸಿತು.

"ಹಾಯ್... ಇಂಚರ" ಎಂದ. ತಟ್ಟನೆ ಹಿಂದಕ್ಕೆ ತಿರುಗಿದಳು. ಈ ದನಿ ಅಪರಿಚಿತವಲ್ಲವೆನಿಸಿತು. "ಡಿಸ್ಟರ್ಬ್ ಆಗಲ್ಲಿಲ್ವಾ, ಆದರೆ ಅನಿವಾರ್ಯ, ಡ್ಯಾಡಿ ನೀನು ಅತ್ತರೆ ಕಣ್ಣೊರೆಸೋಕೆ ಮಾತ್ರ ಪರ್ಮಿಷನ್ ಕೊಟ್ಟಿದ್ದಾರೆ. ಅಂದರೆ ನಿನ್ನ ಕೆನ್ನೆ ಮುಟ್ಟಿ ಕಣ್ಣೊರೆಸಬಹುದು". ಒಂದು ತರಹ ನಕ್ಕ. ಆ ನಗುವಿನಲ್ಲಿ ಮೋಹಕತೆ ಇತ್ತು. ಅವಳಿಗೆ ಗಂಡು ಇಷ್ಟು ಸುಂದರವಾಗಿ ಆಕರ್ಷಕವಾಗಿ ನಗಬಲ್ಲವೆಂದು ಇಂದೇ ಗೊತ್ತಾಗಿದ್ದು.

"ಐ ನೋ ಯುವರ್ ಫೀಲಿಂಗ್ಸ್. ನೀನೇ ಲಕ್ಕಿ. ಅಮ್ಮನ ಪ್ರೀತಿ ಒಂದು ಹಂತವೇನು, ನಿನ್ನ ಬೆಳವಣಿಗೆಯ ಪೂರಾ ಸಿಕ್ತು. ನಂಗೆ ಆ ಮಮತೆ ಎಂಥದ್ದು ಅಂತಾನೂ ಗೊತ್ತಿಲ್ಲ. ಹಾಗಂತ ಅಮ್ಮನ್ನ ನೆನಸ್ಕೊಂಡ್ ಎಂದೂ ಅತ್ತಿಲ್ಲ. ಡ್ಯಾಡಿ ನನ್ನ ಚೆನ್ನಾಗಿ ನೋಡ್ಕೊಂಡಿದ್ದಾರೆ. ಬಹುಶಃ ಅಳೋ ಹಾಗಿದ್ದರೆ ಅತ್ತು ಬಿಡು" ಎಂದು ಹೊರಗೆ ಬಂದ. ಅವಳ ಕಣ್ಣಂಚಿನ ಕಂಬನಿ ಪ್ರಭಂಜನನ ಹೃದಯವನ್ನು ತೋಯಿಸುತ್ತಿತ್ತು. ಆ ತೋಯುವಿಕೆಯಲ್ಲಿ ಕೂಡ ಸಂತೃಪ್ತಿ ಇದೆಯೆನಿಸಿತು.

ಮೆಟ್ಟಿಲಿಳಿದು ಕೆಳಗೆ ಬಂದಾಗ ಸಚ್ಚಿದಾನಂದ ವರ್ಮ ಕೂತಿದ್ದವರು ಮಗನನ್ನು ಸನ್ನೆ ಮಾಡಿ ಕರೆದು "ನಾನು ಅರ್ಥ ಮಾಡ್ಕೋಬಲ್ಲೆ. ನೀನು ಫೇಸ್ ಮಾಡ್ಬಲ್ಲೆ. ಇಂಚರ ಅಮ್ಮನ ಸಾವು ತತ್ತರಿಸುವಂತೆ ಮಾಡಿದೆ. ಡೋಂಟ್ ವರೀ. ಇಂಚರ ಬುದ್ಧಿವಂತೆ ಮಾತ್ರವಲ್ಲ ಒಳ್ಳೆಯವಳು ಕೂಡ. ನಿಂದು ಪರ್‌ಫೆಕ್ಟ್ ಲವ್" ಅರ್ಥಗರ್ಭಿತವಾಗಿ ನುಡಿದರು.

ಪ್ರಭಂಜನ್ ಪ್ಯಾಂಟಿನ ಎರಡೂ ಕಡೆಯ ಜೇಬಿನಲ್ಲಿ ಕೈಗಳನ್ನು ತುರುಕಿ ಹೊರ ಹೋದ.

ರಾತ್ರಿ ಊಟ ಕೂಡ ಸಿಂಪಲ್ಲಾಗಿಯೇ ಇದ್ದರೂ, ಬರೀ ಪಾಯಸ ಮಾಡಿ ಅಡಿಗೆಯವನು ಬಡಿಸಿದ್ದ. ಇಲ್ಲಿ ಸಲಹೆ ಕೊಡುವಂಥ ಹೆಂಗಸರು ಯಾರ ಇರಲಿಲ್ಲ. ಪ್ರತಿಯೊಂದಕ್ಕೂ ಸಚ್ಚಿದಾನಂದವರ್ಮ ಮುಂದಾಳತ್ವ ವಹಿಸಬೇಕಿತ್ತು. ಅದೆಷ್ಟು ಕಷ್ಟವೆಂದು ಇಂದೇ ಅರಿವಾಗಿದ್ದು. ತಾವೇ ಸೊಸೆಗೆ ಪಾಯಸ ಬಡಿಸಿಬಿಟ್ಟರು.

ಅವರ ಕಷ್ಟ ಇಂಚರಾಗೆ ಅರ್ಥವಾಯಿತು. ಮುಖ ನೋಡಿದಾಗ ಮೆಚ್ಚು ನಗೆ ಬೀರಿದರು. "ನಿಮ್ಮನ್ನ ಏನಂತ ಕರೀಲಿ?" ಕೇಳಿದ ಕೂಡಲೇ ದೊಡ್ಡ ನಗೆ ನಕ್ಕರು. "ಈ ಈಡಿಯಟ್ ಡ್ಯಾಡಿ ಅಂತ ಕರೀತಾನೆ. ನಿಂಗೆ ಹೇಗೆ ಕರೀಬೇಕೂಂತ ಅನ್ನಿಸುತ್ತೋ ಹಾಗೇ ಕರೀ".

ತುಂಬು ಕಣ್ಣುಗಳಿಂದ ಮಾವನೆಡೆಗೆ ನೋಡಿದಳು. ಆತ್ಮೀಯತೆ ಮೂಡಿಸುವಂತ ಮುಖಭಾವ. ವಿಶ್ವಾಸದ ನಗು ಕೆನೆಗಟ್ಟಿತು. ತುಟಿಗಳ ಮೇಲೆ

ಹರಿಹರನ್‌ಗಿಂತ ಭಿನ್ನ ವ್ಯಕ್ತಿತ್ವದ ಮನುಷ್ಯವೆನಿಸಿತು.

ಸೆಲ್ ಫೋನ್ ಕಿರ್‌ಗುಟ್ಟಿತು. "ಸ್ಕೌಂಡ್ರಲ್, ಇದರ ಉಪದ್ರವ ಜಾಸ್ತಿಯಾಯಿತು" ಎಂದು ಮಗನತ್ತ ರವಾನಿಸಿದರು. "ಹಲೋ.... ಹಲೋ" ಅತ್ತಲಿಂದ ದನಿಯೇ ಇಲ್ಲ. ಸುಮ್ಮನೇ ಆಫ್ ಮಾಡಿದರು. ಆ ಕಡೆಯ ನಂಬರ್ ಅವನ ನೆನಪಿನಲ್ಲಿ ಉಳಿಯಿತು. ಅರ್ಧ ಗಂಟೆಯಲ್ಲಿ ಪತ್ತೆ ಮಾಡಿದ. ಅದೊಂದು ಪಬ್ಲಿಕ್ ಟೆಲಿಫೋನ್ ಬೂತ್‌ನ ನಂಬರ್. ವಿಚಾರಿಸಿದಾಗ ಅವನು ಗಡಿಬಿಡಿಯಿಂದ ನುಡಿದ.

"ನಾನು ಬಂದಿದ್ದು ಈಗ್ಲೇ ಸಾರ್ ಫೋನ್ ಮಾಡೋಕೆ ಯಾರ್‍ಯಾರೋ ಬರ್ತಾರೆ. ಅವ್ರುಗಳು ವಿಳಾಸ ನಮ್ಮಲ್ಲಿ ಇರೋಲ್ಲ".

ಇಷ್ಟು ರಿಸ್ಕ್ ತೆಗೆದುಕೊಳ್ಳುವುದಕ್ಕೆ ಕಾರಣವಿತ್ತು. ವಿವಾಹ ಗೊತ್ತಾದ ನಂತರ ಬಂದ ಪತ್ರಗಳು ಅನುಮಾನ ಮೂಡಿಸದಿದ್ದರೂ ಎಚ್ಚರಿಸಿತ್ತು. ಇಂಚರಾಳ ಫೋಟೋ ನೋಡಿದಂದಿನಿಂದಲೇ ಪ್ರೇಮ, ಪ್ರೀತಿಯ ಜೊತೆ ಅಪಾರವಾದ ನಂಬಿಕೆ. ಅವಳ ಅಬೋಧ ಕಣ್ಣುಗಳಲ್ಲಿ ತನ್ನ ಬಗ್ಗೆ ಮಾತ್ರ ಪ್ರೀತಿಯನ್ನು ಹುಡುಕಬಲ್ಲ.

ರೂಮಿಗೆ ಬಂದ ಇಂಚರ ಮಂಕಾಗಿ ಕೂತಳು. ಇದೊಂದು ದಾಂಪತ್ಯದ ಮೊದಲ ರಾತ್ರಿ. ಅಲಂಕರಿಸುವವರಿಲ್ಲ. ಆರತಿಯೆತ್ತಿ ಪಿಸುಗುಟ್ಟಿ ರೂಮಿನೊಳಕ್ಕೆ ದಬ್ಬುವವರಿಲ್ಲ. ಅಮ್ಮನ ಬುದ್ಧಿ ಮಾತುಗಳಿಲ್ಲ. ಇಲ್ಲ, ಇಲ್ಲ, ಇಲ್ಲ. ಆದರೂ ರೂಮನ್ನ ಅಚ್ಚುಕಟ್ಟಾಗಿ ಅಲಂಕರಿಸಲಾಗಿತ್ತು. ಒಳಗೆಲ್ಲ ಸುಗಂಧದ ಪರಿಮಳ. 'ಪ್ರಭಂಜನ್ ಪರ್ ಫ್ಯೂಮರ್' ಆವರಣವನ್ನು ಪೂರ್ತಿಯಾಗಿ ವ್ಯಾಪಿಸಿತ್ತು. ಚಿಲಕ ಸದ್ದು ಮಾಡಿತು. ಪ್ರಭಂಜನ್ ಒಳಗೆ ಬಂದ. ವಿವಾಹ ಹೆಣ್ಣು – ಗಂಡಿನ ಸಂಬಂಧದ ಬಗ್ಗೆ ತಲೆಕೆಡಿಸಿಕೊಳ್ಳದವನು, ಇಂಚರಾನ ನೋಡಿದ ನಂತರ ತಂದೆಯ ಒಂಟಿತನದ ದಿನಗಳು ಧುತ್ತೆಂದು ನಿಂತಿದ್ದವು ಮುಖದ ಮುಂದೆ. 'ಬರೀ ದೇಹ, ಮನಸ್ಸುಗಳ ಸಂಬಂಧವಲ್ಲ, ಆತ್ಮಗಳ ಮಿಲನ ನಿನ್ನಮ್ಮನ ದೇಹ ನನ್ಮುಂದೆ ಇಲ್ಲದಿರ್ಬಹ್ದು. ಆದರೆ ಅವ್ಳ ಆತ್ಮ ಸದಾ ನನ್ನಲ್ಲಿದೆ. ಅದೂ.... ಸಾಲ್ದಾ?" ಕಣ್ತುಂಬಿ ಹೇಳಿಕೊಂಡಿದ್ದರೂ ಸಚ್ಚಿದಾನಂದ ವರ್ಮ.

"ಇಂಚರಾ ಆರಾಮಾಗಿ ಮಲ್ಗಿ ರಿಲ್ಯಾಕ್ಸ್ ಮಾಡ್ಕೋ, ಐ ಲೈಕ್ ಯು. ನಿನ್ನ ಲೈಕಿಂಗ್ ಗೂ ಅಗತ್ಯ. ಪ್ಲೀಸ್ ಮಲಕ್ಕೋ" ಎಂದು ಸಿಗರೇಟ್ ಹಚ್ಚಿಕೊಂಡು ಹಿಂಬದಿಯ ಬಾಲ್ಕನಿಗೆ ಹೋದಾಗ ಬೆರಗುಗೊಂಡಳು. ಏನೇನೂ ಅರ್ಥವಾಗಲಿಲ್ಲ! ಹಾಗಂತ ಮುಗ್ಧೆಯಲ್ಲ ಸಾಕಷ್ಟು ತಿಳಿಸಿತ್ತು ಓದು, ಹೆಣ್ಣಿನ ಗಂಡಿನ ಮಧ್ಯದ ಪ್ರೀತಿ, ಪ್ರೇಮ, ಅನುರಾಗ... ಇಂಥ ನೂರೆಂಟು ಪದಗಳ ಅರ್ಥ ಬರೀ 'ಕಾಮ' ಎಂದು ಅರ್ಥೈಸುವ ಜನ ಬಹಳ ಮಂದಿ.

ಬಹಳ ಹೊತ್ತಿನ ನಂತರ ಅವಳಿಗೆ ನಿದ್ದೆ ಬಂತು. ನವಿರಾದ ಪರ್‌ಫ್ಯೂಮ್ ಪರಿಮಳದ ಜೊತೆ ಸಿಗರೇಟಿನ ವಾಸನೆ ದಡಕ್ಕನೆ ಎದ್ದು ಕೂತಳು. ಕೈಗೆಟುಕುವ

ಅಂತರದಲ್ಲಿ ಪ್ರಭಂಜನ್ ಆರಾಮಾಗಿ ಮಲಗಿ ನಿದ್ರಿಸುತ್ತಿದ್ದ. ವಿಶಾಲವಾದ ಎದೆ ಏರಿಳಿಯುತ್ತಿತ್ತು. ನಿಶ್ಚಲವಾದ ಶಾಂತವಾದ ಮುಖದಲ್ಲಿ ಭಾವನೆಗಳ ಹೋರಾಟವಿರಲಿಲ್ಲ. ಕೈಗೆಟಕುವ ಅಂತರದಲ್ಲಿ ತಾಳಿ ಕಟ್ಟಿದ ಹೆಂಡತಿ, ಮುಟ್ಟದೇ ಸಂಯಮ ಸಾಧಿಸಿದ್ದ. 'ಭೇಷ್' ಅನಿಸಿದರೂ ಹಿಂದೆಯೇ ಅನುಮಾನ. ಬಲವಂತ, ಒತ್ತಡದ ಜೊತೆ ಆಸೆ ಆಮಿಷವೊಡ್ಡಿ ಮದುವೆಯಾಗುದಕ್ಕೆ ಪ್ರಬಲವಾದ ಕಾರಣವೇನಾದರೂ ಇದೆಯಾ? ಈ ಶ್ರೀಮಂತ ಸುಂದರಾಂಗನಿಗೆ ಅಂಥ ಅಗತ್ಯವೇನು? ವಿಪರೀತವೆನಿಸಿದರೂ ದಟ್ಟವಾದ ಕುತೂಹಲ ಅವಳಲ್ಲಿ ಹುಟ್ಟಿ ಅಲ್ಲೇ ಉಳಿಯಿತು.

ಗಂಡಿನ ಸನ್ನಿಹದ ಹಿತವಾದ ಅನುಭವ. ಕ್ಷಣ ಮೈ ಮರೆಯುವಂತಾಯಿತು. ಸೆಲ್ಯುಲಾರ್ ಸದ್ದು ಮಾಡಿದಾಗ ಗಾಬರಿಯಿಂದ ಮಂಚ ಇಳಿಯಲು ಹೋಗಿ ಮುಗ್ಗರಿಸಿದಾಗ ಬಲವಾದ ಕೈಯೊಂದು ಹಿಡಿದು ನಿಲ್ಲಿಸಿದಾಗ ಮೈ ಮನ ರಕ್ತವೆಲ್ಲ ಮುಖಕ್ಕೆ. ಬದುಕಿನ ಸರಳವಾದ ರಹಸ್ಯ ಗೋಚರಿಸಿತು.

ಕ್ಷಣ ಆಗಿನ ಅವಳ ಮುಖದ ಸೌಂದರ್ಯ ನೋಡಬೇಕೆನಿಸಿತು. ಆತುರ ಬೇಕೆನಿಸಲಿಲ್ಲ. ಬಂದ ಪತ್ರ ವಿಚಲಿತವಾಗಿಸಿದ್ದುಂಟು. ಆದರೆ ಇಂಚರಾನ ಕಳೆದುಕೊಳ್ಳಲು ಈ ಪ್ರಭಂಜನ್ ಸಧ್ಯಕ್ಕೆ ಸಿದ್ಧವಾಗಿಲ್ಲವೆಂದು ಬರೆದವನು ಅರಿಯಬೇಕಿತ್ತು.

"ಬೀ ಕೇರ್‌ಫುಲ್" ಅಂದವನು ಅವಳನ್ನು ಸ್ವತಂತ್ರಗೊಳಿಸಿದ.

ನಿಂತವಳು ಚಲಿಸಲಿಲ್ಲ. ವಾಸ್ತವಾನ ಒಪ್ಪಿಕೊಳ್ಳೋದು ಬುದ್ಧಿವಂತಿಕೆ ಅನಗತ್ಯವಾಗಿ ನಾವು ಕೊರಗಿ ಬೇರೆಯವರನ್ನು ಹಿಂಸೆಗೊಳಿಸುವುದು ಒಳ್ಳೆಯದಲ್ಲ. ಇದು ಅವಳಮ್ಮನ ನುಡಿಮುತ್ತುಗಳು. ಇದರಲ್ಲಿ ಬದುಕಿನ ರಹಸ್ಯವಿತ್ತು. ಸಮಾಜವನ್ನು ಸುಂದವಾಗಿಸುವ ಗೂಢತೆ ಇದೆಯೇನೋಂತ ಅನಿಸಿತು.

ಸ್ನಾನ ಮುಗಿಸಿ ರೂಮಿನಿಂದ ಹೊರಬಂದಳು. ನೆನ್ನೆಯವರೆಗೂ ಅಪರಿಚಿತ ತಾಣ. ಇಂದು ಇದನ್ನು ತನ್ನದಾಗಿಸಿಕೊಳ್ಳಬೇಕಿತ್ತು.

"ಗುಡ್ ಮಾರ್ನಿಂಗ್, ಕಾಫಿ ಕುಡಿತೀಯಾ?" ಎರಡು ಕಪ್ ಹಿಡಿದು ಎದುರಾದವರು ಸಚ್ಚಿದಾನಂದವರ್ಮ. ಅಡ್ಡ ಒಂದು ಪಂಚೆ ಸುತ್ತಿಕೊಂಡು ಅದನ್ನು ಮೊಣಕಾಲುಗಳವರೆಗೂ ಎತ್ತಿಕಟ್ಟಿಕೊಂಡು, ತಲೆಗೊಂದು ಟವಲು ಸುತ್ತಿಕೊಂಡಿದ್ದರು. ಅವರ ಸ್ಥೂಲಕಾಯಕ್ಕೆ ಹೆಚ್ಚು ಮೆರಗನ್ನು ಕೊಡುತ್ತಿತ್ತು. ಈ ವೇಷ. "ಇವತ್ತು ಕಂಪೆನಿಗೋಸ್ಕರ ಕುಡೀ. ನಂಗೆ ಪೂಜೆ ಅಂಥದ್ದು ಮಾಡಿದ್ದು ಗೊತ್ತಿಲ್ಲ. ನಮ್ಮ ಅಡಿಗೆ ಆಚಾರಿ ಬಂದು ನಾಲ್ಕು ಮಂತ್ರ ಹೇಳ್ಕೊಂಡ್ ದೇವರ ಮುಂದೆ ದೀಪ ಹಚ್ತಾನೆ. ಅಷ್ಟು ಬಿಟ್ಟರೆ ಇಲ್ಲಿ ದೇವರಿಗೇನು ಸಿಗೋಲ್ಲ" ಇಲ್ಲಿನ ಚಿತ್ರ ಒಂದೇ ಮಾತಿನಲ್ಲಿ ಬಿಡಿಸಿಟ್ಟರು.

ಬೆಳಗಿನ ಪೂಜೆಯ ಗಡಿಬಿಡಿ ನೆನಪಾಯಿತು. ಹೆಂಡತಿ ಬದುಕಿರುವವರೆಗೂ ಹಾರಾಡುತ್ತಿದ್ದ ಹರಿಹರನ್ ಆಮೇಲೆ ತೀರಾ ತಣ್ಣಗಾಗಿದ್ದರೆನಿಸಿತು. ವರ್ಮ

ಬಲವಂತಕ್ಕೆ ಮಣಿದು ಕಾಫಿ ಕುಡಿದವಳು, ತಟ್ಟನೆ ಪ್ರಭಂಜನ್ ನೆನಪಿಸಿಕೊಂಡಿದ್ದು. ರಾತ್ರಿ ಗೌರವ ತರುವಂತೆ ನಡೆದುಕೊಂಡಿದ್ದ.

"ಅವ್ರು ಕಾಫಿ ಕುಡಿಯೋಲ್ವಾ?" ಕೇಳಿದಳು.

"ಅವ್ನು ಕಾಫೀನೇ ನೀನು ಕುಡಿದಿದ್ದು. ಅವ್ನಿಗೂ ಅಷ್ಟೇ ಬಲವಂತ ಮಾಡ್ಬೇಕು. ಎದ್ನಾ.... ಪುಣ್ಯಾತ್ಮ?" ವಿಚಾರಿಸುತ್ತ ನಿಲ್ಲಲಾರದೆ ಕೂತರು. ತಂದೆಗಿಂತ ವಿಭಿನ್ನ ವ್ಯಕ್ತಿತ್ವ ಮನುಷ್ಯನೆಂದುಕೊಂಡಳು.

ಅಷ್ಟರಲ್ಲಿ ಯಾರೋ ಬಂದಿರುವ ವಿಷಯ ಬಂದು ತಿಳಿಸಿದ ಸರ್ವೆಂಟ್ ಮುಖ ಒಂದು ತರಹ ಮಾಡಿದ ಅವರು "ಬೆಳಿಗ್ಗೆ... ಬೆಳಿಗ್ಗೇನೆ ಈ ಜನಕ್ಕೆ ಬರೋಂಥ ಅರ್ಜೆಂಟೇನು?" ಗೊಣಗಿದರು.

"ನಾನು ನೋಡ್ಲಾ?" ಕೇಳಿದ ಇಂಚರ ಅವರ ಅಪ್ಪಣೆ ಪಡೆದು ವಿಶಾಲವಾದ ವರಾಂಡಾಕ್ಕೆ ಬರುವ ವೇಳೆಗೆ ತೆರೆದ ಬಾಗಿಲ ಹೊರಗೆ ನಿಂತಿದ್ದವನು ಅಶ್ವಿನಿ. ಅವಳಿಗೆ ಸಂತೋಷ ಆಗುವುದಿತ್ತು. ಈಗ ಅವನ ಬಗ್ಗೆ ಒಂದು ರೀತಿಯ ಬೇಸರ. "ಓ, ಏನು ಬಂದಿದ್ದು?" ಕೇಳಿದವಳು ತಟ್ಟನೆ "ಬನ್ನಿ ಒಳ್ಗೆ" ಎಂದು ಆಹ್ವಾನಿಸಿ ಹಿಂದಕ್ಕೆ ಸರಿದಿದ್ದು.

ಅಶ್ವಿನಿಯ ಕೈಯಲ್ಲಿ ಗುಲಾಬಿಯ ಗುಚ್ಚವಿತ್ತು. ಅವನತ್ತ ತಿರುಗಲಿಲ್ಲ. ಹೋಗಿ ಸಚ್ಚಿದಾನಂದ ವರ್ಮರ ಪಕ್ಕ ನಿಂತು ಪರಿಚಯಿಸಿದ್ದು. "ಇವ್ರು ಅಶ್ವಿನೀಂತ. ಬ್ಯಾಂಕ್‌ನಲ್ಲಿ ವರ್ಕ್ ಮಾಡ್ತಾರೆ. ನನ್ತಂದೆ, ಇವ್ರ ತಂದೆ ಗಿರಿಯಪ್ಪ ಬಾಲ್ಯ ಸ್ನೇಹಿತರು. ಈಗ್ಲೂ ಆ ಸ್ನೇಹ ಉಳಿದಿದೆ."

"ಹೌದಾ, ಒಬ್ಬ ಗುಡ್ ಫ್ರೆಂಡ್ ಸಿಕ್ಕಂತಾಯ್ತು" ನಕ್ಕು ಕೈ ಚಾಚುವುದರ ಬದಲು ಅಶ್ವಿನಿಕುಮಾರ್ ಭುಜನ ಮೇಲೆ ಕೈ ಹಾಕಿ "ಇಂಚರ, ನೀನು ಪರಿಚಯಿಸುವುದರ ಅಗತ್ಯವೇನೂ ಇರ್ಲಿಲ್ಲ. ಮದ್ವೆ ಮನೆ ಓಡಾಟವೆಲ್ಲ ಕಂಟ್ರಾಕ್ಟ್ ಹಿಡಿದಂಗೆ ಓಡಾಡುತ್ತ ಇದ್ದದ್ನ ನಾನು ನೋಡಿದ್ದೀನಿ" ಹಾಸ್ಯವಾಗಿ ಹೇಳಿ ತಮ್ಮ ರೂಮಿಗೆ ಹೋದರು.

"ಅಲ್ಲೆಲ್ಲ ಹೇಗಿದ್ದಾರೆ? ಇದೇನು ಆಫೀಸ್‌ನ ಕೆಲ್ಸದ ಮೇಲೆ ಬಂದ್ಯಾ?" ವಿಚಾರಿಸುತ್ತಲೇ ಕಾಫಿ ತರಲು ಒಳಗೆ ಹೋದಳು. ಪ್ರೇಮ, ಪ್ರೀತಿ ಪ್ರಸ್ತಾಪ ಮಾಡದಿದ್ದರೆ ಅಶ್ವಿನಿಕುಮಾರ್ ಆತ್ಮೀಯವಾಗಿ ಸ್ವಾಗತಿಸುತ್ತಿದ್ದಳು. ತವರು ಮನೆಯ ಬಂಧುವೆಂದು ಈಗ ಮಾತ್ರ ತಲೆನೋವೆನಿಸಿತು.

ಕಾಫಿ ಹಿಡಿದು ಬರುವ ವೇಳೆಗೆ ಮೆಟ್ಟಿಲಿಳಿದು ಬರುತ್ತಿದ್ದ ಪ್ರಭಂಜನ್ ಮುಖ ಒಂದು ತರಹ ಮಾಡಿದರೂ ಬಲವಂತವಾಗಿ ನಗೆಯನ್ನು ತಂದು ಅಲಂಕರಿಸಿದ. ಒಂದೆರಡು ಸಲ ಇಂಚರಾನ ಅಶ್ವಿನಿಯ ಸ್ಕೂಟರ್ ಮೇಲೆ ನೋಡಿದ್ದ. ಆತುರದ ವಿವಾಹಕ್ಕೆ ಅದೊಂದು ಮುಖ್ಯ ಕಾರಣ.

"ಹಲೋ...." ಎಂದ ಕೂಡಲೇ ಎದ್ದು ನಿಂದ ಅಶ್ವಿನಿಕುಮಾರ್ ಮುಖ ವಿವರ್ಣವಾಯಿತು. ಅದನ್ನ ಸರಿಪಡಿಸಲು ಹೆಣಗಾಡಿ ಸೋತ. "ಎನಿಥಿಂಗ್ ರಾಂಗ್? ಏನಾದ್ರೂ ಪ್ರಾಬ್ಲಮ್?" ಪ್ರಶ್ನೆ ಹಾಕಿದ.

"ಏನಿಲ್ಲ?" ಅಂದರು ಅವನ ನಾಲಿಗೆಯಲ್ಲಿನ ಪಸೆಯಾರಿತು.

"ಕೂತ್ಕೊಳ್ಳಿ" ಎಂದವನ ಕಣ್ಣುಗಳಲ್ಲಿ ತೀಕ್ಷ್ಣತೆ ಇತ್ತು. ತನಗೆ ರೈವಲ್?! ಅಂದುಕೊಂಡವನು ಬಲವಂತದಿಂದ ಕಿತ್ತು ಹಾಕಿದ. "ಏನು ವಿಷ್ಯ? ಆಫೀಸ್ ಕೆಲ್ಸದ ಮೇಲೆ ಬಂದ್ರಾ?" ಟೇಬಲ್ ಮೇಲಿರಿಸಿದ ಸುಂದರ ಗುಲಾಬಿ ಗುಚ್ಛದ ಕಡೆ ನೋಟ ಹರಿಸಿ ಅಲ್ಲಿಯೇ ನಿಲ್ಲಿಸಿದ.

"ತಗೊಳ್ಳಿ ಕಾಫಿ?" ಅಶ್ವಿನಿಯ ಮುಂದಿಟ್ಟಳು ಇಂಚರ.

"ನೀನು ಮಾತಾಡು, ನಂಗೆ ಡ್ಯಾಡಿ ಹತ್ರ ಮಾತಾಡೋದಿದೆ". ತಂದೆಯ ರೂಮ್ಗೆ ಹೊರಟವನು ಒಮ್ಮೆ ಹಿಂದಕ್ಕೆ ನೋಟ ಹರಿಸಿದ. ಇಂಚರ ಮತ್ತು ಅಶ್ವಿನಿ ಮಧ್ಯೆ ಇದ್ದ ಗುಲಾಬಿಯ ಗುಚ್ಛವನ್ನು ಕಿತ್ತೆಸೆಯಬೇಕೆನಿಸಿತು. ಅದು ಅನಾಗರಿಕತೆ. ಅದರಿಂದ ಪ್ರಯೋಜನವಾದರೂ ಏನು? ಯಾಕೆ ನನ್ನಲ್ಲಿ ಇಂಥ ಹುಚ್ಚುಚ್ಚು ಭಾವನೆಗಳು ಕೆರಳುತ್ತೆ? ಅದಕ್ಕೆ ಕಾರಣ.... ಇಂಚರ! ಬಹುಶಃ ಕಾರಣ ಅವಳಾಗಿದ್ದರೂ ತಪ್ಪೇನು ಇಲ್ಲ.

"ಕುಡೀ ಅಶ್ವಿನಿ, ಅಂಕಲ್.... ಆಂಟೀ ಹೇಗಿದ್ದಾರೆ?" ಮೆಲುವಾಗಿ ಕೇಳಿದಳು. "ಎಲ್ಲಾ ಮಾಮೂಲು! ಪ್ಲೀಸ್, ಇಂಚರ ನನ್ನೈಲಿ ಆಗ್ತಾ ಇಲ್ಲ. ಅತ್ತೆ ಸಾವು ಮುಂದಿಟ್ಕೊಂಡು ಈ ವಿವಾಹ ಮುರ್ದು ಹಾಕ್ಬಹುದಿತ್ತು. ನಂಗೆ ಶ್ರೀಮಂತರ ಬಗ್ಗೆ ನಂಬಿಕೆ ಇಲ್ಲ. ದಯವಿಟ್ಟು ಬಂದ್ಬಿಡು. ಈಗಿಂದೀಗ್ಲೇ ಎಲ್ಲಿಗಾದರೂ ಹೋಗ್ಬಿಡೋಣ" ಪಿಸುಗುಟ್ಟಿದ.

ಅಶ್ವಿನೀನ ಬಗೆಗಿನ ಗೌರವ ಅಭಿಮಾನವೆಲ್ಲ ಮಾಯವಾಯಿತು.

"ಸ್ಟಾಪ್ ಇಟ್! ಹುಚ್ಚುಚ್ಚಾಗಿ ಬಡಬಡಿಸ್ಬೇಡ. ಇದು ಹಿರಿಯರು ನಿಶ್ಚಯಿಸಿದ ಮದುವೆ. ಅಮ್ಮ ಒಪ್ಕೊಂಡಿದ್ರು. ಈಗ ಆಕೆಯೇನಾದ್ರೂ ಬದ್ಕಿದ್ರೂ ಇಂಥ ಸಲಹೆ ಕೊಟ್ಟಿದ್ದರೆ ಯೋಚ್ಸಬಹುದಿತ್ತು. ಇಲ್ಲಿ ಈ ತರಹ ಮಾತಾಡ್ಬೇಡ. ಮೊದ್ಲು ಕಾಫಿ ಕುಡ್ದು ಬೇರೆ ಏನಾದ್ರೂ ಇದ್ದರೆ ಮಾತಾಡು" ತೀರಾ ಬೇಸರದಿಂದ ನುಡಿದಿದ್ದಳು. ಇಂಥ ವಿಪರೀತಕ್ಕೆ ಆಶ್ಚರ್ಯವೇ ಅವಳ ಮೆದುಳಿನಲ್ಲಿ ಇದ್ದಿದ್ದು. ಸ್ನೇಹವೇ ವಿನಃ ಪ್ರೀತಿ ಅಂಥದ್ದೇನು ಇರಲಿಲ್ಲ.

ತಟ್ಟನೆ ಅವಳ ಕೈ ಹಿಡಿದುಕೊಳ್ಳಲು ಮುಂದಾದಾಗ ಕಾಫಿ ಕಪ್ ನೆಲಕ್ಕೆ ಉರುಳಿ ಎಲ್ಲಾ ಚೆಲ್ಲಿತು. ಮೇಲೆದ್ದು ಇಂಚರ "ಬೇರೆ ಕಾಫಿ ಕಳಿಸ್ತೀನಿ" ಎಂದು ಕಿಚನ್‌ನತ್ತ ನಡೆದಳು. ಅವಳ ಮಾತಿನ ಅರ್ಥ ಗ್ರಹಿಸಿದ. ಇವನ ಪ್ರೇಮ ಸ್ವೀಕರಿಸಲು ಸಿದ್ಧವಿಲ್ಲ ಇದೊಂದು ಭಾರತೀಯ ಪರಂಪರೆ. ಕೂದಲು ಕಿತ್ತುಕೊಂಡು ಮೈ ಪರಚಿ ಅಳಬೇಕೆನಿಸಿತು ಅಶ್ವಿನಿಗೆ. ಏನಾಗಿದೆ ತನಗೆ? ಕೆಲಸದವಳು ಬಂದು ಕಾಫಿಯನ್ನೊರೆಸಿ ಒಡೆದ ಪಿಂಗಾಣಿ ಕಪ್‌ನ ಚೂರುಗಳನ್ನೊಯ್ದು ಮೇಲೆಯೇ ಮತ್ತೆ ಕಾಫಿ ಬಂದದ್ದು. ಇದು ಅವನಿಗೆ ಅನಗತ್ಯ. ಎದ್ದು ಹೊರಟು ಬಿಟ್ಟವನು ಬಾಗಿಲಲ್ಲಿ ನಿಂತು ಹಿಂದಿರುಗಿ ನೋಡಿದ. ಇಂಚರ ಮೌನದ ಪ್ರತಿರೂಪದಂತೆ ನಿಂತಿದ್ದು ಕಂಡಿತು.

"ಬನ್ನಿ ಅಶ್ವಿನಿ ಕಾಫೀ ಕುಡ್ದು ಹೋಗಿ" ಹೇಳಿದಂಥ ಭ್ರಮೆ, ಹಿಂದಕ್ಕೆ ಬಂದ, ಕೂತ್ಕೊಂಡ್ ಕಾಫಿ ಕುಡೀರಿ. ಬಂದಿದ್ದೀರಾ, ಹೇಳಿ ಹೋಗುವ ಸೌಜನ್ಯ ಕೂಡ ಬೇಕಾಗುತ್ತೆ. ದಯವಿಟ್ಟು ಇಂಥ ಭ್ರಮೆಯನ್ನು ನಿಮ್ಮ ಮನಸ್ಸಿನಿಂದ ಕಿತ್ತೊಗೆಯಿರಿ. ನಾನು ವಿವಾಹಕ್ಕೆ ಮುನ್ನ ಯಾರನ್ನೂ ಪ್ರೀತಿಸಿರಲಿಲ್ಲ!" ಅಂದಳು. ನಂತರ ವಿಚಲಿತಳಾದಳು.

ಅಷ್ಟರಲ್ಲಿ ಅಪ್ಪ, ಮಗ ಕೂಡಿಯೇ ಬಂದರು.

"ಆಗ್ಲೇ ಹೊರಟಿರಾ? ನಿಂತೇ ಇದ್ದೀಯಲ್ಲ ಮಾರಾಯ. ಬ್ರೇಕ್ ಫಾಸ್ಟ್ ಮುಗ್ಸಿಕೊಂಡು ಹೋಗ್ಬಹುದ್ದು" ವಿಶ್ವಾಸದಿಂದ ಹೇಳುತ್ತಲೇ ಸನಿಹಕ್ಕೆ ಬಂದರು. ಪ್ರಭಂಜನ್ ಮಾತ್ರ ಅವನ ಹಣೆಯಂಚಿನಲ್ಲಿ ಮೂಡಿದ್ದ ಬೆವರಿನ ಬಿಂದುಗಳನ್ನು ಗುರ್ತಿಸಿದ.

ಅಂತು ಮನೆಯ ಹಿರಿಯನ ಮಾತಿಗೆ ಮಣಿದು ಬ್ರೇಕ್‌ಫಾಸ್ಟ್ ಮುಗಿಸಿದ. ಆ ವ್ಯವಸ್ಥೆಯ ಮೇಲ್ವಿಚಾರಣೆ ನೋಡಿಕೊಂಡಳೇ ವಿನಃ ಬ್ರೇಕ್‌ಫಾಸ್ಟ್‌ಗೆ ಕೂಡಲಿಲ್ಲ ಇಂಚರ. ಅಶ್ವಿನಿಯ ವ್ಯಕ್ತಿತ್ವವನ್ನು ಅವಳು ಗುರುತಿಸಿದ್ದೇ ಬೇರೆಯಾಗಿ ಆದರೆ ಅವನು ಅಸಲಿ ರೂಪದ ಮುಠ್ಠಾಳತನ ಪ್ರದರ್ಶಿಸಿ ಅಷ್ಟಿಷ್ಟು ಇದ್ದ ಅಭಿಮಾನವನ್ನು ಕಳೆದುಕೊಂಡಿದ್ದೊಂದೇ ದೊಡ್ಡ ಸಾಧನೆ.

"ಎಲ್ಲಿ ನಿಮ್ಮನ್ನ ಡ್ರಾಪ್ ಮಾಡ್ಬೇಕು?" ಪ್ರಭಂಜನ್ ಕೇಳಿದಾಗ ನಿರಾಕರಿಸಿದ. "ಥ್ಯಾಂಕ್ಯೂ, ಇಲ್ಲಿ ನನ್ನೊಬ್ಬ ಗೆಳೆಯನ ಮನೆ ಇದೆ. ಹೇಗೂ ಬಂದಿದ್ದಾಗಿದೆ. ನೋಡಿಕೊಂಡೇ ಹೋಗ್ತೀನಿ" ಸ್ವಲ್ಪ ಚೇತರಿಸಿಕೊಂಡಿದ್ದರಿಂದ ಸ್ಪಷ್ಟವಾಗಿಯೇ ನಿರಾಕರಿಸಿದ. ಪ್ರಭಂಜನ್ ಮಾತಾಡಲಿಲ್ಲ.

ಹೊರಟ ಅಶ್ವಿನಿಕುಮಾರ್ ಬಸ್ ಸ್ಟ್ಯಾಂಡ್‌ನಿಂದ ತನ್ನ ಪ್ರೇಮ ನಿವೇದನೆ ಮಾಡಿಕೊಂಡ. "ನನ್ನ ಸೇವಿಂಗ್ಸ್‌ನ್ನೆಲ್ಲಾ ಡ್ರಾ ಮಾಡ್ಕೊಂಡ್ ಬಂದಿದ್ದೀನಿ. ಇಬ್ರೂ ಬಹಳ ದೂರ ಹೋಗಿ ಮದ್ವೆ ಆಗೋಣ" ಎಂದು ಪ್ರವರ ಊದಿದ ನಂತರ "ಷಟಪ್ ಅಶ್ವಿನಿ, ನೀನೊಬ್ಬ ಮೂರ್ಖ ಮಾತ್ರವಲ್ಲ, ಮುಠ್ಠಾಳ ಕೂಡ. ಇಷ್ಟೊಂದು ಅಂತ ತಿಳ್ಕೊಂಡಿರಲಿಲ್ಲ. ದಯವಿಟ್ಟು ನಿಲ್ಸು.... ಊರಿಗೆ ಹೋಗು" ಸೀರಿಯಸ್ಸಾಗಿ ಹೇಳಿ ಫೋನ್ ಕುಕ್ಕಿದಳು.

ಅವಳಿಗೆ ಅನಿಸಿತು, ಪರ್ಸ್ ಹಿಂದಿರುಗಿಸಿದವನು. ಅದರಲ್ಲಿ ತನ್ನ ಫೋಟೋ ಎತ್ತಿಟ್ಟುಕೊಂಡು, ಚೀಟಿ ಇಟ್ಟವನು, ಪತ್ರ, ಫೋನ್ – ಎಲ್ಲಾ ಇವನದೇ ಕರಾಮತ್ತು. ಅದರಲ್ಲಿ ಯಾರೋ ನೆರವಾಗಿರಬಹುದು. ಇನ್ನು ತನ್ನ ಬಳಿಯಲ್ಲಿಯೇ ಉಳಿದುಕೊಂಡ ಪರ್ಸ್, ಅದರಲ್ಲಿನ ಚೀಟಿ ಲೆಟರ್ ಪ್ರತಿಯೊಂದನ್ನೂ ಸುಟ್ಟುಬಿಡಬೇಕೆನಿಸಿತು.

ರೂಮಿಗೆ ಬಂದವಳೇ ಹಾಸಿಗೆಯ ಮೇಲೆ ಬೋರಲು ಮಲಗಿ ಬಿಕ್ಕಿದಳು. ಅಂದೇ, ಅಮ್ಮ ಬದುಕಿರುವಾಗ ಈ ಸಮಸ್ಯೆ ಹೇಳಿಕೊಂಡಿದ್ದರೆ ಪರಿಹಾರ ಸೂಚಿಸುತ್ತಿದ್ದರೇನೋ, ಇಂದು ಯಾರ ಬಳಿ ಹೇಳಿಕೊಳ್ಳುವುದು? ಅಮ್ಮನ ಇರುವು

ಎಷ್ಟೊಂದು ಅಮೂಲ್ಯವೆನಿಸಿತು. ತಂದೆಯ ತುಂಬು ಪ್ರೀತಿ ಪಾತ್ರ ಮಗಳೇ! ಆದರೆ ಮನಸ್ಸು ಬಿಚ್ಚಿ ಎಲ್ಲಾ ಹೇಳಿ ಕೊಳ್ಳುವುದು ಮಾತ್ರ ಸಾಧ್ಯವಿರಲಿಲ್ಲ. ಈಗತು ಅಮ್ಮ ಸತ್ತ ಮೇಲೆ ತನ್ನ ತಂದೆಯ ನಡುವೆ ಒಂದು ಗೋಡೆ ಎದ್ದಿದೆಯೆನಿಸಿತು. ಇದು ಸತ್ಯವೋ, ಇಲ್ಲ ತನ್ನ ಯೋಚ್ನೆ ಸರಿಯಿಲ್ಲವೇನೋ ಎನ್ನುವ ಸಂದಿಗ್ಧತೆ ಕೂಡ.

ಧುತ್ತೆಂದು ಅಶ್ವಿನಿಯ ಚಿತ್ರ ಎದುರಾಯಿತು. ಅಮ್ಮನ ಆತ್ಮೀಯತೆ, ಆದರಾಭಿಮಾನಗಳ ದುರುಪಯೋಗವಾಯಿತಷ್ಟೆ. ನನ್ನೆಡೆ ಗಮನ ಹರಿಸಿದ್ದು ಯಾವಾಗ? ಛೇ, ಈಡಿಯಟ್! ತಾನೆಂದಾದರೂ ಅವನನ್ನು ಪ್ರೇಮಿಸುವುದು ಸಾಧ್ಯವಿತ್ತಾ? ಖಂಡಿತ ಇಲ್ಲವೆನಿಸಿತು. ಅದಕ್ಕೆ ಕಾರಣವೇನೂಂತ ಮಾತ್ರ ಗೊತ್ತಿರಲಿಲ್ಲ. ನೋಡದ ಪ್ರಭಂಜನ್‌ನಾದರೂ ಮದುವೆಗೆ ಒಪ್ಪಿಕೊಂಡಾಳು. ಆದರೆ ಗಿರಿಯಪ್ಪ, ದಮಯಂತಿಯ ಸೊಸೆಯಾಗಲು ಅವಳೆಂದೂ ಸಿದ್ಧವಿರಲಿಲ್ಲ.

ಒಂದೇ ವಿಶಾಲ ಮಂಚದಲ್ಲಿ ಮಲಗಿದ್ದರೂ ಆವೇಗದಿಂದ ಇಂಚರಾಳ ಎದೆಯ ಬಡಿತವೇರುತ್ತಿತ್ತೇ ವಿನಃ ಅವನೆಂದೂ ಅಪ್ಪಿ ತಪ್ಪಿಯಾದರೂ ಇವಳೆದೆಗೆ ಕೈ ಚಾಚುತ್ತಿರಲಿಲ್ಲ.

ಅಂದು ಸಂಜೆಯೇ ಬಂದ ಪ್ರಭಂಜನ್ ಸ್ವಲ್ಪ ಸೀರಿಯಸ್ಸಾಗಿದ್ದ.

"ಇಂಚರ, ನಿನ್ಹತ್ರ ಮಾತಾಡೋದಿದೆ. ಸ್ವಲ್ಪ.... ಬಾ" ಎಂದು ಕರೆದೊಯ್ದ. ಬೆಡ್ ರೂಂ ಬಾಗಿಲು ಹಾಕಿದ ನಂತರ "ನಿನ್ನ ಕೆಲವು ಪ್ರಶ್ನೆಗಳಿಗೆ ಉತ್ತರ ಹೇಳ್ತೀನಿ" ಎಂದವನೇ ಪರ್ಸ್‌ನಲ್ಲಿದ್ದ ಅವಳ ಹಳೆಯ ಫೋಟೋ ತೆಗೆದು ಹಾಸಿಗೆಯ ಮೇಲೆ ಹಾಕಿದ. "ನಿನ್ನ ಕಳ್ದು ಹೋದ ಪರ್ಸ್ ಸಿಕ್ಕಿದ್ದು ನಂಗೆ. ಈ ಫೋಟೋ ನೋಡೇ ಪ್ರೇಮಿಸಿದ್ದು ಅದ್ಕೇ ಕಾರಣ ಕೇಳ್ಬೇಡ. ಖಂಡಿತ ಹೇಳಲಾರೆ. ಹೃದಯದ ಪಿಸುಮಾತುಗಳು ಗೂಢವಾಗಿಯೇ ಉಳಿಯುತ್ತೆ. ಹಾಗೇ ಉಳಿಯಬೇಕು" ನಂತರ ಬರೆದ ಪತ್ರ, ಫೋನ್‌ಗಳ ಬಗ್ಗೆ ಡೀಟೈಲಾಗಿ ಹೇಳಿದ.

"ಈ ಫೋಟೋ ಡ್ಯಾಡಿ ಮುಂದೆ ಇಟ್ಟು ಮದ್ವೆ ಮಾಡ್ಸು" ಅಂದೆ. ಬಹುಶಃ ನಿಧಾನವಗಿ ನಿನ್ನನ್ನು ಪ್ರೇಮಿಸುವ ವಿಧಾನ ಪ್ರವೃತ್ತಿ ನನ್ನದಾಗಿರಲಿಲ್ಲ. ಜೀವನ ಪೂರ್ತಿ ನನ್ನವಳಾಗಬೇಕೆನ್ನೋ ಆಕಾಂಕ್ಷೆ. ಇಲ್ಲಿ ತಪ್ಪು, ಸರಿಗಳ ವ್ಯಾಖ್ಯಾನ ಮಾಡಲಾರೆ. ಇಲ್ಲಿ ನಿನ್ನ ಗಣನೆಗೆ ತೆಗೆದುಕೊಳ್ಳಲು ಕಾಲಾವಕಾಶವಿರಲಿಲ್ಲ. "ಯೂ ಕ್ಯಾನ್ ಟೇಕ್ ದ ಹಾರ್ಸ್ ಟು ದ ವಾಟರ್, ಬಟ್ ಯೂ ಕ್ಯಾನಾಟ್ ಮೇಕ್ ಇಟ್ ಡ್ರಿಂಕ್" ಈ ಮಾತು ನಿಜ. ಕುದುರೇನ ನೀರಿನ ಬಳಿಗೆ ಕರೆದೊಯ್ಯಬಹುದು. ಆದರೆ ಅದಕ್ಕೆ ಬಲವಂತವಾಗಿ ನೀರು ಕುಡಿಸೋಕೆ ಮಾತ್ರ ಸಾಧ್ಯವಿಲ್ಲ. ನಾನು ಮದ್ವೆಯಾಗಿದ್ದೀನಿ. ಸನಿಹ, ಸಮಯ ಎಲ್ಲಾ ಇದೆ. ಇಲ್ಲಿ ನಿನ್ನ ಪ್ರೇಮ ಬೇರೆಯವ್ರ ಸ್ವತ್ತು ಆಗಿದ್ದರೆ, ಖಂಡಿತ ಬಿಡುಗಡೆ ಸಿಗುತ್ತೆ. ಈ ಬಂಧನ ಹಿಂಸೆಯಾಗೋದು ನಂಗಿಷ್ಟವಿಲ್ಲ" ಎಂದ ತೀಕ್ಷ್ಣವಾಗಿ.

ಮೊದಲು ಕೋಪ ನಂತರ ನಗು, ಅದಾದ ನಂತರ ಪ್ರಭಂಜನ್ ಹುಡುಗಾಟಿಕೆಯಿಂದ ತಾನೆಷ್ಟು ಹಿಂಸೆ ಅನುಭವಿಸಿದರೂ ಅದರಲ್ಲಿ 'ಥ್ರಿಲ್' ಇತ್ತು. ಹೊಸ ಹೊಸ ಭಾವನೆಗಳ ಕೊನೆಯುವಿಕೆ ಮುತ್ತುಗಳ ಹರಿದಾಟವಿತ್ತು.

ಆ ಬಗ್ಗೆ ಪ್ರಶ್ನಿಸಬೇಕೆನಿಸಿತು ಇಂಚರಾಗೆ. ದಬಾಯಿಸಿ ಬುದ್ಧಿ ಹೇಳಬೇಕೆನಿಸಿತು. ತುಟಿ ತೆರೆಯಲು ಅವಳಿಂದಾಗಲಿಲ್ಲ.

"ಎಲ್ಲಾ ಹೇಳಿ ಮುಗ್ಸಿದ್ದೀನಿ. ಇಲ್ಲಿ ಪೂರ್ತಿ ಆಟ ಆಡಿದ್ದು ನಾನೇ. ಆ ಬಗ್ಗೆ ಹಿಂಸೆಯೆನಿಸಿದರೂ ಖಂಡಿತ ಪಶ್ಚಾತ್ತಾಪವಿಲ್ಲ. ನಂಗೆ ಸಚ್ಚಿದಾನಂದ್ ಬರೀ ಡ್ಯಾಡಿ ಮಾತ್ರವಲ್ಲ. ಗುಡ್ ಫ್ರೆಂಡ್, ವೆಲ್‌ವಿಷರ್... ಬಹುಶಃ ಎಲ್ಲಾ ಎಲ್ಲಾ.... ಅವರೇ ನನ್ನ ಆಸೆ, ಆಕಾಂಕ್ಷೆಗಾಗಿ... ಸಾಲುಗಟ್ಟಿ ಬದ ವಧು ತಂದೆ, ತಾಯಿಗಳನ್ನು ನಿರಾಶೆಪಡಿಸಿ ನಿಮ್ಮ ಮನೆಗೆ ಬಂದಿದ್ದಾರೆ. ವಿಷಯ ಸಂಗ್ರಹ, ಈ ಮದುವೆಯಲ್ಲಿ ಚಂದ್ರಯ್ಯನ ಸಹಕಾರಕ್ಕಾಗಿ ಸಾಕಷ್ಟು ಹಣ ವಿನಿಯೋಗಿಸಿದ್ದಾರೆ. ಆ ಬಗ್ಗೆ ಬೇಸರಗೊಂಡಿದ್ದಿಲ್ಲ, ಬೈಯ್ದಿದ್ದೂ ಇಲ್ಲ. ಹೀ ಈಜ್ ವೆರೀ ಗ್ರೇಟ್. ಎಲ್ಲಾ ತಿಳ್ಸಿ ಹೇಳಿದ್ದೀನಿ ಏನೂ ಮುಚ್ಚಿಟ್ಟಿಲ್ಲ" ಅಂದವನು ಬಂದ ಅಜ್ಞಾತ ಪತ್ರಗಳನ್ನು ಕೂಡ ಅವಳ ಮುಂದೆ ಹಾಕಿದ.

"ವಿವಾಹಕ್ಕೆ ಮುನ್ನ ಬಂದ ಪತ್ರಗಳು. ನಾನು ಇಂಥದಕ್ಕೆಲ್ಲಾ ಸೊಪ್ಪು ಹಾಕೊಲ್ಲಾಂತ ಬರ್ದ ಜನಕ್ಕೆ ತಿಳಿದಿದ್ದರೆ ಚೆನ್ನಿತ್ತು. ಈಗ್ಲೂ ಅಷ್ಟೇ" ಹರಿದು ಕಸದ ಬುಟ್ಟಿಗೆ ಎಸೆದ.

ಪ್ರಭಂಜನ್ ಇಷ್ಟು ಮಾತಾಡಿದರು ಇಂಚರ ಒಂದೇ ಒಂದು ಮಾತು ಆಡಿರಲಿಲ್ಲ. ಅವಳಿಗೆ ಆಡಬೇಕಾದ ಅಗತ್ಯ ಕಾಣಲಿಲ್ಲ. ಸಮಚಿತ್ತ ಆವೇಶಗೊಳ್ಳದೆ ಉಸುರಿದ್ದ.

"ನಾನು ಸಾರಿ ಕೇಳೋಲ್ಲ ಇಂಚರ. ನಿನ್ಮೇಲೆ ಉದಯಿಸಿದ್ದು ಬಯಕೆಯಲ್ಲ, ಸ್ವಚ್ಛ ಪ್ರೇಮ, ಆ ಪ್ರೇಮ ಬಯಸುವುದು... ನಿಲ್ಲಿಸಿದ. ಪ್ರತಿಯೊಂದು ಪದವನ್ನು ಅಚ್ಚುಕಟ್ಟಾಗಿ ಬಿಡಿಸಿದ ರಂಗೋಲಿ. ಪುಟ್ಟ ಪುಟ್ಟ ಚುಕ್ಕೆಗಳ ರಂಗೋಲಿ ಅಚ್ಚುಕಟ್ಟಾಗಿತ್ತು. ತಟ್ಟನೆ "ಇನ್ನೊಂದು ವಿಷಯ. ಇಂಥ ಲಕ್ಷ ಪತ್ರಗಳು ನಿನ್ಮೇಲಿನ ಪ್ರೇಮವನ್ನು ಕಿಂಚಿತ್ ಕಡಿಮೆ ಮಾಡವು. ನಿಂಗೆ ಬಿಡುಗಡೆ ಸಿಗದು. ನಿನ್ನ ಪ್ರೇಮಿಸಿದೆನೆಂದು ನನ್ಮುಂದೆ ಬಂದು ಹೇಳೋನಿಗೆ ಎಂಟೆದೆ ಬೇಕು. ಅದ್ರಿಂದ ಖಂಡಿತ ಅವನಿಗೆ ಪ್ರಯೋಜನವಿಲ್ಲ. ನೀನು ಮಾತ್ರ...." ಅಂದವನು ಉಗುಳು ನುಂಗಿ "ಬೇರೆ ಬೇರೆ.... ತಡವರಿಸಿದ. ಅದನ್ನು ತಡೆದುಕೊಳ್ಳುವ ಮನಸ್ಥಿತಿ ಅವನದಾಗಿರಲಿಲ್ಲ. "ಯಸ್.... ಅಷ್ಟೇ" ಹೊರ ನಡೆದ. ಮತ್ತೆ ಒಳಗೆ ಬಂದವನು ಅವಳ ಪರ್ಸ್‌ನಲ್ಲಿದ್ದ ಫೋಟೋ ಕೊಂಡೊಯ್ದು.

ಇಂಚರ ಕುಸಿದಂತೆ ಕೂತಳು. ಇದೆಲ್ಲಾ ನಿಜಾನಾ? ಇದೊಂದು ಕಾಲ್ಪನಿಕ ಕಾದಂಬರಿ ವಸ್ತುವಾ? ಅಥವಾ ಒಬ್ಬ ನಿರ್ದೇಶಕನ ಸೃಷ್ಟಿಯೇ? ಇವೆರಡಕ್ಕಿಂತ ವಿಭಿನ್ನವಾಗಿ, ವಿಚಿತ್ರವಾಗಿ ಸೃಷ್ಟಿಸಬಲ್ಲ ಸೃಷ್ಟಿಕರ್ತನಿದ್ದಾನೆ. ಆ ಒಂದು ಸಂಗತಿಯನ್ನು ವಿಮರ್ಶಕರು ಮರೆತುಬಿಡುತ್ತಾರೆ.

ಈ ಆಂದೋಲನದಲ್ಲಿ ಗಂಟೆಗಳೇನು ಒಂದೆರಡು ದಿನಗಳು ಉರುಳಿದ್ದು ಕೂಡ ಗೊತ್ತಾಗಲಿಲ್ಲ. ರಾತ್ರಿ ಕುಸುಮಳಿಂದ ಫೋನ್ ಬಂತು. ಅವಳ ಬಿಕ್ಕುವಿಕೆಗೆ ಹೌಹಾರಿದಳು.

“ಇಂಚರ, ನಂಗೆ ಈ ಕ್ಷಣ ಆತ್ಮಹತ್ಯೆ ಮಾಡ್ಕೋಬೇಕೂಂತ ಅನ್ನಿಸ್ತಾ ಇದೆ. ಇದೆಲ್ಲ ನೋಡಿದರೆ.... ನಂಗೆ ಅಮ್ಮನ ಸಾವು ಅನುಮಾನಾಸ್ಪದವಾಗಿ ಕಾಣಿಸ್ತಾ ಇದೆ”. ಅರ್ಥವಿಲ್ಲದೆ ಬಡಬಡಿಕೆ, ಇಂಚರ ನಾಲಿಗೆಯಾಡಲು ಸಮಯ ಬೇಕಾಗಿತ್ತು.

ಟಿ.ವಿ. ನೋಡುತ್ತಿದ್ದ ಪ್ರಭಂಜನ್ ಅವಳ ಸ್ಥಿತಿ ನೋಡಿ ಗಾಬರಿಯಾಗಿ ಫೋನ್ ಕಿತ್ತುಕೊಂಡ. “ನಂಗೆ ಖಂಡಿತ ಆತ್ಮಹತ್ಯೆ ಮಾಡ್ಕೋಬೇಕೂಂತ ಅನ್ನಿಸ್ತಾ ಇದೆ”. ಕುಸುಮಳ ಬಿಕ್ಕುವಿಕೆಯಲ್ಲಿ ಮೂಡಿಬಂದ ಮಾತುಗಳಿಗೆ “ಪ್ಲೀಸ್, ನಾನು ಇಂಚರ ಬರ್ತಾ ಇದ್ದೀವಿ. ಆತ್ಮಹತ್ಯೆ ಮಾಡಿಕೊಳ್ಳೋದ್ನ ನೋಡ್ದೋ ಒಂದು ಅವಕಾಶ ಕಲ್ಪಿಸಿಕೊಡಿ. ಈಗ ಹೊರಡ್ತಾ ಇದ್ದೀವಿ” ಲಗುಬಗನೆ ಫೋನಿಟ್ಟ.

“ಇಂಚರ ನಡೀ” ಎಂದವ ಸಚ್ಚಿದಾನಂದ ವರ್ಮಾಗೆ ವಿಷಯ ಮುಟ್ಟಿಸಿ ಕಾರು ಏರಿದ.

ಕಾರಿನ ಚಕ್ರಗಳು ವೇಗವಾಗಿ ಡಾಂಬರ್ ರಸ್ತೆಯಲ್ಲಿ ಉರುಳುತ್ತಿದ್ದವು. “ಜೊತೆ ಜೊತೆಯಲ್ಲಿ ಬೆಳೆದಿದ್ದೀರಿ. ಅಕ್ಕ ತಂಗಿಯರ ಮಧ್ಯೆ ಎಂಥ ಅನ್ಯೋನ್ಯವಾದ ಅನುಬಂಧ. ಅಂಥದರಲ್ಲಿ ಕುಸುಮ ಆತ್ಮಹತ್ಯೆ ಮಾಡಿಕೊಳ್ಳೋಂತಾ ದುರ್ಬಲವಾದ ಹುಡ್ಗೀನ? ಅಂಥ ಸಮಸ್ಯೆಯೇನಿದೆ? ಅವ್ರಿಗೆ ಅವರಿಬ್ಬರಿಗಿಂತ ಅಮ್ಮನ ಹೆಚ್ಚು ಹಚ್ಚಿಕೊಂಡೋಳು ನೀನೆ” ಅತ್ಯಂತ ಸ್ಪಷ್ಟವಾಗಿ ಉಸುರಿದ ಪ್ರಭಂಜನ್‌ನ ನೋಡಿದಳು. ಲೀಲಾಜಾಲವಾಗಿ ಸ್ಟೇರಿಂಗ್‌ವ್ಹೀಲ್ ಹಿಡಿದು ತಿರುಗಿಸುತ್ತಿದ್ದವನಿಗೆ ತನ್ನ ಬಗ್ಗೆ ಇಷ್ಟೆಲ್ಲಾ ತಿಳಿದಿದ್ದು ಹೇಗೆನಿಸಿತು.

ಮೌನ ಮಡುವುಗಟ್ಟಿದಾಗ ತಾನೇ ಮತ್ತೆ ಒಡೆದ.

“ಬಹುಶಃ ನಮ್ಮಂದೆ ನಿಮ್ಮಂದೆ ಮನೆಗೆ ಬರೋವರ್ಗೂ ನಿಂಗೇನು ನನ್ನ ಬಗ್ಗೆ ಗೊತ್ತಿಲ್ಲ. ಆದರೆ ನಂಗೆ ತುಂಬ.... ತುಂಬ ಗೊತ್ತಿತ್ತು. ಎಷ್ಟೋ ಸಲ ಹತ್ತಿರದಿಂದ, ದೂರದಿಂದ ನಿನ್ನ ನೋಡಿದ್ದೆ. ಮೊದಲ ಸಲ ಷಾಕಾಗಿದ್ದು ಕಾರೋಡಿಸುವಾಗ... ನೀನು ಸ್ಕೂಟರ್‌ನಿಂದ ಇಳಿದು ಅಡ್ಡ ಬಂದಾಗ”. ನೆನಪಿನಿಂದ ಇಂಚರ ದಿಗ್ಭ್ರಮೆಗೊಂಡಳು. ‘ರೋಡಿನಲ್ಲಿ ಕನಸು ಕಾಣೋದು ಒಳ್ಳೇದಲ್ಲ’ ಆ ದನಿ ಪ್ರಭಂಜನ್‌ದೇ ಗಾಬರಿಯ ಜೊತೆ ರೋಮಾಂಚನಗೊಂಡಳು. ಬಹುಶಃ ಆ ಅನುಭವವನ್ನು ದಟ್ಟವಾಗಿ ಅನುಭವಿಸುವ ಸ್ಥಿತಿಯಲ್ಲಿರಲಿಲ್ಲ. ಅಷ್ಟರಲ್ಲಿ ಸೆಲ್ಯುಲರ್ ಸದ್ದು ಮಾಡಿತು. ಸಚ್ಚಿದಾನಂದವರ್ಮಾ ಸೊಸೆಯೊಂದಿಗೆ ಮಾತನಾಡಬಯಸಿದ್ದರು. “ಈಗ ಫೋನ್ ಮಾಡಿದ್ದೆ, ಅಲ್ಲಿ ಎವ್ವೆರಿಥಿಂಗ್ ಓಕೆ. ಡೋಂಟ್ ವರೀ. ಕುಸುಮ ಏನು ಆತ್ಮಹತ್ಯೆ ಮಾಡಿಕೊಳ್ಳೋಲ್ಲ. ಈಗಾಗ್ಲೇ ಸ್ಟೇ ಮಾಡ್ಸಿದ್ದೀನಿ. ಹರಿಹರನ್ ಸಿಕ್ಕಿಲ್ಲ ಫೋನ್‌ನಲ್ಲಿ. ಸಖತ್ತಾಗಿ ಜಗಳ ಆಡು ನಿನ್ನಕ್ಕನೊಂದಿಗೆ” ತಮಾಷೆಯಾಗಿಯೇ ಧೈರ್ಯ ಹೇಳಿದರು.

ಆಮೇಲೆ ಮಗನೊಂದಿಗೆ ಮಾತಾಡಿದರು. ಹರಿಹರನ್ ಮನೆಯ ಮುಂದೆ ಕಾರು ನಿಂತಾಗ ಮೆಲ್ಲಗೆ ಇಳಿದರೂ ಅವಳ ಕಾಲುಗಳು ಮುಷ್ಕರ ಹೂಡಿದವು.

ಬಾಗಿಲ ಬಳಿ ಎರಡನೇ ಮೆಟ್ಟಿಲಿನಲ್ಲಿ ನಿಲ್ಲುತ್ತಿದ್ದ ಗಿರಿಜ ಮಗಳು ಕಣ್ಮರೆಯಾಗುವವರೆಗೆ ನಿಲ್ಲುತ್ತಿದ್ದರು. ಆ ಮುಗುಳ್ನಗುವನ್ನು ಅವಳೆಂದೂ ಮರೆಯಲು ಸಾಧ್ಯವಿರಲಿಲ್ಲ. ಕುಮುದ, ಕುಸುಮಗಿಂತ ಅವಳೇ ಆಪ್ತಳು. ತೀರಾ ಬೇಸರಗೊಂಡಾಗ ಹತ್ತಿರ ಕೂಡಿಸಿಕೊಂಡು ಅವರ ಬಾಲ್ಯದ ಎಷ್ಟೋ ಘಟನೆಗಳನ್ನು ಹೇಳುತ್ತಿದ್ದುದು ಇವಳಿಗೇನೆ. ತಾನು ಹೆತ್ತ ಮಗಳಲ್ಲವೆಂದು ಮತ್ತಷ್ಟು ಇಂಚರಾ ಮೇಲೆ ಅಕ್ಕರೆ, ಅಭಿಮಾನ, ಗೌರವ ಬೆಳೆದಿತ್ತು. ಸ್ವಂತ ಕರುಳಿನ ಕುಡಿಗಳಿಗಿಂತ ಯಾರೋ ಮಡಿಲಿಗೆ ಹಾಕಿಹೋದ ಇವಳನ್ನು, ಅವರಿಗಿಂತ ನೂರು ಪಟ್ಟು ಹೆಚ್ಚಾಗಿ ನೋಡಿಕೊಂಡಿದ್ದು ಗಿರಿಜಳ ವಿಶಾಲ ಹೃದಯ, ಒಳ್ಳೆಯ ಮನಸ್ಸಿನ ಹೆಣ್ತನ ಎದ್ದು ಕಾಣುತ್ತಿತ್ತು.

"ಇಂಚರ...." ಎಂದ.

'ನಂಗ್ಯಾಕೋ ಭಯ ಆಗುತ್ತೆ" ಅಳುತ್ತ ಹೋದವಳು ಕಾರು ಹತ್ತಿ ಕೂತು ಬಿಕ್ಕಿದಾಗ ಮುಂಗುರುಳು ಸರಿಸಿ ಕಣ್ಣೀರು ತೊಡೆದ "ನಿನ್ನ ಸ್ಥಿತಿ ಅರ್ಥವಾಗುತ್ತೆ. ಅಮ್ಮನ್ನಂತೂ ನಿಂಗೆ ತಂದುಕೊಡ್ಲಾರೆ. ಆದರೆ ಕುಸುಮ ಆತ್ಮಹತ್ಯೆ ಮಾಡಿಕೊಳ್ಳಬಾರ್ದೂಂತ ಸುಪ್ರೀಮ್ ಕೋರ್ಟ್‌ನಿಂದ ಸ್ಟೇ ಮಾಡ್ಸಿದ್ದೀನಿ. ಷೂರ್ ಗಾಡ್ ಪ್ರಾಮಿಸ್" ಕಣ್ಣು ಮಿಟುಕಿಸಿದ. "ಪ್ಲೀಸ್ ಅಳ್ಬೇಡ. ನಿನ್ನ ವಿಷ್ಯದಲ್ಲಿ ಯಾಕೋ ನನ್ನ ಹೃದಯ ದುರ್ಬಲವಾಗಿದೇಂತ ಅನಿಸುತ್ತೆ. ನಿನ್ನ ಕಣ್ಣಿಂದ ಬರೋ ಕಂಬನಿ ನೇರವಾಗಿ ನನ್ನ ಹೃದಯ ತಲುಪುತ್ತೆ" ಅಂದ. ಇಂಚರ ನಿಶ್ಚಲಳಾದಳು. ಇದು ಯಾವ ಪರಿಪೂರ್ಣ ಪ್ರೇಮ ಕತೆಯುಳ್ಳ ಚಲನಚಿತ್ರದ ಡೈಲಾಗಾ? ಅಥವಾ ಒಂದು ರಮ್ಯ ಪ್ರೇಮಕತೆಯ ಸಂಭಾಷಣೆಯೋ? ಇಂಥ ಪ್ರೇಮ ಸಾಧ್ಯವೇ? ಅವಳ ಕಣ್ಣಿನ ರೆಪ್ಪೆಗಳು ತಟಸ್ಥಗೊಂಡವು.

ಮತ್ತೆ ಪ್ರಭಂಜನ್ "ಕುಸುಮ ಖಂಡಿತ ಆತ್ಮಹತ್ಯೆ ಮಾಡಿಕೊಂಡಿರೋಲ್ಲ. ನಮಗೋಸ್ಕರ ಕಾಯ್ತಾಳೆ. ಪ್ರೀತಿಯ ತಂಗಿಗೆ ಏನಾದ್ರೂ ಹೇಳೋದು, ಕೇಳೋದು ಇರುತ್ತೆ. ಆದರೂ ಪ್ರತಿಯೊಬ್ಬ ವ್ಯಕ್ತಿಯ ಮಿದುಳಿನಲ್ಲಿ ವಯಸ್ಸಿನ ಅಂತರವಿಲ್ದೇ ಆತ್ಮಹತ್ಯೆಯ ಯೋಚ್ನೆ ಬರುತ್ತೆ. ಆದರೆ ಬದುಕಿನ ಸೆಳೆತದಿಂದ ತಪ್ಪಿಸಿಕೊಳ್ಳುವುದು ಸುಲಭವಲ್ಲ. ಆತ್ಮಹತ್ಯೆ ಮಾಡಿಕೊಳ್ಳಬೇಕೆಂದುಕೊಂಡವರೆಲ್ಲಾ ಆ ಕೆಲ್ಸಕ್ಕೆ ಧೈರ್ಯದಿಂದ ಮುನ್ನುಗ್ಗಿದರೆ ಭಾರತದ ಜನಸಂಖ್ಯೆ ನೂರು ಕೋಟಿಯಾಗುವ ಸಾಧ್ಯತೆಯೇ ಇರಲಿಲ್ಲ. ಡೋಂಟ್ ವರಿ. ಕುಸುಮ ಒಂದಿಷ್ಟು ಅಪ್‌ಸೆಟ್ ಆಗಿರಬಹುದಷ್ಟೇ. ಪ್ಲೀಸ್ ಇಳೀ...." ಎಂದು ಡೋರ್ ಬಾಗಿಲು ತೆಗೆದುಕೊಂಡು ತಾನು ಇಳಿದು ಕೈ ಹಿಡಿದು ಇಳಿಸಿಕೊಂಡ.

ಕಾಲಿಂಗ್ ಬೆಲ್ ಒತ್ತಬೇಕಿರಲಿಲ್ಲ. ಮನೆ ಬಾಗಿಲು ತೆರೆದೇ ಇತ್ತು. ಒಳಗೆ ನಿಶ್ಯಬ್ಧ ಮಡುವುಗಟ್ಟಿತ್ತು. ಮೌನ ರಾಜ್ಯವಾಳುತ್ತಿತ್ತು. ಕ್ಷಣ ಪ್ರಭಂಜನ್ ಕೂಡ ಹೆದರಿದ. ಬಹುಶಃ ಕುಸುಮ ಆತ್ಮಹತ್ಯೆಯೇ ಮಾಡಿಕೊಂಡರಬಹುದೇ? ಮೆಲ್ಲಗೆ ಇಂಚರಳತ್ತ ನೋಟ ಹರಿಸಿದ. ಅವಳ ಮುಖದಲ್ಲಿ ಜೀವವೇ ಇರಲಿಲ್ಲ.

"ಯಾಕೆ ನಿಂತೆ ಇಳೀ" ಮೃದುವಾಗಿ ತೋಳಿಡಿದ. ಭಯದಿಂದ ಅವಳ ಇಡೀ ಶರೀರ ಕಂಪಿಸುತ್ತಿರುವ ಅನುಭವವಾಯಿತು. ಬಹುಶಃ ಎರಡನೇ ಆಘಾತ ಸಹಿಸಲಾರಳು. ನೆನಪಿಗೆ ಬಂದ ದೇವರುಗಳನ್ನೆಲ್ಲಾ ಬೇಗ ಬೇಗನೆ ಜ್ಞಾಪಿಸಿಕೊಂಡ. 'ಆಪತ್ತಿನಲ್ಲಿ ದೇವರನ್ನು ಬಿಟ್ಟು ಬೇರಿಲ್ಲ'.

ಎರಡೆಜ್ಜೆ ಹಿಂದಕ್ಕೆ ಹೋಗಿ ಕಾಲಿಂಗ್ ಒತ್ತಿದ. ರೂಂನಿಂದ ಹೊರಗೆ ಬಂದದ್ದು ಕುಸುಮಾನೇ ತಟ್ಟನೆ ಅವಳನ್ನು ಅಪ್ಪಿಕೊಂಡು ಬೋರಿಡತೊಡಗಿದಳು. ಈ ಪಾಟಿ ಅಮ್ಮ ಸತ್ತಾಗಲೂ ಅತ್ತಿರಲಿಲ್ಲ. ಮೌನವಾಗಿ ಕಣ್ಣೀರು ಸುರಿಸಿದ್ದನ್ನು ಕಂಡು, ಅವಳ ಸಂಯಮವನ್ನು ಕೆಲವರಾದರೂ ಮೆಚ್ಚಿಕೊಂಡಿದ್ದರು.

"ವೆರಿ ಗುಡ್, ನನ್ನ ಬದುಕಿಸಿದ್ದಿ. ನಾನು ದಾರಿಯುದ್ದಕ್ಕೂ ಇಂಚರಾಗೆ ನೀವು ಆತ್ಮಹತ್ಯೆ ಮಾಡಿಕೊಂಡಿರೋಲ್ಲಾಂತ ಆಶ್ವಾಸನೆ ಕೊಟ್ಟುಕೊಂಡು ಬಂದೆ. ಈಗ ಪರ್ವಾಗ್ಗಿಲ್ಲ. ಏನಾದ್ರೂ ಹೇಳೋದಿದ್ದರೆ ಹೇಳಿ ಮುಗ್ಸಿ ಆತ್ಮಹತ್ಯೆ ಮಾಡ್ಕೊಳ್ಳಿ. ಯಾವ ಮೆತೆಡ್ ಮಾಡಿಕೊಂಡರೆ ಬೇಗ ಪ್ರಾಣ ಹೋಗುತ್ತೆ ಅನ್ನೋದಕ್ಕೆ ನನ್ನಲ್ಲಿ ಕೆಲವು ಸಲಹೆಗಳಿವೆ". ನಿಶ್ಚಿಂತೆ ಹೇಳಿ ಕೂತಾಗ ಅಕ್ಕ ತಂಗಿಯರು ಮುಖ ಮುಖ ನೋಡಿಕೊಂಡರು. ಪ್ರಭಂಜನ್ ಇಷ್ಟು ತಮಾಷೆಯಾಗಿ ಮಾತನಾಡಬಲ್ಲನೆಂದು ಅವನ ಮುಖದ ಸೀರಿಯೆಸ್‌ನೆಸ್ ನೋಡಿ ಯಾರೂ ಊಹಿಸಲು ಸಾಧ್ಯವಿರಲಿಲ್ಲ.

ಅಕ್ಕ ತಂಗಿ ಮಾಯವಾಗಿ ರೂಮಿನಲ್ಲಿ ಪ್ರತ್ಯಕ್ಷರಾದರು. ಕುಸುಮ ಮೂರ್ತಿ ಹೇಳಿಕೊಂಡಿದ್ದು ತಂದೆಯ ಬಗ್ಗೆ ಈಗ ಅವರದು ಒಂದೇ ಊಟ. ಬೆಳಗಿನ ಪೂಜೆ ಈಚೆಗೆ ದೀರ್ಘವಾಗಿತ್ತು. ಮಗಳು ಹೇಗೆ ಅಡಿಗೆ ಮಾಡಿರಲಿ ಬಡಿಸಿಕೊಂಡು ಒಂದು ತುತ್ತು ಊಟ ಮಾಡಿದರೆಂದರೆ ದಿನದ ಆಹಾರ ಅಷ್ಟೇ. ಇನ್ನ ಎಷ್ಟೇ ಬಲವಂತ ಮಾಡಿದರೂ ಒಂದು ಲೋಟ ಹಾಲು ಕೂಡ ಕುಡೀತಾ ಇರಲಿಲ್ಲ.

ನಂಗ್ಯಾಕೋ, ಅಪ್ಪ ಕೂಡ ಅಮ್ಮನ ದಾರಿ ಹಿಡಿತಾರೇನೋಂತ ಭಯವಾಗಿದೆ. ಆಮೇಲೆ ನಂಗೆ ಬದುಕೋಕಾಗೋಲ್ಲ. ಪದೇ ಪದೇ ಆತ್ಮಹತ್ಯೆ ಯೋಚ್ನೆ ಬರುತ್ತೆ. ತೀರಾ ಒತ್ತಡ ಜಾಸ್ತಿಯಾದಾಗ ನಿಂಗೆ ಫೋನ್ ಮಾಡ್ದೆ. ಇಂಚರಾ ಸುಸೈಡ್ ಮಾಡ್ಕೊಂಡ್‌ಬಿಡ್ತೀನಿ".

ದಂಬಾಲು ಬಿದ್ದು ಕಣ್ಣೀರು ಸುರಿಸಿದಾಗ ಚೇತರಿಸಿಕೊಳ್ಳಲು ಸಮಯ ಬೇಕಾಯಿತು. ಆಮೇಲೆ ಅಕ್ಕ ತಂಗಿ ಒಬ್ಬರಿಗೊಬ್ಬರು ಸಮಾಧಾನ ಮಾಡಿಕೊಂಡು ಹೊರ ಬಂದಾಗ ಮ್ಯಾಗ್‌ಝೀನ್ ನೋಡುತ್ತಾ ಕೂತಿದ್ದ ಪ್ರಭಂಜನ್ ನಿಧಾನವಾಗಿ ತಲೆಯೆತ್ತಿದ.

"ಅರೆ, ಇದೇನಿದು! ನಾನೆಲ್ಲೋ ಕುಸುಮ ಆತ್ಮಹತ್ಯೆ ಮಾಡ್ಕೊಂತಾ ಇದ್ದಾರೆ, ಅದ್ಕೆ ಇಂಚರ ಸಹಾಯ ಮಾಡ್ತಾ ಇರಬಹುದ್ದೂಂತ ಅಂದ್ಕೊಂಡಿದ್ದೆ" ಮೆಲ್ಲಗೆ ಛೇಡಿಸಿದ. ಕೂತ ಕುಸುಮ ಮತ್ತಷ್ಟು ಅತ್ತೇ ಕಾರಣ ವಿವರಿಸಿದ್ದು. "ನಂಗೆ ಅಪ್ಪನ ಬಗ್ಗೆ ಭಯ".

ಈಗ ಪ್ರಭಂಜನ್ ಕೂಡ ಗಂಭೀರವಾದ. ಜೀವನದಲ್ಲಿ ಗಿರಿಜ ಅಂಥ

ಗೃಹಿಣಿಯನ್ನು ಕಳೆದುಕೊಂಡ ಮೇಲೆ ನಂತರ ದಿನಗಳು ಊಹಿಸಲು ಸುಲಭವಲ್ಲವೆನಿಸಿತು. ಅವರ ದಿನಚರಿಯಲ್ಲಿ ಭಯ ಹುಟ್ಟಿಸುವಂಥದ್ದೇ.

"ನೀವು ಧೈರ್ಯವಾಗಿ ಅವರೊಂದಿಗೆ ಮಾತಾಡಬೇಕಿತ್ತು" ಎಂದ ಮೆಲ್ಲಗೆ. ಅವಳ ತಲೆ ತಗ್ಗಿತು. "ಇಂಚರಳಷ್ಟು ಸ್ನೇಹ ಸಲಿಗೆ ನಮ್ಮಿಬ್ಬರಲ್ಲಿ ಯಾರ್ಗೂ ಇಲ್ಲ. ಅವ್ಳೇ ಅಪ್ಪನೊಂದಿಗೆ ಧೈರ್ಯವಾಗಿ ಮಾತಾಡಬಲ್ಲಳು".

ಅವನಿಗೂ ಈ ವಿಷಯ ಗೊತ್ತಿತ್ತು. ಎಷ್ಟು ವಿಧೇಯ ಮಗಳೋ ಅಷ್ಟೇ ಹರಿಹರನ್ ಪ್ರೀತಿಯ ಕೂಸು. ಸ್ವಲ್ಪ ಗಟ್ಟಿಯಾಗಿ ಅವರೊಂದಿಗೆ ಮಾತಾಡಬಲ್ಲವಳು ಇವಳೊಬ್ಬಳೇ.

"ಇಂಚರ ನೀನು ಇಲ್ಲೇ ಇರು. ನಾನು ಯಾರನ್ನೋ ನೋಡೋದಿದೆ. ಮತ್ತೆ ಬರ್ತೀನೀಂತ" ಎದ್ದವನು ಸೆಲ್ಯುಲಾರ್‌ನಲ್ಲಿ ತಂದೆಯನ್ನು ಸಂಪರ್ಕಿಸಿ, "ಡ್ಯಾಡ್, ಇದ್ವರ್ಗೂ ಕುಸುಮ ಏನೂ ಆತ್ಮಹತ್ಯೆ ಮಾಡ್ಕೊಂಡಿಲ್ಲ. ಈಗ ಅಕ್ಕ, ತಂಗಿ ಆ ಬಗ್ಗೆ ಡಿಸ್ಕಷನ್ ನಡಿಸ್ತಾ ಇದ್ದಾರೆ. ಈಗ ಶಾಸ್ತ್ರಿನ ನೋಡೋಕೆ ಹೋಗ್ತಾ ಇದ್ದೀನಿ, ಆಮೇಲೆ ನಿಮ್ಮನ್ನು ಕಾಂಟ್ಯಾಕ್ಟ್ ಮಾಡ್ತೀನಿ" ಎಂದ.

ತಕ್ಷಣ ಊಟ ಮಾಡದೇ ಹೊರಟಿದ್ದನ್ನ ಜ್ಞಾಪಿಸಿಕೊಂಡ "ಒಂದ್ನಿಮ್ಷ" ಅಡಿಗೆ ಮನೆಯತ್ತ ಹೊರಟವಳತ್ತ ತಡೆದು "ಈಗೇನ್ಬೇಡ, ಆಮೇಲೆ ಬರ್ತೀನಿ" ಹೊರಟೇಬಿಟ್ಟ. ಅವನು ಹೋದತ್ತಲೇ ನೋಡುತ್ತ ನಿಂತವಳಿಗೆ ಹಿಂದಕ್ಕೆ ತಿರುಗಿ ಮೋಹಕ ನಗೆಯನ್ನು ಎಸೆದ. ಆ ಹೂನಗೆಯ ಸರಪಣಿಯಲ್ಲಿ ಬಧಿಸಲ್ಪಟ್ಟಳು. "ಯಾವ.... ಮೋಹನ.... ಮುರಳಿ.... ಕರೆಯಿತೋ, ದೂರ.... ತೀರಕೆ.... ನಿನ್ನನು.... ಮನ ತನ್ಮಯ ಭಾವದಿಂದ ಹಾಡಿತು. ಇಡೀ ಗೀತೆ ಅವಳಪ್ಪ, ಅಮ್ಮನಿಗೆ ಮಾತ್ರವಲ್ಲ ಅವಳಿಗೂ ಪ್ರಿಯವೇ. ಕೆಲವೊಮ್ಮೆ ಮೈ ಮರೆತು ಭಾವಪೂರ್ಣವಾಗಿ ಹಾಡುತ್ತಿದ್ದಳು.

ಅಷ್ಟರಲ್ಲಿ ಎಲ್ಲೋ ಹೋಗಿದ್ದ ಹರಿಹರನ್ ಬಂದರು. ಸದೃಶ್ಯ ವ್ಯಕ್ತಿಯಾಗಿ ಕಂಡರು. ಕೆಲವು ದಿನಗಳಿಂದ ರೇಜ಼ರ್, ಬ್ಲೇಡ್‌ಮುಟ್ಟಲಿಲ್ಲವೇನೋ, ಹೆಚ್ಚು ಬಿಳಿ ಕೂದಲುಗನ್ನೊಳಗೊಂಡ ಗಡ್ಡ, ಮೀಸೆ ಬಹಳ ಬದಲಾಗಿದ್ದರು. ದೇಹ ಕೂಡ ಕೃಶವಾಗಿತ್ತು. ಗತ್ತು, ಗಾಂಭೀರ್ಯ ಕಳೆದುಕೊಂಡ ಸಾತ್ವಿಕತೆ ಸೂಚಿಸುವ ಕಣ್ಣುಗಳು.

ಇಂಚರಳ ತುಟಿಗಳು ಅಲುಗಾಡಿದವೇ ವಿನಃ ಹೊರಗೆ ಬರಲಿಲ್ಲ. ಪ್ರಭಂಜನ್ ಕೂಡ ಒಳಗೆ ಇದ್ದ.

"ಯಾವಾಗ್ಬಂದಿದ್ದಮ್ಮ ಇಂಚರಾ?" ಕೇಳಿದರು ಮೃದುವಾಗಿ.

"ಒಂದರ್ಧ ಗಂಟೆ ಆಗಿರ್ಬಹ್ದು" ಎಂದಿದ್ದ ಪ್ರಭಂಜನನೇ.

ತಕ್ಷಣ ಹರಿಹರನ್ ಅವನ ಕೈ ಹಿಡಿದುಕೊಂಡು ಉಭಯ ಕುಶಲೋಪರಿ ವಿಚಾರಿಸಿ "ನಮ್ಮಗ್ಳು ಅದೃಷ್ಟವಂತೆ, ನಿಮ್ತುಂದೆ ಬಹಳ ದೊಡ್ಡ ಮನಸ್ಸಿನ ಜನ. ಒಂದೆರಡು ದಿನ ಅಲ್ಲಿಗೆ ಬರೋಣಾಂತ ಇದ್ದೆ" ಅಂದವರ ಸ್ವರದಲ್ಲಿ ಜೀವವಿದ್ದಂತಿರಲಿಲ್ಲ.

"ಜೊತೆಯಲ್ಲಿ ಹೊರಡೋಣ. ಒಂದಿಷ್ಟು ಯಾರನ್ನೋ ನೋಡೋದಿದೆ" ಬೀಳ್ಕೊಟ್ಟು ಹೊರಟ. ಮನೆಯ ಮುಂದಿದ್ದ ಕೆನೆ ಬಣ್ಣದ ಹೋಂಡ ಸಿಟಿ ಜೀವ ತುಂಬಿಕೊಂಡು ನಡೆಯಿತು.

"ಅಪ್ಪ, ಯಾಕೆ ಹೀಗಾಗಿದ್ದೀರಾ?" ಕೇಳಿದಳು ಕಣ್ತುಂಬಿ.

"ಹೇಗೆ, ಈಗ ಪೂರ್ತಿಯಾಗಿ ನಿರಾತಂಕ. ಆಗಿನಂತೆ ಬ್ಯಾಂಕ್‌ಗೆ ಹೋಗೋ ಟೆನ್‌ಷನ್ ಈಗಿಲ್ಲ. ಗಿರಿಜ ಇದ್ದಾಗ ಎಲ್ಲಾ ಇತ್ತು. ಬದ್ಕಿನ ಬಗ್ಗೆ ಆಸಕ್ತಿ ಇತ್ತು. ಈಗ ಏನೂ ಇಲ್ಲ ಅನ್ನಿಸಿದೆ" ವೇದಾಂತಿಯಂತೆ ನುಡಿದವರ ದನಿಯಲ್ಲಿ ಕೂಡ ಮಾರ್ಪಾಟಿತ್ತು.

ಇಂಚರ ತಂದೆಯ ಕಾಲುಗಳ ಬಳಿ ಕುಸಿದು, ಅವರ ತೊಡೆಯ ಮೇಲೆ ತಲೆ ಇಟ್ಟಾಗ ಮುಚ್ಚಿದ ಹರಿಹರನ್ ಕಣ್ಣುಗಳಿಂದ ಕಂಬನಿ ಹೊರಹೊಮ್ಮಿತು. 'ಈ ಪುಟ್ಟ ಹುಡುಗಿ ಅದೆಷ್ಟು ಚೆನ್ನಾಗಿ ನಮ್ಮನ್ನು ನೋಡಿಕೊಂಡಳು'. ಮಕ್ಕಳಿಗೆ ತಲೆ ಒತ್ತುವಂತೆ ಎಣ್ಣೆಯೊತ್ತಿ ನೀರು ಹಾಕುವಾಗಿನ ಅವಳ ಶ್ರದ್ಧೆ, ಸಂಭ್ರಮ ಎಲ್ಲಾ ನೆನಪಿಸಿಕೊಂಡರು.

"ಇಂಚರ, ನಿನ್ನ ಋಣ ನಾನು ತೀರಿಸೋಕ್ಕಾಗುತ್ತಾ?" ಗದ್ಗದಿತರಾದರು.

"ಅಪ್ಪ, ಯಾಕೆ ಹಾಗಂತೀರಾ? ನಾನೇನು ಮಾಡಿದ್ದೀನೀಂತ. ಹೆತ್ತು ಸಾಕಿದವರ ಋಣ ತೀರಿಸದ ಮಕ್ಳು ಬಹುಶಃ ಇತಿಹಾಸದಲ್ಲೇ ಇರಲಾರರು. ಅಂಥದರಲ್ಲಿ ಏನೇನೋ.... ಅಂತೀರಾ?" ಪುಟ್ಟ ಹುಡುಗಿಯಂತೆ ತೊದಲಿದಳು.

ಏನೋ ನೆನಪಿಸಿಕೊಂಡು ಮೇಲೆದ್ದ ಅವರು "ಅಳಿಯಂದಿರು ಮಡದಿಯೊಂದಿಗೆ ನಮ್ಮ ಮನೆಗೆ ಮೊದಲ ಸಲ ಬಂದಿದ್ದಾರೆ. ಗಿರಿಜ ಸತ್ತ ಮೇಲೆ ಸೂತಕ ಈ ಜನ್ಮಕ್ಕೆ ಕಳ್ಯೋಂಥದಲ್ಲ. ಹಾಗಂತ ಸಿಗೋ ಸಂತೋಷದ ಕ್ಷಣಗಳನ್ನ ಹಾಳು ಮಾಡ್ಕೋಬೇಕಾ?" ಬಾತ್ ರೂಂಗೆ ಹೋಗಿ ಬಂದ ನಂತರ ಬಟ್ಟೆ ಬದಲಾಯಿಸಿ ಪಂಚೆಯುಟ್ಟು ಒಂದು ತುಂಡನ್ನು ಸೊಂಟಕ್ಕೆ ಬಿಗಿದುಕೊಂಡು ಅಡಿಗೆ ಮನೆಗೆ ಹೊದ್ದಾಗ ಅಕ್ಕ, ತಂಗಿ ನಿಬ್ಬೆರಗಾದರು.

ಅವರು ಅಡಿಗೆ ಮನೆಗೆ ಹೋಗುತ್ತಿದ್ದದ್ದು ಅಪರೂಪ. ಗಿರಿಜ ಹೊರಗೆ ಕೂತಾಗ, ಪಾತಕ್ಕ ಇದ್ದರು. ತಾವೇ ಅಡಿಗೆ ಮನೆಯ ಯಜಮಾನಿಕೆ ವಹಿಸಿಕೊಳ್ಳುತ್ತಿದ್ದರು. ಆಕೆ ಸಾಯುವ ವೇಳೆಗೆ ಹೆಣ್ಣು ಮಕ್ಕಳು ದೊಡ್ಡವರಾದುದ್ದರಿಂದ ಆ ತಂಟೆ ಇರಲಿಲ್ಲ.

"ಅಪ್ಪ, ಈಚೆಗೆ ಅಡ್ಗೆ ಮಾಡ್ತಾರೆ. ಒಂದೊಂದು ದಿನ ಬಹಳ ಚೆನ್ನಾಗಿ ಮಾಡ್ತಾರೆ. ಕೆಲವೊಮ್ಮೆ ಗೊಡ್ಡು ಸಾರು, ಅನ್ನ ಮಾಡ್ತಾರೆ. ನನಗೂ ಮಾಡೋಕೆ ಬಿಡೋಲ್ಲ. ಮೊದ್ಲು ಅಮ್ಮನ ಅಡಿಗೆಯಲ್ಲಿ ಎಷ್ಟೊಂದು ತಪ್ಪು ಕಂಡು ಹಿಡೀತಾ ಇದ್ದರು! ಈಗ ಅಪ್ರ ನಾಲಿಗೆಗೆ ಜೀವವೇ ಇಲ್ಲ. ಏನೋ ಒಂದು ತಿಂತಾರೆ. ಇದೆಲ್ಲ ಹೇಗೆ ನೋಡೋದು?" ಕುಸುಮ ಅಳೋಕೆ ಷುರು ಮಾಡಿದಳು.

ಇಂಚರಾಗೆ ಪರಿಸ್ಥಿತಿ ಅರ್ಥವಾಯಿತು. ಚಟುವಟಿಕೆಯಿಂದ ಇದ್ದ ಮನೆಗೆ ರಾಹು ಬಡಿದಂತಾಗಿತ್ತು. ಚಲನೆ ಮಾಡಿಸುವವರಾರು?

"ಏನೋಪ್ಪ, ನಂಗೇನೂ ಅರ್ಥವಾಗೋಲ್ಲ!" ಅಪ್ಪ ಬದಲಾಗೋಕೆ ನಿರ್ದಿಷ್ಟ ಕಾರಣವಿದೆ. ಅಮ್ಮನಂಥ ಸಂಗಾತಿಯನ್ನು ಕಳ್ದುಕೊಂಡ ಮೇಲೆ ವಿರಕ್ತಿ ಮೂಡೋದು ಸಹಜವೇ ಎಂದ ಇಂಚರಾ, ಅಡಿಗೆ ಮನೆಗೆ ಹೋದಳು. ಫ್ರಿಜ್‌ನಿಂದ ತರಕಾರಿ ತಂದಿಟ್ಟುಕೊಂಡು ಹೆಚ್ಚುತ್ತಿದ್ದರು. ಇವೆಲ್ಲ ಹೊಸದೇ ಒಗ್ಗಿಕೊಳ್ಳಲು ಸಾಹಸಪಡುತ್ತಿದ್ದರು.

"ಅಪ್ಪ ಒಂದು ಸಣ್ಣ ರಿಕ್ವೆಸ್ಟ್. ರಾತ್ರಿ ಅಡ್ಗೇ ನಾನು ಮಾಡ್ತೀನಿ. ಪ್ಲೀಸ್, ಪ್ಲೀಸ್...." ಎಬ್ಬಿಸಿ ಅವರನ್ನ ಪಕ್ಕಕ್ಕೆ ಕೂಡಿಸಿ ಮೂರು ಲೋಟ ಕಾಫಿ ಮಾಡಿ ಅವರಿಗೊಂದು ಕೊಟ್ಟು ಕುಸುಮನ ಕರೆದು ಅವಳಿಗೊಂದು ಕೊಟ್ಟು "ಕಾಫಿ ಕುಡ್ದು ತರಕಾರಿ ಹೆಚ್ಚಿಕೊಡು" ಅಂದಿದ್ದಕ್ಕೆ ತಲೆದೂಗಿದವಳ ಕಣ್ಣುಗಳಲ್ಲಿ ಭಯ, ನಿಸ್ಸಹಾಯಕತೆ ಎರಡೂ ಇತ್ತು. ಅಪ್ಪನ ಬಳಿ ಅವಳ ಮಾತುಕತೆ ಅಷ್ಟಕಷ್ಟೇ.

ಕಾಫಿ ಎತ್ತಿಕೊಂಡ ನಂತರ ಹರಿಹರನ್ ಹೊರಗೆ ಹೋದರು. ತಾನು ಅಪರಾಧಿ ಎನ್ನುವ ಭಾವವೊಂದು ಅವರಲ್ಲಿ ಹುಟ್ಟಿಕೊಂಡಿತ್ತು. ಜೊತೆಗೆ ಅರಿವಾಗದಂತೆ ಅದೃಶ್ಯಳಾದ ಹೆಂಡತಿಯ ಸಾವು ಅವರ ಒಳಗಣ್ಣನ್ನು ತೆರೆಸಿತ್ತು. ಲೋಕದ ಭ್ರಮೆಯನ್ನು ಕಿತ್ತೆಸೆದಿದ್ದರು.

ಪೂರ್ತಿ ಅಡಿಗೆ ಮುಗಿಸಿ ಅಕ್ಕ ತಂಗಿಯರು ಹೊರಗೆ ಬದಾಗ ಹರಿಹರನ್ ಶಿಲೆಯಂತೆ ಕಂಡರು. ಲೋಟದಲ್ಲಿನ ಕಾಫಿ ಹಾಗೆಯೇ ಇತ್ತು.

"ಅಪ್ಪ,...." ಹತ್ತಿರ ಬಂದು ಕೂತ ಇಂಚರಾನ ಕಣ್ಣರಳಿಸಿ ನೋಡಿ "ನಿನ್ನ ಬಗ್ಗೆ ಏನೂ ಕೇಳಲೇ ಇಲ್ಲ ಸುಖವಾಗಿದ್ದೀಯಾ?" ಗಾಬರಿಯಾದಂತೆ ವಿಚಾರಿಸಿದರು.

ಅಷ್ಟರಲ್ಲಿ ಕಾಲಿಂಗ್ ಬೆಲ್ ಸದ್ದಾಯಿತು. ಬಂದದ್ದು ಪ್ರಭಂಜನ್ ಎಂದು ಅವಳ ಮನ ಅರಳಿತು. ಆದರೆ ಕಂಡಿದ್ದು ಅಶ್ವಿನಿಯನ್ನ. ಸ್ವಲ್ಪ ತೆಳ್ಳಗಾಗಿದ್ದಂತೆ ಕಂಡ. ಆದರೆ ಕಣ್ಣುಗಳಲ್ಲಿ ಪ್ರೇಮದ ಹುಚ್ಚು ಆವೇದನೆ ನೋಡಲಾಗಲಿಲ್ಲ ಅವಳಿಗೆ.

"ಯಾವಾಗ್ಬಂದಿದ್ದು? ನಾನು ಇಲ್ಲಿ ಬಂದಾಗಲೆಲ್ಲ ಇಂಚರ ಇಲ್ಲೇ ಇದ್ದಾಳೆನ್ನುವ ಭ್ರಮೆಯಲ್ಲಿ ಇರ್ತೀನಿ" ಹೇಳಿದ, ಅವಳು ಪ್ರತಿಕ್ರಿಯಿಸಲಿಲ್ಲ. "ಬೇಕಾದರೆ ಮಾವನನ್ನು ಕೇಳು. ನಾನು ನಿನ್ನ ಬಗ್ಗೆ ಮಾತಾಡ್ತಾ ಇದ್ದರೆ ಅವ್ರು ಕೇಳ್ತಾ ಇರ್ತಾರೆ" ಬಡಬಡಿಸಿದ.

ಹರಿಹರನ್ ಮಾತ್ರ ಏನೂ ಹೇಳಲಿಲ್ಲ. ಈಚೆಗೆ ಬೇರೆಯವರು ಮಾತಾಡುವುದು ಅವರಿಗೆ ಅರ್ಥವಾಗುತ್ತಿರಲಿಲ್ಲ. ಹಾಗೆಂದು ತಲೆಕೆಡಿಸಿಕೊಳ್ಳಲಾರದಷ್ಟು ಉತ್ಪ್ರೇಕ್ಷೆ ಅವರನ್ನು ಆವರಿಸಿತ್ತು.

"ಏನಾದ್ರೂ ತಗೋತೀಯಾ, ಅಶ್ವಿನಿ" ಎಂದು ನೇರವಾಗಿ ರೂಮಿಗೆ ಹೋಗಿ "ಯಾಕೋ, ತುಂಬ ಸುಸ್ತು. ಅಶ್ವಿನಿ ಬಂದಿದ್ದಾನೆ. ಕುಡ್ಯೋಕೆ ಏನಾದ್ರೂ ಕೊಡ್ಹೋಗು" ಅಷ್ಟು ಹೇಳಿ ಕುಸುಮ ಪಕ್ಕ ಕೂತಾಗ "ಅದೆಲ್ಲ ಅಮ್ಮ ಇದ್ದಾಗ. ಈಗ ಅಂಥದ್ದೇನಿಲ್ಲ. ಬರ್ತಾನೆ... ಹೋಗ್ತಾನೆ. ಇಲ್ಲಿ ಮಾಡೋರು ಯಾರು? ಅಪ್ಪ ಕೂಡ ಏನು ಹೇಳೋಕೆ ಹೋಗೊಲ್ಲ. ನಂಗೂ ಇಂಟರೆಸ್ಟಿಲ್ಲ" ನಿರುತ್ಸಾಹದಿಂದ ನುಡಿದಳು.

ಮನೆಗಿದ್ದ ಒಂದು ಶಿಸ್ತು ಮಾಯವಾಗಿತ್ತು.

"ನಂಗೆ ಸರಿಯೆನಿಸೋಲ್ಲ. ಅಮ್ಮ ಊಟ ಹಾಕ್ದೇ ಕಳಿಸಿದ್ದುಂಟಾ?" ಎಂದು ತಾನೇ ಎದ್ದು ಹೋಗಿ ಹಾರ್ಲಿಕ್ಸ್ ಬೆರೆಸಿಕೊಂಡು ಬಂದು ಅಶ್ವಿನಿಯ ಮುಂದಿಟ್ಟಳು. "ತಗೋಪ್ಪ, ಆಗಾಗ್ಬಂದು ನೀನು ನಮ್ಮಪ್ಪನ ನೋಡ್ತೀಯಾ ಅನ್ನೋ ಸಮಾಧಾನ" ಮಾಮೂಲಾಗಿ ಹೇಳಿದಳು.

"ಹಾರ್ಲಿಕ್ಸ್ ಬೇಡ. ನೀನು ಅಡ್ಗೆ ಮಾಡಿದ್ದೀಯಾಂತ ಮಾವ ಹೇಳಿದ್ರು. ಊಟ ಮಾಡ್ಕೊಂಡ್... ನಿನ್ನ ಮನೆಗೆ ಇವೈಟ್ ಮಾಡಿಯೇ ಹೋಗೋದು". ಮೊಂಡು ಬಿದ್ದ ಮಗುವಿನಂತೆ ನುಡಿದಾಗ ಅವಳೇನು ವಿಚಲಿತಳಾಗಲಿಲ್ಲ. "ವೈ ನಾಟ್, ನೀನು ಊಟ ಮಾಡೋಕೆ ಅಭ್ಯಂತರವಿಲ್ಲ. ಆದರೆ ನಿನ್ನ ಆಹ್ವಾನಾನ ಮನ್ನಿಸೋಕ್ಕಂತೂ ಆಗೋಲ್ಲ" ಖಡಾ ಖಂಡಿತವಾಗಿತ್ತು ಅವಳ ಮಾತು.

"ನೋ, ನಾಳೆ ನಮ್ಮ ಮನೆಗೆ ಬರಲೇಬೇಕು" ಎನ್ನುತ್ತ ಹಾರ್ಲಿಕ್ಸ್ ಲೋಟ ಎತ್ತಿಕೊಂಡ ಅಶ್ವಿನಿ "ಮಾವ ಹೇಗಾಗಿದ್ದಾರೆ ನೋಡು. ಸಧ್ಯಕ್ಕೆ ನಿನ್ನ ಇರುವು ಇಲ್ಲಿಗೆ ಅಗತ್ಯ. ಸ್ವಲ್ಪ ದಿನ ಇಲ್ಲಿಯೇ ಇರು. ತಮ್ಮ ಮೂರು ಜನ ಹೆಣ್ಣು ಮಕ್ಕಳಲ್ಲಿ ನಿನ್ನೇ ಹೆಚ್ಚಿಗೆ ಹಚ್ಚಿಕೊಂಡಿದ್ದು. ನೀನು ಇಲ್ಲಿದ್ದರೆ ಅವ್ರ ದೈನಂದಿನ ಚಟುವಟಿಕೆಗಳು ಆರೋಗ್ಯ ಎಲ್ಲಾ ಸುಧಾರಿಸುತ್ತೆ" ಎಂದ ಹಾರ್ಲಿಕ್ಸ್ ತುಟಿಯ ಬಳಿಗೆ ಒಯ್ಯುತ್ತ....

ತಟ್ಟನೆ ಪ್ರತಿಕ್ರಿಯಿಸಿದ್ದು ಹರಿಹರನ್ "ಹೇಗೆ ಸಾಧ್ಯ, ಅಶ್ವಿನಿ? ವಿವಾಹವಾದ ಹುಡ್ಗೀ ಆ ಮನೆಯ ಸ್ವತ್ತು. ನಂದು ಹೇಗೋ ನಡ್ದು ಹೋಗುತ್ತೆ. ನಂಗೋಸ್ಕರ ಅವ್ಳು ಇಲ್ಲಿ ಉಳಿಯೋದು ಸಾಧ್ಯವೇ ಇಲ್ಲ. ಬರೀ ನೋಡ್ಕೊಂಡ್ ಹೋಗೋಕೆ ಬಂದಿದ್ದಾಳೆ. ಅಳಿಯಂದಿರು ಬಂದಿದ್ದಾರೆ. ಅಲ್ಲಿ ಕೂಡ ಸಚ್ಚಿದಾನಂದ ವರ್ಮ ಒಂಟಿಯೇ. ಮಗ, ಸೊಸೆ ಅಗತ್ಯ ಅವರಿಗೆ ಹೆಚ್ಚಾಗಿದೆ" ಅದಕ್ಕೊಂದು ಮುಕ್ತಾಯ ಹಾಡಿದರು. ಸಧ್ಯಕ್ಕೆ ಅವರಿಗೆ ಕುಸುಮಳ ಜವಾಬ್ದಾರಿ ಸಾಕಿತ್ತು.

ಅಶ್ವಿನಿಯ ಮುಖ ವಿವರ್ಣವಾಯಿತು. ಬಹುಶಃ ತಾನು ಇಷ್ಟೊಂದು ಬಯಸುತ್ತೇನೆಂದು ತಿಳಿದಿದ್ದರೆ ಅವಳ ವಿವಾಹ ನಿಶ್ಚಯವಾಗುವ ಮುನ್ನ ಹರಿಹರನ್ ಮತ್ತು ಗಿರಿಜ ಕಾಲಿಗೆ ಬಿದ್ದು ಒಪ್ಪಿಸಿ ಅವಿಗೆ ತಾಳಿ ಕಟ್ಟಿಬಿಡುತ್ತಿದ್ದ. ಈಗ ಅವಳ ಮೇಲಿನ ಪ್ರೇಮ ಪ್ರಖರತೆ ಗೊತ್ತಾಗುತ್ತಿತ್ತು. ಹೇಗೆ? ಇಂಚರಾನ ಪಡೆಯುವುದಕ್ಕಾಗಿ ಚಡಪಡಿಸುತ್ತಿದ್ದ. ಅದು ಅಸಾಧ್ಯವೆಂದು ಅವನ ಮನ ಒತ್ತಿ ಹೇಳುತ್ತಿತ್ತು.

"ಅಲ್ಲ ಮಾವ...." ಎಂದು ಷುರು ಮಾಡಿದವನನ್ನು ತಡೆದು "ಎಂಥದ್ದು ಇಲ್ಲ ಅಶ್ವಿನಿ, ನಾನು ಹಿಂದೂ ಮುಂದೂ ನೋಡ್ತಾ ಇದ್ದಾಗ ಗಿರಿಜಾನೇ ಒಪ್ಪಿಸಿದ್ದು ಅಂದು ನಾನು ಹಿಂದೇಟು ಹಾಕಿದ್ದರೆ ದೊಡ್ಡ ತಪ್ಪು ಮಾಡ್ತಾ ಇದ್ದೆ. ಮಗಳು ಒಳ್ಳೆ ಕಡೆ ಸೇರಿದ್ದಾಳೆನ್ನುವ ತೃಪ್ತಿ ಇದೆ" ಮನ ತುಂಬಿ ಹೇಳಿದರು. ಹೌದು ಸಚ್ಚಿದಾನಂದ ವರ್ಮ ಮತ್ತು ಪ್ರಭಂಜನ್‌ನ ನಡವಳಿಕೆ ಅವರಿಗೆ ಇಷ್ಟವಾಗಿತ್ತು.

ಗಂಟಲಲ್ಲಿ ಇಳಿದ ಹಾರ್ಲಿಕ್ಸ್ ಕಹಿ ಕಹಿಯೆನಿಸಿತು. ಅವುಡುಗಳು

ಬಿಗಿದುಕೊಂಡವು. ಗಿರಿಜಾಗೆ ಕೂಡ ತನಗೆ ಮಗಳನ್ನು ಕೊಟ್ಟು ವಿವಾಹ ಮಾಡುವುದಕ್ಕೆ ಇಷ್ಟವಿರಲಿಲ್ಲ. 'ಸರಿಯಾದ ಶಾಸ್ತೀನೇ ಆಗಿದೆ' ರೋಷದಿಂದ ಅವನ ಮನ ಕುದಿಯಿತು.

ಮೇಲೆದ್ದ ಇಂಚರ "ಅಪ್ಪ, ನೀನು ಅಶ್ವಿನಿ ಊಟ ಮಾಡಿ" ಹೇಳಿದಳು. ಸಪ್ಪಗೆ ಮಗಳತ್ತ ನೋಡಿ "ನಂಗೆ ಊಟ ಅನ್ನೋದೆ ಮರೆತಂಗೆ ಆಗಿದೆ, ನಿನ್ನೈನ ಅಡಿಗೆ... ಅಳಿಯಂದಿರು ಜೊತೆ ಊಟ ಮಾಡ್ತೀನಿ. ಅಶ್ವಿನಿಗೆ ಬಡ್ಸು. ಊಟ ಮಾಡ್ಲಿ".

ಇದು ತೀರಾ ಉದಾಸೀನವೆನಿಸಿತು.

"ಬೇಡ ಮಾವ, ಅಮ್ಮ ಕಾಯ್ತ ಇರ್‍ತಾಳೆ" ಹೊರಟು ನಿಂತವನು ಇಂಚರಳತ್ತ ನೋಟ ಹರಿಸಿ ಏನೋ ಹೇಳಲು ಹೊರಡುವ ವೇಳೆಗೆ ಹರಿಹರನ್ ಒಳಗೆ ಹೊರಟಾಗಿತ್ತು. ಮೊದಲಿನಂಗೆ ಮಾತು, ಜನ ಬೇಡವೆನಿಸಿತ್ತು.

ಅವನು ಕೈ ಚಾಚುವ ವೇಳೆಗೆ ಇಂಚರ ನಾಲ್ಕು ಹೆಜ್ಜೆ ಹಿಂದಕ್ಕೆ ಸರಿದಿದ್ದಳು. ಅಶ್ವಿನಿಯ ವರ್ತನೆ ಇಷ್ಟವಾಗಿರಲಿಲ್ಲ. ಒಂದು ರೀತಿಯಲ್ಲಿ ಸಹಾನುಭೂತಿ ಕೂಡ.

ಅಷ್ಟರಲ್ಲಿ ಪ್ರಭಂಜನ್ ಪ್ರವೇಶವಾದುದ್ದರಿಂದ ಒಂದು ರೀತಿಯಲ್ಲಿ ರಕ್ಷಣೆ ಒದಗಿಸಿದಂತಾಯಿತು. "ಹಾಯ್... ಇಂಚರ" ಫೋನ್‌ನಲ್ಲಿ ಕೇಳಿದಂಥ ಗಡುಸು ಮಿಶ್ರಿತ ಜೇನಿನ ಧ್ವನಿ. ಮೃದುವಾದ ಹೂವಿನಂಥ ನಗು ಅರಳಿತು. ಅವಳ ತುಟಿಗಳ ಮೇಲೆ. ಇದನ್ನ ಸೈರಿಸಲಾಗಲಿಲ್ಲ ಅಶ್ವಿನಿಗೆ.

"ಹಲೋ ಅಶ್ವಿನಿ" ಪ್ರಭಂಜನ್ ಮಾತಾಡಿಸಿದಾಗ ಅವನ ಮನದ ಆವೇಗ ಇಳಿದು ಬೆವೆತ. "ಹಲೋ.... ಸಾರ್" ಎಂದಾಗ ಅವನೇ ಬಂದು ಕೈ ಕುಲುಕಿದಾಗ ಅಶ್ವಿನಿಯ ಅಂಗೈಯೆಲ್ಲಾ ಒದ್ದೆಯ ಮುದ್ದೆ "ನಾರ್ಮಲ್ಲಾಗಿದ್ದೀರಾ? ತೀರಾ ಬೆವೆತ ಹಂಗೆ ಕಾರಣವೇನು? ವೇಳೆ ಸ್ವಲ್ಪ ಕಮ್ಮಿಯಾಗಿ ಚಳಿ ಬರುವ ತರಾತುರಿಯಲ್ಲಿದೆಯಲ್ಲ.

"ಏನಿಲ್ಲ, ಬ್ಯಾಂಕ್ ಟೆನ್‌ಷನ್ ಅಯ್ಯೋ ಸಾಕಾಗಿಹೋಗಿದೆ. ನಿಮ್ಮ ಕಂಪೆನಿನಲ್ಲಿ ನಂಗೊಂದು ಕೆಲ್ಸ ಕೊಡ್ಸಿ ಬಿಡಿ. ಆರಾಮಾಗಿದ್ಬಿಡ್ತೀನಿ" ಮಾನಸಿಕವಾಗಿ ಚೇತರಿಸಿಕೊಂಡು ನುಡಿದ.

ಪ್ರಭಂಜನ್ ನಕ್ಕ. ಮಾತುಗಳ ಹುಡುಕಾಟದಲ್ಲಿ ಈ ಬೇಡಿಕೆ ಹೊರಬಿದ್ದಿದೆಯೆಂದುಕೊಂಡ ಮತ್ತು ಊಟಕ್ಕೂ ನಿಂತ. ತುತ್ತು ತುತ್ತು ಅನ್ನಕ್ಕೂ ನೀರು ಕುಡಿಯುವುದು, ಸಂಬಂಧವಿಲ್ಲದ ಮಾತುಗಳನ್ನಾಡುವುದು, ಇಂಚರಾನ ಬೆನ್ನಟ್ಟುವ ಅವನ ನೋಟ. ಒಂದೂ ಇಷ್ಟವಾಗಲಿಲ್ಲ ಅವನಿಗೆ. ಅಮ್ಮ ಮೆಚ್ಚಿಕೊಂಡ ಸರಳತೆ, ನೆನಪು ಮಾಡಿಕೊಂಡು ನಿಟ್ಟುಸಿರು ದಬ್ಬಿದಳು ಇಂಚರ.

"ನಾಳೆಗೊಂದು ದಿನ ನಮ್ಮಲ್ಲಿಗೆ ಬನ್ನಿ" ಆಹ್ವಾನ ನೀಡಿದ.

"ಬಹುಶಃ ಬೆಳಿಗ್ಗೆ ಹೊರಡೋ ತೀರ್ಮಾನವಿದೆ. ಡ್ಯಾಡ್‌ನ ಸಂಪರ್ಕಿಸಬೇಕು. ಇಲ್ಲೇ ಇದ್ದರೆ, ಇಂಚರ ಒಪ್ಪಿಗೆ ಸೂಚಿಸಿದರೆ ಬರೋಣ" ಎಂದು ಮಡದಿ ಕಡೆ

ನೋಟ ಹರಿಸಿದ. ತಬ್ಬಿಬ್ಬು ಅಂಥದ್ದೇನಿರಲಿಲ್ಲ. ಅವಳ ಕಣ್ಣುಗಳಲ್ಲಿ ಅದಕ್ಕೆ ಬದಲಾಗಿ ನೋವಿತ್ತು.

"ಅಯ್ಯೋ, ಇಂಚರಾ ಯಾಕೆ ಒಪ್ಗೆ ಸೂಚಿಸೋಲ್ಲ. ಇಲ್ಲಿಗ್ಬಂದ್ಮೇಲೆ ಹೆಚ್ಚು ಕಡ್ಮೇ ನನ್ನ ಊಟ ತಿಂಡಿಯೆಲ್ಲ ಇಲ್ಲೇ, ಬಾಡಿಗೆ ಮನೆಯಲ್ಲಿ ಹಾಲು ಉಕ್ಕಿಸೋದ್ರಿಂದ ಹಿಡಿದು, ನಮ್ಮಮ್ಮನಿಗೆ ಸೀರೆ ಕೊಡಿಸೋವರ್ಗೂ ನಮ್ಮ ಮನೆ ಪಾರುಪತ್ಯ ಅವಳದಾಗಿತ್ತು" ಎಂದವನ ಮುಖ ಪೇಲವವಾದದ್ದು ಪ್ರಭಂಜನ್‌ನ ಗಮನಕ್ಕೆ ಬಂತು. ಪ್ರತ್ಯಕ್ಷವಾಗಿಯೇ ಕದನಕ್ಕೆ ಇಳಿದಿದ್ದಾನೆಂದುಕೊಂಡರೂ ನಗು ಬಂತು. "ಹೌದು, ಕೆಲವು ಸಲ ಇಂಚರಾನ ಕಾಲೇಜಿಗೆ ಡ್ರಾಪ್ ಮಾಡ್ತಾ ಇದ್ದೋರು ನೀವೇ. ಆಕ್ಸಿಡೆಂಟ್.... ನೆನಪಿದ್ಯಾ?" ಜ್ಞಾಪಿಸಿದಾಗ ಅಶ್ವಿನಿ ನಿಬ್ಬೆರಗಾದ, ಇದೆಲ್ಲಾ ಪ್ರಭಂಜನ್‌ಗೆ ಹೇಗೆ ಗೊತ್ತು?

"ಇದೆಲ್ಲಾ..." ನಾಲಿಗೆ ತೇವ ಮಾಡಿಕೊಂಡ.

"ಎಲ್ಲಾ ಇಂಚರ ಹೇಳಿದ್ದು. ಫ್ರೆಂಡ್ಲಿ ಕೂತು ಹರಟೋವಾಗ ನಿಮ್ಮ ಬಗ್ಗೇನೂ ಹೇಳಿದ್ದಾಳೆ" ಎಂದು ತೆಳುವಾಗಿ ನಕ್ಕ.

ಈಗ ಗಾಬರಿಯಾಗಿದ್ದು, ಅಶ್ವಿನಿ ಮಾತ್ರವಲ್ಲ, ಇಂಚರ ಕೂಡ ತೀರಾ ಗಲಿಬಿಲಿಗೊಂಡಳು. ಎಂದೂ ಅಶ್ವಿನಿಯ ಸುದ್ದಿ ಹೇಳಿದ್ದುಂಟಾ? ಆಡಿರೋ ಮಾತೇ ಕಡಿಮೆ. ಅಂಥದರಲ್ಲಿ ಎಂದು ಹೇಳಿದ್ದು? ಬಹುಶಃ ಪ್ರಭಂಜನ್‌ಗೆ ಅಶ್ವಿನಿಯ ಮೇಲೆ ಅನುಮಾನವಾ?

ಅರ್ಥ ಮಾಡಿಕೊಂಡು ತೀರಾ ಸನಿಹಕ್ಕೆ ಸರಿದು "ರಸ್ತೆ ಮೇಲೆ ಕನಸು ಕಾಣೋದು ಅಪಾಯ, ಎಂದವನು ಅದಕ್ಕೆ ಪ್ರತ್ಯಕ್ಷದರ್ಶಿ ಮಾತ್ರವಲ್ಲ... ಎಚ್ಚರಿಕೆ ನೀಡಿದವನು ನಾನೇ. ಆ ವೇಳೆಗಾಗಲೇ ನೀನು ನನ್ನನ್ನು ಆವರಿಸಿದ್ದೆ. ಅಂಥದ್ದರಲ್ಲಿ ನಿನ್ನ ಕಳ್ಕೋತೀನಾ?" ಬೆಚ್ಚನೆಯ ಪಿಸುದನಿಯಲ್ಲಿ ಉಸುರಿದಾಗ ಬೆಪ್ಪಾದಳು.

ಇಂಚರ ಕಣ್ಮುಂದೆ ಮೋಡಗಳ ರಾಶಿಯೋ.... ರಾಶಿ. ನೋಟ ಎಸೆದಷ್ಟು ದೂರ ಮೋಡಗಳ ರಾಶಿ. ಅಲ್ಲೇ ಇದ್ದ ಪ್ರಭಂಜನ್ ಮೋಡಗಳ ನಡುವೆ ನಿಂತು ನಗುತ್ತಿದ್ದ. ಆ ನಗುವಿನಲ್ಲಿ ಎಂಥಹುದೋ ಮೋಹಕತೆ.

"ಇಂಚರ, ಡ್ಯಾಡ್... ಫೋನ್" ಸೆಲ್ಯುಲಾರ್ ಮಡದಿಗೆ ಕೊಟ್ಟ.

ಒಂಟಿಯಾಗಿ ಹೊರಟ ಅಶ್ವಿನಿ ಸ್ಕೂಟರ್ ಮೇಲೆ ಕೂತ. ಒಂದು ಕಡೆಯ ಪ್ರಯತ್ನ ಮಾಡಬೇಕೆನಿಸಿತು. ನೆಟ್ಟಗೆ ಬಂದು ಪ್ರಭಂಜನ್ ಮುಂದೆ ನಿಂತ.

"ನಾನು ನಿಮ್ಹತ್ರ ಮಾತಾಡ್ಬೇಕಿತ್ತು" ಹೇಳಿದಾಗ ಅವನ ಗಂಟಲು ಕಂಪಿಸುತ್ತಿತ್ತು. "ಈಗ್ಲೇನಾ, ಹತ್ತು ನಿಮಿಷ ನಿಮಗಾಗಿ ನನ್ನ ಸಮಯಾನ ಕಾದಿರಿಸ್ತೀನಿ. ಎಲ್ಲಿ... ಮಾತಾಡ್ತೀರಾ?" ನೋಟದಿಂದಲೇ ಇಡೀ ವ್ಯಕ್ತಿತ್ವವನ್ನು ತುಲನೆ ಮಾಡಿದ. ಅಸಾಧಾರಣ ವ್ಯಕ್ತಿಯಾಗೇನೂ ಕಾಣದಿದ್ದರೂ ಪ್ರೇಮ ಕೆಟ್ಟ ಧೈರ್ಯ ತುಂಬುತ್ತದೆಯೆನ್ನುವ ಅನುಮಾನ. ಅದು ಅವನ ಅನುಭವದಲ್ಲಿ ನಿಜವಾಗಿತ್ತು. ಇಂಚರ ತನ್ನನ್ನು ಪ್ರೇಮಿಸುತ್ತಾಳಾ? ಎಂದು ತಿಳಿಯಲು ಸಮಯ

ಬೇಕಾಗುತ್ತದೆಯೆಂದು ತಂದೆಯ ಮೂಲಕ ಒತ್ತಡವೇರಿಸಿ ಮದುವೆಯಾಗಿದ್ದ. ಮುಂದಿನ ದಿನಗಳ ಬಗ್ಗೆ ಯೋಚಿಸದೇ ನಂತರ ಈಗಲೂ ಜಂಟಲ್ ಮೆನ್ ಆಗಿ ವರ್ತಿಸಲು ಸಿದ್ಧ. ಆದರೆ ಹೃದಯದ ಪ್ರೀತಿಯು ದಂಡವಾಗುತ್ತದೆಯೆಂದು ತಿಳಿಯಲಾರ.

ಅಶ್ವಿನಿಯ ಭುಜದ ಮೇಲೆ ಕೈ ಹಾಕಿ ಹೊರಗೆ ಕರೆತಂದ.

"ಶಿಶಿರ ಪ್ರಾರಂಭ, ಚುಮು ಚುಮು ಚಳಿಯೆನಿಸಿದರೂ ಫೆಂಟಾಸ್ಟಿಕ್. ನಂಗೆ ಈ ಋತು ಇಷ್ಟ". ಆರಾಮಾಗಿ ಹೇಳಿ "ಇನ್ನ ಮಾತಾಡಿ ನನ್ನಿಂದ ನಿಮ್ಗೇನಾಗ್ಬೇಕಾಗಿದೆ" ನೇರವಾಗಿ ನೋಡಿದ. ಮನೆಯ ಮುಂದಿನ ಕಾಂಪೌಂಡಿಗೆ ಅಳವಡಿಸಿದ್ದ ಎಲೆಕ್ಟ್ರಿಕ್ ದ್ವೀಪಗಳ ಬೆಳಕು ಅಶ್ವಿನಿಯ ಮುಖದ ಮೇಲೆ ಬೀಳುತ್ತಿತ್ತು. ತೀರಾ ಪೇಚಾಟ, ಹೊಯ್ದಾಟ ಅವನ ಮುಖದ ಮೇಲೆ ಕಾಣುತ್ತಿತ್ತು.

"ನಾಳೆ ಸಿಕ್ಕಿ ಮಾತಾಡೋಣ" ಎಂದ ಮೆಲ್ಲಗೆ.

ಯಾವುದೋ ದುರುದ್ದೇಶ ಅವನ ಮುಖದ ಮೇಲಿದ್ದಂತೆ ಕಂಡಿತು. 'ತುಂಬ ನಿದ್ದೆ ಮಾತ್ರೆಗಳನ್ನು ನುಂಗಿದ್ದಾರೆ' ಗಿರಿಜಾನ ಚೆಕಪ್ ಮಾಡಿದ ಡಾಕ್ಟರ್ ಹೇಳಿದ್ದು ಇಷ್ಟೇ.

"ಓಕೆ, ನಿಮ್ಗ ಡಿಸಪಾಯಿಂಟ್ ಮಾಡೋ ಉದ್ದೇಶವೇನಿಲ್ಲ. ನಾಳೆ ಬೆಳಿಗ್ಗೆ ಹತ್ತರೊಳಗೆ ಇಲ್ಲಿಗೆ ಬನ್ನಿ. ಏನು ಭಯ ಬೇಡ. ಧೈರ್ಯ ತುಂಬಿಕೊಂಡ್ಬನ್ನಿ" ಕಳುಹಿಸಿ ಒಳಗೆ ಬಂದಾಗ ಇಂಚರ ಸಪ್ಪಗೆ ನಿಂತಿದ್ದಳು. "ಅಶ್ವಿನಿಗೆ ನನ್ನತ್ರ ಏನೋ ಮಾತಾಡೋದು ಇದೆಯಂತೆ" ಮೆಲ್ಲಗೆ ಅಂದ. ಅವಳು ಮಾತೇ ಆಡಲಿಲ್ಲ.

ಯಾವುದೇ ಸಂಕೋಚವಿಲ್ಲದೆ ಕುಸುಮನ ಹುಡುಕಿಕೊಂಡು ರೂಮಿಗೆ ಬಂದ ಪ್ರಭಂಜನ್ ಟೇಬಲ್ ಮುಂದಿದ್ದ ಮರದ ಛೇರ್ ಮೇಲೆ ಕೂತ.

"ನಿಮ್ಮ ಪ್ರೋಗ್ರಾಂ ಪೋಸ್ಟ್ ಪೋನ್ ಮಾಡಿಕೊಂಡಿರಾ? ಟೈಮ್ ಈಸ್ ಮನಿ' ಅನ್ನೋ ಜನ ನಾವು. ಯಾವ ರೀತಿ ಸೂಸೈಡ್ ಮಾಡ್ಕೊಬೇಕೂಂತ ನಿರ್ಧಾರಕ್ಕೆ ಬಂದ್ರಿ? ಬೇಕಾದರೆ ಅಶ್ವಿನಿ ಸಹಾಯ ತಗೋಬಹುದಿತ್ತು. ಅಷ್ಟಿಷ್ಟಾದ್ರೂ ಎಕ್ಸ್‌ಪೀರಿಯನ್ಸ್ ಇದೆ" ಅಂದ ಚುರುಕಾಗಿ.

ತನ್ನ ಛೇಡಿಸಿದ್ದು ಅವಳಿಗೆ ಪ್ರಧಾನವಾಗಿ ಕಂಡಿತೇ ವಿನಃ 'ಅಶ್ವಿನಿ' ಅಂದ ಕೂಡಲೇ ಕೊನೆಯ ಮಾತು ಕಿವಿ ಸೇರಿದರೂ ಅವಳ ಮನ ತಲುಪಲಿಲ್ಲ.

ಕುಸುಮ ತಲೆ ತಗ್ಗಿಸಿಕೊಂಡು ಕೂತಳು. ಅಮ್ಮ ಇಲ್ಲದ್ದಕ್ಕೂ ಮನೆಯ ಗಾಂಭೀರ್ಯ, ಅಪ್ಪನ ಪಾರಮಾರ್ಥಿಕತೆಗೆ ಒಂದಿಷ್ಟು ಜಿಗುಪ್ಸೆ ಮೂಡಿರಬಹುದೇ ವಿನಃ ಖಂಡಿತ ಆತ್ಮಹತ್ಯೆ ಮಾಡಿಕೊಳ್ಳುವಂಥ ಕಷ್ಟ ಅವಳಿಗಿರಲಿಲ್ಲ.

"ಕುಸುಮ ಓದು ನಿಮ್ಮ ತಲೆಗೆ ಹೋಗ್ತಾ ಇಲ್ವಾ? ಈ ಕೋರ್ಸ್ ಆರಿಸಿಕೊಂಡವರಲ್ಲಿ ನೀವೊಬ್ರೇ. ಎನೀ ಪ್ರಾಬ್ಲಮ್? ದೊಡ್ಡ ದೊಡ್ಡ ಸಮಸ್ಯೆಗಳ ನಡುವೆ ನರಳೋ ಜನ ಧೀರೋದತ್ತವಾಗಿ ಹೋರಾಡುತ್ತಾರೆ. ಆದರೆ ಸಮಸ್ಯೆಗಳೇ ಇಲ್ಲದ ಪುಟ್ಟ ಪುಟ್ಟ ಕಾರಣಗಳಿಗೆ ಆತ್ಮಹತ್ಯೆ ಮಾಡ್ಕೊತ್ತಾರೆ" ಅವ ಮನಕ್ಕೆ

ತಾಕುವಂತೆ ನುಡಿದ. ಆಮೇಲೆ ವಿಷಯವನ್ನು ವಿಸ್ತರಿಸಿ "ವೈರಾಗ್ಯ ಸಹಜ, ಅದ್ನ ಬಿಟ್ಟು ಬೇರೆ ರೂಟ್ ಆರ್ರಿಸಿಕೊಂಡಿದ್ದರೆ, ಆತ್ಮಹತ್ಯೆ ಯೋಚ್ನೇ ಮಾಡಬಹುದಿತ್ತು! ಈಗ್ಹೇಳಿ" ಕೇಳಿದ.

ಮೊದಲು ಅತ್ತಳು. ನಂತರ ತಾನು ಘಾಸಿಕೊಂಡಿದ್ದ ಸಂದರ್ಭಗಳನ್ನು ಕೊಟ್ಟು ವಿವರಿಸಿದ್ದರೂ ತಿಳುವಳಿಕೆಯಿಂದ ತಪ್ಪೆಂದು ಒಪ್ಪಿಕೊಂಡಳು.

"ಸಾರಿ ತೊಂದರೆ ಕೊಟ್ಟೆ. ಆದಷ್ಟು ಅಪ್ಪನ ಸರ್ರ್ಯಾಗಿ ನೋಡ್ಕೊಂಡ್ ನನ್ನ ಕೋರ್ಸ್ ಮುಂದುವರಿಸ್ತೀನಿ" ಇವನಿಗೆ ಪ್ರಾಮಿಸ್ ಮಾಡಿದಳು.

"ಥ್ಯಾಂಕ್ಯೂ....." ಮೇಲೆದ್ದವನು "ಅಕ್ಕ, ತಂಗಿ ಆರಾಮಾಗಿ ಮಾತಾಡಿ. ನಾನು ಹೊರ್ಗಡೆ ಮಲಗ್ತೀನಿ" ಶಾಂತವಾಗಿ ನುಡಿದು ಹೊರಗೆ ಹೋದವನನ್ನೇ ನೋಡಿದಳು.

"ಯೂ ಆರ್ ಲಕ್ಕಿ" ತಂಗಿಯನ್ನು ತಬ್ಬಿಕೊಂಡು ಕಣ್ಣೀರು ಸುರಿಸಿದಳು.

ಹತ್ತರ ಸುಮಾರಿಗೆ ಕಾಲಿಂಗ್ ಬೆಲ್ ಸದ್ದಾಯಿತು. ಇಂಚರ ದಡಬಡಿಸಿಕೊಂಡು ಬಾಗಿಲು ತೆಗೆದಾಗ, ನಿಂತಿದ್ದು ಕುಮುದ, ಏದುಸಿರು ಬಿಡುವುದರ ಜೊತೆ ಮುಖದಲ್ಲಿ ಬೆವರಿನ ಸೆಲೆ. ಮುಂದಿನ ಅಂದರೆ ನೆತ್ತಿಯ ಕೂದಲನ್ನು ಕತ್ತರಿಸಿ ಹಣೆಯ ಮೇಲೆ ಅಚ್ಚು ಕಟ್ಟಾಗಿ ಹರಡಿಕೊಂಡಿದ್ದಳು.

"ಕುಮುದಕ್ಕ...." ಒಂದೇ ಹಾರಿಗೆ ತಬ್ಬಿಕೊಂಡಳು.

"ಅಪ್ಪ, ಫೋನ್ ಮಾಡಿದ್ರಂತೆ. ಬಂದ ಕೂಡಲೇ ಅತ್ತೆ ಹೇಳಿದ್ರು. ಅದಕ್ಕೆ ಅದೇ ವೆಹಿಕಲ್‌ನಲ್ಲಿ ಇಲ್ಲಿಗೆ ತಂದುಬಿಟ್ಟು ಹೋದರು. ಇಂಚರಾನೂ ಬಂದ್ಬಿಟ್ಟಿದ್ದಾಳೆ" ಗಾಬರಿಯಿಂದ ಆಡಿದ ಮಾತಿನ ವೇಗಕ್ಕೆ ಸರಿಯಾಗಿ ಅರ್ಥವಾಗಲಿಲ್ಲ.

"ಹೇಗೂ ಬಂದೆಯಲ್ಲ... ಬಾ" ಒಳಗೆ ಕರೆದೊಯ್ದಳು.

ಹರಿಹರನ್ ಕೂಡ ಕಾಲಿಂಗ್ ಬೆಲ್ ಸದ್ದಿಗೆ ಹೊರಗೆ ಬಂದು ಅಳಿಯನ ಎದುರು ಕೂತಿದ್ದರು. ಆವೇಗ, ಉತ್ಸಾಹ ಅಂಥದೇನಿಲ್ಲ. ಒಮ್ಮೆ ಬಂದು ಹೋಗಲಿಯೆನ್ನುವುದು ಅವರ ಉದ್ದೇಶವಾಗಿತ್ತು. ಗಿರಿಜ ಸತ್ತ ಮೇಲೆ ಆಗಾಗ ಬಂದು ಹೋಗುವ ಅವಳು ಗಂಡನನ್ನು ಸಂಪ್ರೀತಿಗೊಳಿಸಲು ಸ್ವಲ್ಪ ಬೆಲೆ ಬಾಳುವುದೆಲ್ಲ ಒಯ್ಯುತ್ತಿದ್ದಳು. ಇದು ಅವರ ಗಮನಕ್ಕೆ ಬಂದಿದ್ದು ದೇವರ ಮನೆಯಲ್ಲಿದ್ದ ಒಂದು ಬೆಳಿ ತಟ್ಟೆ ಕಾಣೆಯಾದಾಗ. ಅದನ್ನು ಕುಸುಮ ಕೂಡ ಗಮನಿಸಿರಲಿಲ್ಲ. ಆದರೆ ಅದನ್ನು ಒಯ್ದದ್ದು ಕುಮುದ ಎಂದು ಅವರಿಗೆ ಗೊತ್ತು. ಅಂದೇ ಒಂದು ನಿರ್ಣಯಕ್ಕೆ ಬಂದಿದ್ದರು.

"ನೀವು ಫೋನ್ ಮಾಡಿದ್ದರಂತೆ...." ಆಯಾಸಗೊಂಡವಳಂತೆ ಕೇಳಿದಾಗ "ಹೌದು, ಆದ್ರೂ ಈಗ್ಲೇ ಬರೋಂಥ ಅರ್ಜೆಂಟೇನೂ ಇರಲಿಲ್ಲ. ಫೋನ್ ಮಾಡಿ ಬೆಳಿಗ್ಗೆ ಬರಬಹುದಿತ್ತು. ಆದರೂ.... ಒಳ್ಳೇದೇ ಆಯಿತು. ಮೊದ್ಲು ಆಯಾಸ ಪರಿಹಾರ ಮಾಡ್ಕೊಂಡ್ ಹೊಟ್ಟೆಗೆ ಏನಾದ್ರೂ ತಗೋ" ಸೂಚಿಸಿದರು ನಿರ್ಲಿಪ್ತರಾಗಿ.

ಪ್ರಭಂಜನ್ ಮಾತ್ರ ಮುಖದ ಮುಂದಿಡಿದ ಮ್ಯಾಗ್ಸೈನ್ ಪಕ್ಕಕ್ಕೆ ಸರಿಸಲಿಲ್ಲ. ಮನಸ್ಸು, ಮೆದುಳನ್ನು ಗಂಡನಿಗೆ ಒಪ್ಪಿಸಿ ಬೊಂಬೆಯಂತೆ ಹರಿದಾಡುವ ಕುಮುದ ಅಂದರೆ ಅಷ್ಟಕಷ್ಟೇ.

"ನೀವು ಇದ್ದೀರಾ? ಯಾವಾಗ್ಬಂದಿದ್ದು ಕೇಳಿದಳು.

"ಸಂಜೆಯ ಸುಮಾರಿಗಷ್ಟೇ" ಹರಿಹರನ್ ಹೇಳಿದ್ದು.

ಏನು ಬೇಡವೆಂದು ಹಣ್ಣಿನ ರಸ ಕುಡಿದು ಬಂದು ತಂದೆಯ ಮುಂದೆ ಕೂತಾಗ ಪ್ರಭಂಜನ್ ಮೇಲೆದ್ದ "ದಯವಿಟ್ಟು ಕೂತ್ಕೊಳ್ಳಿ" ಕೈ ಹಿಡಿದು ಕೂಡಿಸಿದ ಹರಿಹರನ್ ರೂಮ್ಗೆ ಹೋಗಿ ಕಾಗದ ಪತ್ರಗಳನ್ನು ತಂದು ಟೀಪಾಯಿ ಮೇಲಿಟ್ಟು "ಗಿರಿಜ ದಿಢೀರೆಂದು ಹೋಗ ಮೊದ್ಲು ಇಬ್ಬರ ಹೆಣ್ಣು ಮಕ್ಳು ಜವಾಬ್ದಾರಿ ತೀರಿತ್ತು. ಆದರೆ ಕುಸುಮ ಜವಾಬ್ದಾರಿ ನನ್ನ ಮೇಲಿದೆ. ಮುಂದೆ ತಾಪತ್ರಯವಾಗ್ಬಾರ್ದೂಂತ ಈ ಮನೇನ ಅವ್ಳ ಹೆಸರಿಗೆ ಬರೆದು ರಿಜಿಸ್ಟರ್ ಮಾಡಿಸ್ದೇ. ನಾಳೆ ಇದ್ನ ಮೋಸ ಅಂತಲೋ, ಬೇರೆ ರೀತಿಯಲ್ಲೋ ಕೋರ್ಟಿಗೆ ಹೋಗ್ಬಾರ್ದು. ಅದಕ್ಕೆ ನೀವಿಬ್ರೂ ಈ ಪತ್ರಕ್ಕೆ ಸಹಿ ಹಾಕಿ" ಅಂದು ಸುಮ್ಮನೆ ಕೂತರು.

ತಕ್ಷಣ ಇಂಚರ ಕನಿಷ್ಟ ಓದದೇ ತಂದೆ ತೋರಿಸಿದ ಕಡೆ ಸಹಿ ಹಾಕಿ ಅವರನ್ನು ಅಪ್ಪಿಕೊಂಡು ಕಣ್ಣೀರು ಸುರಿಸತೊಡಗಿದಳು. ತಾಯಿ ಸಾವಿನ ಆಘಾತ ಎಲ್ಲಿ ಮತ್ತೆ ಮರುಕಳಿಸುತ್ತೆ ಎನ್ನುವ ಭಯ.

ಅನುಮಾನಿಸುತ್ತಿದ್ದ ಕುಮುದ "ಅಪ್ಪ, ನಾನು ಅವ್ರನ್ನ ಕೇಳ್ದೇ ಹಾಕೋಕೆ ಆಗೋಲ್ಲ. ತಿಳಿದರೆ... ಕೋಪ ಮಾಡ್ಕೋತಾರೆ" ಸಪ್ಪಗೆ ಹೇಳಿದಳು. ಆಮೇಲೆ ಹರಿಹರನ್ ಎಷ್ಟು ಹೇಳಿದರೂ ಗಂಡನ ಪರ್ಮಿಷನ್ ಸಿಗದೆ ತಾನು ಒಪ್ಪಿಗೆ ಸೂಚಿಸಲು ಖಡಾ ಖಂಡಿತವಾಗಿ ಸಾಧ್ಯವಿಲ್ಲವೆಂದು ವಾದಿಸಿದಳು.

ನಾಟಕ ವೀಕ್ಷಿಸುತ್ತಿದ್ದ ಪ್ರಭಂಜನ್ ಪೇಪರ್ನ ಅವಳ ಮುಂದಿಡಿದು 'ಮಿದುಳು, ಮನಸ್ಸು ದೇವರು ನಿಮ್ಮ ಸ್ವಂತಕ್ಕೆ ಕೊಟ್ಟಿರೋದು. ಅದ್ನ ತಾಳಿ ಕಟ್ಟಿದ ಮಹಾಶಯನಿಗೆ ಸರೆಂಡರ್ ಮಾಡ್ಬೇಕೂಂತ ಏನಿಲ್ಲ. ನೀವು ಹೇಳಿದರೆ ತಾನೆ ದಾಮೋದರ್‌ಗೆ ಗೊತ್ತಾಗೋದು. ಹುಟ್ಟಿನಿಂದ ನಿಮ್ಮೊಂದಿಗಿದ್ದ ಜನ ಪ್ಲೀಸ್, ಸಹಿ ಹಾಕಿ" ಎಂದು ಬಲವಂತದಿಂದ ಹಾಕಿಸಿ ಹರಿಹರನ್ ಕೈಗೆ ಕೊಟ್ಟು ಮೇಲೆದ್ದ.

ಇಲ್ಲಿಗೆ ಬಂದ ಕೆಲಸ ಮುಗಿದಿತ್ತು. ಸಲ್ಯೂಲಾರ್ ಬಟನ್ನೊತ್ತಿ ತಂದೆಯನ್ನು ವಿಚಾರಿಸಿ "ಬಹುಶಃ ಮಧ್ಯಾಹ್ನದ ಮೇಲೆ ಹೊರಡ್ತೀವಿ" ಮಾತಾಡಿ ಫೋನ್ ಆಫ್ ಮಾಡಿದ. ಯಾರೆಷ್ಟು ಹೇಳಿದರೂ ಕೇಳದೇ ಹಾಲ್‌ನಲ್ಲಿಯೇ ಮಲಗಿದ್ದು.

ಕುಮುದಳ ಭಯ, ಕುಸುಮಳ ಅಳುವಿನ ಜೊತೆಯೇ ಬೆಳಗಾಗಿದ್ದು. ತಂದೆಯ ರೂಮಿಗೆ ಬಂದಾಗ ಅವರು ಆಗಲೇ ವಾಕ್‌ಗೆ ಹೋಗಿದ್ದರು. ಹಿಂದೆ ಅಂಥ ಪದ್ಧತಿಯೇನು ಇರಲಿಲ್ಲ.

ಹತ್ತರ ಸುಮಾರಿಗೆ ಬಂದ ಅವರು "ಯಾವಾಗ ಹೊರಡೋದು?" ಕೇಳಿದರು. ಇಂಚರಾನ ಇರ್ರಿಸಿಕೊಳ್ಳೋ ಇರಾದೆಯೇನೂ ಇರಲಿಲ್ಲ. ಬಂದಾಗಲೆಲ್ಲಾ ಇಂಚರ

ವಿಷಯ ಅಶ್ವಿನಿ ಪ್ರಸ್ತಾಪಿಸೋದು ಅವರಿಗೆ ಇಷ್ಟವಾಗಿರಲಿಲ್ಲ. ಕೇಳದವರಂತೆ ಮೌನವಹಿಸುತ್ತಿದ್ದರು.

"ಒಂದ್ಜೂರು ಕೆಲ್ಸ ಇದೆ" ಪ್ರಭಂಜನ್ ಹೇಳಿದ.

"ತಪ್ಪು ತಿಳ್ಕೋಬೇಡಿ. ಇಲ್ಲಿ ನಿಮ್ಗೆ ಆತಿಥ್ಯವೇನೂ ಸಿಗೋಲ್ಲ ನನ್ನ ಮನಸ್ಸು ಒಂದು ನೆಲೆಗೆ ಬಂದಿಲ್ಲ. ತುಂಬ ಸಮಯಾನೇ ಬೇಕಾಗ್ಬಹ್ದು". ಕಣ್ಣುಗಳಲ್ಲಿ ಕಂಬನಿಯ ಸೆಲೆಯೊಡೆಯಿತು. ಗಿರಿಜಾನ ತಾನು ಸರಿಯಾಗಿ ನೋಡಿಕೊಂಡಿಲ್ಲ, ಅನ್ನುವುದರ ಜೊತೆಗೆ ಇಂಚರ ಪ್ರಸ್ತಾಪಿಸಿದ ಮೇಲಂತೂ ಉಡುಗಿಹೋಗಿದ್ದರು.

ಆಮೇಲೆ ಹತ್ತು ನಿಮಿಷಕ್ಕೆ ಅಶ್ವಿನಿ ಬಂದ. ಗ್ರಾಂಡಾಗಿ ಡ್ರೆಸ್ ಹಾಕಿಕೊಂಡು ಬಂದಿದ್ದ. ಅಪರೂಪಕ್ಕೆ ಸೆಂಟ್ ಕೂಡ ಬಳಸಿದ್ದ.

ಹೋಗುವ ಮುನ್ನ ಇಂಚರಾಳ ಕಣ್ಣುಗಳಲ್ಲಿ ಕಣ್ಣಿಟ್ಟು "ಸ್ವೀಟ್‌ನೆಸ್ ಅಂಡ್ ಲೈಟ್" ಮಾಧುರ್ಯ ಮತ್ತು ಬೆಳಕು. ಇದ್ನ ಎಲ್ಲೋ ಓದಿದ್ದೆ. ಎಲ್ಲಿಂತ ಜ್ಞಾಪಕವಿಲ್ಲ. ಆದರೆ ನಿನ್ನ ನೋಡಿದಾಗ ಹಾಗೇ ಅನ್ನಿಸ್ತು. ಅವೆರಡು ಒಟ್ಟಿಗೆ ಇರೋದು ವಿರಳ ಅಂತ ಕೂಡ ಓದಿದ್ದೀನಿ. ಅಶ್ವಿನಿಕುಮಾರ್ ನನ್ಹತ್ರ ಏನೋ ಪರ್ಸ್‌ನಲ್ಲಾಗಿ ಮಾತಾಡ್ಬೇಕೂಂದ್ರು. ಯಾಕೆ ಡಿಸಾಪಾಯಿಂಟ್ ಮಾಡೋದು?" ಮೋಹಕ ದನಿಯಲ್ಲಿ ಉಸುರಿದ. ಅವನ ಸ್ವರ ಮಾಧುರ್ಯಕ್ಕೆ ಬೆರಗಾದಳು.

ಬಾಗಿಲವರೆಗೂ ಬಂದವನು ಮತ್ತೆ ಹಿಂದಕ್ಕೆ ಹೋಗಿ ಅವಳ ಭುಜದ ಮೇಲೆ ಕೈಯಿಟ್ಟು "ನಾನು ಯಾವ ಕ್ಷಣಕ್ಕೂ ನಿನ್ನ ಕಳ್ದುಕೊಳ್ಳೋಕೆ ಇಚ್ಛಿಸೋಲ್ಲ ಆದರೆ ನೀನು.... ಹಿಂದಕ್ಕೆ ಸರಿದರೆ ಮಾತ್ರ" ಮತ್ತೆ ಅದನ್ನು ಒತ್ತಿ ಹೇಳಿದ.

ಇಂಚರ ಹೃದಯ ಅಂಗಳದಲ್ಲಿ ಬಣ್ಣ ಬಣ್ಣ ಹೂಗಳು ಅರಳಿದಂತಾದರೂ ಅಶ್ವಿನಿ ಅದನ್ನು ಕಿತ್ತೊಗೆಯಲು ಮುಂದಾಗಿದ್ದ. ಭಯದಿಂದ ಅವಳ ಮೈ ಕಂಪಿಸಿತು.

ಯಾಕೋ ಅಶ್ವಿನಿ ಸ್ಕೂಟರ್ ಮೇಲೆ ಕೂಡಲು ಆಹ್ವಾನಿಸಲು ಹಿಂಜರಿದ. "ಕಾರು, ಸ್ಕೂಟರ್" ಎಂದವ ನಿಲ್ಲಿಸಿ "ನೀವು ತುಂಬ ಎಗ್ಸೈಟ್ ಆಗಿದ್ದೀರಾ, ಸವಾರಿ ಮಾಡೋದು ಸೂಕ್ತವಲ್ಲ. ಕಾರಿನಲ್ಲಿ ಬರೋದಿಕ್ಕೆ ವಿರೋಧವೇನೂ ಇಲ್ಲವಲ್ಲ" ಪ್ರಭಂಜನ್ ನಕ್ಕ. ಅವನು ನಗಲಿಲ್ಲ. ಇಡೀ ರಾತ್ರಿ ನಿದ್ರಿಸದೇ ಯೋಜನೆಗಳನ್ನು ಹಾಕಿ ಕೆಡವಿ ಮಾನಸಿಕವಾಗಿ ದಣಿದಿದ್ದ.ಮಾತಾಡುವ ಮುನ್ನ ಕಾರಿನತ್ತ ನಡೆದ.

ಡೋರ್ ಓಪೆನ್ ಮಾಡಿ ಹತ್ತಿ ಕೂರುವ ವೇಳೆಗೆ ನಾಲ್ಕು ಸಲವಾದರೂ ಅಶ್ವಿನಿಯ ಮುಖದಮೇಲೆ ಕರ್ಚೀಫ್ ಆಡಿಸಿದ್ದ. ಈಗ ಪ್ರಭಂಜನ್ ಕೊಂದರೆ ಹೇಗೆ? ನಿರಾಯಾಸವಾಗಿ ಸಾಯಿಸಿ ತಪ್ಪಿಸಿಕೊಂಡರೆ ಇಂಚರ ತನ್ನವಳಾಗುತ್ತಾಳಾ? ಈ ತರಹದ ಪ್ರಶ್ನೆಗಳನ್ನು ಇಡೀ ರಾತ್ರಿ ಹಾಕಿಕೊಂಡಿದ್ದರೂ ಈಗಲೂ ತಪ್ಪಿಸಿಕೊಳ್ಳಲು ಸಾಧ್ಯವಿರಲಿಲ್ಲ. ಇಂಚರ ಇಲ್ಲದೆ ತಾನು ಬದುಕಲು ಸಾಧ್ಯವಿಲ್ಲವೆನ್ನುವ ಭ್ರಮೆ ಅವಳನ್ನು ಪಡೆದೇ ತೀರುವೆನೆನ್ನುವ ಹುಚ್ಚು ಆತ್ಮ ವಿಶ್ವಾಸ. ಇವೆರಡು ಅವನನ್ನು ಹಿಗ್ಗಾ ಮುಗ್ಗಾ ಎಸೆದಾಡಿತ್ತು.

ಕೂತ ಪ್ರಭಂಜನ್ ಆಹ್ವಾನಿಸಿದಾಗ ಕೀಲು ಕೊಟ್ಟ ಗೊಂಬೆಯಂತೆ ಹೋಗಿ ಕೂತ. ಮೆಲ್ಲಗೆ ಅವನ ಸ್ಯಾಲರಿ, ಅವನಪ್ಪ ಕೂಡಿಟ್ಟ ಡಿಪಾಸಿಟ್, ಮೈಸೂರಿನಲ್ಲಿ ಬಾಡಿಗೆಗೆ ಕೊಟ್ಟ ಮನೆ ಪ್ರತಿಯೊಂದರ ಬಗ್ಗೆಯೂ ವಿವರ ಪಡೆದ.

ಸಿಟಿಯಿಂದ ಹೊರಗಿನ ಒಂದು ನಿರ್ಜನ ಪ್ರದೇಶದಲ್ಲಿ ಹತ್ತಿರದಲ್ಲೇ ಒಂದು ಸಣ್ಣ ಡಾಬಾ ಇರೋ ಕಡೆ ಮರದ ಅಂಚಿಗೆ ಕಾರನ್ನೊಯ್ದು ನಿಲ್ಲಿಸಿದ. ತಕ್ಷಣ ಕಣ್ಣುಗಳಲ್ಲಿನ ಸ್ಯಾಡಿಸಂ ಗುರ್ತಿಸಿ ಡೋರ್ ತೆಗೆದುಕೊಂಡು ಕೆಳಗಿಳಿದ.

ಡೋರ್ ಲಾಕ್ ಹಾಗೆಯೇ ಬಿಟ್ಟು ಅಷ್ಟು ದೂರಕ್ಕೆ ನಡೆದವನು ತೀರಾ ಬಳ್ಳಿಗಳಿಂದ ಆವೃತ್ತವಾದ ಮರದ ಕೆಳಗೆ ನಿಂತ ಪ್ರಭಂಜನ್, ಬಂದ ಅವನಿಗೆ ಹೇಳಿದ.

"ನಮ್ಮಪ್ಪ ನಾನು ಕಾಲೇಜಿಗೆ ಸೇರಿಕೊಂಡ ಮೊದಲ ದಿನಗಳಲ್ಲಿ ನಂಗೆ ಆತ್ಮ ರಕ್ಷಣೆ ಮಾಡಿಕೊಳ್ಳಲು ಅನುವಾಗುವಂಥ ಕರಾಟೆ, ಪಿಸ್ತೂಲ್ ಲೈಸೆನ್ಸ್ ಎರಡೂ ಇದೆ. ಈಗ್ಹೇಳಿ, ನನ್ಹತ್ರ ನೀವೇನು ಮಾತಾಡ್ಬೇಕು.

ಸ್ವಲ್ಪ ಒರಟಾಗಿತ್ತು ಅವನ ದನಿ.

ಸ್ವಲ್ಪ ಅಳುಕಿದಂತೆ ಕಂಡರೂ ಅಶ್ವಿನಿ ಧೈರ್ಯ ಕೂಡಿಸಿಕೊಂಡ. "ನಾನು ಇಂಚರ ಒಬ್ರನ್ನೊಬ್ರು ಪ್ರೀತಿಸಿದ್ವಿ. ನೀವು ಮದ್ವೆಯಾಗಿ ಅನ್ಯಾಯ ಮಾಡಿದ್ರಿ. ಐ ವಾಂಟ್ ಇಂಚರ" ಉದ್ವೇಗದಿಂದ ನುಡಿದು ಮುಖದ ಬೆವರನ್ನು ಕರ್ಚೀಫ್‌ನಿಂದೊತ್ತಿಕೊಂಡ.

"ಫೆಂಟಾಸ್ಟಿಕ್, ನೀವು ತುಂಬಾ ಧೈರ್ಯವಂತರು. ಪತಿಯ ಮುಂದೆ ನಿನ್ನ ಪತ್ನಿ ನಾನು ಲವರ್ಸ್ ಅಂತ ಕೇಳಿ ಕೊಳ್ಳೋಕೆ ಭಾರತದಲ್ಲಿ ಎಂಟೆದೆ ಇರ್ಬೇಕು. ಮಿಸ್ಟರ್ ಅಶ್ವಿನಿ. ನೀವಿಬ್ರೂ ಲವರ್ಸ್ ಆಗಿದ್ದರೆ ವಿಷ್ಯ ನಿಮ್ಮ ನಿಮ್ಮಲ್ಲೇ ತೀರ್ಮಾನವಾಗಿ ಬಿಡುತ್ತಿತ್ತು. ಇಲ್ಲಿ ನಿಂತಿರೋದು ಪ್ರಭಂಜನ್. ಹರಿಹರನ್ ಮೂರು ಹೆಣ್ಣು ಮಕ್ಳು ಪ್ರೇಮ, ಪ್ರೀತಿ ಅಂತ ಓಡಾಡಿಕೊಂಡಿದ್ದೋರಲ್ಲ. ನೀವೊಬ್ಬ ಸಾಫ್ಟ್ ಕ್ರಿಮಿನಲ್ ಅಂತ ಗೊತ್ತು. ಗಿರಿಜಾಗೆ ನೀರಿನಲ್ಲಿ ನಿದ್ದೆ ಮಾತ್ರೆ ಹಾಕಿಕೊಟ್ಟೋರು ನೀವೇ. ಈ ಸತ್ಯ ಒಂದಿಬ್ಬರಿಗೆ ಗೊತ್ತಿದೆ. ಸ್ಪಷ್ಟವಾಗಿ ಗೊತ್ತಿರೋದು ನಂಗೆ" ಎಂದು ಹಲ್ಮುಡಿ ಕಚ್ಚಿ. ಇಂಥ ನಿರೀಕ್ಷೆ ಅಶ್ವಿನಿಗೆ ಇರಲಿಲ್ಲ. ಎಷ್ಟು ಹೆದರಿಬಿಟ್ಟನೆಂದರೆ ತನ್ನನ್ನು ತಾನು ಸಮರ್ಥಿಸಿಕೊಳ್ಳಲಾರದೆ ಬಲಹೀನನಾಗಿ ಅವನ ಕಾಲುಗಳ ಮುಂದೆ ಕುಸಿದು ಅಳತೊಡಗಿದ. ಬಡಬಡಿಸಿದ, ತನಗೆ ಆಕೆಯನ್ನು ಕೊಲ್ಲುವ ಉದ್ದೇಶವಿರಲಿಲ್ಲವೆಂದು ಹೇಳಿಯೇಬಿಟ್ಟ.

"ಅರೇ ಮೇಲಕ್ಕೇಳಿ! ನೀವು ಇಷ್ಟೊಂದು ವೀಕ್ ಮೈಂಡ್ ನೋರಾ? ಎನ್ರಿ ಕನಿಷ್ಟ ಫೈಟ್ ಮಾಡೋಕೆ ಶಕ್ತಿ ಇಲ್ಲದೆ ಮೇದಾನಕ್ಕೆ ನುಗ್ಗಬಾರ್ದು". ಸಹಾನುಭೂತಿಯಿಂದ ಮೇಲಕ್ಕೆಬ್ಬಿಸಿದಾಗ ಆಯ ತಪ್ಪಿ ಪಕ್ಕಕ್ಕೆ ಉರುಳಿದಾಗ, ಪುಟ್ಟ ಬಂಡೆ ಅಪ್ಪಿತ್ತು. ಸುಯ್ಯೆಂದು ಒಡೆದ ಆಸಿಡ್ ಬಾಟಿಲ್ ಚಿಮ್ಮಿದಾಗ ಪ್ಯಾಂಟ್ ಜೊತೆ ಅಂಗೈ ಅಗಲದ ಚರ್ಮವು ಭುಸುಗುಟ್ಟಿತು. ಮಿಕ್ಕ ಆಸಿಡ್ ನೆಲದ ಪಾಲಾದಾಗ ಕತ್ತಿನ ಪಟ್ಟಿ ಹಿಡಿದು ಮೇಲಕ್ಕೆಬ್ಬಿಸಿ ಕೆನ್ನೆಗೆರಡು ಬಾರಿಸಿದ.

"ಯೂ ಈಡಿಯಟ್, ಅಂದೇ ನಿನ್ನ ಸರಳುಗಳ ಹಿಂದೆ ದಬ್ಬಿಬಿಡಬೇಕಿತ್ತು. ಆತ್ಮೀಯತೆ ತೋರಿಸಿದ ದೇವತೆಯಂಥ ಗೃಹಿಣಿಯ ಬಲಿ ತಗೊಂಡೆ. ನಾನೊಬ್ಬ ಮಗ. ಈ ವಯಸ್ಸಿನಲ್ಲಿ ಮಗನಾಗಿ ನಿನ್ನ ಆಸರೆ ನಿನ್ನ ಪೇರಂಟ್ಸ್‌ಗೆ ಬೇಕಾಗುತ್ತೆ ಅಷ್ಟನ್ನ ಮಾತ್ರ ಮನಸ್ಸಿನಲ್ಲಿ ಇಟ್ಕೊಂಡ್ ಮಾಡ್ದೇಂತ ಅನ್ನಿಸುತ್ತೆ. ಇದು ಸಿನಿಮಾ ಅಲ್ಲ. ಅಲ್ಲಿನ ಎಂಡಿಂಗ್‌ಗಿಂತ ಇಲ್ಲಿನ ಎಂಡ್ ವಿಚಿತ್ರವಾಗಿರುತ್ತೆ". ಬುದ್ಧಿ ಹೇಳಿ ನರ್ಸಿಂಗ್ ಹೋಂಗೆ ಬಿಟ್ಟು ಎಚ್ಚರಿಸಿ ಬಂದಾಗ ಕುಮುದ ಬಾಲ ಸುಟ್ಟ ಬೆಕ್ಕಿನಂತೆ ಓಡಾಡುತ್ತಿದ್ದಳು. ಅವಳು ಅಂಥ ಸ್ವಾರ್ಥಿಯಲ್ಲದಿದ್ದರೂ ಗಂಡನ ಪ್ರಸನ್ನತೆ ಅವಳಿಗೆ ಬೇಕು.

"ನಾನು ಸಹಿ ಮಾಡಿದ್ದು ಯಾರ್ಗೂ ಗೊತ್ತಾಗೋದ್ಬೇಡ" ಎಂದು ಇವನನ್ನು ಸಮೀಪಿಸಿ ಹೇಳಿದಾಗ ನಕ್ಕುಬಿಟ್ಟ. "ಅರೇ ಇಷ್ಟೊಂದು ಭಯ ಯಾಕೆ ಪಡ್ತೀರಾ? ನಿಮ್ಮನ್ನ ಬಿಟ್ಟು ದಾಮೋದರ್‌ಗೆ ಹೇಳೋರು ಯಾರು? ಇದೊಂದು ಮುಂದಾಲೋಚನೆ ಕ್ರಮ ಮಾತ್ರ. ಐ.ಎ.ಎಸ್. ಮಾಡಿರೋ ದಾಮೋದರ್ ಯಾವುದಾದ್ರೂ ಲೂಪ್ ಹೋಲ್ ಹುಡ್ಕಬಾರ್ದೂಂತ ಅಷ್ಟೇ" ಸಮಾಧಾನಿಸಿದ.

ಅಷ್ಟರಲ್ಲಿ ಕುಮುದ ನಾದಿನಿ ಹುಡುಕಿಕೊಂಡು ಬಂದಳು. ಜಾಣ, ಮೃದು ಮಾತು ಒಳ್ಳೆಯತನ ಪ್ರದರ್ಶನ ಅವರ ಬಂಡವಾಳ. ಇವಳೇ ಸ್ವಲ್ಪ ಪೆದ್ದಿ ಇದರಿಂದ ಅನ್ಯಾಯವಾಗುವುದು ಸದ್ಯಕ್ಕೆ ಕುಸುಮಾಗೆ.

"ಅಮ್ಮ ಕಳಿಸಿದ್ರು" ಅದಳು ಮೆಲ್ಲಗೆ.

ಇದರಿಂದ ಕುಸುಮನ ಕೂಡ ಪಾರು ಮಾಡಬೇಕೆಂದು "ಶ್ರೀಮತಿ ಕುಮುದ ದಾಮೋದರ್ ಮನೆಯಲ್ಲಿರೋ ಪ್ರತಿಯೊಂದೂ ವಸ್ತುಗಳನ್ನು ಲಿಸ್ಟ್ ಮಾಡಿ ಅದರ ಮೇಲೆ ನಿಮ್ತಂದೆ ಲೋನ್ ಪಡಕೊಂಡಿದ್ದಾರೆ. ಇದು ನಿಮ್ಮ ಮೈಂಡ್‌ನಲ್ಲಿ ಇರಲಿ" ಎಂದ ಸೀರಿಯಸ್ಸಾಗಿ.

ಕುಮುದ ಕಕ್ಕಾಬಿಕ್ಕಿಯಾದಳು.

ಪ್ರಭಂಜನ್ ಸರಿದು ಹೋದವನು "ಬೀ ಪೇಷನ್ಸ್. ನಿಮ್ತಂದೆ ಸ್ವಲ್ಪ ಮಟ್ಟಿಗಾದ್ರೂ ನಾರ್ಮಲ್ ಸ್ಥಿತಿಗೆ ಬರಲು ಸಮಯ ಬೇಕಾಗುತ್ತೆ. ಹೆಚ್ಚಿನದಾಗಿ ನಿಮ್ಮ ಸಹಕಾರ ಅವ್ರಿಗೆ ಅಗತ್ಯ. ಹೇಗೆ ನಿಭಾಯಿಸೋದು ನೋಡಿ".

ಮುಖ ತಗ್ಗಿಸಿದ ಕುಸುಮ ಕಣ್ಣೀರು ಮಿಡಿದು "ಸಾರಿ, ಥ್ಯಾಂಕ್ಯೂ ವೆರಿಮಚ್" ಎಂದಳು.

ನಂತರ ಮಡಿಯುಟ್ಟು ಅಡಿಗೆ ಮಾಡಿದ ಹರಿಹರನ್ ತಾವೇ ಕೂಡಿಸಿ ಎಲ್ಲರಿಗೂ ಬಡಿಸಿದರು. ತಾವೇ ಇಂಚರ ಹಣೆಗೆ ಕುಂಕುಮ ಹಚ್ಚಿ ಸೀರೆಯನ್ನು ಉಡುಗೊರೆಯಾಗಿ ನೀಡಿ ಅಪ್ಪಿಕೊಂಡರು.

"ಪ್ರಭಂಜನ್ ತುಂಬ ಬುದ್ಧಿವಂತ. ಒಳ್ಳೆಯವ. ನಿಮ್ಮಮ್ಮನ ಆಶೀರ್ವಾದವಿದೆ. ಅವ್ನ ಕಣ್ ಬೆಳಕಾಗು" ತುಂಬು ಮನದಿಂದ ಆಶೀರ್ವದಿಸಿದರು.

ಕಾರು ಹತ್ತಿದಾಗ ಓಡಿ ಬಂದ ಕುಸುಮ ಒಂದು ಪರ್ಸ್ ಕೊಟ್ಟು "ಹುಡ್ಕಿ ತೆಗೆದಿಟ್ಟುಕೊಂಡಿದ್ದು ಮರ್‍ತು ಹೋಗ್ತಾ ಇದ್ದೀಯಾ" ಅಂದಳು. ಪ್ರಭಂಜನ್ ಕಣ್ಣಲ್ಲೇ ನಕ್ಕ. ಅದೇ ಪರ್ಸ್‌ನ್ನು ಹಿಂದಿರುಗಿಸಿದ್ದು, ಅವನ ಪ್ರೇಮಕ್ಕೆ ಎಂಟ್ರಿ ಕೊಟ್ಟಿದು ಈ ಪರ್ಸ್.

ಹಸನ್ಮುಖಿಯಿಂದ ಕಾರಿನ ಚಕ್ರಗಳು ಉರುಳಿದವು. ಬಹುಶಃ ಗಿರಿಜ ಆತ್ಮ ಸಂತೋಷದಿಂದ ಆಶೀರ್ವದಿಸಿರಬೇಕು.

"ಈ ಪರ್ಸ್‌ನ ಎಲ್ಲೋ ನೋಡಿದಂಗಿದೆ" ಎಂದ ಮೆಲ್ಲಗೆ.

ಪರ್ಸ್ ಜಿಪ್ ಸರಿಸಿದ ಇಂಚರ ಅದರೊಳಗಿನ ಪುಟ್ಟ ಚೀಟಿಯನ್ನು ತೆಗೆದು "ಪುಟ್ಟ ಲವ್ ಲೆಟರ್ ಬರೆದ ಮಹಾಶಯ ಕಾಡಿದ್ದ. ನಂಗೆ ಲವ್ ಮಾಡೋ ಮನಸ್ಸು, ಪುರಸತ್ತು ಎರ್‍ಡೂ ಇರಲಿಲ್ಲ" ಎಂದ ಕೂಡಲೇ ಬ್ರೇಕ್ ಬಿದ್ದು ಕಾರು ನಿಂತಿತು.ಬಹಳ ಅರ್ಥಪೂರ್ಣವಾದ ಮಾತು. ತಾನು ಅನುಸರಿಸಿದ ರೀತಿ ಸರಿಯೆಂದುಕೊಂಡ. ಇಲ್ಲ, ಈ ಹುಡುಗಿಯನ್ನು ಪ್ರೇಮದಲ್ಲಿ ಕೆಡವಲು ಇಡೀ ಜೀವನ ಬೇಕಾಗುತ್ತದೆಯೆನಿಸಿತು.

ಇಂಚರ ಮತ್ತಷ್ಟು ಮೌನಿಯಾದಳು.

"ಏಯ್... ಇಂಚರ, ನಿಂದು ಜನಪದ ಕತೆಯಂತೆ ಎಲ್ಲೋ ಕನಸಿನಲ್ಲಿ ಕಂಡ ರಾಜಕುಮಾರಿಯನ್ನು ವರಿಸಲು ರಾಜಕುಮಾರ ಸಾಕಷ್ಟು ರಿಸ್ಕ್‌ತಗೊಳ್ಳೋದು ಮದ್ವೆಯಾಗೋದು.... ಈ ಕತೆಗಳೆಲ್ಲ ತೀರಾ ರಂಜಕವಾಗಿ ಇರುತ್ತೆ. ಇನ್ನೊಂದು ಆ ರಾಜಕುಮಾರರರಿಗೆ ಪ್ರತ್ಯೇಕವಾದ ರಾಣಿವಾಸ. ಸಾಕಷ್ಟು ಜನ ರಾಣೀರು ಇರುತ್ತಾರೆ. ಈ ಪಟ್ಟದ ರಾಣಿ ಜೊತೆ ನನ್ನ ಯಾಕೆ ರಾಣಿ ವಾಸಕ್ಕೆ ಸೇರಿಸ್ಕೋಬಾರ್‍ದು" ತಮಾಷೆಯಿಂದ ಕೆನ್ನೆ ಹಿಂಡಿದಾಗ "ಟ್ರೈ ಮಾಡು, ಹೇಗೂ ಆತ್ಮಹತ್ಯೆಯ ಬೆದರಿಕೆಯೊಡ್ಡು" ಸರಳವಾಗಿ ಹೇಳಿದಾಗ "ಪ್ರಭಂಜನ್‌ದ್ದು ಅಂಥ ಕ್ಷಾತ್ರ ತೇಜಸ್ಸು ಅಲ್ಲ. ನಂಗೆ ಆತ್ಮಹತ್ಯೆಗೆ ಅದ್ಭುತವಾದ ಸಲಹೆ ಕೊಡೋದರ ಜೊತೆಗೆ, ಬೇಕಾದ ಸಲಕರಣೆಗಳನ್ನೂ ಕೂಡ ಒದಗಿಸುತ್ತಾರೆ" ಎಂದಿದ್ದಳು ಬೆಳಿಗ್ಗೆ ಕುಸುಮ. ಹಾಯೆನಿಸಿತು ಮಾತುಗಳು.

ಪ್ರಭಂಜನ್ ಗಂಟಲು ಸರಿ ಮಾಡಿಕೊಂಡು ಕೆಮ್ಮಿ ಅವಳ ಗಮನವನ್ನು ತನ್ನತ್ತ ಸೆಳೆದು "ಸಾರಿ, ಆಲ್ ಈಸ್ ಫೇರ್ ಇನ್ ಲವ್ ಅಂಡ್ ವಾರ್" ಅಂತಾರೆ. ಆ ಪ್ರೇಮಿಯ ಬಗ್ಗೆ ನಾನು ಸಾರಿ ಕೇಳ್ತೀನಿ. ವಿವಾಹಕ್ಕೆ ಮುಂಚಿನ ಪ್ರೇಮ ಸವೀ ಅಂತಾರೆ. ನಂಗೆ ಆ ಛಾನ್ಸ್ ಸಿಗ್ಲಿಲ್ಲ" ನಿರಾಶೆಗೊಂಡವನಂತೆ ಹೇಳಿದಾಗ ಅವಳ ಮುಖದಲ್ಲಿ ಸಪ್ತ ವರ್ಣದ ಕಾಮನಬಿಲ್ಲು ಮಿನುಗಿತು. ಮೆಲ್ಲಗೆ ಪರ್ಸ್‌ನಲ್ಲಿದ್ದ ಪುಟ್ಟ, ಪುಟ್ಟ ಪತ್ರಗಳ ಜೊತೆ ಕಳಿಸಿದ್ದ ಆರ್ಟ್‌ನ ತೆಗೆದು ಅವನ ಮುಂದಿಡಿದಳು. ಅದಕ್ಕೆ ಒಂದು ಪುಟ್ಟ ವಿವರಣೆ, ಅದಕ್ಕೊಂದು ಶೀರ್ಷಿಕೆ.

"ಶಿಶಿರದ ಇಂಚರ" ಅವನು ನವಿರಾಗಿ ಬಿಡಿಸಿದ್ದ ಕಲೆ ಶಿಶಿರ ಋತುವಿನ ಆಗಮನದಲ್ಲಿ ಅರಳಿ ನಿಂತು ಸೊಬಗು ಬೀರುವ ಸೇವಂತಿಕೆಯ ದಳಗಳಲ್ಲಿ ಅವಳ ಹೆಸರನ್ನು ಬಿಡಿಸಿದ್ದ.

"ಯೂ ಆರ್ ಕರೆಕ್ಟ್, ಮಾಗಿಯ ಥಂಡಿಯಿಂದ ಜೀವ ಜಗತ್ತು ಮುದುರಿ ಕುಳಿತಾಗ, ಹಿಮದ ಮಣಿಗಳು ಪ್ರಕೃತಿಯನ್ನು ಅಲಂಕರಿಸಲು ಬರುತ್ತೆ. ಆಗ ಅರಳುವ ವಿವಿಧ ಬಣ್ಣದ ಸೇವಂತಿಕೆಗಳು ಇಷ್ಟ" ಎಂದ ಮೆಲ್ಲನೆ, ಅವಳ ತಲೆ ಮತ್ತಷ್ಟು ಬಗ್ಗಿತು. ಮೊದಲ ಸಲವೆನ್ನುವಂತೆ ಅವಳ ಭುಜದ ಮೇಲೆ ಕೈಯಿಟ್ಟ.

* * *